ਬਾਰੀਂ
ਕੋਹੀਂ ਬ.ਲਦਾ
ਦੀਵਾ

ਬਾਰੀਂ ਕੋਹੀਂ ਬਲ਼ਦਾ ਦੀਵਾ

ਨਾਵਲ

ਸ਼ਿਵਚਰਨ ਜੱਗੀ ਕੁੱਸਾ

White Falcon Publishing
www.whitefalconpublishing.com

ਬਾਰ੍ਹੀਂ ਕੋਹੀਂ ਬਲ਼ਦਾ ਦੀਵਾ

ਸ਼ਿਵਚਰਨ ਜੱਗੀ ਕੁੱਸਾ

www.whitefalconpublishing.com

ISBN - 978-93-89530-00-1

ਤ੍ਰਿਵੈਣੀ ਦੇ ਬਚਨ -ਬਿਲਾਸ

-ਮੌਤ ਕੀ ਕਿਸ ਸੇ ਤਰਫ਼ਦਾਰੀ ਹੈ?
ਆਜ ਹਮਾਰੀ ਔਰ ਕੱਲ੍ਹ ਤੁਮਹਾਰੀ ਵਾਰੀ ਹੈ!

ਨੌਂ ਨਵੰਬਰ 1984 ਦੀ ਸ਼ਾਮ ਸੀ। ਬਹੁਤ ਕੁਝ ਅਣ-ਕਿਆਸਿਆ ਹੋ ਚੁੱਕਾ ਸੀ। ਜੋ ਇਨਸਾਨੀਅਤ ਲਈ ਹਮਦਰਦੀ ਰੱਖਦੇ ਹਿਰਦਿਆਂ ਨੂੰ ਸੂਲ ਵਾਂਗ ਵਿੰਨ੍ਹ ਗਿਆ ਸੀ।

ਧੂੰਆਂਧਾਰ ਮੌਸਮ ਸੀ।

ਹਾੜ ਬੋਲਦਾ ਸੀ।

ਸੱਪ ਵਾਂਗ ਛੂਕਦੀਆਂ ਗਲੀਆਂ ਵਿਚੋਂ ਮਨੁੱਖੀ ਮਾਸ ਦੀ ਬੂਅ ਆਉਂਦੀ ਸੀ।

ਕੁੱਤੇ, ਬਿੱਲੇ ਮਨੁੱਖੀ - ਪਿੰਜਰਾਂ ਨੂੰ ਗਲੀਆਂ ਵਿਚ ਧੂਹੀ ਫਿਰਦੇ ਸਨ। ਅਸਮਾਨ ਵਿਚ ਗਿਰਝਾਂ ਛੂਕ ਰਹੀਆਂ ਸਨ। ਸਾਹ ਬੰਦ ਹੁੰਦਾ ਸੀ।

ਛਿਪਦੀ ਵੱਲ ਡੁੱਬਦੇ ਸੂਰਜ ਦੀ ਲਾਲੀ ਕਾਰਨ ਲਹੂ ਹੀ ਲਹੂ ਡੁੱਲ੍ਹ ਗਿਆ ਸੀ। ਭਿਆਨਕ ਲਾਲੀ ਗਾਹੜੀ ਸੀ।

ਮਾਸੂਮ ਬੱਚੀਆਂ ਦੇ ਤਰਲੇ ਵੈਣ ਪਾਉਂਦੀ ਹਵਾ ਵਿੱਚ ਮੁੱਕ ਗਏ ਸਨ ਅਤੇ ਚੀਕਾਂ - ਚੰਘਿਆੜਾਂ, ਦਿਲ - ਹਿਲਾਊ ਮਾਹੌਲ ਵਿਚ ਭਸਮ ਹੋ ਗਈਆਂ ਸਨ।

ਇਕ ਪਰਲੋ ਆ ਕੇ ਠੱਲ੍ਹ ਗਈ ਸੀ।

ਪਿੱਛੇ ਕੀ ਰਹਿ ਗਿਆ ਸੀ?

ਹੌਕੇ, ਹਾਵੇ ਅਤੇ ਤੜਫਦੇ ਹਿਰਦਿਆਂ ਦੇ ਨਾਸੂਰ!! ਕੀਰਨੇ ਪੈ ਕੇ ਸਿਸਕੀਆਂ ਵਿਚ ਵਟ ਗਏ ਸਨ। ਦਿਲਾਂ 'ਤੇ ਇੱਕ 'ਪ੍ਰਸ਼ਨ' ਜੰਮ ਗਿਆ ਸੀ: ਕੀ ਅਸੀਂ ਇਸੇ ਦੇਸ਼ ਦੇ ਵਾਸੀ ਹਾਂ?

- "ਕੀ ਗੱਲ ਚੁੱਪ ਜਿਹੀ ਐਂ? ਕਈ ਦਿਨਾਂ ਤੋਂ ਬੋਲਦੀ ਹੀ ਨਹੀਂ?" ਬਾਬੇ ਗੁਰਮੁਖ ਸਿੰਘ ਦੇ ਘਰ ਅੱਗੇ ਲੱਗੀ 'ਤ੍ਰਿਵੈਣੀ' ਵਿਚੋਂ ਬੋਹੜ ਨੇ ਬੁੱਢੀ ਨਿੰਮ ਨੂੰ ਪੁੱਛਿਆ।

- "ਕੀ ਦੱਸਾਂ? ਕਿਤੇ ਰੱਬ ਨੇ ਮੈਨੂੰ ਪੈਰ ਦਿੱਤੇ ਹੁੰਦੇ...?" ਖਾਮੋਸ਼ ਨਿੰਮ ਨੇ ਇਕ ਝੱਖੜ ਝੁੱਲਣ ਵਾਂਗ ਹੌਕਾ ਲਿਆ। ਜਿਵੇਂ ਇਕ ਰੰਡੀ ਮਾਂ ਇਕਲੌਤੇ ਮੋਏ ਪੁੱਤ ਨੂੰ ਦੇਖ ਕੇ ਲੈਂਦੀ ਹੈ।

- "...।" ਘੋਰ ਉਦਾਸ ਬੁੱਢਾ ਬੋਹੜ ਚੁੱਪ ਹੀ ਰਿਹਾ। ਪੱਕੇ ਥੜ੍ਹੇ ਵਿਚ ਉਹ ਬੁੰਗਿਆਂ ਵਾਂਗ ਖੜ੍ਹੇ ਸਨ। ਜਕੜਿਆਂ ਵਾਂਗ!

- "ਕਈ ਦਿਨ ਹੋ ਗਏ - ਬਾਬਾ ਗੁਰਮੁਖ ਸਿੰਘ ਦੇ ਚਰਨਾਂ ਦੀ ਛੂਹ ਨਹੀਂ ਨਸੀਬ ਹੋਈ - ਮੇਰੀ ਤਾਂ ਰੂਹ ਬਿਲਕੀ ਜਾਂਦੀ ਐ ...!" ਨਿੰਮ ਦੇ ਹੰਝੂ ਧਰਾਲੀਂ ਵਹਿ ਤੁਰੇ। ਖ਼ਾਮੋਸ਼ ਹੰਝੂ। ਪਰ ਲਾਵੇ ਵਾਂਗ ਥਰਕਦੇ ਹੰਝੂ!

- "ਨਸੀਬ ਕਿੱਥੋਂ ਹੋਊ? ਬਾਬਾ ਤਾਂ ਦੁਸ਼ਟਾਂ ਨੇ ...।" ਬਰਾਬਰ ਖੜ੍ਹੇ ਪਿੱਪਲ ਦਾ ਗਚ ਭਰ ਆਇਆ।

- "ਭੀੜਾਂ ਸੰਘੀੜਾਂ ਤਾਂ ਬੰਦਿਆਂ 'ਤੇ ਸੁਣਦੇ - ਦੇਖਦੇ ਆਏ ਸੀ - ਪਰ ਆਹ ਕਹਿਰ ...?" ਨਿੰਮ ਦਾ ਦਿਲ ਲਹੂ ਲੁਹਾਣ ਹੋਇਆ ਪਿਆ ਸੀ ਅਤੇ ਆਤਮਾ ਬਿਲਕੀ ਜਾ ਰਹੀ ਸੀ।

- "ਪੂਰੀ ਸਦੀ ਵਿਚ ਕੀ ਕੁੱਝ ਵੇਖਿਆ - ਪਰ ਮਨੁੱਖਤਾ ਵੱਲੋਂ ਮਨੁੱਖਤਾ 'ਤੇ ਈ ਅਜਿਹਾ ਟੁੱਟਦਾ ਪਹਾੜ ਕਦੇ ਨਹੀਂ ਚਿਤਵਿਆ ਸੀ ...!" ਬੁੱਢੀ ਨਿੰਮ ਦਿਲ ਬੋਚੀ, ਭਰੀ-ਪੀਤੀ ਸੀ।

- "ਦਰਵੇਸ਼ ਬਾਬੇ ਤੇ ਕੁਲਬੀਰੇ ਨੂੰ ਮਾਰ ਕੇ ਇਹਨਾਂ ਨੇ ਕਿਹੜੀ ਜੰਗ ਜਿੱਤ ਲਈ...?" ਬੁੱਢੀ ਨਿੰਮ ਦੇ ਹੰਝੂਆਂ ਦਾ ਹੜ੍ਹ ਖੁੱਲ੍ਹ ਗਿਆ!

ਛਾਤੀ 'ਚੋਂ ਜੁਆਲਾ - ਮੁਖੀ ਫੁੱਟਿਆ!

- "ਹਾਏ ਉਏ ਰੱਬਾ...!" ਬੋਹੜ ਦੇ ਮੋਹ ਦਾ ਵਹਿਣ ਵੀ ਵਹਿ ਤੁਰਿਆ। ਬੇ-ਮੁਹਾਰੇ ਦਰਿਆ ਵਾਂਗ!

ਇਸ ਤ੍ਰਿਵੈਣੀ ਦਾ ਬਹੁਤ ਕੁਛ ਸਾਂਝਾ ਸੀ।

ਹਨੇਰੀ -ਬੁੱਲੇ,ਮੀਂਹ -ਗੜੇ,ਝੱਖੜ -ਝਾਂਬਾ,ਗਰਮੀ -ਸਰਦੀ,ਗ਼ਮੀ -ਖ਼ੁਸ਼ੀ ਇਕੱਠਿਆਂ ਨੇ ਹਿੱਕ 'ਤੇ ਜਰੀ ਸੀ।

ਪਰ ਅਜਿਹੀ ਹਿਮਾਕਤ, ਧਿੰਗੋਜ਼ੋਰੀ, ਹਿੱਕ - ਧੱਕਾ ਅਤੇ ਪਰਲੋਂ ਉਹਨਾਂ ਨੇ ਹੁਣ ਤੱਕ ਕਦੇ ਨਹੀਂ ਤੱਕੀ ਸੀ। ਪਿੱਪਲ, ਬੋਹੜ ਅਤੇ ਨਿੰਮ ਤਕਰੀਬਨ ਇਕ ਸਦੀ ਦਾ ਖੜਾ - ਖੜੋਤਾ ਇਤਿਹਾਸ ਸਨ। ਧਾੜਵੀ ਆਏ ਅਤੇ ਲੁੱਟ ਕੇ ਰਾਹ ਪੈਂਦੇ ਰਹੇ। ਪਰ ਆਹ ਅਨਰਥ ...? ਇਕ ਮਾਸੂਮ ਪੋਤਰਾ ਅਤੇ ਬਾਬਾ ...? ਵਾਹਿਗੁਰੂ ...!!

ਜੇ ਸਕਤਾ ਸਕਤੇ ਕੋ ਮਾਰੈ॥

ਤਾ ਮਨੁ ਰੋਸੁ ਨਾ ਹੋਈ॥

- "ਬਾਬਾ ਤੇ ਕੁਲਬੀਰਾ ਵੀ ਆਪਾਂ ਨੂੰ ਯਾਦ ਕਰਦੇ ਹੋਣਗੇ ...?" ਜਦੋਂ ਪਿੱਪਲ ਨੇ ਰਿਸਦੇ ਫੱਟ 'ਤੇ ਹੱਥ ਰੱਖਿਆ ਤਾਂ ਨਿੰਮ ਦਾ ਕੀਰਨਾ ਛਾਤੀ ਪਾੜ ਕੇ ਬਾਹਰ ਆ ਗਿਆ ...! ਹਵਾ ਨੇ ਵੈਣ ਪਾਏ ...!!

ਉਸ ਨੇ ਫ਼ਟਦੀ ਛਾਤੀ ਹੱਥ ਰੱਖ ਕੇ ਰੋਕ ਲਈ।

- "ਕੀਹਨੇ ਯਾਦ ਕਰਨੈਂ ਕਮਲਿਆਂ ...?"

- "ਗਏ ਕਦੇ ਨਹੀਂ ਮੁੜਦੇ ...!"

- "ਬਥੇਰੀ ਦੁਨੀਆਂ ਆਈ ਤੇ ਬਥੇਰੀ ਗਈ- ਪਰ ਬਾਬੇ ਤੇ ਕੁਲਬੀਰੇ ਨਾਲ ਪਤਾ ਨਹੀਂ ਕਿਹੜੇ ਯੁੱਗ ਦਾ ਸਬੰਧ ਜੁੜ ਗਿਆ ...?"

- "ਰਿਸ਼ਤੇ ਜੋੜੇ ਨਹੀਂ ਜਾਂਦੇ - ਜੁੜ ਜਾਂਦੇ ਐ - ਤੇ ਉਹ ਵੀ ਦਿਲਾਂ ਦੇ ਰਿਸ਼ਤੇ - ਮੋਹ ਪਿਆਰ ਦੇ ਰਿਸ਼ਤੇ - ਖਿਆਲਾਂ ਅਤੇ ਭਾਵਨਾਵਾਂ ਦੇ ਰਿਸ਼ਤੇ ...!"

ਬੋਹੜ, ਪਿੱਪਲ ਅਤੇ ਨਿੰਮ ਦੀ ਹਿੱਕ ਵਿਚ ਦਿਲ ਹੋ ਸਕਦੈ। ਭਾਵਨਾ ਹੋ ਸਕਦੀ ਐ। ਮੋਹ ਅਤੇ ਪਿਆਰ ਹੋ ਸਕਦੈ ਤਾਂ ਫਿਰ ਸਾਡੇ ਮਨੁੱਖੀ ਹਿਰਦਿਆਂ ਵਿਚ ਕਿਉਂ ਨਹੀਂ?

ਕੀ ਅਸੀਂ ਵਾਕਿਆ ਹੀ ਇਨਸਾਨ ਹਾਂ?

ਕੀ ਅਸੀਂ ਹੈਵਾਨ ਤਾਂ ਨਹੀਂ??

ਕੀ ਅਸੀਂ ਸ਼ੈਤਾਨ ਤਾਂ ਨਹੀਂ???

ਕੀ ਅਸੀਂ ...!!

- "ਸਿਆਣੇ ਆਖਦੇ ਹੁੰਦੇ ਸੀ: ਕੋਈ ਸਮਾਂ ਆਊਗਾ - ਬਾਰਾਂ ਕੋਹ 'ਤੇ ਦੀਵਾ ਜਗੂਗਾ - ਆਹ ਦੇਖ ਲਓ ਕੋਈ ਕੱਚ ਐ ਤਾਂ ...?"

ਗੱਲਾਂ ਕਰਦੀ 'ਤ੍ਰਿਵੈਣੀ' ਹਨ੍ਹੇਰੇ ਵਿਚ ਡੁੱਬ ਗਈ...! ਇਕ ਡਰਾਉਣੇ ਹਨ੍ਹੇਰੇ ਵਿਚ ..!!

****

ਸਹੰਸਰ ਦਾਨ ਦੇ ਇੰਦ੍ਰੁ ਰੁਆਇਆ॥ ਪਰਸ ਰਾਮੁ ਰੋਵੈ ਘਰਿ ਆਇਆ॥
ਅਜੈ ਸੁ ਰੋਵੈ ਭੀਖਿਆ ਖਾਇ॥ ਐਸੀ ਦਰਗਹ ਮਿਲੈ ਸਜਾਇ॥
ਰੋਵੈ ਰਾਮੁ ਨਿਕਾਲਾ ਭਇਆ॥ ਸੀਤਾ ਲਖਮਣੁ ਵਿਛੁੜਿ ਗਇਆ॥
ਰੋਵੈ ਦਹਸਿਰੁ ਲੰਕ ਗਵਾਇ॥ ਜਿਨਿ ਸੀਤਾ ਆਦੀ ਡਉਰੂ ਵਾਇ॥
ਰੋਵਹਿ ਪਾਂਡਵ ਭਏ ਮਜੂਰ॥ ਜਿਨ ਕੈ ਸੁਆਮੀ ਰਹਤ ਹਦੂਰਿ॥
ਰੋਵੈ ਜਨਮੇਜਾ ਖੁਇ ਗਇਆ॥ ਏਕੀ ਕਾਰਣਿ ਪਾਪੀ ਭਇਆ॥
ਰੋਵਹਿ ਸੇਖ ਮਸਾਇਕ ਪੀਰ॥ ਅੰਤਿ ਕਾਲਿ ਮਤੁ ਲਾਗੈ ਭੀੜ॥
ਰੋਵੈ ਰਾਜੇ ਕੰਨ ਪੜਾਇ॥ ਘਰਿ ਘਰਿ ਮਾਗਹਿ ਭੀਖਿਆ ਜਾਇ॥
ਰੋਵਹਿ ਕਿਰਪਨ ਸੰਚਹਿ ਧਨੁ ਜਾਇ॥ ਪੰਡਿਤ ਰੋਵਹਿ ਗਿਆਨੁ ਗਵਾਇ॥
ਬਾਲੀ ਰੋਵਹਿ ਨਾਹਿ ਭਤਾਰੁ॥ ਨਾਨਕ ਦੁਖੀਆ ਸਭੁ ਸੰਸਾਰੁ॥
ਮੰਨੇ ਨਾਉ ਸੋਈ ਜਿਣਿ ਜਾਇ॥ ਅਉਰੀ ਕਰਮ ਨ ਲੇਖੈ ਲਾਇ॥

-ਗੁਰਬਾਣੀ

ਸ਼ਾਮ ਦਾ ਵੇਲਾ ਸੀ। ਗਰਮੀ ਸੀ। ਹਾੜ੍ਹੀ ਦੀ ਵਾਢੀ ਸ਼ੁਰੂ ਹੋਣ ਵਾਲੀ ਸੀ। ਲੋਕ ਜੰਗੀ ਪੱਧਰ 'ਤੇ ਵਢਾਈ ਲਈ ਕਮਰਕਸੇ ਕਰ ਰਹੇ ਸਨ। ਘਰ ਘਰ ਵਿਚ ਖੁੱਲ੍ਹੀ ਡੁੱਲ੍ਹੀ ਸ਼ੱਕਰ ਲਿਆਂਦੀ ਜਾ ਚੁੱਕੀ ਸੀ। ਦੇਸੀ ਘਿਉ ਤਾਂ ਘਰਾਂ ਵਿਚ ਆਮ

ਹੀ ਸੀ। ਦਿਹਾੜੀਏ ਆਖੇ ਜਾ ਰਹੇ ਸਨ। ਵਢਾਈ ਅਤੇ ਗਹਾਈ ਦਾ ਕਿਸਾਨ ਦੇ ਘਰੇ ਵਿਆਹ ਜਿਤਨਾ ਚਾਅ ਹੁੰਦਾ ਹੈ, ਖ਼ੂਨ ਪਸੀਨੇ ਦੀ ਕਿਰਤ ਕਮਾਈ ਘਰੇ ਜਿਉਂ ਆਉਣੀ ਹੁੰਦੀ ਹੈ।

- "ਕੀ ਹਾਲ ਈ ਸੰਤੂ ਚਾਚਾ ...?" ਦਾਤੀਆਂ ਦੇ ਦੰਦੇ ਕਢਵਾਉਣ ਜਾ ਰਹੇ ਸੰਤੂ ਨੂੰ ਅਸਗਰ ਨੇ ਪੁੱਛਿਆ।

- "ਠੀਕ ਐ ਅਸਗਰ ...।"

- "ਤਿਆਰੀਆਂ ਈ ਫਿਰ ਪੂਰੀਆਂ ਕਣਕ ਦੀ ਵਢਾਈ ਦੀਆਂ ...?"

- "ਮੈਖਿਆ ਬਿਲਕੁਲ...।"

- "ਕਿਹੜੇ ਮਿਸਤਰੀ ਦੇ ਪਿਆ ਜਾਨਾਂ ਈ ਚਾਚਾ?"

- "ਵਰਿਆਮ ਮਿਸਤਰੀ ਦੇ ...।"

- "ਚੱਲ ਫਿਰ ਮੈਂ ਵੀ ਪਿੱਛੇ ਈ ਆਇਆ।"

ਅਸਗਰ ਚਲਾ ਗਿਆ।

ਵਰਿਆਮ ਮਿਸਤਰੀ ਦੇ ਵੱਡੇ ਵਰਾਂਡੇ ਵਿਚ ਦਾਤੀਆਂ ਦੇ ਦੰਦੇ ਕਢਵਾਉਣ ਵਾਲਿਆਂ ਦਾ ਮੇਲਾ ਲੱਗਿਆ ਹੋਇਆ ਸੀ। ਮਿਸਤਰੀ ਅਤੇ ਉਸ ਦੇ ਤਿੰਨ ਮੁੰਡਿਆਂ ਕੋਲ ਸਿਰ ਖੁਰਕਣ ਲਈ ਵਿਹਲ ਨਹੀਂ ਸੀ।

- "ਗਰਮੀ ਕਾਹਦੀ ਐ ਯਾਰ ਜਾਨ ਕੱਢੀ ਜਾਂਦੀ ਐ ...।" ਵਰਿਆਮ ਮਿਸਤਰੀ ਨੇ ਉਂਗਲ ਆਸਰੇ ਮੱਥੇ ਦਾ ਪਸੀਨਾ ਲਾਹਿਆ। ਪਸੀਨਾ ਧਾਰ ਬਣ ਥੱਲੇ ਡਿੱਗਿਆ ਸੀ।

- "ਪਾਣੀ ਧਾਣੀ ਪਿਆਵਾਂ ...?" ਨੱਥੂ ਅਮਲੀ ਨੇ ਪੁੱਛਿਆ।

- "ਪਿਆ ਯਾਰ ..।"

- "ਅਮਲੀਆਂ! ਹੁਣ ਤਾਂ ਜੇ ਮਿਸਤਰੀ ਜੱਟ ਨੂੰ ਕਹਿਣ ਬਈ ਪੱਖੀ ਝੱਲ-ਉਹ ਵੀ ਝੱਲਣਗੇ ...।"

- "ਗੌਂਅ ਜਿਉਂ ਹੋਇਆ ...।"

- "ਊਂ ਕਿਹੜਾ ਜੱਟ ਵੱਢੀ ਉਂਗਲੀ ਤੇ ਮੂਤਦੇ ਐ?" ਮਿਸਤਰੀ ਦਾ ਮੁੰਡਾ ਬੋਲਿਆ।

- "ਤੂੜੀ ਦੀ ਪੰਡ ਲੈਣ ਜਾ ਵੜੀਏ - ਆਲੇ ਕੌਡੀ ਛਿੱਕੇ ਕੌਡੀ ਈ ਕਰੀ ਜਾਣਗੇ।" ਦੂਜੇ ਨੇ ਸ਼ਿਕਵਾ ਕੀਤਾ।

- "ਇਹ ਤਾਂ ਢਾਕ ਹੇਠ ਆਉਂਦੇ ਈ ਹਾੜ੍ਹੀ ਦੀ ਵਾਢੀ ਵੇਲੇ ਐ।"

- "ਕੋਈ ਨਾ ਮਿਸਤਰੀ ਤਾਇਆ - ਇਹ ਤਾਂ ਦਿਨਾਂ ਦਿਨਾਂ ਦੀ ਗੱਲ ਈ ...।" ਕਾਦਰ ਬੋਲਿਆ।

- "ਤੁਸੀਂ ਕਾਦਰ ਦੀ ਗੱਲ ਈ ਲੈ ਲਵੋ -।" ਨੱਥੂ ਅਮਲੀ ਨੇ ਗੱਲ ਸ਼ੁਰੂ ਕੀਤੀ।

- "ਜੇ ਇਹਦੀ ਘਰਾਂ ਆਲੀ ਨੂੰ ਕਦੇ ਪੁੱਛ ਲਈਏ: ਤਕੜੀ ਐਂ ਭਰਜਾਈਏ? ਤਾਂ ਅੱਗੋਂ ਬੋਲੂ: ਹਾਂ ਭਾਈ ਜਾਨ - ਇਹਨਾਂ ਦੀਆਂ ਵੀ ਪੁੱਠੀਆਂ ਗੱਲਾਂ - ਮੁਸਲਮਾਨਣੀ ਨੂੰ ਪੁੱਛਣਾ ਹੋਵੇ - ਬਈ ਮੈਂ ਤੇਰਾ ਭਾਈ ਜਾਨ ਕਿਹੜੇ ਪਾਸੇ ਤੋਂ ਲੱਗਿਆ? ਹੈਂ? ਬਈ ਮੈਂ ਤਾਂ ਤੇਰਾ ਦਿਉਰ ਐਂ।"

ਅਮਲੀ ਦੇ 'ਦਿਉਰ' ਆਖਣ ਤੇ ਹਾਸੜ ਪੈ ਗਈ।

- "ਤੇ ਉਹ ਵੀ ਲਾਡਲਾ -।"

ਹਾਸਾ ਹੋਰ ਉਚਾ ਉਠਿਆ।

- "ਨਹੀਂ ਅਮਲੀਆ ਦਿਉਰ ਬਣਨ ਆਲੀ ਤੇਰੀ ਕੋਈ ਉਮਰ ਈ? ਤੂੰ ਤਾਂ ਉਹਦਾ ਕੋਈ ਭਤੀਜਾ - ਭਣੇਵਾਂ ਈ ਲੱਗਦਾ ਹੋਵੇਂਗਾ।"

ਕਾਦਰ ਦੇ ਆਖਣ ਤੇ ਅਮਲੀ ਛਿੱਥਾ ਪੈ ਗਿਆ।

- "ਉਮਰ ਘਟਾਉਂਦਾ - ਘਟਾਉਂਦਾ ਅਮਲੀ ਕਿਤੇ ਮੁੜ ਕੇ ਬੁੜ੍ਹੀ ਦੇ ਅੰਦਰ ਨਾ ਜਾ ਵੜੇ ...?" ਵਰਿਆਮ ਮਿਸਤਰੀ ਦੇ ਆਖਣ ਤੇ ਵਰਾਂਡੇ ਵਿਚ, ਹਾਸੇ ਨਾਲ ਘੜਮੱਸ ਪੈ ਗਈ।

- "ਕਾਦਰਾ ਹੋਰ ਤਾਂ ਮੈਨੂੰ ਪਤਾ ਨਹੀਂ -।" ਅਮਲੀ ਨੇ ਹਾਰੀ ਬਾਜ਼ੀ ਜਿੱਤਣ ਲਈ ਗੱਲ ਤੋਰੀ।

- "ਜੇ ਅੱਜ ਮਿਸਤਰੀ ਤਾਇਆ ਕਹੇ ਬਈ ਤੇਰੀ ਬਛੀਰਾਂ ਮੇਰੀਆਂ ਰੋਟੀਆਂ ਪਕਾ ਕੇ ਜਾਵੇ ਤਾਂ ਦੇਖੀਂ ਕਿਵੇਂ ਪਰੌਂਠੇ ਪਕਾਉਣ ਭੱਜੀ ਆਉਂਦੀ ਐ-।"

- "...।" ਕਾਦਰ ਚੁੱਪ ਰਿਹਾ।

- "ਤੂੰ ਪਰੌਂਠਿਆਂ ਦੀ ਗੱਲ ਕਰਦੈਂ? ਜੇ ਤਾਇਆ ਕਹੇ ਬਈ ਮੇਰਾ ਕਛਹਿਰਾ ਧੋ ਕੇ ਜਾਹ - ਉਹ ਤਾਂ, ਉਹ ਵੀ ਧੋ ਕੇ ਜਾਊ ਤੇ ਨਾਲੇ ਘੁੱਟੂ ਲੱਤਾਂ ...।"

- "ਕਛਿਹਰਾ ਤਾਂ ਤਾਇਆ ਪਾਉਂਦਾ ਈ ਨਹੀਂ - ਇਹ ਤਾਂ ਯਾਂਘੀਆ ਬੰਨ੍ਹ ਕੇ ਰੱਖਦੈ -।"

- "ਉਏ ਤੁਸੀਂ ਕਛਿਹਰਿਆਂ ਨੂੰ ਛੱਡੋ - ਹੁਣ ਤਾਂ ਜੇ ਤਾਇਆ ਕਹੇ ਬਈ ਬਛੀਰਾਂ ਤੂੰ ਹਾੜ੍ਹੀ ਦੀ ਵਾਢੀ ਸ਼ੁਰੂ ਹੋਣ ਤੱਕ ਮੇਰੇ ਕੋਲੇ ਈ ਰਹਿ - ਫੇਰ ਵੀ ਰਹੂ-।"

ਤਾਇਆ 'ਖ਼ੀ-ਖ਼ੀਂ' ਕਰਕੇ ਹੱਸਿਆ।

ਉਹ ਲੰਡਰ ਮੁੰਡੀਹਰ ਵਿਚ 'ਮੁੰਡਾ-ਖੁੰਡਾ' ਬਣਿਆ ਬੈਠਾ ਸੀ। ਤਾਏ ਮਿਸਤਰੀ ਦਾ ਭਾਗਾਂ ਭਰਿਆ ਵਰਾਂਡਾ ਸੀ ਹੀ ਇਤਨਾ ਮਹਾਨ ਕਿ ਇਸ ਦੀ ਛੱਤ ਹੇਠ ਆ ਕੇ ਸਾਰੇ ਇਨਸਾਨ ਹੀ ਰਹਿ ਜਾਂਦੇ ਸਨ। ਕੋਈ ਹਿੰਦੂ, ਕੋਈ ਸਿੱਖ, ਕੋਈ ਮੁਸਲਮਾਨ, ਸਾਰੇ ਇਕ ਪ੍ਰੀਵਾਰ ਵਾਂਗ ਹੀ ਬਣ ਜਾਂਦੇ।

- "ਵਾਢੀਆਂ ਮੌਕੇ ਤਾਂ ਟਾਈਮ ਮਿਲੇ ਨਾਂ ਮਿਲੇ ਚਾਚਾ -ਅੱਜ ਕੋਈ ਪਿੱਗੀ - ਸਿੱਗੀ ਈ ਲਾ ਲਈਏ ...?" ਅਸਗਰ ਨੇ ਦਾਤੀਆਂ ਦਾ ਥੱਬਾ ਹੇਠਾਂ ਰੱਖਦਿਆਂ ਸੰਤੂ ਨੂੰ ਕਿਹਾ।

- "ਪਿੱਗੀ ਸਿੱਗੀ ਤਾਂ ਲਾ ਲੈਨੇ ਐਂ-ਪਰ ਤੇਰਾ ਅੱਬਾ ਨਾ ਮੇਰੇ ਮਗਰ ਪੈਜੇ- ਬਈ ਸਾਡੇ ਮੁੰਡੇ ਨੂੰ ਖਰਾਬ ਕਰਦਾ ਐ?" ਸੰਤੂ ਨੇ ਡਰ ਦੱਸਿਆ।

- "ਖਰਾਬ ਹੋਏ ਨੂੰ ਹੋਰ ਕੋਈ ਕੀ ਕਰਦੂ?"

- "ਮੋਰਾਂ ਨੂੰ ਪੈਹਲ ਪਾਉਣੀ ਕਿਸੇ ਨੇ ਸਿਖਾਈ ਐ?"

- "ਸਹੇ ਦੀਆਂ ਤਾਂ ਤਿੰਨ ਟੰਗਾਂ ਈ ਬਥੇਰੀਆਂ ਹੁੰਦੀਐਂ।"

- "ਕਹਿੰਦੇ ਐ ਬਈ ਹਿੰਦੋਸਤਾਨ ਨੂੰ ਅਜਾਦੀ ਮਿਲ ਜਾਣੀ ਐਂ?" ਕਿਸੇ ਨੇ ਨਵੀਂ ਹੀ ਗੱਲ ਸੁਣਾਈ।

- "ਇਹ ਤਾਂ ਕਦੋਂ ਦਾ ਕਹਿੰਦੇ ਆਉਂਦੇ ਐ।"

- "ਕੁਛ ਹੋਵੇ ਆਪਾਂ ਤਾਂ ਕਣਕਾਂ ਈ ਵੱਢਣੀਐਂ- ਮਿਛਟਰ ਆਪਾਂ ਨੂੰ ਜਮਾਂ ਨਹੀਂ ਬਣਾਉਂਦੇ -।" ਅਮਲੀ ਤੋਂ ਰਿਹਾ ਨਾ ਗਿਆ।

- "ਆਖਰ ਪੁੱਤ ਬਸੰਤਿਆਂ ਤੂੰ ਹੱਟੀ ਬਹਿਣਾ।"

- "ਮਨਿਸਟਰ ਤਾਂ ਬਣਨਗੇ ਵੱਡੇ ਢਿੱਡਾਂ ਵਾਲੇ।"

- "ਫਰੰਗੀ ਐਨੀ ਛੇਤੀ ਇੱਥੋਂ ਨਿਕਲਣ ਵਾਲਾ ਨਹੀਂ - ਕੋਈ ਘਤਿੱਤ ਜਰੂਰ ਖੜ੍ਹੀ ਕਰੂ।"

- "ਕਮਲਿਆ ਰਾਜ ਭਾਗ ਕਿਸੇ ਨੇ ਤਿਆਗਿਐ?"

- "ਜੇ ਧਿਆਨ ਸਿਉਂ ਅਰਗੇ ਡੋਗਰੇ ਗ਼ੱਦਾਰੀ ਨਾਂ ਕਰਦੇ ਫਰੰਗੀ ਦੀ ਕੀ ਮਜ਼ਾਲ ਸੀ ਐਥੇ ਪੈਰ ਪਾ ਜਾਂਦਾ?"

- "ਘਰ ਦਾ ਭੇਤੀ ਈ ਆਖਰ ਲੰਕਾ ਢਾਹੁੰਦੈ -।"

- "ਵਾਹਿਗੁਰੂ ਜੀ ਕਾ ਖ਼ਾਲਸਾ-ਵਾਹਿਗੁਰੂ ਜੀ ਕੀ ਫ਼ਤਹਿ।" ਗਿਆਨੀ ਪੂਰਨ ਸਿੰਘ ਨੇ ਡੁਰਲੀ ਜੱਥੇ ਨੂੰ ਆ ਫ਼ਤਹਿ ਬੁਲਾਈ। ਫ਼ਤਹਿ ਦਾ ਜਵਾਬ ਫ਼ਤਹਿ ਵਿਚ ਹੀ ਆਇਆ।

- "ਆਉ ਬਾਬਾ ਜੀ -।"

- "ਆਏ ਭਾਈ ...।"

- "ਗਿਆਨੀ ਜੀ ਕੋਈ ਖਬਰਸਾਰ?" ਵਰਿਆਮ ਮਿਸਤਰੀ ਨੇ ਪੁੱਛਿਆ। ਗਿਆਨੀ ਪੂਰਨ ਸਿੰਘ, ਪੂਰਨ ਗੁਰਸਿੱਖ ਬੰਦਾ ਸੀ। ਪੜ੍ਹਿਆ, ਲਿਖਿਆ ਅਤੇ ਸੁਲਝਿਆ ਹੋਣ ਕਾਰਨ ਉਹ ਸਿਆਸਤ ਵਿਚ ਕਾਫੀ ਰੁਚੀ ਰੱਖਦਾ ਸੀ।

- "ਹਾਲਾਤ ਮੈਨੂੰ ਕੋਈ ਚੰਗੇ ਨਜ਼ਰ ਨਹੀਂ ਆਉਂਦੇ।" ਗਿਆਨੀ ਨੇ ਘੋਰ ਨਿਰਾਸ਼ਾ ਵਿਚ ਸਿਰ ਫੇਰਿਆ।

- "....।" ਸਾਰੇ ਅਵਾਕ ਗਿਆਨੀ ਦੇ ਮੂੰਹ ਵੱਲ ਸੁਆਲੀਆ ਤੱਕ ਰਹੇ ਸਨ।

- "ਫੇਰ ਵੀ ਗਿਆਨੀ ਜੀ...?" ਅਮਲੀ ਨੇ ਚੁੱਪ ਤੋੜੀ।

- "ਕਹਿੰਦੇ ਪਾਕਿਸਤਾਨ ਤੇ ਹਿੰਦੋਸਤਾਨ ਬਣੂੰਗਾ?" ਕਿਸੇ ਨੇ ਅਕਾਸ਼ਬਾਣੀ ਕੀਤੀ।

- "ਕਹਿ ਨਹੀਂ ਸਕਦੇ - ਪਰ ਸਿਆਸੀ ਮੂੰਹ ਜਰੂਰ ਖੁੱਲ੍ਹੇ ਐ।" ਗਿਆਨੀ ਨੇ ਉਤਰ ਦਿੱਤਾ।

- "ਆਮ ਲੋਕਾਈ ਤੋੜ-ਤ੍ਰਿਛੋੜੀ ਦੇ ਜਮਾਂ ਹੱਕ ਵਿਚ ਨਹੀਂ - ਪਰ ਲੀਡਰ ਕੁਰਸੀ ਖਾਤਰ ਲਕੀਰ ਕਦੋਂ ਵੀ ਕੱਢ ਸਕਦੇ ਐ।"

ਸਾਰਿਆਂ ਨੂੰ ਜਿਵੇਂ ਸੱਪ ਸੁੰਘ ਗਿਆ।

ਇਹ ਹੁਣ ਭਰਾਵਾਂ-ਭਰਾਵਾਂ ਨੂੰ ਵੀ ਜ਼ਬਰੀ ਅੱਡ ਕਰਨਗੇ? ਇਕ ਦਿਲ ਦੇ ਦੋ ਟੋਟੇ ਹੋਣਗੇ? ਇਕ ਅਕਾਸ਼ ਪਿਤਾ ਹੈ ਸਭ ਦਾ - ਦੂਜੀ ਧਰਤੀ ਮਾਈ ਹੈ। ਕੀ ਇਹ ਅਕਾਸ਼ ਅਤੇ ਧਰਤੀ ਮਾਂ ਦੀਆਂ ਵੀ ਵੰਡੀਆਂ ਪਾਉਣਗੇ? ਇਹ ਕਿਹੋ ਜਿਹੀ

ਅਜ਼ਾਦੀ ਹੋਵੇਗੀ, ਮੇਰਿਆ ਰੱਬਾ? ਧਰਤੀ ਮਾਂ ਦੇ ਟੋਟੇ? ਅਕਾਸ਼ ਦੀ ਵੰਡ? ਦਿਲਾਂ ਦੀ ਸਾਂਝ ਦਾ ਕਤਲ? ਮੋਹ ਪਿਆਰ ਅਤੇ ਸਾਂਝੇ ਜ਼ਜ਼ਬਾਤਾਂ ਦੀ ਤਬਾਹੀ? ਕੌਮਾਂ ਦੇ ਭਵਿੱਖ ਦਾ ਮਲੀਆਮੇਟ?

ਜਿੱਥੇ ਥੋੜ੍ਹਾ ਚਿਰ ਪਹਿਲਾਂ ਘੜ੍ਹਮੱਸ ਪੈ ਰਹੀ ਸੀ। ਉਥੇ ਹੁਣ ਮੌਤ ਵਰਗਾ ਸੰਨਾਟਾ ਸੀ!

- "ਪਰ ਗਿਆਨੀ ਜੀ - ਐਧਰਲੀਆਂ ਅਤੇ ਓਧਰਲੀਆਂ ਜ਼ਮੀਨਾਂ ਜਾਇਦਾਤਾਂ ਦਾ ਕੀ ਬਣੂੰ?" ਜਾਗਰ ਨੂੰ ਸਹੇ ਨਾਲੋਂ ਪਹੇ ਦਾ ਡਰ ਪੈ ਗਿਆ ਸੀ।

- "ਕੁਛ ਤਾਂ ਕਰਨਗੇ ਈ - ਮੇਰੇ ਅੰਦਾਜ਼ੇ ਮੁਤਾਬਿਕ ਓਧਰਲਿਆਂ ਨੂੰ ਐਧਰ ਜ਼ਮੀਨਾਂ ਅਲਾਟ ਕਰ ਦੇਣਗੇ ਤੇ ਐਧਰਲਿਆਂ ਨੂੰ ਓਧਰ -।" ਗਿਆਨੀ ਨੇ ਨਿਰੋਲ ਕਿਆਫ਼ਾ ਦਿੱਤਾ।

- "ਮੈਨੂੰ ਇਕ ਗੱਲ ਦੀ ਸਮਝ ਨਹੀਂ ਆਉਂਦੀ?" ਮਿਸਤਰੀ ਨੇ ਕਿਹਾ।

- "ਬਈ ਇਹ ਚੰਗੇ ਭਲੇ -ਵਸਦੇ ਰਸਦਿਆਂ ਨੂੰ ਉਜਾੜਦੇ ਕਿਉਂ ਐਂ?"

- "ਅਜਾਦੀ ਮਿਲਦੀ ਐ ਲੈ ਲੈਣ - ਕਿਹੜਾ ਕਿਸੇ ਨੂੰ ਰੋਕਦੇ ਐਂ?"

- "ਇਹ ਹੈ ਅੰਗਰੇਜ਼ ਦੀ ਕੋਝੀ ਚਾਲ - ਉਹ ਐਡੇ ਵੱਡੇ ਭਾਰਤ-ਵਰਸ਼ ਨੂੰ ਜਿਉਂ ਦਾ ਤਿਉਂ ਛੱਡ ਕੇ ਰਿਸਕ ਨਹੀਂ ਲੈਣਾ ਚਾਹੁੰਦਾ - ਇਧਰ ਜਨਾਂਹਵਾਦੀ ਅਤੇ ਉਧਰ ਨਹਿਰੂਵਾਦੀ ਲੋਕਾਂ ਨੂੰ ਕੁਰਸੀਆਂ ਅਤੇ ਮਨਿਸਟਰੀਆਂ ਦਾ ਲਾਲਚ ਹੈ - ਅੰਗਰੇਜ਼ ਇਸ ਦਾ ਓਟ ਆਸਰਾ ਲੈ ਕੇ ਭਾਰਤ ਦੇ ਦੋ ਟੁਕੜੇ ਜਰੂਰ ਕਰਵਾਊਗਾ -ਉਹ ਹਿੰਦੂ ਅਤੇ ਮੁਸਲਮਾਨ ਸਿਆਸੀ ਲੋਕਾਂ ਨਾਲ ਹਰ ਰੋਜ਼ ਵੱਖੋ - ਵੱਖ ਮੀਟਿੰਗਾਂ ਕਰੀ ਜਾ ਰਿਹਾ ਹੈ - ਅੰਗਰੇਜ਼ ਬਹੁਤ ਜਿਆਦਾ ਚਤਰ ਹੀ ਨਹੀਂ - ਹੱਦੋਂ ਵੱਧ ਘਾਤਕ ਵੀ ਸਿੱਧ ਹੋਵੇਗਾ - ਓਧਰ ਨਹਿਰੂ ਜਮਾਤ ਨੂੰ ਡਰ ਦੇਈ ਆ ਰਿਹਾ ਹੈ ਕਿ ਤੁਸੀਂ ਜਿਨਾਂਹ ਜਿਹੇ ਘਾਗ ਸਿਆਸਤਦਾਨ ਦੇ ਮੌਜੂਦ ਹੁੰਦਿਆਂ ਦੇਸ਼ ਦੇ ਪ੍ਰਧਾਨ ਮੰਤਰੀ ਨਹੀਂ ਬਣ ਸਕਦੇ - ਅਤੇ ਦੂਸਰੇ ਪਾਸੇ ਜਿਨਾਂਹ ਜਮਾਤ ਨੂੰ ਆਖ ਰਿਹਾ ਹੈ ਕਿ ਤੁਸੀਂ ਹਿੰਦੂਆਂ ਦੀ ਬਹੁਗਿਣਤੀ ਵਿਚ ਕਦੇ ਰਾਜ ਨਹੀਂ ਕਰ ਸਕਦੇ - ਦੋਨ੍ਹੀਂ ਧਿਰੀਂ ਦਿਲਾਂ ਵਿਚ ਡਰ ਅਤੇ ਨਫ਼ਰਤ ਦੀ ਜ਼ਹਿਰ ਭਰੀ ਜਾ ਰਹੀ ਹੈ - ਇਸ ਗੱਲ ਦੀ ਘੋਖ ਕਰਦਿਆਂ ਮੇਰਾ ਦਿਲ ਦਿਮਾਗ ਕਹਿੰਦਾ ਹੈ ਬਈ ਹਿੰਦੋਸਤਾਨ ਤੇ ਪਾਕਿਸਤਾਨ ਜਰੂਰ ਬਣਨਗੇ।"

- "......।" ਸਾਰੇ ਮੜ੍ਹੀਆਂ ਵਾਂਗ ਚੁੱਪ, ਸੁਣ ਰਹੇ ਸਨ। ਅਜੀਬ ਹੀ ਵਾਰਤਾ ਸੀ। ਦ੍ਰਿਸ਼ਟਾਂਤ ਸੀ।

- "ਪਰ ਗਿਆਨੀ ਜੀ - ਹਿੰਦੋਸਤਾਨ ਤੇ ਪਾਕਸਤਾਨ ਬਣਨ ਨਾਲ ਫਰੰਗੀ ਨੂੰ ਕੀ ਫਾਇਦਾ ਹੋਊ?" ਵਰਿਆਮ ਮਿਸਤਰੀ ਦਾ ਮੂੰਹ ਆਲੇ ਵਾਂਗ ਅੱਡਿਆ ਹੋਇਆ ਸੀ।

- "ਹੈ ਕਮਲਾ -!" ਸੁਲਝੇ ਗਿਆਨੀ ਨੂੰ ਉਸ ਦੇ ਭੋਲੇਪਨ ਤੇ ਹਾਸਾ ਆ ਗਿਆ।

- "ਇਕ ਵੱਡੇ ਪ੍ਰੀਵਾਰ ਨੂੰ - ਮਤਲਬ ਜਿਸ ਘਰੇ ਦੋ ਹੱਟੇ ਕੱਟੇ ਸਕੇ ਭਰਾ ਵਸਦੇ ਹੋਣ - ਉਥੇ ਮਾੜਾ-ਧੀੜਾ ਹੱਥ ਨਹੀਂ ਪਾਉਂਦਾ - ਤੇ ਜੇ ਹੋ ਜਾਣ ਦੋ ਭਰਾ ਅੱਡੋ - ਅੱਡੀ ਤੇ ਆਥਣ ਉਗਣ ਡਾਂਗ ਸੋਟਾ ਆਪਸ ਵਿਚ ਖੜਕਾਉਂਦੇ ਰਹਿਣ ਉਥੇ ਜਣਾ-ਖਣਾ ਜਾ ਕੇ ਸਦਰ ਬਣ ਜਾਦੈ - ਉਹੀ ਗੱਲ ਇਹਨਾਂ ਦੀ ਐ - ਬਈ ਪਾਕਿਸਤਾਨ ਤੇ ਹਿੰਦੋਸਤਾਨ ਵੱਖ ਕਰ ਦਿਉ - ਆਪੇ ਆਪਸ ਵਿਚ ਖਹਿਬੜ -ਖਹਿਬੜ ਮਰੀ ਜਾਣਗੇ - ਸਾਡੇ ਦੋ ਸੌ ਸਾਲ ਕੀਤੇ ਰਾਜ ਬਾਰੇ ਇਹਨਾਂ ਨੂੰ ਸੋਚਣ ਦਾ ਮੌਕਾ ਈ ਨਾ ਮਿਲੇ -।"

- ".........।"

- "ਤੁਸੀਂ ਅੰਗਰੇਜ਼ ਦੀ ਹੋਰ ਚਤਰਾਈ ਦੇਖੋ - ਅਖੇ: ਜੀਹਦੇ ਬਾਰਾਂ ਜੁਆਕ ਹੋਣਗੇ ਉਹਨੂੰ ਮੁਰੱਬਾ ਦਿਆਂਗੇ - ਕਿਉਂ? ਬਾਰਾਂ ਜੁਆਕਾਂ ਬਾਅਦ ਮੁਰੱਬਾ ਤਾਂ ਮਿਲ ਜਾਂਦਾ ਸੀ - ਦਿੰਦੇ ਵੀ ਖੁਸ਼ ਹੋ ਕੇ ਸੀ - ਅਸਲ ਗੱਲ ਵਿਚੋਂ ਇਹ ਸੀ ਬਈ ਬਾਰਾਂ ਜੁਆਕਾਂ ਆਲੇ ਨੂੰ ਅਜਾਦੀ ਵਾਸਤੇ ਸੋਚਣ ਦਾ ਟਾਈਮ ਈ ਨਹੀਂ ਮਿਲਦਾ - ਜੁਆਕਾਂ ਦੇ ਸਿਰਾਂ 'ਚੋਂ ਜੂੰਆਂ ਈ ਲੋਟ ਨਹੀਂ ਆਉਂਦੀਆਂ - ਅਗਲਾ ਬਾਰਾਂ ਜੁਆਕਾਂ ਦੀ ਕਬੀਲਦਾਰੀ ਅਤੇ ਮੁਰੱਬੇ ਦੀ ਕਰਤ ਧਰਤ ਵਿਚ ਹੀ ਉਲਝਿਆ ਰਹੇ - ਨਾਲੇ ਜ਼ਮੀਨ ਕਿਹੜਾ ਇਹਨਾਂ ਨੇ ਵਲਾਇਤ ਵਿਚੋਂ ਲਿਆ ਕੇ ਦੇਣੀ ਸੀ - ਉਹ ਤਾਂ ਸਾਡਾ ਈ ਸਿਰ ਅਤੇ ਸਾਡੀਆਂ ਈ ਜੁੱਤੀਆਂ -ਇਹਨਾਂ ਦਾ ਮੁੱਖ ਨਿਸ਼ਾਨਾ ਇਹ ਹੀ ਸੀ - ਬਈ ਅਗਲੇ ਨੂੰ ਐਹੋ ਜਿਹੇ ਝੰਜਟ ਵਿਚ ਉਲਝਾਉ ਕਿ ਅਜ਼ਾਦ ਹੋਣ ਬਾਰੇ ਸੋਚ ਵੀ ਨਾ ਸਕੇ - ਇਹਨਾਂ ਦੀ ਇਕ ਨੀਤੀ ਨਹੀਂ - ਬਹੁਤ ਨੀਤੀਆਂ ਹਨ - ਇਹ ਹੱਦੋਂ ਵੱਧ ਕਮੀਨੇ ਹਨ - ਪਰ ਆਪਣੀ ਕਮੀਨਗੀ

ਦਾ ਭੋਲੀ ਭਾਲੀ ਜਨਤਾ ਨੂੰ ਅਹਿਸਾਸ ਤੱਕ ਨਹੀਂ ਹੋਣ ਦਿੰਦੇ - ਸੱਪ ਵੀ ਮਾਰਦੇ ਹਨ ਤੇ ਸੋਟਾ ਵੀ ਬੜੀ ਸ਼ਾਨ ਨਾਲ ਬਚਾਉਂਦੇ ਹਨ - ਪਾੜੋ ਤੇ ਰਾਜ ਕਰੋ - ਇਹਨਾਂ ਦੀ ਸਭ ਤੋਂ ਖਤਰਨਾਕ ਅਤੇ ਘਾਤਕ ਨੀਤੀ ਹੈ - ਜਿਸ ਨੂੰ ਆਮ ਜਨਤਾ ਤਾਂ ਕੀ ਸਿਆਸੀ ਜਮਾਤ ਵੀ ਸਮਝ ਨਹੀਂ ਸਕਦੀ - ਇਹ ਚਾਣਕਿਆ ਨੀਤੀ ਵਰਤ ਕੇ ਵਾਰ ਕਰਦੇ ਹਨ ਕਿ ਕਿਸੇ ਨੂੰ ਪਤਾ ਵੀ ਨਹੀਂ ਚੱਲਦਾ - ਜਿਹੜੀ ਸਿਆਸੀ ਜਮਾਤ ਨੂੰ ਪਤਾ ਵੀ ਹੈ - ਉਹ ਜਾਣ ਬੁਝ ਕੇ - ਆਪਣੀ ਚੌਧਰ ਬਣਾਈ ਰੱਖਣ ਖਾਤਰ ਚੁੱਪ ਵੱਟੀ ਰੱਖਦੇ ਹਨ - ਇਹ ਜਾਂਦੇ ਜਾਂਦੇ ਐਹੋ ਜਿਹਾ ਜ਼ਖਮ ਦੇ ਕੇ ਤੁਰਨਗੇ - ਜਿਹੜਾ ਅਸੀਂ ਤਾਂ ਕੀ? ਸਾਡੀਆਂ ਅਗਲੀਆਂ ਪੀੜ੍ਹੀਆਂ ਤੱਕ ਨਾਸੂਰ ਬਣ ਕੇ ਦੁੱਖ ਦਿੰਦਾ ਰਹੇਗਾ ਅਤੇ ਸਾਡੇ ਲੋਕ ਕਰਾਹੁੰਦੇ ਰਹਿਣਗੇ -।" ਗਿਆਨੀ ਨੇ ਇਕ ਲੰਬਾ ਚੌੜਾ ਭਾਸ਼ਨ ਝਾੜ ਦਿੱਤਾ।

- "......।" ਅੱਧਿਆਂ ਕੁ ਨੂੰ ਕੁਝ ਸਮਝ ਪਈ। ਕਈਆਂ ਨੂੰ ਬਿਲਕੁਲ ਹੀ ਨਹੀਂ ਪਈ।

- "ਪਰ ਗਿਆਨੀ ਜੀ।"

- "ਹਾਂ ਜੀ-?"

- "ਹਿੰਦੋਸਤਾਨ ਤੇ ਪਾਕਸਤਾਨ ਦਾ ਏਰੀਆ ਕਿਹੜਾ ਹੋਊ - ਕੋਈ ਹੱਦ ਬੰਨਾ?"

- "ਖ਼ਬਰਾਂ ਅਨੁਸਾਰ -।" ਗਿਆਨੀ ਨੇ ਆਪਣਾ ਗਲਾ ਸਾਫ ਕਰਕੇ ਫਿਰ ਬੋਲਣਾ ਸ਼ੁਰੂ ਕੀਤਾ।

- ".....।"

- "ਖਬਰਾਂ ਅਨੁਸਾਰ - ਜਿੱਥੋਂ ਤੱਕ ਮੇਰਾ ਅੰਦਾਜ਼ਾ ਹੈ - ਦਿੱਲੀ ਹਿੰਦੋਸਤਾਨ ਦੀ ਰਾਜਧਾਨੀ ਹੋਊ ਅਤੇ ਲਾਹੌਰ ਪਾਕਿਸਤਾਨ ਦੀ - ਵਾਹਗੇ ਬਾਡਰ ਤੋਂ ਇਧਰ ਪਾਕਿਸਤਾਨ ਅਤੇ ਵਾਹਗੇ ਬਾਡਰ ਤੋਂ ਪਰੇਹ ਹਿੰਦੋਸਤਾਨ-।"

- "ਤੇ ਜਿਹੜੇ ਓਧਰ ਮੁਸਲਮਾਨ ਵਸਦੇ ਐ ਤੇ ਏਧਰ ਹਿੰਦੂ ਤੇ ਸਿੱਖ - ਉਹਨਾਂ ਦਾ ਕੀ ਬਣੂੰ?"

- "ਉਹਨਾਂ ਦਾ ਹੋਊ ਉਜਾੜਾ -।"

- "ਇਹ ਤਾਂ ਲੋਹੜਾ ਐ ਬਈ -।"

- "ਉਜਾੜੇ ਵਿਚ ਹੀ ਸਰ ਜਾਵੇ ਤਾਂ ਵੀ ਵਾਹ ਭਲੀ ਐ-।" ਆਖ ਕੇ ਗਿਆਨੀ ਨੇ ਜਿਵੇਂ ਸਾਰਿਆਂ ਨੂੰ ਡਰਾ ਦਿੱਤਾ।

- "ਹੋਰ ਕੀ ਹੋ ਸਕਦੈ?" ਜਿਵੇਂ ਡਰੇ ਮਿਸਤਰੀ ਨੇ ਚੀਕ ਮਾਰੀ ਸੀ। ਅਣਹੋਣੀਆਂ ਜਿਹੀਆਂ ਗੱਲਾਂ ਸੁਣ ਕੇ ਉਸ ਦਾ ਕਾਲਜਾ ਨਿਕਲ-ਨਿਕਲ ਪੈਂਦਾ ਸੀ।

- "ਕਤਲੇਆਮ-।"

- "ਕਤਲੇਆਮ ......?" ਸਾਰਿਆਂ ਨੇ ਮੂੰਹ ਵਿਚ ਉਂਗਲਾਂ ਪਾ ਲਈਆਂ। ਜਿਵੇਂ ਗਿਆਨੀ ਝੂਠ ਬੋਲ ਰਿਹਾ ਸੀ।

- "ਕਤਲੇਆਮ - ਮਤਲਬ ਭਰਾ ਮਾਰੂ ਜੰਗ।"

- "ਉਹ ਕਿਉਂ -?" ਸਾਰੇ ਸਤੰਭ ਸਨ।

- "ਅੰਗਰੇਜ਼ ਨੇ ਨਫਰਤ ਦੇ ਬੀਜ ਬੀਜਣ ਲਈ ਹਿੰਦੂ ਮੁਸਲਿਮ ਦੰਗੇ ਕਰਵਾਉਣੇ ਹੀ ਕਰਵਾਉਣੇ ਹਨ।"

ਕਿਸੇ ਨੂੰ ਸੱਚ ਨਹੀਂ ਆਇਆ ਸੀ। ਸਦੀਆਂ ਤੋਂ ਇਕੱਠੇ ਵਸਦੇ ਭਰਾ ਕਿਉਂ ਲੜਨਗੇ?

ਰਾਤ ਨੂੰ ਅਸਗਰ ਮੁਹੰਮਦ ਅਤੇ ਸੰਤੂ ਦਾਰੂ ਪੀ ਰਹੇ ਸਨ। ਦੇਸੀ ਦਾਰੂ ਦੀ ਬੋਤਲ ਉਹਨਾ ਅੱਗੇ ਬਾਰੂਦ ਬਣਦੀ ਜਾ ਰਹੀ ਸੀ। ਪਰ ਉਹ ਬਹੁਤਾ ਕਿਸੇ ਨਾਲ ਬੋਲ ਨਹੀਂ ਰਹੇ ਸਨ। ਜਿਵੇਂ ਗੂੰਗੇ ਜਾਂ ਬੋਲੇ ਪੀ ਰਹੇ ਸਨ। ਦਿਨੇ ਗਿਆਨੀ ਦਾ ਦਿੱਤਾ ਭਾਸ਼ਣ ਉਹਨਾਂ ਦੇ ਦਿਲਾਂ ਤੇ ਨਸ਼ੇ ਨਾਲੋਂ ਭਾਰੂ ਸੀ। ਇਕੋ ਸੁਆਲ ਉਹਨਾਂ ਦੇ ਸਿਰ ਵਿਚ ਵਦਾਣ ਮਾਰ ਰਿਹਾ ਸੀ ਕਿ ਦਹਾਕਿਆਂ ਤੋਂ ਇਕੱਠੇ ਵਸਦੇ, ਦੁੱਖਾਂ-ਸੁੱਖਾਂ ਦੇ ਭਾਈਵਾਲ, ਗਮੀ-ਸ਼ਾਦੀ ਵਿਚ ਸਾਥ ਦੇਣ ਵਾਲੇ ਲੋਕ ਇਕ ਦੂਜੇ ਨਾਲ ਆਖਰ ਕਿਉਂ ਲੜਨਗੇ? ਕਾਹਤੋਂ ਕਤਲੇਆਮ ਕਰਨਗੇ? ਇਕ ਦੂਜੇ ਦੇ ਬੱਚਿਆਂ ਨੂੰ ਆਪਣੇ ਬੱਚੇ ਸਮਝਣ ਵਾਲੇ, ਇਕ ਦੂਜੇ ਦੀਆਂ ਧੀਆਂ-ਭੈਣਾਂ ਨੂੰ ਆਪਣੀਆਂ ਧੀਆਂ-ਭੈਣਾਂ ਸਮਝਣ ਵਾਲੇ ਇਕ ਦੂਜੇ ਤੇ ਵਾਰ ਕਿਵੇਂ ਕਰਨਗੇ?

ਅਸਗਰ ਨੂੰ ਚੰਗੀ ਤਰ੍ਹਾਂ ਹੀ ਤਾਂ ਯਾਦ ਸੀ, ਜਦੋਂ ਗੇਜੇ ਨਿਹੰਗ ਨੇ ਗ਼ਰੀਬ ਨਿਜ਼ਾਮਉਦੀਨ ਦੇ ਪਲਾਟ 'ਤੇ ਨਜਾਇਜ਼ ਕਬਜ਼ਾ ਕਰਨ ਦੀ ਕੋਸ਼ਿਸ਼ ਕੀਤੀ ਸੀ ਤਾਂ ਸਾਰਾ ਸਿੱਖ ਭਾਈਚਾਰਾ ਧੱਕੜ ਨਹਿੰਗ ਦੇ ਖਿਲਾਫ਼ ਖੜ੍ਹਾ ਹੋ ਗਿਆ ਸੀ।

- "ਨਹਿੰਗਾ ਨਜ਼ਾਮਉਦੀਨੇ ਨੂੰ ਗਰੀਬੜਾ ਜਿਆ ਨਾ ਸਮਝ ਲਈਂ - ਅਸੀਂ ਮਾਰ ਮਾਰ ਰੈਂਗੜੇ ਤੇਰੀਆਂ ਚੱਪਣੀਆਂ ਤੋੜ ਦਿਆਂਗੇ।" ਬਾਬੇ ਨਿਧਾਨ ਸਿਉਂ ਨੇ ਸੱਥ ਵਿਚ ਹਿੱਕ ਥਾਪੜ ਕੇ ਕਿਹਾ ਸੀ।

- "ਤੁਸੀਂ ਸਿੱਖ ਭਾਈ ਹੋ ਕੇ - ਇਸ ਜੂਠ ਦਾ ਸਾਥ ਦਿੰਨੇ ਓਂ?" ਸੱਤ ਫ਼ੁੱਟੇ ਨਹਿੰਗ ਦੀ ਅਵਾਜ਼ ਸੱਥ ਵਿਚ ਨਗਾਰੇ ਵਾਂਗ ਗੂੰਜੀ ਸੀ।

- "ਅਸੀਂ ਸਿੱਖ ਪਿਛੋਂ ਤੇ ਗਰੀਬ ਦੀ ਅਵਾਜ਼ ਪਹਿਲਾਂ ਐਂ ਨਹਿੰਗਾ - ਕੱਢ ਦੇ ਆਪਦੇ ਦਿਮਾਗ ਦਾ ਕੀੜਾ ਤੇ ਪਲਾਟ ਖਾਲੀ ਕਰਕੇ ਪਰ੍ਹੇ ਹੋ - ਫੇਰ ਨਾ ਆਖੀਂ ਦੱਸਿਆ ਨਹੀਂ - ਅਸੀਂ ਮਾਰਨ ਲੱਗਿਆਂ ਨੇ ਅੱਗਾ ਪਿੱਛਾ ਨਹੀਂ ਦੇਖਣਾਂ -।" ਗਿਆਨੀ ਬੋਲਿਆ।

- "ਖ਼ੂਨ ਆਪਣੇ ਪੀੜ੍ਹੀਆਂ ਪੈ ਜਾਣਗੇ ਬਾਬਾ!" ਨਹਿੰਗ ਨੇ ਆਪਣੇ ਬਰਛੇ 'ਤੇ ਪੂਰਾ ਭਾਰ ਦੇ ਕੇ ਡਰਾਵਾ ਦਿੱਤਾ।

- "ਡਰਾਵੇ ਜਿਹੇ ਕਾਹਨੂੰ ਦੇਈ ਜਾਨੈਂ ਨਹਿੰਗਾ- ਪੁੜਪੁੜੀ 'ਚ ਇਕ ਮੁਲਾਹਜੇਤੋੜ ਵੱਜਿਆ - ਸਾਰੀ ਉਮਰ ਚੀਸਾਂ ਪੈਂਦੀਆਂ ਰਹਿਣਗੀਆਂ -।"

- ".......।"

- "ਬਾਬੇ ਨੂੰ ਇਹ ਵੀ ਨਹੀਂ ਪਤਾ ਲੱਗਦਾ ਬਈ ਅਗਲੇ ਦੇ ਸੱਟ ਕਿੰਨੀ ਕੁ ਲੱਗਦੀ ਐ।" ਕਿਸੇ ਨੇ ਕਿਹਾ।

- "ਤੁਸੀਂ ਮੈਨੂੰ ਦਬਕਾੜੇ ਮਾਰਦੇ ਐਂ? ਮੈਂ ਕਲਗੀਧਰ ਦਾ ਲਾਡਲਾ ਸਿੰਘ ਆਂ।"

- "ਉਏ ਤੂੰ ਕਲਗੀਧਰ ਦਾ ਸਿੰਘ? ਦੁਸ਼ਟਾ ਕਿਉਂ ਪਾਪਾਂ ਦਾ ਭਾਗੀ ਹੁੰਨੈ? ਕਲਗੀਧਰ ਨੇ ਤਾਂ ਮਜ਼ਲੂਮਾਂ ਦੀ ਖਾਤਰ ਆਪਣਾ ਸਰਬੰਸ ਵਾਰਤਾ ਸੀ - ਤੇ ਤੂੰ ਗਰੀਬ ਮਾਰ ਕਰਨ ਨੂੰ ਫਿਰਦੈਂ? ਵਗ ਜਾਹ ਪਰ੍ਹਾਂ - ਕੁਛ ਨਾ ਆਖ -!" ਬਾਬਾ ਗੁੱਸੇ ਨਾਲ ਕੰਬਣ ਲੱਗ ਪਿਆ।

- "ਜਾਓ ਫਿਰ - ਜੋਰ ਲਾ ਲਵੋ - ਮੈਂ ਤਾਂ ਕੱਲ੍ਹ ਨੂੰ ਹੀ ਪਲਾਟ ਬਗਲੂੰਗਾ -।" ਨਹਿੰਗ ਨੇ ਅਜ਼ੀਬ ਇਤਲਾਹ ਦਿੱਤੀ। ਆਖਰੀ ਦਾਅ ਸੁੱਟਿਆ।

- "ਚੱਲ ਪੁੱਤ! ਚੱਲ ਫਿਰ ਜਿੱਥੇ ਚੱਲੇਂਗਾ - ਫੇਰ ਕੱਲ੍ਹ ਨੂੰ ਜਾਂ ਤਾਂ ਤੂੰ ਨਹੀਂ - ਜਾਂ ਫਿਰ ਮੈਂ ਨਹੀਂ - ਆਪਣੇ 'ਚੋਂ ਇਕ ਜਣਾ ਹੈ ਨਹੀਂ - ਹੁਣ ਕੈਮ ਹੋ ਕੇ ਆਈਂ - ਜੇ ਬੰਦੇ ਦਾ ਪੁੱਤ ਐਂ ਤਾਂ - ਹੁਣ ਆਪਣੇ 'ਚੋਂ ਇਕ ਦਾ ਸਿਵਾ ਜਰੂਰ ਮੱਚੂ!"

ਹਮਾਇਤੀਆਂ ਨੇ ਦੋਹਾਂ ਧਿਰਾਂ ਨੂੰ ਚੁੱਪ ਕਰਵਾ ਦਿੱਤਾ। ਘਰੋਂ ਘਰੀਂ ਤੋਰ ਦਿੱਤਾ।

ਬਾਬਾ ਅੱਗ ਵਾਂਗ ਤਪਦਾ ਘਰੇ ਪਹੁੰਚਿਆ।

- "ਉਏ ਗੁਰਮੁਖਾ...!" ਬਾਬੇ ਨੇ ਆਪਣੇ ਮੁੱਛ-ਫੁੱਟ ਮੁੰਡੇ ਨੂੰ ਅਵਾਜ਼ ਦਿੱਤੀ। ਗੜ੍ਹਕਦੀ ਅਵਾਜ਼ ਬੱਦਲ ਵਾਂਗ ਗੱਜੀ ਸੀ।

- "ਹਾਂ ਬਾਪੂ?" ਸੱਤਾਂ ਧੀਆਂ ਵਰਗਾ ਬਾਬੇ ਦਾ ਇਕੋ ਇਕ ਪੁੱਤ ਗੁਰਮੁਖ ਸਿੰਘ ਹਾਜ਼ਰ ਸੀ।

- "ਚੱਲ ਮੇਰਾ ਮੰਜਾ ਨਜੀਮਉਦੀਨੇ ਦੇ ਪਲਾਟ ਵਿਚ ਡਾਹ ਕੇ ਆ।"

ਗੁਰਮੁਖ ਸਿੰਘ ਮੰਜਾ ਲੈ ਕੇ ਤੁਰ ਗਿਆ।

- "ਕੀ ਗੱਲ ਹੋ ਗਈ ...?" ਬਾਬੇ ਦੇ ਘਰ ਵਾਲੀ ਪ੍ਰਤਾਪ ਕੌਰ ਨੇ ਆ ਕੇ ਪੁੱਛਿਆ। ਉਸ ਨੇ ਬਾਬਾ ਇਤਨਾ ਕਰੋਧੀ ਕਦੇ ਤੱਕਿਆ ਨਹੀਂ ਸੀ।

- "ਕੀ ਦੱਸਾਂ ਪ੍ਰਤਾਪੀਏ - ਲੋਕ ਗਰੀਬਾਂ ਨੂੰ ਜਿਉਣ ਨਹੀਂ ਦਿੰਦੇ -।"

- "ਤਾਂ ਵੀ ਗੱਲ ਕੀ ਹੋਈ?"

- "ਗੱਲ ਕੀ ਹੋਣੀ ਸੀ? ਗੇਜਾ ਨਹਿੰਗ ਵਿਚਾਰੇ ਨਜੀਮਉਦੀਨੇ ਦਾ ਪਲਾਟ ਦੱਬਣ ਨੂੰ ਫਿਰਦੈ - ਨਾਲੇ ਚੋਰੀ ਉਤੋਂ ਸੀਨਾ ਜ਼ੋਰੀ - ਨਾਲੇ ਪਲਾਟ ਦੱਬਦੈ - ਨਾਲੇ ਡਰਾਵੇ ਮਾਰਦੈ - ਨਜ਼ੀਮਉਦੀਨਾਂ ਵਿਚਾਰਾ ਗਰੀਬ ਐ - ਬੋਲਦਾ ਨਹੀਂ -ਬੈਠਾ ਹੱਥ ਜੋੜੀ ਜਾਂਦੈ - ਤੇ ਇਹੇ ਚਾਂਭਲ ਗਿਆ - ਹੁੰਦਾ ਕੋਈ ਬਰਾਬਰ ਦਾ - ਨਾਸਾਂ ਦਿੰਦਾ ਭੰਨ -।" ਬਾਬਾ ਮੰਜੇ ਤੇ ਬੈਠਾ ਡੰਡ ਬੈਠਕਾਂ ਕੱਢੀ ਜਾ ਰਿਹਾ ਸੀ। ਬਾਬਾ ਮੰਜੇ ਤੇ ਬੈਠਾ ਆਪਣੇ ਬਰਛੇ ਦੀ ਧਾਰ ਨੂੰ ਤਿੱਖੀ ਕਰੀ ਜਾ ਰਿਹਾ ਸੀ।

- "ਹੈ ਕੀੜੇ ਪੈਣਾ -!" ਪ੍ਰਤਾਪੀ ਬੋਲੀ।

- "ਮੇਰੀ ਰੋਟੀ ਉਥੇ ਈ ਭੇਜਦੀਂ - ਜਿੰਨਾ ਚਿਰ ਨਜਾਮਉਦੀਨ ਬਗਲ ਨਹੀਂ ਮਾਰ ਲੈਂਦਾ ਮੈਂ ਉਥੇ ਈ ਪਊਂ-।"

- "ਦੁੱਧ ਨਹੀਂ ਪੀਣਾ?"

- "ਰੋਟੀ ਦੇ ਨਾਲ ਈ ਭੇਜ ਦੇਈਂ -।" ਤੇ ਬਾਬਾ ਰੇਲਵੇ ਇੰਜਣ ਵਾਂਗ ਤੁਰ ਗਿਆ।

ਉਸ ਦਿਨ ਤੋਂ ਬਾਬੇ ਨੇ ਆਪਣਾ ਮੰਜਾ ਨਜ਼ੀਮਉਦੀਨ ਦੇ ਪਲਾਟ ਵਿਚ ਡਾਹ ਲਿਆ। ਬਗਲ ਮਾਰਨ ਤੱਕ ਬਾਬੇ ਦਾ ਮੰਜਾ ਉਥੇ ਹੀ ਰਿਹਾ। ਪਰ ਮੁੜ ਕੇ

ਨਹਿੰਗ ਨਾ ਬਹੁੜਿਆ। ਬਾਬੇ ਦੇ ਸੁਭਾਅ ਤੋਂ ਉਹ ਬੜੀ ਚੰਗੀ ਤਰ੍ਹਾਂ ਜਾਣੂੰ ਸੀ। ਬਾਬਾ ਮਾਰਖੋਰਾ ਅਤੇ ਸ਼ਰੀਫ ਵੀ ਅੱਤ ਦਰਜੇ ਦਾ ਸੀ।

- "ਪਾ ਫੇਰ! ਕਿਹੜੀਆਂ ਸੋਚਾਂ 'ਚ ਡੁੱਬ ਗਿਐ....?" ਸੰਤੂ ਨੇ ਡੂੰਘੀਆਂ ਸੋਚਾਂ ਵਿਚ ਉਲਝੇ ਅਸਗਰ ਨੂੰ ਕਿਹਾ।

ਉਹਨਾਂ ਉਦਾਸ ਜਿਹੇ ਮਾਹੌਲ ਵਿਚ ਬੋਤਲ ਖਤਮ ਕਰ ਦਿੱਤੀ।

ਰਜ਼ੀਆ ਰੋਟੀਆਂ ਲੈ ਕੇ ਆ ਗਈ।

ਸੰਤੂ ਅਤੇ ਅਸਗਰ ਨੇ ਰੋਟੀ ਖਾਧੀ। ਪਰ ਰੂਹ ਉਹਨਾਂ ਦੀ ਜਿਵੇਂ ਪਾਕਿਸਤਾਨ ਅਤੇ ਹਿੰਦੋਸਤਾਨ ਦੀ 'ਵੰਡ' ਵਿਚ ਹੀ ਉਲਝੀ ਰਹੀ ਸੀ। ਇਸ ਵਰਤਣ ਵਾਲੇ ਭਾਣੇ ਬਾਰੇ ਕੋਈ ਮੰਨਣ ਨੂੰ ਤਿਆਰ ਨਹੀਂ ਸੀ। ਪਰ ਹਰ ਕੋਈ ਚਿੰਤਤ ਸੀ। ਹਰ ਕੋਈ ਆਪਣੇ ਆਪਣੇ ਦਿਲ ਨੂੰ ਫੋਕਾ ਫੋਕਾ ਧਰਵਾਸ ਦੇਈ ਆ ਰਿਹਾ ਸੀ। ਹਿੰਦੂ, ਸਿੱਖ ਅਤੇ ਮੁਸਲਮਾਨ ਸਨਅਤਕਾਰਾਂ ਦੇ ਆਪਣੀਆਂ-ਆਪਣੀਆਂ ਗੌਰਮਿੰਟਾਂ ਨਾਲ ਸਾਂਢੇ-ਗਾਂਢੇ ਸ਼ੁਰੂ ਹੋ ਚੁੱਕੇ ਸਨ। ਹਿੰਦੂ-ਸਿੱਖਾਂ ਨੇ ਹਿੰਦੋਸਤਾਨ ਵਿਚ ਅਤੇ ਮੁਸਲਮਾਨਾਂ ਨੇ ਪਾਕਿਸਤਾਨ ਵਿਚ ਆਪਣੇ-ਆਪਣੇ ਟਿਕਾਣੇ ਮੁਕਰਰ ਕਰ ਲਏ ਸਨ।

ਜੇ ਇਸ ਵੰਡ ਵਿਚ ਹੋਣੀ ਸੀ ਤਾਂ ਸਿਰਫ ਗਰੀਬਮਾਰ ਹੀ ਹੋਣੀ ਸੀ। ਜਿਹਨਾਂ ਦਾ ਅੱਧਿਓਂ ਡੇੜ੍ਹ ਨਹੀਂ ਨਿਬੜਨਾ ਸੀ। ਸਰਮਾਏਦਾਰਾਂ ਅਤੇ ਕਾਰਖਾਨੇਦਾਰਾਂ ਨੂੰ ਤਾਂ ਉਹਨਾਂ ਦੀ ਪੂੰਜੀ, ਬਰਾਬਰ ਟਿਕਾਣੇ ਤੇ ਮਿਲ ਜਾਣੀ ਸੀ। ਕਈ ਹਿੰਦੂ, ਸਿੱਖ ਅਤੇ ਮੁਸਲਮਾਨਾਂ ਨੇ ਆਪਣੇ ਬਿਜ਼ਨਸ ਦਾ ਵੱਟਾ-ਸੱਟਾ ਕਰਨ ਦਾ ਟੀਚਾ ਵੀ ਮਿੱਥ ਲਿਆ ਸੀ।

2

ਕਣਕ ਦੀ ਵਢਾਈ ਸ਼ੁਰੂ ਹੋ ਗਈ।

ਪਛੇਤੀਆਂ ਕਣਕਾਂ ਵਾਲਿਆਂ ਨੇ ਅਗੇਤੀਆਂ ਫਸਲਾਂ ਵਾਲਿਆਂ ਨਾਲ ਰਲ ਕੇ ਵਢਾ ਦਿੱਤੀ। ਅਜੇ ਲੋਕਾਂ ਨੂੰ ਹਿੰਦੂ, ਸਿੱਖ ਅਤੇ ਮੁਸਲਮਾਨਾਂ ਦਾ ਫਿਰਕੂ ਰੰਗ ਨਹੀਂ ਚੜ੍ਹਿਆ ਸੀ। ਹਰ ਬੰਦਾ-ਬੁੜ੍ਹੀ ਇਕ ਦੂਜੇ ਨੂੰ ਨਿਰੋਲ ਇਨਸਾਨ ਹੀ ਸਮਝਦਾ ਸੀ। ਪੂਰਨ ਤੌਰ ਤੇ ਨਿਰਲੇਪਤਾ ਸੀ। ਭਰੱਪਾ ਸੀ। ਭਾਈਚਾਰਾ ਸੀ।

ਹਾੜ੍ਹੀ ਦੀ ਵਢਾਈ ਅਤੇ ਗਹਾਈ ਬੜੀ ਸੁੱਖ ਸ਼ਾਂਤੀ ਨਾਲ ਹੋ ਗਈ।

ਲੋਕਾਂ ਸਾਉਣੀ ਦੀ ਫਸਲ ਬੀਜ ਦਿੱਤੀ।

ਖੇਤਾਂ ਵਲੋਂ ਸੁਰਖਰੂ ਹੋਏ ਲੋਕ ਵਿਆਹੀਂ ਸਾਹੀਂ ਰੁੱਝ ਗਏ। ਕਬੀਲਦਾਰੀ ਸਮੇਟਣ ਦਾ ਅਹਿਸਾਸ ਹਰ ਇਕ ਨੂੰ ਹੀ ਸੀ। ਸਾਰੇ ਫਿਰਕਿਆਂ ਦੇ ਲੋਕ ਇਕ ਦੂਜੇ ਦੇ ਪੂਰਨ ਤੌਰ ‘ਤੇ ਸਹਾਈ ਸਨ।

ਹਿੰਦੋਸਤਾਨ ਅਤੇ ਪਾਕਿਸਤਾਨ ਦੀਆਂ ਖਬਰਾਂ ਅਜ਼ੀਬ ਜਿਹਾ ਰੂਪ ਧਾਰਨ ਕਰਦੀਆਂ ਜਾ ਰਹੀਆਂ ਸਨ।

ਵੰਡ ਦੀਆਂ ਰੁਕ ਰੁਕ ਕੇ ਆਉਂਦੀਆਂ ਖਬਰਾਂ ਹੁਣ ਆਮ ਹੀ ਆਉਣ ਲੱਗ ਪਈਆਂ ਸਨ। ਪਰ ਲੋਕਾਂ ਨੇ ਫਿਰ ਕੋਈ ਖਾਸ ਗੌਰ ਨਾ ਕੀਤੀ। ਕੰਨ-ਮੁੱਢ ਮਾਰ ਛੱਡਿਆ।

ਹਿੰਦੂ ਅਤੇ ਮੁਸਲਮਾਨ ਹੁਕਮਰਾਨ ਹੁਣ ਆਪਣੀ-ਆਪਣੀ ਡਫਲੀ ਜੋਰ-ਜੋਰ ਨਾਲ ਕੁੱਟਣ ਲੱਗ ਪਏ ਅਤੇ ਇਕ ਦੂਜੇ ਉਪਰ ਚਿੱਕੜ ਡਿੱਗਣਾ ਸ਼ੁਰੂ ਹੋ ਗਿਆ। ਚਲਾਕ ਅੰਗਰੇਜ਼ ਬਲਦੀ ‘ਤੇ ਤੇਲ ਬੜੀ ਤੇਜ਼ੀ ਨਾਲ ਪਾ ਰਿਹਾ ਸੀ। ਉਸ ਦਾ ਮੁੱਖ ਅਤੇ ਠੋਸ ਮਕਸਦ ਹਿੰਦ-ਪਾਕ ਨੂੰ ਵੱਖ ਕਰਨਾ ਸੀ। ‘ਪਾੜੋ ਅਤੇ

ਰਾਜ ਕਰੋ' ਦੀ ਅਕ੍ਰਿਤਘਣ ਨੀਤੀ ਹਰ ਰੋਜ ਪੇਚੀਦਾ ਰੂਪ ਧਾਰਨ ਕਰਦੀ ਜਾ ਰਹੀ ਸੀ।

ਅੰਤ ਫਿਰਕੂ ਧੜਿਆਂ ਵੱਲੋਂ "ਜਿੰਦਾਬਾਦ' ਅਤੇ 'ਮੁਰਦਾਬਾਦ' ਦੇ ਨਾਅਰੇ ਲੱਗਣੇ ਸ਼ੁਰੂ ਹੋ ਗਏ। ਜਿੱਥੇ ਹਿੰਦੂ ਅਤੇ ਸਿੱਖ "ਪਾਕਿਸਤਾਨ-ਮੁਰਦਾਬਾਦ" ਦਾ ਨਗਾਰਾ ਖੜਕਾਉਂਦੇ ਸਨ, ਉਥੇ ਮੁਸਲਮਾਨ 'ਹਿੰਦੋਸਤਾਨ-ਮੁਰਦਾਬਾਦ' ਗੱਜ ਵੱਜ ਕੇ ਬੋਲਦੇ ਸਨ। ਹਰ ਇਕ ਧਰਮ ਦੇ ਬੰਦੇ ਦਾ ਮਾਨਸਿਕ ਤੌਰ ਤੇ ਆਪਣੇ ਦੇਸ਼ ਦੀ ਧਿਰ ਨਾਲ ਜੁੜਨਾ ਤਾਂ ਇਕ ਕੁਦਰਤੀ ਗੱਲ ਸੀ। ਇਹ ਕਿਸੇ ਦੇ ਕੋਈ ਵੱਸ ਦੀ ਗੱਲ ਨਹੀਂ ਸੀ। ਫਿਰਕੂਪੁਣੇ ਦੀ ਪੁੱਠ ਹੀ ਇਤਨੀ ਗੰਦੀ ਸੀ ਕਿ ਹੁੱਕਾ ਪੀਂਦੇ ਬੁੱਢੇ ਵੀ ਸੱਥ ਵਿਚ ਇਹੀ ਸਿਆਪਾ ਸ਼ੁਰੂ ਕਰ ਦਿੰਦੇ ਅਤੇ ਕਦੇ ਕਦੇ ਗੱਲ ਖਹਿਬੜਣ ਤੱਕ ਵੀ ਪੁੱਜ ਜਾਂਦੀ। ਪਰ ਸਦੀਆਂ ਤੋਂ ਦੁੱਖਾਂ ਸੁੱਖਾਂ ਵਿਚ ਭਾਈਵਾਲ ਬਣਦੇ ਆ ਰਹੇ ਲੋਕ ਫਿਰ ਵੀ ਕੁਝ ਸਮਾਈ ਤੋਂ ਕੰਮ ਲੈਂਦੇ। ਪਰ ਫਿਰਕੂ ਅੱਗ ਦਿਨੋਂ-ਦਿਨ ਭੋਲੇ ਭਾਲੇ ਲੋਕਾਂ ਨੂੰ ਆਪਣੇ ਕਲਾਵੇ ਵਿਚ ਲੈਂਦੀ ਜਾ ਰਹੀ ਸੀ।

- "ਚੰਗੇ ਭਲੇ ਵਸਦਿਆਂ ਨੂੰ ਪਤਾ ਨਹੀਂ ਕੀ ਹੋਈ ਤੁਰਿਆ ਜਾਂਦੈ?" ਚੇਤੂ ਬੁੜ੍ਹਾ ਮਾੜੀ ਸਿਆਸਤ ਤੋਂ ਅੱਕ ਕੇ ਆਖਦਾ।

- "ਉਹ ਉਤੇ ਬੈਠੇ ਭੌਂਕੀ ਜਾਂਦੇ ਐ - ਪਰ ਲੋਕੋ ਤੁਸੀਂ ਤਾਂ ਕਮਲਪੁਣਾ ਨਾ ਕਰੋ।"

- "ਉਹਨਾਂ ਨੇ ਤਾਂ ਚੌਧਰ ਖਾਤਰ ਕੋਈ ਨਾਂ ਕੋਈ ਸੱਪ ਕੱਢੀ ਰੱਖਣੈਂ - ਪਰ ਤੁਸੀਂ ਤਾਂ ਨਿੱਤ ਮਿੱਟੀ ਨਾਲ ਮਿੱਟੀ ਈ ਹੋਣੈ।"

- "ਕੋਈ ਵੱਸ ਨਹੀਂ ਦੁਨੀਆਂ ਦੇ ਬਾਬਾ - ਜਦੋਂ ਰੋਜ ਕੋਈ ਨਵਾਂ ਕੰਜਰਪੌਅ ਸੁਣਨੈਂ - ਕੁਛ ਨਾ ਕੁਛ ਤਾਂ ਹੋ ਕੇ ਰਹੂ।"

- "ਖਰਬੂਜੇ ਨੂੰ ਦੇਖ ਕੇ ਭਾਈ ਖਰਬੂਜਾ ਰੰਗ ਫੜਦੈ।"

- "ਉਹ ਤਾਂ ਦਿੱਲੀ ਪਾਰਲੀਮੈਂਟ 'ਚ ਵੜ ਕੇ ਦਰਵਾਜੇ ਬੰਦ ਕਰ ਲੈਣਗੇ - ਗਾਹ ਤਾਂ ਬੇਕਸੂਰ ਦੁਨੀਆਂ ਦਾ ਪੈਣੈਂ।"

- "ਬਾਬਾ - ਕੀਹਨੂੰ ਕੀ-ਕੀ ਸਮਝਾਵੇਂਗਾ? ਏਥੇ ਤਾਂ ਆਵਾ ਈ ਊਤਦਾ ਜਾਂਦੈ।"

- "ਨਿੱਕਿਆ ਦੇਖ ਲਈਂ -ਉਥੇ ਬੈਠੇ ਉਂਗਲਾਂ ਲਾਈ ਜਾਂਦੇ ਐ ਨਿੱਤ - ਦੁਨੀਆਂ ਨੂੰ ਡਹਾ ਕੇ ਮਰਵਾਉਣਗੇ।"

ਸਾਉਣ ਦਾ ਮਹੀਨਾ ਆਖਰੀ ਦਮ 'ਤੇ ਸੀ ਕਿ ਟਾਂਵੇਂ-ਟਾਂਵੇਂ ਦੰਗੇ ਸ਼ੁਰੂ ਹੋ ਗਏ। ਸੁਣ ਕੇ ਲੋਕ ਤਰਾਸ-ਤਰਾਸ ਕਰ ਉਠਦੇ। ਬੁੱਢੇ ਫਿਟਕਾਰਾਂ ਪਾਉਂਦੇ।

- "ਫਿੱਟੇ ਮੂੰਹ ਐਹੋ ਜਿਹੀ ਰਾਜਨੀਤੀ ਦੇ।"

ਦੇਸੀ ਮਹੀਨਾ ਭਾਦੋਂ ਅਤੇ ਅੰਗਰੇਜੀ ਮਹੀਨਾ ਅਗਸਤ ਐਸਾ ਮਨਹੂਸ ਚੜ੍ਹਿਆ ਕਿ ਚਾਰੇ ਪਾਸੇ ਪਰਲੋਂ ਆ ਗਈ। ਕੱਟੜ ਹਿੰਦੂ-ਸਿੱਖ ਹਿੰਦੋਸਤਾਨ ਵਿਚ ਮੁਸਲਮਾਨ ਧੀਆਂ ਭੈਣਾਂ ਦੀ ਦੁਰਗਤੀ ਕਰਨ ਲੱਗ ਪਏ ਅਤੇ ਕੱਟੜ ਮੁਸਲਮਾਨ ਹਿੰਦੂ-ਸਿੱਖਾਂ ਦੀਆਂ ਬਹੂ ਬੇਟੀਆਂ ਦੀ ਇੱਜਤ ਨਾਲ ਖਿਲਵਾੜ੍ਹ ਕਰਨ ਤੁਰ ਪਏ। ਮਾੜੀ ਸਿਆਸਤ ਨੇ ਸਦੀਆਂ ਤੋਂ ਵਰਤਦੇ ਆ ਰਹੇ ਲੋਕਾਂ ਵਿਚ ਦਰਾੜ ਪਾ ਕੇ ਰੱਖ ਦਿੱਤੀ। ਹਿੰਦ-ਪਾਕਿ ਦੀ ਵੰਡ ਨੂੰ ਸਾਰਾ ਸੰਸਾਰ ਮੂਕ ਦਰਸ਼ਕ ਬਣ ਕੇ ਤੱਕ ਰਿਹਾ ਸੀ।

ਜੇ ਪਾਕਿਸਤਾਨ ਵੱਲ ਕੋਈ ਸ਼ਰਾਰਤੀ ਅਫ਼ਵਾਹ ਉਡਾ ਦਿੰਦਾ ਕਿ ਹਿੰਦੋਸਤਾਨ ਵੱਲੋਂ ਮੁਸਲਮਾਨਾਂ ਦੀਆਂ ਲਾਸ਼ਾਂ ਨਾਲ ਭਰੀ ਟਰੇਨ ਆਈ ਹੈ ਤਾਂ ਪਾਕਿਸਤਾਨ ਵਿਚ ਵਸਦੇ ਹਿੰਦੂ ਅਤੇ ਸਿੱਖਾਂ ਦੀ ਸ਼ਾਮਤ ਆ ਜਾਂਦੀ।

ਗੁਆਂਢੀ, ਗੁਆਂਢੀਆਂ ਤੋਂ ਅੱਖਾਂ ਫੇਰ ਗਏ।

ਹਜਾਰਾਂ ਉਧਾਲੇ ਹੋਏ।

ਘਰ ਲੁੱਟੇ-ਪੁੱਟੇ ਗਏ।

ਧੀਆਂ ਭੈਣਾਂ ਦੀ ਬੇਇੱਜ਼ਤੀ ਦੀ ਤਾਂ ਹੱਦ ਹੀ ਹੋ ਗਈ ਸੀ। ਜਿਹੜੇ ਚਿਰਾਗਦੀਨ ਵਰਗਿਆਂ ਨੇ ਸਾਰੀ ਉਮਰ ਤੀਵੀਂ ਨਹੀਂ ਦੇਖੀ ਸੀ। ਉਹਨਾਂ ਨੇ ਇਕ ਰਾਤ ਵਿਚ ਤਿੰਨ-ਤਿੰਨ ਤੀਵੀਆਂ ਬਦਲੀਆਂ। ਗੁੱਜਰ ਖਾਨ ਵਰਗੇ ਖਾਖੀ ਨੰਗ ਰਾਤੋ-ਰਾਤ ਲੁੱਟ ਦੇ ਮਾਲ ਨਾਲ ਲੱਖਾਂਪਤੀ ਬਣ ਬੈਠੇ।

ਨਿਜ਼ਾਮਉਦੀਨ ਨੇ ਪਿੰਡ ਦੇ ਮੁਸਲਮਾਨਾਂ ਨਾਲ ਰਲ ਕੇ ਗੇਜਾ ਨਹਿੰਗ ਵੱਢ ਧਰਿਆ। ਗੁਰਮੁਖ ਸਿੰਘ ਦਾ ਬਾਪ, ਬਾਬਾ ਨਿਧਾਨ ਸਿੰਘ ਇਕ ਹਿੰਦੂ ਕੁੜੀ ਦੀ ਇੱਜ਼ਤ ਬਚਾਉਂਦਾ-ਬਚਾਉਂਦਾ ਚੜ੍ਹਾਈ ਕਰ ਗਿਆ। ਸੰਤੂ ਦਾ ਪਾਲਾ, ਕੱਲ੍ਹੋ ਦਾਈ ਦੇ ਮੁੰਡਿਆਂ ਨੇ ਮਾਮੂਲੀ ਲਾਗ-ਡਾਟ ਕਾਰਨ ਸੰਦੂਕ ਵਿਚ ਸੁੱਟ ਸਾੜ ਦਿੱਤਾ। ਸੰਤੀ ਇਕਲੌਤੇ ਪੁੱਤ ਨੂੰ ਸੜਦਾ ਦੇਖ, ਬੇਹੋਸ਼ ਹੋ ਕੇ ਡਿੱਗ ਪਈ।

ਗੱਲ ਕੀ ਅਗਨ-ਹਨ੍ਹੇਰੀ ਹੀ ਅਜਿਹੀ ਆਈ ਕਿ ਲੋਕ ਲੱਖਾਂ ਤੋਂ ਕੱਖ ਬਣ ਕੇ ਰਹਿ ਗਏ। ਘਰ ਬਾਰ ਸਮੇਤ ਪ੍ਰੀਵਾਰ ਤਬਾਹ ਹੋ ਗਏ।

ਇਸ ਔਖੀ ਘੜੀ ਮੌਕੇ ਅਸਗਰ ਅਤੇ ਕਾਦਰ ਨੇ ਸੰਤੂ ਹੋਰਾਂ ਦੀ ਬਹੁਤ ਹੀ ਮੱਦਦ ਕੀਤੀ। ਪਾਲਾ ਮਰਨ ਤੋਂ ਬਾਅਦ ਦੋ ਦਿਨ ਜਨੂੰਨੀਆਂ ਤੋਂ ਲੁਕਾ ਕੇ ਰੱਖਿਆ।

ਹਜੂਰ ਸਿੰਘ, ਗੁਰਮੁਖ, ਸੰਤੂ, ਬਘਤੂ ਅਮਲੀ, ਥੰਮਣ, ਜਾਗਰ, ਸੰਤੀ ਅਤੇ ਹਰ ਕੌਰ, ਅਸਗਰ ਮੁਹੰਮਦ ਦੇ ਘਰ ਵਿਚ ਹੀ ਛੁਪੇ ਹੋਏ ਸਨ। ਸਰਦਾ ਬਰਦਾ ਰੋਟੀ ਪਾਣੀ ਉਹਨਾਂ ਨੂੰ ਮਿਲੀ ਜਾਂਦਾ ਸੀ।

ਪਿੰਡਾਂ ਦੀਆਂ ਗਲੀਆਂ ਅਤੇ ਖੇਤਾਂ ਵਿਚ ਹਾੜ ਬੋਲਣ ਲੱਗ ਪਿਆ ਸੀ ਅਤੇ ਹਰ ਬਨੇਰੇ 'ਤੇ ਮੌਤ ਕੂਕਦੀ, ਦੁਹਾਈਆਂ ਦੇ ਰਹੀ ਸੀ। ਪ੍ਰੀਵਾਰਾਂ ਦੇ ਪ੍ਰੀਵਾਰ ਖਪਾ ਦਿੱਤੇ ਗਏ ਸਨ। ਪੁਲੀਸ ਅਤੇ ਫੌਜ ਦੀ ਥਾਂ ਡਾਕੂ-ਲੁਟੇਰੇ ਗਸ਼ਤ ਕਰ ਰਹੇ ਸਨ।

ਬਾਬੇ ਨਿਧਾਨ ਸਿੰਘ ਦੇ ਵਿਯੋਗ ਵਿਚ ਗੁਰਮੁਖ ਸਿੰਘ ਦੀ ਬੁੱਢੀ ਮਾਈ ਵੀ ਪੂਰੀ ਹੋ ਗਈ। ਅਸਗਰ ਦੇ ਬਾਹਰਲੇ ਘਰੇ ਉਸ ਦਾ ਦਿਨੇ ਹੀ ਸਸਕਾਰ ਕਰ ਦਿੱਤਾ। ਇਕ ਹੋਰ ਸੱਥਰ ਵਿਛ ਗਿਆ ਸੀ।

- "ਚਾਚਾ ਇਕ ਗੱਲ ਆਖਾਂ?" ਘੋਰ ਦੁਖੀ ਹੋਏ ਅਸਗਰ ਨੇ ਸੰਤੂ ਨੂੰ ਪੁੱਛਿਆ।

- "ਕਹਿ -?" ਸੰਤੂ ਜਿਵੇਂ ਕਿਸੇ ਖੂਹ ਵਿਚੋਂ ਬੋਲਿਆ ਸੀ।

- "ਕਹਿਣ ਨੂੰ ਦਿਲ ਤਾਂ ਨਹੀਂ ਪਿਆ ਕਰਦਾ।" ਗੱਲ ਅਸਗਰ ਦੇ ਮੂੰਹੋਂ ਨਹੀਂ ਨਿਕਲ ਰਹੀ ਸੀ।

- "ਤੂੰ ਬੋਲ ਤਾਂ ਸਹੀ - ਤੂੰ ਸਾਡੇ ਦਿਨ ਕਟਾਏ ਐ -ਤੇਰਾ ਦੇਣਾ ਪਤਾ ਨਹੀਂ ਕਿੱਥੇ ਦਿਆਂਗੇ ਅਸਗਰਾ।" ਸੰਤੂ ਦਿਲੋਂ ਫਿੱਸ ਪਿਆ।

- "ਮਾੜੀ ਗੱਲ ਨਾ ਪਿਆ ਕਰ ਚਾਚਾ - ਬੰਦਾ ਬੰਦੇ ਦੀ ਦਾਰੂ ਈ -।"

- "ਉਹ ਵੀ ਅਸਗਰਾ ਬੰਦੇ ਈ ਸੀ - ਜਿਹੜੇ ਘਰੋ-ਘਰੀ ਤਬਾਹੀ ਮਚਾ ਕੇ ਪਰ੍ਹੇ ਹੋਏ।" ਥੰਮਣ ਦਾ ਇਸ਼ਾਰਾ ਡਾਕੂ- ਲੁਟੇਰਿਆਂ ਵੱਲ ਸੀ।

- "ਉਹ ਚਾਚਾ ਪਤਾ ਨਹੀਂ ਕਿਹੜੀ ਕੁੱਤੀ ਮਾਂ ਦੇ ਜੰਮੇ ਹੋਏ?"

- ".......।" ਇਕ ਚੁੱਪ ਛਾ ਗਈ।

- "ਤੂੰ ਕੁਛ ਆਖਣ ਲੱਗਿਆ ਸੀ?"

- "ਮੈਂ ਆਖਦਾ ਪਿਆ ਸਾਂ ਚਾਚਾ - ਬਈ ਇਹ ਕੁੱਤੀ ਰੌਲਾ ਪਤਾ ਨਹੀਂ ਕਦੋਂ ਨਿੱਬੜੇ - ਹਰ ਰੋਜ ਰੇਡੀਓ ਤੇ ਖਬਰ ਪਈ ਆਂਦੀ ਏ ਬਈ ਹਿੰਦੂ - ਸਿੱਖਾਂ ਨੂੰ ਪਾਕਿਸਤਾਨ ਛੱਡ ਕੇ ਹਿੰਦੋਸਤਾਨ ਆ ਜਾਣਾ ਚਾਹੀਦਾ ਹੈ- ਇੱਥੇ ਲੁਟੇਰੇ ਕਾਤਲਾਂ ਦੀ ਧਾੜ ਆ ਪਈ ਤਾਂ ਬਚਾ ਮੁਸ਼ਕਿਲ ਜੇ - ਮੇਰੇ ਵੱਲੋਂ ਤੁਸੀਂ ਮਹੀਨਾ ਰਹੋ - ਧੀ ਵਾਲੀ ਆਣ ਜੇ - ਮੈਨੂੰ ਗਲਤ ਨਾਂ ਜੇ ਸਮਝ ਲੈਣਾ ਚਾਚਾ - ਜੇ ਤੁਸੀਂ ਜਾਣ ਲਈ ਰਾਜੀ ਹੋਵੇਂ - ਮੈਂ ਤੇ ਕਾਦਰ ਤੁਹਾਨੂੰ ਹਿਫ਼ਾਜ਼ਤ ਨਾਲ ਰਾਤ ਬਰਾਤੇ ਬਾਡਰ ਪਾਰ ਕਰਵਾ ਆਨੇ ਆਂ - ਉਥੇ ਫੇਰ ਵੀ ਤੁਹਾਡੀ ਗੌਰਮਿੰਟ ਈ - ਇਥੇ ਤਾਂ ਜਾਨ ਦਾ ਖਤਰਾ ਈ ਖਤਰਾ ਏ - ਪਰ ਮੈਨੂੰ ਗਲਤ ਨਾਂ ਸਮਝ ਲੈਣਾ ਚਾਚਾ।" ਅਸਗਰ ਦੀ ਧਾਹ ਨਿਕਲ ਗਈ।

- "ਗੱਲ ਅਸਗਰ ਦੀ ਠੀਕ ਐ।"

ਸਾਰੇ ਮਸੋਸੇ ਜਿਹੇ ਗਏ।

ਜਿੱਥੇ ਉਹਨਾਂ ਸਾਰੀ ਉਮਰ ਕੱਢ ਲਈ ਸੀ। ਉਥੋਂ ਉਹ 'ਬੂਅ' ਕਰਕੇ ਭੱਜਣ ਲਈ ਤਿਆਰ ਸਨ। ਜਿਵੇਂ ਜੰਮਣ ਭੂਮੀ ਉਹਨਾਂ ਨੂੰ ਦੁਰਕਾਰ ਰਹੀ ਸੀ। ਨਹੁੰਆਂ ਨੂੰ ਮਾਸ ਛੱਡ ਗਿਆ ਸੀ। ਲਹੂ ਸਫੈਦ ਹੋ ਗਿਆ ਸੀ। ਸਾਰਿਆਂ ਦੇ ਅੰਦਰ ਇਕ ਝੋਕਾ ਜਿਹਾ ਫਿਰ ਗਿਆ। ਬੇਵੱਸੀ ਪੱਥਰ ਬਣ ਦਿਲ-ਦਿਮਾਗਾਂ ਵਿਚ ਵੱਜ ਰਹੀ ਸੀ।

- "ਜੇ ਕਦੇ ਹਾਲਾਤ ਵੱਲ ਹੋ ਗਏ- ਮੁੜ ਆਇਆ ਜੇ - ਤੁਹਾਡਾ ਅਸਗਰ - ਤੁਹਾਡਾ ਅਸਗਰ ਪੁੱਤਰ ਹੀ ਰਹੇਗਾ।"

ਸੰਤੂ ਨੇ ਉਸ ਨੂੰ ਬੁੱਕਲ ਵਿਚ ਲੈ ਲਿਆ।

- "ਜਿਉਦੀਆਂ ਰੂਹਾਂ ਦੇ ਮੇਲੇ ਤਾਂ ਚਾਚਾ ਮੁੜ ਹੁੰਦੇ ਈ ਰਹਿੰਦੇ ਐ।" ਅਸਗਰ ਰੋਈ ਜਾ ਰਿਹਾ ਸੀ।

- "ਜਿਉਦੀਆਂ ਰੂਹਾਂ ਇਸ ਗੌਰਮਿੰਟ ਨੇ ਛੱਡੀਆਂ ਈ ਕਦੋਂ ਐਂ? ਰੂਹਾਂ ਤਾਂ ਸੜ ਭੁੱਜ ਗਈਆਂ ਸਲੀਮ ਦੇ ਅੱਬੂ।" ਰਜ਼ੀਆ ਕਾਫੀ ਦੇਰ ਦੀ ਤਪੀ ਬੈਠੀ ਸੀ।

- "ਕੀ ਖੱਟਣਗੇ ਪਾਕਸਤਾਨ ਤੇ ਹਿੰਦੋਸਤਾਨ 'ਚੋਂ? ਅੱਧੀ ਦੁਨੀਆਂ ਮਰਵਾ ਘੱਤੀ ਸੂ!"

- "ਤੂੰ ਨਹੀਂ ਸਮਝਦੀ ਸਿਆਸਤਾਂ ਭਾਈ ਕੁੜੀਏ-।"

- "ਖੂਹ ਖਾਤੇ ਪਏ ਇਹੋ ਜਿਹੀ ਸਿਆਸਤ ਚਾਚਾ।"

- "ਇਹਨਾਂ ਵੱਲੋਂ ਤਾਂ ਚਾਹੇ ਰਹਿੰਦੀ ਦੁਨੀਆਂ ਵੀ ਮਰ ਜਾਂਦੀ - ਇਹਨਾਂ ਨੂੰ ਕੋਈ ਫਿਕਰ ਫਾਕਾ ਨਹੀਂ ਸੀ।"

ਸੰਤੂ ਦੇ ਘਰਵਾਲੀ ਸੰਤੀ ਦਾ ਬਹੁਤਾ ਹੀ ਬੁਰਾ ਹਾਲ ਸੀ। ਉਹ ਵਾਰ-ਵਾਰ 'ਪਾਲਾ' ਆਖ ਕੇ ਅਵਾਜ਼ ਮਾਰਦੀ। ਹਰ ਕੌਰ ਉਸ ਦਾ ਦਿਲ ਧਰਾਉਂਦੀ। ਸੰਤੀ ਮੁਸਲਮਾਨਾਂ ਨੂੰ 'ਕੁੱਤੇ ਮੁਸਲੇ' ਆਖ ਕੇ ਗਾਲ੍ਹਾਂ ਕੱਢਣ ਲੱਗ ਪੈਂਦੀ। ਹਰ ਕੌਰ ਉਸ ਦੇ ਮੂੰਹ ਅੱਗੇ ਹੱਥ ਦਿੰਦੀ ਹੰਭ ਜਾਂਦੀ। ਕਦੇ ਉਹ ਹਰ ਕੌਰ ਦੇ ਹੱਥ ਤੇ ਦੰਦੀ ਵੱਢਦੀ ਅਤੇ ਕਦੇ ਵੈਣ ਪਾਉਣ ਲੱਗ ਜਾਂਦੀ। ਡਾਕੂ ਕਾਤਲਾਂ ਦੇ ਡਰੋਂ ਸਾਰੇ ਤਰਹਿ-ਤਰਹਿ ਜਾਂਦੇ। ਕਾਲਜੇ ਹੌਲ ਪੈਂਦੇ।

ਪਰ ਪਾਲੇ ਦਾ ਦੁੱਖ ਸੰਤੂ ਨੇ ਬੜੀ ਤਾਕਤ ਨਾਲ ਹਿੱਕ ਤੇ ਜਰਿਆ ਸੀ।

- "ਆਪਾਂ ਅੱਜ ਰਾਤ ਨੂੰ ਈ ਪਾਈਏ ਚਾਲੇ।"

- "ਹੋਰ ਜੋ ਹੋਊ ਦੇਖੀ ਜਾਊ।"

- "ਇਕ ਦਿਨ ਤਾਂ ਮਰਨਾ ਈ ਐਂ।"

- "ਫੇਰ ਅੰਦਰ ਕੋਹੜੀਆਂ ਮਾਂਗੂੰ ਬੈਠੇ ਕਿਉਂ ਮਰੀਏ?"

- "ਨਾਲੇ ਆਪਾਂ ਅਸਗਰ ਤੇ ਬੋਝ ਬਣੇ ਬੈਠੇ ਐਂ।" ਕਾਫੀ ਦੇਰ ਬਾਅਦ ਗੁਰਮੁਖ ਬੋਲਿਆ ਸੀ।

- "ਗੁਰਮੁਖ ਭਾਅ! ਬੋਝ ਬਾਝ ਮੇਰੇ 'ਤੇ ਤੁਸੀਂ ਕੋਈ ਨਹੀਂ - ਪਰ ਮੈਂ ਸਿਰਫ ਹਾਲਾਤਾਂ ਤੋਂ ਪਿਆ ਡਰਦਾ ਵਾਂ।" ਅਸਗਰ ਦਿਲੋਂ ਅਥਾਹ ਦੁਖੀ ਸੀ।

ਕਾਦਰ, ਬਸ਼ੀਰਾ ਅਤੇ ਰਜ਼ੀਆ ਬੈਠੇ ਮਿੱਟੀ ਖੁਰਲ ਰਹੇ ਸਨ।

ਸੰਤੀ ਪਤਾ ਨਹੀਂ ਕਦੋਂ ਸੌਂ ਗਈ ਸੀ।

ਹਰ ਕੌਰ ਉਸ ਦੇ ਸਿਰਹਾਣੇ ਬੈਠੀ ਸੀ।

ਭਿਆਨਕ, ਛੂਕਦੀ ਰਾਤ ਸਿਰ ਉਤੇ ਆ ਖੜ੍ਹੀ ਹੋਈ। ਸਾਰਿਆਂ ਨੇ ਆਪਣੇ ਆਪਣੇ ਗੱਡੇ ਜੋੜ ਲਏ। ਅੱਤਿ ਲੋੜੀਂਦਾ ਸਮਾਨ ਲੱਦ ਲਿਆ। ਇਕ ਗੱਡੇ ਵਿਚ ਪੱਟੀ ਵਿਛਾ ਕੇ ਸੰਤੀ ਦਾ ਬਿਸਤਰਾ ਲਾ ਦਿੱਤਾ।

ਸੰਤੀ ਨਿਢਾਲ ਪਈ ਸੀ।

ਸਮਾਨ ਲੱਦਦਿਆਂ ਕਿਸੇ ਨੇ ਇਕ ਦੂਜੇ ਨਾਲ ਕੋਈ ਗੱਲ ਨਹੀਂ ਕੀਤੀ ਸੀ। ਜਿਵੇਂ ਉਹ ਗੂੰਗੇ ਸਨ। ਜਿਵੇਂ ਉਹ ਬੋਲੇ ਹੋ ਚੁੱਕੇ ਸਨ। ਜਿਵੇਂ ਉਹਨਾ ਦੀਆਂ ਜੀਭਾਂ ਹੀ ਕੱਟੀਆਂ ਜਾ ਚੁੱਕੀਆਂ ਸਨ। ਜਿਵੇਂ ਉਹ ਬੋਲਣਾ ਹੀ ਭੁੱਲ ਗਏ ਸਨ। ਜਿਵੇਂ ਉਹ ਕਿਸੇ ਰੋਹੀ-ਬੀਆਬਾਨ ਦੇ 'ਬਣ-ਮਾਣਸ' ਸਨ।

ਰਜ਼ੀਆ ਦੀ ਪਕਾਈ ਹੋਈ ਰੋਟੀ ਉਹਨਾਂ ਨੇ ਲੋੜ ਅਨੁਸਾਰ ਖਾ ਲਈ। ਖੁੱਲ੍ਹੇ ਡੁੱਲ੍ਹੇ ਪਰੌਂਠੇ ਪਕਾ ਕੇ ਰਜ਼ੀਆ ਨੇ ਨਾਲ ਬੰਨ੍ਹ ਦਿੱਤੇ। ਅੰਬ ਦਾ ਅਚਾਰ, ਗੁੜ, ਗੰਢੇ ਵੱਖ ਪੋਣੇ ਵਿਚ ਲਪੇਟ ਦਿੱਤੇ।

- "ਚਲੋ ਬਈ - ਬੋਲੋ ਵਾਹਿਗੁਰੂ!" ਸੰਤੂ ਨੇ ਸਾਥੀਆਂ ਨੂੰ ਕਿਹਾ।

- "..........।' ਇਕ ਤਰ੍ਹਾਂ ਨਾਲ ਸਾਰਿਆਂ ਦੇ ਦਿਲ ਹਿੱਲ ਗਏ। ਧਰਤੀ-ਮਾਂ ਦਾ ਮੋਹ ਸਿਰ ਵਿਚ ਕੀਰਨੇ ਪਾਉਣ ਲੱਗਿਆ। ਸਾਰੇ ਰੋਣਹਾਕੇ ਹੋਏ ਖੜ੍ਹੇ ਸਨ।

- "ਚੱਲ ਸੰਤੀਏ - ਚੱਲੀਏ!" ਸੰਤੂ ਨੇ ਦਿਲ ਨੂੰ ਬੰਨ੍ਹ ਮਾਰਿਆ ਹੋਇਆ ਸੀ। ਉਸ ਨੇ ਕਰੜਾ ਜਿਹਾ ਹੋ ਕੇ ਕਿਹਾ।

_ "ਕਿੱਥੇ?" ਸੰਤੀ ਕਮਲਿਆਂ ਵਾਂਗ ਬੋਲੀ।

- "ਜਿੱਥੇ ਰੱਬ ਲੈ ਚੱਲੂ।"

- "ਤੇ ਪਾਲਾ ਤਾਂ ਐਥੇ ਈ ਰਹਿਜੂ।"

- "....।" ਸਾਰੇ ਚੁੱਪ ਵੱਟ ਗਏ।

- "ਪਾਲੇ ਦੇ ਬਾਪੂ - ਐਥੇ ਆਪਣੇ ਬਿਨਾਂ ਉਹਦੀ ਵਿਚਾਰੇ ਦੀ ਰੂਹ ਭੜਕਦੀ ਫਿਰੂ - ਮੈਂ ਨਹੀਂ ਕਿਤੇ ਜਾਣਾ।"

- "ਇਹ ਲੈਣ ਦੇਣ ਦੇ ਸਰਬੰਧ ਐ ਸੰਤੀਏ - ਜਿੱਥੇ ਰੱਬ ਨੇ ਚੋਗਾ ਲਿਖਿਐ - ਹਰ ਹਾਲਤ ਚੁਗਣਾਂ ਈ ਪੈਣੈ - ਚੱਲ ਉਠ ਕਮਲ ਨਾਂ ਮਾਰ - ਜਿੱਥੇ ਰੱਬ ਰੱਖੇ ਉਥੇ ਈ ਰਹਿਣਾਂ ਪੈਂਦੈ-।"

- "ਮੈਂ ਪਾਲੇ ਬਿਨਾਂ ਨਹੀਂ ਜਾਣਾ -।" ਸੰਤੀ ਨੇ ਇਕੋ ਹੀ ਨਬੇੜ ਦਿੱਤੀ।

ਸਾਰੇ ਨਿਹੱਥੇ ਜਿਹੇ ਹੋਏ ਖੜ੍ਹੇ ਸਨ।

- "ਤੂੰ ਤੁਰਪਾ ਬੇਬੇ ਮੇਰੀਏ! ਇਕ ਉਤੋਂ ਹਾਲਾਤਾਂ ਦੇ ਮਾਰੇ ਪਏ ਐਂ - ਦੂਜਾ ਤੂੰ ਵੰਝ ਤੇ ਚੜ੍ਹਾਇਆ ਵਿਐ।" ਸੰਤੂ ਖਿਝ ਕੇ ਪਿਆ।

- "ਵੇ ਤੂੰ ਮੈਨੂੰ ਇਕ ਵਾਰੀ ਮੂੰਹ ਦਿਖਾ ਜਾਹ ਵੇ ਮੇਰਿਆਂ ਪਾਲਿਆ ਸ਼ੇਰਾ ...!"

ਸੰਤੀ ਦਾ ਵੈਣ ਸਾਰਿਆਂ ਦੇ ਸੀਨਿਆਂ ਵਿਚ ਜੰਗਾਲਿਆਂ ਕਿੱਲ ਗੱਡ ਗਿਆ।

- "ਵੇ ਮੈਂ ਤੈਨੂੰ ਬਘਿਆੜਾਂ ਦੀ ਖਾਤਰ ਦੁੱਧ ਮੱਖਣਾਂ ਨਾਲ ਪਾਲਦੀ ਰਹੀ ਵੇ ਪੁੱਤਾ .....!"

- "......।"

- "ਵੇ ਤੇਰੀ ਮਾਂ ਦਾ ਦਿਲ ਸੜ ਕੇ ਹੋ ਗਿਆ ਕੋਲੇ ਵੇ ਪੁੱਤਾ ...!"

- "ਚੱਲ ਬਸ ਵੀ ਕਰ ਸੰਤੀਏ - ਰੱਬ-ਰੱਬ ਕਰੀਦਾ ਹੁੰਦੈ।" ਹਰ ਕੌਰ ਨੇ ਦਿਲਾਸਾ ਦਿੱਤਾ।

ਬਛੀਰਾਂ ਨੇ ਉਸ ਨੂੰ ਪਾਣੀ ਪਿਆਇਆ।

ਰਜ਼ੀਆ ਖੜ੍ਹੀ ਰੋਈ ਜਾ ਰਹੀ ਸੀ।

ਗੱਡੇ ਤੁਰਨ ਲੱਗੇ ਤਾਂ ਸੰਤੀ ਨੂੰ ਦੌਰਾ ਪੈ ਗਿਆ। ਸਾਰਿਆਂ ਦੇ ਭਾਅ ਦੀ ਬਣ ਗਈ। ਚਮਚੇ ਨਾਲ ਦੰਦਲ ਤੋੜੀ ਗਈ। ਮੂੰਹ 'ਤੇ ਠੰਡੇ ਪਾਣੀ ਦੇ ਛਿੱਟੇ ਮਾਰੇ ਗਏ।

ਸੰਤੀ ਕੁਝ ਕੁ ਸੁਰਤ ਫੜ ਗਈ।

- "ਸੰਤੀਏ ਪੈਂਡਾ ਲੰਮਾ ਐਂ - ਜੇ ਦਿਲ ਧਰੇਂਗੀ ਤਾਂ ਈ ਕਿਸੇ ਤਣ ਪੱਤਣ ਲੱਗਾਂਗੇ - ਗੁਰੂ ਦਾ ਆਸਰਾ ਲੈ ਕੇ ਦਿਲ ਕਰੜਾ ਕਰ -ਡਾਢੇ ਰੱਬ ਅੱਗੇ ਕੋਈ ਜੋਰ ਨਹੀਂ।" ਹਰ ਕੌਰ ਨੇ ਇਕ ਤਰ੍ਹਾਂ ਨਾਲ ਤਰਲਾ ਕੀਤਾ।

- "ਕਾਹਦੇ ਸਿਰ ਤੇ ਦਿਲ ਧਰਾਂ? ਰੱਬ ਨੇ ਇਕ ਈ ਚੀਚਲਾ ਦਿੱਤਾ ਸੀ - ਉਹ ਵੀ ਮੁਸਲਿਆਂ ਨੇ ਖਾ ਲਿਆ - ਵੇ ਮੁਸਲਿਓ ਥੋਡਾ ਕੱਖ ਨਾ ਰਹੇ ਵੇ ...!"

- "ਇਹ ਕੁੜੀ ਚੋਦ ਦੀ ਸਾਰਿਆਂ ਨੂੰ ਮਰਵਾਊ।" ਸੰਤੂ ਨੂੰ ਕਰੋਧ ਚੜ੍ਹ ਗਿਆ।

- "ਸਬਰ ਕਰ ਸੰਤੂ - ਮਾਵਾਂ ਦੇ ਦਿਲ ਹੁੰਦੇ ਈ ਪਤਲੇ ਐ।" ਥੰਮਣ ਨੇ ਬਿੱਜੜੇ ਦੇ ਆਲ੍ਹਣੇ ਵਰਗੀ ਦਾਹੜੀ ਵਿਚ ਰੰਦੇ ਵਰਗੀਆਂ ਉਂਗਲਾਂ ਦੀ ਕੰਘੀ ਕੀਤੀ। ਉਹ ਵਟੇਦਾਰ ਪੱਗ ਥੱਲੇ ਕੁੰਗੜਿਆ ਜਿਹਾ ਖੜ੍ਹਾ ਸੀ।

ਰਜ਼ੀਆ ਨੇ ਸਾਰਿਆਂ ਅੱਗੇ ਚਾਹ ਦਾ ਪਤੀਲਾ ਲਿਆ ਧਰਿਆ।

ਸਾਰਿਆਂ ਨੇ ਚਾਹ ਪੀ ਲਈ।

ਚਾਹ ਪੀਣ ਤੋਂ ਬਾਅਦ ਕਾਦਰ ਨੇ ਸਾਰਿਆਂ ਅੱਗੇ ਵੱਖ-ਵੱਖ ਤਰ੍ਹਾਂ ਦੇ ਹਥਿਆਰ ਲਿਆ ਸੁੱਟੇ। ਟਕੂਏ, ਗੰਡਾਸੇ, ਤਲਵਾਰਾਂ ਅਤੇ ਇਕ ਤਕੜਾ ਖੂੰਡਾ।

- "ਰਸਤੇ 'ਚ ਕੰਮ ਆਣਗੇ ਚਾਚਾ।"

- "ਇਹਨਾਂ ਨੂੰ ਧੁਰ ਬਾਡਰ ਤੱਕ ਛੱਡ ਕੇ ਆਣਾ ਜੇ - ਜੇ ਗੌਰਮਿੰਟ ਦੇ ਬੰਦਿਆਂ ਦਾ ਖ਼ੂਨ ਸਫੈਦ ਪਿਆ ਹੋ ਗਿਆ - ਪਰ ਅਸੀਂ ਤਾਂ ਉਹ ਹੀ ਹਾਂ।" ਰਜ਼ੀਆ ਨੇ ਇਕ ਪੁਰਾਣਾ ਪਿਸਤੌਲ ਅਸਗਰ ਹੱਥ ਥਮਾਉਂਦਿਆਂ ਹਦਾਇਤ ਕੀਤੀ।

- "ਰਜ਼ੀਆ ਫਿਕਰ ਕਾਹਦਾ ਪਈ ਕਰਦੀ ਏਂ - ਧੁਰ ਬਾਡਰ ਪਾਰ ਕਰਵਾ ਕੇ ਆਵਾਂਗੇ।"

ਸਾਰਿਆਂ ਨੇ ਬਛੀਰਾਂ ਅਤੇ ਰਜ਼ੀਆ ਨੂੰ ਪਿਆਰ ਦਿੱਤਾ। ਸਿਰਾਂ 'ਤੇ ਹੱਥ ਰੱਖਿਆ।

ਗੱਡੇ ਤੁਰ ਪਏ।

ਸਾਰੇ ਧਾਹੀਂ ਰੋਏ ਸਨ।

- "ਚਾਚਾ ਜੇ ਹਾਲਾਤ ਸੁਧਰ ਗਏ - ਮੁੜ ਆਇਓ - ਸਾਨੂੰ ਭੁਲਾ ਨਾ ਜੇ ਦੇਣਾ।" ਰੋਂਦੀ ਰਜ਼ੀਆ ਨੇ ਸਾਰਿਆਂ ਨੂੰ ਭਾਵੁਕ ਨਸੀਹਤ ਕੀਤੀ ਸੀ।

- "ਸਾਡਾ ਕਿਹੜਾ ਕੁੜੀਏ ਦਿਲ ਲੱਗਣੈ ਥੋਡੇ ਬਿਨਾਂ? ਪਰ ਹਾਲਾਤ ਸਾਨੂੰ ਸੁਧਰਦੇ ਲੱਗਦੇ ਨਹੀਂ।"

- "ਅੱਲਾ ਦੇ ਘਰ ਦਾ ਕੀ ਪਤਾ ਈ ਚਾਚਾ? ਗੌਰਮਿੰਟ ਦੇ ਸੂਰ ਬੰਦੇ ਰੱਬ ਤਾਂ ਨ੍ਹੀਂ।"

- "ਰਜ਼ੀਆ - ਹੁਣ ਤੁਸੀਂ ਮੁੜੋ।" ਨਾਲ ਤੁਰੀ ਆ ਰਹੀ ਰਜ਼ੀਆ ਅਤੇ ਬਛੀਰਾਂ ਨੂੰ ਕਾਦਰ ਨੇ ਕਿਹਾ।

ਕੁਝ ਪਲ ਲਈ ਗੱਡੇ ਰੁਕ ਗਏ ਅਤੇ ਸਾਰਿਆਂ ਨੇ ਰੋ ਕੇ ਆਪਣਾ ਗੁੱਭ-ਗੁਬਾਹਟ ਕੱਢ ਲਿਆ।

ਰਜ਼ੀਆ ਅਤੇ ਬਛੀਰਾਂ ਰੋਂਦੀਆਂ ਮੁੜ ਗਈਆਂ।

ਸਾਰੀ ਰਾਤ ਗੱਡੇ ਤੁਰਦੇ ਰਹੇ।

ਸੁੱਖ ਸ਼ਾਂਤੀ ਰਹੀ ਸੀ।

ਕਾਦਰ ਅਤੇ ਅਸਗਰ ਹਥਿਆਰਾਂ ਸਮੇਤ ਗੱਡਿਆਂ ਦੇ ਅੱਗੜ - ਪਿੱਛੜ ਹੀ ਰਹੇ ਸਨ। ਸਾਰੇ ਸਾਹ ਘੁੱਟੀ ਤੁਰੇ ਆਏ ਸਨ। ਪਰ ਸੰਤੀ ਦਾ ਹੂੰਗਾ ਬੰਦ ਨਹੀਂ ਹੋਇਆ ਸੀ। ਹਰ ਕੌਰ ਕਈ ਵਾਰ ਸੌਂ-ਸੌਂ ਕੇ ਜਾਗਦੀ ਰਹੀ ਸੀ। ਉਸ ਨੂੰ ਅਜ਼ੀਬ ਜਿਹੀ ਕਿਸਮ ਦੀ ਅੱਚਵੀ ਲੱਗੀ ਹੋਈ ਸੀ।

ਪਹੁ ਫ਼ਟਦੀ ਨਾਲ ਹੀ ਉਹਨਾਂ ਤੇ ਇਕ ਪਾਸਿਓ ਹੱਲਾ ਹੋ ਗਿਆ।

ਅੱਗੋਂ ਸੰਤੂ ਹੋਰੀਂ ਵੀ ਕਰੜੇ ਹੋ ਗਏ। ਹਥਿਆਰ ਉਹਨਾ ਦੇ ਹੱਥਾਂ ਵਿਚ ਹੈ ਹੀ ਸਨ।

ਦਸ ਪੰਦਰਾਂ ਮਿੰਟ ਟਾਕਰਾ ਹੁੰਦਾ ਰਿਹਾ।

ਇਸ ਹੱਲੇ ਵਿਚ ਗੁਰਮੁਖ ਦੀ ਬਾਂਹ 'ਤੇ ਫ਼ੱਟ ਹੋ ਗਿਆ। ਤਿੱਖਾ ਨੇਜ਼ਾ ਉਸ ਦਾ ਡੌਲਾ ਚੀਰ ਕੇ ਲੈ ਗਿਆ ਸੀ। ਗੱਲ ਹੱਥੋਂ ਜਾਂਦੀ ਦੇਖ ਕੇ ਅਸਗਰ ਨੇ ਪਿਸਤੌਲ ਦਾ ਇਕ ਫ਼ਾਇਰ ਕਰ ਦਿੱਤਾ। ਹੱਥ ਲੰਮੀ ਲਾਟ ਨਿਕਲੀ ਤਾਂ ਲੁਟੇਰਾ ਧੜ੍ਹੇ ਨੂੰ ਭਾਜੜਾਂ ਪੈ ਗਈਆਂ। ਧੜ੍ਹੇ ਦੇ ਮੁਖੀ ਦੇ ਕਈ ਰੈਣੇ ਵੱਜ ਗਏ ਸਨ। ਉਹ ਜਿੱਧਰ ਨੂੰ ਮੂੰਹ ਹੋਇਆ, ਦੌੜ ਤੁਰੇ। ਉਹ ਦੂਸਰੀ ਗੋਲੀ ਦੇ ਡਰੋਂ ਸਿਰ ਤੇ ਪੈਰ ਰੱਖ ਕੇ ਭੱਜੇ ਸਨ।

- "ਬਚ ਗਿਆ?" ਹਜ਼ੂਰ ਸਿੰਘ ਨੇ ਗੁਰਮੁਖ ਦਾ ਡੌਲਾ ਆ ਫੜਿਆ ਅਤੇ ਪੱਗ ਪਾੜ ਕੇ, ਘੁੱਟ ਕੇ ਬੰਨ੍ਹ ਦਿੱਤਾ।

ਪਰ ਖ਼ੂਨ ਅਜੇ ਵੀ ਸਿੰਮ ਰਿਹਾ ਸੀ।

- "ਨਹੀਂ ਮੈਂ ਠੀਕ ਐਂ ਤਾਇਆ।" ਗੁਰਮੁਖ ਨੇ ਦਰਦ ਜਾੜ੍ਹ ਹੇਠ ਦੱਬਿਆ ਹੋਇਆ ਸੀ।

- "ਗੁਰਮਖਾ - ਇਕ ਗੱਲ ਮੰਨ।" ਕਾਦਰ ਨੇ ਕਿਹਾ।

- "ਬੋਲ...?"

- "ਇਕ ਪਾਸੇ ਅੜਤਲੇ 'ਚ ਆ ਜਾਹ - ਮੈਂ ਇਹਦੇ ਤੇ ਪਿਸ਼ਾਬ ਕਰਦੈਂ।"

- "ਕੋਈ ਡਰ ਨਹੀਂ - ਪਿਸ਼ਾਬ ਨਾਲ ਜਖਮ ਪੱਕਣ ਦਾ ਡਰ ਨਹੀਂ ਰਹਿੰਦਾ।"

- "ਪਿਸ਼ਾਬ ਤਾਂ ਭੈੜ੍ਹਿਆ ਫੱਟ ਲਈ ਇਕ ਦਾਰੂ ਐ।"

- "ਚੱਲ - ਚੱਲ - ਸੰਗ ਨਾ।"

ਉਹ ਇਕ ਪਾਸੇ ਅੜਤਲੇ ਜਿਹੇ ਵਿਚ ਹੋ ਗਏ। ਪਿਸ਼ਾਬ ਦੀ ਧਾਰ ਜ਼ਖਮ ਤੇ ਸਪਿਰਟ ਵਾਂਗ ਲੱਗੀ, ਮੱਚੀ ਤੇ ਗੁਰਮੁਖ ਦੀ ਨਾਲ ਦੀ ਨਾਲ "ਹਾਏ" ਨਿਕਲੀ।

- "ਵਖਤਾਂ ਦੇ ਮਾਰੇ ਐਂ ਗੁਰਮਖਾ - ਨਹੀਂ ਤਾਂ ਚਿੜੀ ਚੂਕਦੀ ਨਹੀਂ ਸੁਣਦੀ ਸੀ- ਕੀ ਕਰੀਏ? ਅੱਲਾ ਤਾਲਾ ਦੀ ਨਜ਼ਰ 'ਚ ਜੋ ਹੁੰਦੈ ਠੀਕ ਹੁੰਦੈ -ਉਸ ਦੀ ਰਜ਼ਾ 'ਚ ਰਾਜ਼ੀ ਰਹਿਣਾ ਪੈਂਦੈ।"

ਸੂਰਜ ਦੀ ਪਹਿਲੀ ਕਿਰਨ ਨਾਲ ਹੀ ਉਹਨਾਂ ਨੇ ਨਾਲ ਲਿਆਂਦੇ ਪਰੌਂਠੇ ਖਾ ਕੇ ਭੁੱਖੇ ਕਾਲਜੇ ਧਾਫੜੇ।

ਵਗਦੇ ਸੂਏ ਤੋਂ ਚੂਲੀਆਂ ਨਾਲ ਪਾਣੀ ਪੀਤਾ। ਬਲਦੇ ਢਿੱਡ ਕੁਝ ਕੁ ਠਰ ਗਏ। ਧਰਵਾਸ ਜਿਹਾ ਆ ਗਿਆ।

- "ਚਾਚਾ- ਮੈਂ ਤੇ ਕਾਦਰ ਪਹਿਰੇ ਤੇ ਖੜ੍ਹਦੇ ਐਂ - ਤੁਸੀਂ ਦੁਪਿਹਰ ਤੱਕ ਦਮ ਮਾਰ ਲਵੋ - ਨਾਲੇ ਪਸ਼ੂ ਅਰਾਮ ਕਰ ਲੈਣਗੇ।" ਅਸਗਰ ਨੇ ਕਿਹਾ।

"ਇਹਨਾਂ ਨੂੰ ਪਹਿਲਾਂ ਪਾਣੀ ਤਾਂ ਪਿਆ ਲਈਏ - ਕੀ ਹੋ ਗਿਆ ਬੇਜ਼ਬਾਨ ਬੋਲ ਨਹੀਂ ਸਕਦੇ ਤਾਂ।"

ਸਾਰਿਆਂ ਨੇ ਆਪੋ - ਆਪਣੇ ਬਲਦਾਂ ਨੂੰ ਪਾਣੀ ਪਿਆ ਦਿੱਤਾ। ਗੁਜ਼ਾਰੇ ਜੋਕਰਾ ਘਾਹ ਵੱਢ ਕੇ ਮੂਹਰੇ ਸੁੱਟ ਦਿੱਤਾ।

ਸੂਏ ਦੇ ਕਿਨਾਰੇ ਬੋਹੜ ਹੇਠਾਂ ਹੀ ਉਹਨਾਂ ਨੇ ਬੋਰੀਆਂ ਵਿਛਾ ਲਈਆਂ ਅਤੇ ਸਾਰੀ ਰਾਤ ਦੇ ਭੰਨੇ ਲੰਮੀਆਂ ਤਾਣ ਕੇ ਸੌਂ ਗਏ।

ਉਹਨਾਂ ਵਾਂਗ ਹੀ ਉਜੜੇ ਲੋਕ ਬੋਹੜ ਕੋਲ ਆ ਕੇ ਰੁਕਦੇ ਗਏ।

ਦੁਪਹਿਰ ਹੋਣ ਤੱਕ ਬੋਹੜ ਥੱਲੇ ਇਕ ਕਾਫ਼ਲਾ ਬਣ ਗਿਆ। ਇਕੋ ਹੀ ਮੰਜ਼ਿਲ ਦੇ ਰਾਹੀ ਹੋਣ ਕਰਕੇ ਉਹਨਾਂ ਦੇ ਕਿਰੇ ਹੌਂਸਲੇ ਉਡਾਰ ਹੋਣ ਲੱਗ ਪਏ। ਉਹ ਹੁਣ ਕਿਸੇ ਹੱਦ ਤੱਕ ਆਪਣੇ ਆਪ ਨੂੰ ਨਿਰਭੈ ਮਹਿਸੂਸ ਕਰਨ ਲੱਗ ਪਏ ਸਨ। ਹੁਣ ਕਾਫ਼ਲੇ ਨੂੰ ਕਿਸੇ ਪੱਖੋਂ ਕੋਈ ਬਹੁਤਾ ਡਰ ਨਹੀਂ ਰਹਿ ਗਿਆ ਸੀ।

ਸਾਰੇ ਤਰ੍ਹਾਂ-ਤਰ੍ਹਾਂ ਦੇ ਦੁੱਖ ਰੋ ਰਹੇ ਸਨ।

ਹਿੰਦ-ਪਾਕਿ ਗੌਰਮਿੰਟ ਨੂੰ ਬੁਰਾ ਭਲਾ ਆਖ ਰਹੇ ਸਨ।

ਕਿਸੇ ਦਾ ਪੁੱਤ ਮਾਰਿਆ ਗਿਆ ਸੀ। ਕਿਸੇ ਦਾ ਬਾਪ ਇਸ ਵੰਡ ਦੀ ਬਲੀ ਚੜ੍ਹ ਗਿਆ ਸੀ। ਕਿਸੇ ਦੀ ਧੀ ਉਧਾਲ ਲਈ ਗਈ ਸੀ। ਇੱਥੋਂ ਤੱਕ ਕਿ ਮਾਪਿਆਂ ਨੇ ਖ਼ੁਦ ਆਪਣੀਆਂ ਲਾਡਾਂ-ਚਾਅਵਾਂ ਨਾਲ ਪਾਲੀਆਂ ਪੋਸੀਆਂ ਧੀਆਂ ਨੂੰ ਖੂਹਾਂ ਵਿਚ ਧੱਕੇ ਦੇ ਦਿੱਤੇ ਸਨ। ਇੱਜ਼ਤ ਦਾ ਸਾਨੀ ਕੋਈ ਨਹੀਂ ਸੀ। ਗੌਰਮਿੰਟ ਦੀ ਚੌਧਰ ਅਤੇ ਹਾਉਮੈਂ ਕਾਰਨ ਕਿੱਡੇ-ਕਿੱਡੇ ਕਹਿਰ ਵਾਪਰ ਗਏ ਸਨ। ਹਿੰਦੋਸਤਾਨ ਅਤੇ ਪਾਕਿਸਤਾਨ ਦੇ ਲੋਕ ਦੋਵੇਂ ਹੀ ਉਜੜ ਗਏ ਸਨ।

ਅਗਲੀ ਸ਼ਾਮ ਕਾਫ਼ਲਾ ਵਾਹਘਾ ਬਾਰਡਰ ਤੇ ਪੁੱਜ ਗਿਆ। ਸੰਤੂ ਹੋਰੀਂ ਦੁਚਿੱਤੀ ਜਿਹੀ ਵਿਚ ਖੜੇ ਸਨ।

ਪਿਛਲੇ ਦਿਨ ਇਸ ਬਾਰਡਰ ਤੇ ਕਈ ਖਤਰਨਾਕ ਝੜਪਾਂ ਹੋ ਚੁੱਕੀਆਂ ਸਨ।

ਹਿੰਦੋਸਤਾਨ ਤੋਂ ਕਾਫ਼ਲੇ ਪਾਕਿਸਤਾਨ ਨੂੰ ਆ ਰਹੇ ਸਨ ਅਤੇ ਪਾਕਿਸਤਾਨ ਤੋਂ ਹਿੰਦੋਸਤਾਨ ਨੂੰ ਜਾ ਰਹੇ ਸਨ। ਅਜੀਬ ਜਿਹੀ ਸਥਿਤੀ ਸੀ। ਓਪਰਾ-ਓਪਰਾ ਜਿਹਾ ਮਾਹੌਲ ਸੀ। ਤਰਸਯੋਗ ਉਧੇੜਬੁਣ ਸੀ। ਰਸਤਿਆਂ ਵਿਚ ਕਈ ਹਿਰਦੇਵੇਧਕ ਘਟਨਾਵਾਂ ਵਾਪਰ ਰਹੀਆਂ ਸਨ।

- "ਚੰਗਾ ਚਾਚਾ - ਹੁਣ ਸਾਨੂੰ ਇਜ਼ਾਜ਼ਤ ਦਿਓ।" ਅਸਗਰ ਨੇ ਕਿਹਾ।

- "ਚੰਗਾ ਅਸਗਰ - ਥੋਡਾ ਕੀਤਾ ਤਾਂ ਅਸੀਂ ਸਾਰੀ ਜ਼ਿੰਦਗੀ ਨਹੀਂ ਭੁਲਾ ਸਕਦੇ।"

- "ਕੀ ਗੱਲਾਂ ਪਿਆ ਕਰਦਾ ਏਂ ਚਾਚਾ?" ਸੰਤੂ ਗਲ ਲੱਗ ਕੇ ਅਸਗਰ ਨੇ ਧਾਹ ਮਾਰੀ।

ਮਾਹੌਲ ਬੜਾ ਹੀ ਸੋਗਮਈ ਸੀ।

- "ਜਦੋਂ ਟਿਕਾਣਾ ਬਣ ਗਿਆ ਚਾਚਾ -ਚਿੱਠੀ ਪੱਤਰ ਜਰੂਰ ਪਾ ਦਿਆ ਕਰਿਓ।" ਕਾਦਰ ਬੋਲਿਆ।

- "ਇਹ ਕੋਈ ਕਹਿਣ ਵਾਲੀ ਗੱਲ ਐ।"

- "ਤੁਸੀਂ ਹੁਣ ਤੁਰੋ - ਕੁਵੇਲਾ ਨਾ ਕਰੋ।" ਥੰਮਣ ਬੋਲਿਆ।

- "ਤੂੰ ਗੁਰਮਖਾ ਕੈਂਪ ਵਿਚ ਜਾ ਕੇ ਮੱਲ੍ਹਮ ਪੱਟੀ ਕਰਵਾ ਲਈਂ - ਲੋਹੇ ਦੀ ਸੱਟ ਐ - ਵਿਗੜ ਜਾਊਗੀ।" ਤੁਰਦੇ ਅਸਗਰ ਨੇ ਗੁਰਮਖ ਨੂੰ ਕਿਹਾ।

- "ਕਰਵਾ ਲਊਂਗਾ।"

- "ਸੰਤੀ ਚਾਚੀ ਦਾ ਖਿਆਲ ਰੱਖੀਂ।"

- "ਚੰਗਾ ...।"

ਭਰੇ - ਭਰੇ ਮਨ ਲੈ ਕੇ ਕਾਦਰ ਅਤੇ ਅਸਗਰ ਵਾਪਿਸ ਮੁੜ ਪਏ। ਦਿਨ ਰਾਤ ਨਾਲ ਰਹਿਣ ਵਾਲੇ ਸੱਜਣ ਸ਼ਾਇਦ ਹਮੇਸ਼ਾ ਲਈ ਹੀ ਤੁਰ ਗਏ ਸਨ। ਰਾਮ ਰੌਲੇ ਵਾਲਾ ਦੈਂਤ ਸਾਰੇ ਜ਼ਜਬਾਤ ਨਿਗਲ ਗਿਆ ਸੀ। ਸਮੇਂ ਦੇ ਹੁਕਮਰਾਨਾਂ ਨੇ ਆਪਣੀ - ਆਪਣੀ ਹਿੰਡ ਪੁਗਾ ਲਈ ਸੀ। ਪਰ ਲੋਕਾਂ ਨੇ ਰੱਬ ਦਾ ਭਾਣਾ ਮੰਨ ਕੇ ਜਿਗਰ ਤੇ ਪੱਥਰ ਰੱਖ ਲਿਆ ਸੀ।

3

ਸਾਰੀ ਰਾਤ ਅਤੇ ਅੱਧੇ ਦਿਨ ਦਾ ਸਫਰ ਤੈਅ ਕਰਕੇ ਉਹ ਫਿਰੋਜ਼ਪੁਰ ਕੈਂਪ ਵਿਚ ਆ ਗਏ। ਕੈਂਪ ਵਿਚ ਵੀ ਇਕ ਤਰ੍ਹਾਂ ਦੀ ਹਾਹਾਕਾਰ ਮੱਚੀ ਹੋਈ ਸੀ। ਲੋਕ ਭਾਂਤ-ਭਾਂਤ ਦੇ ਦੁਖੜੇ ਦਿਲਾਂ ਵਿਚ ਦੱਬੀ ਤੁਰੇ ਫਿਰਦੇ ਸਨ। ਅਜੀਬ ਆਪੋ ਧਾਪੀ ਸੀ। ਬੰਦੇ ਨਹੀਂ ਜਿਵੇਂ ਕੋਈ ਮੜ੍ਹੀਆਂ ਫਿਰਦੀਆਂ ਸਨ।

ਕੈਂਪ ਦੇ ਇਕ ਪਾਸੇ ਉਜਾੜ ਜਿਹੇ ਦੇ ਵਿਚ ਉਹਨਾਂ ਦੇ ਆਪਣੇ ਗੱਡੇ ਆ ਲਾਏ। ਬਲਦਾਂ ਨੇ ਸੁਖ ਦਾ ਸਾਹ ਲਿਆ। ਥਕੇਵੇਂ ਨਾਲ ਸਾਰੇ ਹੀ ਚੂਰ ਸਨ। ਭੁੱਖ ਤੇਹ ਦੇ ਸਤਾਏ ਲੋਕ ਉਵੇਂ ਹੀ ਪੈ ਗਏ।

ਸਾਰਾ ਕੈਂਪ ਹੀ ਸੌਂ ਗਿਆ ਸੀ।

ਅੱਧੀ ਕੁ ਰਾਤੋਂ ਕਿਸੇ ਦੀਆਂ ਚੀਕਾਂ ਨੇ ਸਾਰਾ ਕੈਂਪ ਜਗਾ ਧਰਿਆ। ਸਾਰੇ ਉਭੜਬਾਹੇ ਜਿਹੇ ਉਠ ਬੈਠੇ। ਘੋਰ ਨੀਂਦ ਨਾਲ ਉਹ ਊਧ-ਮਧੂਣੇ ਜਿਹੇ ਹੋਏ ਪਏ ਸਨ।

ਦੱਬੀਆਂ ਚੀਕਾਂ ਫਿਰ ਇਕ ਦਮ ਉਚੀਆਂ ਉਠੀਆਂ। ਚੀਕਾਂ ਕਿਸੇ ਜੁਆਨ ਕੁੜੀ ਦੀਆਂ ਸਨ।

ਸਾਰੇ ਵਾਹੋਦਾਹੀ ਉਧਰ ਨੂੰ ਭੱਜ ਪਏ।

ਲਾਲਟੈਣਾਂ ਜਗ ਪਈਆਂ ਸਨ।

ਜਦ ਸੰਤੂ ਹੁਰੀਂ ਭੱਜ ਕੇ ਗਏ ਤਾਂ ਇਕ ਨੌਜਵਾਨ ਕੁੜੀ ਗੱਡੇ ਨਾਲ ਰੱਸੇ ਪਾ ਕੇ ਬੰਨ੍ਹੀ ਹੋਈ ਸੀ। ਕੋਲ ਉਸ ਦੀ ਮਾਂ ਅਤੇ ਬਾਪ ਨੀਵੀਂ ਪਾਈ ਬੈਠੇ ਸਨ। ਕੁੜੀ ਓਪਰਾ-ਓਪਰਾ ਝਾਕ ਰਹੀ ਸੀ।

- "ਮਾਈ, ਕੀ ਅਚਾ ਐ ਕੁੜੀ ਨੂੰ?" ਥੰਮਣ ਨੇ ਪੁੱਛਿਆ।

- "...।" ਮਾਈ ਅੱਖਾਂ ਧਰਤੀ ਤੇ ਗੱਡੀ ਬੈਠੀ ਸੀ।

- "ਮਾਈ ਕੁੜੀ ਬੰਨ੍ਹੀ ਕਿਉਂ ਐਂ?" ਹਜ਼ੂਰ ਸਿੰਘ ਨੇ ਕਰੜਾ ਹੋ ਕੇ ਪੁੱਛਿਆ।

- "......।" ਬਾਪੂ ਵੀ ਪੱਥਰ ਹੋਇਆ ਬੈਠਾ ਸੀ। ਬਿਲਕੁਲ ਠੰਢਾ ਠਾਰ। ਸਿਲ-ਪੱਥਰ।

- "ਲੇਕਿਨ ਜਵਾਬ ਕਿਉਂ ਨਹੀਂ ਦੇ ਰਹੀ?" ਹਜ਼ੂਰ ਸਿੰਘ ਵਿਤੋਂ ਬਾਹਰ ਹੋ ਗਿਆ ਤਾਂ ਮਾਈ ਦਾ ਬੰਨ੍ਹ ਮਾਰਿਆ ਗੁੱਸਾ ਬਾਰੂਦ ਬਣ ਗਿਆ।

- "ਇਹ ਸੁੱਲਿਆਂ ਨੇ ਉਜਾੜਤੀ - ਬੇੜੀ ਬਹਿ ਗਈ ਮੁਸਲਿਆਂ ਦੀ - ਗਿਆਰਾਂ ਜਾਣਿਆਂ ਨੇ ਇਹਦੀ ਇੱਜ਼ਤ ਨਾਲ ਖੇਹ ਖਾਧੀ - ਇਹਦਾ ਡਮਾਕ ਹਿੱਲ ਗਿਆ - ਤਾਂ ਬੰਨ੍ਹੀ ਐਂ ਇਹੇ - ਜਦੋਂ ਖੋਲ੍ਹਦੇ ਐਂ - ਖੂਹ 'ਚ ਛਾਲ ਮਾਰਨ ਜਾਂਦੀ ਐ - ਬੰਨ੍ਹਦੇ ਐਂ ਤਾਂ ਹਾਲ ਦੁਹਾਈ ਕਰਦੀ ਐ - ਕਰ ਸਕਦੈਂ ਕੋਈ ਇਲਾਜ ...? ਕਰ ਸਕਦੈਂ ਕੋਈ ਇਲਾਜ ਇਹਦਾ...!!" ਬੁੜ੍ਹੀ ਹਜ਼ੂਰ ਸਿੰਘ ਨੂੰ ਬਿਫ਼ਰ ਬਿਫ਼ਰ ਕੇ ਪੈ ਰਹੀ ਸੀ।

ਹਜ਼ੂਰ ਸਿੰਘ ਸਮੇਤ ਸਾਰਾ ਹਜੂਮ ਹੀ ਸੀਤ ਹੋ ਗਿਆ। ਸਾਰੇ ਠੱਗੇ ਠੱਗੇ ਜਿਹੇ ਖੜ੍ਹੇ ਸਨ।

- "ਚੋਰ ਦੀ ਮਾਂ ਕੋਠੀ 'ਚ ਮੂੰਹ - ਕਰੀਏ ਤਾਂ ਕੀ ਕਰੀਏ? ਹਾਏ ਵੇ ਰੱਬਾ ...!" ਅਤੀ ਅੰਤ ਦੁਖੀ ਮਾਈ ਰੋਣ ਲੱਗ ਪਈ।

ਲਾਲਟੈਣ ਲੈ ਕੇ ਹਜ਼ੂਰ ਸਿੰਘ ਨੇ ਕੁੜੀ ਨੂੰ ਬੜਾ ਨੇੜੇ ਹੋ ਕੇ ਤੱਕਿਆ ਤਾਂ ਉਸ ਦਾ ਤਰਾਹ ਨਿਕਲ ਗਿਆ। ਸਤਾਰਾਂ-ਅਠਾਰਾਂ ਸਾਲਾਂ ਦੀ ਮਾਲੂਕ ਕੁੜੀ ਦੰਦੀਆਂ ਨਾਲ ਖਾਧੀ ਪਈ ਸੀ। ਜਿਵੇਂ ਬਘਿਆੜਾਂ ਨੇ ਪੌਂਚਿਆਂ ਨਾਲ ਨੋਚੀ ਹੋਈ ਹੋਵੇ।

ਕੁੜੀ ਦਾ ਵਾਕਿਆ ਹੀ ਦਿਮਾਗ ਹਿੱਲ ਗਿਆ ਸੀ। ਉਹ ਹਜ਼ੂਰ ਸਿੰਘ ਨੂੰ ਨੇੜੇ ਦੇਖ ਲੇਲ੍ਹੜੀਆਂ ਕੱਢਣ ਲੱਗ ਪਈ:

- "ਤਾਇਆ - ਮੈਨੂੰ ਬਚਾ ਲੈ - ਮੈਂ ਤੇਰੀਆਂ ਰੋਟੀਆਂ ਲਾਹਿਆ ਕਰੂੰ - ਗੋਹਾ ਕੂੜਾ ਕਰਿਆ ਕਰੂੰ -ਤੇਰੀਆਂ ਲੱਤਾਂ ਘੁੱਟਿਆ ਕਰੂੰ - ਪਰ ਤਾਇਆ ਬਣ ਕੇ ਮੈਨੂੰ ਬਚਾ ਲੈ - ਆਹ ਦੇਖ ਲੈ ਇਹਨਾਂ ਨੇ ਮੇਰਾ ਕੀ ਹਾਲ ਕਰਿਐ -।" ਕੁੜੀ ਨੇ ਸਾਰਿਆਂ ਦੇ ਸਾਹਮਣੇ ਖਾਧੀਆਂ ਛਾਤੀਆਂ ਨੰਗੀਆਂ ਕਰ ਦਿੱਤੀਆਂ। ਹਜ਼ੂਰ ਸਿੰਘ ਨੇ ਲਾਲਟੈਣ ਪਾਸੇ ਕਰ ਲਈ। ਉਹ ਹੱਦੋਂ ਵੱਧ ਪਸੀਜਿਆ ਗਿਆ ਸੀ।

ਜਿਵੇਂ ਉਸ ਦੀ ਰੂਹ ਕੋਹਲੂ ਵਿਚ ਪੀੜੀ ਗਈ ਸੀ। ਉਠ ਕੇ ਕੁੜੀ ਦੀ ਮਾਂ ਨੇ ਕੁੜੀ ਦੀਆਂ ਤਮਾਮ ਨੰਗੀਆਂ ਛਾਤੀਆਂ ਢਕ ਦਿੱਤੀਆਂ। ਬਾਪੂ ਦਾ ਦਿਲ ਦੋਫਾੜ ਹੋਇਆ ਪਿਆ ਸੀ। ਗਿਆਰਾਂ ਬੰਦਿਆਂ ਅੱਗੇ ਇਕੱਲਾ ਉਹ ਕੁਝ ਕਰ ਨਹੀਂ ਸਕਿਆ ਸੀ।

- "ਕਿਹੜੇ ਪਿੰਡੋਂ ਆਏ ਓ?" ਹਜੂਰ ਸਿੰਘ ਨੇ ਉਸ ਨੂੰ ਪੁੱਛਿਆ।

- "ਬਾਹੌਲਪੁਰ ਤੋਂ।"

ਹਜੂਰ ਸਿੰਘ ਚੁੱਪ ਹੋ ਗਿਆ।

ਕੋਈ ਹੋਰ ਗੱਲ ਕਰਕੇ ਉਹ, ਉਹਨਾਂ ਦੇ ਖੁੱਲ੍ਹੇ ਫੱਟਾਂ 'ਤੇ ਮਿਰਚਾਂ ਨਹੀਂ ਛਿੜਕਣੀਆਂ ਚਾਹੁੰਦਾ ਸੀ।

- "ਤਕੜਾ ਹੋ ਸੱਜਣਾਂ - ਦਿਲ ਸਿੱਟਿਆਂ ਕੁਛ ਨਹੀਂ ਬਣਨਾ - ਕੱਲ੍ਹ ਨੂੰ ਆਪਾਂ ਕੁੜੀ ਨੂੰ ਕੈਂਪ ਵਾਲੇ ਡਾਕਟਰ ਕੋਲੇ ਲੈ ਕੇ ਚੱਲਾਂਗੇ।"

- "....।" ਉਹ ਚੁੱਪ ਸੀ।

- "ਕੱਲਾ ਈ ਐਂ?"

- "ਹਾਂ...।"

- "ਪ੍ਰੀਵਾਰ ਦਾ ਹੋਰ ਕੋਈ ਬੰਦਾ ਬੁੜ੍ਹੀ?"

- "ਦੋ ਮੁੰਡੇ ਸੀ ਵੱਡੇ - ਉਹ ਮੁਸਲਮਾਨਾਂ ਨੇ ਵੱਢ ਧਰੇ - ਆਹ ਛੋਟੀ ਕੁੜੀ ਸੀ - ਇਹਦੀ ਹਾਲਤ ਤੁਸੀਂ ਦੇਖੀ ਈ ਜਾਨੇ ਐਂ - ਇਕ ਭਰਾ ਸੀ ਛੋਟਾ - ਉਹਦੇ ਪ੍ਰੀਵਾਰ ਦੀ ਵੀ ਉਘ ਸੁੱਘ ਨਹੀਂ - ਪਤਾ ਨਹੀਂ ਜਿਉਂਦਾ ਕੋਈ ਬਚਿਐ - ਪਤਾ ਨੀ ...।" ਉਸ ਨੇ ਫਿਰ ਗੋਡਿਆਂ ਵਿਚ ਸਿਰ ਸੁੱਟ ਲਿਆ।

- "ਰੰਗ ਐ ਬੇਲੀਆ ਕਰਤਾਰ ਦੇ।" ਹਜੂਰ ਸਿੰਘ ਵੱਲ ਮੂੰਹ ਕਰਕੇ ਥੰਮਣ ਬੋਲਿਆ।

ਬੱਕੜਵਾਹ ਕਰ ਕੇ ਨਿਢਾਲ ਹੋਈ ਕੁੜੀ ਸੌਂ ਗਈ ਸੀ। ਮਾਂ ਨੇ ਖੇਸ ਉਸ ਉਪਰ ਸੁੱਟ ਦਿੱਤਾ।

ਸਾਰੇ ਦੁਖੀ ਜਿਹੇ ਹੋਏ ਫਿਰ ਸੌਣ ਚਲੇ ਗਏ।

ਸਵੇਰੇ ਕਿਸੇ ਦੇ ਚੀਕ ਚਿਹਾੜੇ ਨੇ ਸਾਰਿਆਂ ਦੀ ਜਾਗ ਖੋਲ੍ਹੀ। ਉਹ ਟੱਪਰੀਵਾਸਾਂ ਵਾਂਗ ਧਰਤੀ 'ਤੇ ਹੀ ਜੁੱਬੜ ਲਈ ਪਏ ਸਨ।

ਸਾਰੇ ਭੱਜ ਕੇ ਅੱਭੜਵਾਹਿਆਂ ਵਾਂਗ, ਪੈਂਦੇ ਚੀਕ ਚਿਹਾੜੇ ਵੱਲ ਗਏ ਤਾਂ ਸਾਰਿਆਂ ਦਾ ਤਰਾਹ ਨਿਕਲ ਗਿਆ। ਧਰਤੀ 'ਤੇ ਪੈਰ ਘੁਕਦੇ ਪ੍ਰਤੀਤ ਹੋਏ। ਰਾਤ ਵਾਲੀ ਕੁੜੀ ਦੇ ਬਾਪ ਨੇ ਕੈਂਪ ਦੇ ਪਿਛਲੇ ਪਾਸੇ ਵਾਲੀ ਟਾਹਲੀ ਦੇ ਟਾਹਣ ਨਾਲ ਫ਼ਾਹਾ ਲੈ ਲਿਆ ਸੀ।

ਘਰ ਵਾਲੀ ਪਿੱਟ ਰਹੀ ਸੀ।

ਕੁੜੀ ਚੁੱਪ ਚਾਪ ਦੇਖ ਰਹੀ ਸੀ।

ਤਕੜੇ ਗੱਭਰੂਆਂ ਨੇ ਲਾਸ਼ ਨੂੰ ਸਹਾਰਾ ਦੇ ਕੇ ਹੇਠਾਂ ਲਾਹਿਆ।

ਸਾਰੇ ਪਾਸੇ ਸੋਗ ਵਰ੍ਹਿਆ ਪਿਆ ਸੀ।

ਲਾਸ਼ ਦਾ ਮਾੜਾ ਮੋਟਾ ਇਸ਼ਨਾਨ ਕਰਵਾਇਆ ਅਤੇ ਲੱਕੜਾਂ ਇਕੱਠੀਆਂ ਕਰਕੇ ਸਸਕਾਰ ਕਰ ਦਿੱਤਾ।

ਸਾਰੇ ਹਰਾਸੇ ਜਿਹੇ ਖੜ੍ਹੇ ਸਨ।

ਜਿਵੇਂ ਸਾਰਿਆਂ ਦਾ ਹੀ ਕੋਈ ਮਰ ਗਿਆ ਸੀ। ਮਰਨ ਵਾਲੇ ਦੀ ਘਰ ਵਾਲੀ ਦਾ ਕੀਰਨਾ ਕਾਲਜਾ ਪਾੜਦਾ ਸੀ। ਦੋ ਜੁਆਨ ਪੁੱਤ ਅਤੇ ਹੁਣ ਘਰ ਵਾਲਾ ਵੀ ਕੂਚ ਕਰ ਗਿਆ ਸੀ। ਕਮਲੀ ਧੀ ਦਾ ਸਿਰ ਉਪਰ ਵਾਧੂ ਬੋਝ ਸੀ। ਉਸ ਦਾ ਤਾਂ ਜਹਾਨ ਹੀ ਉਜੜ ਗਿਆ ਸੀ।

ਅਜੇ ਉਹ ਸਸਕਾਰ ਕਰਕੇ ਮੁੜੇ ਹੀ ਸਨ ਕਿ ਇਕ ਬਜ਼ੁਰਗ ਬੁਰੇ ਹਾਲੀਂ ਹੋਇਆ ਉਹਨਾਂ ਕੋਲੇ ਪੁੱਜਿਆ। ਉਹ ਵਾਰ ਵਾਰ "ਉਏ ਕੇਵਲਾ" ਆਖ ਕੇ ਅਵਾਜ਼ ਮਾਰਦਾ ਸੀ।

- "ਕੀ ਗੱਲ ਹੋ ਗਈ ਬਜ਼ੁਰਗੋ? ਬੜੇ ਘਾਬਰੇ ਫਿਰਦੇ ਓਂ?" ਹਜ਼ੂਰ ਸਿੰਘ ਨੇ ਪੁੱਛਿਆ।

- "ਕੀ ਦੱਸਾਂ ਸ਼ੇਰੋ-ਮੇਰੇ ਨਿੱਕੇ ਨਿੱਕੇ ਦੋ ਪੋਤੇ ਗੁਆਚ ਗਏ...।" ਬਜ਼ੁਰਗ ਇਕ ਤਰ੍ਹਾਂ ਨਾਲ ਫ਼ਿੱਸ ਹੀ ਪਿਆ। ਉਸ ਦੀ ਬੀਬੀ, ਸਾਊ ਦਾਹੜੀ ਪਹਿਲਾਂ ਹੀ ਹੰਝੂਆਂ ਨਾਲ ਭਿੱਜੀ ਪਈ ਸੀ।

- "ਕਿੱਥੇ ਗੁਆਚ ਗਏ?"

- "ਪਤਾ ਨਹੀਂ - ਪਾਣੀ ਪੀਣ ਆਏ ਸੀ - ਮੁੜੇ ਹੀ ਨਹੀਂ।"

- "ਕਦੋਂ ਕੁ ਦੀ ਗੱਲ ਐ?"

- "ਘੰਟਾ ਕੁ ਹੋ ਗਿਆ।"

- "ਕੈਂਪ ਆਲੇ ਨਲਕੇ ਤੇ ਦੇਖੇ ਐ?"

- "ਮੈਂ ਤਾਂ ਸ਼ੇਰਾ ਗਾਹ ਦਿੱਤੀ ਹੋਊ ਕੋਈ ਤਿੰਨ ਕੋਹ ਵਾਟ - ਪਤਾ ਨਹੀਂ ਕਿੱਥੇ ਚਲੇ ਗਏ ...।" ਬਜ਼ੁਰਗ ਆਖਰ ਬੇਵਸਾ ਹੋ ਕੇ ਰੋਣ ਲੱਗ ਪਿਆ।

ਸਾਰਿਆਂ ਦੇ ਹਿਰਦੇ ਜਿਵੇਂ ਕਿਸੇ ਸੂਲ ਨਾਲ ਵਿੰਨ੍ਹੇ ਗਏ।

- "ਬਜ਼ੁਰਗੋ ਦਿਲ ਹੌਲਾ ਨਾ ਕਰੋ - ਆਪਾਂ ਮੁੰਡਿਆ ਦੀ ਭਾਲ ਕਰਦੇ ਆਂ।"

ਸਾਰੇ ਕੈਂਪ ਵਿਚ ਬਾਬੇ ਦੇ ਪੋਤਿਆਂ ਦੀ ਭਾਲ ਸ਼ੁਰੂ ਹੋ ਗਈ।

ਬਜ਼ੁਰਗ ਦੁੱਖ ਵਿਚ ਔਂਟਲਿਆ ਫਿਰਦਾ ਸੀ।

"ਓਏ ਕੇਵਲਾ" ਹੁਣ ਉਸ ਦੇ ਮੂੰਹੋਂ ਟੁੱਟ ਟੁੱਟ ਕੇ ਜਿਹੇ ਆਉਣ ਲੱਗ ਪਿਆ ਸੀ। ਉਹਨਾਂ ਨੇ ਸਾਰਾ ਕੈਂਪ ਛਾਣ ਮਾਰਿਆ ਪਰ ਜੁਆਕ ਨਾ ਮਿਲੇ।

ਬਜ਼ੁਰਗ ਦੁਹੱਥੜ ਮਾਰ ਕੇ ਧਰਤੀ 'ਤੇ ਹੀ ਬੈਠ ਗਿਆ। ਥੰਮਣ ਸਿੰਘ ਵਰਗਿਆਂ ਨੇ ਉਸ ਨੂੰ ਸਹਾਰਾ ਦਿੱਤਾ। ਵਗਦੀ ਕੱਸੀ ਤੋਂ ਪਾਣੀ ਪਿਆਇਆ।

ਜੁਆਕਾਂ ਦੀ ਪੁੱਛ ਪੁਛਾਈ ਅੱਗੇ ਫਿਰ ਸ਼ੁਰੂ ਹੋ ਗਈ।

ਅਖੀਰ ਦਿਨ ਦੇ ਛੁਪਾਅ ਨਾਲ ਉਹਨਾਂ ਨੇ ਇਕ ਖੂਹ ਤੋਂ ਜੁਆਕਾਂ ਨੂੰ ਜਾ ਭਾਲਿਆ। ਖੂਹ 'ਤੇ ਇਕ ਬਾਬੇ ਕੋਲ ਬੈਠੇ ਜੁਆਕ ਡਾਡਾਂ ਮਾਰ ਕੇ ਦਾਦੇ ਨੂੰ ਚਿੰਬੜ ਗਏ।

ਦਾਦੇ ਨੇ ਜੁਆਕਾਂ ਦੇ ਬੜੇ ਮੋਹ ਨਾਲ ਮੂੰਹ ਚੁੰਮਣੇ ਸ਼ੁਰੂ ਕਰ ਦਿੱਤੇ।

- "ਓਏ ਮੇਰੇ ਖੇਡਣੇ ਮੇਢਿਓ ਤੁਸੀਂ ਮੈਨੂੰ ਛੱਡ ਕੇ ਕਿੱਧਰ ਭੱਜ ਆਏ ਸੀ ਓਏ?" ਬਾਬੇ ਦੇ ਵੈਰਾਗ ਦਾ ਹੜ੍ਹ ਹਿੱਲ ਪਿਆ।

- "ਕਿੱਥੇ- ਕਿੱਥੇ ਨਹੀਂ ਲੱਭਿਆ ਮੈਂ ਥੋਨੂੰ?" ਉਸ ਨੇ ਦੋਹਾਂ ਨੂੰ ਕੁੱਛੜ ਚੁੱਕ ਲਿਆ।

- "ਇਹ ਤਾਂ ਭਾਈ ਰੋਂਦੇ ਕੁਰਲਾਉਂਦੇ ਰਾਹੋ ਰਾਹ ਭੱਜੇ ਜਾਂਦੇ ਸੀ - ਮੈਂ ਗੁੜ ਗੰਨਿਆਂ ਦਾ ਲਾਲਚ ਦੇ ਕੇ ਫੜ ਕੇ ਐਥੇ ਬਿਠਾ ਲਏ - ਸੋਚਿਆ ਸਹੁਰੇ ਤੁਰਕਾਂ ਦੇ ਹੱਥ ਨਾ ਲੱਗ ਜਾਣ - ਉਹ ਤਾਂ ਐਡੇ ਬੇਕਿਰਕੇ ਐ ਸਹੁਰੇ - ਨਾ ਨਿਆਣਾ ਦੇਖਦੇ ਐ ਨਾ ਸਿਆਣਾਂ - ਵੱਢ ਕੇ ਪਰ੍ਹੇ ਮਾਰਦੇ ਐ।"

- "ਮੁਸਲਾ ਕੌਮ ਬੜੀ ਬੁੱਚੜ ਕੌਮ ਐਂ ਬਾਬਾ - ਕੋਈ ਗਿੱਲਾ ਸੁੱਕਾ ਨਹੀਂ ਦੇਂਹਦੀ।" ਥੰਮਣ ਨੇ ਕਿਹਾ।

- "ਉਏ ਕਮਲਿਆ - ਆਪਣੇ ਕੋਈ ਮਾਮੇ ਜਾਂ ਚਾਚੇ ਦੀ ਧੀ ਨੂੰ ਕੁਛ ਕਹਿ ਦੇਵੇ - ਅਗਲਾ ਮਰਨ ਮਾਰਨ ਤੇ ਹੋ ਜਾਂਦੈ - ਤੇ ਇਹੇ ਐਡੀਆਂ ਕਜਾਤਾਂ ਐਂ-ਬਈ ਵਿਆਹ ਈ ਮਾਮੇ ਜਾਂ ਚਾਚੇ ਦੀ ਕੁੜੀ ਨਾਲ ਕਰਵਾਉਣਗੇ - ਅਖੇ ਅਸੀਂ ਵਿਆਹ ਈ ਬਰਾਦਰੀ 'ਚ ਕਰਵਾਉਨੇ ਐਂ।"

- "ਇਹ ਤਾਂ ਮੈਂ ਸੁਣਿਐਂ ਬਈ ਜੇ ਬਰਾਦਰੀ 'ਚੋਂ ਬਾਹਰ ਜਾ ਕੇ ਵਿਆਹ ਕਰਵਾਉਣ ਤਾਂ ਬਰਾਦਰੀ ਵਾਲੇ ਇਹਨਾਂ ਦਾ ਹੁੱਕਾ ਪਾਣੀ ਤਿਆਗ ਦਿੰਦੇ ਐ।"

- "ਕਮਾਲ ਦੀ ਗੱਲ ਐ ਬਈ।"

- "ਸਾਡੇ ਪਿੰਡ ਆਲੇ ਚਰਾਗਦੀਨ ਦੀ ਭੈਣ ਹਮਾਯੂੰ ਦੇ ਘਰੇ ਸੀ ਤੇ ਹਮਾਯੂੰ ਦੀ ਭੈਣ ਸੀ ਚਰਾਗਦੀਨ ਦੇ ਘਰੇ -।" ਹਜ਼ੂਰ ਸਿੰਘ ਨੇ ਗੱਲ ਤੋਰੀ।

- "ਹਲਾ...।" ਖੂਹ ਵਾਲੇ ਬਜ਼ੁਰਗ ਨੇ ਹੁੰਗਾਰਾ ਦਿੱਤਾ।

- "ਤੇ ਇਕ ਦਿਨ ਕੀ ਹੋਇਆ ਭਾਈ - ਸਾਡੇ ਪਿੰਡ ਆਲਾ ਚਰਾਗਦੀਨ ਆਪਣੀ ਭੈਣ ਸੈਣਾਂ ਨੂੰ ਮਿਲਣ ਚਲਿਆ ਗਿਆ - ਜਦੋਂ ਉਹ ਭੈਣ ਦੇ ਘਰੇ ਪਹੁੰਚਿਆਂ ਤਾਂ ਹਮਾਯੂੰ ਉਹਦੀ ਭੈਣ ਸੈਣਾਂ ਨੂੰ ਕੁੱਟੀ ਜਾਵੇ - ਤੇ ਦੇਖ ਕੇ ਉਥੋਂ ਈ ਪਿਛਾਂਹ ਮੁੜ ਆਇਆ - ਤੇ ਘਰੇ ਆਉਣ ਸਾਰ ਈ ਆਪਦੇ ਘਰਾਂ ਆਲੀ ਸਲੀਕਾਂ ਸਿੱਟ ਲਈ - ਦੇਹ ਲੱਤ, ਦੇਹ ਮੁੱਕੀ - ਸਲੀਕਾਂ ਵਿਚਾਰੀ ਪਿਟੇ - ਅਖੇ: ਕੁੱਤਿਆ ਮੁਸਲਿਆ ਤੈਨੂੰ ਹੋਇਆ ਕੀ ਐ? ਮੈਨੂੰ ਕੁੱਟੀ ਕਿਉਂ ਜਾਨੈ? ਤੇ ਅੱਗਿਓਂ ਬਣਾ ਸੁਆਰ ਕੇ ਕਹਿੰਦਾ: ਉਹ ਸੈਣਾਂ ਨੂੰ ਕਿਉਂ ਕੁੱਟਦਾ ਸੀ? ਮੈਂ ਤੈਨੂੰ ਕੁੱਟੂੰ!"

- "ਫੇਰ -?"

- "ਫੇਰ ਕੀ? ਕੁੱਟ ਕੁੱਟ ਕੇ ਉਹਨੇ ਤਾਂ ਪਾ ਦਿੱਤੇ ਵਿਚਾਰੀ 'ਚ ਚਿੱਬ - ਉਹ ਚੀਕੇ - ਫੇਰ ਲੋਕਾਂ ਨੇ ਵਿਚ ਪੈ ਕੇ ਮਸਾਂ ਵਿਚਾਰੀ ਛੁਡਾਈ।"

ਸਾਰੇ ਓਪਰੇ ਜਿਹੇ ਹੱਸ ਪਏ।

ਮੂੰਹ ਹਨ੍ਹੇਰੇ ਜਿਹੇ ਹੋਏ ਉਹ ਕੈਂਪ ਵਾਪਿਸ ਆ ਗਏ।

ਦੋਵੇਂ ਪੋਤੇ ਬਾਬੇ ਨੇ ਕੁੱਛੜ ਚੁੱਕੇ ਹੋਏ ਸਨ।

ਮਸਾਂ ਹੀ ਕਾਲਜੇ ਠੰਢ ਪਈ ਸੀ।

- "ਇਹਨਾਂ ਦੇ ਪਿਉ ਤੇ ਚਾਚਿਆਂ ਦੀਆ ਵੱਢੀਆਂ ਟੁੱਕੀਆਂ ਲਾਸ਼ਾਂ ਉਤੋਂ ਦੀ ਲੰਘ ਲੰਘ ਕੇ ਇਹਨਾਂ ਨੂੰ ਬਚਾ ਕੇ ਲਿਆਇਐਂ ਛੋਟਿਆ - ਬੱਸ ਦਾਦੇ ਦਾਦੀ ਕੋਲੇ ਹੁਣ ਇਹੋ ਪੂੰਜੀ ਐ।"

- "ਤੇ ਮਾਂ -?"

- "ਮਾਂ ਤਾਂ ਵੱਢ ਟੁੱਕ ਕੇ ਪਹਿਲੇ ਦਿਨ ਈ ਮਾਰਤੀ ਸੀ ਦੁਸ਼ਟਾਂ ਨੇ - ਉਸੇ ਦਿਨ ਈ ਸਸਕਾਰ ਕਰਤਾ ਸੀ - ਇਹਦੇ ਪਿਉ ਤੇ ਚਾਚੇ ਜਿੱਦੇ ਅਸੀਂ ਤੁਰੇ ਆਂ - ਉਦੇਂ ਰਾਹ 'ਚ ਘੇਰ ਕੇ ਮਾਰ ਤੇ - ਮਾਲ ਪੱਤਾ ਸਾਰਾ ਲੁੱਟ ਕੇ ਲੈ ਗਏ - ਤੇ ਸਾਨੂੰ ਆਹ ਦਿਨ ਦੇਖਣ ਨੂੰ ਛੱਡਣਗੇ - ਜਾਣ ਲੱਗੇ ਕਹਿੰਦੇ ਅਖੇ ਗਾਂਧੀ ਤੇ ਨਹਿਰੂ ਨੂੰ ਸਾਡੀ ਸਲਾਮ ਆਖਿਓ।"

ਦੋਵੇਂ ਪੋਤਿਆਂ ਨੂੰ ਦੇਖ ਕੇ ਫੁੜਕੀ ਦਾਦੀ ਟਹਿਕ ਪਈ। ਸੁੱਕੀ ਵੇਲ ਨੂੰ ਪਾਣੀ ਮਿਲਣ ਵਾਂਗ ਹਰੀ ਹੋ ਗਈ। ਉਸ ਨੇ ਪੋਤਰਿਆਂ ਨੂੰ ਬੁੱਕਲ ਵਿਚ ਲੈ ਕੇ ਧਾਹਾਂ ਮਾਰਨੀਆਂ ਸ਼ੁਰੂ ਕਰ ਦਿੱਤੀਆਂ। ਅੰਦਰਲਾ ਮੋਹ ਫੁੱਟ ਕੇ ਅੱਖਾਂ ਰਾਹੀਂ ਖੁਰਨਾ ਸ਼ੁਰੂ ਹੋ ਗਿਆ।

ਧਾਹਾਂ ਤਾਂ ਹੁਣ ਜਿਵੇਂ ਹਰ ਇਕ ਦਾ ਨਿੱਤ ਦਾ ਕਿੱਤਾ ਬਣ ਗਿਆ ਸੀ।

ਸੰਤੀ ਵੀ 'ਪਾਲਾ' ਆਖ ਕੇ ਅੱਧੀ ਰਾਤੋਂ ਉਠ ਕੇ ਭੱਜ ਤੁਰਦੀ। ਸੰਤੂ ਤੇ ਗੁਰਮੁਖ ਮਸਾਂ ਹੀ ਫੜਦੇ। ਉਹ ਜਾਨ ਤੋੜ ਤੋੜ ਕੇ ਛੁਡਾਉਣ ਦੀ ਕੋਸ਼ਿਸ਼ ਕਰਦੀ। ਆਪਣੇ ਵਾਲ ਪੁੱਟਦੀ। ਫਿਰ ਬੇਵੱਸ ਹੋ ਕੇ ਡਿੱਗ ਪੈਂਦੀ।

ਡਾਕਟਰ ਆਉਂਦਾ। ਪੁੜੀਆਂ ਦੇ ਜਾਂਦਾ।

ਪੁੜੀਆਂ ਦੇ ਨਸ਼ੇ ਨਾਲ ਉਹ ਨਿਢਾਲ, ਬਿਸਤਰੇ ਵਿਚ ਪਈ ਰਹਿੰਦੀ। ਖੁੱਲ੍ਹੀਆਂ, ਓਪਰੀਆਂ ਅੱਖਾਂ ਨਾਲ ਅਸਮਾਨ ਵੱਲ ਝਾਕਦੀ ਰਹਿੰਦੀ। ਅੱਖਾਂ ਵਿਚੋਂ ਖ਼ਾਮੋਸ਼ ਹੰਝੂ ਗੱਲ੍ਹਾਂ ਉਪਰੋਂ ਦੀ ਹੁੰਦੇ ਹੋਏ, ਕੰਨਾਂ ਤੇ 'ਤਰਿੱਪ-ਤਰਿੱਪ' ਡਿੱਗਦੇ ਰਹਿੰਦੇ। ਦੋਫਾੜ ਹੋਇਆ ਦਿਲ ਅੰਦਰੋਂ 'ਟੱਸ-ਟੱਸ' ਕਰਦਾ। ਇਕੋ ਇਕ ਤੁਰ ਗਿਆ ਪੁੱਤ ਪਾਲਾ ਉਸ ਦੀ ਹਿੱਕ 'ਤੇ ਲਿਟਿਆ ਰਹਿੰਦਾ। ਸਾਰੀ ਸਾਰੀ ਰਾਤ ਉਸ ਨੂੰ ਨੀਂਦ ਨਾ ਪੈਂਦੀ। ਜਦ ਕਦੇ ਅੱਖ ਲੱਗਦੀ ਤਾਂ ਬਰੜਾਹਟ ਕਰ ਕੇ 'ਭੜੱ੍ਹਕ' ਕੇ ਉਠਦੀ। ਸੰਤੂ ਕਦੇ ਕਦੇ ਬਹੁਤ ਦੁਖੀ ਹੁੰਦਾ।

- "ਇਹਨੂੰ ਮੇਰੇ ਸਾਲੇ ਦੀ ਨੂੰ ਸੰਗਲ ਲਾਉਣਾ ਪਊ।" ਦੁੱਖ ਤਾਂ ਵਿਛੜੇ ਪੁੱਤ ਦਾ ਉਸ ਨੂੰ ਵੀ ਸੀ। ਪਰ ਉਸ ਨੇ ਆਪਣੇ ਦਿਲ ਤੇ ਪੱਥਰ ਰੱਖਿਆ ਹੋਇਆ ਸੀ। ਇਕਲੌਤੇ ਪੁੱਤ ਪਾਲੇ ਦਾ ਸੱਲ ਉਹ ਬੜੀ ਹਲੀਮੀ ਨਾਲ ਝੱਲ ਰਿਹਾ ਸੀ। ਬੜੇ ਸਖਤ ਜਿਗਰੇ ਨਾਲ ਜਰ ਰਿਹਾ ਸੀ। ਹਰ ਕੌਰ ਘੜੀ ਮੁੜੀ ਉਹਨਾਂ ਦਾ ਦਿਲ ਧਰਾਉਂਦੀ ਰਹਿੰਦੀ।

ਅਗਲੇ ਦਿਨ ਸਵੇਰੇ-ਸਵੇਰੇ ਹਜ਼ੂਰ ਸਿੰਘ, ਥੰਮਣ, ਸੰਤੂ ਅਤੇ ਗੁਰਮੁਖ 'ਕਮਲੀ ਕੁੜੀ' ਦੀ ਮਾਂ ਕੋਲੇ ਚਲੇ ਗਏ।

- "ਕੀ ਨਾਂ ਐਂ ਬੀਬੀ ਕੁੜੀ ਦਾ?" ਹਜ਼ੂਰ ਸਿੰਘ ਨੇ ਪੁੱਛਿਆ।

- "ਨਾਂ ਤਾਂ ਬਾਈ ਗੁਰਮੇਲ ਕੌਰ ਐ - ਪਰ ਸਾਰੇ ਮੇਲੋ-ਮੇਲੋ ਈ ਆਖ ਦਿੰਦੇ ਐ।"

- "ਤੇਰਾ ਬੀਬੀ ਕੀ ਨਾਂ ਐਂ?"

- "ਬਚਿੰਤ ਕੁਰ।"

- "ਬਚਿੰਤ ਕੁਰੇ - ਚੱਲ ਕੁੜੀ ਨੂੰ ਆਪਾਂ ਕੈਂਪ ਆਲੇ ਡਾਕਟਰ ਕੋਲੇ ਲੈ ਕੇ ਚੱਲੀਏ।"

- "ਕੀ ਕਰੂ ਬਾਈ ਡਾਕਟਰ ਇਹਨੂੰ? ਬਾਧੂ ਹੋਰ ਦੁੱਖ ਦਿਊ - ਮੈਨੂੰ ਤਾਂ ਇਹਦੀ ਹਾਲਤ ਠੀਕ ਹੋਣ ਆਲੀ ਦੀਂਹਦੀ ਨਹੀਂ।" ਬਚਿੰਤ ਕੌਰ ਦਾ ਮਨ ਹਿੱਲ ਗਿਆ।

- "ਜਿਉਂਦੇ ਜੀਆਂ ਨੂੰ ਹੱਥ ਪੱਲਾ ਤਾਂ ਹਿਲਾਉਣਾ ਈ ਪੈਂਦੈ - ਗੁਰੂ ਦਾ ਭਾਣਾ ਮਿੱਠਾ ਕਰ ਕੇ ਮੰਨੀਏਂ।" ਹਜ਼ੂਰ ਸਿੰਘ ਨੇ ਦਿਲਾਸਾ ਦਿੱਤਾ।

- "ਐਦੂੰ ਤਾਂ ਬਾਈ ਰੱਬ ਸਾਨੂੰ ਚੱਕ ਈ ਲਵੇ - ਮੈਥੋਂ ਇਹਦੀ ਹਾਲਤ ਦੇਖੀ ਨ੍ਹੀਂ ਜਾਂਦੀ।" ਬਚਿੰਤ ਕੌਰ ਦੀਆ ਅੱਖਾਂ ਛਲਕ ਪਈਆਂ।

- "ਕਮਲ ਨਹੀਂ ਮਾਰੀਦਾ ਬੀਬੀ-ਤੋਰ ਕੁੜੀ ਨੂੰ ਸਾਡੇ ਨਾਲ।" ਥੰਮਣ ਬੋਲਿਆ।

ਬਚਿੰਤ ਕੌਰ ਕੁੜੀ ਨੂੰ ਲੈ ਕੇ ਉਹਨਾ ਦੇ ਨਾਲ ਤੁਰ ਪਈ। ਕੁੜੀ ਡਰੇ ਭੂਤ ਵਾਂਗ, ਅੱਖਾਂ ਅੱਡੀ ਉਹਨਾਂ ਦੇ ਨਾਲ ਤੁਰੀ ਜਾ ਰਹੀ ਸੀ।

- "ਬੇਬੇ! ਉਹ ਆ ਗਏ!!" ਕਹਿ ਕੇ ਉਹ ਚੀਕਾਂ ਮਾਰਦੀ ਖੇਤਾਂ ਵੱਲ ਨੂੰ ਸਿਰਤੋੜ ਦੌੜ ਪਈ।

ਉਸ ਦੀ ਹਾਲ ਦੁਹਾਈ ਨੇ ਬੱਕੜਵਾਹ ਮਚਾ ਦਿੱਤੀ ਸੀ।

- "ਵੇ ਫੜਿਓ ਵੇ ਕੋਈ! ਖੂਹ ਖਾਤੇ 'ਚ ਨਾ ਪੈ ਜਾਏ ਡੁੱਬੜੀ!" ਬਚਿੰਤ ਕੌਰ ਨੇ ਦੁਹਾਈ ਦਿੱਤੀ।

ਜਦ ਕੈਂਪ ਦੇ ਮੁੰਡੇ ਉਸ ਨੂੰ ਫੜਨ ਲਈ ਮਗਰ ਭੱਜੇ ਤਾਂ ਉਹ ਦੋਹਾਂ ਗੋਡਿਆਂ ਵਿਚ ਆਪਣੀਆਂ ਦੰਦਾਂ ਨਾਲ ਖਾਧੀਆਂ ਛਾਤੀਆਂ ਲਕੋ ਕੇ ਥਾਂ ਤੇ ਹੀ ਬੈਠ ਗਈ।

- "ਮੈਨੂੰ ਕੁਛ ਨਾ ਆਖਿਓ - ਮੈਂ ਥੋਡੀਆਂ ਰੋਟੀਆਂ ਪਕਾਇਆ ਕਰੂੰ - ਥਾਂ ਸੁੰਭਰਿਆਂ ਕਰੂੰ - ਪਰ ਮੈਨੂੰ ਕੁਛ ਨਾ ਆਖਿਓ - ਮੈਂ ਥੋਡਾ ਗੋਹਾ ਕੂੜਾ ਕਰਿਆ ਕਰੂੰ - ਐਥੇ ਹੱਥ ਨਾ ਲਾਇਓ - ਐਥੇ ਮੇਰੇ ਚੀਸਾਂ ਪੈਂਦੀਐਂ - ਲੈ ਆਹ ਦੇਖ ਲਓ - ਚੀਸਾਂ ਪੈਂਦੀਐਂ ਐਥੇ ਮੇਰੇ-।" ਤੇ ਉਸ ਨੇ ਫਿਰ ਆਪਣੀਆਂ ਜ਼ਖਮੀ ਛਾਤੀਆਂ ਨੰਗੀਆਂ ਕਰ ਦਿੱਤੀਆਂ।

- "ਉਠ ਗੁੱਡੀ - ਉਠ ਭੈਣੇਂ - ਅਸੀਂ ਤੇਰੇ ਭਰਾ ਐਂ - ਚੱਲ ਤੈਨੂੰ ਡਾਕਟਰ ਦੇ ਲੈ ਕੇ ਚੱਲੀਏ।" ਗੁਰਮੁਖ ਨੇ ਕਿਹਾ। ਉਸ ਦਾ ਦਿਲ ਭਰਾੜ੍ਹ ਹੋਇਆ ਪਿਆ ਸੀ।

ਕੁੜੀ ਦੇ ਦਿਮਾਗ ਵਿਚ ਕੁਛ ਪਿਆ, ਪਤਾ ਨਹੀਂ, ਨਹੀ। ਉਹ ਅਜ਼ੀਬ ਅਜ਼ੀਬ ਜਿਹਾ ਝਾਕਦੀ ਉਹਨਾਂ ਨਾਲ ਤੁਰ ਪਈ।

ਉਹ ਕੈਂਪ ਵਾਲੇ ਡਾਕਟਰ ਕੋਲ ਪਹੁੰਚ ਗਏ।

ਹਜੂਰ ਸਿੰਘ ਨੇ ਸਾਰੀ ਗੱਲ ਦੱਸੀ। ਡਾਕਟਰ ਨੇ ਬੜਾ ਸੰਜੀਦਾ ਹੋ ਕੇ ਸੁਣੀ। ਦੁੱਖ ਮੰਨਿਆਂ।

- "ਇਕ ਦੋ ਦਿਨਾਂ ਤੱਕ ਸਾਰੇ ਸ਼ਰਨਾਰਥੀਆਂ ਨੂੰ ਅਲਾਟਮੈਂਟ ਹੋਣ ਵਾਲੀ ਐ - ਜਿੱਥੇ ਇਹਨਾਂ ਦਾ ਵਸੇਬਾ ਹੋ ਗਿਆ - ਉਥੇ ਈ ਰਹਿ ਕੇ ਇਲਾਜ ਕਰਵਾਉਣ - ਇਹ ਦਿਮਾਗੀ ਬਿਮਾਰੀ ਹੈ - ਇਕ ਦੋ ਦਿਨਾਂ ਵਿਚ ਠੀਕ ਹੋਣ ਵਾਲੀ ਨਹੀਂ - ਕਈ ਮਹੀਨੇ ਲੱਗ ਸਕਦੇ ਐ -।"

- ".....।" ਸਾਰੇ ਸਾਹ ਰੋਕੀ ਸੁਣ ਰਹੇ ਸਨ।

- "ਪਹਿਲੀ ਗੱਲ ਤਾਂ ਇਹ ਹੈ ਕਿ ਇਲਾਜ ਦੇ ਨਾਲ ਨਾਲ ਇਸ ਕੁੜੀ ਨੂੰ ਖੁਸ਼ਗਵਾਰ ਮਾਹੌਲ ਦੀ ਅਤੀਅੰਤ ਲੋੜ ਐ - ਤੇ ਮੇਰੇ ਅੰਦਾਜ਼ੇ ਮੁਤਾਬਿਕ

ਖ਼ੁਸ਼ਗਵਾਰ ਮਾਹੌਲ ਇਸ ਨੂੰ ਕੈਂਪ ਵਿਚ ਕਿਸੇ ਹਾਲਤ ਵਿਚ ਨਸੀਬ ਨਹੀਂ ਹੋਣਾ - ਜਿੱਥੇ ਕਿਸੇ ਸ਼ਹਿਰ ਜਾਂ ਪਿੰਡ ਵਿਚ ਇਹਨਾਂ ਨੂੰ ਅਲਾਟਮੈਂਟ ਹੋਵੇ - ਉਥੇ ਇਸ ਕੁੜੀ ਨੂੰ ਕਿਸੇ ਗੁਰਦੁਆਰੇ ਜਾਂ ਮੰਦਰ ਵਿਚ ਜਰੂਰ ਲਿਜਾਇਆ ਜਾਵੇ - ਇਸ ਨਾਲ ਕੁੜੀ ਨੂੰ ਆਤਮਕ ਬਲ ਮਿਲੇਗਾ - ਮੈਂ ਪੁੜੀਆਂ ਦੇ ਦਿੰਦਾ ਹਾਂ - ਜਦੋਂ ਇਹ ਚੀਕ ਚਿਹਾੜਾ ਪਾਉਣ ਲੱਗੇ - ਇਕ ਪੁੜੀ ਦੇ ਦਿਆ ਕਰੋ।"

- "ਡਾਕਟਰ ਜੀ - 'ਲਾਟਮਿੰਟ ਹੋਊ ਕਦੋਂ ਕੁ?" ਥੰਮਣ ਨੇ ਪੁੱਛਿਆ।

- "ਕੋਈ ਬਹੁਤੀ ਦੇਰ ਨਹੀਂ ਲੱਗੇਗੀ - ਇਕ ਦੋ ਦਿਨਾਂ ਵਿਚ ਆਰਡਰ ਆਉਣ ਈ ਵਾਲੇ ਹਨ।"

- "........।"

- "ਇਧਰੋਂ ਗਏ ਮੁਸਲਮਾਨਾਂ ਦੀਆਂ ਜ਼ਮੀਨਾਂ ਜਾਇਦਾਦਾਂ ਦਾ ਜਾਇਜ਼ਾ ਬੜੀ ਤੇਜੀ ਨਾਲ ਲਿਆ ਜਾ ਰਿਹਾ ਹੈ - ਮੈਨੂੰ ਉਮੀਦ ਹੈ ਕਿ ਇਸ ਹਫਤੇ ਦੇ ਵਿਚ ਵਿਚ ਅਲਾਟਮੈਂਟ ਸ਼ੁਰੂ ਹੋ ਜਾਵੇਗੀ।"

- "ਲਾਟਮਿੰਟ ਹੋਊ ਕਿਸ ਸ੍ਹਾਬ ਨਾਲ ਜੀ?" ਥੰਮਣ ਦੇ ਕੱਖ ਪੱਲੇ ਨਹੀਂ ਪਿਆ ਸੀ।

- "ਇਹ ਨਹੀਂ ਪਤਾ - ਇੰਚਾਰਜ ਨਿਯੁਕਤ ਕੀਤਾ ਜਾ ਚੁੱਕਾ ਹੈ - ਮੁੜ ਵਸੇਬਾ ਕਮੇਟੀ ਰਾਹੀਂ ਸਾਰੀ ਅਲਾਟਮੈਂਟ ਦੇ ਪਰਵਾਨੇ ਉਸ ਨੂੰ ਪੁੱਜ ਜਾਣਗੇ - ਕਿਸ ਦੀ ਕਿੰਨੀ ਕਿੰਨੀ ਜ਼ਮੀਨ ਪਾਕਿਸਤਾਨ ਵਿਚ ਸੀ - ਲਿਖ ਲਈ ਜਾਵੇਗੀ - ਅਤੇ ਉਸ ਰਿਪੋਰਟ ਦੇ ਆਧਾਰ ਤੇ ਅਲਾਟਮੈਂਟ ਕਰ ਦਿੱਤੀ ਜਾਵੇਗੀ - ਪਰ ਇਹ ਨਿਯੁਕਤ ਕੀਤਾ ਹੋਇਆ ਇੰਚਾਰਜ ਹੈ ਬੜਾ ਲੀਚੜ ਬੰਦਾ - ਪੰਜਾਬੀਆਂ 'ਤੇ ਤਾਂ ਖਾਸ ਕਰਕੇ ਖਾਰ ਖਾਂਦੈ।"

- "ਪੰਜਾਬੀਆਂ ਨੇ ਇਹਦਾ ਕੀ ਵਿਗਾੜਿਐ?"

- "ਕੁਛ ਵੀ ਨਹੀਂ! ਵਿਗਾੜਨਾ ਕੀ ਸੀ? ਬੱਸ ਕਿਸੇ ਬੰਦੇ ਦਾ ਸੁਭਾਅ ਈ ਕੁੱਤਾ ਹੁੰਦੈ।"

ਉਹ ਪੁੜੀਆਂ ਲੈ ਕੇ ਵਾਪਿਸ ਪਰਤ ਆਏ।

ਨਵੇਂ ਜੰਜਾਲ ਨੇ ਉਹਨਾਂ ਦਾ ਦਿਲ-ਦਿਮਾਗ ਮੱਲ ਲਿਆ ਸੀ।

- "ਉਏ ਗੁਰਮੁਖਾ ....।" ਬਘਤੂ ਅਮਲੀ ਪਿੱਛੋ ਭੱਜਿਆ ਹੀ ਆਇਆ।

ਸਾਰੇ ਉਸ ਵੱਲ ਇਕ ਦਮ ਮੁੜ ਕੇ ਝਾਕੇ।

- "ਇਕ ਖੁਸ਼ਖਬਰੀ ਐ!" ਉਸ ਦਾ ਸਾਹ ਨਾਲ ਸਾਹ ਨਹੀਂ ਰਲਦਾ ਸੀ।

- "ਕੀ -?" ਸਾਰਿਆਂ ਨੇ ਨਜ਼ਰ ਦੀ ਸਿਸ਼ਤ ਉਸ ਦੇ ਮੂੰਹ 'ਤੇ ਗੱਡ ਲਈ।

- "ਗਿਆਨੀ ਪੂਰਨ ਸਿਉਂ ਵੀ ਕੈਂਪ 'ਚ ਪਹੁੰਚ ਗਿਆ।" ਆਖ ਕੇ ਅਮਲੀ ਨੇ ਸਾਰਿਆਂ ਨੂੰ ਖੁਸ਼ ਕਰ ਦਿੱਤਾ।

- "ਠੀਕ ਠਾਕ ਐ?"

- "ਕਿੱਥੇ ਐ?"

- "ਸੱਟ ਫੇਟ ਤੋਂ ਬਚਿਆ?"

ਇਕ ਦਮ ਕਈ ਸੁਆਲ ਉਠੇ।

- "ਬਿਲਕੁਲ ਹਰੀ ਕੈਮ ਐਂ - ਆਪ ਈ ਮਿਲ ਲਓ ਜਾ ਕੇ।"

ਸਾਰੇ ਕੁੜੀ ਨੂੰ ਟਿਕਾਣੇ ਤੇ ਛੱਡ ਗਿਆਨੀ ਪੂਰਨ ਸਿੰਘ ਵੱਲ ਵਾਹੋਦਾਹੀ ਹੋ ਤੁਰੇ। ਕਿਸੇ ਖੁਸ਼ੀ ਨੇ ਉਹਨਾਂ ਨੂੰ ਹਰੇ ਕਰ ਦਿੱਤਾ ਸੀ। ਪੜ੍ਹਿਆ ਲਿਖਿਆ ਗਿਆਨੀ ਪੂਰਨ ਸਿੰਘ ਉਹਨਾਂ ਲਈ ਭੀੜ ਪੈਣ 'ਤੇ ਰੱਬ ਬਣ ਕੇ ਬਹੁੜਦਾ ਸੀ।

- "ਵਾਹਿਗਰੂ ਜੀ ਕਾ ਖ਼ਾਲਸਾ।। ਵਾਹਿਗੁਰੂ ਜੀ ਕੀ ਫ਼ਤਹਿ।।' ਗਿਆਨੀ ਨੇ ਸਾਰਿਆਂ ਨੂੰ ਜੱਫੀ ਆ ਪਾਈ। ਉਸ ਦੀ ਇਕ ਬਾਂਹ ਪਰਨੇ ਨਾਲ ਬੰਨ੍ਹੀ ਹੋਈ ਸੀ। ਮੱਥੇ 'ਤੇ ਪੱਟੀ ਬੱਝੀ ਹੋਈ ਸੀ।

ਸਾਰਿਆਂ ਨੇ 'ਫ਼ਤਹਿ' ਸਾਂਝੀ ਕੀਤੀ।

- "ਕੀ ਹਾਲ ਐ ਗਿਆਨੀ ਜੀ?" ਲਵੀ ਜਿਹੀ ਉਮਰ ਦੇ ਗੁਰਮੁਖ ਦੀਆਂ ਗਿਆਨੀ ਦੀ ਖਸਤਾ ਹਾਲਤ ਦੇਖ ਕੇ ਅੱਖਾਂ ਭਰ ਆਈਆਂ। ਬਾਪੂ ਨਿਧਾਨ ਸਿੰਘ ਦੇ ਤੁਰ ਜਾਣ ਤੋਂ ਬਾਅਦ ਉਹ ਗਿਆਨੀ ਦਾ ਕਾਫੀ ਆਸਰਾ ਤੱਕਦਾ ਸੀ। ਪਿੰਡ 'ਚੋਂ ਚਾਚਿਆਂ ਦੀ ਥਾਂ ਲੱਗਦੇ ਪੂਰਨ ਸਿੰਘ ਨੂੰ ਗੁਰਮਖ ਪਿੰਡ ਦੇ ਲੋਕਾਂ ਵਾਂਗ 'ਗਿਆਨੀ ਜੀ' ਹੀ ਆਖਦਾ ਸੀ।

- "ਪੇਂਡੂ ਮਿਲ ਪਏ - ਹੁਣ ਕਲਗੀਧਰ ਪਿਤਾ ਤੇ ਕੋਈ ਗਿਲਾ ਨਹੀਂ।" ਗਿਆਨੀ ਨੇ ਦੋਵੇਂ ਹੱਥ ਜੋੜ ਕੇ ਦਸਮ ਪਿਤਾ ਦਾ ਸ਼ੁਕਰਾਨਾ ਕੀਤਾ।

- "ਕੋਈ ਰੱਫੜ ਤਾਂ ਨਹੀਂ ਪਿਆ?" ਹਜ਼ੂਰ ਸਿੰਘ ਨੇ ਜ਼ਰਾ ਨੇੜੇ ਹੋ ਕੇ ਪੁੱਛਿਆ। ਢਾਕਾਂ ਤੇ ਹੱਥ ਰੱਖੀ ਉਹ ਟਿਕਟਿਕੀ ਲਾਈ ਖੜ੍ਹਾ ਸੀ।

- "ਰੱਫੜ ਹਜ਼ੂਰ ਸਿਆਂ ਪਿਆ ਕਿੱਥੇ ਨਹੀਂ? ਐਧਰ ਲਾਹੌਰ ਵੱਲੀਂ ਤਾਂ ਮਾੜੀ ਮੋਟੀ ਸ਼ਾਂਤੀ ਲੱਗਦੀ ਐ - ਪਰ ਓਧਰ ਟੋਬਾ ਟੇਕ ਸਿੰਘ ਆਲੇ ਪਾਸੇ ਤਾਂ ਜਿਧਰ ਦੇਖ ਲਓ - ਲਾਸ਼ਾਂ ਈ ਲਾਸ਼ਾਂ ਨਜ਼ਰ ਆਉਂਦੀਆਂ ਸੀ - ਬੱਸ ਇਉਂ ਈ ਸੋਚ ਲੈ ਬਈ ਮਾਵਾਂ ਨੇ ਪੁੱਤ ਨਹੀਂ ਪਛਾਣੇ - ਹਾਏ ਕਲਾਪ ਈ ਮੱਚਿਆ ਪਿਐ ਚਾਰੇ ਪਾਸੇ - ਮੈਂ ਕਹਿੰਨੈ ਜਮਾਂ ਈ ਤਬਾਹੀ ਮਚਾਈ ਪਈ ਐ - ਇਕ ਨਹੀਂ ਹਜਾਰਾਂ ਪ੍ਰੀਵਾਰ ਇਹੋ ਜਿਹੇ ਐ - ਜਿਹੜੇ ਭਰੇ ਭਕੁੰਨੇ ਘਰ ਛੱਡ ਕੇ ਸਿਰਫ ਜਾਨਾਂ ਬਚਾ ਕੇ ਈ ਐਧਰ ਆਏ ਐ।"

- "ਥੋੜਾ ਕੀ ਬਣਿਆਂ?"

- "ਅਸੀਂ ਵੀ ਮੋਟਾ ਮੋਟਾ ਸਮਾਨ ਗੱਡਿਆਂ 'ਤੇ ਲੱਦਿਆ ਤੇ ਕੂਚ ਕਰ ਦਿੱਤਾ।"

- "ਆਹ ਸੱਟਾਂ ਕਿੱਥੋਂ ਵੱਜ ਗਈਆਂ?"

ਗੁਰਮਖ ਨੇ ਪੁੱਛਿਆ।

- "ਬਹਿਬਲਪੁਰ ਕੋਲੇ ਆ ਕੇ ਸਾਡੇ ਤੇ ਹਮਲਾ ਹੋ ਗਿਆ -।"

- "ਫੇਰ -?"

- "ਫੇਰ ਕੀ? ਫਿਰ ਸ੍ਰੀ ਸਾਹਿਬ ਜੀ ਸਹਾਇ - ਅਸੀਂ ਵੀ ਕਿਰਪਾਨਾਂ ਸੂਤ ਲਈਆਂ - ਪਾ ਦਿੱਤੀ ਭਾਜੜ ਤੁਰਕਾਂ ਨੂੰ - ਫਿਰ ਜਿੱਧਰ ਨੂੰ ਮੂੰਹ ਹੋਇਆ ਭੱਜ ਤੁਰੇ - ਉਹਨਾਂ ਨੂੰ ਤਾਂ ਇਉਂ ਭਰਮ ਸੀ - ਬਈ ਹਮਲਾ ਕਰਾਂਗੇ - ਹੱਥ ਜੋੜ ਕੇ ਸਾਰਾ ਕੁਛ ਫੜਾ ਦੇਣਗੇ - ਨਾਸਾਂ ਤੇ ਪੈਣ ਆਲੇ ਮੁਲਾਹਜੇਤੋੜਾਂ ਦਾ ਨਹੀਂ ਪਤਾ ਸੀ - ਗੁਰੂ ਦਾ ਸਿੰਘ ਫੇਰ ਤੈਨੂੰ ਪਤਾ ਈ ਐ ਬਈ ਤੁਰਕਾਂ ਤੋਂ ਡਰਦੈ? ਇਕ ਨੇ ਮੇਰੇ ਲੱਕ ਨਾਲ ਬੰਨ੍ਹੇ ਸਾਫ਼ੇ ਨੂੰ ਹੱਥ ਪਾ ਲਿਆ -।"

- "ਫੇਰ-?"

- "ਸਾਫ਼ੇ 'ਚ ਬੰਨ੍ਹੇ ਸੀ ਮੇਰੇ ਚਾਂਦੀ ਦੇ ਰੁਪਈਏ - ਉਹ ਕਿਤੇ ਖੜਕ ਪਏ - ਮੈਨੂੰ ਕਹਿੰਦਾ ਆਪ ਈ ਫੜਾ ਦੇ - ਕਿਉਂ ਜਾਨ ਪਿਆ ਗਵਾਉਨੈ - ਮੈਂ ਮੌਕਾ ਤਾੜ ਕੇ ਸਾਅਫ਼ਾ ਲੱਕੋਂ ਲਾਹ ਕੇ ਅੱਗੇ ਕਰ ਦਿੱਤਾ - ਤੇ ਜਦੋਂ ਲੱਗਿਆ ਸਾਅਫ਼ੇ ਨੂੰ ਹੱਥ ਪਾਉਣ - ਬੱਸ ਫੇਰ ਦੇਗ ਤੇਗ ਫਤਹਿ ਕਰ ਦਿੱਤੀ - ਸ੍ਰੀ ਸਾਹਿਬ ਦੇ ਇਕੋ ਵਾਰ ਨਾਲ ਈ ਬਾਂਹ ਡੌਲੇ ਕੋਲੋਂ ਗਰਚ ਦੇਣੇ ਲਾਹ ਕੇ ਪਰ੍ਹੇ ਮਾਰੀ - ਫਿਰ ਡਰੇ ਸਾਧ ਮਾਂਗੂੰ ਮੇਰੀ ਬਾਂਹ - ਮੇਰੀ ਬਾਂਹ ਕਰਦਾ ਤਿੱਤਰ ਹੋ ਗਿਆ - ਇਹ ਕੌਤਕ ਦੇਖ

ਕੇ ਨਾਲ ਦੇ ਵੀ ਕਰੜੇ ਹੋ ਗਏ - ਸੱਟਾਂ ਤਾਂ ਸਾਡੇ ਗਈਆਂ ਵੱਜ - ਪਰ ਗੁਰੂ ਆਸਰੇ ਜਾਨੀ ਨੁਕਸਾਨ ਕੋਈ ਨਹੀਂ ਹੋਇਆ - ਤੇ ਫੇਰ ਭਾਈ ਅਸੀਂ ਉਚੀ ਉਚੀ ਚੌਪਈ ਸਾਹਿਬ ਦਾ ਪਾਠ ਕਰਦੇ ਬੜੇ 'ਰਾਮ ਨਾਲ ਤੁਰੇ ਆਏ - ਗੁਰੂ ਅੰਗ ਸੰਗ ਸੀ -ਫਿਰ ਐਥੇ ਆ ਕੇ ਈ ਦਮ ਲਿਆ -।"

- "ਸੱਟਾਂ ਕਿੰਨੀਆਂ ਕੁ ਐ?"

- "ਕੱਖ ਵੀ ਨਹੀਂ - ਬਾਂਹ ਤੇ ਗੰਡਾਸੇ ਦਾ ਟੱਕ ਐ - ਮੱਥੇ ਤੇ ਡਾਗ ਵੱਜ ਗਈ।"

- "ਜੱਟ ਦੀ ਘੰਡੀ ਸਲਾਮਤ ਰਹੇ - ਜਮਾਂ ਈ ਨਹੀਂ ਮਰਦਾ।" ਥੰਮਣ ਬੋਲਿਆ।

- "ਮੁਸਲਿਆਂ ਦੇ ਰੱਬ ਯਾਦ ਨਹੀਂ ਰਿਹਾ - ਕੋਈ ਨਿਆਣਾ ਕੋਈ ਸਿਆਣਾ ਨਹੀਂ ਦੇਂਹਦੇ - ਬੱਸ ਅਲੀ ਅਲੀ ਕਰ ਕੇ ਪਾਰ ਬੁਲਾਉਣ ਲੱਗੇ ਅੱਖ ਦਾ ਫੋਰ ਈ ਲਾਉਂਦੇ ਐ।"

- "ਨਹੀਂ - ਇਹ ਵੀ ਗੱਲ ਨਹੀਂ -।"

ਗਿਆਨੀ ਨੇ ਗੱਲ ਕੱਟੀ।

- "ਸਾਰੇ ਕਾਹਨੂੰ ਇਕੋ ਜਿਹੇ ਐ - ਦਿਆਲੂ ਬੰਦੇ ਵੀ ਬੜੇ ਹੈਗੇ ਐ - ਥੋਡੇ ਸਾਹਮਣੇ ਐਂ - ਕਿੰਨਿਆਂ ਨੇ ਆਪਣੀਆਂ ਜਾਨਾਂ ਜ਼ੋਖਮ 'ਚ ਪਾ ਕੇ ਹਿੰਦੂ-ਸਿੱਖ ਪ੍ਰੀਵਾਰ ਬਚਾਏ ਐ? ਜਿਹੜੇ ਲੁੱਟ ਮਾਰ ਤੇ ਕਤਲ ਕਰਦੇ ਐ - ਉਹ ਤਾਂ ਗੁੰਡੇ ਤੇ ਲੁਟੇਰੇ ਐ - ਰਾਮ ਰੌਲੇ 'ਚ ਇਹਨਾਂ ਨੂੰ ਕੋਈ ਨਹੀਂ ਪੁੱਛਦਾ- ਇਹ ਤਾਂ ਦਾਅ ਤਕਾਉਂਦੇ ਐ ਕਿ ਕਦੋਂ ਧੂਤਕੜਾ ਛਿੜੇ ਤੇ ਕਦੋਂ ਹੱਥ ਰੰਗੀਏ - ਕਿਸੇ ਘੱਲੂਘਾਰੇ ਦਾ ਤਾਂ ਇਹਨਾਂ ਨੂੰ ਵਿਆਹ ਜਿੰਨਾ ਚਾਅ ਹੁੰਦੈ -।"

- "ਇਹ ਵੀ ਠੀਕ ਐ।" ਥੰਮਣ ਮੰਨ ਗਿਆ।

- "ਨਾਲੇ ਇਧਰ ਹਿੰਦੋਸਤਾਨ 'ਚ ਆਪਣੇ ਆਲੇ ਗੁੰਡਿਆਂ ਨੇ ਕਿਹੜਾ ਘੱਟ ਕੀਤੀ ਐ? ਆਹੀ ਗੁੱਲ ਇਹਨਾਂ ਨੇ ਖਿਲਾਏ ਐ - ਨੇਕੀ ਬਦੀ ਦੀ ਲੜਾਈ ਤੁਰੀ ਜਾਂਦੀ ਐ ਤੇ ਤੁਰੀ ਜਾਣੀ ਐਂ ਰਹਿੰਦੀ ਦੁਨੀਆਂ ਤੱਕ -।"

- "......।" ਸਾਰੇ ਸੁਣ ਰਹੇ ਸਨ।

- "ਬਾਬੇ ਨਾਨਕ ਨੇ ਬਾਬਰ ਨੂੰ ਜਾਬਰ ਐਂਵੇਂ ਨਹੀਂ ਸੀ ਕਿਹਾ - ਜਦੋਂ ਅੰਨ੍ਹਾ ਕਤਲੇਆਮ ਹੋਇਆ ਤਾਂ ਬਾਬੇ ਨਾਨਕ ਨੇ ਅਕਾਲ ਪੁਰਖ ਨੂੰ ਮਿਹਣਾ ਮਾਰਿਆ

ਸੀ: ਏਤੀ ਮਾਰ ਪਈ ਕੁਰਲਾਣੈ - ਤੈਂ ਕੀ ਦਰਦ ਨਾ ਆਇਆ? ਜਦੋਂ ਬਾਬਰ ਦੇ ਸਿਪਾਹੀਆਂ ਨੇ ਲੁੱਟ ਮਾਰ ਤੇ ਕਤਲੇਆਮ ਕੀਤਾ ਬਾਬੇ ਨੇ ਇਹ ਵੀ ਕਿਹਾ: ਪਾਪ ਦੀ ਜੰਞ ਲੈ ਕਾਬਲੋਂ ਧਾਇਆ - ਜੋਰੀ ਮੰਗੈ ਦਾਨ ਵੇ ਲਾਲੋ- ਸਰਮ ਧਰਮ ਦੋਇ ਛੁਪ ਖਲੋਏ - ਕੂੜ ਫਿਰੈ ਪ੍ਰਧਾਨ ਵੇ ਲਾਲੋ - ਹੈ ਕਿਸੇ 'ਚ ਅੱਜ ਹਿੰਮਤ? ਮੌਕੇ ਦੇ ਹਾਕਮਾਂ ਨੂੰ ਜ਼ਾਬਰ ਕਹਿਣ ਦੀ?"

- "..........।"

- "ਬਾਬੇ ਨਾਨਕ ਨੂੰ ਕਲਯੁਗ ਦਾ ਅਵਤਾਰ ਮੰਨਿਆ ਗਿਐ - ਜਦੋਂ ਧਰਤੀ ਮਾਤਾ ਤੇ ਪਾਪ ਹੱਦੋਂ ਵਧ ਗਏ - ਉਹ ਅਕਾਲ ਪੁਰਖ ਕੋਲ ਜਾ ਕੇ ਕੁਰਲਾਈ- ਅਕਾਲ ਪੁਰਖ ਨੇ ਪੁੱਛਿਆ: ਤੈਨੂੰ ਪਹਾੜਾਂ ਦਾ ਭਾਰ ਲੱਗਦੈ ਤਾਂ ਧਰਤੀ ਮਾਂ ਬੋਲੀ: ਨਾ ਤਿਸੁ ਭਾਰੇ ਪਰਬਤਾਂ - ਉਦੋਂ ਤਾਂ ਇਹ ਗੱਲ ਸੀ ਬਈ: ਸਿੱਧ ਛੁਪ ਬੈਠੇ ਪਰਬਤੀਂ - ਕਾਉਣ ਜੱਗ ਕੋ ਪਾਰ ਉਤਾਰਾ - ਸਾਧ ਸੰਤ ਵੀ ਪਹਾੜੀਂ ਜਾ ਲੁਕੇ ਸੀ - ਧਰਤੀ ਮਾਂ ਨੇ ਅਕਾਲ ਪੁਰਖ ਨੂੰ ਬੇਨਤੀ ਕੀਤੀ: ਹੇ ਅਕਾਲ ਪੁਰਖ: ਮੈਨੂੰ ਅਕ੍ਰਿਤਘਣਾਂ ਦਾ ਭਾਰ ਲੱਗਦੈ - ਅਕ੍ਰਿਤਘਣ ਉਹਨੂੰ ਕਹਿੰਦੇ ਐ ਜਿਹੜੇ ਕਿਸੇ ਦੇ ਕੀਤੇ ਗੁਣ ਨੂੰ ਭੁਲਾਉਂਦੈ - ਕਿਸੇ ਦੀ ਕਿਰਤ ਦਾ ਘਾਣ ਕਰਨ ਵਾਲਾ - ਫਿਰ ਅਕਾਲ ਪੁਰਖ ਨੇ ਬਾਬੇ ਨਾਨਕ ਨੂੰ ਧਰਤੀ 'ਤੇ ਆਧਾਰ ਕਰਨ ਲਈ ਭੇਜਿਆ -।"

- "ਧੰਨ ਐਂ - ਧੰਨ ਐਂ ਅਕਾਲ ਪੁਰਖ।" ਕਈ ਅਵਾਜਾਂ ਉਠੀਆਂ।

- "ਭਾਈ ਗੁਰਦਾਸ ਜੀ ਨੂੰ ਵੇਦ ਵਿਆਸ ਦਾ ਅਵਤਾਰ ਕਿਹਾ ਜਾਂਦੈ - ਭਾਈ ਗੁਰਦਾਸ ਜੀ ਨੇ ਉਦੋਂ ਦਾ ਜ਼ਿਕਰ ਕੀਤੈ: ਸੁਣੀ ਪੁਕਾਰ ਦਾਤਾਰੁ ਪ੍ਰਭੁ - ਗੁਰ ਨਾਨਕੁ ਜੱਗ ਮਾਹਿ ਪਠਾਇਆ - ਧਰਤੀ ਦੀ ਪੁਕਾਰ ਸੁਣ ਕੇ ਅਕਾਲ ਪੁਰਖ ਨੇ ਗੁਰੂ ਨਾਨਕ ਜੀ ਨੂੰ ਜੱਗ 'ਤੇ ਭੇਜਿਆ - ਜਬ ਜਬ ਹੋਵੈ ਧਰਮੁ ਗੁਲਾਮੀ - ਤਬ ਦਰੁ ਆਇ ਅਵਤਾਰ ਮਹਾਨੀ - ਜਦੋਂ ਧਰਮ ਗੁਲਾਮ ਹੁੰਦਾ ਗਿਆ - ਉਦੋਂ ਉਦੋਂ ਈ ਸਮੇਂ ਸਮੇਂ ਤੇ ਅਵਤਾਰ ਧਰਤੀ ਤੇ ਆਉਂਦੇ ਗਏ - ਗੁਰਬਾਣੀ ਫੁਰਮਾਉਂਦੀ ਐ: ਸਤਿਜੁਗੁ ਤੈਂ ਮਾਣਿਓ॥ ਛਲ ਬਲ ਬਾਵਣ ਭਾਇਓ॥ ਤ੍ਰੇਤੈ ਤੈ ਮਾਣਿਓ॥ ਰਾਮ ਰਘੁਵੰਸ ਕਹਾਇਓ॥ ਦੁਆਪਰਿ ਕ੍ਰਿਸ਼ਨ ਮੁਰਾਰ ਕੰਸ ਕ੍ਰਿਤਾਰਥ ਕੀਓ॥ ਉਗ੍ਰ ਸੈਣ ਕਉ ਰਾਜ ਅਭੈ ਭਗਤਹ ਜਨ ਦੀਓ॥ ਕਲਯੁਗ ਪ੍ਰਮਾਣ ਨਾਨਕੁ

ਗੁਰੁ ਅੰਗਦੁ ਅਮਰੁ ਕਹਾਇਓ॥ ਇਸ ਕਰਕੇ ਗੁਰੂ ਨਾਨਕ ਜੀ ਨੂੰ ਕਲਯੁਗ ਦਾ ਅਵਤਾਰ ਕਿਹਾ ਜਾਂਦੈ - ਆਪੁ ਨਰਾਇਣ ਕਲਾ ਧਾਰੁ ਜਗੁ ਮਹਿ ਪਰਵਰਿਓ - ਫਿਰ ਥੋਨੂੰ ਪਤਾ ਈ ਐ ਬਈ: ਜਿਸੁ ਕੇ ਸਿਰੁ ਊਪਰਿ ਤੂੰ ਸੁਆਮੀ - ਸੋ ਦੁਖੁ ਕੈਸਾ ਪਾਵੈ - ਫੇਰ ਜਾ ਕੇ ਧਰਤੀ ਮਾਤਾ ਨੂੰ ਕਿਤੇ ਸੁਖ ਦਾ ਸਾਹ ਆਇਆ - ਮਨੁ ਚਾਓ ਭਇਆ ਪ੍ਰਭ ਆਗਮ ਸੁਣਿਆਂ -।"

- "......।" ਗਿਆਨੀ ਦੀਆਂ ਗੁਣੀ - ਗਿਆਨ ਦੀਆਂ ਗੱਲਾਂ ਨੇ ਸਾਰਿਆਂ ਦੇ ਤਪਦੇ ਹਿਰਦੇ ਠਾਰ ਦਿੱਤੇ।

- "ਬਾਬਾ ਨਾਨਕ ਪਾਪੀਆਂ ਨੂੰ ਤਾਰਨ ਲਈ - ਪਾਪੀਆਂ ਕੋਲ ਆਪ ਚੱਲ ਕੇ ਗਿਆ - ਅੱਜ ਕੱਲ੍ਹ ਦੇ ਬੂਬਨੇ ਸਾਧਾਂ ਮਾਂਗੂੰ ਫੋਕੇ ਮੱਥੇ ਨਹੀਂ ਟਿਕਾਏ - ਪੈਦਲ ਚੱਲ ਕੇ ਚਾਰ ਉਦਾਸੀਆਂ ਕੀਤੀਆਂ -ਬਲੀ ਕੰਧਾਰੀ ਵਰਗਿਆਂ ਦੇ ਹੰਕਾਰ ਤੋੜੇ ਤੇ ਕੌਡੇ ਰਾਕਸ਼ਸ ਵਰਗਿਆਂ ਦਾ ਸੁਧਾਰ ਕੀਤਾ - ਬਾਬਰ ਵਰਗਿਆਂ ਨੂੰ ਜ਼ਾਬਰ ਕਿਹਾ ਤੇ ਕੋਹੜੀਆਂ ਨੂੰ ਗਲ ਲਾਇਆ।"

ਹਮੇਸ਼ਾਂ ਦੀ ਆਦਤ ਅਨੁਸਾਰ ਗਿਆਨੀ ਪੂਰਨ ਸਿੰਘ ਨੇ ਇਕ ਵਿਸਥਾਰ ਸਹਿਤ ਭਾਸ਼ਨ ਝਾੜ ਦਿੱਤਾ। ਉਥੇ ਵਾਹਵਾ ਇਕੱਠ ਹੋ ਗਿਆ ਸੀ।

ਗਿਆਨੀ ਪੂਰਨ ਸਿੰਘ ਦੇ ਆਉਣ ਕਰਕੇ ਸਾਰਿਆਂ ਦਾ ਜੀਅ ਜਿਹਾ ਟਿਕ ਗਿਆ। ਦਿਲ ਜਿਹਾ ਲੱਗ ਗਿਆ। ਗਿਆਨੀ ਗੁਰਬਾਣੀ ਦੀ ਦਲੀਲ ਦੇ ਕੇ ਉਹਨਾਂ ਨੂੰ ਸੰਤੁਸ਼ਟ ਕਰੀ ਰੱਖਦਾ। ਡੋਲਣ ਨਾ ਦਿੰਦਾ। ਗੁਰੂ ਗੋਬਿੰਦ ਸਿੰਘ ਜੀ ਦੀਆਂ ਸਾਖੀਆਂ ਸੁਣਾਉਂਦਾ ਰਹਿੰਦਾ।

'ਵਾਹਿਗੁਰੂ-ਵਾਹਿਗੁਰੂ' ਜਪਣ ਦੀ ਪ੍ਰੇਰਨਾ ਦਿੰਦਾ। ਗੁਰਬਾਣੀ ਜਪਣ ਨਾਲ ਜਿਵੇਂ ਸਾਰਿਆਂ ਦੇ ਡੋਲਦੇ ਹੌਂਸਲੇ ਸਥਿਰ ਹੋ ਗਏ। ਗਿਆਨੀ ਨਹੀਂ ਜਿਵੇਂ ਉਹਨਾਂ ਨੂੰ ਕੋਈ ਧਿਰ ਮਿਲ ਗਈ ਸੀ। ਜਿਵੇਂ ਕੋਈ ਦੇਵਤਾ ਪ੍ਰਗਟ ਹੋ ਗਿਆ ਸੀ।

4

ਤੀਜੇ ਦਿਨ ਹੀ ਅਲਾਟਮੈਂਟ ਲਈ ਨਿਯੁਕਤ ਕੀਤਾ ਹੋਇਆ ਇੰਚਾਰਜ ਪਹੁੰਚ ਗਿਆ। ਗਿੱਠੇ ਕੱਦ ਦਾ ਮਧਰਾ ਜਿਹਾ ਇੰਚਾਰਜ ਠੂੰਹੇਂ ਦੀ ਪੂਛ ਵਰਗੀਆਂ ਮੁੱਛਾਂ ਨੂੰ ਠੇਹਲੇ ਮਾਰਦਾ ਫਿਰਦਾ ਸੀ। ਉਸ ਦੇ ਕੁੱਲੇ ਵਾਲੀ ਪੱਗ ਬੰਨ੍ਹੀ ਹੋਈ ਸੀ ਅਤੇ ਪੈਰਾਂ ਦਾ ਵਾਧੂ ਜਿਹਾ ਮਾਸ ਜੁੱਤੀ ਤੋਂ ਬਾਹਰ ਲਮਕ ਰਿਹਾ ਸੀ। ਉਸ ਦਾ ਢਿੱਡ ਢੋਲਕੀ, ਪਰ ਲੱਤਾਂ ਗੰਨੇ ਵਰਗੀਆਂ ਸਨ। ਉਹ ਸ਼ਰਨਾਰਥੀਆਂ ਵੱਲ ਵਾਰ - ਵਾਰ ਦੇਖ ਕੇ ਮੂੰਹ ਸਕੋੜਦਾ ਸੀ, ਜਿਵੇਂ ਮੁਸ਼ਕ ਆਉਂਦਾ ਹੋਵੇ।

- "ਇਹ ਬੰਦਾ ਤਾਂ ਪੂਰਾ ਕਪੜਛਾਣ ਲੱਗਦੈ।" ਗਿਆਨੀ ਨੇ ਹਜੂਰ ਸਿੰਘ ਦੇ ਕੰਨ ਵਿਚ ਕਿਹਾ।

- "ਮੂੰਹ ਤਾਂ ਦੇਖ ਕਿਮੇਂ ਕਰਦੈ - ਜਿਵੇਂ ਸਾਲੇ ਨੂੰ ਹਵਾ ਨਹੀਂ ਸਰਦੀ ਹੁੰਦੀ।"

- "ਇਹ ਮੈਨੂੰ ਮੈਦ ਐ ਬਈ ਕੋਈ ਨਵਾਂ ਈ ਸੱਪ ਕੱਢੂ।" ਥੰਮਣ ਨੇ ਕਿਹਾ।

- "ਤੇ ਉਹ ਵੀ ਖੜੱਪਾ।" ਅਮਲੀ ਬੋਲਿਆ।

ਇੰਦਰ ਚਮਿਆਰ ਦੇ ਹੋਕੇ ਤੇ ਸਾਰਾ ਕੈਂਪ ਇੰਚਾਰਜ ਕੋਲ ਇਕੱਠਾ ਹੋ ਗਿਆ ਸੀ।

- "ਸੁਣੋਂ ਬਈ ਭਰਾਵੋ ....!" ਚੌਕੀਦਾਰ ਨੇ ਤੂਤ ਦੀ ਛਿਟੀ ਹਿਲਾ ਕੇ ਕਿਹਾ।

ਇਕ ਚੁੱਪ ਛਾ ਗਈ।

ਗੱਲਾਂ ਬੰਦ ਹੋ ਗਈਆਂ।

- "ਇਹ ਗੱਲਾਂ ਫੇਰ ਕਰ ਲਿਓ - ਮਾੜਾ ਜਿਆ ਨੇੜੇ ਹੋ ਜਾਓ ...!"

ਇਕੱਠ ਗਊਆਂ ਦੇ ਵੱਗ ਵਾਂਗ ਨੇੜੇ ਹੋ ਗਿਆ।

- "ਇਹ ਐ ਸਾਡੇ ਵੱਡੇ ਸਾਹਬ - ਇਹ ਪਾਕਸਤਾਨ ਤੋਂ ਆਏ ਪ੍ਰਵਾਰਾਂ ਨੂੰ ਮੁੜ ਵਸਾਉਣ ਲਈ ਨਜੁਕਤ ਕੀਤੇ ਗਏ ਐ ਗੌਰਮਿਲਟ ਵੱਲੀਓਂ-।"

ਸਾਰੇ ਸੁਣ ਰਹੇ ਸਨ।

- "ਜੀਹਦੀ ਜਿੰਨੀ ਜਿੰਨੀ ਜ਼ਮੀਨ ਪਾਕਸਤਾਨ 'ਚ ਸੀਗੀ - ਓਨੀ ਓਨੀ ਲਿਖਾ ਦਿਓ - ਅਗਲੇ ਹਫਤੇ ਪੂਰਾ ਜੈਜਾ ਲੈ ਕੇ 'ਲਾਟਮਿੰਟ ਹੋਜੂਗੀ -।"

- "ਹੁਣ ਮੇਰੇ ਵੀਰ 'ਕੱਲੇ ਕੱਲੇ ਆਓ ਤੇ ਆਪਣਾ ਪਿਛਲਾ ਪਤਾ ਤੇ ਜ਼ਮੀਨ ਜ਼ੈਦਾਤ ਦਾ ਵੇਰਵਾ ਲਿਖਵਾ ਦਿਓ।"

ਚੌਕੀਦਾਰ ਦੇ ਗੱਲ ਖਤਮ ਕਰਨ ਤੇ ਗੱਲ ਇੰਚਾਰਜ ਨੇ ਫੜ ਲਈ।

- "ਬਈ ਸੁਣੋ - ਮੇਰਾ ਨਾ ਹਰ - ਨਰਾਇਣ ਹੈ - ਜਿਸ ਦੀ ਜਿਤਨੀ ਜਿਤਨੀ ਜ਼ਮੀਨ ਸੀ - ਉਤਨੀ ਉਤਨੀ ਹੀ ਦਰਜ ਕਰਵਾਉਣੀ - ਤੁਹਾਨੂੰ ਪਤਾ ਹੀ ਹੈ ਕਿ ਮੈਥੋਂ ਝੂਠ ਬਰਦਾਸ਼ਤ ਨਹੀਂ ਹੁੰਦਾ - ਝੂਠੇ ਬੰਦਿਆਂ ਨਾਲ ਮੈਂ ਬੜੀ ਸਖਤੀ ਨਾਲ ਪੇਸ਼ ਆਉਂਦਾ ਹਾਂ - ਸਮਝੇ?"

ਸਾਰਿਆਂ ਨੇ ਸਿਰ ਸੁੱਟ ਲਏ।

ਕਾਰਵਾਈ ਸ਼ੁਰੂ ਹੋ ਗਈ। ਨਾਂ, ਪਤੇ, ਬਾਪ ਦਾ ਨਾਂ, ਮਲਕੀਅਤ ਅਤੇ ਜਾਨੀ ਨੁਕਸਾਨ ਦਾ ਵੇਰਵਾ ਦਰਜ਼ ਹੋਣਾ ਸ਼ੁਰੂ ਹੋ ਗਿਆ।

ਸ਼ਾਮ ਹੋਣ ਤੱਕ ਚੌਥਾ ਕੁ ਹਿੱਸਾ ਕਾਰਵਾਈ ਨਿਬੜ ਗਈ। ਬਾਕੀ ਅਗਲੇ ਦਿਨ ਤੇ ਛੱਡ ਕੇ ਇੰਚਾਰਜ ਚੌਕੀਦਾਰ ਸਮੇਤ ਵਿਦਾ ਹੋ ਗਿਆ।

ਪਿੱਛੇ ਰਹਿ ਗਏ ਬੰਦੇ ਠੱਗੇ-ਠੱਗੇ ਜਿਹੇ ਖੜ੍ਹੇ ਸਨ। ਮੜ੍ਹੀਆਂ ਵਾਂਗ ਖ਼ਾਮੋਸ਼।

- "ਇਹ ਹਰ ਨਰੈਣ ਐਂ ਜਾਂ ਭੂਤ ਨਰੈਣ?" ਅਮਲੀ ਨੇ ਚੁੱਪ ਤੋੜੀ।

- "ਅਖੇ ਥੋਨੂੰ ਪਤਾ ਈ ਐ ਬਈ ਮੈਥੋ ਝੂਠ ਬਰਦਾਸ਼ਤ ਨਹੀਂ ਹੁੰਦਾ -।"

- "ਸਾਨੂੰ ਕੀ ਪਤੈ?"

- "ਸਾਨੂੰ ਪਤੇ ਨੂੰ - ਤੂੰ ਸਾਡੀ ਭੂਆ ਦਾ ਮੁੰਡੈਂ?"

- "ਅਖੇ ਜਿੰਨੀ ਜਿੰਨੀ ਜ਼ਮੀਨ ਜੈਦਾਤ ਸੀ ਓਨੀ ਓਨੀ ਲਿਖਵਾਇਓ।"

- "ਮੈਂ ਕਹਿੰਨੈ ਬਈ ਸਾਨੂੰ ਓਦੂੰ ਅੱਧੀ ਈ ਮਿਲ ਜਾਵੇ ਤਾਂ ਵੀ ਵਾਹ ਭਲੀ ਐ।" ਗਿਆਨੀ ਨੇ ਆਖਿਆ। ਉਸ ਨੂੰ ਕਾਣੀ ਵੰਡ 'ਤੇ ਇਤਬਾਰ ਨਹੀਂ ਸੀ।

- "ਕਰਨਾ ਕੱਤਰਨਾ ਇਹਨਾਂ ਨੇ ਮੈਨੂੰ ਮੈਦ ਐ ਕੱਖ ਨਹੀਂ - ਵਾਧੂ ਅੱਖਾਂ ਪੂੰਝ ਕੇ ਪਰੇਹ ਹੋਣਗੇ।" ਹਜ਼ੂਰ ਸਿੰਘ ਘੋਰ ਦੁਖੀ ਸੀ।

- "ਕਾਹਦੀ ਅਜ਼ਾਦੀ ਐ ਇਹੇ? ਨੌਹਾਂ ਨਾਲੋਂ ਮਾਸ ਤੋੜਿਆ - ਰੰਗੀ ਵਸਦੇ ਕੱਖੋਂ ਹੌਲੇ ਵਾਧੂ ਦੇ ਕਰਤੇ।"

- "ਜਿਹੜੀਆਂ ਦੋਹੀਂ ਧਿਰੀਂ ਧੀਆਂ ਭੈਣਾਂ ਨੋਚੀਆਂ - ਉਹ ਵੱਖਰੀਆਂ।" ਗਿਆਨੀ ਫਿਰ ਬੋਲਿਆ ਉਸ ਨੂੰ ਆਰਥਿਕ ਪੱਖੋਂ ਘੱਟ ਸਗੋਂ ਆਤਮਿਕ ਪੱਖੋਂ ਵੱਧ ਦੁੱਖ ਸੀ।

- "ਉਏ ਅਜ਼ਾਦੀ ਦੀ ਤਾਂ ਉਹ ਗੱਲ਼ ਐ।" ਅਮਲੀ ਨੇ ਗੱਲ ਤੋਰੀ

- "ਜੁਲਾਹਿਆਂ ਦੀ ਗਈ ਜੰਨ - ਤੇ ਜਦੋਂ ਕੁੜੀ ਆਲਿਆਂ ਦੇ ਪਿੰਡ ਪਹੁੰਚੇ ਤਾਂ ਜੁਲਾਹਿਆਂ ਦਾ ਮੋਢੀ ਸਰਦਾਰ ਬੋਲਿਆ ਅਖੇ ਸੱਥ ਵਿਚ ਦੀ ਬਜ਼ੁਰਗਾਂ ਨੂੰ ਸਾਸਰੀਕਾਲ ਕਹਿ ਕੇ ਦਗੜ-ਦਗੜ ਕਰਦੇ ਲੰਘ ਚੱਲਿਓ - ਜੁਲਾਹਿਆਂ ਨੇ ਘੁੱਟ-ਘੁੱਟ ਰੂੜੀ-ਮਾਰਕਾ ਲਾਈ ਹੋਈ ਸੀ - ਉਹ ਸੱਥ 'ਚ ਜਾ ਕੇ ਸਾਸਰੀਕਾਲ ਤਾਂ ਭੁੱਲ ਗਏ - 'ਕੱਲੀ ਦਗੜ-ਦਗੜ ਚੇਤੇ ਰਹਿ ਗਈ - ਬੱਸ ਫੇਰ ਕੀ ਸੀ? ਜਿਹੜਾ ਮਿਲੇ ਉਸੇ ਨੂੰ ਆਖੀ ਜਾਣ: ਸਰਦਾਰ ਜੀ ਦਗੜ-ਦਗੜ - ਸਰਦਾਰ ਜੀ ਦਗੜ-ਦਗੜ - ਬੱਸ ਉਹੀ ਗੱਲ ਇਹਨਾਂ ਦੀ ਅਜ਼ਾਦੀ ਦੀ ਐ - ਲੋਕਾਂ ਦਾ ਉਜਾੜਾ ਤਾਂ ਇਹਨਾਂ ਨੂੰ ਭੁੱਲ ਗਿਆ - ਹੁਣ ਜੁਲਾਹਿਆਂ ਦੀ ਦਗੜ-ਦਗੜ ਮਾਂਗੂੰ: ਹਮਾਰਾ ਦੇਸ਼ ਅਜ਼ਾਦ ਹੋ ਗਿਆ, ਪਿੱਟੀ ਜਾਂਦੇ ਐ - ਇਹ ਫੱਟ ਤਾਂ ਗਿਆਨੀ ਜੀ ਸਾਰੀ ਜ਼ਿੰਦਗੀ ਨਹੀਂ ਮਿਟਣੇ - ਪਾਕਸਤਾਨ 'ਚ ਰਹਿ ਗਿਆ ਜੱਦੀ ਪਿੰਡ ਦਿਲ 'ਚ ਕਿੱਲ ਮਾਂਗੂੰ ਖੁੱਭਿਆ ਰਹੂ -।"

- "ਤੇ ਅਮਲੀਆਂ ਮੈਂ ਨਿੱਤ ਕੀ ਪਿੱਟਦਾ ਰਹਿੰਦਾ ਸੀ? ਆਹੀ ਭਵਿੱਖ ਬਾਣੀਆਂ ਮੈਂ ਕਰਦਾ ਹੁੰਦਾ ਸੀ - ਹੁਣ ਦੇਖ ਲਓ ਥੋਡੇ ਸਾਹਮਣੇ ਈ ਐ ਪ੍ਰਤੱਖ ਨੂੰ ਪ੍ਰਮਾਣ ਕੀ? ਹੋ ਗਈ ਨਾ ਉਹ ਹੀ ਗੱਲ? ਅਖੇ ਨਾਈਆ ਵਾਲ ਕਿੱਡੇ ਕਿੱਡੇ ਕੁ ਐ - ਕਹਿੰਦਾ ਤੇਰੇ ਸਾਹਮਣੇ ਈ ਆ ਡਿੱਗਣੇ ਐਂ - ਸਿਆਣੇ ਕਹਿੰਦੇ ਹੁੰਦੇ ਐ: ਕੁੱਬੇ ਦੇ ਵੱਜੀ ਲੱਤ ਉਹ ਰੱਬ ਦਾ ਸ਼ੁਕਰ ਮਨਾਉਂਦਾ - ਉਹੀ ਗੱਲ ਗੌਰਮਿੰਟ ਦੀ ਐ - ਉਧਰ ਜਿਨਾਂਹਵਾਦ - ਇਧਰ ਨਹਿਰੂਵਾਦ - ਕੁਰਸੀਆਂ ਦੋਹਾਂ ਧਿਰਾਂ ਕੋਲੇ ਐ - ਮਾਰੇ ਗਏ ਮਹਾਤੜ - ਨਿੱਤ ਬਿਆਨ ਦਾਗੀ ਜਾਂਦੇ ਐ: ਅਬ ਹਮਾਰਾ ਦੇਸ਼

ਖੁਸ਼ਹਾਲ ਹੋ ਜਾਏਗਾ - ਪੁੜਪੁੜੀ 'ਚ ਮਾਰੇ ਡਾਂਗ ਤੇ ਫੜ ਕੇ ਲਿਆਵੇ ਐਥੇ ਤੇ ਦਿਖਾਵੇ ਬਈ ਥੋਡੇ ਖੁਸ਼ਹਾਲ ਦੇਸ਼ ਚ ਸ਼ਰਨਾਰਥੀਆਂ ਦਾ ਕੀ ਹਾਲ ਐ।" ਗਿਆਨੀ ਇਤਨਾ ਕਦੇ ਨਹੀਂ ਭੜ੍ਹਕਿਆ ਸੀ।

- "ਪਰ ਕੌਣ ਕਹੇ ਰਾਣੀ ਅੱਗਾ ਢਕ?"

- "ਇਹ ਗੱਲ ਨਹੀਂ ਬਈ ਮੁਸਲਮਾਨਾਂ ਦਾ ਸਾਡੇ ਨਾਲੋਂ ਘੱਟ ਉਜਾੜਾ ਹੋਇਐ - ਉਜਾੜਾ ਉਹਨਾਂ ਦਾ ਵੀ ਆਪਣੇ ਜਿੰਨਾ ਈ ਹੋਇਐ - ਕਿਸੇ ਨੂੰ ਵੱਧ ਕਿਸੇ ਨੂੰ ਘੱਟ - ਪਰ ਸੇਕ ਲੱਗਿਆ ਜਰੂਰ ਐ - ਕਿਸੇ ਕਿਸੇ ਦਾ ਤਾਂ ਪੂਰੇ ਦਾ ਪੂਰਾ ਪ੍ਰੀਵਾਰ ਈ ਇਸ ਚੰਦਰੀ ਅਜ਼ਾਦੀ ਦੀ ਬਲੀ ਚੜ੍ਹ ਗਿਆ - ਗੱਲ ਸੋਚਣ ਆਲੀ ਤਾਂ ਇਹ ਐ ਬਈ ਕੋਈ ਨਹਿਰੂ ਦਾ ਰਿਸ਼ਤੇਦਾਰ ਮਰਿਆ? ਕੋਈ ਜਿਨਾਂਹ ਦਾ ਮਰਿਆ? ਮਰੇ ਤੇ ਉਜੜੇ ਕੌਣ? ਬੇਕਸੂਰ ਲੋਕ -।"

- "ਉਏ ਅਜ਼ਾਦੀ ਨੂੰ ਕੋਈ ਰੋਕਦਾ ਸੀ? ਪਰ ਆਹਾ ਨਛਕਾਨ ਨਾ ਹੋਣ ਦਿੰਦੇ।" ਅਮਲੀ ਬਿਲਕਿਆ।

- "ਭਗਤ ਸਿੰਘ ਅਰਗੇ ਮੁੰਡੇ ਮਰਵਾਏ - ਸਿਰਫ ਐਸੇ ਕਰਕੇ ਬਈ ਇਹਨਾਂ ਦੇ ਹੁੰਦਿਆਂ ਗੱਦੀ ਸਾਡੇ ਹੱਥ ਕਦੋ ਆਈ? ਮਾਰ ਦਿਓ ਉਏ - ਟੰਗ ਦਿਓ ਉਏ - ਇਹੇ ਗਰਮ ਖਿਆਲੀ ਐ ਜੀ - ਇਹ ਤੱਤਾ ਬੋਲਦੇ ਐ ਜੀ - ਦੇਖ ਲਈਂ ਕੱਲ੍ਹ ਨੂੰ ਵੋਟਾਂ ਲੈਣ ਦੇ ਮਾਰੇ ਭਗਤ ਸਿੰਘ ਹੋਰਾਂ ਦੀਆਂ ਵਾਰਾਂ ਈ ਗਾਇਆ ਕਰਨਗੇ।" ਗਿਆਨੀ ਨੇ ਇਕ ਹੋਰ ਅਕਾਸ਼ਬਾਣੀ ਕੀਤੀ।

ਇੰਚਾਰਜ ਦੀ ਕਾਰਵਾਈ ਪੂਰਾ ਹਫਤਾ ਚਲਦੀ ਰਹੀ। ਉਹ ਨਿੱਤ ਕੋਈ ਨਵੀਂ ਗੱਲ ਸੁਣਾਉਂਦਾ। ਲੋਕ ਕੁੜ੍ਹਦੇ। ਪਰ ਚੁੱਪ ਰਹਿੰਦੇ। ਕੁਛ ਕਰ ਨਾ ਸਕਦੇ। ਕਰਦੇ ਵੀ ਕੀ? ਬੱਚਿਆਂ ਦੇ ਭਵਿੱਖ ਦਾ ਸੁਆਲ ਸੀ। ਜੜ੍ਹਾਂ ਤੋਂ ਤਾਂ ਉਹ ਪਹਿਲਾਂ ਹੀ ਉਖੜੇ ਹੋਏ ਸਨ। ਮੌਕੇ ਦੇ ਅਫਸਰ ਨਾਲ ਵੈਰ ਪਾ ਕੇ ਉਹ ਪੱਤੇ-ਟਾਹਣੀਆਂ ਸਾੜਨੋਂ ਡਰਦੇ ਸਨ। ਵਕਤਾਂ ਮਾਰੇ ਸੂਰਮੇਂ ਲੋਕ ਇਕ ਤਰ੍ਹਾਂ ਨਾਲ ਬੇਹੇ ਪਾਣੀ ਵਿਚ ਹੀ ਬਹਿੰਦੇ ਜਾ ਰਹੇ ਸਨ। ਕਿਸੇ ਤੇ 'ਉਏ' ਨਾ ਕਹਾਉਣ ਵਾਲੇ ਲੋਕ ਹਰ ਰੋਜ ਤਰ੍ਹਾਂ-ਤਰ੍ਹਾਂ ਦੀਆਂ ਗੱਲਾਂ ਹਿੱਕ ਤੇ ਪੱਥਰ ਰੱਖ ਕੇ ਬਰਦਾਸ਼ਤ ਕਰਦੇ ਸਨ।

ਲੋਕ ਇੰਚਾਰਜ ਤੇ ਬੁਰੀ ਤਰ੍ਹਾਂ ਚਿੜਦੇ।

- "ਦੇਖ ਲੈ ਹਜੂਰ ਸਿਆਂ - ਐਹੋ ਜਿਹੇ ਕਰਾੜ ਆਪਣੀ ਮੂਤ ਦੀ ਧਾਰ ਦੇ ਰੋੜ੍ਹੇ ਵੇ ਸੀ।" ਅਮਲੀ ਅਤੀਅੰਤ ਅੱਕ ਕੇ ਆਖਦਾ।

- "ਅਮਲੀਆ ਜਦੋਂ ਸ਼ੇਰ ਫੱਟੜ ਹੋ ਕੇ ਡਿੱਗ ਪੈਂਦੈ - ਉਥੇ ਗਿੱਦੜ ਪਹਿਲਵਾਨ ਆ ਬਣਦੇ ਐ - ਤੇ ਚੋਰਾਂ ਦੇ ਬਾਗਾਂ 'ਚ ਕਾਟੋ ਸਰਦਾਰਨੀ ਹੁੰਦੀ ਐ - ਸਮਾਂ ਈ ਐਸਾ ਐ - ਚੋਰ ਦੀ ਮਾਂ ਕੋਠੀ 'ਚ ਮੂੰਹ - ਕਰੀਏ ਤਾਂ ਕੀ ਕਰੀਏ?" ਹਜੂਰ ਸਿੰਘ ਬੇਵੱਸ ਸੀ। ਸਿਰੀ ਕੁੱਟੀ ਵਾਲੇ ਸੱਪ ਵਾਂਗ ਉਹ ਵਿਸ਼ ਜਿਹੀ ਘੋਲ ਰਿਹਾ ਸੀ।

- "ਸਾਡਾ ਸਹੁਰਾ ਕੋਈ ਮੂਤ ਨਹੀਂ ਸੀ ਉਲੰਘਦਾ।" ਕਹਿਰਾਂ ਦੀ ਨਮੋਸ਼ੀ ਵਿਚ ਥੰਮਣ ਸਿਰ ਫੇਰੀ ਜਾ ਰਿਹਾ ਸੀ।

- "ਇਹ ਗੰਗੂ ਦੀ ਔਲਾਦ ਐ ਗੁਰੂ ਦੇ ਪਿਆਰਿਓ।" ਗਿਆਨੀ ਨੇ ਕਿਹਾ।

ਉਹ ਸਾਰੀ-ਸਾਰੀ ਰਾਤ ਇੰਚਾਰਜ ਤੇ ਕਚੀਰ੍ਹਾ ਕਰਦੇ ਰਹਿੰਦੇ।

ਕਾਰਵਾਈ ਤੋਂ ਬਾਅਦ ਇੰਚਾਰਜ ਨੇ ਪੂਰਾ ਹਫਤਾ ਹੀ ਦਰਸ਼ਣ ਨਾ ਦਿੱਤੇ। ਪਤਾ ਨਹੀਂ ਉਹ ਕਿਹੜੇ ਪਹਾੜੀਂ ਚੜ੍ਹ ਗਿਆ ਸੀ।

ਲੋਕਾਂ ਨੇ ਕੈਂਪ ਦੇ ਚੌਕੀਦਾਰ ਦੀ ਜਾਨ ਖਾਣੀ ਸ਼ੁਰੂ ਕਰ ਦਿੱਤੀ। ਚੌਕੀਦਾਰ ਵਿਚਾਰਾ ਆਪ ਫ਼ਸਿਆ ਹੋਇਆ ਸੀ।

- "ਮੈਂ ਤਾਂ ਭਰਾਵੋ ਆਪ ਥੋਡੇ ਅਰਗੈਂ।" ਆਖ ਕੇ ਉਹ ਮਸਾਂ ਉਹਨਾਂ ਨੂੰ ਨਾਲੋਂ ਤੋੜਦਾ। ਪਤਾ ਵਿਚਾਰੇ ਚੌਕੀਦਾਰ ਨੂੰ ਵੀ ਕੁਝ ਨਹੀਂ ਸੀ।

- "ਅਫਸਰਾਂ ਦੀਆਂ ਗੱਲਾਂ ਅਫਸਰ ਹੀ ਜਾਨਣ।" ਉਹ ਆਖ ਛੱਡਦਾ। ਉਜੜੇ ਲੋਕਾਂ ਦਾ ਦਰਦ ਤਾਂ ਉਸ ਨੂੰ ਬਹੁਤ ਆਉਂਦਾ। ਪਰ ਉਸ ਦੇ ਕੁਝ ਹੱਥ ਵੱਸ ਨਹੀਂ ਸੀ। ਉਹ ਜ਼ਮੀਰ ਕੁਚਲ ਕੇ ਵੀ ਨੌਕਰੀ ਕਰ ਰਿਹਾ ਸੀ। ਚੌਕੀਦਾਰ ਦੇ ਅੰਦਰ ਇਨਸਾਨੀ ਦਿਲ ਧੜਕਦਾ ਸੀ। ਜ਼ਮੀਰ ਕੁਰਲਾਉਂਦੀ ਸੀ। ਆਤਮਾ ਬਿਲਕਦੀ ਸੀ। ਪਰ ਜੁਆਕਾਂ ਦੇ ਪੇਟ ਭਰਨ ਲਈ ਉਹ ਅੱਖਾਂ ਅਤੇ ਕੰਨ ਮੁੰਦ ਕੇ, ਧੱਕੇ ਨਾਲ ਨੌਕਰੀ ਕਰ ਰਿਹਾ ਸੀ। ਉਹ ਆਤਮਾਂ ਦਾ ਗਲਾ ਦਬਾ ਦਿੰਦਾ। ਜ਼ਮੀਰ ਦੀ ਅਵਾਜ਼ ਦੱਬ ਦਿੰਦਾ। ਰੋਂਦਾ ਦਿਲ ਘੁੱਟ ਕੇ ਬੰਨ੍ਹ ਲੈਂਦਾ। ਪਰ ਸਾਰੀ ਸਾਰੀ ਰਾਤ ਉਸ ਨੂੰ ਨੀਂਦ ਨਾ ਪੈਂਦੀ। ਜੇ ਨੀਂਦ ਆਉਂਦੀ ਤਾਂ ਭੁੱਖੇ ਚਿਹਰੇ ਉਸ ਨੂੰ ਖਾਣ ਪੈਂਦੇ। ਉਹ ਤ੍ਰਭਕ ਕੇ ਜਾਗਦਾ।

ਕੈਂਪ ਵਿਚ ਸਿਰਫ ਦੋ ਵਾਰ ਖਿਚੜੀ ਵਰਤਾਈ ਜਾਂਦੀ। ਨਹਿਰ ਦਾ ਪਾਣੀ ਵਰਤਿਆ ਜਾਂਦਾ। ਨਹਿਰ ਵਿਚ ਕੈਂਪ ਵਾਲੇ ਹਰ ਰੋਜ ਸੌ-ਸੌ ਲਾਸ਼ ਤਰਦੀ ਜਾਂਦੀ ਵੇਖਦੇ। ਪਰ ਫਿਰ ਵੀ ਮਜ਼ਬੂਰੀ ਵੱਸ ਉਹਨਾਂ ਨੂੰ ਉਸੇ ਨਹਿਰ ਦਾ ਹੀ ਪਾਣੀ ਪੀਣਾ ਪੈਂਦਾ।

ਕੈਂਪ ਨੂੰ ਸਰਕਾਰ ਵਲੋਂ ਘੱਟ, ਪਰ ਗੁਆਂਢੀ ਪਿੰਡਾਂ ਵੱਲੋਂ ਵੱਧ ਮੱਦਦ ਮਿਲਦੀ।

ਪਿੰਡਾਂ ਦੇ ਲੋਕ ਗੁੜ, ਚਾਹ, ਆਟਾ ਅਤੇ ਹੋਰ ਲੋੜੀਂਦੀਆਂ ਚੀਜ਼ਾਂ ਥੋਕ ਵਿਚ ਕੈਂਪ ਵਿਚ ਪਹੁੰਚਦੀਆਂ ਕਰਦੇ। ਸੱਤਯੁਗੀ ਲੋਕ "ਭੁੱਖੇ ਦਾ ਮੂੰਹ ਗੁਰੂ ਦੀ ਗੋਲਕ" ਦੇ ਪ੍ਰਤੀਕ ਸਨ। ਉਹ ਥੋੜੇ 'ਚੋਂ ਥੋੜਾ ਬਹੁਤੇ 'ਚੋਂ ਬਹੁਤਾ ਕੈਂਪ ਵਿਚ ਪਹੁੰਚਦਾ ਕਰਦੇ। ਕਈ ਦਿਆਲੂ ਮਾਈਆਂ ਰੋਟੀਆਂ ਪਕਾ ਕੇ ਖ਼ੁਦ ਬੱਚੇ ਅਤੇ ਬੁੱਢਿਆਂ ਨੂੰ ਖੁਆ ਕੇ ਜਾਂਦੇ। ਦੁੱਧ ਪਿਆ ਕੇ ਜਾਂਦੇ। ਬਿਮਾਰਾਂ-ਠਮਾਰਾਂ ਦੀ ਦਿਲੋਂ ਸੇਵਾ ਕਰਦੇ। ਪਾਪੀ ਪੇਟ ਸ਼ਾਂਤ, ਸੰਤੁਸ਼ਟ ਹੋ ਜਾਂਦਾ ਤਾਂ ਲੋਕ ਅਸੀਸਾਂ ਦੀ ਛਹਿਬਰ ਲਾ ਦਿੰਦੇ।

- "ਧਰਤੀ ਮਾਤਾ ਐਹੋ ਜਿਹੇ ਲੋਕਾਂ ਆਸਰੇ ਖੜ੍ਹੀ ਐ।" ਗਿਆਨੀ ਬਚਨ ਫ਼ੁਰਮਾਉਂਦਾ।

- "ਨਹੀਂ ਹੁਣ ਨੂੰ ਗਰਕ ਨਾਂ ਜਾਂਦੀ?" ਥੰਮਣ ਮਗਰ ਹੀ ਵੋਟ ਪਾਉਂਦਾ।

ਪੰਦਰਾਂ ਦਿਨਾਂ ਬਾਅਦ ਇੰਚਾਰਜ ਨੇ ਫਿਰ ਕੈਂਪ ਵਿਚ ਗੇੜਾ ਮਾਰਿਆ। ਉਸ ਨਾਲ ਇਕ ਉਹੋ ਜਿਹਾ ਹੀ ਬੰਦਾ ਹੋਰ ਸੀ।

ਲੋਕ ਹੜ੍ਹ ਦੇ ਪਾਣੀ ਵਾਂਗ ਇਕੱਠੇ ਹੋ ਗਏ।

ਚੌਕੀਦਾਰ ਵੀ ਹਾਜ਼ਰ ਸੀ।

ਤਰ੍ਹਾਂ ਤਰ੍ਹਾਂ ਦੀਆਂ ਗੱਲਾਂ ਹੋ ਰਹੀਆਂ ਸਨ।

ਇੰਚਾਰਜ ਦੇ ਇਸ਼ਾਰੇ ਤੇ ਗੱਲਾਂ ਬੰਦ ਹੋ ਗਈਆਂ।

- "ਹਾਂ ਬਈ ਸ਼ਰਨਾਰਥੀ ਭਰਾਵੋ! ਮੈਂ ਤੁਹਾਡੀ ਮਲਕੀਅਤ ਦਾ ਜ਼ਾਇਜਾ ਲੈਣਾ ਸੀ - ਸੋ ਲੈ ਲਿਆ - ਸਾਰਾ ਰਿਕਾਰਡ ਉਪਰ ਦੇ ਦਿੱਤਾ ਗਿਆ ਹੈ - ਸਾਰੀ ਅਲਾਟਮੈਂਟ ਦੇ ਪ੍ਰਵਾਨੇ ਉਪਰੋਂ ਤਸਦੀਕ ਹੋ ਕੇ ਆਉਣਗੇ - ਅੱਜ ਤੋਂ ਅਲਾਟਮੈਂਟ ਦੇ ਇੰਚਾਰਜ ਇਹ ਜਨਾਬ ਸਰਦਾਰ ਤੋਤਾ ਸਿੰਘ ਹੋਣਗੇ- ਤੁਹਾਡੇ ਪੰਜਾਬੀ ਭਾਈ ਹਨ - ਸੋ ਅੱਜ ਤੋਂ ਅਲਾਟਮੈਂਟ ਦੇ ਸਾਰੇ ਅਧਿਕਾਰ ਇਹਨਾਂ ਪਾਸ ਹਨ - ਜਦੋਂ

ਹੀ ਅਲਾਟਮੈਂਟ ਦੇ ਪ੍ਰਵਾਨੇ ਤਸਦੀਕ ਹੋ ਕੇ ਆ ਗਏ - ਤੁਹਾਨੂੰ ਅਲਾਟ ਹੋਈ ਜ਼ਮੀਨ ਅਤੇ ਘਰ ਮਿਲ ਜਾਣਗੇ - ਸਮਝੇ -?"

- "ਲਾਟਮਿੰਟ ਨੂੰ ਕਿੰਨੇ ਕੁ ਦਿਨ ਲੱਗਣਗੇ ਸਰਕਾਰ?" ਥੰਮਣ ਨੇ ਪੁੱਛਿਆ।

- "ਇਹ ਤਾਂ ਉਪਰਲਿਆਂ 'ਤੇ ਗੱਲ ਐ - ਪ੍ਰਵਾਨੇ ਆ ਜਾਣ - ਕੱਲ੍ਹ ਆ ਜਾਣ - ਜੇ ਨਾ ਆਉਣ ਮਹੀਨੇ ਵੀ ਲੱਗ ਸਕਦੇ ਐ।" ਪਹਿਲੇ ਇੰਚਾਰਜ ਦੀ ਥਾਂ ਹੁਣ ਤੋਤਾ ਸਿੰਘ ਬੋਲਿਆ।

ਸਾਰਿਆਂ ਨੂੰ ਜਿਵੇਂ ਸੱਪ ਸੁੰਘ ਗਿਆ।

- "ਸਰਕਾਰ - ਉਪਰਲਿਆਂ ਨੇ ਕਿਹੜਾ ਪ੍ਰਵਾਨਿਆਂ ਤੇ ਹਲ ਵਾਹੁੰਣੈ? ਘੁੱਗੀ ਈ ਮਾਰਨੀ ਐਂ - ਮਾਰ ਕੇ ਕੰਮ ਨਬੇੜਨ ਵਿਚੋਂ।" ਹਜ਼ੂਰ ਸਿੰਘ ਨੇ ਤਾਹਨੇ ਭਰੀ ਬੇਨਤੀ ਕੀਤੀ।

- "ਜੇ ਮੇਰਾ ਵੱਸ ਚੱਲੇ ਥੋਨੂੰ ਸਾਰਾ ਪਾਕਸਤਾਨ ਈ ਅਲਾਟ ਕਰ ਦਿਆਂ।" ਤੋਤਾ ਸਿੰਘ ਨੇ ਵਿਅੰਗ ਦਾ ਬਾਣ ਮਾਰਦਿਆਂ ਉਤਰ ਮੋੜਿਆ।

- "ਪਾਕਸਤਾਨ 'ਚ ਤਾਂ ਘੁੱਗ ਵਸਦੇ ਸੀ ਸਰਕਾਰ -ਚਿੜੀ ਚੂਕਦੀ ਨਹੀਂ ਸੁਣਦੀ ਸੀ - ਕੰਨ ਹੇਠ ਹੱਥ ਧਰ ਕੇ ਸੌਂ ਛੱਡੀਦਾ ਸੀ - ਚੰਗਾ ਖਾਂਦੇ ਸੀ ਮੰਦਾ ਬੋਲਦੇ ਸੀ - ਬੇੜੀ ਤਾਂ ਅਜ਼ਾਦੀ ਦੀ ਬਹਿ ਗਈ - ਆਹ ਦੇਖਲੋ ਮਲੰਗ ਹੋਏ ਬੈਠੇ ਆਂ।" ਅਮਲੀ ਦੀ ਸੱਚੀ ਗੱਲ 'ਤੇ ਇੰਚਾਰਜ ਦਾ ਮੂੰਹ ਤਖਤੇ ਦੀ ਝੀਥ ਵਾਂਗ ਬੰਦ ਹੋ ਗਿਆ। ਅਮਲੀ ਨੇ ਥੋਬਾ ਹੀ ਤਾਂ ਲਾ ਦਿੱਤਾ ਸੀ।

ਘੇਰੇ 'ਚ ਆਇਆ ਬਿੱਲਾ ਗਿੱਦੜਮਾਰ ਨੂੰ ਲੀਰਾਂ ਕਰ ਦਿੰਦੈ। ਸੋਚ ਕੇ ਇੰਚਾਰਜ ਰਜਿਸਟਰ ਚੁੱਕ ਤੁਰ ਗਏ।

ਲੋਕ ਬੜੇ ਕਸੂਤੇ ਫਸੇ ਹੋਏ ਸਨ।

ਇੰਚਾਰਜ ਹਫਤੇ 'ਚ ਦੋ ਵਾਰ ਆਉਂਦਾ ਤੇ ਕੋਈ ਨਾ ਕੋਈ ਲਾਰਾ ਮਾਰ ਕੇ ਤੁਰ ਜਾਂਦਾ।

ਇਕ ਦਿਨ ਇੰਚਾਰਜ ਤੋਤਾ ਸਿੰਘ ਇਕ ਮੁਣਸ਼ੀ ਨੂੰ ਨਾਲ ਲੈ ਕੇ ਆਇਆ। ਖੁੱਲ੍ਹੇ ਪਜਾਮੇਂ ਵਿੱਚ ਮੁਣਸ਼ੀ ਚੁੱਕ ਕੇ ਪਾਇਆ ਗਿਆ ਲੱਗਦਾ ਸੀ। ਉਸ ਦੀਆਂ ਦੋਨਾਲੀ ਬੰਦੂਕ ਵਰਗੀਆਂ ਨਾਸਾਂ 'ਚੋਂ ਹਵਾ 'ਫਰਨ-ਫਰਨ' ਆ ਜਾ ਰਹੀ ਸੀ। ਉਹ ਸੂਣ ਵਾਲੀ ਮੱਝ ਵਾਂਗ ਵੱਟ ਜਿਹਾ ਕਰ ਰਿਹਾ ਸੀ।

- "ਮੁਣਸ਼ੀ ਜੀ!" ਤੋਤਾ ਸਿੰਘ ਨੇ ਕਿਹਾ।

- "ਜੀ ਸਰਕਾਰ?" ਮੁਣਸ਼ੀ ਬਿੰਡੇ ਵਾਂਗ ਟਿਆਂਕਿਆ।

- "ਇਹਨਾਂ ਨੂੰ ਹਦਾਇਤਾਂ ਸੁਣਾਓ!"

- "ਜੀ ਸਰਕਾਰ।"

ਮੁਣਸ਼ੀ ਉਠ ਕੇ ਖੜ੍ਹਾ ਹੋ ਗਿਆ।

ਉਸ ਨੇ ਖੰਘੂਰਾ ਮਾਰ ਕੇ ਸੁੱਕਾ ਜਿਹਾ ਥੁੱਕ ਥੁੱਕਿਆ ਅਤੇ ਬੋਤੇ ਦੇ ਖੋਪਿਆਂ ਜਿੱਡੀਆਂ ਮੋਟੀਆਂ ਐਨਕਾਂ ਚਾਹੜ ਲਈਆਂ। ਐਨਕਾਂ ਪਿੱਛੇ ਉਸ ਦੀਆਂ ਸ਼ੈਤਾਨ ਅੱਖਾਂ ਘੁਕੀ ਜਾ ਰਹੀਆਂ ਸਨ।

ਸਾਹਮਣੇ ਖੜ੍ਹਾ ਅਮਲੀ ਖੂੰਡੇ ਤੇ ਠੋਡੀ ਰੱਖੀ ਉਸ ਦੀਆਂ ਚਾਲਾਂ ਦੇਖ ਰਿਹਾ ਸੀ।

- "ਲਓ ਬਈ ਭਰਾਵੋ -!" ਉਸ ਨੇ ਆਪਣੇ ਬੋਝੇ ਵਿਚੋਂ ਇਕ ਵੱਡਾ ਸਾਰਾ ਕਾਗਜ਼ ਕੱਢ ਲਿਆ। ਗੋਲੀ ਦਾਗਣ ਵਾਂਗ ਉਸ ਨੇ ਅੱਖਾਂ ਦੀ ਸਿਸ਼ਤ ਕਾਗਜ਼ ਤੇ ਸਿੰਨ੍ਹੀ ਹੋਈ ਸੀ।

- "ਹਦਾਇਤਾਂ ਉਪਰੋਂ ਇਹ ਐ - ਅਲਾਟਮੈਂਟ ਦੀ ਸੂਚੀ ਤਿਆਰ ਹੋ ਚੁੱਕੀ ਐ - ਇਹ ਅਲਾਟਮੈਂਟ ਨੰਬਰਾਂ ਦੇ ਹਿਸਾਬ ਨਾਲ ਹੋਵੇਗੀ - ਹਰ ਪ੍ਰੀਵਾਰ ਦੇ ਨੰਬਰ ਹਰ ਰੋਜ ਕੈਂਪ ਵਿਚ ਦਸਤੀ ਪੁੱਜ ਜਾਇਆ ਕਰਨਗੇ - ਸੋ ਭਰਾਵੋ ਕਿਰਪਾ ਕਰਕੇ ਕੋਈ ਸ਼ਰਨਾਰਥੀ ਬਿਨਾ ਨੰਬਰ ਤੋਂ ਇੱਥੇ ਆ ਕੇ ਸਾਡਾ ਸਮਾਂ ਬਰਬਾਦ ਨਾ ਕਰੇ - ਪਰਸੋਂ ਤੋਂ ਨੰਬਰ ਆਉਣੇ ਸ਼ੁਰੂ ਹੋ ਜਾਣਗੇ- ਜਿਸ ਪ੍ਰਵਾਰ ਨੂੰ ਜਿਥੇ ਵੀ ਜ਼ਮੀਨ ਅਲਾਟ ਹੋਵੇਗੀ- ਉਸ ਨੂੰ ਉਥੇ ਹੀ ਜਾਣਾ ਹੋਵੇਗਾ - ਸਾਰਾ ਹਿੰਦੋਸਤਾਨ ਹੀ ਸਾਡਾ ਆਪਣਾ ਹੈ - ਅਲਾਟ ਹੋਈ ਜ਼ਮੀਨ ਬਾਰੇ ਨਾਂਹ ਨੁੱਕਰ ਜਾਂ ਕਲੇਸ਼ ਕਰੋਗੇ - ਉਤਨੇ ਹੀ ਨੰਬਰ ਪਿੱਛੇ ਪੈਂਦੇ ਜਾਣਗੇ ਤੇ ਉਡੀਕ ਵੱਧ ਕਰਨੀ ਪਵੇਗੀ - ਇਹ ਵੀ ਹੋ ਸਕਦੈ ਜ਼ਮੀਨ ਦਾ ਕੋਟਾ ਖਤਮ ਹੋ ਜਾਵੇ ਤੇ ਤੁਸੀਂ ਸਾਰੇ ਕਾਸੇ ਤੋਂ ਈ ਵਾਂਝੇ ਰਹਿ ਜਾਵੋਂ - ਵਕਤੋਂ ਖੁੰਝੀ ਡੂੰਮਣੀ ਗਾਹੇ ਆਲ ਪਤਾਲ - ਸੋ ਭਰਾਵੋ ਮੈਂ ਤਾ ਇਹ ਹੀ ਕਹੂੰਗਾ ਕਿ ਜਿਸ ਸੱਜਣ ਮਿੱਤਰ ਨੂੰ ਜਿੱਥੇ ਵੀ ਜ਼ਮੀਨ ਅਲਾਟ ਹੋਵੇ - ਹੱਸ ਕੇ ਕਬੂਲ ਕਰ ਲਈ ਜਾਵੇ - ਸਿਆਣੇ ਕਹਿੰਦੇ ਐ ਜਾਂਦੇ ਚੋਰ ਦੀ ਤੜਾਗੀ ਹੀ ਸਹੀ - ਇਹ ਹਦਾਇਤ ਮੈਂ ਫਿਰ ਕਹੂੰਗਾ ਕਿ ਜਿਸ ਭਰਾ ਦੇ ਨੰਬਰ ਆਉਣ - ਉਹ ਹੀ ਅਲਾਟਮੈਂਟ ਬਾਰੇ ਆਵੇ - ਨੰਬਰ ਤੋਂ ਬਗੈਰ ਕੋਈ ਨਾ ਆਵੇ -

ਕੋਈ ਫਾਇਦਾ ਨਹੀਂ - ਤੁਸੀਂ ਆਪਣਾ ਅਤੇ ਨਾਲੇ ਸਾਡਾ ਵਕਤ ਖਰਾਬ ਕਰੋਂਗੇ।" ਹਦਾਇਤਾਂ ਅਤੇ ਧਮਕੀਆਂ ਜਿਹੀਆਂ ਦੇ ਕੇ ਉਹ ਤੁਰ ਗਏ।

- "ਲਓ ਬਈ ਇਹਦੇ ... ਫੜ ਲਓ।"

- "ਲੈ ਲਓ ਲਾਟਮੈਂਟ ਮੁਣਸ਼ੀ ਜੀ ਤੋਂ।"

- "ਚੁੰਘ ਲਓ ਮੁੰਮਾਂ ਮੁਣਸ਼ੀ ਜੀ ਦਾ!"

- "ਪੱਟ ਲਓ ਬੈਂਗਣ।"

- "ਯਾਰ ਪਹਿਲਾਂ ਇਹਨਾਂ ਦਾ ਨਾ ਮੋਰ ਬਣਾਈਏ? ਨਿੱਤ ਆਲੇ ਕੌਡੀ ਛਿੱਕੇ ਕੌਡੀ ਕਰੀ ਜਾਂਦੇ ਐ ਇਹਨਾਂ ਨੂੰ ਥੋੜ੍ਹਾ ਜਿਆ ਪਤਾ ਤਾਂ ਲੱਗੇ।"

ਅਮਲੀ ਦੀ ਠੋਡੀ ਹੇਠਲਾ ਖੂੰਡਾ, ਠੋਡੀ ਹੇਠ ਘੁਕਣ ਲੱਗ ਪਿਆ।

- "ਪਹਿਲਾ ਦੇਖ ਤਾਂ ਲਓ ਕੀ ਕਰਦੇ ਐ - ਕਾਹਨੂੰ ਕਮਲੇ ਬਣਦੇ ਓ।" ਗਿਆਨੀ ਨੇ ਉਹਨਾਂ ਨੂੰ ਠੋਕਰਿਆ।

- "ਪਰਸੋਂ ਕਿਹੜਾ ਦੂਰ ਐ।"

- "ਪਰਸੋਂ ਤੱਕ ਚੁੱਪ ਰਹੋ।"

- "ਬਾਬਾ ਜੇ ਪਰਸੋਂ ਫੇਰ ... ਕੱਢ ਕੇ ਦਿਖਾ ਦਿੱਤਾ ਫੇਰ?" ਇਕ ਓਪਰਾ ਗੱਭਰੂ ਗਿਆਨੀ ਜੀ ਨੂੰ ਅਜੀਬ ਹੀ ਸੰਬੋਧਨ ਹੋਇਆ।

- "ਫੇਰ ਭਾਈ ਨਿੱਕਿਆ ਜਿਹੜੀ ਤੇਰੇ ਕੋਲੇ ਭੰਗੀਆਂ ਆਲੀ ਤੋਪ ਐ - ਉਹ ਚਲਾ ਦੇਈਂ।" ਗਿਆਨੀ ਪੂਰਨ ਸਿੰਘ ਨੇ ਬੜੇ ਸਹਿਜ ਸੁਬਾਹ ਆਖਿਆ ਤਾਂ ਮੁੰਡੇ ਦੀ ਜੀਭ ਠਾਕੀ ਗਈ।

- "ਕਲੇਸ਼ ਕਰੇ ਕੁਛ ਨਹੀਂ ਮਿਲਣਾ।"

ਮੁੰਡਾ ਚੁੱਪ ਕਰ ਗਿਆ।

ਗੱਲ ਵੀ ਸਹੀ ਸੀ! ਕਿਹੜਾ ਕੋਈ ਜੋਰ ਸੀ? ਬੋਲ - ਬੁਲਾਰਾ ਕਰਕੇ ਆਪਣੇ ਪੈਰੀਂ ਆਪ ਹੀ ਕੁਹਾੜਾ ਵੱਜਣਾ ਸੀ। ਇੰਚਾਰਜ ਅਤੇ ਮੁਣਸ਼ੀ ਗੌਰਮਿੰਟ ਦੇ ਬੰਦੇ ਸਨ। ਰੱਬ ਨੇੜੇ ਜਾਂ ਘਸੁੰਨ? ਉਹਨਾਂ ਨੇ ਤਾਂ ਚਿੜ ਕੇ 'ਨਾਂਹ' ਦੀ ਝਰੀਟ ਹੀ ਮਾਰ ਦੇਣੀ ਸੀ। ਜਾਂ ਫਿਰ 'ਸ਼ਰਨਾਰਥੀ ਵੱਲੋਂ ਨਾ-ਮਨਜ਼ੂਰ' ਹੀ ਲਿਖ ਦੇਣਾ ਸੀ। ਕਿਹੜਾ ਉਹਨਾਂ ਦਾ ਹੱਥ ਫੜ ਲੈਣਾ ਸੀ? ਅਗਲੇ ਸਿਰੋਂ ਸਰਦਾਰ ਸਨ! ਜੇ ਬੋਤਾ 'ਇੱਛ-ਇੱਛ' ਕਰੇ ਤੋਂ ਨਾ ਬੈਠੇ ਫਿਰ ਉਹਦਾ ਕੀ ਫੜ ਲਈਏ? ਧੱਕੇ ਨਾਲ ਫੜ

ਕੇ ਤਾਂ ਬਿਠਾਉਣੋਂ ਰਹੇ? ਚੁੱਪ ਹੀ ਬਿਹਤਰ ਸੀ! ਗੱਲ ਕਹਿੰਦੀ ਸੀ, ਤੂੰ ਮੈਨੂੰ ਮੂੰਹੋਂ ਕੱਢ ਮੈਂ ਤੈਨੂੰ ਪਿੰਡੋਂ ਕੱਢ ਕੇ ਵਿਖਾਉਂਦੀ ਹਾਂ। ਕੌੜਾ ਬੋਲ ਕੇ ਤਾਂ ਆਪਣਾ ਝੁੱਗਾ ਚੌੜ ਕਰਨ ਵਾਲੀ ਗੱਲ ਸੀ। ਖੱਜਲ ਖੁਆਰੀ ਵਾਧੂ ਦੀ। ਸਬਰ ਸੰਤੋਖ ਰੱਖਣਾ ਹੀ ਪੈਣਾ ਸੀ। ਇਕ ਚੁੱਪ ਵਿਚ ਹੀ ਸੌ ਸੁਖ ਸੀ।

- "ਨਾਲੇ ਜੇ ਧੂਤਕੜਾ ਪਾਵੋਂਗੇ - ਅਗਲੇ ਸਿਰ ਹੋਣਗੇ।" ਅਮਲੀ ਨੇ ਸਿਆਣੀ ਗੱਲ ਦੱਸੀ।

- "ਕਬੀਰ ਸੰਗਤ ਕਰੀਐ ਸਾਧ ਕੀ - ਗੁੱਸਾ ਮਨਿ ਨਾ ਹੰਢਾਇ - ਦੇਹੀ ਰੋਗ ਨਾ ਲਗਈ - ਪੱਲੇ ਸਭਿ ਕਿਛੁ ਪਾਇ।। ਸੋ ਸ਼ੇਰਾ ਗੁੱਸਾ ਨਹੀਂ ਕਰੀਦਾ ਹੁੰਦਾ।" ਗਿਆਨੀ ਨੇ ਕਿਹਾ। ਉਸ ਨੂੰ ਉਜੜੇ ਲੋਕਾਂ ਦੇ ਦੁੱਖ ਦਾ ਪੂਰਾ ਪੂਰਾ ਅਹਿਸਾਸ ਸੀ। ਦੁੱਖ ਨੂੰ ਗਿਆਨੀ ਸਮਝਦਾ ਸੀ। ਪਰ ਇਤਨਾ ਗੁੱਸਾ ਵੀ ਚੰਡਾਲ ਸੀ। ਉਜੜੇ ਬੰਦਿਆਂ ਦਾ ਗੌਰਮਿੰਟ ਦੇ ਸਾਹਨਾਂ ਮੂਹਰੇ ਗੁੱਸਾ ਚੱਲਣਾ ਵੀ ਕਦੋਂ ਸੀ?

- "ਬਾਬਾ ਗਲਤੀ ਹੋ ਗਈ - ਪਰ ਭੁੱਖਾ ਢਿੱਡ ਭੜਕਦੈ - ਕੀ ਕਰੀਏ? ਕਿਹੜੇ ਖੂਹ ਟੋਭੇ 'ਚ ਛਾਲ ਮਾਰੀਏ? ਵਧੀਆ ਢੋਲੇ ਦੀਆਂ ਲਾਉਂਦੇ ਸੀ- ਟੱਪਰੀਵਾਸ ਬਣੇ ਬੈਠੇ ਐਂ।" ਮੁੰਡੇ ਨੇ ਪਛਤਾਵੇ ਦੇ ਨਾਲ ਗੁੱਸਾ ਵੀ ਉਗਲਿਆ।

- "ਜਿਹੜੇ ਘਰਾਂ 'ਚੋਂ ਮੰਗਤੇ ਰੱਜ-ਰੱਜ ਜਾਂਦੇ ਸੀ - ਉਹੀ ਅੱਜ ਰੋਟੀ ਖੁਣੋਂ ਵੀ ਆਹਰੀ ਹੋਏ ਬੈਠੇ ਐ।" ਕੋਈ ਹੋਰ ਫੱਟਿਆ ਬੋਲਿਆ।

- "ਦੁੱਖ ਸ਼ੇਰੋ ਮੈਂ ਸਾਰਿਆਂ ਦਾ ਈ ਸਮਝਦੈਂ - ਥੋਡੇ ਨਾਲੋਂ ਘੱਟ ਦੁਖੀ ਮੈਂ ਵੀ ਨਹੀਂ - ਪਰ ਗੁੱਸਾ ਵੀ ਉਥੇ ਦਿਖਾਈਏ - ਜਿੱਥੇ ਚੱਲ ਜਾਵੇ।" ਗਿਆਨੀ ਨੇ ਗੁੱਸੇ 'ਤੇ ਪਾਣੀ ਛਿੜਕਿਆ। ਗਰੀਬ-ਗੁਰਬੇ ਦੇ ਨਾਂ, ਰਾਹੀਂ ਪਾਂਧੀ ਦੇ ਨਾਂ, ਚਿੜੀ ਜਨੌਰ ਦੇ ਨਾਂ ਲੈ ਕੇ ਬਿਜਾਈ ਸ਼ੁਰੂ ਕਰਨ ਵਾਲੇ ਜੱਟ ਅੱਜ ਆਪ ਖਾਲੀ ਠੂਠਾ ਫੜੀ ਬੈਠੇ, ਗੌਰਮਿੰਟ ਦਾ ਮੂੰਹ ਦੇਖ ਰਹੇ ਸਨ। ਕੋਈ ਪਾਸਾ ਉਹਨਾ ਨੂੰ ਝੱਲ ਨਹੀਂ ਰਿਹਾ ਸੀ। ਪਿੰਡਾਂ ਦੇ ਲੋਕ ਹੀ ਉਹਨਾਂ ਦੇ ਝਾਲੂ ਸਨ।

ਉਹ ਖਿਚੜੀ ਖਾ ਕੇ, ਪਾਣੀ ਪੀ ਕੇ ਕਾਲਜਾ ਠਾਰ ਲੈਂਦੇ।

ਮੁਣਸ਼ੀ ਦੀ ਪਰਸੋਂ ਵੀ ਆ ਗਈ।

ਸਿਰਫ ਤਿੰਨ ਪ੍ਰੀਵਾਰਾਂ ਦੇ ਹੀ ਨੰਬਰ ਆਏ।

ਨਿਰਾਸ਼ਤਾ ਫੈਲ ਗਈ।

ਮੁਣਸ਼ੀ ਸਾਹਣ ਵਾਂਗ ਫ਼ੂੰਕਾਰੇ ਮਾਰਦਾ ਆਇਆ ਅਤੇ ਤਿੰਨ ਪ੍ਰੀਵਾਰਾਂ ਨੂੰ ਅਲਾਟਮੈਂਟ ਕਰਕੇ ਮੁੜ ਗਿਆ।

ਇੰਚਾਰਜ ਨੇ ਮੂੰਹ ਵੀ ਨਹੀਂ ਦਿਖਾਇਆ ਸੀ।

- "ਜੇ ਇਉਂ ਈ ਲੰਬਰ ਆਉਣ ਲੱਗੇ - ਤਾਂ 'ਲਾਟਮਿੰਟਾਂ ਨੂੰ ਤਾਂ ਸਾਲ ਲੱਗਜੂ।" ਅਮਲੀ ਨੇ ਕੈਂਪ ਦੇ ਲੋਕਾਂ ਨੂੰ ਦਿਮਾਗ ਵਿਚ ਹੀ ਤਕਸੀਮ ਕੀਤਾ।

- "ਉਦੋਂ ਤਾਈਂ ਤਾਂ ਭੁੱਖੇ ਮਰਜਾਂਗੇ।" ਕੋਈ ਹੋਰ ਬੋਲਿਆ।

- "ਕਾਹਲੀ ਨਾ ਕਰੋ - ਇਕ ਦੋ ਦਿਨ ਹੋਰ ਦੇਖ ਲਵੋ - ਫੇਰ ਇੰਚਾਰਜ ਦੇ ਪੇਸ਼ ਹੋਵਾਂਗੇ।" ਗਿਆਨੀ ਨੇ ਰਾਇ ਦਿੱਤੀ।

ਸਾਰਿਆਂ ਨੇ ਮੰਨ ਲਈ।

ਦਿਨ ਬਦਿਨ ਨੰਬਰ ਵਧ ਕੇ ਆਉਣ ਲੱਗ ਪਏ। ਪਰ ਦਸਾਂ ਤੋਂ ਨੰਬਰ ਨਾ ਵਧੇ।

ਮਹੀਨਾ ਲੰਘ ਗਿਆ।

ਦੁਖੀ ਅਤੇ ਲਾਚਾਰ ਲੋਕਾਂ ਨੇ ਇੰਚਾਰਜ ਦੀ ਜਾਨ ਖਾਣੀ ਸ਼ੁਰੂ ਕਰ ਦਿੱਤੀ। ਪਾਣੀ ਉਹਨਾਂ ਦੇ ਸਿਰਾਂ ਤੋਂ ਲੰਘਦਾ ਜਾ ਰਿਹਾ ਸੀ। ਪ੍ਰੀਵਾਰ ਦੇ ਬਿਮਾਰ ਮੈਂਬਰ ਉਹਨਾਂ ਦਾ ਵਾਧੂ ਜਾਨ ਦਾ ਖਉ ਬਣੇ ਹੋਏ ਸਨ।

ਸੰਤੀ ਦਾ ਉਹ ਹੀ ਹਾਲ ਸੀ।

ਕੁੜੀ ਮੇਲੋ ਦਾ ਕਮਲ ਜਾਰੀ ਸੀ।

ਲੋਕ ਅਥਾਹ ਦੁਖੀ ਸਨ।

ਅਮਲੀ, ਹਜ਼ੂਰ ਸਿੰਘ, ਥੰਮਣ, ਗਿਆਨੀ ਅਤੇ ਗੁਰਮੁਖ ਇੰਚਾਰਜ ਦੇ ਜਾ ਹਾਜ਼ਰ ਹੋਏ।

ਇੰਚਾਰਜ਼ ਕੁਰਸੀ ਤੇ ਲਿਸ਼ਕਿਆ ਬੈਠਾ ਸੀ।

ਚੌਕੀਦਾਰ ਭੁੰਜੇ ਹੀ ਬਿਠਾਇਆ ਹੋਇਆ ਸੀ।

- "ਸਰਕਾਰ ਸਾਡੀ ਲਾਟਮਿੰਟ ਬਾਰੇ ਵੀ ਦੱਸ ਦਿੰਦੇ?" ਅਮਲੀ ਨੇ ਦੋਵੇਂ ਹੱਥ ਜੋੜ ਕੇ ਇੰਚਾਰਜ ਨੂੰ ਬੇਨਤੀ ਕੀਤੀ। ਉਹ ਅੱਧ ਕੁ ਦਾ ਹੋਇਆ ਖੜ੍ਹਾ ਸੀ।

- "ਤੂੰ ਬੜੀ ਜਾਨ ਖਾਧੀ ਐ ਯਾਰ -।"

- "ਸਰਦਾਰ ਜੀ ਤੀਹਾਂ ਤੇ ਪੰਜ ਦਿਨ ਹੋ ਗਏ ਖੁਆਰ ਹੁੰਦਿਆਂ ਨੂੰ - ਨਿੱਤ ਧੱਕੇ ਖਾ ਕੇ ਮੁੜ ਜਾਈਦੈ -।"

- "ਫੇਰ ਸਾਡੇ 'ਤੇ ਕੋਈ 'ਸਾਨ ਐਂ? ਇਕ ਪਾਸੇ ਥੋਡੀ ਮੱਦਤ ਕਰੀਏ - ਉਤੋਂ ਧੌਂਸਾਂ ਵੀ ਸਹੀਏ?" ਇੰਚਾਰਜ ਕੋਹੜ ਕਿਰਲੇ ਵਾਂਗ ਆਕੜ ਗਿਆ।

- "ਸਰਕਾਰ ਉਜੜ ਕੇ ਆਏ ਐਂ -।"

- "ਫੇਰ ਮੈਂ ਕੀ ਪਿਲਸ਼ਣ ਲਾ ਦਿਆਂ -?"

- "ਸਰਕਾਰ ਮਲਕੀਅਤ ਤਾਂ ਗੌਰਮਿਲਟ ਦੀ ਐ - ਤੁਸੀਂ ਤਾਂ ਸਿਰਫ ਘੁੱਗੀ ਈ ਮਾਰਨੀ ਐਂ।"

- "ਤੂੰ ਮੈਨੂੰ ਕਾਨੂੰਨ ਸਿਖਾਉਨੈਂ?"

- "ਸਰਕਾਰ ਅਸੀਂ ਕਾਹਦੇ ਕਨੂੰਨ ਸਿਖਾਉਣੇ ਐਂ - ਕਾਨੂੰਨ ਤਾਂ ਸਾਡੇ ਪਿਉ ਦਾਦੇ ਨੂੰ ਨਹੀਂ ਆਏ - ਛਿੱਤਰ ਘੜੀਸਦੇ ਈ ਮਰ ਗਏ - ਅਸੀਂ ਤਾਂ ਸਰਕਾਰ ਮਿੰਨਤ ਸੁਬਾਹ ਕਰਨ ਆਲੇ ਐਂ -।"

- "ਨੰਬਰ ਨਿਕਲੇ ਤੋਂ ਆਈਂ।"

- "ਸਰਕਾਰ - ਲੰਬਰ ਪਤਾ ਨਹੀਂ ਕਿਹੜੇ ਜੁੱਗ ਜਾ ਕੇ ਨਿਕਲੂਗਾ - ਕਰ ਦਿੰਦੇ ਕਿਰਪਾ ਗਰੀਬਾਂ ਤੇ -।"

- "ਤੈਨੂੰ ਇਕ ਵਾਰੀ ਕਹਿ ਦਿੱਤਾ - ਨੰਬਰ ਨਿਕਲੇ ਤੋਂ ਆਈਂ - ਚੱਲ ਦਫਾ ਹੋ ਜਾਹ ਏਥੋਂ - ਮੁਣਸ਼ੀ ...!"

- "ਜੀ ਸਰਕਾਰ ....!!"

- "ਬਿਨਾਂ ਨੰਬਰ ਤੋਂ ਇਥੇ ਕੋਈ ਮੱਤ ਆਵੇ - ਜੇ ਆਹਾ ਖੰਘਰ ਜਿਆ ਫਿਰ ਬਿਨਾ ਨੰਬਰ ਤੋਂ ਐਥੇ ਆਵੇ - ਪੁੜਪੜੀ 'ਚ ਮਾਰੀਂ ਡਾਂਗ।"

- "ਜੀ ਹਜ਼ੂਰ!"

- "ਹੁਣ ਕੰਨ ਖੋਹਲ ਕੇ ਸੁਣ ਲੈ-।"

ਇੰਚਾਰਜ ਅਮਲੀ ਵੱਲ ਨੂੰ ਬਾਘੜ ਬਿੱਲੇ ਵਾਂਗ ਮੂੰਹ ਖੋਲ੍ਹ ਕੇ ਝਾਕਿਆ।

- "ਜੇ ਹੁਣ ਇੱਥੇ ਬਿਨਾਂ ਨੰਬਰ ਤੋਂ ਪੈਰ ਪਾਇਆ - ਐਸਾ ਵਟਣਾ ਚਾਹੜਾਂਗੇ ਕਿ ਤੂੰ ਹੱਥ ਬੰਨ੍ਹੇਂਗਾ ...!"

- "......।" ਅਮਲੀ ਸਤੰਭ ਦੇਖ ਰਿਹਾ ਸੀ।

- "ਅਸੀਂ ਗੌਰਮਿੰਟ ਨੂੰ ਲਿਖ ਕੇ ਦੇ ਦਿਆਂਗੇ ਬਈ ਕੈਂਪ ਵਿਚ ਬਘਤੂ ਅਮਲੀ ਦੇ ਨਾਂ ਦਾ ਬੰਦਾ ਈ ਕੋਈ ਨਹੀਂ - ਫੇਰ ਭੱਜ ਲਈਂ ਜਿੱਥੇ ਭੱਜਣੈਂ - ਸਮਝ ਗਿਆ.....?"

- "........।" ਅਮਲੀ ਦੇ ਪੈਰਾਂ ਹੇਠੋਂ ਜ਼ਮੀਨ ਖਿਸਕਣ ਲੱਗ ਪਈ। ਫਿਰ ਉਸ ਨੂੰ ਪਤਾ ਨਹੀਂ ਕੀ ਸੁੱਝਿਆ? ਡਰੇ ਭੂਤ ਵਾਂਗ ਚੀਕਦਾ ਪਿਛਲੇ ਪੈਰੀਂ ਖੇਤਾਂ ਨੂੰ ਦੌੜ ਤੁਰਿਆ।

ਸਾਰੇ ਹਰਾਸੇ ਜਿਹੇ ਮੁੜ ਆਏ।

- "ਦੱਸੋ ਪਾਕਸਤਾਨ ਕੀ ਮਾੜਾ ਸੀ? ਕਰ ਕੇ ਖਾਂਦੇ ਤਾਂ ਸੀ?" ਥੰਮਣ ਨੇ ਹਜੂਰ ਸਿੰਘ ਨੂੰ ਆਖਿਆ।

- "ਕਰ ਕੇ ਕੀ ਖਾਂਦੇ ਸੀ? ਰੰਗੀਂ ਵਸਦੇ ਸੀ ਥੰਮਣਾਂ! ਰੰਗੀਂ ਵਸਦੇ ਸੀ।" ਹਜੂਰ ਸਿੰਘ ਵੀ ਅਲਾਟਮੈਂਟ ਪੱਖੋਂ ਘੋਰ ਦੁਖੀ, ਸਿਰ ਫੇਰੀ ਜਾ ਰਿਹਾ ਸੀ। ਲੀਰਾਂ ਵਿਚ ਉਸ ਦਾ ਪਿੰਜਰ ਸਰੀਰ ਖੜਕ ਰਿਹਾ ਸੀ।

- "ਸਾਲੇ ਅਜ਼ਾਦੀ ਦੇ - ਆਹ ਅਜ਼ਾਦੀ ਐ? ਮੰਗਤਿਆਂ ਮਾਂਗੂੰ ਠੂਠੇ ਚੱਕੀ ਫਿਰਦੇ ਐਂ।"

- "ਆਬਦੀ ਜ਼ਮੀਨ ਆਪ ਨੂੰ ਨਹੀਂ ਮਿਲਦੀ।"

- "ਉਏ ਮੌਤ ਪੈਜੇ ਥੋਨੂੰ ਲੀਡਰੋ ...! ਰਹਿ ਜੋਂ ਸੁੱਤੇ ਈ ਤੁਸੀਂ - ਕੱਖ ਨਾ ਰਹੇ ਥੋਡਾ ਔਤਾਂ ਦੇ ਜਾਇਓ...!" ਅਮਲੀ ਗੱਡੇ ਕੋਲ ਬੈਠਾ ਵੈਣ ਪਾਈ ਜਾ ਰਿਹਾ ਸੀ।

- "ਆਬਦੀਆਂ ਕੁਰਸੀਆਂ ਖਾਤਰ ਦੁਨੀਆਂ ਮਰਵਾ ਕੇ ਧਰਤੀ - ਉਜੜ ਵਾਧੂ ਦੇ ਗਏ ...।" ਉਸ ਦਾ ਕੀਰਨਾ ਕਾਲਜਾ ਪਾੜਦਾ ਸੀ। ਉਸ ਦੇ ਜ਼ਖਮਾਂ ਵਿਚ ਪਾਕ ਪੈ ਕੇ ਕੀੜੇ ਚੱਲ ਗਏ ਸਨ। ਜਿਸ ਕਰਕੇ ਉਹ 'ਹਾਕਮਾਂ' ਦੀ ਜਾਨ ਨੂੰ ਰੋ ਰਿਹਾ ਸੀ।

- "ਕਿਸੇ ਪਾਸੇ ਜੋਕਰੇ ਨਹੀਂ ਛੱਡੇ ਇਹਨਾਂ ਦੀ ਅਜ਼ਾਦੀ ਨੇ - ਹਾਇ ਉਏ ਡਾਢਿਆ ਰੱਬਾ ...!" ਅਮਲੀ ਰੋਂਦਾ ਧਾਹ ਨਹੀਂ ਧਰਦਾ ਸੀ। ਬਾਹਰੋਂ ਤਾਂ ਉਹ ਜਿਹੜਾ ਉਜੜਿਆ ਸੀ, ਉਜੜਿਆ ਹੀ ਸੀ। ਪਰ ਅੰਦਰੋਂ ਉਸ ਦੇ ਪਰਲੋ ਉਠ ਰਹੀ ਸੀ।

- "ਆਪ ਤਾਂ ਪੱਖਿਆਂ ਥੱਲੇ ਬਹਿ ਕੇ ਗੁਰਮਤੇ ਕਰਦੇ ਐ-।" ਸੰਤੂ ਬੋਲਿਆ।

- "ਰੇਡੂਏ ਤੇ ਦੰਦੀਆਂ ਜੀਆਂ ਕੱਢੀ ਜਾਣਗੇ: ਅਜ਼ਾਦੀ ਕੀ ਮੁਬਾਰਿਕ ਹੋ!"

- "ਦਿੱਲੀਓਂ ਧੂ ਕੇ ਐਥੇ ਕੈਂਪਾਂ 'ਚ ਲਿਆਵੇ - ਤੇ ਦਿਖਾਵੇ ਇਹਨਾ ਦੇ ਪਤੰਦਰਾਂ ਦੀਆਂ ਕਰਤੂਤਾਂ।" ਜਾਗਰ ਗੁੱਸੇ ਵਿਚ ਆਇਆ, ਆਪਣੇ ਆਪ ਦੇ ਹੀ ਚੁਪੇੜ ਮਾਰ ਗਿਆ।

ਉਥੇ ਇਕੱਠ ਬੱਝ ਗਿਆ ਸੀ।

- "ਬਹੁੜੀ ਉਏ! ਆਹਾ ਮੁਣਸ਼ੀ ਤੇ ਅੰਚਾਰਜ ਈ ਮਾਨ ਨ੍ਹੀਂ - ਮਹੀਨਾ ਹੋ ਗਿਆ - ਸਾਨੂੰ ਈ ਫੁੱਦੂ ਬਣਾਈ ਜਾਂਦੇ ਐ।" ਸੰਤੂ ਨੇ ਹਿੱਕ ਪਿੱਟੀ।

- "ਆਪਾਂ ਅੱਜ ਮੁਣਸ਼ੀ ਦਾ ਛੋਪ ਨਾ ਕੱਤੀਏ ਰਾਤ ਨੂੰ?" ਅਮਲੀ ਡਾਂਗ ਤੇ ਪੂਰਾ ਭਾਰ ਪਾ ਕੇ ਉਠ ਖੜ੍ਹਿਆ।

- "ਕਮਲ ਨਾ ਮਾਰੋ! ਜਿਹੜੀ ਮਾੜੀ ਮੋਟੀ ਅਲਾਟਮੈਂਟ ਹੋਣੀ ਐਂ - ਉਹਦੇ ਵੱਲੋਂ ਵੀ ਜਾਵਾਂਗੇ।" ਗਿਆਨੀ ਨੇ ਗੱਲ ਆਪਣੇ ਹੱਥ ਲਈ।

- "ਜਾਈਏ! ਅੱਗੇ ਕਿਹੜਾ ਤਿੰਨ ਮੇਲ ਦਾ ਬਣਾ ਬਣਾ ਕੇ ਛਕਦੇ ਐਂ -?" ਅਮਲੀ ਗੁੱਸੇ ਵਿਚ ਡੰਡ ਬੈਠਕਾਂ ਕੱਢਣ ਲੱਗ ਪਿਆ। ਉਸ ਦੀਆਂ ਨਾੜਾਂ ਫਲੀਆਂ ਵਾਂਗ ਆਕੜ ਗਈਆਂ ਸਨ।

- "ਉਏ ਕਮਲਿਓ ਜੱਟੋ ...!" ਗਿਆਨੀ ਨੇ ਦੁਹਾਈ ਦਿੱਤੀ।

- "ਸਿਆਣੇ ਕਹਿੰਦੇ ਐ: ਜੁੱਲ ਕਧੋਲੇ ਮੌਜਾਂ ਮਾਨਣ ਆਕੜ ਪਾਅਲੇ ਮਰਦੀ ਐ - ਕਿਤੇ ਉਹ ਗੱਲ ਨਾ ਹੋਵੇ ਬਈ ਮੂਸਾ ਭੱਜਿਆ ਮੌਤ ਤੋਂ ਅੱਗੇ ਮੌਤ ਖੜ੍ਹੀ।"

- ".......।"

- "ਕਵੀਸ਼ਰ ਗਾਉਂਦੇ ਹੁੰਦੇ ਐ: ਕੀਤੀਆਂ ਦੁੱਲਿਆਂ ਤੇਰੀਆਂ ਤੇ ਪੇਸ਼ ਲੱਧੀ ਦੇ ਆਈਆਂ - ਡੂੰਡਾ ਲੀਡਰਾਂ ਤੇ ਮਨਿਸਟਰਾਂ ਦਾ ਚੱਕਿਆ ਵਿਆ ਸੀ - ਭੁਗਤੋ ਹੁਣ ਤੁਸੀਂ ਖੜ੍ਹਕੇ ....!"

- "ਫੇਰ ਕੋਈ ਵੱਸ ਐ?"

- "ਯਾਰੋ ਬਜ਼ੁਰਗਾਂ ਤੋਂ ਸੁਣਦੇ ਆਏ ਸੀ ਬਈ ਬਾਰ੍ਹਾਂ ਕੋਹਾਂ 'ਤੇ ਦੀਵਾ ਜਗੂਗਾ - ਆਹ ਦੇਖ ਲਓ - ਬਾਰ੍ਹਾਂ ਕੋਹਾਂ ਤੇ ਈ ਦੀਵਾ ਜਗਦੈ।"

- "ਸਿਆਣਿਆਂ ਦਾ ਕਿਹਾ ਕਿਤੇ ਆਹਲਾ ਜਾਂਦੈ _?"

- "ਉਏ ਸੰਤੂ!"

- "ਉਏ ਸੰਤੂ ਕਿੱਥੇ ਮਰ ਗਿਆ ...!"

ਪਿੱਲਾ ਬਰੜਾਹਟ ਕਰਦਾ ਆ ਰਿਹਾ ਸੀ।

- "ਉਏ ਕੀ ਹੋ ਗਿਆ ਗਿੱਡਲਾ ...?"

- "ਸੰਤੀ ਨੂੰ ਫੇਰ ਦੌਰਾ ਪੈ ਗਿਆ ...!"

- "ਬੜੇ ਦੁਖੀ ਕੀਤੇ ਐਂ ਇਸ ਤੀਮੀਂ ਨੇ - ਇਕ ਤਾਂ ਊਂ ਦੁਖੀ ਐਂ - ਇਕ ਇਹ ਕੁੱਤੀ ਲੋਟ ਨਹੀਂ ਆਉਂਦੀ।" ਸੰਤੂ ਨੇ ਕੌੜ ਬੋਤੇ ਵਾਂਗ ਦੰਦ ਪੀਹੇ।

- "ਉਏ ਉਹ ਕਿਹੜਾ ਜਾਣ ਕੇ ਕਰਦੀ ਐ - ਬਿਮਾਰੀ ਕਿਸੇ ਦੇ ਵੱਸ ਨਹੀਂ ਭਾਈ।" ਗਿਆਨੀ ਬੋਲਿਆ।

- "ਜੁਆਨ ਪੁੱਤ ਮਾਰਿਆ ਗਿਆ ਗਿਆਨੀ ਜੀ - ਕੁਲ ਦੀ ਜੜ੍ਹ ਜੜ੍ਹੋਂ ਪੱਟੀ ਗਈ - ਵਸਦੇ ਰਸਦੇ ਰੋਹੀ 'ਚ ਆ ਬੈਠੇ - ਕੋਈ ਦੋਸ਼ ਨਹੀਂ ਭਾਈ ਉਹਨੂੰ - ਚਲੋ ਚਲ ਕੇ ਖਬਰਸਾਰ ਲਈਏ .....।"

- "ਗਿਆਨੀ ਜੀ ਜਿਹੜਾ ਦੁੱਖ ਹੈ ਉਹ ਤਾਂ ਹੈ ਹੀ - ਹੁਣ ਆਪ ਦੱਸੋ ਫਾਹੇ ਆ ਜਾਈਏ?" ਸੰਤੂ ਫਿਰ ਪਿੱਟਿਆ।

- "ਕਰੋਧ ਨਾ ਕਰ - ਚੱਲ ਵੇਖੀਏ।"

ਸਾਰੇ ਵਾਹੋਦਾਹੀ ਕੈਂਪ ਨੂੰ ਹੋ ਤੁਰੇ।

ਪੰਜਾਬੀ ਲੋਕਾਂ ਦੀ ਇਹ ਹੀ ਫ਼ਰਾਖਦਿਲੀ ਹੈ ਕਿ ਘੋਰ ਮੁਸੀਬਤ ਵੇਲੇ ਵੀ ਦਿਲ ਫ਼ੌਲਾਦ ਬਣਾ ਲੈਂਦੇ ਹਨ।

'ਮਰੂੰ - ਮਰੂੰ' ਨਹੀਂ ਕਰਦੇ।

ਸੰਤੂ ਨੇ ਜਾ ਕੇ ਸੰਤੀ ਦੀ ਚਮਚੇ ਨਾਲ ਦੰਦਲ ਤੋੜੀ। ਮੂੰਹ ਵਿਚ ਪਾਣੀ ਪਾਇਆ ਤਾਂ ਸੰਤੀ ਅੱਖਾਂ ਪੱਟ ਆਈ। ਭੁੰਜੇ ਗਿੱਲੇ ਘਾਹ ਤੇ ਪਈ ਉਹ ਓਪਰਿਆਂ ਵਾਂਗ, ਅਜੀਬ ਜਿਹਾ ਝਾਕ ਰਹੀ ਸੀ। ਉਸ ਨੇ ਸਾਰਿਆਂ ਵੱਲ ਨਜ਼ਰ ਮਾਰੀ। ਪਾਗਲਾਂ ਵਾਂਗ! ਉਸ ਦੀਆਂ ਜੋਤਹੀਣ ਅੱਖਾਂ ਗਿੱਦੜ ਦੀ ਖੱਡ ਵਾਂਗ ਡੂੰਘੀਆਂ ਸਨ। ਮੂੰਹ - ਮੱਥਾ ਹਾਲਾਤਾਂ ਵਾਂਗ ਹੀ ਉਜੜਿਆਂ ਪਿਆ ਸੀ।

- "ਪਾਲਾ ਆਇਆ ਨਹੀਂ ਅਜੇ?" ਉਸ ਨੇ ਮੁਰਦਈ ਜਿਹੀ ਅਵਾਜ਼ ਵਿਚ ਪੁੱਛਿਆ।

- "…..।" ਸਾਰੇ ਚੌਂਧੀ ਲੱਗਿਆਂ ਵਾਂਗ ਇਕ ਦੂਜੇ ਵੱਲ ਸੁਆਲੀਆ ਝਾਕੇ। ਜਿਵੇਂ ਸੰਤੀ ਨੇ ਉਹਨਾਂ ਨੂੰ ਡਰਾ ਦਿੱਤਾ ਸੀ।

ਉਹ ਠੱਗੇ-ਠੱਗੇ ਜਿਹੇ ਖੜ੍ਹੇ ਸਨ।

ਕੋਈ ਸੁਆਲ ਇੱਟ ਵਾਂਗ ਕਪਾਲ ਵਿਚ ਪਿਆ ਸੀ। ਜਿਸ ਦਾ ਸ਼ਾਇਦ ਕਿਸੇ ਕੋਲ ਕੋਈ ਉਤਰ ਨਹੀਂ ਸੀ। ਉਹ ਜਿਵੇਂ ਹਨ੍ਹੇਰੇ ਵਿਚ ਮੂਧੇ ਮੂੰਹ, ਬੋੜੇ ਖੂਹ ਵਿਚ ਜਾ ਡਿੱਗੇ ਸਨ।

- "ਤੁਰ ਗਏ ਕਦੇ ਮੁੜ ਕੇ ਨਹੀਂ ਆਏ - ਬਾਹਲਾ ਨਾ ਕਲਪਿਆ ਕਰ ਸੰਤੀਏ - ਰੱਬ ਰੱਬ ਕਰ!" ਹਰ ਕੌਰ ਨੇ ਹਾਲਾਤ ਹੱਥ ਵਿਚ ਲੈਣ ਦੀ ਕੋਸ਼ਿਸ਼ ਕੀਤੀ। ਪਰ ਬੁਰੇ ਹਾਲਾਤ ਉਸ ਦੀ ਮੁੱਠੀ ਵਿਚੋਂ ਪਾਣੀ ਵਾਂਗ ਡੁੱਲ੍ਹ ਜਾਂਦੇ ਸਨ। ਰੇਤ ਵਾਂਗ ਕਿਰ ਜਾਦੇ ਸਨ।

- "ਕਾਹਦਾ ਰੱਬ ਬੇਬੇ ਜੀ?"

- "ਰੱਬ ਵੱਲੀਂ ਵੀ ਮਨ ਨਹੀਂ ਲੱਗਦਾ - ਮੇਰੇ ਤਾਂ ਪਾਲਾ ਹਿੱਕ 'ਤੇ ਚੜ੍ਹਿਆ ਬੈਠੈ।" ਸੰਤੀ ਨੇ 'ਹਾਏ' ਕਹਿ ਕੇ ਵੈਣ ਸ਼ੁਰੂ ਕਰ ਦਿੱਤੇ।

- "ਵੇ ਤੈਨੂੰ ਜਾਲਮਾਂ ਨੇ ਵੱਢ ਕੇ ਸਿੱਟਤਾ ਵੇ ਮੇਰਿਆ ਸੋਹਣਿਆਂ ਪੁੱਤਾ ….!"

- "……।"

- "ਵੇ ਮੈਂ ਤੈਨੂੰ ਦੁੱਧ ਮੱਖਣਾਂ ਨਾਲ ਪਾਲਦੀ ਰਹੀ ਵੇ ਮੇਰਿਆ ਪਾਲਿਆ ਪੁੱਤਾ …ਹਾਏ …!"

- "…….।"

- "ਵੇ ਮੈਂ ਤੈਨੂੰ ਬਘਿਆੜਾਂ ਦੀ ਖਾਤਰ ਲਾਡ ਲਡਾਉਂਦੀ ਰਹੀ ਵੇ ਮੇਰਿਆ ਸੋਹਣਿਆਂ ਸ਼ੇਰਾ …!"

- "……।" ਸਾਰਿਆਂ ਦੇ ਮਨ ਭਰ ਕੇ ਉਛਲ ਗਏ। ਇਕਲੌਤੇ ਪੁੱਤਰ ਨੂੰ ਰੋਂਦੀ ਸੰਤੀ ਦੇ ਕੀਰਨੇ ਹਰ ਇਕ ਦਾ ਕਾਲਜਾ 'ਲੂਹ' ਰਹੇ ਸਨ।

ਸਾਰੇ ਕੈਂਪ ਦੀਆਂ ਬੁੜ੍ਹੀਆਂ ਨੇ ਆਪਣਿਆਂ - ਆਪਣਿਆਂ ਨੂੰ ਰੋਣਾ ਸ਼ੁਰੂ ਕਰ ਦਿੱਤਾ।

ਇਕ ਹਾਲ ਦੁਹਾਈ ਮੱਚ ਗਈ ਸੀ।

ਇੱਥੇ ਕੋਈ ਸ਼ਰਨਾਰਥੀ ਕੈਂਪ ਨਹੀਂ, ਕਿਸੇ ਸ਼ਮਸ਼ਾਨਘਾਟ ਦਾ ਭੁਲੇਖਾ ਪੈਂਦਾ ਸੀ। ਵੱਖਰਾ-ਵੱਖਰਾ ਦੁੱਖ ਸੀ। ਵੱਖਰਾ - ਵੱਖਰਾ ਰੋਣਾ ਸੀ। ਵੱਖਰਾ-ਵੱਖਰਾ ਵੈਣ ਸੀ। ਹਿਰਦੇਵੇਧਕ ਕੀਰਨੇ ਸਨ।

- "ਬੱਸ ਵੀ ਕਰੀਦਾ ਹੁੰਦੈ ਸੰਤੀਏ - ਦਿਲ ਧਰ - ਹੌਂਸਲਾ ਰੱਖ - ਗੁਰੂ ਭਲੀ ਕਰੂ। ਲੈ ਪਾਣੀ ਪੀ ....!" ਹਰ ਕੌਰ ਨੇ ਸੰਤੀ ਦੇ ਸਿਰ ਹੇਠ ਬਾਂਹ ਦੇ ਕੇ ਪਾਣੀ ਪਿਆਉਣ ਦੀ ਕੋਸਿ਼ਸ਼ ਕੀਤੀ। ਪਰ ਹਟਕੋਰਿਆਂ ਕਰਕੇ ਅੱਧਿਓਂ ਜਿ਼ਆਦਾ ਪਾਣੀ ਬਰਾਛਾਂ ਰਾਹੀਂ ਬਾਹਰ ਹੀ ਡੁੱਲ੍ਹ ਗਿਆ।

ਛੇ-ਛੇ ਫ਼ੁੱਟੇ ਜੁਆਨ ਮਰਦ ਅੱਖਾਂ ਭਰੀ ਪਸੀਜੇ ਜਿਹੇ ਖੜ੍ਹੇ ਸਨ। ਕਿਸੇ ਦੇ ਖ਼ਾਮੋਸ਼ ਹੰਝੂ 'ਪਰਲ-ਪਰਲ' ਵਗੀ ਜਾ ਰਹੇ ਸਨ। ਘਸਮੈਲੇ ਜਿਹੇ ਪਰਨਿਆਂ ਨਾਲ ਅੱਖਾਂ ਪੂੰਝੀਆਂ ਜਾ ਰਹੀਆਂ ਸਨ।

- "ਸੰਤੂ ...।" ਹਰ ਕੌਰ ਨੇ ਘਬਰਾ ਕੇ ਕਿਹਾ।

- "ਹਾਂ ਤਾਈ ...?"

- "ਡਾਕਟਰ ਨੂੰ ਬੁਲਾਓ ਭਾਈ - ਇਹ ਤਾਂ ਡੁੱਬਣੀ ਫਿਰ ਬੇਹੋਸ਼ ਹੋਗੀ ...!"

ਸੰਤੂ ਕੈਂਪ ਦੇ ਡਾਕਟਰ ਵੱਲ ਦੌੜ ਗਿਆ।

ਗੁਰਮੁਖ ਨੇ ਸੰਤੀ ਦੀ ਦੰਦਲ ਤੋੜੀ।

ਹਰ ਕੌਰ ਨੇ ਫਿਰ ਸਰਦਾ ਪਾਣੀ ਪਿਆਇਆ।

ਸੰਤੀ ਦੀ ਬੁਰੀ ਹਾਲਤ ਸੀ।

ਸਾਰੇ ਹੀ ਚਿੰਤਤ ਸਨ।

- "ਗਿਆਨੀ ਜੀ ਗੱਲ ਵੱਡੀ ਐ - ਮੂੰਹ ਛੋਟੈ।" ਅਮਲੀ ਨੇ ਹੌਲੀ ਕੁ ਦੇਣੇ ਕਿਹਾ।

- "ਦਿਲ ਦੀ ਗੱਲ ਦਿਲ 'ਚ ਨਾ ਰੱਖੀਏ।"

- "ਮੈਨੂੰ ਇਉਂ ਲੱਗਦੈ ਬਈ ਸੰਤੀ ਦਾ ਭੌਰ ਅੱਜ ਕੱਲ੍ਹ 'ਚ ਉਡੂਗਾ।" ਕਹਿ ਕੇ ਅਮਲੀ ਨੇ ਸਾਰੇ ਪਾਸੇ ਗਹੁ ਨਾਲ ਦੇਖਿਆ।

- "ਮਰਨ ਲਿਖਾਇ - ਮੰਡਲ ਮਹਿ ਆਏ - ਗੁਰਬਾਣੀ ਕਹਿੰਦੀ ਐ - ਪਹਿਲਾਂ ਮਰਨ ਲਿਖਵਾ ਕੇ ਫੇਰ ਮਾਤ ਲੋਕ 'ਚ ਆਏ ਐਂ -।"

- "ਇਹ ਗਿਆਨੀ ਜੀ ਥੋਡੀ ਗੱਲ ਬਿਲਕੁਲ ਸੋਲ੍ਹਾਂ ਆਨੇ ਐਂ - ਪਰ ਰੋਹੀ 'ਚ ਮਰਨ ਨੂੰ ਵੀ ਜੀਅ ਨਹੀਂ ਕਰਦਾ - ਬੰਦਾ ਮਰੇ ਉਥੇ - ਜਿਥੇ ਆਬਦੇ ਚਾਰ ਬੰਦੇ ਰੋਣ ਆਲੇ ਵੀ ਹੋਣ।"

- "ਇਹ ਠੀਕ ਐ - ਪਰ ਜਦੋਂ ਦੇਹੀ 'ਚੋ ਪ੍ਰਾਣ ਈ ਨਿਕਲ ਗਏ - ਫੇਰ ਬੰਦਾ ਚਾਹੇ ਮਹਿਲ 'ਚ ਪਲੰਘ ਤੇ ਪਿਆ ਹੋਵੇ - ਕੋਈ ਫਰਕ ਨਹੀਂ ਪੈਂਦਾ।"

ਅਮਲੀ ਚੁੱਪ ਹੋ ਗਿਆ।

ਡਾਕਟਰ ਪਹੁੰਚ ਗਿਆ।

ਉਸ ਨੇ ਨਬਜ਼ ਦੇਖੀ।

ਪੁੜੀਆਂ ਦਿੱਤੀਆਂ।

ਸਵੇਰੇ ਸ਼ਾਮ ਇਕ - ਇਕ ਪੁੜੀ ਦੇਣ ਦੀ ਹਦਾਇਤ ਕੀਤੀ।

- "ਇਹਨੂੰ ਬਾਹਰ ਹਵਾ ਹਾਰੇ ਪਾਓ - ਅੰਦਰ ਕਿੰਨਾ ਤਾਂ ਸੰਘੱਟ ਐ - ਅੰਦਰ ਬੰਦਾ ਅੱਧਾ ਤਾਂ ਊਂਈਂ ਬਿਮਾਰ ਹੋ ਜਾਂਦੈ - ਇਹਨੂੰ ਤੰਬੂ ਤੋਂ ਬਾਹਰ ਕੱਢ ਕੇ ਪਾਓ ਤੇ ਪਾਣੀ ਬਿੰਦੇ - ਬਿੰਦੇ ਘੁੱਟ-ਘੁੱਟ ਪਿਆਈ ਚੱਲੋ।" ਤੇ ਡਾਕਟਰ ਚਲਾ ਗਿਆ।

ਬੰਦਿਆਂ ਨੇ ਪਟੜਾ ਬਣੀ ਸੰਤੀ ਨੂੰ ਬਾਹਰ ਹਵਾ ਹਾਰੇ ਲਿਆ ਲਿਟਾਇਆ। ਹੁਣ ਉਹ ਕੁਝ ਕੁ ਸੁਰਤ ਫੜ ਗਈ ਸੀ। ਪੁੜੀ ਵੀ ਲੈ ਲਈ ਸੀ।

ਰਾਤ ਪਈ।

ਅੱਜ ਕੈਂਪ ਵਿਚ ਦਾਲ- ਚੌਲ ਬਣੇ ਸਨ।

ਸਾਰੇ ਦਾਲ-ਚੌਲ ਲੈ ਕੇ ਆਪਦੇ-ਆਪਦੇ 'ਘੋਰਨਿਆਂ' ਵਿਚ ਆ ਵੜੇ। ਗਰਮੀ ਕਾਰਨ ਬੁਰਾ ਹਾਲ ਸੀ। ਇਕ ਦਿਨ ਪਹਿਲਾਂ ਪਈ ਬਾਰਸ਼ ਨੇ ਚਿੱਕੜ ਕਰ ਮਾਰਿਆ ਸੀ। ਮੋਟੇ ਮੱਛਰ ਨੇ ਵੱਖ ਤੰਗ ਕਰ ਛੱਡਿਆ ਸੀ।

ਪਸ਼ੂ ਮਾੜਾ ਮੋਟਾ ਚਰ ਕੇ ਹੀ ਢਿੱਡ ਦਾ ਬੁੱਤਾ ਸਾਰ ਛੱਡਦੇ। ਇਕ ਦੂਜੇ ਨਾਲ ਸਿੰਗੋ - ਸਿੰਗੀ ਹੁੰਦੇ ਰਹਿੰਦੇ। ਭਿੜਨ ਦੀ ਤਾਕਤ ਉਹਨਾਂ ਵਿਚ ਰਹੀ ਨਹੀਂ ਸੀ। ਪੰਸੇਰੀ - ਪੰਸੇਰੀ ਖਲ ਖਾਣ ਵਾਲੇ ਬੇਜ਼ੁਬਾਨ ਪਸ਼ੂ ਵੀ ਅਜ਼ਾਦੀ ਦੀ ਜਾਨ ਨੂੰ ਹੀ ਰੋ ਰਹੇ ਲੱਗਦੇ ਸਨ।

ਸਾਰੇ ਤੀਵੀਆਂ ਆਦਮੀ ਗਰਮੀ ਕਾਰਨ ਆਪਣੇ ਆਪਣੇ ਰੇਹੜਿਆਂ, ਗੱਡਿਆਂ ਉਪਰ ਚੜ੍ਹ ਕੇ ਸੌਣ ਦੀ ਕੋਸ਼ਿਸ਼ ਕਰਨ ਲੱਗੇ। ਬੱਚੇ ਗਰਮੀ ਦੇ ਵੱਟ ਕਰਕੇ ਬਿਲਕ ਰਹੇ ਸਨ।

5

ਸਵੇਰ ਹੋਈ।

ਬੜੀ ਠੰਢੀ ਸੀਤ ਖਬਰ ਆਈ।

ਬਹੁਤਿਆਂ ਦੇ ਅਲਾਟਮੈਂਟ ਦੇ ਨੰਬਰ ਆ ਗਏ ਸਨ। ਬਚਿੰਤ ਕੋਰ, ਥੰਮਣ, ਜਾਗਰ, ਹਜ਼ੂਰ ਸਿੰਘ, ਗਿਆਨੀ, ਸੰਤੂ, ਅਮਲੀ, ਗੁਰਮਖ ਹੋਰਾਂ ਨੇ ਅਲਾਟਮੈਂਟ-ਇੰਚਾਰਜ ਵੱਲ ਚਾਲੇ ਪਾ ਦਿੱਤੇ।

ਅਮਲੀ ਨੂੰ ਇੰਚਾਰਜ ਦੇ ਮੱਥੇ ਲੱਗਣਾ, ਅੱਕ ਚੱਬਣ ਬਰਾਬਰ ਲੱਗ ਰਿਹਾ ਸੀ। ਪਰ ਕੀ ਕਰਦਾ? ਮਜ਼ਬੂਰੀ ਦਾ ਨਾਂ 'ਮਾਸੀ' ਸੀ।

ਸੂਰਜ ਚੜ੍ਹਦੇ ਸਾਰ ਹੀ ਉਹ ਇੰਚਾਰਜ ਦੇ ਜਾ ਹਾਜ਼ਰ ਹੋਏ।

ਤਕਰੀਬਨ ਤਿੰਨ ਘੰਟਿਆਂ ਦੀ ਉਡੀਕ ਦੇ ਬਾਅਦ ਅੱਜ ਇਕ ਹੋਰ, ਨਵਾਂ ਹੀ ਇੰਚਾਰਜ ਬਹੁੜਿਆ। ਮੂੰਹ ਉਸ ਨੇ ਵੀ ਦੂਸਰਿਆਂ ਵਾਂਗ ਹੀ ਘੁੱਟਿਆ ਹੋਇਆ ਸੀ। ਬੋਦੀਆਂ ਚੋਪੜੀਆਂ ਹੋਈਆਂ ਅਤੇ ਮਹਿੰਦੀ ਰੰਗੀ ਦਾੜ੍ਹੀ ਡੱਬ-ਖੜੱਬੀ ਸੀ। ਮਹਿੰਦੀ ਲਾਉਣ ਦੀ ਬਹੁਤੀ ਜਾਚ ਨਾ ਹੋਣ ਕਰਕੇ ਉਸ ਦੀ ਕਤਰੀ ਦਾਹੜੀ ਹਾੜ੍ਹ ਮਹੀਨੇ ਦੀ ਇੱਟ-ਸਿੱਟ ਵਰਗੀ ਜਾਪਦੀ ਸੀ। ਵੱਡਾ ਸਾਰਾ ਰਜਿਸਟਰ ਮੁਣਸ਼ੀ ਨੇ ਮੋਢਿਆਂ 'ਤੇ ਚੁੱਕਿਆ ਹੋਇਆ ਸੀ।

- "ਰਾਮ -ਰਾਮ ਬਾਬੂ ਜੀ...!"

ਸਾਰੇ ਇਕੱਠੇ ਹੀ ਬੋਲੇ।

- "..........।" ਉਤਰ ਦੇਣ ਦੀ ਥਾਂ ਇੰਚਾਰਜ ਨੇ ਮੂੰਹ ਹੋਰ ਘੁੱਟ ਲਿਆ ਅਤੇ ਮੁਣਸ਼ੀ ਨੇ 'ਪੋਥਾ' ਬਿਮਾਰ ਜੁਆਕ ਵਾਂਗ, ਸਾਹਮਣੇ ਮੇਜ ਤੇ ਇਕ ਤਰ੍ਹਾਂ ਨਾਲ ਵਿਛਾਅ ਦਿੱਤਾ।

ਇੰਚਾਰਜ ਕਾਫੀ ਦੇਰ ਫ਼ਰੋਲਾ - ਫ਼ਰਾਲੀ ਕਰਦਾ ਰਿਹਾ। ਸਾਰੇ ਹੱਥ ਜੋੜੀ, ਦੋਸ਼ੀਆਂ ਵਾਂਗ ਇੰਚਾਰਜ ਵੱਲ ਝਾਕ ਰਹੇ ਸਨ।

ਇੰਚਾਰਜ ਨੇ ਅਲਾਟਮੈਂਟ ਦੇ ਪ੍ਰਵਾਨੇ ਸਾਰਿਆਂ ਦੇ ਹੱਥ ਥੰਮਾਂ ਦਿੱਤੇ।

ਮੁਣਸ਼ੀ ਨੇ ਪੜ੍ਹ ਕੇ ਸੁਣਾਏ ਤਾਂ ਸਾਰਿਆਂ ਦੇ ਸਾਹ ਸੂਤੇ ਗਏ। ਬਚਿੰਤ ਕੌਰ, ਗੁਰਮਖ, ਗਿਆਨੀ, ਅਮਲੀ ਅਤੇ ਸੰਤੂ ਨੂੰ ਅੰਮ੍ਰਿਤਸਰ ਕੋਲ ਜ਼ਮੀਨ ਅਤੇ ਮਕਾਨ ਅਲਾਟ ਹੋਏ। ਹਜ਼ੂਰ ਸਿੰਘ ਅਤੇ ਥੰਮਣ ਨੂੰ ਜਲੰਧਰ ਵੱਲ ਅਲਾਟਮੈਂਟ ਹੋਈ। ਜਾਗਰ ਨੂੰ ਫਿਰੋਜ਼ਪੁਰ ਦੇ ਨੇੜੇ ਕਿਸੇ ਪਿੰਡ ਵਿਚ ਜ਼ਮੀਨ ਅਤੇ ਮਕਾਨ ਮਿਲਿਆ।

ਇਕ ਪਿੰਡ ਦੇ ਬੰਦਿਆਂ ਦੀਆਂ ਸਰਕਾਰੀ ਵੰਡੀਆਂ ਪੈ ਗਈਆਂ।

- "ਬਾਬੂ ਜੀ - ਮੈਂ ਪਰੋਜਪੁਰ ਵੱਲ 'ਕੱਲਾ ਕੀ ਕਰੂੰ ਜੀ? ਮੇਰੇ 'ਤੇ ਵੀ ਕਿਸੇ ਪੇਂਡੂ ਦੀ ਜ਼ਮੀਨ ਵੱਲੀਂ ਕਿਰਪਾ ਕਰ ਦਿੰਦੇ।" ਜਾਗਰ ਕੁਰਲਾਇਆ। ਦਿਨ-ਰਾਤ, ਦੁਖਦੇ - ਸੁਖਦੇ, ਇਕੱਠੇ ਰਹਿੰਦੇ ਗਰਾਂਈਂ, ਵਿਛੜਦੇ ਉਸ ਤੋਂ ਜਰੇ ਨਹੀਂ ਗਏ ਸਨ। ਉਹ ਇੰਚਾਰਜ ਸਾਹਮਣੇ ਰੋਣਹਾਕਾ ਹੋਇਆ ਖੜ੍ਹਾ ਸੀ।

- "ਗੌਰਮਿੰਟੀ ਹੁਕਮ ਐਂ - ਮੇਰਾ ਨਹੀਂ!" ਬਾਬੂ ਕੁਰਸੀ ਛੱਡ ਕੇ ਤੁਰ ਗਿਆ। ਮਗਰੇ ਹੀ ਮੁਣਸ਼ੀ ਰਜਿਸਟਰ ਚੁੱਕੀ, ਨਵੇਂ ਦੁੱਧ ਹੋਣ ਵਾਲੀ ਮੱਝ ਵਾਂਗ ਧੂੜਾਂ ਪੱਟਦਾ ਜਾ ਰਿਹਾ ਸੀ।

ਜਾਗਰ ਦਾ ਦਿਲ ਉਚੀ-ਉਚੀ ਰੋਣ ਨੂੰ ਕੀਤਾ।

ਉਹ ਬੇਵੱਸ - ਲਾਚਾਰ ਹੋਏ ਘੁੱਟਾਂਬਾਟੀ ਤੱਕ ਰਹੇ ਸਨ। ਇਕ ਦੂਜੇ ਤੋਂ ਨਿੱਖੜਨਾ ਉਹਨਾ ਅੱਗੇ ਪਰਬਤ ਜਿੱਡੀ ਮੁਸੀਬਤ ਸੀ।

- "ਜੋ ਮਿਲੇ - ਜਿੱਥੇ ਮਿਲੇ - ਗੁਰੂ ਦੀ ਦਾਤ ਸਮਝ ਕੇ ਕਬੂਲ ਕਰ ਲਈਏ - ਉਸ ਦੀ ਰਜ਼ਾ ਵਿਚ ਰਾਜ਼ੀ ਰਹੀਏ ਖ਼ਾਲਸਾ ਜੀ - ਚੱਲੋ ਤੇ ਵਾਹਿਗੁਰੂ ਬੋਲੋ - ਜਿੱਥੇ ਗੁਰੂ ਰੱਖੇ - ਉਥੇ ਰਹਿਣਾ ਈ ਪੈਂਦੈ ਗੁਰਮਖੋ - ਗੁਰੂ ਨੇ ਚਾਹਿਆ ਤਾਂ ਫਿਰ ਮੇਲੇ ਹੋ ਜਾਣਗੇ - ਹੈ ਤਾਂ ਅਕਸਰ ਪੰਜਾਬ 'ਚ ਈ - ਜਿਉਂਦੀਆਂ ਰੂਹਾਂ ਦੇ ਮੇਲੇ ਤਾਂ ਸਿੰਘੋ ਹੁੰਦੇ ਈ ਰਹਿੰਦੇ ਐ - ਇਹ ਗੁਰੂ ਦਾ ਭਾਣਾਂ ਐਂ - ਮਿੱਠਾ ਕਰਕੇ ਮੰਨੀਏਂ - ਚੱਲੋ ...!" ਗਿਆਨੀ ਦੇ ਬੋਲਾਂ ਨੇ ਉਹਨਾਂ ਨੂੰ ਕੁਝ ਕੁ ਸਾਹਸ ਦਿੱਤਾ। ਆਸਰਾ ਦਿੱਤਾ।

ਹਾਰੇ ਹੁੱਟੇ ਉਹ ਆਪਣੇ-ਆਪਣੇ ਗੱਡਿਆਂ ਵੱਲ ਨੂੰ ਤੁਰ ਪਏ।

ਸਾਰਾ ਸਮਾਨ ਲੱਦ ਲਿਆ ਗਿਆ।

ਚੌਕੀਦਾਰ ਕੋਲ ਪੁੱਜ ਪਿੰਡਾਂ ਦਾ ਰਸਤਾ ਪੁੱਛਿਆ। ਵਾਟ ਬਾਰੇ ਜਾਇਜ਼ਾ ਲਿਆ। ਗਿੱਲਾ-ਸੁੱਕਾ ਪੁੱਛਿਆ।

ਗੱਡੇ ਤੁਰਨ ਲੱਗੇ ਤਾਂ ਜਾਗਰ ਦੇ ਸਬਰ ਦਾ ਬੰਨ੍ਹ ਟੁੱਟ ਗਿਆ ਤੇ ਉਹ ਧਾਹ ਮਾਰ ਕੇ ਰੋ ਪਿਆ।

- "ਹੁਣ ਮੇਲ ਕਿਹੜੇ ਜੁੱਗ ਹੋਣਗੇ ਉਏ ਭਰਾਵੋ ....!"

ਸਾਰਿਆਂ ਦੇ ਅੰਦਰੋਂ ਵਿਛੋੜੇ ਦਾ ਗਮ ਹਿੱਲ ਪਿਆ। ਅੱਖਾਂ ਨਮ ਹੋ ਗਈਆਂ।

- "ਦਿਲ ਨਾ ਸਿੱਟ ਜਾਗਰਾ - ਜੋ ਕੁਦਰਤ ਨੂੰ ਮਨਜ਼ੂਰ ਐ - ਉਹੀ ਹੋਣੈ।" ਗਿਆਨੀ ਨੇ ਉਸ ਨੂੰ ਬੱਚਿਆਂ ਵਾਂਗ ਥਾਪੜਿਆ।

- "ਗਿਆਨੀ ਜੀ -ਆਹ ਵਿਛੋੜੇ ਰੱਬ ਨੇ ਪਤਾ ਨਹੀਂ ਕਿਹੜੇ ਮਾੜੇ ਕਰਮਾ ਕਰਕੇ ਲਿਖ ਦਿੱਤੇ - ਕਦੇ ਕੀੜੀ ਤੇ ਪੈਰ ਨਹੀਂ ਸੀ ਧਰਿਆ।"

ਜਾਗਰ ਰੋਈ ਜਾ ਰਿਹਾ ਸੀ।

ਦਿਲ ਨਹੀਂ ਧਰਦਾ ਸੀ।

ਸਾਰੇ ਮਸੋਸੇ ਜਿਹੇ ਖੜ੍ਹੇ ਸਨ।

- "ਜਾਗਰਾ ਕੁਵੇਲਾ ਨਾ ਕਰੋ - ਝੋਰਾ ਨਾ ਕਰ - ਮੇਲੇ ਆਪਣੇ ਜ਼ਰੂਰ ਹੋਇਆ ਕਰਨਗੇ - ਸਕੀਮ ਮੈਂ ਦੱਸਦੈਂ।" ਗਿਆਨੀ ਬੋਲਿਆ।

ਸਕੀਮ ਦੇ ਨਾਂ ਨੂੰ ਸਾਰਿਆਂ ਨੇ ਕੰਨ ਚੁੱਕ ਲਏ।

- "ਦਿਵਾਲੀ ਤੇ ਵਿਸਾਖੀ 'ਤੇ ਆਪਾਂ ਅੰਮ੍ਰਿਤਸਰ ਦਰਬਾਰ ਸਾਹਿਬ ਇਕੱਠੇ ਹੋਇਆ ਕਰਾਂਗੇ - ਨਾਲੇ ਹਰਿਮੰਦਰ ਸਾਹਿਬ ਦੇ ਦਰਸ਼ਨ ਕਰ ਲਿਆ ਕਰਾਂਗੇ - ਨਾਲੇ ਢਿੱਡ ਹੌਲੇ ਹੋ ਜਾਇਆ ਕਰਨਗੇ - ਆਪਣਾ ਆਪਣਾ ਵਸੇਬਾ ਕਰੋ - ਗੁਰੂ ਭਲੀ ਕਰੂਗਾ .....।"

- ".....।" ਸਾਰੇ ਵੇਲ ਵਾਂਗ ਹਰੇ ਹੋ ਗਏ।

- "ਚਲੋ ਤੁਰੋ ਫਿਰ - ਬੋਲੋ ਵਾਹਿਗੁਰੂ।"

- "ਚੰਗਾ ਸੰਤੀਏ - ਦਿਵਾਲੀ ਤੇ ਅੰਬਰਸਰ ਮਿਲਾਂਗੇ।" ਜਾਗਰ ਕੁਝ ਹੌਂਸਲੇ ਨਾਲ ਬੋਲਿਆ।

ਬੇਸੁਰਤ ਜਿਹੀ ਪਈ ਸੰਤੀ ਨੇ 'ਨਾਂਹ' ਵਿਚ ਹੱਥ ਹਿਲਾਇਆ। ਪਰ ਮੂੰਹੋਂ ਨਾ ਬੋਲ ਸਕੀ।

ਬੁਝੀਆਂ ਅੱਖਾਂ ਸੰਤੀ ਦੀਆਂ ਨੱਕੋ-ਨੱਕ ਭਰ ਆਈਆਂ ਸਨ। ਸਰੀਰ ਬਿਲਕੁਲ ਹੀ ਨਿਰਬਲ ਸੀ। ਜਾਗਰ ਨੇ ਹਰ ਕੌਰ ਦੇ ਪੈਰੀਂ ਹੱਥ ਲਾਏ।

ਦਿਲੋਂ ਦੁਖੀ ਹਰ ਕੌਰ ਨੇ ਅਸੀਸਾਂ ਦੀ ਛਹਿਬਰ ਲਾ ਦਿੱਤੀ। ਬੁੜ੍ਹੀਆਂ ਗਲ ਲੱਗ ਕੇ ਮਿਲੀਆਂ। ਰੋ ਕੇ ਦਿਲ ਹਲਕੇ ਕੀਤੇ।

'ਵਾਹਿਗੁਰੂ' ਆਖ ਗੱਡੇ ਤੋਰ ਲਏ।

ਮਾੜੇ ਹਾਲਾਤਾਂ ਦੇ ਝੱਖੜ ਵਾਂਗ ਝੰਜੋੜੇ ਗਿਆਨੀ ਹੋਰੀਂ ਆਪਣੇ ਟਿਕਾਣੇ ਪੁੱਜ ਗਏ।

ਇਹ ਇਕ ਨਿੱਕਾ ਜਿਹਾ ਪਿੰਡ ਸੀ।

ਵੱਡੀ ਗਿਣਤੀ ਵਿਚ ਮੁਸਲਮਾਨ ਇੱਥੋਂ ਉਜੜ ਕੇ ਪਾਕਿਸਤਾਨ ਗਏ ਸਨ। ਜਾਨੀ ਅਤੇ ਮਾਲੀ ਨੁਕਸਾਨ ਮੁਸਲਮਾਨਾਂ ਦਾ ਵੀ ਬਹੁਤ ਹੋਇਆ ਸੀ। ਲੁੱਟੇ-ਪੁੱਟੇ ਅਤੇ ਉਜੜੇ ਘਰ ਮੂੰਹੋਂ ਬੋਲ ਰਹੇ ਸਨ। ਟਾਂਵੀਂ ਟਾਂਵੀਂ ਮਸੀਤ ਵਿਚ ਉਲੂ ਬੋਲਦੇ ਸਨ। ਉਜਾੜ ਘਰ ਖਾਣ ਨੂੰ ਆਉਂਦੇ ਸਨ।

ਵੱਖੋ ਵੱਖਰੇ ਘਰਾਂ ਵਿਚ ਉਹਨਾਂ ਨੇ ਸਮਾਨ ਲਿਆ ਟਿਕਾਇਆ।

ਓਪਰੇ ਘਰ ਜਿਵੇਂ ਉਹਨਾਂ ਨੂੰ ਡਰਾ ਰਹੇ ਸਨ। ਉਜੜੇ ਘਰ ਉਹਨਾਂ ਨੂੰ ਖਾਣ ਆਉਂਦੇ ਸਨ। ਚੁੱਲ੍ਹੇ ਚੌਂਕੇ ਤੋਂ ਭੈਅ ਆਉਂਦਾ ਸੀ। ਚੱਕਣ ਧਰਨ ਵਿਚ ਪੂਰਾ ਹਫ਼ਤਾ ਲੰਘ ਗਿਆ। ਸਾਰਿਆਂ ਨੇ ਸਮੇਂ ਅਨੁਸਾਰ ਆਪਣੇ ਆਪ ਨੂੰ ਢਾਲਣਾ ਸ਼ੁਰੂ ਕਰ ਦਿੱਤਾ। ਚੁੱਲ੍ਹੇ ਬਲਣ ਲੱਗ ਪਏ। ਪਿੰਡ ਦੇ ਲੋਕ 'ਉਜੜਿਆਂ' ਹੋਇਆਂ ਦੀ ਵੱਧ ਚੜ੍ਹ ਕੇ ਮੱਦਦ ਕਰਦੇ। ਗਿਆਨੀ ਪੂਰਨ ਸਿੰਘ ਨੂੰ ਪਿੰਡ ਦੇ ਗੁਰਦੁਆਰੇ ਦੀ ਡਿਊਟੀ ਸੰਭਾਲ ਦਿੱਤੀ ਗਈ। ਉਹ ਤਨੋਂ ਮਨੋਂ ਲਾ ਕੇ ਗੁਰਦੁਆਰੇ ਸੇਵਾ ਕਰਦਾ। ਕਥਾ ਸੁਣਾਉਂਦਾ। ਕੀਰਤਨ ਕਰਦਾ।

ਦੋ ਕੁ ਹਫਤੇ ਬਾਅਦ ਸੰਤੀ 'ਚੜ੍ਹਾਈ' ਕਰ ਗਈ। ਸੁੱਤੀ ਪਈ ਨੂੰ ਕੋਈ ਭੈੜਾ ਸੁਪਨਾ ਆਇਆ। ਉਸ ਨੇ 'ਵੇ ਪਾਲਿਆ!' ਆਖ ਕੇ ਹਿਰਦੇਵੇਧਕ ਚੀਕ ਮਾਰੀ ਅਤੇ ਮੁੜ ਕੇ ਸਾਹ ਹੀ ਨਾ ਪਰਤਿਆ। ਲੋਕ ਲੱਖਣ ਲਾ ਰਹੇ ਸਨ ਕਿ ਉਸ ਦਾ ਦਿਲ ਫੇਲ੍ਹ ਹੋ ਗਿਆ ਸੀ।

ਸੰਤੀ ਦੀ ਸਰਦੀ ਬਰਦੀ ਮਿੱਟੀ ਕਿਉਂਟੀ।

- "ਗਿਆਨੀ ਜੀ -।" ਅਫ਼ਸੋਸ ਕਰਨ ਆਏ ਗਿਆਨੀ ਨੂੰ ਕਹਿੰਦਾ ਸੰਤੂ ਰੋ ਪਿਆ।

- "ਘੱਲੇ ਆਇ ਨਾਨਕਾ ਸੱਦੇ ਉਠਿ ਜਾਇ - ਦਿਲ ਕਾਠਾ ਕਰ - ਉਹਦੀ ਐਨੀ ਕੁ ਈ ਲਿਖੀ ਸੀ -।" ਗਿਆਨੀ ਨੇ ਪਵਿੱਤਰ ਗੁਰਬਾਣੀ ਵਿਚੋਂ ਉਦਾਹਰਣ ਦੇ ਕੇ ਸੰਤੂ ਨੂੰ ਧਰਵਾਸ ਦਿੱਤਾ।

- "ਉਹ ਤਾਂ ਗਿਆਨੀ ਜੀ ਥੋਡੀ ਗੱਲ ਸੋਲ੍ਹਾਂ ਆਨੇ ਐਂ - ਪਰ -।"

- "ਖੁੱਲ੍ਹ ਕੇ ਦੱਸ?"

- "ਜਕਦਾ ਕਾਹਤੋਂ ਐਂ?"

- "ਮੈਂ ਕਹਿੰਦਾ ਸੀ ਮਰਨ ਆਲੀ ਤਾਂ ਮਰਗੀ - ਜੋ ਡਾਢੇ ਰੱਬ ਨੂੰ ਮਨਜ਼ੂਰ ਸੀ - ਹੋ ਗਿਆ - ਉਹਦੇ ਮੂਹਰੇ ਕੋਈ ਜੋਰ ਨਹੀ - ਪਰ ਆਪਾਂ ਪਾਠ ਈ ਰਖਵਾ ਦੇਈਏ - ਸਹੁਰੀ ਦੀ ਰੂਹ ਈ ਨਾ ਭੜਕਦੀ ਫਿਰੇ ਕਿਤੇ - ਸਾਰੀ ਉਮਰ ਸੁਖ ਨੀ ਦੇਖਿਆ ਵਿਚਾਰੀ ਨੇ - ਕਿਤੇ ਹੁਣ ਵੀ ਨਾ ਔਟਲੀ ਫਿਰੇ।" ਕਹਿੰਦਾ ਸੰਤੂ ਫਿੱਸ ਪਿਆ।

- "ਪਾਠ ਰੱਖ ਲੈਨੇ ਐਂ।"

- "ਪਰ ਗਿਆਨੀ ਜੀ ਪੈਸਾ ਤਾਂ ਜ਼ਹਿਰ ਖਾਣ ਨੂੰ ਨਹੀਂ ਕੋਲੇ - ਕਰੀਏ ਤਾਂ ਕੀ ਕਰੀਏ? ਦਿਲ ਤਾਂ ਬਥੇਰ੍ਹਾ ਕਰਦੈ।"

- "ਆਪਾਂ ਇਉਂ ਕਰਦੇ ਆ।"

ਸੰਤੂ ਨੇ ਸਿਰ ਉਚਾ ਚੁੱਕਿਆ।

- "ਵੱਡਾ ਦਾਤਾ ਤਿਲੁ ਨ ਤਮਾਇ - ਰੱਬ ਪੈਸੇ ਦਾ ਨਹੀਂ - ਸ਼ਰਧਾ ਭਾਵਨਾ ਦਾ ਐ - ਆਪਾਂ ਗੁਰਦੁਆਰੇ ਈ ਸਹਿਜ ਪਾਠ ਰੱਖ ਲੈਨੇ ਐਂ - ਸੰਗਰਾਂਦ ਵਾਲੇ ਦਿਨ ਭੋਗ ਪਾ ਕੇ ਅਰਦਾਸ ਕਰ ਦਿਆਂਗੇ - ਫਿਕਰ ਕਿਉਂ ਕਰਦੈਂ? ਸੰਤੀ ਸਾਰੇ ਪਿੰਡ ਦੀ ਸਾਂਝੀ ਸੀ - ਸੰਗਤ ਦਾ ਲਿਆਂਦਾ ਸੀਧਾ - ਸੰਗਤ ਨੇ ਈ ਛਕ ਲੈਣੈ।"

ਸੰਤੂ ਹਲਕਾ ਹੋ ਗਿਆ।

ਦਿਲ ਤੋਂ ਪੱਥਰ ਬੋਝ ਉਤਰ ਗਿਆ।

ਚਾਹੇ ਉਹ ਸੰਤੀ ਨੂੰ ਦਿਨ ਰਾਤ ਗਾਲ੍ਹ ਦੁੱਪੜ ਕਰਦਾ ਸੀ। ਲੜਦਾ ਸੀ। ਪਰ ਸੰਤੀ ਦੀ ਅਣਹੋਂਦ ਨੇ ਉਸ ਨੂੰ ਦੁਨੀਆਂ ਵਿਚ ਇਕੱਲਾ ਕਰ ਦਿੱਤਾ ਸੀ। ਇਕਲੌਤੇ

ਪੁੱਤਰ ਪਾਲੇ ਅਤੇ ਘਰਵਾਲੀ ਸੰਤੀ ਦੀਆਂ ਉਪਰੋਥਲੀ ਦੋ ਮੌਤਾਂ ਨੇ ਉਸ ਨੂੰ ਜੜ੍ਹੋਂ ਪੁੱਟ ਛੱਡਿਆ ਸੀ।

ਗਿਆਨੀ ਪੂਰਨ ਸਿੰਘ ਨੇ ਗੁਰਦੁਆਰੇ ਪਾਠ ਰਖਵਾ ਕੇ ਸੰਗਰਾਂਦ ਵਾਲੇ ਦਿਨ ਭੋਗ ਪਾ ਦਿੱਤਾ ਅਤੇ ਸੰਤੀ ਦੀ ਆਤਮਾ ਦੀ ਸ਼ਾਂਤੀ ਨਵਿਰਤ ਅਕਾਲ ਪੁਰਖ ਅੱਗੇ ਅਰਦਾਸ ਕਰ ਦਿੱਤੀ।

ਭੋਗ ਤੋਂ ਪਿੱਛੋਂ ਕਮਲੀ ਕੁੜੀ ਮੇਲੋ ਦੀ ਮਾਂ ਨੇ ਗਿਆਨੀ ਨੂੰ ਇਕ ਅਜੀਬ ਗੱਲ ਆ ਦੱਸੀ ਤਾਂ ਗਿਆਨੀ ਖੜ੍ਹਾ ਖੜੋਤਾ ਹੀ ਧੁਰੋਂ ਹਿੱਲ ਗਿਆ। ਅਣਹੋਣੀ ਗੱਲ ਦਿਮਾਗ ਵਿਚ ਟਕੂਏ ਵਾਂਗ ਵੱਜੀ ਸੀ। ਗਿਆਨੀ ਦਾ ਕਪਾਲ ਪਾਟ ਗਿਆ। ਮੇਲੋ ਨੂੰ ਗਰਭ ਠਹਿਰ ਗਿਆ ਸੀ! ਕੁੜੀ ਦੀ ਮਾਂ ਬਚਿੰਤ ਕੌਰ ਬੌਂਦਲੀ ਫਿਰਦੀ ਸੀ। ਅੱਖਾਂ ਅੱਗੇ ਹਨ੍ਹੇਰ ਛਾ ਗਿਆ ਸੀ। ਕੋਈ ਬਾਂਹ ਫੜਨ ਵਾਲਾ ਨਹੀਂ ਸੀ। ਰੱਬ ਵਰਗਾ ਆਸਰਾ ਤੱਕ ਕੇ ਉਹ ਗਿਆਨੀ ਕੋਲ ਗੁਰਦੁਆਰੇ ਆਈ ਸੀ।

- "ਬਚਿੰਤ ਕੌਰੇ ਤੂੰ ਪਹਿਲਾਂ ਨਾ ਗੱਲ ਕੀਤੀ - ਹੁਣ ਨੱਕ ਤੇ ਦੀਵਾ ਆ ਬਾਲਿਆ?"

- "ਗਿਆਨੀ ਜੀ ਮੈਨੂੰ ਤਾਂ ਆਪ ਰਾਤ ਪਤਾ ਲੱਗਿਐ - ਜਦੋਂ ਕੁੜੀ ਨੇ ਉਲਟੀਆਂ ਕੀਤੀਆਂ -।" ਉਹ ਕੁਰਲਾਈ।

ਗਿਆਨੀ ਦੁਬਿਧਾ ਵਿਚ ਫ਼ਸ ਗਿਆ।

ਫ਼ਰਾਖ ਦਿਮਾਗ ਕੋਈ ਸਕੀਮ ਨਹੀਂ ਫੜ ਰਿਹਾ ਸੀ। ਗਿਆਨੀ ਨੇ ਕਈ ਵਾਰ ਮੱਥੇ ਤੇ ਹੱਥ ਮਾਰਿਆ।

- "ਗਿਆਨੀ ਜੀ ਕੋਈ ਹੱਲ ਲੱਭੋ - ਵਿਧੀ ਸੋਚੋ - ਇਹ ਤਾਂ ਅੱਗੇ ਈ ਬੱਜੋਰੱਤੀ ਐ ਵਿਚਾਰੀ - ਕਿਸੇ ਨੇ ਲੈਣੀ ਨਹੀਂ - ਮੁਸਲਮਾਨਾਂ ਦੀ ਬਹਿ ਜੇ ਬੇੜੀ -ਗਿਆਨੀ ਜੀ ਹੋਣ ਵਾਲੇ ਜੁਆਕ ਨੂੰ ਵੀ ਲੋਕ ਮੁਸਲਿਆਂ ਦੀ 'ਲਾਦ ਈ ਦੱਸਿਆ ਕਰਨਗੇ - ਹਾਏ ਵੇ ਰੱਬਾ ਕਿਹੜੇ ਖੂਹ 'ਚ ਜਾਵਾਂ - ਵੇ ਚੱਕ ਲੈ ਵੇ ਰੱਬਾ ਮੈਨੂੰ ਜੇ ਕਿਤੇ ਸੁਣਦੈਂ ਤਾਂ ....।" ਬਚਿੰਤ ਕੌਰ ਦੁਹੱਥੜ ਮਾਰ ਕੇ ਧਰਤੀ 'ਤੇ ਭੁੰਜੇ ਹੀ ਬੈਠ ਗਈ।

- "ਬਚਿੰਤ ਕੁਰੇ - ਜਿਹੜਾ ਕੁਛ ਹੋਣੈ - ਹੋ ਕੇ ਈ ਰਹਿਣੈ - ਇਹਨੂੰ ਦੁਨੀਆਂ ਦੀ ਕੋਈ ਤਾਕਤ ਨਹੀਂ ਟਾਲ ਸਕਦੀ - ਤੂੰ ਇਉਂ ਕਰ - ਘਰ ਨੂੰ ਜਾਹ - ਮੈਂ ਕਰਦੈਂ

ਕੋਈ ਜੁਗਾੜ - ਬਾਬੇ ਨਾਨਕ ਤੇ ਭਰੋਸਾ ਰੱਖ - ਆਪੇ ਕੋਈ ਰਾਹ ਦਿਖਾਊ।" ਗਿਆਨੀ ਨੇ ਬਚਿੰਤ ਕੌਰ ਨੂੰ ਹੌਸਲਾ ਦੇ ਕੇ ਤੋਰ ਦਿੱਤਾ।

- "ਹੇ ਬਾਬਾ ਨਾਨਕ! ਤੂੰ ਵੀ ਕਦੇ ਅਕਾਲ ਪੁਰਖ ਨੂੰ ਮਿਹਣਾ ਮਾਰਿਆ ਸੀ: ਏਤੀ ਮਾਰ ਪਈ ਕੁਰਲਾਣੈ - ਤੈਂ ਕੀ ਦਰਦ ਨਾ ਆਇਆ - ਕੋਈ ਰਾਹ ਦੇਹ ਮੇਰੇ ਸਤਿਗੁਰੂ - ਦਇਆ ਕਰੋ ਕਿਛੁ ਮਿਹਰ ਉਪਾਵੋ - ਡੁੱਬਦੇ ਪੱਥਰ ਤਾਰੇ।" ਬੇਨਤੀਆਂ ਕਰਦਾ ਗਿਆਨੀ ਮਾਈ ਹਰ ਕੌਰ ਕੋਲ ਆ ਗਿਆ।

- "ਤਕੜੀ ਐਂ ਤਾਈ?"

- "ਵੇ ਕਾਹਦੇ ਤਕੜੇ ਐਂ ਪੁੱਤ ਪੂਰਨ ਸਿਆਂ - ਤੈਨੂੰ ਪਤਾ ਈ ਐ ਮਹਾਤੜਾਂ ਦੇ ਹਾਲ ਦਾ -।"

- "ਉਹ ਤਾਂ ਤਾਈ ਦਿਸੀ ਜਾਂਦੈ।"

- "ਕਿਵੇਂ ਆਇਆ ਸੀ ਪੁੱਤ?"

- "ਤਾਈ - ਕੀ ਦੱਸਾਂ? ਜਦੋਂ ਬੰਦੇ ਤੇ ਬਿਪਤਾ ਪੈਂਦੀ ਐ - ਕਹਿੰਦੇ ਸੁੱਬੀ ਸੱਪ ਬਣ ਜਾਂਦੀ ਐ।"

- "ਇਕ ਅਵੱਲੀ ਈ ਬਿਪਤਾ ਆ ਖੜ੍ਹੀ ਹੋਈ ਤਾਈ।"

- "ਕੀ ਪੁੱਤ?" ਹਰ ਕੁਰ ਗੰਭੀਰ ਹੋ ਗਈ।

- "ਬਚਿੰਤ ਕੌਰ ਦੀ ਕੁੜੀ ਐ ਨਾ ਮੇਲੋ।"

- "ਆਹੋ।"

- "ਮੁਸਲਮਾਨਾਂ ਨੇ ਉਹਦੀ ਖੇਹ ਖਰਾਬੀ ਕੀਤੀ - ਤੇ ਉਹਨੂੰ ਬੱਚਾ ਬੱਚੀ ਹੋਣ ਆਲੈ।"

- "ਵਾਖਰੂ-ਵਾਖਰੂ।"

- "ਇਕ ਵਿਚਾਰੀ ਊਂ ਕਮਲੀ ਤੇ ਇਕ -।"

- "ਵਾਖਰੂ-ਵਾਖਰੂ।"

- "ਤੇ ਇਕ ਆਹ ਸਿਆਪਾ ਖੜ੍ਹਾ ਹੋ ਗਿਆ।"

- "ਹੇ ਸੱਚੇ ਪਾਛਾਹ!"

- "ਕੁੜੀ ਦੀ ਮਾਂ ਤਾਂ ਓਸ ਗੱਲ ਦੇ ਆਖਣ ਮਾਂਗੂੰ ਕਿਸੇ ਪਾਸੇ ਦੀ ਨਹੀਂ ਰਹੀ।"

- "ਪਿਉ ਹੁੰਦਾ ਬੀਹ ਬੰਨ੍ਹ ਸੁੱਬ ਕਰਦਾ - 'ਕੱਲੀ ਬੁੜ੍ਹੀ ਵਿਚਾਰੀ ਕੀ ਕਰੇ?"

- "ਕੋਈ ਵੱਸ ਨਹੀਂ ਪੁੱਤ - ਕੋਈ ਦੋਸ਼ ਨਹੀਂ ਬਿਚਾਰੀ ਨੂੰ।" ਹਰ ਕੌਰ ਨੇ ਸਿਰ ਫੇਰਿਆ।

- "ਮੈਂ ਤਾਂ ਹੋਰ ਝੋਰਾ ਕਰਦੈਂ ਤਾਈ - ਬਈ ਕੁਥਾਂ ਤੋਂ ਰੁੱਝੀ ਸਹੁਰਾ ਹਕੀਮ - ਇਹ ਕੁੜੀ ਦਾ ਬਣੂੰ ਕੀ? ਜਿਹੜੀ ਬੱਜ ਪਈ ਸੀ- ਉਹ ਤਾਂ ਪਈ ਈ ਸੀ - ਪਰ ਆਹ ਕਲੰਕ ਕਿੱਥੇ ਧੋਊ?"

- "ਜੁਆਕ ਪਾਲਣ ਵਾਲੀ ਵੀ ਹਾਲਤ ਨਹੀਂ ਇਹਦੀ - ਕੁੜੀ ਦੀ ਮਾਂ ਓਦੂੰ ਕਮਲੀ ਹੋਈ ਫਿਰਦੀ ਐ - ਰੋਂਦੀ ਧਾਹ ਨਹੀਂ ਧਰਦੀ।"

- "ਕੀ ਕਰੇ ਪੁੱਤ? ਕੀ ਕਰੇ ਬਿਚਾਰੀ।"

ਕਈ ਦਿਨ ਗਿਆਨੀ ਸਕੀਮਾਂ ਲੜਾਉਂਦਾ ਫਿਰਦਾ ਰਿਹਾ। ਕੁੜੀ ਦੀ ਮਾਂ ਬਚਿੰਤ ਕੌਰ ਨੂੰ ਧਰਵਾਸ ਦਿਵਾਉਂਦਾ ਰਿਹਾ। ਉਹ ਬਚਿੰਤ ਕੌਰ ਦਾ ਦਿਲ ਧਰਵਾਉਂਦਾ, ਪਰ ਉਸ ਦਾ ਆਪਣਾ ਦਿਲ ਦੀਵੇ ਦੀ ਲਾਟ ਵਾਂਗ ਡੋਲਦਾ ਰਹਿੰਦਾ। ਭਟਕਿਆ ਦਿਮਾਗ ਮੋਸ਼ਨ ਨਾ ਫੜਦਾ।

ਥੱਕ ਹਾਰ ਕੇ ਗਿਆਨੀ ਫਿਰ ਗੁਰੂ ਮਹਾਰਾਜ ਅੱਗੇ ਨੱਕ ਰਗੜਨਾ ਸ਼ੁਰੂ ਕਰ ਦਿੰਦਾ। ਕੋਈ ਰਸਤਾ ਦਿਖਾਉਣ ਲਈ ਲੇਲ੍ਹੜੀਆਂ ਕੱਢਦਾ। ਰੱਬ ਨੂੰ ਤਾਹਨੇ ਮਿਹਣੇ ਦਿੰਦਾ ਰਹਿੰਦਾ।

ਇਕ ਦਿਨ ਹਰ ਕੌਰ ਨੇ ਉਸ ਨੂੰ ਸੁਨੇਹਾ ਦੇ ਕੇ ਬੁਲਾਇਆ। ਗਿਆਨੀ ਝੱਟ ਹਾਜ਼ਰ ਹੋ ਗਿਆ।

- "ਸੰਤੂ ਵਿਚਾਰੇ ਦੀ ਕੋਈ ਉਮਰ ਐ? ਸਾਰਾ ਚਾਲ੍ਹੀਆਂ ਸਾਲਾਂ ਦਾ ਤਾਂ ਹੈਗਾ।" ਹਰ ਕੌਰ ਆਖ ਰਹੀ ਸੀ।

- "......।" ਗਿਆਨੀ ਨਿਰੁੱਤਰ ਸੀ। ਖਾਮੋਸ਼ ਸੀ। ਸੋਚਾਂ ਦੇ ਸਮੁੰਦਰ ਵਿਚ ਡਿੱਗਿਆ ਹੋਇਆ ਸੀ।

- "ਪੁੱਤ - ਮਾਂ ਬਿਮਾਰ ਰਹਿੰਦੀ ਸੀ ਬਿਚਾਰੇ ਦੀ - ਇਸ ਕਰਕੇ ਛੋਟੇ ਜਿਹੇ ਦਾ ਈ ਵਿਆਹ ਕਰ ਲਿਆ ਸੀ - ਕਬੀਲਦਾਰੀ ਸਿਰ ਪੈ ਗਈ - ਤੇ ਫੇਰ ਤੈਨੂੰ ਪਤਾ ਈ ਐ ਘਰਾਂ ਦਾ।"

- "ਪਰ ਤਾਈ - ਉਹਦੀ ਤੇ ਕੁੜੀ ਦੀ ਉਮਰ ਦਾ ਅੱਧੋ - ਅੱਧੀ ਦਾ ਫਰਕ ਐ - ਉਹ ਚਾਲੀਆਂ ਸਾਲਾਂ ਦਾ ਤੇ ਕੁੜੀ ਸਾਰੀ ਵੀਹਾਂ ਸਾਲਾਂ ਦੀ ਐ।"

- "ਫੇਰ ਕੀ ਹੋ ਗਿਆ ਪੁੱਤ? ਕੋਈ ਮੁੰਡਾ ਖੁੰਡਾ ਤਾਂ ਇਹਨੂੰ ਵਸਾਉਣੋਂ ਰਿਹਾ - ਇਹਨੂੰ ਤਾਂ ਬਿਚਾਰੀ ਨੂੰ ਕੋਈ ਲੋੜਵੰਦ ਈ ਕਬੂਲ ਕਰੂ - ਗੱਲ ਤੋਰ ਕੇ ਦੇਖ ਲੈ ਸਾਰੇ 'ਲਾਕੇ 'ਚ - ਜੇ ਕੋਈ ਨੱਕ ਤੇ ਮੱਖੀ ਬੈਠਣ ਦੇ ਗਿਆ ਤਾਂ ਆਖਦੀਂ - ਲੋਕ ਵੀ ਪੁੱਤ ਦੂਰੋਂ ਪੱਖੀ ਝੱਲਣ ਆਲੇ ਹੁੰਦੇ ਐ।"

- "ਤਾਈ - ਦੁਨੀਆਂ ਮੂੰਹ 'ਚ ਛਿੱਤਰ ਨਾ ਦਿਊ?" ਗਿਆਨੀ ਕੰਬਿਆ।

- "ਦੁਨੀਆਂ ਨੇ ਤਾਂ ਪੁੱਤ ਮੇਰਿਆ ਕੁਛ ਨਾ ਕੁਛ ਆਖੀ ਜਾਣੈਂ - ਦੁਨੀਆਂ ਕਮਲਿਆ ਪੁੱਤਾ ਕਿਸੇ ਨੇ ਜਿੱਤੀ ਐ? ਦੁਨੀਆਂ ਵੀ ਸ਼ੇਰਾ ਹੱਸਦਿਆਂ ਨਾਲ ਹੱਸਣ ਆਲੀ ਐ - ਰੋਂਦਿਆਂ ਕੋਲ ਕੋਈ ਨਹੀਂ ਰੋਣ ਆਉਂਦਾ - ਕਿੰਨੇ ਦਿਨ ਹੋ ਗਏ ਬਚਿੰਤ ਕੌਰ ਨੂੰ ਬਿਲਕਦੀ ਨੂੰ - ਆਇਆ ਕੋਈ ਵਿਰਾਉਣ? ਮੇਰੀ ਮੰਨੇ ਤਾ ਚੁੱਪ ਕਰਕੇ ਸੰਤੂ ਨਾਲ ਨੰਦ ਕਾਰਜ ਕਰ ਦਿਓ - ਉਹ ਵੀ ਵਿਚਾਰਾ ਸੰਤੀ ਮਰੀ ਤੋਂ ਬਾਅਦ ਕੱਖੋਂ ਹੌਲਾ ਹੋ ਗਿਆ - ਪਾਲੇ ਦੇ ਦੁੱਖ ਨੇ ਉਹਨੂੰ ਅੰਦਰੋ ਅੰਦਰੀ ਚਰ ਲਿਆ - ਕੀ ਹੋ ਗਿਆ ਬਈ ਮੂੰਹੋਂ ਨਹੀਂ ਕਹਿ ਕੇ ਸੁਣਾਉਂਦਾ - ਅੰਦਰੋਂ ਦੁਖੀ ਬਥੇਰੈ - ਸੰਤੀ ਦੇ ਤੁਰ ਜਾਣ ਤੋਂ ਬਾਅਦ ਊਂ ਈਂ ਚੁੱਪ ਵੱਟ ਗਿਆ।"

- "ਪਰ ਤਾਈ - ਇਕੋ ਪਿੰਡ 'ਚ ਰਹਿੰਦੇ ਐ - ਇਹ ਕਿਵੇਂ ਹੋਊ? ਦੁਨੀਆਂ ਨੇ ਲਾਅਲਾ ਲਾਅਲਾ ਕਰਨੀ ਐਂ।"

- "ਵੇ ਪੁੱਤ - ਉਜੜ ਕੇ - ਆ ਕੇ ਈ ਇਕੋ ਪਿੰਡ ਵਸੇ ਐ - ਪਿੱਛੋਂ ਤਾਂ ਵੀਹਾਂ ਕੋਹਾਂ ਦਾ ਫਰਕ ਐ - ਜੇ ਕੁੜੀ ਦਾ ਅੱਗਾ ਸੁਆਰਨੈਂ ਤਾਂ ਲੋਕਾਂ ਦੀਆਂ ਅਵਲੀਆਂ ਸਵਲੀਆਂ ਚਾਰ ਦਿਨ ਸੁਣਨੀਆਂ ਪੈਣਗੀਆਂ- ਪਿੱਛੋਂ ਸਾਰਾ ਕੁਛ ਸਾਅਵਾਂ ਹੋ ਜਾਊ - ਬੁੜ੍ਹੀਆਂ ਕੱਤਦੀਆਂ ਗੱਲਾਂ ਕਰਦੀਆਂ ਹੁੰਦੀਆਂ ਸੀ: ਚਮੜੇ ਦੇ ਵਪਾਰੀਆਂ ਦੀ ਸ਼ਹਿਰੋਂ ਆਈ ਨਵੀਂ-ਨਵੀਂ ਨੂੰਹ ਨੂੰ ਖੱਲ ਦਾ ਮੁਸ਼ਕ ਆਇਆ ਕਰੇ - ਉਸ ਨੇ ਨੱਕ ਬੁੱਲ੍ਹ ਮਾਰਦੀ ਨੇ ਸਾਰੀ ਦਿਹਾੜੀ ਸਫਾਈ ਕਰੀ ਜਾਣੀ - ਕਈ ਦਿਨ ਮੁਸ਼ਕ ਆਉਂਦਾ ਰਹਿਣ ਕਰਕੇ ਡਮਾਕ ਉਹੋ ਜਿਆ ਈ ਹੋ ਗਿਆ - ਮੁਸ਼ਕ ਆਲਾ ਡਮਾਕ ਮਰ ਗਿਆ - ਮੁਸ਼ਕ ਆਉਣੋਂ ਹਟਣਾ ਈ ਸੀ - ਫੇਰ ਹੁੱਬ - ਹੁੱਬ ਕੇ ਗੁਆਂਢੀਆਂ ਨੂੰ ਦੱਸਦੀ ਫਿਰੇ - ਅਖੇ: ਮੈਂ ਤਾਂ ਮਹੀਨਾ ਸਫਾਈ ਕਰਦੀ ਰਹੀ - ਹੁਣ ਜਾ ਕੇ ਮੁਸ਼ਕ ਆਉਣੋਂ ਹਟਿਐ - ਉਹ ਗੱਲ ਲੋਕਾਂ ਦੀ ਐ ਪੁੱਤ - ਚਾਰ ਦਿਨ ਜਾਬ੍ਹਾਂ ਦਾ ਭੇੜ ਕਰਕੇ ਹਟ ਜਾਣਗੇ - ਨਾਲੇ ਤੈਨੂੰ ਪਤਾ ਈ

ਐ ਬਈ ਆਪਣੇ ਪਿਛਲੇ ਪਿੰਡ ਮਲੌਦਾਂ ਦੇ ਇੰਦਰ ਨੇ ਪਿੰਡ ਦੀ ਈ ਜੁਲਾਹੀ ਘਰੇ ਵਾੜ ਲਈ ਸੀ - ਲੋਕਾਂ ਨੇ ਚਾਰ ਦਿਨ ਕਚੀਰ੍ਹਾ ਕੀਤਾ - ਫੇਰ ਉਹੀ ਪਿੰਡ ਤੇ ਉਹੀ ਇੰਦਰ - ਤੇਰੇ ਸਾਹਮਣੇ ਐਂ - ਪੁੱਤਾਂ ਪੋਤਿਆਂ ਆਲਾ ਹੋ ਕੇ ਮਰਿਐ।"

ਹਰ ਕੌਰ ਦੀਆਂ ਨਿੱਗਰ ਦਲੀਲਾਂ ਨੇ ਗਿਆਨੀ ਦੀ ਤਹਿ ਲਾ ਦਿੱਤੀ। ਸਹਿਮਤ ਕਰ ਲਿਆ।

- "ਨਾਲੇ ਪੁੱਤ ਜੱਟਾਂ ਦੀ ਜੁਆਨ ਕੁੜੀ ਐ - ਮਰਦ ਤੋਂ ਕਾਹਦਾ ਡਰ?"

ਹਰ ਕੌਰ ਦੀਆਂ ਠੋਸ ਦਲੀਲਾਂ ਅੱਗੇ ਗਿਆਨੀ ਹਾਰ ਗਿਆ।

- "ਤਾਈ ਤੂੰ ਇਕ ਕੰਮ ਕਰ।"

- "ਬੋਲ ਪੁੱਤ?"

- "ਬੁੜ੍ਹੀਆਂ ਦੀ ਗੱਲ ਬੁੜ੍ਹੀਆਂ ਨਾਲ ਹੋਰ ਹੁੰਦੀ ਐ - ਤੂੰ ਬਚਿੰਤ ਕੁਰ ਨਾਲ ਇਸ ਬਾਰੇ ਗੱਲ ਚਲਾ - ਬਾਕੀ ਅਸੀਂ ਸਾਂਭ ਲਵਾਂਗੇ।"

- "ਕੋਈ ਹਰਜ ਨਹੀਂ - ਮੈਂ ਗੱਲ ਕਰ ਲੈਨੀ ਐਂ - ਧੀ ਧਿਆਣੀ ਦੀ ਜਿੰਦਗੀ ਦਾ ਸੁਆਲ ਐ ਪੁੱਤ - ਇਹ ਤਾਂ ਨਿਰਾ ਈ ਪੁੰਨ ਐਂ।"

ਗਿਆਨੀ ਗੁਰਦੁਆਰੇ ਨੂੰ ਤੁਰ ਗਿਆ।

ਹਰ ਕੌਰ ਬਚਿੰਤ ਕੌਰ ਕੋਲ ਚਲੀ ਗਈ।

- "ਤਕੜੀ ਐਂ ਬਚਿੰਤ ਕੁਰੇ?"

ਉਹ ਪੀੜ੍ਹੀ ਤੇ ਬੈਠਦੀ ਬੋਲੀ।

- "ਕਾਹਦੇ ਹਾਲ ਐ ਬੇਬੇ ਜੀ - ਬੱਸ ਮੌਤ ਈ ਨਹੀਂ ਆਉਂਦੀ - ਹੋਰ ਕੋਈ ਕਸਰ ਨਹੀਂ।" ਬਚਿੰਤ ਕੌਰ ਅਤੀਅੰਤ ਦੁਖੀ ਸੀ। ਘੋਰ ਨਿਰਾਸ਼ਾ ਵਿਚ ਉਸ ਦੇ ਹੰਝੂ ਛਲਕ ਪਏ।

- "ਅੱਜ ਮੈਂ ਪੂਰਨ ਸਿਉਂ ਨਾਲ ਗੱਲ ਕੀਤੀ ਸੀ - ਉਰ੍ਹੇ ਆ - ਐਥੇ ਬੈਠ।" ਉਸ ਨੇ ਚੋਰਾਂ ਵਾਂਗ ਹੌਲੀ ਕੁ ਦੇਣੇ ਕਿਹਾ।

ਬਚਿੰਤ ਕੌਰ ਬੈਠ ਗਈ।

- "ਦੇਹ ਗੱਲ ਮੇਲੋ ਦੀ?"

- "ਹੁਣ ਬੇਬੇ ਜੀ ਕੁਛ ਮੋੜ ਐ - ਬਾਹਲਾ ਕਮਲ ਜਿਆ ਤਾਂ ਮਾਰਨੋਂ ਹਟ ਗਈ - ਹੁਣ ਅੱਗੇ ਮਾਂਗੂੰ ਅੱਤੜ ਜਿਹੀ ਵੀ ਨਹੀਂ ਕਰਦੀ - ਮੈਨੂੰ ਮੈਦ ਐ ਹੁਣ

ਠੀਕ ਹੋਜੂ ਹੌਲੀ ਹੌਲੀ - ਤੇ ਬਾਕੀ ਜਿਹੜਾ ਕਲੰਕ ਲੱਗਿਆ ਬੇਬੇ ਜੀ - ਤੈਨੂੰ ਪਤਾ ਈ ਐ।" ਬਚਿੰਤ ਕੌਰ ਨੇ ਪਾਟਦੇ ਹਿਰਦੇ ਤੇ ਹੱਥ ਰੱਖ ਕੇ ਆਖਿਆ।

- "ਬਚਿੰਤ ਕੁਰੇ ਬੀਰ-ਪਈ ਬਿੱਜ ਕਿਸੇ ਦੇ ਬੱਸ ਨਹੀਂ ਹੁੰਦੀ - ਤੀਆਂ 'ਚ ਕੁੜੀਆਂ ਬੋਲੀ ਪਾਉਂਦੀਆਂ ਹੁੰਦੀਆਂ ਸੀ: ਹਾਰ ਕੇ ਜੇਠ ਨਾਲ ਲਾਈਆਂ ਮਰਦੀ ਨੇ ਅੱਕ ਚੱਬਿਆ - ਜਿਉਂਦੇ ਜੀਆਂ ਨੂੰ ਬਚਿੰਤ ਕੁਰੇ ਕਈ ਕੌੜੇ ਘੁੱਟ ਭਰਨੇ ਪੈਂਦੇ ਐ - ਤੇਰਾ ਬਾਬਾ ਮੈਥੋਂ ਪੂਰੇ ਦਸ ਵਰ੍ਹੇ ਵੱਡਾ ਸੀ - ਤੇ ਓਸ ਗੱਲ ਦੇ ਆਖਣ ਮਾਗੂੰ ਮੈਂ ਸੀ ਹੁੰਦੜ ਹੇਲ - ਤੇ ਭੈਣੇ ਤੈਨੂੰ ਪਤਾ ਈ ਐ ਬਈ ਜਿੱਥੇ ਮਾਪਿਆਂ ਨੇ ਜੀਹਦੇ ਲੜ ਲਾ ਦਿੱਤਾ - ਉਥੇ ਤਾਂ ਕੱਟਣਾ ਈ ਪੈਣਾ ਸੀ - ਓਸ ਗੱਲ ਦੇ ਆਖਣ ਮਾਗੂੰ ਬਾਧੂ ਪਾਪ ਮਾਰਾਂ - ਤੇਰੇ ਬਾਬੇ ਨੇ ਵੀ ਮੈਨੂੰ ਬੋਚ ਬੋਚ ਰੱਖਿਆ - ਗੱਲ ਮੇਰੀ ਭੈਣੇ ਭੁੰਜੇ ਨੀ ਸੀ ਡਿੱਗਣ ਦਿੰਦਾ -।"

- ".......।" ਬਚਿੰਤ ਕੌਰ ਨਿਰੁੱਤਰ ਸੁਣ ਰਹੀ ਸੀ।

- "ਇਕ ਆਰੀ ਭੈਣੇ ਮੈਂ ਤਾਂ ਅੜ੍ਹ ਗਈ - ਬਈ ਹਾਂ-ਹਾਂ ਮੈਨੂੰ ਬਲੋਚਾਂ ਦੇ ਮੇਲੇ ਤੇ ਲੈ ਕੇ ਚੱਲ - ਕਣਕ ਨੂੰ ਕੱਸੀ ਦਾ ਪਾਣੀ ਲੱਗਣਾ ਸੀ ਤੇ ਉਤੋਂ ਓਸ ਗੱਲ ਦੇ ਆਖਣ ਮਾਗੂੰ ਵਿਆਹ ਸਾਹੇ ਦਾ ਪੂਰਾ ਜੋਰ - ਮੇਰੇ ਮੂਹਰੇ ਨਾਂਹ ਨ੍ਹੀਂ ਕੀਤੀ - ਉਦੋਂ ਈ ਬੋਤਾ ਲੈ ਕੇ ਤੁਰ ਪਿਆ - ਪਾਣੀ ਤੇ ਦਿਹਾੜੀਏ ਭੇਜੇ - ਤੇ ਵਿਆਹ ਸਾਹੇ ਤੇ ਮੇਰਾ ਜੇਠ ਗਿਆ - ਤੇ ਭੈਣੇ ਓਸ ਗੱਲ ਦੇ ਆਖਣ ਮਾਗੂੰ ਤੀਜੇ ਦਿਨ ਬਲੋਚਾਂ ਦਾ ਮੇਲਾ ਦੇਖ ਕੇ ਮੁੜੇ - ਤੇ ਨਾਲੇ ਜਿਉਣ ਜੋਕਰੇ ਨੇ ਲੈ ਦਿੱਤਾ ਸੀਸਿਆਂ ਆਲਾ ਨਾਲਾ।"

- "........।"

- "ਮੈਂ ਪਤਾ ਕਿਉਂ ਆਈ ਸੀ?"

- "ਦੱਸ ਬੇਬੇ?"

- "ਮੈਂ ਪੂਰਨ ਸਿਉਂ ਨਾਲ ਆਪਣੀ ਮੇਲੋ ਬਾਰੇ ਗੱਲ ਕੀਤੀ ਸੀ - ਸੰਤੀ ਦਾ ਤੈਨੂੰ ਪਤਾ ਈ ਐ ਬਈ ਥੋੜਾ ਚਿਰ ਈ ਹੋਇਐ ਪੂਰੀ ਹੋਈ ਨੂੰ - ਸੰਤੂ ਦੇਖਣ ਨੂੰ ਈ ਵੱਡਾ ਲੱਗਦੈ - ਊਂ ਸਾਰਾ ਈ ਚਾਲ੍ਹੀਆਂ ਕੁ ਵਰ੍ਹਿਆਂ ਦਾ ਐ - ਕੁੜ੍ਹੇ ਮੇਰੇ ਹੱਥਾਂ 'ਚ ਪਲਿਐ - ਲੋੜਵੰਦ ਘਰ ਐ - 'ਕੱਲਾ ਕਹਿਰੈ - ਓਸ ਗੱਲ ਦੇ ਆਖਣ ਮਾਗੂੰ ਮੈਂ ਆਪਣੀ ਮੇਲੋ ਬਾਰੇ ਗੱਲ ਕਰਦੀ ਐਂ -।"

ਬਚਿੰਤ ਕੌਰ ਸੋਚਾਂ ਵਿਚ ਪੈ ਗਈ। ਵਾਕਿਆ ਹੀ ਮੇਰੀ ਮੇਲੋ ਦੀ ਕਿਸਮਤ ਵਿਚ ਸੰਤੂ ਧਰਿਆ ਹੋਇਆ ਸੀ? ਮੇਰੀ ਧੀ ਦੀ ਇਤਨੀ ਮਾੜੀ ਕਿਸਮਤ? ਪਰ ਚਾਰਾ ਵੀ ਕੋਈ ਨਹੀਂ! ਖੂਹ 'ਚ ਡਿੱਗ ਕੇ ਮਰਨ ਨਾਲੋਂ ਤਾਂ ਸੰਤੂ ਹੀ ਚੰਗਾ ਹੈ। ਸਾਡਾ ਕੋਈ ਵੀ ਜੱਗ ਤੇ ਸਹਾਰਾ ਨਹੀਂ। ਸੰਤੂ ਧਿਰ ਤਾਂ ਬਣੇਗਾ। ਆਸਰਾ ਤਾਂ ਦੇਵੇਗਾ। ਡੁੱਬਦੇ ਇਨਸਾਨ ਨੂੰ ਤਿਣਕੇ ਦਾ ਸਹਾਰਾ ਹੀ ਬਹੁਤ ਹੁੰਦੈ। ਜਿੰਦਗੀ ਜਿਊਣ ਵਾਸਤੇ ਬੰਦੇ ਨੂੰ ਕੋਈ ਆਹਰ ਲੋੜੀਦਾ ਹੈ। ਕੋਈ ਠੇਰਾ ਚਾਹੀਦਾ ਹੈ। ਨੀਂਹ ਬਿਨਾਂ ਤਾਂ ਕੰਧ ਵੀ ਨਹੀਂ ਖੜ੍ਹਦੀ। ਕਮਲੀ ਮੇਲੋ ਨੂੰ 'ਹਰਾਮਦੇ' ਬੱਚੇ ਨਾਲ ਕਿਵੇਂ ਪਾਲੂਗੀ? ਜੁਆਨ ਜਹਾਨ ਪੁੱਤ ਮਾਰੇ ਗਏ। ਪਤੀ ਪ੍ਰਮੇਸ਼ਰ ਤੁਰ ਗਿਆ। ਇਹ ਕੌੜਾ ਘੁੱਟ ਤੈਨੂੰ ਭਰਨਾ ਹੀ ਪੈਣਾ ਹੈ ਬਚਿੰਤ ਕੌਰੇ! ਉਹ ਸੋਚਾਂ ਦੇ ਵਹਿਣਾਂ ਵਿਚ ਰੁੜ੍ਹੀ, ਉਧੜੀ ਜਾ ਰਹੀ ਸੀ।

- "ਕਿਹੜੀਆਂ ਸੋਚਾਂ 'ਚ ਪੈ ਗਈ?" ਹਰ ਕੌਰ ਨੇ ਉਸ ਦੀ ਸੋਚ ਨੂੰ ਤੁਣਕਾ ਮਾਰਿਆ। ਉਹ ਕਿਸੇ ਉਧੇੜ ਬੁਣ ਵਿਚੋਂ ਵਾਪਿਸ ਪਰਤੀ।

- "ਜੇ ਤੈਨੂੰ ਵੱਡੀ ਉਮਰ ਦਾ ਈ ਝੋਰਾ ਐ - ਤੇਰੀ ਮਰਜ਼ੀ ਐ - ਪਰ ਸੰਤੂ ਬੰਦਾ ਮਾੜਾ ਨਹੀਂ - ਪਾਣੀ ਮੰਗੇਂਗੀ - ਲਹੂ ਡੋਲੂ - ਮੈਂ ਉਹਨੂੰ ਨਿੱਕੇ ਹੁੰਦੇ ਤੋਂ ਜਾਣਦੀ ਆਂ - ਜੇ ਨਾਂ ਕੁੜੀ ਦੇ ਸਾਹਾਂ 'ਚ ਸਾਹ ਲਵੇ - ਮੈਨੂੰ ਨੀਵੇਂ ਥਾਂ ਬਹਾ ਲਈਂ -।"

- "ਬੇਬੇ ਜੀ - ਜਿਵੇਂ ਤੂੰ ਤੇ ਗਿਆਨੀ ਜੀ ਕਰ ਦਿਓਂਗੇ ਮੈਨੂੰ ਮਨਜੂਰ ਐ।" ਬਚਿੰਤ ਕੌਰ ਨੇ ਅੱਧੀ ਕੁ ਸਹਿਮਤੀ ਨਾਲ ਕਿਹਾ।

- "ਸਾਡੇ ਪਿੰਡ ਆਲਾ ਦਿਆਲ ਕਾ ਬਖਤੌਰਾ ਵਿਆਹਿਆ ਵਰਿਆ ਪੰਦਰਾਂ ਸਾਲ ਬਾਅਦ ਰੰਡਾ ਹੋ ਗਿਆ - ਸਹੁਰੇ ਐਨੇ ਕੂਨੇ ਸੀ ਕਿ ਸਾਰਿਆਂ ਤੋਂ ਛੋਟੀ ਕੁੜੀ ਬਖਤੌਰੇ ਦੇ ਨਾਲ ਤੋਰਤੀ - ਨਾਲੇ ਉਹਨੂੰ ਹੱਥੀਂ ਖਿਡਾਉਂਦਾ ਰਿਹਾ ਸੀ ਬਖਤੌਰਾ - ਤੇ ਓਸ ਗੱਲ ਦੇ ਆਖਣ ਮਾਂਗੂੰ ਭੈਣੇ ਰੰਗੀ ਵਸਦੇ ਸੀ - ਤਿੰਨ ਮੁੰਡੇ ਜੰਮੇਂ ਕੁੜੀ ਨੇ ਬਖਤੌਰੇ ਦੇ ਇੱਟਾਂ ਵਰਗੇ - ਰੱਬ ਭਲੀ ਕਰੂ ਬਚਿੰਤ ਕੁਰੇ - ਨਾਲੇ ਸੰਤੂ ਮੇਰੀ ਪੂਰੀ ਮੰਨਦੈ - ਦਿਲ ਦਾ ਬੜਾ ਭਲਾ ਬੰਦੈ - ਵਾਹ ਪਏ ਜਾਣੀਏਂ ਜਾਂ ਰਾਹ ਪਏ ਜਾਣੀਏਂ - ਜੇ ਕੋਈ ਤਕਲੀਫ ਦਿਊ ਤਾਂ ਮੈਨੂੰ ਫੜ ਲਈਂ ਆ ਕੇ।"

ਬਚਿੰਤ ਕੌਰ ਸਹਿਮਤ ਹੋ ਗਈ।

- "ਜੇ ਬੇਬੇ ਜੀ ਤੂੰ ਹਾਮੀਂ ਭਰਦੀ ਐਂ ਤਾਂ ਮੈਂ ਤਾਂ ਕੱਲ੍ਹ ਨੂੰ ਈ ਨੰਦ ਦੇਣ ਨੂੰ ਤਿਆਰ ਐਂ - ਪਰ ....।" ਬਚਿੰਤ ਕੋਰ ਰੁਕ ਗਈ।

- "ਤੂੰ ਗੱਲ ਕਰ - ਮੈਂ ਸੁਣਦੀ ਐਂ - ਬੰਦਾ ਈ ਓਸ ਗੱਲ ਦੇ ਆਖਣ ਮਾਗੂੰ ਬੰਦੇ ਦੀ ਦਾਰੂ ਹੁੰਦੈ - ਤੂੰ ਬੇਝਿਜਕ ਹੋ ਕੇ ਬੋਲ।"

- "ਬੇਬੇ ਜੀ - ਮੈਨੂੰ ਤਾ ਆਹੀ ਡੋਬੂ ਪੈਂਦੇ ਐ ਬਈ ਕੱਲ੍ਹ ਨੂੰ ਕੁੜੀ ਨੂੰ ਮੁਸਲਿਆਂ ਦੀ 'ਲਾਦ ਬਾਰੇ ਮਿਹਣੇ ਤਾਹਨੇ ਨਾ ਮਾਰੇ?"

- "ਛਿੱਤਰ ਮਾਰ ਮਾਰ ਗੰਜਾ ਨਾ ਕਰ ਦਿਆਂਗੇ - ਮਾਰੂ ਮਿਹਣੇ? ਨੀ ਤੂੰ ਮੈਥੋਂ ਇਕੋ ਈ ਸੁਣ ਲੈ - ਜਦੋਂ ਦੀ ਬਿਚਾਰੀ ਸੰਤੀ ਗੁਜਰੀ ਐ ਉਹ ਤਾਂ ਕੰਧਾਂ ਦਾ ਵੀ ਆਸਰਾ ਮੰਨਦੈ - ਤੇਰਾ ਤਾਂ ਆਸਰਾ ਉਹਨੂੰ ਹੋਣਾ ਈ ਹੋਣੈਂ - ਜਦੋਂ ਮੇਲੋ ਉਹਦੇ ਘਰੇ ਜਾ ਵੜੀ - ਓਸ ਗੱਲ ਦੇ ਆਖਣ ਮਾਗੂੰ ਆਪੇ ਪਰਚ ਜਾਊ - ਦੇਖ ਲਈਂ।"

- ".....।"

- "ਨਵੀਂ ਤੀਮੀਂ ਦਾ ਨਸ਼ਾ ਤਾਂ ਓਸ ਗੱਲ ਦੇ ਆਖਣ ਮਾਂਗੂੰ ਬੰਦੇ ਨੂੰ ਧਤੂਰੇ ਮਾਗੂੰ ਚੜ੍ਹਦੈ - ਜੇ ਨਾਂ ਬਾਂਦਰ ਮਾਂਗੂੰ ਮੇਲੋ ਦੇ ਅੱਗੇ ਪਿੱਛੇ ਲਚੜਿਆ ਫਿਰੇ - ਫੇਰ ਆਖੀਂ - ਨਾਲੇ ਆਪਣੀ ਮੇਲੋ ਤਾਂ ਹੈ ਵੀ ਗੋਹਲ ਅਰਗੀ।"

- "ਚੱਲ ਬੇਬੇ ਜੀ - ਤੇਰਾ ਤੇ ਗਿਆਨੀ ਜੀ ਦਾ ਅੱਗਾ ਤੇ ਮੇਰਾ ਪਿੱਛਾ - ਜਿਵੇਂ ਕਰੋਂਗੇ - ਮੈਨੂੰ ਮਨਜੂਰ ਐ - ਪਰ ਸਾਰੀ ਜਿੰਮੇਵਾਰੀ ਤੁਸੀਂ ਓਟਣੀ ਹੋਊਗੀ।"

- "ਬੇਚਿੰਤ ਰਹਿ ਬਚਿੰਤ ਕੁਰੇ - ਬੇਚਿੰਤ ਰਹਿ ਏਸ ਗੱਲੋਂ - ਮੈਂ ਕਰਦੀ ਆਂ ਸੰਤੂ ਨਾਲ ਵੀ ਗੱਲ ਨੇਹਣ ਕੇ।" ਉਹ ਉਠਦੀ ਬੋਲੀ।

- "ਬੇਬੇ ਜੀ - ਸੰਤੂ ਨੂੰ ਪਤਾ ਈ ਨਹੀਂ?"

ਬਚਿੰਤ ਕੋਰ ਹੈਰਾਨ ਸੀ।

- "ਕੁੜ੍ਹੇ ਕਾਹਨੂੰ ਕੁਛ ਪਤੈ ਬਿਚਾਰੇ ਨੂੰ - ਉਹ ਤਾਂ ਓਸ ਗੱਲ ਦੇ ਆਖਣ ਮਾਗੂੰ ਮੈਂ ਤੇ ਪੂਰਨ ਸਿਉਂ ਨੇ ਈ ਗੱਲ ਮਿਥੀ ਸੀ - ਫੇਰ ਵੀ ਕੁੜੀ ਦੀ ਸਾਰੀ ਉਮਰ ਦਾ ਸੁਆਲ ਐ - ਤੂੰ ਬੇਫਿਕਰ ਹੋ ਜਾਹ - ਸੰਤੂ ਨੂੰ ਮਨਾਉਣਾ ਮੇਰਾ ਕੰਮ ਐਂ - ਉਹ ਤਾਂ ਮੰਨ ਜਾਊ - ਉਹ ਤਾਂ ਵਿਚਾਰਾ 'ਕੱਲਾ ਕਹਿਰਾ ਡਿੱਕਡੋਲੇ ਖਾਂਦਾ ਫਿਰਦੈ - ਜੇ ਬੰਦਾ ਤਿਹਾਏ ਨੂੰ ਪਾਣੀ ਪਿਆਊ - ਉਹ ਨਾਂਹ ਕਦੋਂ ਕਰਦੈ?"

ਹਰ ਕੌਰ ਚਲੀ ਗਈ।

ਬਚਿੰਤ ਕੌਰ ਨੇ ਮੰਜੇ ਤੇ ਪਈ ਮੇਲੋ ਵੱਲ ਗਹੁ ਨਾਲ ਤੱਕਿਆ ਤਾਂ ਉਸ ਦਾ ਕਾਲਜਾ ਭਰਾੜ ਹੋ ਗਿਆ।

- "ਸ਼ਕਲ ਸੂਰਤ ਦੇ ਨਾਲ ਨਾਲ ਕਰਮ ਵੀ ਚੱਜ ਦੇ ਲਿਖਾ ਲਿਆਉਂਦੀ ਧੀਏ।" ਉਸ ਨੇ ਮੇਲੋ ਦੇ ਮੱਥੇ 'ਤੇ ਬੜੇ ਹੇਰਵੇ ਨਾਲ ਹੱਥ ਫੇਰ ਕੇ ਕਿਹਾ।

ਮੇਲੋ ਮਾਂ ਵੱਲ ਇਕ ਟੱਕ ਦੇਖਣ ਲੱਗ ਪਈ। ਹੁਣ ਉਹ ਬਿਲਕੁਲ ਸੰਭਲ ਚੁੱਕੀ ਸੀ। ਕਮਲ ਨਹੀਂ ਮਾਰਦੀ ਸੀ। ਰੋਟੀ ਖਾ ਲੈਂਦੀ ਸੀ। ਚਾਹ-ਦੁੱਧ ਪੀ ਲੈਂਦੀ ਸੀ। ਕੱਪੜੇ ਲੱਤੇ ਮਾੜੇ - ਮੋਟੇ ਧੋ ਲੈਂਦੀ ਸੀ ਅਤੇ ਬਚਿੰਤ ਕੌਰ ਦੇ ਕਹਿਣ ਤੇ ਨਾਲ ਗੁਰਦੁਆਰੇ ਵੀ ਜਾ ਆਉਂਦੀ ਸੀ।

6

ਸੰਤੀ ਦੇ ਮਰਨ ਤੋਂ ਬਾਅਦ ਸੰਤੂ ਵੀ ਕਰੰਡ ਹੋਈ ਕਣਕ ਵਾਂਗ ਦੱਬਿਆ ਗਿਆ ਸੀ। ਉਸ ਦੇ ਅਹਿਸਾਸ ਹੀ ਮਰ ਚੱਲੇ ਸਨ। ਅਲਾਟਮੈਂਟ ਹੋਈ ਜ਼ਮੀਨ ਵਿਚ ਜਾਣ ਨੂੰ ਉਸ ਦੀ ਵੱਢੀ ਰੂਹ ਨਾ ਕਰਦੀ। ਸੁੰਨਾ ਘਰ ਭਾਂਅ-ਭਾਂਅ ਕਰਦਾ, ਡਰਾਂਉਂਦਾ।

ਅਮਲੀ ਕਦੇ ਕਦਾਈਂ ਉਸ ਵੱਲ ਗੇੜਾ ਮਾਰ ਜਾਂਦਾ। ਇਸ ਨਾਲ ਉਹਨਾਂ ਦਾ ਵਾਹਵਾ ਦਿਲ ਲੱਗਿਆ ਰਹਿੰਦਾ। ਉਹ ਅਗਲੀਆਂ ਪਿਛਲੀਆਂ ਗੱਲਾਂ ਕਰਕੇ ਗੁੱਭ-ਗੁਬਾਹਟ ਕੱਢ ਲੈਂਦੇ। ਦੁੱਖ-ਸੁਖ ਫਰੋਲਦਿਆਂ ਭਰੇ ਦਿਲ ਹੌਲੇ ਹੋ ਜਾਂਦੇ।

ਕਦੇ-ਕਦੇ ਅਮਲੀ ਮੰਡ ਦੀ ਦੇਸੀ ਦਾਰੂ ਦੀ ਬੋਤਲ ਫੜੀ ਆਉਂਦਾ। ਅੱਧੀ ਰਾਤ ਤੱਕ ਪੀਂਦੇ ਉਹ ਪੁਰਾਣੇ ਕਿੱਸੇ ਛੇੜ ਲੈਂਦੇ। ਜਜ਼ਬਾਤ ਹਿੱਲ ਪੈਂਦੇ। ਅਤੇ ਇਕ ਦੂਜੇ ਦੇ ਗਲ ਲੱਗ ਕੇ ਰੋਣ ਲੱਗ ਜਾਂਦੇ। ਅੰਦਰ ਜਮਾਂਹ ਹੋਇਆਂ ਕੂੜ-ਕਬਾੜ ਹੰਝੂਆਂ ਨਾਲ ਧੋ ਕੇ ਆਪ ਹੀ ਚੁੱਪ ਕਰ ਜਾਦੇ।

ਸੰਤੂ ਅਜੇ ਬਲਦਾਂ ਨੂੰ ਗੁਤਾਵਾ ਰਲਾ ਕੇ ਹੀ ਹਟਿਆ ਸੀ ਕਿ ਤਾਈ ਹਰ ਕੌਰ ਬਹੁੜ ਪਈ।

- "ਕੀ ਕਰਦੈਂ ਪੁੱਤ ਸੰਤੂ?" ਹਰ ਕੌਰ ਨੇ ਬੜੇ ਮੋਹ ਨਾਲ ਪੁੱਛਿਆ।

- "ਬਲਦਾਂ ਨੂੰ ਸੰਨ੍ਹੀ ਕਰ ਕੇ ਹਟਿਐਂ ਤਾਈ।" ਸੰਤੂ ਨੇ ਹੱਥ ਝਾੜ ਕੇ ਉਤਰ ਦਿੱਤਾ।

- "ਚੰਗਾ ਪੁੱਤ - ਜੱਟ ਦੀ ਬਲਦ ਬਿਨਾਂ ਤੇ ਬਲਦ ਦੀ ਜੱਟ ਬਿਨਾਂ ਕੋਈ ਜੂਨ ਨਹੀਂ - ਓਸ ਗੱਲ ਦੇ ਆਖਣ ਮਾਂਗੂੰ ਇਹ ਵੀ ਲੈਣੇ ਦੇਣੇ ਦੇ ਸਰਬੰਧ ਐ ਪੁੱਤ।" ਉਹ ਮੰਜੀ ਤੇ ਬੈਠਦਿਆਂ ਬੋਲੀ।

- "ਚਾਹ ਧਰਾਂ ਤਾਈ?"

- "ਧਰਲਾ ਪੁੱਤ - ਨਾਲੇ ਤੂੰ ਪੀ ਲਈਂ - ਕਿਹੜੇ ਹਾਲੀਂ ਹੋਇਆ ਪਿਐਂ।"

ਸੰਤੂ ਨੇ ਚਾਹ ਧਰ ਦਿੱਤੀ।

ਹਰ ਕੌਰ ਨੇ 'ਸਾਂ-ਸਾਂ' ਕਰਦੇ ਘਰ ਵਿਚ ਭਲਵਾਨੀ ਗੇੜਾ ਦਿੱਤਾ।

ਸੰਤੂ ਗਿਲਾਸਾਂ ਵਿਚ ਚਾਹ ਪਾ ਲਿਆਇਆ।

- "ਚਾਹ, ਆਪਾਂ ਪਿੱਛੋਂ ਪੀਮਾਂਗੇ - ਪਹਿਲਾਂ ਮੇਰੇ ਨਾਲ ਇਕ ਗੱਲ ਕਰ।" ਹਰ ਕੌਰ ਨੇ ਗੱਲ ਤੋਰੀ।

- "ਦੱਸ ਤਾਈ?"

- "ਬਚਿੰਤ ਕੁਰ ਦੀ ਕੁੜੀ ਐ ਨਾ ਮੇਲੋ?"

- "ਹਾਂ ਤਾਈ।"

- "ਉਹਦੇ ਬਾਰੇ ਤੇਰਾ ਕੀ ਖਿਆਲ ਐ?"

- "ਕਿਹੜਾ ਖਿਆਲ ਤਾਈ?"

- "ਤੂੰ ਤਾਂ ਜਮਾਂ ਈ ਸਿੱਧਰੈਂ - ਜਮਾਂ ਈ ਨਿਆਣੇਂ ਦਾ ਨਿਆਣਾਂ ਰਿਹਾ - ਕਮਲਿਆ ਉਹਦੇ ਰਿਸ਼ਤੇ ਬਾਰੇ ਕੀ ਖਿਆਲ ਐ?"

- "ਰਿਸ਼ਤੇ ਦਾ ਖਿਆਲ ਤਾਂ ਠੀਕ ਐ - ਪਰ ਕਰਦੇ ਕੀਹਦੇ ਨਾਲ ਐਂ ਤਾਈ?" ਸੰਤੂ ਦੇ ਹੱਥ ਪੱਲੇ ਕੱਖ ਨਹੀਂ ਪਿਆ ਸੀ।

- "ਤੂੰ ਤਾਂ ਓਸ ਗੱਲ ਦੇ ਆਖਣ ਮਾਂਗੂੰ ਜਮਾਂ ਈ ਢਾਂਡਾ ਬੰਦੈਂ - ਮੈਂ ਮੇਲੋ ਦੇ ਰਿਸ਼ਤੇ ਦੀ ਤੇਰੇ ਨਾਲ ਗੱਲ ਕਰਦੀ ਆਂ।" ਹਰ ਕੌਰ ਨੇ ਮੋਟੇ ਅੱਖਰਾਂ 'ਚ ਸਮਝਾਇਆ।

- "ਮੇਰੇ ਨਾਲ ਤਾਈ?" ਉਸ ਨੇ ਮੂੰਹ ਅੱਡ ਲਿਆ। ਅੱਖਾਂ ਚੌੜੀਆਂ, ਚੌਫਾਲ ਹੋ ਗਈਆਂ। ਸਿਰ ਦੀਆਂ ਜਟੂਰੀਆਂ ਸਪੋਲੀਆਂ ਵਾਂਗ ਖੜ੍ਹ ਗਈਆਂ।

- "ਆਹੋ - ਤੇਰੇ ਨਾਲ!"

- "ਤਾਈ -।" ਉਸ ਤੋਂ ਬੋਲਿਆ ਨਾ ਗਿਆ। ਸਾਰੇ ਸਰੀਰ ਵਿਚ ਝਰਨਾਹਟ ਛਿੜ ਗਈ। ਲੂੰ-ਕੰਡੇ ਕੰਡੇਰਨਿਆਂ ਵਾਂਗ ਖੜ੍ਹੇ ਹੋ ਗਏ। ਪਲ ਦੀ ਪਲ ਉਹ ਬੌਂਦਲ ਗਿਆ ਸੀ।

- "ਤਾਈ - ਕਾਹਨੂੰ ਮਰੇ ਨੂੰ ਹੋਰ ਮਾਰਦੀ ਐਂ? ਮੇਰੇ ਹਾਲਾਤਾਂ ਦਾ ਤੈਨੂੰ ਪਤਾ ਈ ਐ।" ਉਸ ਦੀਆਂ ਤਲੀਆਂ ਪਸੀਨੇ ਨਾਲ ਤਰਬਤਰ ਸਨ। ਉਹ ਵਾੜ ਵਿਚ ਫਸੇ ਬਿੱਲੇ ਵਾਂਗ ਤਾਈ ਵੱਲ ਝਾਕ ਰਿਹਾ ਸੀ।

ਹਰ ਕੌਰ ਬਰਾਬਰ ਉਸ ਦਾ ਜ਼ਾਇਜਾ ਲੈ ਰਹੀ ਸੀ।

- "ਤਾਈ - ਕਿੱਥੇ ਉਹਦੀ ਉਮਰ? ਕਿੱਥੇ ਮੇਰੀ ਉਮਰ?" ਉਸ ਦਾ ਦਿਲ ਫੜੇ ਕਬੂਤਰ ਵਾਂਗ 'ਫੜੱਕ-ਫੜੱਕ' ਛਾਤੀ ਵਿਚ ਵੱਜੀ ਜਾ ਰਿਹਾ ਸੀ।

- "ਵੇ ਉਮਰ ਤੇਰੀ ਨੂੰ ਕੀ ਗੋਲੀ ਵੱਜੀ ਐ? ਕੱਲ੍ਹ ਦਾ ਤਾਂ ਤੂੰ ਜੁਆਕ ਐਂ- ਮੇਰੇ ਹੱਥਾਂ 'ਚ ਖੇਡਦਾ ਰਿਹੈਂ - ਕੱਲ੍ਹ ਦੀਆਂ ਗੱਲਾਂ ਐਂ ਜਦੋਂ ਮੇਰੇ ਉਤੇ ਮੂਤ ਦਿੰਦਾ ਸੀ।" ਹਰ ਕੌਰ ਨੇ ਛਡੇੜ ਕੀਤੀ।

- "......।" ਸੰਤੂ ਨੂੰ ਕੁਛ ਸੁੱਝ ਨਹੀਂ ਰਿਹਾ ਸੀ। ਤਾਈ ਨੇ ਅਚਾਨਕ ਹੀ ਕਪਾਲ 'ਚ ਇੱਟ ਮਾਰੀ ਸੀ। ਉਹ ਲਾਲ ਝਰੰਗ ਹੋਇਆ ਬੈਠਾ ਸੀ।

- "ਕੁੜੀ ਦੀ ਖੇਹ ਖਰਾਬੀ ਜਿਹੜੀ ਮੁਸਲਿਆ ਨੇ ਕੀਤੀ ਐ - ਉਹ ਤੈਨੂੰ ਪਤਾ ਈ ਐ।"

- "ਉਹ ਤਾਂ ਤਾਈ ਪਤੈ।"

- "ਫੇਰ ਹੋਰ ਸੁਣ ਟਿਕਾ ਕੇ -।" ਉਸ ਨੇ ਦਮ ਲੈ ਕੇ ਬੋਲਣਾ ਸ਼ੁਰੂ ਕੀਤਾ।

- "ਕੁੜੀ ਦਾ ਹੋ ਗਿਆ ਪੈਰ ਭਾਰਾ - ਨਾਲੇ ਤਾਂ ਓਸ ਗੱਲ ਦੇ ਆਖਣ ਮਾਂਗੂੰ ਪੁੰਨ ਤੇ ਨਾਲੇ ਫਲੀਆ - ਉਹਨਾਂ ਦਾ ਜੁਆਕ ਢਕਿਆ ਜਾਊ ਤੇ ਤੇਰਾ ਘਰ ਵਸਜੂ - ਫਾਇਦਾ ਦੋਨਾਂ ਧਿਰਾਂ ਨੂੰ ਈ ਐਂ - ਰੋਟੀਆਂ ਪਕਾਉਣ ਆਲੀ ਘਰੇ ਆਜੂ - ਬਾਧੂ ਆਪੇ ਈ ਹੱਥ ਫੂਕਦਾ ਰਹਿੰਨੈ - ਤੇਰੀ ਤਾਂ ਉਮਰ ਈ ਕੀ ਐ? ਆਪਣੇ ਪਿੰਡ ਆਲੇ ਜੈਲਦਾਰ ਨੇ ਸੱਠਾਂ ਵਰ੍ਹਿਆਂ ਦੇ ਨੇ ਵਿਆਹ ਕਰਵਾ ਲਿਆ ਸੀ ਦੂਜਾ - ਤੇ ਉਹ ਵੀ ਪਹਿਲੀ ਦੇ ਜਿਉਂਦੀ ਹੁੰਦੀ ਦੇ।"

- "ਤਾਈ ਲੋਕ ਕੀ ਕਹਿਣਗੇ?"

- "ਵੇ ਲੋਕਾਂ ਨੂੰ ਮਾਰ ਛਿੱਤਰ ਤੌਂ ਦੀ! ਲੋਕ ਹੁਣ ਨਹੀਂ ਤੇਰੀਆਂ ਰੋਟੀਆਂ ਲਾਹੁੰਣ ਆਉਂਦੇ?"

- ".....।"

- "ਆਇਐ ਕਦੇ ਕੋਈ ਦੁਖ ਸੁਖ ਕਰਨ? ਜਦੋਂ ਦੀ ਸੰਤੀ ਮਰੀ ਐ?"

- "ਤਾਈ ਮੈਂ ਤਾਂ ਉਈਂ ਬੁੜ੍ਹਾ ਹੋਇਆ ਪਿਐਂ।" ਆਖਰੀ ਗੱਲ ਸੰਤੂ ਨੇ ਮਸਾਂ ਹੀ ਮੂੰਹੋਂ ਕੱਢੀ।

- "ਸਿਆਣੇ ਕਹਿੰਦੇ ਹੁੰਦੇ ਐ - ਘੋੜਾ ਤੇ ਮਰਦ ਕਦੇ ਬੁੱਢੇ ਨਹੀਂ ਹੁੰਦੇ - ਜੇ ਕਰ ਮਿਲਣ ਖੁਰਾਕਾਂ - ਮੇਲੋ ਆਉਣ ਦੀ ਦੇਰ ਐ - ਤੂੰ ਤਾ ਉਈਂ ਦੁੜਕ ਜਾਵੇਂਗਾ - ਨਾਲੇ ਉਹਦਾ ਕਮਲ ਜਿਆ ਲੋਟ ਹੋਜੂ - ਓਸ ਗੱਲ ਦੇ ਆਖਣ ਮਾਂਗੂੰ 'ਕੱਲਾ ਤਾਂ ਤੂੰ ਉਈਂ ਕੀੜਿਆਂ ਵਾਲੇ ਕੁੱਤੇ ਮਾਂਗੂੰ ਢੇਰੀ ਹੋ ਜਾਵੇਂਗਾ - ਹੌਸਲਾ ਕਰ - ਸਾਰੀ ਦੁਨੀਆਂ ਈ ਘਰ ਵਸਾਉਂਦੀ ਆਈ ਐ।"

- "ਤਾਈ - ਐਸ ਉਮਰ 'ਚ ਵਿਆਹ ਕਰਵਾਉਂਦਾ ਮੈਂ ਚੰਗਾ ਲੱਗੂੰ?"

- "ਵੇ ਵਿਆਹ ਨੂੰ ਕਿਹੜਾ ਤੂੰ ਘੋੜੀ ਚੜ੍ਹਨੈਂ? ਗੁਰਦੁਆਰੇ 'ਚ ਈ ਚਾਰ ਲਾਵਾਂ ਪੜ੍ਹ ਦਿਆਂਗੇ - ਕੁੜੀ ਲੈ ਕੇ ਘਰੇ ਵੱਜੀਂ - ਵਸਿਓ ਰਸਿਓ - ਬੁੱਲੇ ਵੱਢਿਓ।"

- "ਮੇਲੋ ਦੀ ਮਾਂ ਦਾ ਕੀ ਵਿਚਾਰ ਐ?"

- "ਸਾਰੇ ਈ ਸਹਿਮਤ ਐ - ਬੱਸ ਤੂੰ ਈ 'ਕੱਲੈਂ - ਜਿਹੜਾ ਗਿੱਟੇ ਸੋਟੀ ਨਹੀਂ ਲੱਗਣ ਦਿੰਦਾ -।" ਹਰ ਕੌਰ ਨੇ ਫ਼ਟਾ ਫ਼ਟ ਚਾਹ ਸੂਤਣੀ ਸ਼ੁਰੂ ਕਰ ਦਿੱਤੀ।

- "ਤੂੰ ਤਿਆਰੀ ਕਰ - ਮੈਂ ਪੂਰਨ ਸਿਉਂ ਕੋਲੇ ਚੱਲੀ।" ਹਰ ਕੌਰ ਚਾਹ ਪੀ ਕੇ ਵਰੋਲਾ ਬਣ ਗਈ।

ਸੰਤੂ ਖੁਸ਼ੀ ਅਤੇ ਹੈਰਾਨੀ ਵਿਚ ਗੜੁੱਚ ਹੋਇਆ, ਦੁਬਿਧਾ ਜਿਹੀ ਵਿਚ ਫ਼ਸਿਆ ਬੈਠਾ ਸੀ।

ਸੋਚਾਂ ਸੋਚਦਿਆਂ ਉਸ ਨੇ ਸ਼ਾਮ ਪਾ ਦਿੱਤੀ।

ਪਸ਼ੂਆਂ ਨੂੰ ਪੱਠੇ - ਦੱਥੇ ਪਾ ਅਤੇ ਪਾਣੀ ਪਿਆ ਕੇ ਉਹ ਅਮਲੀ ਵੱਲ ਨੂੰ ਤੁਰ ਪਿਆ।

- "ਮੈਂ ਤੇਰੇ ਵੱਲੀਂ ਆਉਣ ਲੱਗਿਆ ਸੀ।" ਪਤਾ ਨਹੀਂ ਕਿਹੜੀ ਖੁਸ਼ੀ ਵਿਚ ਅਮਲੀ ਨੇ ਫੱਟ ਬੋਤਲ ਧੂਹ ਲਈ। ਖੂਹੀ ਤੋਂ ਪਾਣੀ ਦਾ ਲੀਟਰ ਭਰ ਲਿਆਂਦਾ ਅਤੇ ਦੋ ਖੱਦਰ ਦੇ ਗਿਲਾਸ ਕੋਲ ਰੱਖ ਲਏ।

- "ਜਿਹੜੀ ਘੁਸਰ ਮੁਸਰ ਜੀ ਸੁਣਦੇ ਐਂ - ਇਹ ਕਿੰਨੀ ਕੁ ਸੱਚੀ ਐ?" ਅਮਲੀ ਨੇ ਬੋਤਲ ਦੇ ਮੂੰਹ 'ਚੋਂ ਮੱਕੀ ਦਾ ਗੁੱਲ ਮਰੋੜਦਿਆਂ ਸੰਤੂ ਨੂੰ ਪੁੱਛਿਆ।

- "ਕਿਹੜੀ ਘੁਸਰ ਮੁਸਰ?"

- "ਤੇਰੇ ਵਿਆਹ ਆਲੀ - ਕਾਹਨੂੰ ਕੱਛ ਥਾਣੀਂ ਮੂੰਮਾਂ ਦਿੰਨੈਂ? ਸਿੱਧਾ ਹੋ ਕੇ ਵਗ - ਬਲਦ ਮੂਤਣੀਆਂ ਨਾ ਪਾ।" ਅਮਲੀ ਨੇ 'ਰੂੜੀ ਮਾਰਕਾ' ਖੱਦਰ ਦੇ ਗਿਲਾਸਾਂ ਵਿਚ ਉਲੱਦ ਲਈ।

- "ਪਹਿਲਾਂ ਤਾਈ ਤਹਿ ਲਾ ਗਈ - ਹੁਣ ਜਿਹੜੀ ਕਸਰ ਬਾਕੀ ਰਹਿੰਦੀ ਐ - ਤੂੰ ਪੂਰੀ ਕਰ ਲੈ ਮਾੜੀ ਧਾੜ ਤਾਂ ਅਮਲੀਆ ਚਮਿਆਰਾਂ 'ਤੇ ਈ ਪੈਂਦੀ ਐ।" ਸੰਤੂ ਨੇ ਗਿਲਾਸ ਚੁੱਕ ਲਿਆ।

- "ਮਰਦ ਬਣ ਮਰਦ - ਮਾੜੇ ਸਾਹਣ ਮਾਂਗੂੰ ਪੂਛ ਮਰੋੜ ਮਰੋੜ ਮੋਕ ਨਾ ਮਾਰੀ ਜਾਹ - ਤੂੰ ਤਾਂ ਮੱਝ ਅਰਗੀ ਸੰਤੀ ਨੂੰ ਖੰਘਣ ਨਹੀਂ ਦਿੱਤਾ ਸੀ - ਇਹ ਤਾਂ ਫੇਰ ਕੱਲ੍ਹ ਦੀ ਜੁਆਕੜੀ ਐ।"

ਦੋਨਾਂ ਨੇ ਗਿਲਾਸ ਖਾਲੀ ਕਰ ਦਿੱਤੇ।

ਤਾਜ਼ੇ ਪੱਟੇ ਗੰਢੇ ਬਲਦ ਵਾਂਗ ਚਰਨੇ ਸ਼ੁਰੂ ਕਰ ਦਿੱਤੇ। ਦੇਸੀ ਦਾਰੂ ਨੇ ਉਹਨਾਂ ਨੂੰ ਪੱਠਾ ਲਾ ਦਿੱਤਾ ਸੀ। ਗੰਢੇ ਚੱਬਦਿਆਂ ਦੀ 'ਕਰਬ-ਕਰਬ' ਦੂਰ ਤੱਕ ਸੁਣਦੀ ਸੀ।

- "ਆਹੀ ਡਰ ਤਾਂ ਮੈਨੂੰ ਖਾਈ ਜਾਂਦੈ - ਬਈ ਕਦੇ ਪੀਤੀ ਖਾਧੀ 'ਚ ਸਹੁਰੀ ਦੀ ਜਾਹ ਜਾਂਦੀ ਨਾ ਹੋ ਜਾਵੇ।" ਸੰਤੂ ਨੂੰ ਨਸ਼ਾ ਹਨ੍ਹੇਰੀ ਵਾਂਗ ਚੜ੍ਹਿਆ ਸੀ।

- "ਐਡਾ ਵੀ ਖੋਖਰ ਆਲਾ ਮੱਲ ਨਾ ਬਣ - ਹੱਡਾਂ ਤੇਰਿਆਂ ਦੇ ਵੀ ਹੁਣ ਜੜਾਕੇ ਪੈਂਦੇ ਐ - ਤੀਮੀ ਆਈ ਤੇ ਆ ਜਾਵੇ - ਗੋਡਣੀਆਂ ਲੁਆ ਦਿੰਦੀ ਐ - ਕਿਤੇ ਉਹ ਗੱਲ ਨਾ ਹੋਵੇ - ਬਈ ਕਿਤੇ ਉਤੋਂ ਈ ਲਾਹੁੰਣਾਂ ਪਵੇਂ?" ਅਮਲੀ ਨੇ ਸੰਤੂ ਦਾ ਮਾਵਾ ਲਾਹ ਧਰਿਆ।

- "ਅਮਲੀਆ - ਤੂੰ ਹੇਠੀ ਕਰਨੋਂ ਨਾ ਹਟਿਆ - ਪਹਿਲੇ ਪੇਕ ਦਾ ਨਸ਼ਾ ਈ ਖੋਟਾ ਕਰ ਮਾਰਿਆ - ਪਾ ਹੋਰ ਘੁੱਟ।"

- "ਜਿੰਨੀ ਕਹੇਂ - ਆਪਾ ਕਿਹੜਾ ਇਹ ਕਿਤੇ ਲੈ ਕੇ ਜਾਣੀ ਐਂ? ਅਜੇ ਤਾਂ ਇਕ ਸੀਸੀ ਹੋਰ ਪਈ ਐ - ਅੱਜ ਡੰਙਾਂ ਲਾਹ ਕੇ ਹਟਾਂਗੇ - ਪਰ ਇਕ ਗੱਲ ਛੋਟੇ ਭਾਈ ਮੇਰੀ ਲੜ ਬੰਨ੍ਹ ਲਈਂ।" ਅਮਲੀ ਨੇ ਦੁਬਾਰਾ ਗਿਲਾਸ ਭਰਦਿਆਂ ਕਿਹਾ।

- "......।" ਸੰਤੂ ਨੇ ਅਗਲੀ ਗੱਲ ਲਈ ਕੰਨ ਚੁੱਕੇ।

- "ਖੇਤ 'ਚ ਦਿਹਾੜੀ ਦੀ ਥਾਂ ਚਾਹੇ ਜੋਤਾ ਲਾ ਲਿਆ ਕਰੀਂ - ਪਰ ਘਰ ਆਲੀ ਦਾ ਨਿਕਾਲ ਨਾ ਮਰਨ ਦੇਈਂ - ਜੇ ਤੈਥੋਂ ਬੋਰ ਨਾ ਹੋਇਆ ਤਾਂ ਅਗਲੀ ਕੰਧਾਂ ਕੋਠੇ ਈ ਟੱਪੂ - ਤੇ ਨਾਲੇ ਰੱਖੂ ਤੈਨੂੰ ਜੁੱਤੀ ਥੱਲੇ - ਬੱਸ ਜਿੰਨੀ ਕੁ ਜੋਕਰਾ ਹੋਇਆ - ਰੈਹਲ ਬਗਲੀ ਆਈਂ - ਗੁਆਂਢੀਆ ਦਾ ਕੱਟਾ ਮਾਰਨ ਆਸਤੇ ਕਦੇ ਕਦੇ ਆਬਦੀ ਕੰਧ ਸਿੱਟਣੀ ਪੈਂਦੀ ਐ - ਪਰ ਐਨਾ ਖਿਆਲ ਰੱਖੀਂ ਬਈ ਕਦੇ ਹਿਲਦੀ ਕੰਧ ਤੇਰੇ 'ਤੇ ਨਾ ਆ ਡਿੱਗੇ।" ਉਹਨਾਂ ਨੇ ਦੂਜੇ ਗਿਲਾਸ ਵੀ ਅੰਦਰ ਡੋਲ੍ਹ ਲਏ। ਗੰਢਿਆਂ ਨੂੰ ਫਿਰ ਵਾਢਾ ਧਰ ਲਿਆ।

- "ਗੁੱਸਾ ਨਾ ਕਰੀਂ ਛੋਟੇ ਭਾਈ - ਮੈਂ ਤੈਨੂੰ ਵੱਡਾ ਹੋਣ ਕਰਕੇ ਇਹੇ ਮੱਤਾਂ ਦਿੰਨੈ।" ਅਮਲੀ ਨਸ਼ੇ ਨਾਲ ਬਾਬੂ ਬਣਿਆ, ਤੋਤਲਾ ਬੋਲ ਰਿਹਾ ਸੀ। ਉਸ ਦੀਆ ਅੱਖਾਂ ਦਾ ਰੰਗ ਜੋਗੀਆ ਹੋ ਗਿਆ ਸੀ।

- "ਗੁੱਸਾ ਤਾਂ ਬਾਈ ਮੈਂ ਤੇਰਾ ਜਮਾ ਈ ਨਹੀਂ ਕਰਦਾ - ਪਰ ਇਕ ਧੁੜਕੂ ਮੈਨੂੰ ਅੰਦਰੋਂ ਅੰਦਰੀ ਖਾਈ ਜਾਂਦੈ।"

- "ਉਹ ਕੀ? ਤੂੰ ਮੂੰਹੋਂ ਗੱਲ ਕੱਢ - ਮੈਂ ਭੁੰਜੇ ਨਹੀਂ ਡਿੱਗਣ ਦਿੰਦਾ।" ਉਸ ਨੇ ਉਗਾਲਾ ਰੋਕ ਕੇ ਕਿਹਾ। ਉਹ ਕੋਚਰ ਵਾਂਗ ਸੰਤੂ ਵੱਲ ਝਾਕ ਰਿਹਾ ਸੀ।

- "......।" ਸੰਤੂ ਚੁੱਪ ਸੀ।

- "ਉਏ ਛੋਟੇ ਭਾਈ! ਅਸੀਂ ਮੂਤ ਦੀ ਧਾਰ ਮਾਰੀਏ - ਸਾਰਾ ਪਾਕਸਤਾਨ ਰੋੜ੍ਹ ਦੇਈਏ - ਫੂਕ ਮਾਰੀਏ ਲਾਹੌਰ ਉੜਾ ਧਰੀਏ - ਤੂੰ ਗੱਲ ਕਰ -ਰਾਹ ਤੈਨੂੰ ਮੈਂ ਪਾਊਂ - ਕਾਹਤੋਂ ਮਰੂੰ - ਮਰੂੰ ਕਰੀ ਜਾਨੈਂ? ਭਰਾਵਾਂ ਦੀ ਥਾਂ ਭਰਾ ਫ਼ਾਹੇ ਲੱਗਦੇ ਆਏ ਐ - ਤੂੰ ਹੁਕਮ ਕਰ - ਜਿੰਦਗੀ ਲਲਾਮ ਕਰ ਦੂੰ -!" ਅਮਲੀ ਲੋਰ ਵਿਚ ਡੰਡ ਬੈਠਕਾਂ ਕੱਢੀ ਜਾ ਰਿਹਾ ਸੀ। ਉਹ ਸੰਤੂ ਅੱਗੇ ਥੰਮ੍ਹ ਵਾਂਗ ਗੱਡਿਆ ਬੈਠਾ ਸੀ।

- "ਧੁੜਕੂ ਅਮਲੀਆ ਇਹ ਐ - ਬਈ ਉਹ ਕਦੇ-ਕਦੇ ਕਮਲ ਜਿਆ ਮਾਰਨ ਲੱਗ ਜਾਦੀ ਐ - ਕਿਤੇ ਉਹ ਨਾ ਹੋਵੇ ਬਈ ਮੈਂ ਮਾੜਾ ਜਿਆ ਨੇੜੇ ਨੂੰ ਹੋਵਾਂ ਤੇ ਉਹ ਰੌਲਾ ਪਾ ਕੇ ਜਹਾਨ ਕੱਠਾ ਕਰਲੇ।"

ਅਮਲੀ ਉਚੀ ਉਚੀ ਹੱਸ ਪਿਆ।

- "ਵਾਹ ਬਈ ਵਾਹ! ਅਖੇ ਪੱਟਿਆ ਪਹਾੜ ਨਿਕਲਿਆ ਚੂਹਾ - ਤੂੰ ਉਹੀ ਦਾ ਉਹੀ ਰਿਹਾ!"

ਅਮਲੀ ਸੰਤੂ ਦੇ ਨੇੜੇ ਹੋ ਗਿਆ।

- "ਗੱਲ ਸੁਣ - ਬੁੜ੍ਹੀਆਂ ਕਹਿੰਦੀਆਂ ਹੁੰਦੀਐਂ ਸੱਸੇ ਗੱਲ ਕਰ - ਨੂੰਹੇਂ ਕੰਨ ਕਰ।"

- "........।"

_ "ਦੋ ਚਾਰ ਦਿਨ ਪਲੋਸੀਂ - ਰੋਟੀ ਦਾਲ ਨਾਲ ਬਣਵਾਈਂ - ਕਿਤੇ ਅੜਬ ਬੋਤੇ ਮਾਂਗੂੰ ਉਤੇ ਹੋ ਹੋ ਕੇ ਬੁੱਕਣ ਨਾ ਲੱਗ ਪਈਂ - ਤੀਮੀਂ ਦਾ ਦਿਲ ਵੱਸ 'ਚ ਕਰੀਏ - ਹੌਲੀ ਹੌਲੀ ਗੱਡਾ ਲੀਹ 'ਤੇ ਪਾਈਂ - ਜਬਰਦਸਤੀ ਤੇ ਸਹਿਮਤੀ 'ਚ ਲੱਖਾਂ ਕੋਹਾਂ ਦਾ ਫਰਕ ਹੁੰਦੈ ਛੋਟੇ ਭਾਈ! ਮੈਂ ਤੇਰੀ ਰਗ ਸਮਝਦੈਂ ਬਈ ਸੁੱਲਿਆਂ ਨੇ ਉਹਦੇ ਨਾਲ ਧੱਕਾ ਕੀਤੈ - ਕਿੱਥੇ ਤਾਂ ਮੱਝ ਨੂੰ ਸੋਟੀ ਮਾਰ ਕੇ ਚੋਣੈਂ ਤੇ ਕਿੱਥੇ ਨੀਰਾ ਪਾ ਕੇ - ਥਾਪੀ ਮਾਰਕੇ ਹੇਠਾਂ ਬੈਠਣੈ - ਕਿੰਨਾ ਫਰਕ ਐ? ਜਦੋਂ ਚੀਕਦੇ ਗੱਡੇ ਨੂੰ ਗਲੀਸ ਦੇ ਕੇ ਤੋਰੀਏ - ਆਪੇ ਰੈਲਾ ਹੋ ਕੇ ਤੁਰ ਪੈਂਦੈ - ਤੇਰੇ ਸਾਹਮਣੇ ਐਂ - ਜਦੋਂ ਤੇਲ ਮਿਲਣ ਲੱਗ ਪਿਆ ਦੇਖ ਲਈਂ ਕਮਲ ਕੁਮਲ ਕਿਧਰੇ ਉਡ ਜਾਣਗੇ- ਇਕ ਅੱਧਾ ਦਿਨ ਵੱਟ ਜਿਆ ਕਰੂਗੀ - ਫੇਰ ਆਪੇ ਟਿਕਾਣੇ ਤੇ ਆਜੂਗੀ - ਤੂੰ ਜੱਟ ਬੂਟ ਐਂ ਜਦੋਂ ਮੱਝ ਨੇ ਨਵੇਂ ਦੁੱਧ ਹੋਣਾ ਹੁੰਦੈ - ਕਿੱਲਾ ਪਟਾਉਣ ਤੱਕ ਜਾਂਦੀ ਐ - ਤੇ ਰੱਬ ਤੇਰਾ ਭਲਾ ਕਰੇ - ਜਦੋਂ ਨਵੇਂ ਦੁੱਧ ਹੋ ਜਾਂਦੀ ਐ - ਜਮਾਂ ਈ ਸੀਲ ਬਣ ਕੇ ਖੜ੍ਹ ਜਾਂਦੀ ਐ - ਇਹ ਕਾਮ ਵੀ ਬੰਦੇ ਦੇ ਡਮਾਕ ਤੇ ਜਿਲਬ ਬਣ ਕੇ ਜੰਮ ਜਾਂਦੈ - ਤੇ ਜਦੋਂ ਜਿਲਬ ਨਿਕਲ ਜਾਂਦੀ ਐ - ਹੌਲਾ ਫੁੱਲ ਅਰਗਾ ਹੋ ਜਾਂਦੈ ਬੰਦਾ - ਜੁਆਨ ਕੁੜੀਆਂ ਨੂੰ ਮਿਰਗੀ ਦੇ ਦੌਰੇ ਕਿਉਂ ਪੈਂਦੇ ਐ? ਇਸੇ ਕਰਕੇ ਪੈਂਦੇ ਐ - ਜਦੋਂ ਸ਼ੇਰਨੀ ਨੂੰ ਉਬਾਲਾ ਉਠਦੈ - ਉਹ ਰਾਹ ਤੇ ਆ ਕੇ ਲਿਟਣ ਲੱਗ ਜਾਂਦੀ ਐ - ਹੱਥਣੀ ਦੇ ਸਿਰ ਨੂੰ ਚੜ੍ਹਦੈ ਤਾ ਦਰਖਤ ਪੱਟ ਪੱਟ ਸਿਟਦੀ ਐ - ਪੁਰਾਣੇ ਸਾਧੂ ਸੰਤ ਦਰੱਖਤਾਂ ਹੇਠ ਬੈਠੇ ਈ ਪਿਘਲ ਗਏ - ਜਿਹੜਾ ਇਹ ਕੁਜਰਤ ਨੇ ਰਾਹ ਬਣਾਇਐ ਕੁਛ ਸੋਚ ਕੇ ਈ ਬਣਾਇਐ? ਕੁਜਰਤ ਕੋਈ ਕਮਲੀ ਐ? ਜਾਨਵਰਾਂ ਨੂੰ ਹੋਰ ਕੋਈ ਕੰਮ ਆਉਂਦੈ ਚਾਹੇ ਨਹੀਂ ਆਉਂਦਾ ਪਰ ਇਹ ਕੰਮ ਲਾਜ਼ਮੀ ਜਾਣਦੇ ਐ।"

ਸੰਤੂ ਹੱਸ ਪਿਆ।

- "ਹੱਸਣ ਆਲੀ ਗੱਲ ਨਹੀਂ ਛੋਟੇ ਭਾਈ! ਇਹਦੇ ਬਿਨਾਂ ਰੱਬ ਦੀ ਛਰਿਛਟੀ ਨਹੀਂ ਚੱਲਦੀ - ਸੰਸਾਰ ਨਹੀਂ ਤੁਰਦਾ - ਵਾਧਾ ਨਹੀਂ ਹੁੰਦਾ - ਤੇ ਜਿਹੜੇ ਲੋਕ

ਇਹਨੂੰ ਸਮਝਦੇ ਈ ਸਿਰਫ ਮੂਤਣ ਆਲੀ ਚੀਜ ਐ - ਉਹ ਤਾਂ ਸਿੱਧੇ ਈ ਕੁਜਰਤ ਦੇ ਵੈਰੀ ਐ - ਚਾਹੇ ਕੋਈ ਸਾਧ ਐ ਚਾਹੇ ਸੰਤ ਐ।"

ਸੰਤੂ ਹੋਰ ਉਚੀ ਹੱਸ ਪਿਆ।

- "ਤੂੰ ਤਾਂ ਜੁਆਕਾਂ ਮਾਗੂੰ ਹੱਸਣ ਲੱਗ ਪਿਆ - ਸੋਚ ਕਰ! ਗਾਂਈਆਂ ਹਰ ਰੋਜ ਵੱਗ 'ਚ ਜਾਂਦੀਐਂ - ਢੱਠਾ ਉਹਨਾਂ ਵੱਲੋਂ ਜਮਾਂ ਈ ਬੇਪਰਵਾਹ ਰਹਿੰਦੈ - ਜਦੋਂ ਕਿਸੇ ਗਾਂ ਨੇ ਨਵੇਂ ਦੁੱਧ ਹੋਣਾ ਹੁੰਦੈ - ਉਹਦੇ ਮਗਰ ਲੱਗ ਤੁਰਦੈ - ਇਹ ਕੁਜਰਤ ਦਾ ਗੇੜ ਐ - ਤੇ ਨਹੀਂ ਢੱਠੇ ਅੰਦਰ ਕਿਹੜਾ ਕੋਈ ਮੀਟਰ ਲੱਗਿਆ ਹੁੰਦੈ?"

ਪੈਗ ਪੀਂਦੇ ਸੰਤੂ ਨੂੰ ਹੱਥੂ ਆਉਣੋਂ ਮਸਾਂ ਹੀ ਬਚਿਆ।

- "ਸਿਆਣੇ ਦਾ ਕਿਹਾ ਤੇ ਔਲੇ ਦਾ ਖਾਧਾ ਪਿਛੋਂ ਪਤਾ ਲੱਗਦੈ - ਇਕ ਆਰੀ ਤਾਂ ਮੂੰਹ ਖੱਟਾ ਹੁੰਦੈ - ਤੂੰ ਹੱਸ ਕੇ ਦਿਲ ਖੁਸ਼ ਕਰਲਾ - ਪਰ ਮੈਂ ਤੈਨੂੰ ਖਰੀਆਂ ਈ ਸੁਣਾਉਨੈਂ।"

- "ਹੋਣ ਆਲੇ ਜੁਆਕ ਦਾ ਕੀ ਬਣੂੰ?" ਸੰਤੂ ਹੱਸਦਾ ਹੱਸਦਾ ਸੰਜੀਦਾ ਹੋ ਗਿਆ।

- "ਕੁਜਰਤ ਦੀ ਦਾਤ ਸਮਝ ਕੇ ਪਾਲੀਂ- ਮੱਥੇ ਵੱਟ ਨਾ ਪਾਈਂ ਕਦੇ ਮੇਰਾ ਵੀਰ - ਹਰ ਜੀਅ ਆਬਦੀ ਕਿਛਮਤ ਨਾਲ ਲੈ ਕੇ ਆਉਂਦੈ - ਰੱਬ ਦਾ ਜੀਅ ਐ - ਪਤਾ ਨਹੀਂ ਕਿਹੋ ਜਿਹੇ ਕਰਮ ਲਿਖਾ ਕੇ ਲਿਆਇਆ ਹੋਊ? ਉਹਦੀ ਦਿੱਤੀ ਦਾਤ ਨੂੰ ਕਦੇ ਨਾ ਧੱਕੀਏ - ਬਾਬਾ ਗੁਰਦਿੱਤਾ ਗੱਲਾਂ ਕਰਦਾ ਹੁੰਦਾ ਸੀ - ਬਈ ਰਾਜੇ ਰਣਜੀਤ ਸਿੰਘ ਦੀ ਮਾਂ ਨੂੰ - ਜਦੋਂ ਪੈਦਾ ਹੋਈ ਸੀ - ਮਾਪਿਆਂ ਨੇ ਕੁੜੀ ਕਰਕੇ ਧਰਤੀ 'ਚ ਦੱਬ ਦਿੱਤਾ - ਇਕ ਸੰਤ ਨੇ ਆ ਕੇ ਉਹਦੇ ਮਾਂ - ਪਿਉ ਨੂੰ ਠੇਹਕਰਿਆ - ਬਈ ਜਾਓ ਜਾ ਕੇ ਕੱਢ ਲਓ - ਇਹਦੇ ਪੇਟੋਂ ਇਕ ਐਹੋ ਜਿਆ ਬਲੀ ਪੁੱਤਰ ਪੈਦਾ ਹੋਊਗਾ - ਜੀਹਦੇ ਰਾਜ ਦੀਆਂ ਦੂਰ ਦੂਰ ਤੱਕ ਧੁੰਮਾਂ ਪੈਣਗੀਆਂ - ਤੇ ਦੇਖ ਲੈ ਤੇਰੇ ਸਾਹਮਣੇ ਐਂ - ਸੂਰਮੇਂ ਨੇ ਮੁਗਲਾਂ ਦੀਆਂ ਪੂਛਾਂ ਚੁਕਾਈ ਰੱਖੀਐਂ - ਰਾਤ ਨੂੰ ਅਗਲਿਆਂ ਦੇ ਕਿਲ੍ਹੇ ਕੋਲ ਜਾ ਜਾ ਕੇ ਵੰਗਾਰਦਾ ਰਿਹੈ - ਕੀ ਹੋ ਗਿਆ ਜੇ ਡੋਗਰਿਆਂ ਦੀ ਗੱਦਾਰੀ ਕਰਕੇ ਰਾਜ ਖੁੱਸ ਗਿਆ? ਪਰ ਜਿਉਂਦੇ ਜੀਅ ਚਿੜੀ ਨਹੀਂ ਫੜਕਣ ਦਿੱਤੀ ਬੱਗੇ ਸ਼ੇਰ ਨੇ - ਇਹ ਕੁਜਰਤ ਦੇ ਰੰਗ ਅਵੱਲੇ ਐ ਛੋਟੇ ਭਾਈ - ਸਿਆਣੇ ਐਮੇਂ ਨ੍ਹੀ ਕਹਿੰਦੇ ਬਈ ਗੋਹਾ ਕੂੜਾ ਸਿੱਟਣ

ਲਾ ਦਿਓ ਨੌਕਰਾਣੀ ਐਂ - ਤਖਤ ‘ਤੇ ਬਿਠਾ ਦਿਓ ਮਹਾਰਾਣੀ ਐਂ - ਗਰੰਥ ਕਹਿੰਦੇ ਐ - ਕੁਜਰਤ ਦਾ ਕਿਸੇ ਨੇ ਭੇਦ ਨਹੀਂ ਪਾਇਆ - ਰੱਬ ਦੇ ਰੰਗ ਨਿਆਰੇ ਐ - ਚੱਕ ਪੇਕ ਪੀਅ - ਤੇ ਕੰਡੇ ‘ਚ ਹੋ।”

ਸੰਤੂ ਦੀ ਆਤਮਾ ਦਾ ਬੋਝ ਉਤਰ ਗਿਆ। ਉਹ ਹੌਲਾ ਫੁੱਲ ਵਰਗਾ ਹੋਇਆ, ਅਮਲੀ ਦੇ ਸਾਹਮਣੇ ਨਿਸਚਿੰਤ ਹੋਇਆ ਬੈਠਾ ਸੀ। ਅਮਲੀ ਦੀਆਂ ਦਲੀਲਾਂ ਨੇ ਉਸ ਅੰਦਰ ਇਕ ਨਵੇਂ ਖ਼ੂਨ ਦਾ ਸੰਚਾਰ ਕਰ ਦਿੱਤਾ ਸੀ।

ਗੱਲਾਂ ਕਰਦਿਆਂ ਉਹਨਾਂ ਨੇ ਦੋ ਬੋਤਲਾਂ ਨਬੇੜ ਦਿੱਤੀਆਂ। ਸੰਤੂ ਅਮਲੀ ਕੋਲ ਹੀ ਪੈ ਗਿਆ। ਨਸ਼ੇ ਕਾਰਨ ਜਾਂ ਦਿਮਾਗੋਂ ਉਤਰੇ ਬੋਝ ਕਾਰਨ ਅੱਜ ਉਸ ਨੂੰ ਬੜੀ ਬੇਫ਼ਿਕਰੀ ਦੀ ਨੀਂਦ ਆਈ ਸੀ। ਉਸ ਦੇ ਵੱਡੇ - ਵੱਡੇ, ਡਰਾਉਣੇ ਘੁਰਾੜੇ ਸੁਣ ਕੇ ਅਮਲੀ ਦੀ ਗਾਂ ਤ੍ਰਭਕ - ਤ੍ਰਭਕ ਉਠਦੀ ਰਹੀ ਸੀ। ਸ਼ੁਕਰ ਦੀ ਗੱਲ ਇਹ ਸੀ ਕਿ ਧਲ਼ਿਆਰਾ ਪਾਇਆ ਹੋਣ ਕਰਕੇ ਕਿੱਲਾ ਨਹੀਂ ਪੁਟਾ ਸਕੀ ਸੀ। ਨਹੀਂ ਤਾਂ ਸੰਤੂ ਦੇ ਘੁਰਾੜਿਆਂ ਤੋਂ ਡਰਦੀ ਸ਼ਾਇਦ ਪਾਕਿਸਤਾਨ ਜਾ ਕੇ ਹੀ ਦਮ ਲੈਂਦੀ। ਅਮਲੀ ਵੀ ਸਾਰੀ ਰਾਤ ਨਸ਼ੇ ਵਿਚ ਗਧੇ ਵਾਂਗ ਫਰਾਟੇ ਜਿਹੇ ਮਾਰਦਾ ਰਿਹਾ ਸੀ। ਬੇਜ਼ੁਬਾਨ ਪਸ਼ੂਆਂ ਦੀ ਕਵੱਖਤੀ ਆਈ ਰਹੀ ਸੀ।

7

ਸੰਤੂ ਅਤੇ ਮੇਲੋ ਦੇ ਰਿਸ਼ਤੇ ਦਾ ਪੱਕ-ਠੱਕ ਹੋ ਗਿਆ। ਗਿਆਨੀ ਅਤੇ ਹਰ ਕੌਰ ਦੀਆਂ ਹਮਦਰਦੀ ਭਰੀਆਂ ਕੋਸ਼ਿਸ਼ਾਂ ਹੀ ਰੰਗ ਲਿਆਈਆਂ ਸਨ। ਉਹ ਤਨੋਂ ਮਨੋਂ ਦੋਵੇਂ ਧਿਰਾਂ ਨੂੰ ਵਸਦੇ ਰਸਦੇ ਦੇਖਣਾ ਚਾਹੁੰਦੇ ਸਨ। ਮਨੁੱਖੀ ਹਿਰਦਿਆਂ ਵਿਚ ਰੱਬ ਵਸਿਆ ਹੋਇਆ ਸੀ।

ਸੰਗਰਾਂਦ ਵਾਲੇ ਦਿਨ ਹੀ ਆਨੰਦ ਕਾਰਜ ਤਹਿ ਕੀਤੇ ਗਏ।

ਮਿਥੇ ਦਿਨ ਅਨੁਸਾਰ ਸਾਰੇ ਪਿੰਡ ਦੇ ਸਾਹਮਣੇ ਗਿਆਨੀ ਪੂਰਨ ਸਿੰਘ ਨੇ ਗੁਰਦੁਆਰੇ ਵਿਚ ਸੰਤੂ ਅਤੇ ਮੇਲੋ ਦੇ ਪਿਛਲੇ ਪਿੰਡ ਅਤੇ ਦੁਖਾਂਤ ਬਾਰੇ ਸੰਖੇਪ ਚਾਨਣਾ ਪਾਇਆ। ਵਿਸਥਾਰ ਵਿਚ ਜਾ ਕੇ ਉਹ ਅੱਲੇ ਜ਼ਖਮ ਉਚੇੜਨਾ ਨਹੀਂ ਚਾਹੁੰਦਾ ਸੀ। ਪਿੰਡ ਵਾਲਿਆਂ ਨੂੰ ਕਿਸੇ ਵੀ ਹਨ੍ਹੇਰੇ ਵਿਚ ਰੱਖਣਾ ਗਿਆਨੀ ਨੇ ਉਚਿੱਤ ਨਹੀਂ ਸਮਝਿਆ ਸੀ।

ਆਪਣੇ ਸੰਖੇਪ ਜਿਹੇ ਭਾਸ਼ਣ ਦੌਰਾਨ ਉਸ ਨੇ ਦੁਖਿਆਰੀ ਮੇਲੋ ਅਤੇ ਸੰਤੂ ਪ੍ਰਤੀ ਪਿੰਡ ਵਾਲਿਆਂ ਨੂੰ ਹਮਦਰਦੀ ਲਈ ਬੇਨਤੀਆਂ ਕੀਤੀਆਂ ਸਨ। ਕੋਈ ਤਰਕ ਲਾਉਣ, ਜਾਂ ਮਿਹਣੇ ਮਾਰਨ ਦੀ ਥਾਂ, ਪ੍ਰੇਮ-ਭਾਵਨਾ ਨਾਲ ਵਿਚਰਨ ਲਈ ਪ੍ਰੇਰਿਆ ਸੀ। ਸਾਰੇ ਪਿੰਡ ਵਾਲੇ ਗਿਆਨੀ ਦੀਆਂ ਗੱਲਾ ਦੇ ਕਾਇਲ ਹੋ ਗਏ ਸਨ ਅਤੇ ਹਰ ਬੰਦੇ ਨੇ 'ਸ਼ਾਬਾਸ਼ੇ' ਕਿਹਾ ਸੀ। ਦਿਲੋਂ ਸਹਿਮਤੀ ਪ੍ਰਗਟਾਈ ਸੀ।

ਆਨੰਦ ਕਾਰਜ ਹੋ ਗਏ।

ਗਿਆਨੀ ਨੇ "ਏਕਿ ਜੋਤਿ ਦੋਇ ਮੂਰਤੀ।। ਧੰਨ ਪਿਰ ਕਹੀਐ ਸੋਇ।।" ਆਖ ਕੇ ਜੋੜੀ ਨੂੰ ਆਸ਼ੀਰਵਾਦ ਦਿੱਤਾ। ਸਾਰੇ ਪਿੰਡ ਨੇ ਸ਼ਗਨ ਪਾਏ। ਕਿਸੇ ਪਾਸਿਓਂ ਵਿਰੋਧ ਨਹੀਂ ਹੋਇਆ ਸੀ।

ਦੇਗ ਵਰਤ ਗਈ।

- "ਬੇਬੇ ਜੀ - ਧੀ ਧਿਆਣੀ ਦੇ ਘਰੇ ਮੈਂ ਜਾਂਦੀ ਚੰਗੀ ਨਹੀਂ ਲੱਗਦੀ - ਤੂੰ ਨਾਲ ਜਾਹ।" ਬਚਿੰਤ ਕੌਰ ਨੇ ਹਰ ਕੌਰ ਨੂੰ ਕਿਹਾ। ਦਿਲੋਂ ਉਹ ਫ਼ਿੱਸੀ ਖੜ੍ਹੀ ਸੀ।

- "ਤੂੰ ਦਿਲ ਕਾਹਨੂੰ ਛੋਟਾ ਕਰਦੀ ਐਂ ਬਚਿੰਤ ਕੁਰੇ? ਮੈਂ ਪੂਰੇ ਸੱਤ ਦਿਨ ਮੇਲੋ ਕੋਲ ਈ ਰਹੂੰ - ਜਦੋਂ ਤੈਨੂੰ ਇਕ ਆਰੀ ਕਹਿਤਾ ਸੀ - ਬਈ ਮੇਰੀ ਜਿੰਮੇਦਾਰੀ ਐ।" ਹਰ ਕੌਰ ਨੇ ਹਿੱਕ ਥਾਪੜੀ।

- "ਬੇਬੇ ਜੀ - ਪਿੰਡੇ ਦਾ ਲਹੂ ਪਿਆ ਪਿਆ ਕੇ ਪਾਲੀ ਐ - ਕੀ ਐ ਜੇ ਬੱਜ ਪੈ ਗਈ।" ਬਚਿੰਤ ਕੌਰ ਦਾ ਦਿਲ ਲਹੂ ਲੁਹਾਣ ਹੋ ਗਿਆ।

ਤਪਦੇ ਦਿਲ ਨਾਲ ਬਚਿੰਤ ਕੌਰ ਨੇ ਮੇਲੋ ਤੋਰ ਦਿੱਤੀ। ਅੱਜ ਉਸ ਨੂੰ ਘਰ ਵਾਲੇ ਅਤੇ ਦੋ ਮਰੇ ਪੁੱਤਾਂ ਦੀ ਅਥਾਹ ਯਾਦ ਆਈ ਸੀ।

- "ਜੇ ਉਹ ਅੱਜ ਜਿਉਂਦੇ ਹੁੰਦੇ - ਮੈਂ ਅੱਜ ਰੋਹੀ ਦੇ ਰੁੱਖ ਵਾਂਗ ਇਕੱਲੀ ਨਾ ਹੁੰਦੀ।"

ਬਚਿੰਤ ਕੌਰ ਦਾ ਕਾਲਜਾ ਦੋਫਾੜ ਹੋਇਆ ਪਿਆ ਸੀ।

- "ਪਰ ਡाਢਿਆ ਰੱਬਾ - ਤੇਰੇ ਅੱਗੇ ਵੀ ਕਾਹਦਾ ਜੋਰ ਐ?" ਆਖ ਉਹ ਘਰ ਨੂੰ ਤੁਰ ਪਈ। ਮਸ਼ੋਰਾਂ ਵਾਂਗ ਇਕੱਲੀ।

- "ਰੱਬਾ - ਤੇਰਾ ਆਹ ਵੀ ਸ਼ੁਕਰ ਐ - ਕਮਲੀ ਰਮਲੀ ਵਸਾ ਤਾਂ ਦਿੱਤੀ।" ਉਹ ਇਕੱਲੀ ਹੀ ਗੱਲਾਂ ਕਰਦੀ ਜਾ ਰਹੀ ਸੀ।

- "ਤੇਰੇ ਕਿਹੜਾ ਕਿਸੇ ਨੇ ਡਾਂਗ ਮਾਰ ਦੇਣੀ ਐਂ?" ਉਹ ਬਾਵਰਿਆਂ ਵਾਂਗ ਬੋਲਦੀ ਘਰੇ ਪਹੁੰਚ ਗਈ ਅਤੇ 'ਧੜ੍ਹੰਮ' ਕਰਕੇ ਸੱਖਣੇ ਮੰਜੇ ਤੇ ਡਿੱਗ ਪਈ।

ਦੁਪਿਹਰ ਢਲਣ ਤੱਕ ਉਥੇ ਹੀ ਪਈ ਰਹੀ। ਉਸ ਨੂੰ ਕੋਈ ਸੁੱਧ-ਬੁੱਧ ਨਹੀਂ ਸੀ।

ਅਮਲੀ ਦੁਪਿਹਰ ਢਲਦੇ ਹੀ ਸੰਤੂ ਦੇ ਘਰ ਆ ਵੱਜਿਆ। ਉਸ ਦੇ ਡੱਬ ਵਿਚ ਬੋਤਲ ਤੁੰਨੀ ਹੋਈ ਸੀ। ਉਹ ਕਿਸੇ ਖੁਸ਼ੀ ਵਿਚ ਡਿੱਕਡੋਲੇ ਖਾਂਦਾ ਫਿਰਦਾ ਸੀ। ਲੱਗਦਾ ਸੀ ਉਹ ਕਰੜੇ ਪੈਗ ਮਾਰ ਕੇ ਆਇਆ ਸੀ। ਉਹ ਪੈਰੋਂ ਉਖੜਦਾ ਸੀ ਅਤੇ ਅੱਖਾਂ ਵਿਚ ਨਸ਼ਾ ਡੋਲਦਾ ਸੀ।

- "ਉਏ ਛੋਟੇ ਭਾਈ .....!"

ਉਸ ਨੇ ਵਰਾਂਡੇ ਵਿਚ ਖੜ੍ਹ ਕੇ ਅਵਾਜ ਮਾਰੀ।

- "ਉਏ ਆ ਬਈ ਅਮਲੀਆ!"

- "ਕਾਹਨੂੰ ਪਛਾਣਦੈਂ ਹੁਣ ਤੂੰ ਸਾਨੂੰ? ਛੱਡ ਕੇ ਜਾਰ ਪੁਰਾਣੇ ਤੇ ਨਵਿਆਂ ਦੇ ਸੰਗ ਰਲ ਗਈ।" ਉਸ ਨੇ ਬੜ੍ਹਕ ਜਿਹੀ ਮਾਰੀ।

- "ਕਾਹਨੂੰ ਅਮਲੀਆ ਛੱਡਿਐ ਤੈਨੂੰ - ਬੱਸ ਤੈਨੂੰ ਈ ਭਰਮ ਐਂ।"

- "ਜਿੱਦੇਂ ਜਾਰ ਦੀ ਲਲਾਮੀ ਹੋਈ - ਵਿੱਚੇ ਤੇਰੇ ਬੰਦ ਜਾਣਗੇ।"

- "ਕਾਹਨੂੰ ਅੱਡ ਹੋਣ ਆਲੀਆਂ ਗੱਲਾਂ ਕਰੀ ਜਾਨੈਂ?" ਸੰਤੂ ਅਮਲੀ ਦਾ ਰੌਲਾ ਸੁਣਕੇ ਵਰਾਂਡੇ ਵਿਚ ਆ ਗਿਆ।

ਅਮਲੀ ਖੜ੍ਹਾ ਬਲਦ ਵਾਂਗ ਝੂਲ ਰਿਹਾ ਸੀ।

- "ਸੀਟੀ ਛੜੇ ਜੇਠ ਨੇ ਮਾਰੀ ਤੇ ਘੱਗਰੇ ਨੇ ਕੰਨ ਚੁੱਕ ਲਏ।" ਅਮਲੀ ਦਾਰੂ ਨਾਲ ਰੱਜਿਆ ਬੋਲੀਆਂ ਪਾਉਣ ਲੱਗ ਪਿਆ।

- "ਉਏ ਕਾਹਨੂੰ ਕਮਲ ਜਿਆ ਮਾਰੀ ਜਾਨੈਂ - ਅੰਦਰ ਆ ਜਾਹ।" ਸੰਤੂ ਨੇ ਉਸ ਨੂੰ ਡੌਲਿਓਂ ਜਾ ਫੜਿਆ।

- "ਬਾਬੇ ਨੇ ਝੁੱਲ ਸਿੱਟਿਆ - ਉਤੋਂ ਨੂੰਹ ਨੇ ਸਿੱਟੀ ਫੁਲਕਾਰੀ।" ਉਸ ਨੇ ਅੱਡੀ ਤੇ ਘੁਕ ਕੇ ਮੋਰ ਵਾਂਗ ਗੇੜਾ ਦਿੱਤਾ। ਹੱਥਾਂ ਦੇ ਖੰਭ ਬਣਾ ਕੇ ਹਿਲਾਏ।

ਸੰਤੂ ਅਮਲੀ ਨੂੰ ਵਿਹੜੇ ਵਿਚ ਲੈ ਆਇਆ।

- "ਮੈਂ ਮੂਤ ਦੀ ਧਾਰ ਮਾਰਾਂ - ਸਾਰਾ ਪਾਕਸਤਾਨ ਰੋੜ੍ਹ ਦਿਆਂ।" ਅਮਲੀ ਨੇ ਬੱਕਰਾ ਬੁਲਾਇਆ।

ਰੌਲਾ ਸੁਣਕੇ ਅੰਦਰ ਮੇਲੋ ਕੋਲੇ ਬੈਠੀ ਹਰ ਕੌਰ ਬਾਹਰ ਆ ਗਈ।

- "ਕਾਹਦਾ ਰੌਲਾ ਪਾਇਐ ਵੇ ਥੇਹ ਹੋਣਿਆਂ?" ਹਰ ਕੌਰ ਅਮਲੀ ਨੂੰ ਬੂਲੀ ਕੁੱਤੇ ਵਾਂਗ ਟੁੱਟ ਕੇ ਪਈ।

- "ਕੌਣ ਤਾਈ? ਸਾਸਰੀਕਾਲ ਤਾਈ ਜੀ - ਸਾਸਰੀਕਾਲ! ਨਾਲੇ ਤਾਈ ਜੀ ਵਧਾਈਆਂ ਬਹੁਤ ਬਹੁਤ।"

- "ਰੌਲਾ ਕਾਹਤੋਂ ਪਾਇਐ?" ਤਾਈ ਚੰਗਿਆੜੇ ਛੱਡੀ ਜਾ ਰਹੀ ਸੀ।

- "ਤਾਈ ਸਾਸਰੀਕਾਲ ਜੀ - ਵਧਾਈਆਂ ਬਹੁਤ ਬਹੁਤ।"

- "ਸਾਸਰੀਕਾਲ ਤੇਰੀ ਮੰਨ ਲਈ - ਵਧਾਈਆਂ ਵੀ ਲੈ ਲਈਆਂ - ਤੇ ਹੁਣ ਤੂੰ ਜਾਹ!" ਉਸ ਨੇ ਅਮਲੀ ਨੂੰ ਕੁੱਤੇ ਵਾਂਗ ਸਿਸ਼ਕਰ ਦਿੱਤਾ।

- "ਐਮੇਂ ਈ ਜਾਵਾਂ? ਖੁਸ਼ੀ ਦਾ ਮੌਕੈ - ਮੂੰਹ ਕੌੜਾ ਕਰਕੇ ਈ ਜਾਊਂ -।" ਅਮਲੀ ਅੜ ਗਿਆ।

- "ਹੱਥ ਪੁਰਾਣੇ ਖੌਸੜੇ -ਬਸੰਤੇ ਹੋਰੀਂ ਆਏ - ਵੇ ਮੈਂ ਕੁੱਢਣ ਦੇਦੂੰ ਤੇਰੇ ਮੂੰਹ 'ਚ - ਵਗ ਜਾਹ ਏਥੋਂ -।"

- "ਤਾਈ ਇਉਂ ਕਿਮੇਂ ਵਗਜਾ ਏਥੋਂ? ਖੁਸ਼ੀ ਦਾ ਮੌਕੈ - ਮੈਂ ਕਿਮੇਂ ਵਗਜਾਂ? ਤੂੰ ਵੀ ਤਾਈ ਬੱਸ ਅੜਬ ਦੀ ਅੜਬ ਤਾਈ ਈ ਰਹੀ - ਦਿਲ ਤੇਰਾ ਚਿੜੀ ਦੇ ਬੱਚੇ ਜਿੱਡਾ - ਜੇ ਸ਼ੇਰ ਦਿਲ ਹੁੰਦਾ - ਹੁਣ ਨੂੰ ਬੋਤਲ ਲਿਆ ਕੇ ਮੂਹਰੇ ਧਰ ਦਿੰਦੀ - ਬਈ ਲੈ ਪੁੱਤ ਪੀਓ - ਪਰ ਤਾਈ ਤੂੰ ਓਹੋ ਜੀ ਦੀ ਓਹੋ ਜਿਹੀ ਈ ਰਹੀ - ਜਮਾਂ ਈ ਮਖ ਉਹੋ ਜੀ ਈ ਰਹੀ ਤੂੰ -।" ਅਮਲੀ ਤਾਈ ਦੇ ਮੂੰਹ 'ਚ ਉਂਗਲ ਦੇਣ ਤੱਕ ਜਾਂਦਾ ਸੀ।

- "ਵੇ ਹੁਣ ਤੂੰ ਛਿੱਤਰ ਖਾਣੇ ਐਂ ਮੇਰੇ ਕੋਲੋਂ - ਤੈਨੂੰ ਕੋਈ ਲਾਹ ਪਾਅ ਕਰਾਉਣ ਦਾ ਚਾਅ ਐ?"

- "ਲੈ - ਚਾਅ ਐ ਲਾਹ ਪਾਅ ਕਰਾਉਣ ਦਾ - ਲੈ-ਮਾਰਲਾ ਛਿੱਤਰ ਲਾਹ ਲੈ ਚਾਅ - ਮਾਰਲਾ ਜਿੰਨੇ ਮਾਰੀਦੇ ਐ - ਮੈਂ ਫੇਰ ਵੀ ਤੇਰਾ ਪੁੱਤ ਐਂ - ਹੁਣ ਤਾਈ ਤੇਰਾ ਛਿੱਤਰ ਤੇ ਮੇਰਾ ਸਿਰ ਐ - ਅੱਜ ਖੁਸ਼ੀ ਦਾ ਮੌਕੈ - ਛਿੱਤਰ ਮਾਰ ਜਿੰਨੇ ਮਰਜੀ ਐ - ਮੈਂ ਤੇਰਾ ਪੁੱਤ ਆਂ ਤਾਈ ਜੀ -।" ਕਰਦਾ ਕਰਦਾ ਸ਼ਰਾਬੀ ਹੋਇਆ ਅਮਲੀ ਪਿੱਛੇ ਕੰਧ ਨਾਲ ਜਾ ਲੱਗਿਆ।

'ਪੁੱਤ' ਕਹਿਣ ਤੇ ਹਰ ਕੌਰ ਦਾ ਗੁੱਸਾ ਬਿਲਕੁਲ ਹੀ ਠੰਢਾ ਹੋ ਗਿਆ।

- "ਵੇ ਡੰਮ੍ਹ ਵੇ ਮੱਥਾ ਪੁੱਤ ਸੰਤੂ ਇਹਦਾ -।"

- "ਮੈਂ ਮੱਥਾ ਨ੍ਹੀਂ ਡੰਮ੍ਹਣ ਆਇਆ ਤਾਈ - ਤਾਈ ਜੀ ਆਹ ਦੇਖ ਆਪ ਬੋਤਲ ਲੈ ਕੇ ਆਇਐਂ - ਅੱਜ ਖੁਸ਼ੀ ਦਾ ਮੌਕੈ - ਛੋਟੇ ਭਾਈ ਦਾ ਘਰ ਵਸਿਐ ਮੁੜ ਕੇ - ਤਾਈ ਤੂੰ ਮੇਰੇ ਛਿੱਤਰ ਮਾਰ ਜਿੰਨੇ ਮਰਜੀ - ਮੈਂ ਤੇਰਾ ਪੁੱਤ ਆ ਤਾਈ ਜੀ -।" ਉਹ ਇਕੋ ਰਟ ਹੀ ਲਾਈ ਜਾ ਰਿਹਾ ਸੀ।

- "ਵੇ ਤੇਰੇ ਨਾਲ ਹੁਣ ਕਿਹੜਾ ਮੱਥਾ ਮਾਰੇ ਭਾਈ? ਰੁੜ੍ਹ ਜਾਣੇ ਪਤਾ ਨਹੀਂ ਕੀ ਖਾਂਦੇ ਐ - ਜਾਬ੍ਹਾਂ ਦਾ ਭੇੜ ਕਰਨੋਂ ਨਹੀਂ ਹਟਦੇ - ਮੇਰੀਆਂ ਤਾਂ ਪੁੜਪੜੀਆਂ ਦੁਖਣ ਲਾ ਦਿੱਤੀਆ - ਲਿਆ ਦੇਹ ਵੇ ਸੰਤੂ ਪਾਣੀ ਇਹਨੂੰ - ਪੀ ਲਊ ਮੂਤ।"

- "ਲੈ - ਪੀ ਲਊ ਮੂਤ - ਇਹ ਤੇਹਰਵਾਂ ਰਤਨ ਐਂ ਤਾਈ - ਸ਼ਿਵ ਜੀ ਮਹਾਰਾਜ ਦੀ ਇਹ ਖੁਰਾਕ ਸੀ - ਪੀ ਕੇ ਲਿਵ ਲਾਉਂਦਾ ਸੀ - ਇਹ ਤਾਂ ਧਰਨ ਟਿਕਾਣੇ ਕਰ ਦਿੰਦੀ ਐ ਸਹੁਰੀ - ਐਮੇਂ ਨਹੀਂ ਦੁਨੀਆਂ ਪੀਂਦੀ ਨਾਲੇ ਨਾਵਾਂ ਖਰਚਦੀ - ਤਾਈ ਅੱਜ ਮੇਰੀ ਆਖੀ ਮੰਨ - ਪੀ ਕੇ ਦੇਖ ਘੁੱਟ - ਜੇ ਨਾ ਸਾਰਾ ਪਿੰਡ ਮਿੱਤਰਾਂ ਦਾ ਲੱਗਿਆ - ਮੈਨੂੰ ਆਖ ਦੇਈਂ।" ਅਮਲੀ ਬਾਂਦਰ ਵਾਂਗ ਲਾਚੜ ਗਿਆ ਸੀ।

- "ਵੇ ਮੈਂ ਛਿੱਤਰ ਦੇਦੂੰ ਮੂੰਹ 'ਚ - ਅੰਨ੍ਹਾਂ ਜੁਲਾਹਾ ਤੇ ਮਾਂ ਨਾਲ ਮਸ਼ਕਰੀਆਂ।" ਹਰ ਕੌਰ ਵੀ ਹਾਸੇ 'ਚ ਪੈ ਗਈ ਸੀ।

- "ਤਾਈ - ਤੂੰ ਕਦੇ ਛਿੱਤਰ ਮੂੰਹ 'ਚ ਦਿੰਨੀ ਐਂ - ਕਦੇ ਛਿੱਤਰ ਮਾਰਦੀ ਐਂ - ਪਰ ਕਰਦੀ ਤੂੰ ਕੱਖ ਵੀ ਨ੍ਹੀਂ - ਅੱਜ ਖੁਸ਼ੀ ਦਾ ਮੌਕੈ - ਤੂੰ ਕੁਛ ਕਰਕੇ ਤਾਂ ਦਿਖਾ - ਤੂੰ ਤਾਂ ਮੰਤਰੀਆਂ ਮਾਂਗੂੰ 'ਕੱਲੇ ਨਾਹਰੇ ਈ ਮਾਰੀ ਜਾਨੀ ਐਂ।"

- "ਜਾਹ ਵੇ ਪੁੱਤ ਸੰਤੂ - ਲਿਆਦੇ ਇਹਨੂੰ ਘੁੱਟ ਪਾਣੀ - ਵੱਢ ਫਾਹਾ ਬਿੱਜੂ ਦਾ।"

- "ਵੱਢ ਫਾਹਾ ਬਿੱਜੂ ਦਾ - ਤਾਈ ਮੈਂ ਤੇਰੇ ਮੂਹਰੇ ਰੱਬ ਬਣ ਕੇ ਖੜ੍ਹਜਾਂ - ਤੂੰ ਤਾਂ ਵੀ ਮੇਰੇ ਜੁੱਤੀਆਂ ਈ ਮਾਰੇਂਗੀ - ਤਾਈ - ਤਾਈ - ਜਿੱਥੇ ਦੁੱਲੇ ਭੱਟੀ ਅਰਗੇ ਸੂਰਮੇਂ ਕੰਮ ਨ੍ਹੀਂ ਆਉਂਦੇ - ਉਥੇ ਮਿਹਰੂ ਪੋਸਤੀ ਅਰਗੇ ਬਲੀ ਬੰਦੇ ਪੂਰੀਆਂ ਪਾਉਂਦੇ ਐ।"

- "ਤੇਰੇ ਜਣਦਿਆਂ ਦਾ ਸਿਰ - ਸੁਆਹ ਤੇ ਖੇਹ - ਵੇ ਤੂੰ ਪੁੱਤ ਖਾਣੇ ਦਿਆ ਮੁਤਰ-ਮੁਤਰ ਝਾਕੀ ਜਾਨੈਂ ਖੜ੍ਹਾ - ਗੰਦੀ 'ਲਾਦ।" ਬੁੜ੍ਹੀ ਸੰਤੂ ਵੱਲ ਹੋ ਗਈ। ਸੰਤੂ ਪੈਰ ਤੋਂ ਹੀ ਚਾਲ ਫੜ ਗਿਆ।

- "ਤੇ ਨਾਲੇ ਗੱਲ ਸੁਣ ਮੇਰੀ ਇਕ।" ਉਸ ਨੇ ਸੰਤੂ ਨੂੰ ਸੁਣਾਈ ਕੀਤੀ।

- "ਜੇ ਏਸ ਲੰਡਰ ਨਾਲ ਤੂੰ ਪੀਤੀ ਐ - ਬੱਬਰ ਪਾੜ ਕੇ ਭਰਾੜ੍ਹ ਕਰਦੂੰ।"

- "........।"

- "ਸੁਣ ਗਿਆ?"

- "ਸੁਣ ਗਿਆ ਬੇਬੇ ਮੇਰੀਏ - ਸੁਣ ਗਿਆ - ਬਿਲਕੁਲ ਸੁਣ ਗਿਆ - ਹੁਣ 'ਗੂਠਾ ਲਾਈਏ?" ਅਮਲੀ ਬੋਲਿਆ।

ਹਰ ਕੌਰ ਅੰਦਰ ਚਲੀ ਗਈ।

- "ਕਿਮੇਂ ਭੂਸਰੀ ਫਿਰਦੀ ਐ ਉਏ?"

- "ਚੱਲ ਕੋਈ ਨਾਂ - ਬੋਲੀ ਜਾਣਦੇ।" ਸੰਤੂ ਨੇ ਪਾਣੀ ਦਾ ਡੋਲੂ ਕੋਲ ਲਿਆ ਰੱਖਿਆ।

- "ਨਾ ਪੁੱਛਣਾ ਹੋਵੇ - ਬਈ ਬਿਆਹ ਤੇਰਾ ਹੋਇਐ ਕਿ ਮੇਲੋ ਦਾ?"

- "ਚੱਲ ਚੁੱਪ ਕਰਜਾ ਹੁਣ।"

- "ਕਿਮੇਂ ਅੰਦਰ ਅੰਗਰੇਜਾਂ ਮਾਂਗੂੰ ਗੰਨਮੈਨ ਬਣੀ ਬੈਠੀ ਐ - ਮੈਨੂੰ ਮੈਦ ਐ ਇਹ ਰਾਤ ਨੂੰ ਤੇਰੇ ਵੀ ਗੰਢੇ ਗਾਲੂ।" ਅਮਲੀ ਨੇ ਡੱਬ ਵਿਚੋਂ ਬੋਤਲ, ਪਿਸਤੌਲ ਵਾਂਗ ਬਾਹਰ ਕੱਢੀ।

- "ਨਹੀਂ ਗਾਲਦੀ - ਤੂੰ ਕੋਈ ਸਿਆਪਾ ਨਾ ਖੜ੍ਹਾ ਕਰਦੀਂ!"

- "ਨਹੀਂ ਕਰਦਾ।" ਉਸ ਨੇ ਗਿਲਾਸ ਕੰਗਣੀ ਤੱਕ ਭਰ ਲਿਆ।

- "ਲੈ ਚਾਹੜ ਜਾ - ਖੁਸ਼ੀ ਦਾ ਮੌਕੈ।"

- "ਅਮਲੀਆ ਤਾਈ ਲੜੂ।"

- "ਤਾਈ ਐਲਸਪਿਲਟਰ ਲੱਗੀ ਐ -? ਮੈਂ ਓਹਲਾ ਕਰਦੈਂ - ਤੂੰ ਕਰ ਹਿੰਮਤ - ਪਹਿਲੀ ਰਾਤ ਦਰਸ਼ਣ ਪਾਓਣੇ ਐਂ - ਕੰਡੇ 'ਚ ਤਾਂ ਹੋ।"

ਸੰਤੂ ਨੇ ਅੜਤਲੇ ਨਾਲ ਗਿਲਾਸ ਖਾਲੀ ਕਰ ਦਿੱਤਾ। ਅਮਲੀ ਨੇ ਦੁਬਾਰਾ ਗਿਲਾਸ ਭਰ ਲਿਆ।

- "ਇਕ ਫੱਕਰ ਦੀ ਗੱਲ ਯਾਦ ਰੱਖੀਂ - ਹੋਊ ਮੁੰਡਾ ਈ - ਰੱਬ ਦੀ ਦਾਤ ਸਮਝ ਕੇ ਪਾਲੀਂ ਛੋਟੇ ਭਾਈ।" ਉਸ ਨੇ ਗਿਲਾਸ ਅੰਦਰ ਸੁੱਟਦਿਆਂ ਕਿਹਾ।

- "....।"

- "ਮੁੰਡਾ ਵੀ ਕਾਹਦਾ ਹੋਊ - ਜੰਮਦਾ ਈ ਨੱਕੇ ਮੋੜੂ - ਦੇਖ ਲਈਂ।"

- "......।"

- "ਐਹੋ ਜਿਹੇ ਪੁੱਤ ਅਸਤਰ ਹੁੰਦੇ ਐ।"

ਸ਼ਾਮ ਤੱਕ ਉਹਨਾਂ ਨੇ ਪੂਰੀ ਬੋਤਲ ਖਾਲੀ ਕਰ ਦਿੱਤੀ। ਸੰਤੂ ਬਾਹਵਾ ਸਰੂਰ ਵਿਚ ਹੋ ਗਿਆ ਸੀ।

- "ਤੂੰ ਬਹਾਨੇ ਨਾਲ ਮੇਰੇ ਕੋਲੇ ਚੱਲ - ਘਰੇ ਇਕ ਬੋਤਲ ਹੋਰ ਪਈ ਐ।" ਅਮਲੀ ਬੋਲਿਆ।

- "ਤਾਈ ਗੁੱਸੇ ਹੋਊ।"

- "ਤੂੰ ਯਾਰ ਤਾਈ ਨੂੰ ਈ ਤੋਪ ਬਣਾਈ ਫਿਰਦੈਂ - ਸਿੱਟ ਫੈਂਟਰ - ਬਈ ਮੈਂ ਇਹਨੂੰ ਘਰੇ ਛੱਡਣ ਚੱਲਿਐਂ।" ਅਮਲੀ ਨੇ ਸਕੀਮ ਦੱਸੀ।

- "ਤਾਈ ਮੈਂ ਅਮਲੀ ਨੂੰ ਘਰ ਤੱਕ ਛੱਡ ਆਵਾਂ - ਡਿੱਗ ਡੁੱਗ ਨਾ ਪਵੇ।" ਉਸ ਨੇ ਅੰਦਰ ਧੌਣ ਲੰਮੀ ਕਰਕੇ ਕਿਹਾ।

- "ਛੱਡ ਆ ਪੁੱਤ - ਪਰ ਛੇਤੀ ਆਜੀਂ - ਮੈਂ ਰੋਟੀ ਲਾਹੁੰਦੀ ਆਂ ਮੇਲੋ ਨਾਲ ਰਲਕੇ।"

- "ਚੰਗਾ ਤਾਈ।"

ਉਹ ਕੱਛਾਂ ਵਜਾਉਂਦੇ ਬਾਹਰ ਨਿਕਲ ਗਏ।

- "ਦਾਰੂ ਤਾਂ ਘਰੇ ਬੇਆਮ ਪਾਈ ਐ - ਪਰ ਅੱਜ ਬਾਹਲੀ ਨਾ ਪੀਵੀਂ।"

- "ਮੈਂ ਨਿਆਣੈਂ?"

- "ਤਾਈ ਹਰ ਕੁਰ ਦਿਲ ਦੀ ਜਮਾਂ ਈ ਮਾੜੀ ਨਹੀਂ - ਪਰ ਹੈ ਥੋੜੀ ਅੜਬ - ਬੰਦੇ ਨੂੰ ਮੂੰਹ ਨਹੀਂ ਬੋਲਦੀ - ਤੇਰੇ ਸਾਹਮਣੇ ਈ ਸੀ - ਤਾਇਆ ਮਰਨ ਤੱਕ ਇਹਤੋਂ ਕੰਨ ਭੰਨਦਾ ਰਿਹੈ - ਨਾਲੇ ਨੌਂ-ਗਜਾ ਬੰਦਾ ਸੀ।"

- "ਤੈਨੂੰ ਪਤਾ ਈ ਐ ਅਮਲੀਆਂ - ਤੀਮੀ ਦਾ ਡਰ ਬੰਦੇ ਨੂੰ ਹਲਕੇ ਕੁੱਤੇ ਨਾਲੋਂ ਵੱਧ ਹੁੰਦੈ।"

ਦੋਨੋਂ ਹੱਸ ਪਏ।

- "ਬੰਦਾ ਵੀ ਤੂਤ ਵਾਂਗ ਲਾਪਰਿਆ ਈ ਲੋਟ ਆਉਂਦੈ - ਨਹੀਂ ਤਾਂ ਐਮੇਂ ਬਿਨਾ ਗੱਲੋਂ ਦਾਲ 'ਚ ਈ ਨੁਕਸ ਕੱਢੀ ਜਾਊ।"

ਸੰਤੂ ਦੋ ਕਰੜੇ ਪੈਗ ਮਾਰ ਕੇ ਮੁੜ ਆਇਆ। ਮੂੰਹ ਹਨ੍ਹੇਰਾ ਹੋ ਚੁੱਕਿਆ ਸੀ। ਸੰਤੂ ਪੂਰੇ ਸਰੂਰ ਵਿਚ ਸੀ।

ਰੋਟੀ ਤਿਆਰ ਸੀ।

ਸਾਰਿਆਂ ਨੇ ਰੋਟੀ ਖਾ ਲਈ।

ਹਰ ਕੌਰ ਨੇ ਆਪਣਾ ਮੰਜਾ ਵਰਾਂਡੇ ਵਿਚ ਡਾਹ ਲਿਆ।

ਸੰਤੂ ਨੇ ਪਸ਼ੂਆਂ ਦੇ ਸੰਗਲ ਦੇਖ ਲਏ।

- "ਬੇਬੇ ਤੂੰ ਕਿੱਥੇ ਚੱਲੀ ਐਂ?" ਮੰਜੇ ਵਿਛਾਅ ਕੇ ਤੁਰਦੀ ਹਰ ਕੌਰ ਨੂੰ ਮੇਲੋ ਨੇ ਰੋਕ ਲਿਆ।

- "ਮੈਂ ਵਰਾਂਡੇ 'ਚ ਪੈਣ ਚੱਲੀ ਆਂ ਪੁੱਤ।"

- "ਤੇ ਮੇਰੇ ਕੋਲੇ ਕੌਣ ਪਊ?" ਮੇਲੋ ਬੜੀ ਮਾਸੂਮੀਅਤ ਨਾਲ ਬੋਲੀ।

- "ਤੇਰੇ ਕੋਲੇ ਪਊ ਪੁੱਤ ਸੰਤੂ।"

- "ਹਾਏ! ਕਾਹਤੋਂ?"

- "ਹੁਣ ਉਹ ਤੇਰੇ ਘਰ ਆਲੈ ਪੁੱਤ।"

- "ਬੇਬੇ ਮੈਨੂੰ ਡਰ ਲੱਗਦੈ।"

- "ਪੁੱਤ ਘਰ ਆਲੇ ਤੋਂ ਨਹੀਂ ਡਰੀਦਾ ਹੁੰਦਾ।"

- "......।"

- "ਮੈਂ ਤੇਰੇ ਕੋਲੇ ਈ ਐਂ - ਮੈਂ ਕਿਹੜਾ ਕਿਤੇ ਚੱਲੀ ਆਂ? ਘਰਆਲੇ ਤੋਂ ਡਰ ਨਹੀਂ ਮੰਨੀਦਾ ਹੁੰਦਾ ਪੁੱਤ।"

ਹਰ ਕੌਰ ਚਲੀ ਗਈ।

ਮੇਲੋ ਮੰਜੇ 'ਤੇ ਘੁੱਟੀ-ਘੁੱਟੀ ਜਿਹੀ ਪਈ ਸੀ। ਇਕ ਪਾਸੇ ਸਰ੍ਹੋਂ ਦੇ ਤੇਲ ਦਾ ਦੀਵਾ ਬਲ ਰਿਹਾ ਸੀ। ਉਸ ਦੀ ਲਾਟ ਮੇਲੋ ਦੇ ਦਿਲ ਵਾਂਗ ਹੀ ਡੋਲ ਰਹੀ ਸੀ। ਮੰਜੇ 'ਤੇ ਪਈ ਮੇਲੋ ਪੁਰਾਣੀ ਛੱਤ ਦੀਆਂ ਕੜੀਆਂ ਗਿਣ ਰਹੀ ਸੀ।

ਬਾਹਰ ਸੁੰਨ ਵਰਤ ਗਈ ਸੀ।

ਗਲੀਆਂ ਵਿਚ ਕਦੇ - ਕਦੇ ਕੋਈ ਕੁੱਤਾ ਭੌਂਕ ਰਿਹਾ ਸੀ। ਦੂਰ ਹੱਡਾਂਰੋੜੀ ਵਿਚ ਕੋਈ ਗਿਰਝ ਚੀਕ ਰਹੀ ਸੀ। ਫਿਰ ਸੁੱਤੀ ਰਾਤ ਵਿਚ ਕਿਸੇ ਟਟੀਹਰੀ ਨੇ ਬੱਕੜਵਾਹ ਮਚਾ ਦਿੱਤੀ। ਮੇਲੋ ਦਾ ਦਿਲ ਧੜਕ ਉਠਿਆ। ਉਸ ਨੇ ਖੇਸ ਉਪਰ ਲੈ ਲਿਆ।

ਸੰਤੂ ਮੱਲਕ ਦੇਣੇ ਅੰਦਰ ਆਇਆ।

ਵੱਡਾ ਸਾਰਾ ਸਵਾਤ ਦਾ ਦਰਵਾਜਾ ਉਸ ਨੇ ਭੇੜ੍ਹ ਦਿੱਤਾ। ਮੇਲੋ ਉਸੀ ਤਰ੍ਹਾਂ ਹੀ ਖੇਸ ਘੁੱਟੀ ਪਈ ਸੀ।

ਉਹ ਹੌਲੀ ਕੁ ਦੇਣੇ ਖੇਸ ਚੁੱਕ ਕੇ ਮੇਲੋ ਨਾਲ ਘੁਸੜ ਗਿਆ। ਮੇਲੋ ਨੇ ਕੋਈ ਹਰਕਤ ਨਾ ਦਿਖਾਈ। ਉਹ ਅਵਾਕ ਪਈ ਸੀ। ਬਿਲਕੁਲ ਚੁੱਪ ਚਾਪ!

- "ਘਰਆਲੇ ਤੋਂ ਨਹੀਂ ਡਰੀਦਾ ਹੁੰਦਾ।" ਬੇਬੇ ਦੇ ਹਮਦਰਦ ਬੋਲਾਂ ਕਰਕੇ ਉਹ ਹੌਂਸਲਾ ਰੱਖੀ ਪਈ ਸੀ। ਪਰ ਫਿਰ ਵੀ ਕੋਈ 'ਧੁੜਕੂ' ਉਸ ਅੰਦਰ ਗ਼ੈਬੀ ਹਰਕਤ ਕਰ ਰਿਹਾ ਸੀ।

- "ਤੂੰ ਮੇਰੀ ਜਿੰਦ ਜਾਨ ਐਂ ਮੇਲੋ - ਤੇਰੀ ਖਾਤਰ ਮੈਂ ਜਿੰਦਗੀ ਲਲਾਮ ਕਰਦੂੰ।" ਸੰਤੂ ਨੇ ਮੇਲੋ ਨੂੰ ਕਲਾਵੇ ਵਿਚ ਲੈ ਲਿਆ। ਉਸ ਦੇ ਹੱਥ ਪੈਰ ਕੰਬੀ ਜਾ ਰਹੇ ਸਨ ਅਤੇ ਸਾਰਾ ਸਰੀਰ ਮੁੜ੍ਹਕੇ ਨਾਲ ਭਿੱਜਿਆ ਹੋਇਆ ਸੀ। ਅੰਦਰੋਂ ਕੋਈ ਲਹਿਰ ਉਠਦੀ ਸੀ।

- ".......।" ਮੇਲੋ ਦਾ ਦਿਲ ਥਾਵੇਂ ਆ ਗਿਆ। ਡਰ ਲੱਥ ਗਿਆ। ਉਸ ਨੇ ਤਾਂ ਬਲਾਤਕਾਰੀ ਬਘਿਆੜਾਂ ਤੋਂ "ਪਾੜ ਦਿਓ - ਖਾਅ ਲਓ" ਹੀ ਸੁਣਿਆ ਸੀ। ਸੰਤੂ ਤਾਂ ਬੜੇ ਪਿਆਰ, ਬੜੇ ਮੋਹ ਨਾਲ ਗੱਲਾਂ ਕਰ ਰਿਹਾ ਸੀ। ਉਸ ਦੇ ਦਿਮਾਗ ਨੇ ਇਕ ਦਮ ਪਲਟਾ ਖਾਧਾ ਅਤੇ ਉਸ ਨੇ ਬੜੇ ਗਹੁ ਨਾਲ ਸੰਤੂ ਵੱਲ ਤੱਕਿਆ।

- "ਤੂੰ ਪਿਛਲੇ ਸਾਰੇ ਦੁੱਖ ਭੁੱਲ ਜਾਹ ਮੇਲੋ - ਹੁਣ ਤੂੰ ਸੰਤੂ ਦੀ ਤੀਮੀਂ ਐਂ - ਤੇਰੀ ਵਾਅ ਵੱਲ ਵੀ ਕੋਈ ਨਾ ਦੇਖੂ।" ਸਿੱਧਾ ਸਾਧਾ ਸੰਤੂ ਦੇਵਤਾ ਮੂਰਤ ਬਣਿਆ ਸਾਹਮਣੇ ਬੈਠਾ ਸੀ। ਉਸ ਨੂੰ ਸੰਤੂ ਦਾ ਦਿਲੋਂ ਹਿਤ ਆਇਆ। ਮਨ ਵਿਚ ਬੱਝੀ ਗੰਢ ਖੁੱਲ੍ਹ ਗਈ। ਮਾਨਸਿਕ ਸਥਿਤੀ ਸਾਂਅਵੀਂ ਹੋ ਤੁਰੀ। ਬਿਖੜੇ ਪੈਂਡੇ ਸੇਧ ਸਿਰ ਹੋ ਗਏ। ਤਨ-ਮਨ ਦਾ ਤਪਦਾ ਮਾਰੂਥਲ ਸੀਤ ਹੋ ਗਿਆ। ਸੰਤੂ ਉਸ ਨੂੰ ਆਪਣਾ - ਆਪਣਾ ਲੱਗਿਆ।

- "ਤੇਰੇ ਦਿਲ ਦਾ ਸਾਰਾ ਦਰਦ ਮੈਂ ਕੌੜੀ ਜਮੈਣ ਮਾਂਗੂੰ ਪੀ ਜਾਊਂ ਮੇਰੀਏ ਮੇਲੋ - ਤੂੰ ਮੈਨੂੰ ਆਪਣੀ ਢਾਲ ਸਮਝ - ਤੇਰੇ ਵੱਜਣ ਵਾਲੀ ਤਲਵਾਰ ਪਹਿਲਾਂ ਮੇਰੀ ਹਿੱਕ ਵਿਚ ਦੀ ਲੰਘੂ।" ਸੰਤੂ ਉਸ 'ਤੇ ਝੁਕਿਆ ਕਹਿ ਰਿਹਾ ਸੀ। ਮੇਲੋ ਨੂੰ ਪਤਾ ਹੀ ਨਹੀਂ ਚੱਲਿਆ ਸੀ ਕਿ ਕਦੋਂ ਸੰਤੂ ਨੇ ਉਸ ਨੂੰ ਨਗਨ ਕਰ ਲਿਆ ਸੀ!

ਬਿੱਲੀ ਤੋਂ ਡਰਦੇ ਕਬੂਤਰ ਵਾਂਗ ਮੇਲੋ ਨੇ ਅੱਖਾਂ ਮੀਟ ਰੱਖੀਆਂ ਸਨ। ਹੇਠਲਾ ਬੁੱਲ੍ਹ ਦੰਦਾਂ ਵਿਚ ਦੱਬ ਕੇ ਘੁੱਟ ਰੱਖਿਆ ਸੀ। ਮੱਥੇ ਤੇ ਪਸੀਨੇ ਦੇ ਕਣ ਸਨ। ਪੀੜਾਂ ਅਤੇ ਸੁਆਦ ਦੀ ਲਹਿਰ ਵਿਚ ਉਹ ਭਾਰੇ-ਭਾਰੇ ਸਾਹ ਲੈ ਰਹੀ ਸੀ। ਮਾਨਸਿਕ ਸਥਿਤੀ ਤੇ ਪਿਆ ਮਣਾਂ ਮੂੰਹੀ ਭਾਰ, ਤਰਲ ਬਣ ਵਹਿ ਗਿਆ ਸੀ। ਮਰਦ ਪ੍ਰਤੀ ਦਿਮਾਗ ਵਿਚ ਬੱਝਿਆ ਗੋਲਾ ਖੁਰ ਗਿਆ ਸੀ। ਹਰ ਪੱਖੋਂ ਉਹ ਹੌਲੀ ਫੁੱਲ ਵਰਗੀ ਹੋ ਗਈ ਸੀ ਅਤੇ ਤਮਾਮ ਉਲਝਣਾਂ ਤੋਂ ਮੁਕਤ!

ਸਵੇਰੇ ਜਦੋਂ ਉਸ ਦੀ ਜਾਗ ਖੁੱਲ੍ਹੀ ਤਾਂ ਹਰ ਕੌਰ ਰਸੋਈ ਵਿਚ ਕੋਈ ਚੱਕਣ ਧਰਨ ਕਰ ਰਹੀ ਸੀ। ਸੰਤੂ ਪਸ਼ੂਆਂ ਨੂੰ ਪੱਠੇ ਪਾ ਰਿਹਾ ਸੀ।

ਜਦੋਂ ਉਹ ਮੂੰਹ ਹੱਥ ਧੋ ਕੇ ਹਰ ਕੌਰ ਕੋਲ ਰਸੋਈ ਵਿਚ ਆਈ ਤਾਂ ਹਰ ਕੌਰ ਨੂੰ ਮੇਲੋ ਜ਼ਾਹਿਰਾ ਤੌਰ ਤੇ ਬਦਲੀ - ਬਦਲੀ ਲੱਗੀ। ਬੇਫਿਕਰੀ ਨਾਲ ਘੂਕ ਸੌਂ ਕੇ ਉਠੀ ਹੋਈ। ਨਿਰਮਲ ਪਾਣੀ ਵਾਂਗ ਇਕ ਦਮ ਤਾਜ਼ੀ-ਤਾਜ਼ੀ। ਤਰੇਲ ਵਿਚ ਖਿੜੇ ਗੁਲਾਬ ਦੇ ਫੁੱਲ ਵਰਗੀ!

ਹਰ ਕੌਰ ਨੇ ਉਸ ਨੂੰ ਹੋਰ ਗਹੁ ਨਾਲ ਤੱਕਿਆ। ਮੇਲੋ ਦੀਆਂ ਅੱਖਾਂ ਵਿਚ ਪਹਿਲਾਂ ਵਾਂਗ ਵੈਰਾਨਗੀ ਨਹੀਂ, ਪਹਾੜੀ ਝੀਲਾਂ ਦੀ ਡਲਕ ਸੀ। ਚਿਹਰਾ ਉਜੜਿਆ ਹੋਇਆਂ ਨਹੀਂ, ਸਰਘੀ ਸ਼ਾਮ ਵਾਗ ਸੰਧੂਰੀ ਸੀ। ਸਰੀਰ ਪਹਿਲਾਂ ਵਾਂਗ ਰਿੱਗਲ ਨਹੀਂ, ਫੁਰਤੀ ਵਿਚ ਸੀ। ਦਿਲ ਦੇ ਸੰਤੁਸ਼ਟ ਅਰਮਾਨਾਂ ਦਾ ਖੇੜਾ ਚੜ੍ਹਦੇ ਸੂਰਜ ਵਾਂਗ ਖਿੜੇ ਮੱਥੇ ਤੋਂ ਸਾਫ਼ ਝਲਕਦਾ ਸੀ। ਮਹਿਸੂਸ ਕਰਕੇ ਹਰ ਕੌਰ ਅੰਦਰੋਂ ਦੁਪਿਹਰ - ਖਿੜੀ ਵਾਂਗ ਖਿੜ ਉਠੀ। ਦਿਲ ਵਿਚ ਹੀ ਉਸ ਨੇ ਲੱਖ ਵਾਰ ਧਰਤੀ ਨੂੰ ਨਮਸਕਾਰ ਕੀਤੀ।

- "ਅਜੇ ਹੋਰ ਪਈ ਰਹਿੰਦੀ?" ਹਰ ਕੌਰ ਅੰਦਰੋਂ ਖੁਸ਼ੀ ਨਾਲ ਚਾਂਗ ਮਾਰਨ ਵਾਲੀ ਹੋਈ ਪਈ ਸੀ।

- "ਬੱਸ ਬੇਬੇ ਜੀ - ਬਹੁਤ ਸੌਂ ਲਈ - ਮੈਨੂੰ ਤਾਂ ਉਠਣ ਲੱਗੀ ਨੂੰ ਅੱਗੇ ਈ ਦੁਪਿਹਰਾ ਹੋ ਗਿਆ।" ਮੇਲੋ ਨੇ ਉਤਰ ਦਿੱਤਾ। ਖੁੱਲ੍ਹ ਕੇ ਅਤੇ ਬੇਬਾਕ ਬੋਲਦੀ ਮੇਲੋ ਨੂੰ ਹਰ ਕੌਰ ਨੇ ਪਹਿਲੀ ਵਾਰੀ ਸੁਣਿਆ ਸੀ। ਨਹੀਂ ਅੱਗੇ ਤਾਂ ਉਹ ਪਾਗਲਾਂ ਵਾਂਗ ਗੱਲ ਕਰਨ ਵਾਲੇ ਦੇ ਮੂੰਹ ਵੱਲ 'ਮੁਤਰ-ਮੁਤਰ' ਝਾਕਦੀ ਰਹਿੰਦੀ।

- "ਲੈ ਚਾਹ ਪੀ ਲੈ।" ਹਰ ਕੋਰ ਨੇ ਚਾਹ ਦੀ ਬਾਟੀ ਮੇਲੋ ਅੱਗੇ ਰੱਖ ਦਿੱਤੀ।

ਮੇਲੋ ਨੇ ਚਾਹ ਪੀ ਲਈ।

- "ਪਾਣੀ ਤੱਤਾ ਕੀਤਾ ਪਿਐ - ਤੂੰ ਨਹਾ ਲੈ।"

- "ਪਹਿਲਾਂ ਬੇਬੇ ਜੀ ਮੈਂ ਵਿਹੜਾ ਸੁੰਭਰਲਾਂ - ਫੇਰ ਨਹਾਊਂਗੀ।" ਉਹ ਬਹੁਕਰ ਲੈ ਕੇ ਵਿਹੜਾ ਸੁੰਭਰਨ ਜਾ ਲੱਗੀ। ਹਰ ਕੌਰ ਅਵਾਕ ਉਸ ਵੱਲ ਦੇਖ ਰਹੀ ਸੀ। ਅਤੀਅੰਤ ਹੈਰਾਨ।

ਜਦੋਂ ਮੇਲੋ ਮੰਜਾ ਖੜ੍ਹਾ ਕਰਕੇ ਇਕ ਖੂੰਜੇ ਨਹਾਉਣ ਲੱਗ ਪਈ ਤਾਂ ਹਰ ਕੌਰ ਨੇ ਇਸ਼ਾਰੇ ਨਾਲ ਸੰਤੂ ਨੂੰ ਕੋਲੇ ਬੁਲਾ ਲਿਆ।

- "ਕੁਛ ਵੰਡ ਸੰਤੂ - ਆਪਣੀ ਮੇਲੋ ਪੁੱਤ ਜਮਾਂ ਈ ਰਾਜੀ ਹੋ ਗਈ - ਮੈਂ ਤਾ ਖੁਸ਼ੀ 'ਚ ਕਮਲੀ ਹੋਣ ਆਲੀ ਹੋਈ ਪਈ ਆਂ।"

- ".....!" ਸੰਤੂ ਖੁਸ਼ੀ 'ਚ ਚੀਕ ਮਾਰਨ ਵਾਲਾ ਹੋਇਆ ਖੜ੍ਹਾ ਸੀ। ਉਸ ਦੀਆਂ ਕੱਛਾਂ ਵਿਚ ਕੁਤਕੁਤੀਆਂ ਨਿਕਲਣ ਲੱਗ ਪਈਆਂ ਅਤੇ ਚਾਅ ਕੰਨਾਂ ਰਾਹੀਂ ਬਾਹਰ ਡੁੱਲ੍ਹਣ ਲੱਗ ਪਿਆ।

- "ਇਹਨੂੰ ਕਹਿੰਦੇ ਐ ਪੁੱਤ ਮੇਰਿਆ - ਰੱਬ!"

- ".....।"

- "ਤਕਲੀਪਾਂ ਵੀ ਬਥੇਰੀਆਂ ਦਿੰਦੈ ਤੇ ਖੁਸ਼ੀਆਂ ਆਲੀ ਵੀ ਕੋਈ ਕਮੀ ਨਹੀਂ ਛੱਡਦਾ - ਹੇ ਰੱਬ ਸੱਚਿਆ! ਤੇਰਾ ਲੱਖ-ਲੱਖ ਸ਼ੁਕਰ ਐ - ਸ਼ੁਕਰ ਐ ਰੱਬਾ ਤੇਰਾ - ਸੱਚਿਆ ਪਾਸ਼ਾਹ!" ਹਰ ਕੌਰ ਦਾ ਵੈਰਾਗ ਵਿਚ ਗੱਚ ਭਰ ਆਇਆ।

ਹਰ ਕੌਰ ਸੰਤੂ ਦੀ ਸਕੀ ਤਾਈ ਸੀ।

ਕੁਦਰਤ ਰੱਬ ਦੀ, ਹਰ ਕੌਰ ਸੱਜ-ਵਿਆਹੀ ਆਈ ਹੀ ਰੰਡੀ ਹੋ ਗਈ। ਕੱਸੀ ਦਾ ਪਾਣੀ ਲਾਉਣ ਗਏ ਘਰ ਵਾਲੇ ਦੇ ਕਹੀ ਵੱਜ ਗਈ। ਤਾਇਆ ਗੱਜਣ ਸਿੰਘ ਥਮਲ੍ਹੇ ਵਰਗਾ ਬੰਦਾ ਸੀ। ਕਹੀ ਦੇ ਫੱਟ ਦੀ ਕੋਈ ਗੌਰ ਨਾ ਕੀਤੀ। ਇਕ ਦਿਨ ਗੱਜਦੇ - ਲਸ਼ਕਦੇ ਮੌਸਮ ਵਿਚ ਬਿਜਲੀ ਦੀ ਲਿਸ਼ਕੋਰ ਵੱਜ ਗਈ ਅਤੇ ਧੁਣਖਵਾਅ ਹੋ ਗਿਆ। ਧੁਣਖਵਾਅ ਦਾ ਇਲਾਜ ਕੋਈ ਨਹੀਂ ਸੀ। ਕੋਠੇ ਜਿੱਡਾ ਬੰਦਾ ਮੰਜੇ ਤੇ ਪਿਆ ਹੀ ਚੱਲ ਵਸਿਆ।

ਹਰ ਕੌਰ ਦਾ 'ਪੈਰ ਭਾਰਾ' ਸੀ। ਉਹ ਘਰ ਵਾਲੇ ਗੱਜਣ ਸਿੰਘ ਨੂੰ ਇਤਨੇ ਕੀਰਨੇ ਪਾ-ਪਾ ਰੋਈ ਕਿ ਗਰਭ ਜਾਂਦਾ ਲੱਗਿਆ। ਹਰ ਕੌਰ ਤਾਏ ਗੱਜਣ ਸਿੰਘ ਨੂੰ ਅੰਤਾਂ ਦਾ ਮੋਹ ਕਰਦੀ ਸੀ।

ਜਦੋਂ ਹਰ ਕੌਰ ਦੇ ਪੇਕੇ ਗੱਜਣ ਦੇ ਭੋਗ 'ਤੇ ਆਏ ਤਾਂ ਉਹਨਾਂ ਨੇ ਹਰ ਕੌਰ ਦੇ ਵਸੇਬੇ ਬਾਰੇ ਗੱਲ ਤੋਰੀ। ਸੰਤੂ ਦਾ ਪਿਉ ਵਿਆਹਿਆ ਵਰਿਆ ਸੀ। ਇਸ ਲਈ ਛੋਟੇ ਦੇ 'ਸਿਰ ਧਰਨ' ਦੀ ਗੱਲ ਵੀ ਖਤਮ ਹੋ ਗਈ। ਅਖੀਰ ਜਦੋਂ ਪੇਕਿਆਂ ਨੇ ਹਰ ਕੌਰ ਨੂੰ ਨਾਲ ਲਿਜਾਣ ਦੀ ਗੱਲ ਤੋਰੀ ਤਾਂ ਹਰ ਕੌਰ ਨੇ ਸਾਰੀਆਂ ਸ਼ਰਮਾਂ ਲਾਹ ਕੇ ਇਕੋ ਹੀ ਨਬੇੜ ਦਿੱਤੀ:

- "ਤੁਸੀਂ ਦੁੱਖ ਮੌਕੇ ਬਹੁੜੇ - ਥੋਡਾ ਧੰਨਵਾਦ - ਪਰ ਮੈਂ ਸਹੁਰਾ ਪਿੰਡ ਛੱਡ ਕੇ ਪੇਕੀਂ ਨਹੀਂ ਜਾਣਾ- ਸਾਰੀ ਉਮਰ ਰੰਡੀ ਕੱਟ ਲੈਣਾ ਮਨਜ਼ੂਰ ਐ।"

- "ਧੀਏ! ਨੀ ਕਮਲੀਏ ਧੀਏ! ਐਡੀ ਪਹਾੜ ਜਿੱਡੀ ਉਮਰ ਕਿਵੇਂ ਕੱਟੇਂਗੀ? ਆਬਦੀ ਉਮਰ ਵੱਲੀਂ ਤਾਂ ਦੇਖ - ਜੁਆਨ ਕੁੜੀ ਨੂੰ ਤਾਂ ਪ੍ਰਛਾਵੇਂ ਵੀ ਸੱਪ ਬਣ ਬਣ ਡੰਗਦੇ ਐ - ਕਮਲ ਨਾ ਮਾਰ - ਕੋਈ ਬਸੇਬਾ ਕਰ।" ਧੀ ਦੇ ਦੁੱਖ ਵਿਚ ਮਾਂ ਕੁਰਲਾਈ।

- "ਬੇਬੇ - ਤੁਸੀਂ ਮੇਰਾ ਜਿੰਨਾ ਕਰ ਸਕਦੇ ਸੀ - ਫਰਜ ਪੂਰਾ ਕੀਤਾ - ਹੁਣ ਮੈਂ ਜਿਵੇਂ ਹਾਂ ਉਵੇਂ ਈ ਰਹਿਣ ਦਿਓ - ਮੈਨੂੰ ਦੁਖੀ ਨੂੰ ਹੋਰ ਦੁਖੀ ਨਾ ਕਰੋ - ਤੇ ਨਾ ਆਪ ਦੁਖੀ ਹੋਵੋ।"

- "'ਕੱਲੀ ਕਿਵੇਂ ਕੱਟੇਂਗੀ ਸਹੁਰੀਏ?" ਬਾਪੂ ਨੇ ਕਿਹਾ।

- "ਮੈਂ 'ਕੱਲੀ ਕਿੱਥੇ ਆਂ ਬਾਪੂ? ਸਹੁਰਾ ਪਿੰਡ ਸਾਰਾ ਈ ਮੇਰੈ - ਪੇਕੀਂ ਬੈਠੀ ਧੀ ਥੋਨੂੰ ਸੌ ਊਝਾਂ ਲੁਆਊ।"

- "ਦਰਾਣੀਆਂ ਜਿਠਾਣੀਆਂ ਦੇ ਛਿੱਤਰ ਈ ਖਾਏਂਗੀ।" ਮਾਂ ਨੇ ਕੰਨ 'ਚ ਕਿਹਾ।

- "ਦਰਾਣੀਆਂ ਜਿਠਾਣੀਆਂ ਦੇ ਛਿੱਤਰ ਭਰਜਾਈਆਂ ਨਾਲੋਂ ਫੇਰ ਵੀ ਚੰਗੇ ਹੋਣਗੇ ਬੇਬੇ - ਇੱਥੇ ਆਬਦੇ ਘਰੇ ਤਾਂ ਬੈਠੀ ਆਂ? ਉਥੇ ਫੇਰ ਵੀ ਭਰਾ ਜਾਂ ਭਰਜਾਈਆਂ ਦਾ ਘਰ ਈ ਵੱਜੂ - ਜੇ ਰੱਬ ਨੇ ਮੇਰੇ ਕਰਮਾਂ 'ਚ ਸੁਖ ਲਿਖਿਆ ਹੁੰਦਾ ਤਾਂ ਮੇਰਾ ਖਸਮ ਈ ਨਾਂ ਜੱਗੋਂ ਜਾਂਦਾ - ਮੇਰਾ ਜੁਆਕ ਨਾ ਖੁਸਦਾ - ਪੇਕਿਆਂ ਦੀ ਪੂਰੀ ਨਾਲੋਂ ਮੈਨੂੰ ਸਹੁਰਿਆਂ ਦੀ ਅੱਧੀ ਹੀ ਚੰਗੀ ਐ ਬੇਬੇ - ਤੁਸੀਂ ਮੇਰੇ ਫੱਟਾਂ ਤੇ ਨੂਣ ਨਾ ਛਿੜਕੋ - ਮੇਰਾ ਫਿਕਰ ਛੱਡੋ ਤੇ ਆਬਦੇ ਘਰੇ ਜਾਓ - ਦਿਨ ਸੁਦ ਤੇ ਆਉਣਾ ਹੋਇਆ - ਆ ਜਾਇਓ - ਨਹੀਂ ਥੋਡੀ ਮਰਜੀ ਐ - ਹਾਂ - ਜੇ ਮੈਂ ਥੋਡੇ ਕੋਲੇ ਆ ਕੇ ਝੋਲੀ ਅੱਡਾਂ - ਜੁੱਤੀ ਲਾਹ ਲਇਓ।" ਹਰ ਕੌਰ ਨੇ ਖਰੀਆਂ ਹੀ ਸੁਣਾ ਦਿੱਤੀਆਂ।

ਪੇਕੇ ਘੋਰ ਨਿਰਾਸ਼ ਹੋ ਕੇ ਤੁਰ ਗਏ।

ਰੰਡੀ ਹੋਈ ਜੁਆਨ ਧੀ ਸਹੁਰੀਂ ਬੈਠ ਗਈ ਸੀ। ਪਰ ਉਹ ਕੁਛ ਕਰ ਨਹੀਂ ਸਕੇ ਸਨ।

ਉਸ ਦਿਨ ਤੋਂ ਹੀ ਹਰ ਕੌਰ ਨੇ ਮਰਦਾਂ ਵਾਂਗ ਲੱਕ ਬੰਨ੍ਹ ਲਿਆ। ਉਹ ਦਿਨ ਰਾਤ ਸੱਸ ਸਹੁਰੇ ਦੀ ਸੇਵਾ ਕਰਦੀ। ਘਰ ਦੇ ਸੀਰੀਆਂ ਨੂੰ ਬਾਹਰ ਖੇਤ ਦਾ ਕੰਮ ਸੰਭਾਲਣ ਲਈ ਆਖ ਦਿੱਤਾ। ਘਰੇ ਪਸ਼ੂਆਂ ਦੇ ਪੱਠੇ-ਦੱਥੇ ਦਾ ਸਾਰਾ ਕੰਮ ਆਪਣੇ ਸਿਰ ਲੈ ਲਿਆ।

ਉਹ ਸਾਰਾ ਦਿਨ ਪਸ਼ੂਆਂ ਦੀ ਸੇਵਾ ਵਿਚ ਜੁਟੀ ਰਹਿੰਦੀ। ਪੱਠੇ ਪਾਉਂਦੀ। ਪਾਣੀ ਪਿਆਉਂਦੀ ਅਤੇ ਨਹਾਉਂਦੀ। ਪਸ਼ੂਆਂ ਦੇ ਸਿੰਗਾਂ ਨੂੰ ਸਰ੍ਹੋਂ ਦੇ ਤੇਲ ਨਾਲ ਚੋਪੜ, ਲਿਸ਼ਕਾ ਕੇ ਰੱਖਦੀ। ਬੇਜੁਬਾਨ ਪਸ਼ੂ ਵੀ ਉਸ ਦਾ ਦਿਲੋਂ ਤੇਹ ਕਰਦੇ। ਕਦੇ ਕਿਸੇ ਪਸ਼ੂ ਨੇ ਖੁਰਲੀ ਨਹੀਂ ਢਾਹੀ ਸੀ। ਕਦੇ ਕਿਸੇ ਨੇ ਕਿੱਲਾ ਪੁਟਾਉਣ ਦੀ ਕੋਸ਼ਿਸ਼ ਨਹੀਂ ਕੀਤੀ ਸੀ। ਕਦੇ ਰਾਤ ਨੂੰ ਕੋਈ ਪਸ਼ੂ ਇਕ ਦੂਜੇ ਨਾਲ ਸਿੰਗੋ-ਸਿੰਗੀ ਨਹੀਂ ਹੋਇਆ ਸੀ।

ਪੇਕੇ ਸਮਾਂ ਪਾ ਕੇ ਫਿਰ ਹਰ ਕੌਰ ਨੂੰ ਲੈਣ ਆਏ ਸਨ। ਪਰ ਹਰ ਕੌਰ ਨੇ ਠੋਕ ਕੇ ਜਵਾਬ ਦੇ ਦਿੱਤਾ ਸੀ।

ਸਾਰੀ ਉਮਰ ਸਹੁਰੇ ਘਰ ਹਰ ਕੌਰ ਨੇ ਲੜਨਾ ਤਾਂ ਕਿਸੇ ਨਾਲ ਕੀ ਸੀ, ਉਚਾ ਬੋਲ ਵੀ ਨਾ ਕੱਢਿਆ। ਆਪਣੇ ਸਿਰੜ ਤੇ ਪੱਕੀ ਰਹੀ। ਕਦੇ ਕਦੇ ਘਰ ਵਾਲੇ ਗੱਜਣ ਸਿੰਘ ਦੀ ਯਾਦ ਬਿੱਛੂ ਵਾਂਗ ਡੰਗ ਮਾਰਦੀ। ਪਰ ਹਰ ਕੌਰ ਰੱਬ ਦਾ ਆਸਰਾ ਲੈ ਲੈਂਦੀ।

ਸਮਾਂ ਆਪਣੀ ਤੋਰ ਤੁਰਦਾ ਗਿਆ।

ਕੁਦਰਤ ਦਾ ਪਹੀਆ ਨਿਰੰਤਰ ਗਿੜਦਾ ਰਿਹਾ। ਜਦੋਂ ਉਸ ਦੀ ਦਰਾਣੀ ਨੂੰ ਸੰਤੂ ਹੋਇਆ ਤਾਂ ਹਰ ਕੌਰ ਨੇ ਦਿਲੋਂ ਚਾਅ ਕੀਤਾ। ਉਹ ਸੰਤੂ ਵਿਚ ਹੀ ਪਰਚ ਗਈ ਸੀ। ਘਰ ਦੇ ਕੰਮ ਦੀ ਜ਼ਿੰਮੇਵਾਰੀ ਉਸ ਨੇ ਫਿਰ ਵੀ ਸਿਰ ਤੇ ਚੁੱਕੀ ਰੱਖੀ ਸੀ। ਦਰਾਣੀ ਨੇ ਕਦੇ ਮੱਥੇ ਵੱਟ ਨਹੀਂ ਪਾਇਆ ਸੀ। ਉਹ ਹਰ ਕੌਰ ਨੂੰ ਦੇਵਤਾ ਸਰੂਪ ਹੀ ਸਮਝਦੀ।

ਵਕਤ ਬੀਤਦੇ ਨਾਲ ਸੱਸ-ਸਹੁਰਾ ਤੁਰ ਗਏ।

ਸੰਤੂ ਜੁਆਨ ਹੋ ਗਿਆ। ਵਿਆਹਿਆ ਵਰਿਆ ਗਿਆ ਅਤੇ ਇਕ ਮੁੰਡਾ ਵੀ ਹੋ ਗਿਆ। ਪਰ ਹਰ ਕੌਰ ਨੂੰ ਸਾਰੇ ਰਹਿਮਤ ਦੀ ਨਜ਼ਰ ਨਾਲ ਹੀ ਤੱਕਦੇ ਰਹੇ। ਕਦੇ ਕਿਸੇ ਨੇ ਰੜਕ ਵਾਲੀ ਗੱਲ ਨਹੀਂ ਕੀਤੀ ਸੀ।

ਕਬੀਲਦਾਰੀ ਦੇ ਬੋਝ ਹੇਠ ਆਏ ਸੰਤੂ ਦੇ ਮਾਂ-ਪਿਉ ਵੀ ਤੁਰ ਗਏ ਸਨ। ਪਰ ਹਰ ਕੌਰ ਅਜੇ ਹਰੀ-ਕਾਇਮ ਪਈ ਸੀ।

ਹੁਣ ਹਰ ਕੌਰ ਸਾਰੇ ਪਿੰਡ ਦੀਆਂ ਬੁੜ੍ਹੀਆਂ ਦੀ 'ਅੰਮਾਂ ਜੀ' ਅਤੇ ਮੁੰਡਿਆਂ-ਖੁੰਡਿਆਂ ਦੀ 'ਤਾਈ' ਸੀ।

ਬੜੀਆਂ ਹਵਾਵਾਂ ਹਰ ਕੌਰ ਤੇ ਵਗੀਆਂ।

ਪਰ ਹਰ ਕੌਰ ਸਿਰੜੀ ਦੀ ਸਿਰੜੀ ਹੀ ਰਹੀ। ਪਰਬਤ ਵਾਂਗ ਅਡੋਲ। ਕਿਸੇ ਬੁੰਗੇ ਵਾਂਗ ਸਥਿਰ।

ਮੇਲੋ ਨਹਾ ਕੇ ਆ ਗਈ।

ਉਸ ਦਾ ਚਿਹਰਾ ਹੋਰ ਨਿੱਖਰ ਆਇਆ ਸੀ। ਹਰ ਕੌਰ ਨੇ ਉਸ ਨੂੰ ਦੇਖ ਕੇ ਥੁੱਕ ਦਿੱਤਾ।

ਦੂਜੀ ਵਾਰ ਚਾਹ ਪੀ ਕੇ ਸੰਤੂ ਜਦ ਬਲਦ ਲੈ ਕੇ ਖੇਤ ਨੂੰ ਤੁਰਨ ਲੱਗਿਆ ਤਾਂ ਤਾਈ ਹਰ ਕੌਰ ਨੇ ਰੋਕ ਲਿਆ।

- "ਇਕ ਗੱਲ ਸੁਣ ਕੇ ਜਾਈਂ ਪੁੱਤ!"

- ".....।" ਸੰਤੂ ਸਾਊ ਬਲਦ ਵਾਂਗ ਖੜ੍ਹ ਗਿਆ। ਸੋਟੀ ਕੱਛ ਵਿਚ ਦੇ ਲਈ।

- "ਆਬਦੇ ਘਰ ਦੀ ਗੱਲ ਬਾਹਰਲਿਆਂ ਲਗਾੜਿਆਂ ਕੋਲੇ ਨਹੀਂ ਕਰੀਦੀ ਹੁੰਦੀ - ਓਸ ਗੱਲ ਦੇ ਆਖਣ ਮਾਂਗੂੰ - ਲਗੌੜ੍ਹ ਤਾਂ ਮਸ਼ਕੂਲੇ ਉੜਾਉਣ ਆਲੀ ਹੁੰਦੀ ਐ - ਆਪਣਾ ਝੱਗਾ ਚੁੱਕੀਏ ਤਾਂ ਪੁੱਤ ਆਬਦਾ ਈ ਢਿੱਡ ਨੰਗਾ ਹੁੰਦੈ - ਆਬਦੇ ਘਰੇ ਬੰਦਾ ਸੌ ਹੱਸਦਾ ਖੇਡਦੈ - ਬਾਕੀ ਤੂੰ ਆਪ ਈ ਸਿਆਣੈਂ - ਇਕ ਹੁਣ ਤੂੰ ਸ਼ਰਾਬੀਆਂ ਕਵਾਬੀਆਂ ਤੇ ਲੰਡਰਾਂ ਦਾ ਖਹਿੜਾ ਛੱਡ - ਕਬੀਲਦਾਰ ਬੰਦੈਂ - ਸਮਝ ਗਿਆ?"

- "ਸਮਝ ਗਿਆ ਤਾਈ।"

- "ਅੱਜ ਅਸੀਂ ਮੇਲੋ ਦੀ ਮਾਂ ਕੋਲੇ ਜਾਵਾਂਗੀਆਂ - ਬਚਿੰਤ ਕੌਰ ਫਿਕਰ ਕਰਦੀ ਹੋਊ - ਹੁੰਦਾ ਈ ਐ ਭਾਈ ਮਾਵਾਂ ਨੂੰ - ਓਸ ਗੱਲ ਦੇ ਆਖਣ ਮਾਂਗੂੰ - ਉਹਦੀ ਤਾਂ ਇਹੀ ਧੀ ਤੇ ਇਹੀ ਪੁੱਤ ਐ - ਪੁੱਤ!"

- "ਆਥਣੇ ਤਾਂ ਮੁੜ ਆਓਗੀਆਂ ਤਾਈ?"

- "ਲੈ ਆਥਣ ਨੂੰ ਅਸੀਂ ਉਥੇ ਤਾਣੀ ਬੁਣਨੀ ਐਂ? ਅਸੀਂ ਦੁਪਿਹਰ ਤਾਈਂ ਆਈਆਂ ਲੈ।"

- "ਤੇ ਮੇਰੀ ਰੋਟੀ?"

- "ਇਉਂ ਕਰਾਂਗੇ - ਮੇਲੋ ਬਚਿੰਤ ਕੁਰ ਨਾਲ ਮੇਲਾ ਗੇਲਾ ਕਰਲੂ - ਮੈਂ ਤੇਰੀ ਰੋਟੀ ਬਚਿੰਤ ਕੁਰ ਦੇ ਘਰੋਂ ਈ ਪਕਾ ਕੇ ਲੈ ਆਊਂ।"

ਸੰਤੂ ਚਲਾ ਗਿਆ।

ਮੇਲੋ ਅਤੇ ਹਰ ਕੌਰ ਬਚਿੰਤ ਕੌਰ ਕੋਲ ਚਲੀਆਂ ਗਈਆਂ। ਮਾਂ ਉਡ ਕੇ ਧੀ ਨੂੰ ਚਿੰਬੜ ਗਈ।

ਧੀ ਦੇ ਬਦਲੇ ਹਾਲਾਤ ਦੇਖ ਕੇ ਬਚਿੰਤ ਕੌਰ ਫਿੱਸ ਪਈ। ਖ਼ੁਸ਼ੀ ਵਿਚ ਉਸ ਦਾ ਨੱਕੋ - ਨੱਕ ਭਰਿਆ ਮਨ ਵਹਿ ਤੁਰਿਆ। ਮਾਂ ਦੇ ਦੁੱਖ ਵਿਚ ਮੇਲੋ ਵੀ ਜਜ਼ਬਾਤੀ ਹੋਈ ਖੜ੍ਹੀ ਸੀ।

- "ਹੌਸਲਾ ਰੱਖ ਬਚਿੰਤ ਕੁਰੇ - ਸ਼ੁਕਰ ਕਰ ਮੇਲੋ ਤੇ ਰੱਬ ਰੀਝਿਐ।"

ਮਾਂ-ਧੀ ਦੀ ਗਲਵਕੜੀ ਮਸਾਂ ਹੀ ਖੁੱਲ੍ਹੀ।

- "ਚੱਲ ਮੇਲੋ ਚਾਹ ਧਰ - ਸੰਤੂ ਦੀ ਰੋਟੀ ਵੀ ਪਕਾਉਣੀ ਐਂ - ਤੁਸੀਂ ਗੱਲਾਂ ਬਾਤਾਂ ਕਰਿਓ ਮਾਂ-ਧੀ - ਮੈਂ ਖੇਤ ਰੋਟੀ ਦੇ ਆਊਂ।"

ਮੇਲੋ ਚੌਂਕੇ ਵਿਚ ਰੁੱਝ ਗਈ।

- "ਐਡੀ ਤਬਦੀਲੀ ਬੇਬੇ ਜੀ?" ਬਚਿੰਤ ਕੌਰ ਹੈਰਾਨ ਸੀ।

- "ਕੁੜੀ ਦਾ ਡਮਾਕ ਤਾਂ ਇਕ ਰਾਤ 'ਚ ਈ ਲੋਟ ਹੋ ਗਿਆ!" ਉਸ ਹੱਸਦੀ ਦੇ ਹੰਝੂ ਵੀ ਡਿੱਗ ਰਹੇ ਸਨ।

- "ਤੀਮੀਂ ਬੰਦੇ ਦਾ ਮੇਲ ਰੱਬ ਨੇ ਧੁਰੋਂ ਲਿਖਿਐ ਬਚਿੰਤ ਕੁਰੇ - ਜਿੱਥੇ ਪਾਪ ਦੇ ਮੇਲ ਨੇ ਇਹਦਾ ਡਮਾਕ ਹਿਲਾਇਆ - ਉਥੇ ਰੱਬੀ ਮੇਲ ਨੇ ਇਹਨੂੰ ਰਾਜੀ ਕਰਤਾ।"

- "ਰੱਬ ਦੇ ਰੰਗ ਨਿਆਰੇ ਐ ਬੇਬੇ ਜੀ।"

ਮੇਲੋ ਨੇ ਰੋਟੀਆ ਪਕਾ ਕੇ ਹਰ ਕੌਰ ਅੱਗੇ ਰੱਖ ਦਿੱਤੀਆਂ। ਚਾਹ ਦਾ ਡੋਲਣਾ ਫੜਾ ਦਿੱਤਾ।

- "ਤੁਸੀਂ ਕਰੋ ਗੱਲਾਂ ਬਾਤਾਂ - ਮੈਂ ਰੋਟੀ ਫੜਾ ਆਵਾਂ - ਓਸ ਗੱਲ ਦੇ ਆਖਣ ਮਾਂਗੂੰ - ਭੁੱਖਾ ਹੋਊ ਬਚਾਰਾ - ਕਦੋਂ ਦਾ ਖੇਤ ਗਿਆ ਵਿਐ - ਭੁੱਖਿਆਂ ਤੋਂ ਭਾਈ ਵਾਹੀ ਕਦੋਂ ਹੁੰਦੀ ਐ?"

ਹਰ ਕੌਰ ਰੋਟੀ ਲੈ ਖੇਤ ਨੂੰ ਤੁਰ ਗਈ।

ਮੇਲੋ ਤੇ ਬਚਿੰਤ ਕੌਰ ਗੱਲੀਂ ਪੈ ਗਈਆਂ।

ਧੀ ਨਾਲ ਗੱਲਾਂ ਕਰਨ ਲਈ ਮਾਂ ਕੋਲ ਢਿੱਡ ਭਰਿਆ ਪਿਆ ਸੀ। ਬੜੇ ਦੁੱਖ ਫਰੋਲਣ ਵਾਲੇ ਸਨ। ਦਿਲ ਦਾ ਗੁਬਾਰ ਅੰਬਿਆ ਪਿਆ ਸੀ।

ਸੰਤੂ ਕੋਲੇ ਖੇਤ ਅਮਲੀ ਲਾਚੜਿਆ ਬੈਠਾ ਸੀ।

- "ਲਾਅਤੀ ਰਾਤ ਘਾਣੀ ਨੂੰ ਲੱਤ ਜਾਂ ਐਮੇਂ ਈ ਖੁਰ ਵੱਢ ਈ ਕੀਤੀ?" ਅਮਲੀ ਨੇ ਸੰਤੂ ਨੂੰ ਛੇੜਿਆ।

- "ਤੂੰ ਅੱਠੇ ਪਹਿਰ ਘਤਿੱਤੀ ਗੱਲਾਂ ਨਾ ਕਰਿਆ ਕਰ - ਅਮਲੀਆ।" ਸੰਤੂ ਨੂੰ ਤਾਈ ਦੀਆਂ ਦਿੱਤੀਆਂ ਮੱਤਾਂ ਯਾਦ ਆ ਗਈਆਂ। ਆਪਣੀ ਘਰਵਾਲੀ ਪ੍ਰਤੀ ਮੰਦਾ ਬੋਲਣਾ ਕੱਲ੍ਹ ਨੂੰ ਆਪਦੀ ਹੀ ਹੇਠੀ ਸੀ।

- "ਮੈਨੂੰ ਤਾਂ ਇਉਂ ਲੱਗਦੈ ਬਈ ਤੂੰ ਤਾਂ ਸਿ਼ਕਾਰ ਕੋਲੇ ਖੜ੍ਹਾ ਫੋਕੀ ਹਲ੍ਹਾ-ਹਲ੍ਹਾ ਈ ਕਰੀ ਗਿਆ ਹੋਮੇਂਗਾ? ਕੋਈ ਫੈਰ ਫੂਰ ਮਾਰਨਾ ਸੀ ਪੁੜਪੜੀ 'ਚ?"

- "ਅਮਲੀਆ - ਤੈਨੂੰ ਕੋਈ ਹੋਰ ਗੱਲ ਨਹੀਂ ਆਉਂਦੀ?" ਸੰਤੂ ਖਿਝ ਗਿਆ ਸੀ।

- "ਜੇ ਹੋਰ ਕੋਈ ਆਉਂਦੀ ਹੁੰਦੀ - ਤਾਂ ਆਹ ਕਾਹਨੂੰ ਪੁੱਛਦਾ? ਮੁੱਲਾਂ ਦੀ ਦੌੜ ਤਾਂ ਛੋਟੇ ਭਾਈ ਮਸੀਤਾਂ ਤੱਕ ਈ ਹੁੰਦੀ ਐ - ਤੂੰ ਕੋਈ ਗੱਲ ਦੱਸ ਕੇ ਹਿੱਕ ਠਾਰ - ਤਪੀ ਜਾਂਦੀ ਐ।"

- "ਘਰ ਦੀਆਂ ਗੱਲਾਂ ਅਮਲੀਆਂ ਬਾਹਰ ਨਹੀਂ ਕਰੀਆਂ ਜਾਂਦੀਆਂ।"

- "ਐਡਾ ਸਿਆਣਾ ਤੂੰ ਕਦੋ ਕੁ ਦਾ ਹੋ ਗਿਆ?" ਅਮਲੀ 'ਖੀਂ - ਖੀਂ' ਕਰਕੇ ਹੱਸਿਆ।

- ".....।"

- "ਚੱਲ ਰਾਤ ਨੂੰ ਸਹੀ - ਘੁੱਟ ਪੀ ਕੇ ਬੰਦੇ ਦੀ ਸ਼ਰਮ ਜੀ ਚੱਕੀ ਜਾਦੀ ਐ।"

- "ਅਮਲੀਆ ਤਾਈ ਆਉਂਦੀ ਐ ਰੋਟੀ ਲਈ।" ਸੰਤੂ ਨੇ ਦੂਰੋਂ ਤੱਕ ਕੇ ਕਿਹਾ।

- "ਨਾ ਤਾਈ ਬੰਬ ਐ?" ਅਮਲੀ ਨੇ ਬਾਹਰੋਂ ਦਲੇਰੀ ਦਿਖਾਈ। ਪਰ ਅੰਦਰੋਂ ਉਹ ਖਿੜਕ ਗਿਆ ਸੀ। ਤਰ੍ਹਾਂ-ਤਰ੍ਹਾਂ ਦੇ ਅਮਲ ਕਰਨ ਕਰਕੇ ਉਹ ਤਾਈ ਤੋਂ ਡਰਦਾ ਸੀ। ਕਿਸੇ ਨਾ ਕਿਸੇ ਘਤਿੱਤ ਕਰ ਕੇ ਉਹ ਹਰ ਕੌਰ ਤੋਂ ਛਿੱਤਰ ਖਾਈ ਰੱਖਦਾ ਸੀ।

- "ਵੇ ਤੂੰ ਇਹਨੂੰ ਕੋਈ ਕੰਮ ਕਰਨ ਦੇਵੇਂਗਾ ਕਿ ਨਹੀਂ ਬੋਢਲ ਕੱਟਿਆ? ਤੂੰ ਆਪ ਤਾਂ ਲੰਡਾ ਚਿੜਾ ਹੈਗੈਂ - ਕਬੀਲਦਾਰਾਂ ਨੂੰ ਤਾਂ ਕੁਛ ਕਰ ਲੈਣ ਦਿਆ ਕਰ।" ਤਾਈ ਨੇ ਅਮਲੀ ਨੂੰ ਆਉਣਸਾਰ 'ਆਰ' ਲਾਈ।

- "ਤਾਈ ਤੂੰ ਸਾਰੀ ਦਿਹਾੜੀ ਵੱਢੂੰ ਖਾਊਂ ਨਾ ਕਰਿਆ ਕਰ - ਮੇਰੇ ਅਰਗਾ ਭਗਤ ਬੰਦਾ ਤੈਨੂੰ ਕਿਤੋਂ ਨਹੀਂ ਮਿਲਣਾ।" ਅਮਲੀ ਸੰਤੂ ਦੀ ਓਟ ਲੈ ਕੇ ਖੜ੍ਹ ਗਿਆ।

- "ਜੇ ਤੇਰੇ ਅਰਗੇ ਪੰਜ ਸੱਤ ਭਗਤ ਹੋਰ ਹੁੰਦੇ - ਓਸ ਗੱਲ ਦੇ ਆਖਣ ਮਾਂਗੂੰ - ਜੱਗ ਤਰ ਜਾਂਦਾ।"

- "ਤਾਈ - ਤੂੰ ਇਕ ਦਿਨ ਈ ਘੰਡੀ ਤੇ ਗੰਡਾਸਾ ਮਾਰ ਕੇ ਕੰਮ ਨਬੇੜ - ਕਾਹਨੂੰ ਮੁਸਲਿਆਂ ਮਾਂਗੂੰ ਹਰ ਰੋਜ ਹਲਾਲ ਕਰਦੀ ਐਂ।"

- "ਦੇਖਿਆ? ਕਿੱਡਾ ਕੁੱਤੈ - ਗੱਲ ਕੀ ਕਰੀਦੀ ਐ - ਸੁਣਾਉਂਦਾ ਮੂਹਰਿਓਂ ਕੀ ਐ?"

- "ਲਿਆ ਤਾਈ - ਰੋਟੀ ਖੁਆ ਭੁੱਖੇ ਮਰੇ ਪਏ ਐਂ।"

- "ਖਾ ਲੈ - ਜੀ ਸਦਕੇ - ਪਰ ਕੋਈ ਕੰਮ ਵੀ ਕਰ ਲਿਆ ਕਰ?"

- "ਕੰਮ ਕਰਕੇ ਤਾਈ ਮੈਂ ਕਿਹੜਾ ਭਾਨੋਂ ਦੇ ਤੁੰਗਲ ਬਣਾਉਣੇ ਐਂ? ਜਾਂ ਤਾਂ ਸੰਤੂ ਮਾਂਗੂੰ ਮੇਰਾ ਵੀ ਕੋਈ ਸਾਂਢਾ ਗਾਂਢਾ ਕਰਦੇ - ਫੇਰ ਕੰਮ ਵੀ ਕਰ ਲਿਆ ਕਰਾਂਗੇ।"

- "ਵੇ ਤੈਨੂੰ ਹੁਣ ਕਿਹੜਾ ਦਿਊ ਸਕੀ ਧੀ?"

- "ਤਾਈ ਕੋਈ ਬਾਹਰਲੀ ਈ ਲਿਆਦੇ।"

- "ਹੁਣ ਤੂੰ ਰੱਬ ਰੱਬ ਕਰਕੇ ਰੋਟੀ ਖਾਹ - ਤੇ ਜਾਹ - ਇਹਨੂੰ ਵੀ ਕੰਮ ਕਰਨ ਦੇ।"

ਰੋਟੀ ਖੁਆ ਕੇ ਤਾਈ ਨੇ ਅਮਲੀ ਨੂੰ ਤੋਰ ਦਿੱਤਾ। ਉਹ 'ਬੁੜ-ਬੁੜ' ਕਰਦਾ ਤੁਰ ਗਿਆ।

8

ਦਿਨ ਪੂਰੇ ਹੋਣ ਤੇ ਮੇਲੋ ਨੇ ਇਕ ਮੁੰਡੇ ਨੂੰ ਜਨਮ ਦਿੱਤਾ।

ਸਾਰੇ ਪਿੰਡ ਨੇ ਹੀ ਖੁਸ਼ੀ ਮਨਾਈ।

ਹਰ ਕੌਰ ਨੇ ਮੁੰਡੇ ਦਾ ਨਾਂ ਹਰਪਾਲ ਸਿੰਘ ਰੱਖਿਆ। ਗਿਆਨੀ ਪੂਰਨ ਸਿੰਘ ਨੇ ਗੁਰੂ ਦਾ ਸ਼ੁਕਰਾਨਾ ਕਰਦਿਆਂ ਅਰਦਾਸ ਕੀਤੀ।

- "ਸਾਨੂੰ ਤਾਂ ਰੱਬ ਨੇ ਸਾਡਾ ਪਾਲਾ ਦੁਬਾਰੇ ਬਖਸ਼ਿਆ ਐ।" ਹਰ ਕੌਰ ਚਾਅ ਕਰਦੀ। ਰੱਬ ਦੀ ਦਾਤ ਨੂੰ ਉਸ ਨੇ ਸੁਗਾਤ ਸਮਝ ਲਿਆ ਸੀ। ਪਿੰਡ ਵਿਚੋਂ ਕੋਈ ਵਿਰੋਧੀ ਅਵਾਜ਼ ਨਹੀਂ ਉਠੀ ਸੀ।

ਸੰਤੂ ਮੁੰਡੇ ਨੂੰ 'ਪਾਲਾ ਜਾਂ 'ਉਏ ਪਾਲਿਆ' ਆਖ ਕੇ ਬੁਲਾਉਂਦਾ। ਉਸ ਅੰਦਰ ਪੁਰਾਣਾ ਆਠਰਿਆ ਨਾਸੂਰ ਜਰੂਰ ਉਚੜਿਆ ਸੀ। ਪਰ ਮੇਲੋ ਦੇ ਸਾਥ ਦੀ ਮੱਲ੍ਹਮ ਨੇ ਸਕੂਨ ਦਿੱਤਾ ਸੀ।

ਹਰ ਕੌਰ ਹਰਪਾਲ ਦਾ ਖਿਆਲ ਰੱਖਦੀ।

ਦੁੱਧ ਅਜੇ ਉਹ ਮਾਂ ਦਾ ਹੀ ਚੁੰਘਦਾ ਦੀ। ਹਰ ਕੌਰ ਰਾਤ ਨੂੰ ਮੁੰਡੇ ਨੂੰ ਆਪਣੇ ਨਾਲ ਹੀ ਪਾਉਂਦੀ। ਹਰ ਰੋਜ ਗਰਮ ਪਾਣੀ ਨਾਲ ਨੁਹਾ ਕੇ ਸਰ੍ਹੋਂ ਦੇ ਤੇਲ ਦੀ ਮਾਲਿਸ਼ ਕਰਦੀ। ਸਾਰਾ ਸਾਰਾ ਦਿਨ ਉਸ ਨਾਲ ਗੱਲਾਂ ਕਰਦੀ ਰਹਿੰਦੀ।

- "ਤਾਈ - ਕਿਸੇ ਦਿਨ ਤੇਰੇ ਡਮਾਕ 'ਚ ਫਰਕ ਪੈ ਜਾਣੈਂ।" ਅਮਲੀ ਤਾਈ ਨੂੰ ਹਰਪਾਲ ਨਾਲ ਗੱਲਾ ਕਰਦਿਆਂ ਦੇਖ ਕੇ ਕਹਿੰਦਾ।

- "ਜੁਆਕ ਨੂੰ ਕੀ ਪਤੈ ਗੱਲਾਂ ਦਾ ਬਈ ਤੂੰ ਕਿਹੜੀ ਪਸ਼ਤੋਂ ਬੋਲਦੀ ਐਂ?"

- "ਵੇ ਤੂੰ ਦਫਾ ਹੋ - ਮੈਂ ਪੋਤੇ ਨਾਲ ਦੁਖ ਸੁਖ ਵੀ ਨਾਂ ਕਰਾਂ?" ਤਾਈ ਨੂੰ ਕੋਈ ਪ੍ਰਵਾਹ ਹੀ ਨਹੀਂ ਸੀ।

ਅਮਲੀ ਖਿਝਦਾ ਤੁਰ ਜਾਂਦਾ।

- "ਸੰਤੂ - ਤੂੰ ਤਾਂ ਜਿਹੜਾ ਬਖਤ ਕੱਟ ਲਿਆ - ਠੀਕ ਐ - ਪਰ ਜੁਆਕਾਂ ਨੂੰ ਸਿੱਖੀ ਦੇ ਲੜ ਜਰੂਰ ਲਾਈਂ।" ਗਿਆਨੀ ਮੱਤ ਦਿੰਦਾ।

- "ਗਿਆਨੀ ਜੀ - ਸਾਡੇ ਕੋਲੇ ਸਿੱਖੀ ਲਈ ਟੈਮ ਈ ਕਿੱਥੇ ਐ - ਅਸੀਂ ਜੁਆਕ ਥੋਡੇ ਲੜ ਲਾ ਦੇਣੇ ਐਂ - ਅੱਗੇ ਤੁਸੀਂ ਜੀਹਦੇ ਮਰਜੀ ਲੜ ਐ ਲਾਈ ਚੱਲਿਓ।" ਸੰਤੂ ਪੂੰਝਾ ਛੁਡਾ ਜਾਂਦਾ।

- "ਅਜੇ ਤਾਂ ਜੁਆਕ ਤਾਈ ਦੇ ਲੜ ਈ ਲੱਗਿਐ - ਇਹ ਦੇਖੋ ਕੀਹਦੇ ਲੜ ਲਾਉਂਦੀ ਐ?" ਅਮਲੀ ਵਿਚ ਦੀ ਟਿੱਚਰ ਕਰ ਜਾਂਦਾ।

- "ਤੂੰ ਆਬਦੇ ਲੜ ਨਾ ਲਾ ਲਈਂ - ਬਾਕੀਆਂ ਦਾ ਤਾਂ ਸਰ ਜਾਊ ਅਮਲੀਆ।" ਗੁਰਮੁਖ ਬਾਹਰੋਂ ਅੰਦਰ ਆਉਂਦਾ ਬੋਲਿਆ।

- "ਅਮਲੀਆ - ਤੂੰ ਤਾਂ ਸਾਡੀ ਪੰਜਾਲੀ ਹੇਠ ਆਉਂਦਾ ਨਹੀਂ - ਗੁਰਮੁਖ ਸਿਉਂ ਨੂੰ ਲਾ ਦੇਣੈ ਐਤਕੀਂ ਗੁਰੂ ਦੇ ਲੜ।" ਗਿਆਨੀ ਬੋਲਿਆ।

- "ਗਿਆਨੀ ਜੀ - ਥੋਡੀ ਪੰਜਾਲੀ ਸਾਡੇ ਮੇਚ ਈ ਨਹੀਂ ਆਉਂਦੀ - ਕੀ ਕਰੀਏ? ਤੁਸੀਂ ਅਮਲ ਛੱਡਣ ਨੂੰ ਕਹਿੰਨੇ ਐਂ - ਅਮਲ ਸਾਥੋਂ ਛੱਡ ਨਹੀਂ ਹੋਣੇ।"

- "ਅਮਲੀ ਸਰੀਰ ਛੱਡ ਸਕਦੈ - ਪਰ ਅਮਲ ਨਹੀਂ ਛੱਡ ਸਕਦਾ।" ਗੁਰਮੁਖ ਨੇ ਕਿਹਾ।

- "ਕੀਤੀ ਨਾ ਲੱਖ ਰੁਪਈਏ ਦੀ ਗੱਲ - ਅਮਲਾਂ ਬਿਨਾਂ ਜਿੰਦਗੀ ਕਾਹਦੀ ਐ? ਜਦੋਂ ਸਿਰ ਜਿਆ ਘੁਕਣ ਲੱਗਦੈ - ਜਾਣੀ ਦੀ ਸੁਰਗਾਂ ਦੇ ਝੂਟੇ ਆਉਂਦੇ ਐ।"

- "ਤੂੰ ਆਬਦਾ ਦਿਮਾਗ ਆਬਦੇ ਕੋਲੇ ਰੱਖਿਆ ਕਰ -।"

****

ਐਤਕੀਂ ਗਿਆਨੀ ਪੂਰਨ ਸਿੰਘ ਨੇ ਸਾਰਿਆਂ ਨਾਲ ਸਲਾਹ ਕਰਕੇ, ਦਿਵਾਲੀ 'ਤੇ ਗੁਰੂ ਕੀ ਨਗਰੀ ਅੰਮ੍ਰਿਤਸਰ ਦਾ ਪ੍ਰੋਗਰਾਮ ਬਣਾ ਲਿਆ।

ਉਹ ਇਕ ਕਾਫ਼ਲੇ ਦੀ ਸ਼ਕਲ ਵਿਚ ਦਿਵਾਲੀ 'ਤੇ ਅੰਮ੍ਰਿਤਸਰ ਪਹੁੰਚ ਗਏ। ਗਲੀਆਂ ਸਾਫ ਸੁਥਰੀਆਂ ਸਨ। ਹਰਿਮੰਦਰ ਸਾਹਿਬ ਵਿਖੇ ਕੀਤੀ ਗਈ

ਦੀਪਮਾਲਾ ਮਨ ਮੋਹਦੀ ਸੀ। ਪਵਿੱਤਰ ਗੁਰਬਾਣੀ ਦਾ ਝਰਨਾ ਵਗ ਰਿਹਾ ਸੀ। ਅਤੀਅੰਤ ਸੁਹਾਵਣਾ ਦ੍ਰਿਸ਼ ਸੀ। ਲੋਕ ਸਰੋਵਰ ਵਿਚ ਇਸ਼ਨਾਨ ਕਰਕੇ ਪਾਪਾਂ ਤੋਂ ਮੁਕਤ ਹੋ ਰਹੇ ਸਨ।

- "ਰਾਮਦਾਸ ਸਰੋਵਰ ਨ੍ਹਾਤੇ॥

ਸਭ ਉਤਰੇ ਪਾਪ ਕਮਾਤੇ॥" ਗਿਆਨੀ ਗਾਇਨ ਕਰ ਰਿਹਾ ਸੀ।

ਮੇਲੋ ਨੇ ਆਪ ਇਸ਼ਨਾਨ ਕਰ ਕੇ ਹਰਪਾਲ ਨੂੰ ਵੀ ਇਸ਼ਨਾਨ ਕਰਵਾਇਆ।

- "ਜਾਗਰ, ਥੰਮਣ ਤੇ ਹਜ਼ੂਰ ਸਿਉਂ ਹੋਰਾਂ ਨਾਲ ਬਚਨ ਸੀ ਬਈ ਵਿਸਾਖੀ ਤੇ ਦਿਵਾਲੀ 'ਤੇ ਹਰਿਮੰਦਰ ਸਾਹਬ ਇਕੱਠੇ ਹੋਇਆ ਕਰਾਂਗੇ।" ਲੰਗਰ ਛਕਦਿਆਂ ਗਿਆਨੀ ਨੇ ਗੁਰਮੁਖ ਹੋਰਾਂ ਨਾਲ ਗੱਲ ਤੋਰੀ।

- "ਪਰ ਪਹੁੰਚਿਆਂ ਅਜੇ ਤੱਕ ਕੋਈ ਨਹੀਂ।"

- "ਕਿੰਨੀ ਦੁਨੀਆਂ 'ਕੱਠੀ ਹੋਈ ਐ ਗਿਆਨੀ ਜੀ - ਕੀ ਪਤੈ ਪਹੁੰਚੇ ਈ ਹੋਣ?" ਸੰਤੂ ਬੋਲਿਆ।

- "ਇਹ ਵੀ ਗੱਲ ਸੋਲਾਂ ਆਨੇ ਐਂ।"

- "ਆਥਣੇ ਜਦੋਂ ਦੀਵਾਨ ਸਜਿਆ - ਸਪੀਕਰ 'ਚ ਬੁਲਾ ਦਿਆਂਗੇ - ਜਿੱਥੇ ਹੋਣਗੇ - ਸਟੇਜ ਕੋਲੇ ਆ ਜਾਣਗੇ।" ਗਿਆਨੀ ਨੇ ਆਸ ਨਹੀਂ ਗੁਆਈ ਸੀ।

ਸ਼ਾਮ ਨੂੰ ਦੀਵਾਨ ਸਜਣ ਵੇਲੇ ਗਿਆਨੀ ਨੇ ਥੰਮਣ, ਜਾਗਰ ਅਤੇ ਹਜ਼ੂਰ ਸਿੰਘ ਬਾਰੇ ਕਈ ਵਾਰ ਸਪੀਕਰ ਵਿਚ ਬੁਲਵਾਇਆ। ਪਰ ਕੋਈ ਸਾਰਥਿਕ ਨਤੀਜਾ ਨਾ ਨਿਕਲਿਆ।

ਗਿਆਨੀ ਨਿਰਾਸ਼ ਹੋ ਗਿਆ।

- "ਕੰਮਾਂ ਧੰਦਿਆਂ ਵਿਚ ਕਾਹਨੂੰ ਬੰਦੇ ਤੋਂ ਘਰੋਂ ਨਿਕਲਿਆ ਜਾਂਦੈ ਗਿਆਨੀ ਜੀ - ਦਿਲ ਦੁਖੀ ਨਾ ਕਰੋ।" ਸੰਤੂ ਨੇ ਆਖਿਆ।

- "ਕੰਮ ਧੰਦੇ ਤਾਂ ਨਿੱਤ ਈ ਕਰਨੇ ਐਂ - ਕਦੇ ਕਦੇ ਦੇਹ ਵੀ ਪਵਿੱਤਰ ਕਰ ਲੈਣੀ ਚਾਹੀਦੀ ਐ ਭੈੜ੍ਹਿਆ - ਐਨਾ ਧੰਦ ਪਿੱਟਣਾ ਵੀ ਕੀ ਆਖ?"

ਸਾਰਿਆਂ ਨੇ ਕਥਾ - ਕੀਰਤਨ ਸਰਵਣ ਕੀਤਾ।

ਦੀਵਾਨ ਦੀ ਸਮਾਪਤੀ ਤੋਂ ਪਹਿਲਾਂ ਇਕ ਐਲਾਨ ਹੋਇਆ:

- "ਤੁਸੀਂ ਬੜੇ ਭਾਗਾਂ ਵਾਲੇ ਹੋ ਭਾਈ - ਜਿਹੜੇ ਗੁਰੂ ਨਗਰੀ ਦੇ ਦਰਸ਼ਣਾਂ ਨੂੰ ਆਏ - ਕੱਲ੍ਹ ਨੂੰ ਇੱਥੇ ਅੰਮ੍ਰਿਤ ਸੰਚਾਰ ਹੋਣੈਂ - ਜੇ ਕੋਈ ਅੰਮ੍ਰਿਤ ਛਕਣ ਦਾ ਅਭਿਲਾਖੀ ਹੋਵੇ - ਤਾਂ ਭਾਈ ਕੇਸੀ ਇਸ਼ਨਾਨ ਕਰ ਕੇ ਆਵੇ - ਅੰਮ੍ਰਿਤਪਾਨ ਕਰਨ ਵਾਲੇ ਪ੍ਰਾਣੀ ਦੇ ਜਨਮ ਮਰਨ ਦੇ ਦੁੱਖ ਕੱਟੇ ਜਾਂਦੇ ਹਨ - ਗੁਰਬਾਣੀ ਫ਼ੁਰਮਾਂਦੀ ਹੈ ਭਾਈ: ਸੁਰ ਨਰ ਮੁਨ ਜਨ ਅੰਮ੍ਰਿਤ ਖੋਜਦੇ - ਸੇ ਅੰਮ੍ਰਿਤ ਗੁਰ ਤੇ ਪਾਇਆ - ਇਹ ਗੁਰੂ ਦਾ ਅੰਮ੍ਰਿਤ ਹੈ ਭਾਈ - ਵੱਡੇ ਭਾਗਾਂ ਵਾਲੇ ਗ੍ਰਹਿਣ ਕਰਦੇ ਹਨ- ਸੋ ਖਾਲਸਾ ਜੀ ਤਿਆਰ ਬਰ ਤਿਆਰ ਹੋ ਕੇ ਆਣਾ - ਕਕਾਰਾਂ ਦੀ ਸੇਵਾ ਗੁਰੂ ਕੀ ਨਗਰੀ ਵੱਲੋਂ ਹੋਵੇਗੀ।"

ਦੀਵਾਨ ਸਮਾਪਤ ਹੋ ਗਿਆ।

- "ਸੰਤੂ ਕੀ ਖਿਆਲ ਐ ਅੰਮ੍ਰਿਤਪਾਨ ਕਰਨ ਵਾਸਤੇ?" ਗਿਆਨੀ ਨੇ ਸੰਤੂ ਨੂੰ ਠੇਹਕਰ ਕੇ ਦੇਖਿਆ।

-"ਕਾਹਨੂੰ ਗਿਆਨੀ ਜੀ - ਜਿੰਨਾ ਕੁ ਰੱਬ ਦਾ ਨਾਂ ਲਿਆ ਜਾਂਦੈ - ਓਨਾ ਈ ਬਹੁਤ ਐ।" ਸੰਤੂ ਕੌੜ ਮੱਛ ਵਾਂਗ ਖੜ੍ਹੇ ਪੈਰ, ਲੱਤ ਚੁੱਕ ਗਿਆ।

- "........।" ਗਿਆਨੀ ਚੁੱਪ ਵੱਟ ਗਿਆ।

- "ਬਥੇਰੀ ਉਮਰ ਪਈ ਐ ਗਿਆਨੀ ਜੀ।" ਗਿਆਨੀ ਨੂੰ ਨਿਰਾਸ਼ ਜਿਹਾ ਦੇਖ ਕੇ ਸੰਤੂ ਬੋਲਿਆ।

- "ਹਮ ਆਦਮੀ ਹੈਂ ਇਕ ਦਮੀ - ਇਹ ਗੁਰਬਾਣੀ ਕਹਿੰਦੀ ਐ - ਸਾਹ ਆਇਆ ਨਾ ਆਇਆ ਕੱਲ੍ਹ ਦਾ ਕੀ ਇਤਬਾਰ -?"

- "........।" ਸੰਤੂ ਨਿਰੁੱਤਰ ਹੋ ਗਿਆ।

- "ਗੁਰਮੁਖ ਸਿਆਂ -!"

- "ਹਾਂ ਗਿਆਨੀ ਜੀ?"

- "ਤੂੰ ਲੱਗ ਗੁਰੂ ਦੇ ਲੜ - ਬਾਬਾ ਨਿਧਾਨ ਸਿਉਂ ਸਾਰੀ ਉਮਰ ਚੜ੍ਹਦੀ ਕਲਾ ਵਾਲਾ ਸਿੰਘ ਰਿਹੈ - ਮਰਨੀ ਮਰ ਗਿਆ - ਪਰ ਗੁਰੂ ਦੀ ਸਿੱਖੀ ਨੂੰ ਆਂਚ ਨਹੀਂ ਆਉਣ ਦਿੱਤੀ - ਮਰਨਾ ਸ਼ੇਰਾ ਸਾਰਿਆਂ ਨੇ ਐਂ - ਕਿਸੇ ਨੇ ਅੱਗੋਂ - ਕਿਸੇ ਨੇ ਪਿੱਛੋਂ - ਪਰ ਆਪਣਾ ਜੀਵਨ ਤਾਂ ਸਫਲਾ ਕਰੋ।"

- "ਮੈਂ ਤਿਆਰ ਬਰ ਤਿਆਰ ਐਂ ਗਿਆਨੀ ਜੀ।" ਗੁਰਮਖ ਨੇ ਬੜ੍ਹਕ ਮਾਰੀ।

- "ਖੁਸ਼ ਕੀਤੈ ਸ਼ੇਰ ਨੇ।"

ਧਾਰਮਿਕ ਗੱਲਾਂ ਕਰਦੇ ਕਰਦੇ ਉਹ ਸੌਂ ਗਏ।

ਸਵੇਰੇ ਗੁਰਮਖ ਸਿੰਘ ਨੇ ਅੰਮ੍ਰਿਤਪਾਨ ਕਰ ਲਿਆ। ਸਾਰੇ ਪਰਤ ਆਏ। ਗੁਰਮੁਖ ਸਿੰਘ ਪੰਜਾਂ ਕਕਾਰਾਂ ਵਿਚ ਖ਼ੂਬ ਫੱਬਦਾ ਸੀ। ਸਾਰੇ ਪਿੰਡ ਵੱਲੋਂ ਸੁਲਾਹਣਾ ਕੀਤੀ ਗਈ।

- "ਤੂੰ ਵੀ ਨਾਲ ਈ ਮਾਰ ਲੈਣਾ ਸੀ ਮੋਰਚਾ?" ਰਾਤ ਨੂੰ ਅਮਲੀ ਨੇ ਸੰਤੂ ਨੂੰ ਕਿਹਾ। ਉਹ ਬੋਤਲ ਖੋਲ੍ਹੀ ਬੈਠੇ ਸਨ।

- "ਫੇਰ ਤੇਰਾ ਸਾਥ ਕੌਣ ਦਿੰਦਾ ਅਮਲੀਆਂ?"

- "ਭਾਈ ਇਹ ਵੀ ਠੀਕ ਐ।"

- "ਪਰ ਅਮਲੀਆਂ - ਨਸ਼ਿਆਂ 'ਚ ਪਿਆ ਕੁਛ ਨਹੀਂ - ਗੁਰੂ ਘਰ ਗਏ ਜਾਣੀ ਦੀ ਭੜਕਦੀ ਆਤਮਾਂ ਸ਼ਾਂਤ ਹੋ ਗਈ - ਨਜ਼ਾਰਾ ਈ ਆ ਗਿਆ।"

- "ਪਿਆ ਤਾਂ ਕੱਖ ਨੀ- ਪਰ ਇਹ ਸਹੁਰੇ ਖਹਿੜਾ ਨਹੀਂ ਛੱਡਦੇ - ਕੀ ਕਰੀਏ?"

- "ਇਹ ਸਿਰਫ ਆਪਣਾ ਮਨ ਐਂ - ਨਿਰੀਆਂ ਈ ਲਿੱਚਗੜਿੱਚੀਆਂ - ਹੋਰ ਕੁਛ ਨਹੀਂ।"

ਉਹ ਵੱਡੀ ਰਾਤ ਤੱਕ ਪੀਂਦੇ ਰਹੇ।

ਵੱਖੋ - ਵੱਖ ਗੱਲਾਂ ਕਰਦੇ ਰਹੇ।

****

ਗੁਰਮੁਖ ਸਿੰਘ ਦਾ ਵਿਆਹ ਹੋ ਗਿਆ। ਘਰਵਾਲੀ ਪਾਲੋ ਸਮੇਤ ਉਸ ਦਾ ਸਾਰਾ ਹੀ ਸਹੁਰਾ ਪ੍ਰੀਵਾਰ ਅੰਮ੍ਰਿਤਧਾਰੀ ਸੀ। ਗਿਆਨੀ ਦੀਆਂ ਕੋਸ਼ਿਸ਼ਾਂ ਕਾਰਨ ਜੋੜ ਸੌਖਾ ਹੀ ਜੁੜ ਗਿਆ ਸੀ।

ਦੋਵੇਂ ਧਿਰਾਂ ਹੀ ਖੁਸ਼ ਸਨ।

ਕਿਸੇ ਤੇ ਕੋਈ ਗਿਲਾ ਸ਼ਿਕਵਾ ਨਹੀਂ ਸੀ।

- "ਲੋਕਾਂ ਦੇ ਸਹੁਰੇ ਟੂਟਲ ਜਿਹੇ ਟਣਕ-ਟਣਕ ਵਿਆਹੇ ਜਾਂਦੇ ਐ - ਸਾਡੇ ਵਾਰੀ ਰੱਬ ਪਤਾ ਨਹੀਂ ਕਿਹੜੇ ਭੋਰੇ 'ਚ ਵੜ ਜਾਂਦੈ।" ਅਮਲੀ ਨੇ ਝੋਰਾ ਕੀਤਾ। ਰੱਬ ਨੂੰ ਗੁੱਸਾ ਦਿਖਾਇਆ।

ਗੁਰਮੁਖ ਸਿੰਘ ਦੇ ਘਰਵਾਲੀ ਪਾਲੋ ਸਿਰੜ-ਸਿਦਕ ਦੇ ਨਾਲ ਨਾਲ ਕੰਮ ਨੂੰ ਬੜੀ 'ਹਨ੍ਹੇਰੀ' ਸੀ। ਉਹ ਸਵੇਰੇ ਚਾਰ ਵਜੇ ਉਠਦੀ। ਚੁੱਲ੍ਹਾ - ਚੌਂਕਾਂ, ਗੋਹਾ ਕੂੜਾ ਕਰ, ਨਹਾ ਕੇ ਹਰ ਰੋਜ਼ ਗੁਰਦੁਆਰੇ ਜਾਂਦੀ। ਉਸ ਦੇ ਨਾਲ ਗੁਰਮੁਖ ਸਿੰਘ ਦਾ ਵੀ ਗੁਰਦੁਆਰੇ ਜਾਣ ਦਾ ਇਕ ਤਰ੍ਹਾਂ ਨਾਲ ਨਿੱਤਨੇਮ ਬਣ ਗਿਆ।

ਗਿਆਨੀ ਉਹਨਾਂ 'ਤੇ ਅਥਾਹ ਖੁਸ਼ ਸੀ।

ਉਹ ਉਹਨਾਂ ਨੂੰ ਅਸੀਸਾਂ ਦੀ ਛਹਿਬਰ ਲਾਈ ਰੱਖਦਾ।

ਤਿੰਨਾਂ ਸਾਲਾਂ ਵਿਚ ਪਾਲੋ ਨੇ ਤਿੰਨ ਗਲੋਟਿਆਂ ਵਰਗੇ ਮੁੰਡਿਆਂ ਨੂੰ ਜਨਮ ਦਿੱਤਾ।

ਗੁਰਮਖ ਸਿੰਘ ਅਤੇ ਪਾਲੋ ਨੂੰ ਗੁਰੂ ਮਹਾਰਾਜ 'ਤੇ ਕੋਈ ਸ਼ਕਾਇਤ ਨਹੀਂ ਸੀ। ਉਹ ਮਿੱਟੀ ਨੂੰ ਹੱਥ ਪਾਉਂਦੇ, ਤਾਂ ਸੋਨਾ ਬਣ ਜਾਂਦੀ। ਗੁਰਜੀਤ, ਹਰਦੀਪ ਅਤੇ ਕੁਲਜੀਤ ਨੂੰ ਉਹ ਦੋਨੋਂ ਦੇਖ ਦੇਖ ਕੇ ਜਿਉਂਦੇ। ਹਰ ਸੰਗਰਾਂਦ ਉਹ ਸਾਰੇ ਹਰਿਮੰਦਰ ਸਾਹਿਬ ਦਰਸ਼ਣ ਕਰ ਕੇ ਆਉਂਦੇ। ਕਦੇ ਕਦੇ ਉਹਨਾਂ ਨਾਲ ਗਿਆਨੀ ਵੀ ਹੋ ਤੁਰਦਾ। ਇਕ ਦਿਨ ਗਿਆਨੀ ਅਤੇ ਗੁਰਮੁਖ ਸਿੰਘ ਕੋਈ ਵਿਚਾਰ ਵਟਾਂਦਰਾ ਕਰ ਰਹੇ ਸਨ ਕਿ ਸੰਤੂ ਉਹਨਾਂ ਕੋਲ ਬੜਾ ਹੀ ਘਬਰਾਇਆ ਹੋਇਆ ਪਹੁੰਚਿਆ। ਉਸ ਦਾ ਸਾਹ ਨਾਲ ਸਾਹ ਨਹੀਂ ਰਲਦਾ ਸੀ।

- "ਉਏ ਕੀ ਹੋ ਗਿਆ ਤੈਨੂੰ ਸੰਤੂ?"

- "ਗਿਆਨੀ ਜੀ - ਭੱਜ ਕੇ ਆਓ - ਤਾਈ ਹਰ ਕੁਰ ਨੂੰ ਪਤਾ ਨਹੀਂ ਕੀ ਹੋ ਗਿਆ!"

- "....।" ਉਹਨਾਂ ਦੇ ਹੱਥਾਂ ਦੇ ਭਾਂਡੇ ਛੁੱਟ ਗਏ।

ਜਦੋਂ ਉਹ ਵਾਹੋਦਾਹੀ ਭੱਜ ਕੇ ਗਏ ਤਾਂ ਹਰ ਕੁਰ ਔਖੇ ਔਖੇ ਸਾਹ ਲੈ ਰਹੀ ਸੀ।

- "ਕੀ ਹੋ ਗਿਆ ਤਾਈ?" ਗਿਆਨੀ ਨੇ ਹਰ ਕੌਰ ਦਾ ਹੱਥ ਫੜ ਲਿਆ।

- "ਮੇਰੇ ਜਾਣ ਦਾ ਵੇਲਾ ਆ ਗਿਆ ਸ਼ੇਰਾ - ਮੇਲੋ ਦਾ ਪੈਰ ਫੇਰ ਭਾਰੈ - ਇਹਦਾ ਖਿਆਲ ਰੱਖੀਂ - ਬਚਿੰਤ ਕੁਰ ਤਾਂ ਵਿਚਾਰੀ ਆਪ ਬਿਮਾਰ ਜਿਹੀ ਰਹਿੰਦੀ ਐ - ਹੁਣ ਮੇਲੋ ਤੇ ਸੰਤੂ ਦਾ ਤੂੰ ਈ ਐਂ - ਇਹਨਾਂ ਨੂੰ ਪਿੱਛਾ ਨਾ ਦੇਈਂ - ਮੇਰੇ ਮਰਨ ਮਗਰੋਂ ਮੇਰਾ ਪਾਠ ਜਰੂਰ ਖੁਲ੍ਹਾ ਦਿਓ - ਸਾਰੀ ਉਮਰ ਤਵੇ 'ਤੇ ਪਈ ਨੇ ਕੱਟੀ

ਐ - ਅੱਗੇ ਨਾ ਭੜਕਦੀ ਫਿਰਾਂ- ਸੰਤੂ ਨੂੰ ਵੀ ਗੁਰੂ ਵਾਲਾ ਬਣਾਦੀਂ ਸ਼ੇਰਾ ...।" ਤੇ ਹਰ ਕੌਰ ਸੁਆਸ ਤਿਆਗ ਗਈ। ਉਹ ਅੱਖਾਂ ਮੀਟੀ, ਸ਼ਾਂਤ ਚਿੱਤ, ਅਹਿਲ ਮੰਜੇ ਤੇ ਪਈ ਸੀ। ਜਿਵੇਂ ਕਦੇ ਦੀ ਸੁੱਤੀ ਹੋਈ ਸੀ।

ਮੇਲੋ ਨੇ ਭੁੱਬ ਮਾਰੀ।

- "ਤੂੰ ਮੈਨੂੰ ਕਿਹੜੇ ਆਸਰੇ ਛੱਡ ਕੇ ਤੁਰ ਗਈ ਨੀ ਬੇਬੇ ਮੇਰੀਏ ....!"

ਸਾਰਿਆਂ ਦੇ ਹਿਰਦੇ ਵਲੂੰਧਰੇ ਗਏ।

- "ਰੋਣਾ ਨਹੀਂ ਮੇਲੋ - ਰੋਈਏ ਤਾਂ ਮਰਨ ਵਾਲੇ ਲਈ ਇਕ ਇਹ ਹੰਝੂ ਦਰਿਆ ਬਣ ਜਾਂਦੈ - ਵਾਹਿਗੁਰੂ ਵਾਹਿਗੁਰੂ ਜਪੋ ...!" ਗਿਆਨੀ ਨੇ ਕਿਹਾ।

ਸਾਰੇ 'ਵਾਹਿਗੁਰੂ - ਵਾਹਿਗੁਰੂ' ਜਪਣ ਲੱਗ ਪਏ। ਸਾਰਾ ਪਿੰਡ ਇਕੱਠਾ ਹੋ ਗਿਆ।

ਹਰ ਕੌਰ ਦਾ ਸਸਕਾਰ ਕਰ ਦਿੱਤਾ।

ਫੁੱਲ ਚੁਗ ਕੇ ਸਹਿਜ ਪਾਠ ਪ੍ਰਕਾਸ਼ ਕੀਤਾ ਗਿਆ।

ਸੱਤਵੇਂ ਦਿਨ ਭੋਗ ਪੈਣ ਤੋਂ ਬਾਅਦ ਸੰਤੂ ਅਤੇ ਅਮਲੀ ਹਰ ਕੌਰ ਦੇ ਫੁੱਲ ਤਾਰਨ ਤੁਰ ਗਏ।

ਜਦੋਂ ਉਹ ਫੁੱਲ ਤਾਰ ਕੇ ਮੁੜੇ ਤਾਂ ਉਹਨਾਂ ਨੂੰ ਇਕ ਹੋਰ ਖਬਰ ਮਿਲੀ।

ਮੇਲੋ ਨੇ ਇਕ ਲੜਕੀ ਨੂੰ ਜਨਮ ਦਿੱਤਾ ਸੀ।

ਸੰਤੂ ਨੂੰ ਚਾਅ ਚੜ੍ਹ ਗਿਆ।

- "ਤਾਈ ਤੁਰ ਗਈ - ਧੀ ਆ ਗਈ।" ਸੰਤੂ ਨੇ ਕਿਹਾ। ਉਸ ਨੇ ਧੀ ਦਾ ਨਾਂ ਜੋਗਿੰਦਰ ਕੌਰ ਰੱਖਿਆ।

ਸਾਂਭ ਸੰਭਾਈ ਲਈ ਬਚਿੰਤ ਕੌਰ ਕੋਲ ਸੀ।

- "ਸੰਤੂ!" ਇਕ ਦਿਨ ਲੰਘਦੇ ਟੱਪਦੇ ਗਿਆਨੀ ਨੇ ਹਾਕ ਮਾਰੀ।

- "ਆ ਜਾਓ ਗਿਆਨੀ ਜੀ - ਅੰਦਰ ਆ ਜਾਓ।" ਗਿਆਨੀ ਅੰਦਰ ਲੰਘ ਆਇਆ।

- "ਬੈਠੋ।"

- "ਬੱਸ ਬੈਠੇ - ਮਰਨ ਲੱਗੀ ਤਾਈ ਨੇ ਪਤੈ ਕੀ ਕਿਹਾ ਸੀ?"

- "........।" ਸੰਤੂ ਨਿਰੁੱਤਰ ਸੀ।

- "ਤਾਈ ਦੀ ਆਖਰੀ ਖਾਹਿਸ਼ ਤਾਂ ਪੂਰੀ ਕਰ ਦੇਹ - ਮਰਨ ਵਾਲੇ ਦੀ ਆਖਰੀ ਖਾਹਿਸ਼ ਤਾਂ ਜੱਲਾਦ ਵੀ ਪੂਰੀ ਕਰਦੇ ਐ।"

- "ਦੱਸੋ ਫਿਰ ਗਿਆਨੀ ਜੀ - ਕਦੋਂ?"

- "ਵਿਸਾਖੀ 'ਤੇ।"

- "ਵਾਅਦਾ ਰਿਹਾ।"

- "ਤੂੰ ਭਾਈ ਮੇਲੋ?"

- "ਮੈਂ ਤਾਂ ਕਦੋਂ ਦੀ ਤਿਆਰ ਆਂ ਜੀ - ਪਰ ਪਾਲੇ ਦਾ ਪਿਉ ਈ ਲੱਤ ਨਹੀਂ ਸੀ ਲਾਉਂਦਾ।"

- "ਆਉਂਦੀ ਵਿਸਾਖੀ 'ਤੇ ਤਿਆਰ ਰਿਹੋ।"

ਗਿਆਨੀ ਤੁਰ ਗਿਆ।

- "ਜਿਹੜੇ ਕਹਿੰਦੇ ਸੀ ਮਰਾਂਗੇ ਨਾਲ ਤੇਰੇ - ਤੇ ਛੱਡ ਕੇ ਮੈਦਾਨ ਭੱਜ ਗਏ।" ਸ਼ਾਮ ਨੂੰ ਅਮਲੀ ਅੰਦਰ ਆਉਂਦਾ ਬੋਲਿਆ।

- "ਸਾਡੇ ਕੰਮੋਂ ਤਾਂ ਤੂੰ ਹੁਣ ਗਿਆ।"

- "ਬਿਲਕੁਲ ਗਿਆ।" ਸੰਤੂ ਨੇ ਕਿਹਾ।

- "ਤਾਈ ਜਾਂਦੀ ਜਾਂਦੀ ਪੱਟੀ ਪੜ੍ਹਾ ਈ ਗਈ।"

- "ਬਹੁਤ ਖਾ ਪੀ ਲਿਆ ਅਮਲੀਆ - ਹੁਣ ਬੱਸ।"

- "ਚੰਗਾ - ਅੱਜ ਤਾਂ ਡੰਝ ਲਾਹ ਲਈਏ?"

- "ਮੈਖਿਆ ਜਮਾਂ ਈ ਨ੍ਹੀਂ।"

- "ਭਾਈ ਜੀ - ਇਹ ਮਸਾਂ ਲੀਹ ਤੇ ਆਇਐ - ਤੁਸੀਂ ਇਹਨੂੰ ਪੁੱਠੀਆਂ ਪਾੜ੍ਹਤਾਂ ਨਾ ਪੜ੍ਹਾਓ - ਤੁਸੀਂ ਖਾਓ ਪੀਓ ਐਸ਼ ਕਰੋ।" ਮੇਲੋ ਅਮਲੀ ਅੱਗੇ ਸ਼ਾਇਦ ਪਹਿਲੀ ਵਾਰ ਬੋਲੀ ਸੀ।

- "ਲਓ ਬਈ - ਇਕ ਹੋਰ ਤਾਈ ਉਠ ਖੜੀ।" ਅਮਲੀ ਨੇ ਖਿਝ ਕੇ ਕਿਹਾ।

- "ਓਸ ਤਾਈ ਤੋਂ ਤਾਂ ਬਚਾ ਵੀ ਸੀ - ਪਰ ਅਮਲੀਆ - ਇਧਰੋਂ ਤਾਂ ਖਤਰਾ ਈ ਖਤਰੈ।" ਸੰਤੂ ਨੇ ਠਹਾਕਾ ਮਾਰਦਿਆਂ ਕਿਹਾ।

- "ਯਾਰ ਮੈਂ ਇਉਂ ਕਿੰਨੇ ਕੁ ਦਿਨ ਕੱਟੂੰ? ਮੇਰੀ ਤਾਂ ਧਿਰ ਈ ਖੁਰਦੀ ਜਾਂਦੀ ਐ?"

- "ਤੂੰ ਹੱਟ ਜਾਹ ਭੈੜੀਆਂ ਘਤਿੱਤਾਂ ਤੋਂ - ਮਾਰ ਮਾਰ ਪੱਸਲੀਆਂ 'ਚ ਪਾਂ ਦਿਆਂਗੇ- ਵੱਡਾ ਆ ਗਿਆ ਧਿਰ ਦਾ ਮੋਢੀ।" ਪਿੱਛੇ ਗਿਆਨੀ ਖੜਾ ਸੀ।

- "ਚੱਲੀਏ ਬਈ - ਇੱਥੇ ਤਾਂ ਗਿਆਨੀ ਧਿਆਨੀ 'ਕੱਠੇ ਹੋਗੇ।" ਅਮਲੀ ਕੰਨ ਜਿਹੇ ਝਾੜਦਾ ਬਾਹਰ ਨਿਕਲ ਗਿਆ।

- "ਅਮਲੀਆ - ਰਹਿ ਗਿਆ ਊਠ ਦੀ ਪੂਛ ਵਰਗਾ 'ਕੱਲਾ - ਜਿਉਂਦੇ ਰਹਿਣ ਲੁੰਗਲਾਣੇਂ - ਕਦੇ ਠੇਕੇ ਤੇ ਕਦੇ ਠਾਣੇ।" ਉਹ ਇਕੱਲਾ ਹੀ ਬਰੜਾਹਟ ਕਰਦਾ ਜਾ ਰਿਹਾ ਸੀ।

ਵਿਸਾਖੀ 'ਤੇ ਗਿਆਨੀ ਪੂਰਨ ਸਿੰਘ ਪੂਰਾ ਜੱਥਾ ਬਣਾ ਕੇ ਅੰਮ੍ਰਿਤਸਰ ਗਿਆ ਸੀ। ਗਿਆਨੀ ਦੇ ਦਿਲ ਦੀ ਖਾਹਿਸ਼ ਪੂਰੀ ਹੋ ਗਈ। ਇਸ ਵਾਰ ਸੰਤੂ ਅਤੇ ਮੇਲੋ ਸਮੇਤ ਪਿੰਡ 'ਚੋਂ ਸੱਤਰ ਬੰਦੇ-ਬੁੜ੍ਹੀਆਂ ਨੇ ਅੰਮ੍ਰਿਤਪਾਨ ਕੀਤਾ ਸੀ। ਲੋਕ ਗਿਆਨੀ ਦੀ ਵਾਹ-ਵਾਹ ਕਰ ਰਹੇ ਸਨ।

ਅਮਲੀ ਅੰਦਰੋਂ ਕੁੜ੍ਹਦਾ ਸੀ।

- "ਲੈ ਇਹ 'ਕੱਲਾ ਈ ਰੱਬ ਬਣਿਆਂ ਫਿਰਦੈ।" ਉਹ ਆਸਾ ਪਾਸਾ ਦੇਖ ਕੇ ਖੁਦ ਨਾਲ ਹੀ ਗੱਲਾਂ ਕਰਦਾ ਰਹਿੰਦਾ।

- "ਲੋਕ ਵੀ ਸਹੁਰੇ ਲਕੀਰ ਦੇ ਫਕੀਰ ਐ - ਜਿੱਧਰ ਨੂੰ ਮੂੰਹ ਆਇਆ - ਤੁਰੇ ਜਾਣਗੇ - ਬਈ ਸਹੁਰਿਓ! ਪੁੱਛਣਾ ਹੋਵੇ ਬਈ ਅੱਗਾ ਕਿਸੇ ਨੇ ਦੇਖਿਐ? ਐਥੇ ਐਸ਼ਾਂ ਕਰੋ - ਬੁੱਲ੍ਹੇ ਲੁੱਟੋ - ਗਾਹਾਂ ਵਾਹਿਗੁਰੂ ਭਲੀ ਕਰੂ।"

- "ਕਦੇ ਕਰ ਲਿਆ ਕਰ ਸਾਡੇ ਨਾਲ ਵੀ ਗੱਲ - ਸਿੰਘ ਸਜ ਕੇ ਊਈਂ ਦਗਾ ਦੇ ਗਿਐਂ?" ਇਕ ਦਿਨ ਤੁਰੇ ਜਾਂਦੇ ਸੰਤੂ ਨੂੰ ਅਮਲੀ ਨੇ ਮਿਹਣਾ ਮਾਰਿਆ।

- "ਅਮਲੀਆ - ਆਪਣੇ ਰਾਹ ਹੁਣ ਵੱਖੋ ਵੱਖ ਐ - ਸਾਡੇ ਆਲੇ ਰਾਹ ਤੇ ਆ ਜਾਹ - ਆਪਣੀ ਯਾਰੀ ਫੇਰ ਪੱਕੀ।" ਸੰਤੂ ਹੱਸ ਕੇ, ਆਖ ਕੇ ਤੁਰ ਗਿਆ।

- "ਲੈ ਯੱਧਾ ਹੋਇਐ ਯਾਰੀ ਪੱਕੀ ਦਾ - ਨੌ ਸੌ ਚੂਹਾ ਖਾ ਕੇ ਬਿੱਲੀ ਹੱਜ ਨੂੰ ਚੱਲੀ - ਬਹੁੜੀ ਉਏ ਕੇਰਾਂ ਈ ਹੁਣ ਸੰਤ ਬਣ ਗਿਆ - ਪੂਰੀ ਬੋਤਲ ਨੂੰ ਹੱਟ ਕੁੱਤੀਏ ਨ੍ਹੀਂ ਕਹਿਣ ਦਿੰਦਾ ਸੀ।"

ਦਿਨ ਬੀਤਦੇ ਗਏ।

ਸੂਰਜ ਚੜ੍ਹਦਾ ਰਿਹਾ। ਛੁਪਦਾ ਰਿਹਾ।

ਰੁੱਤਾਂ, ਦਿਨ, ਰਾਤ, ਮਹੀਨੇ ਅਤੇ ਫਿਰ ਸਾਲ ਬੀਤ ਗਏ।

9

ਗੁਰਮੁਖ ਸਿੰਘ ਨੇ ਜੁਆਕ ਪੰਜ-ਪੰਜ ਪੜ੍ਹਾ ਕੇ, ਗਿਆਨੀ ਪੂਰਨ ਸਿੰਘ ਦੀ ਰਾਇ ਨਾਲ ਆਖੰਡ ਕੀਰਤਨੀ ਜੱਥੇ ਨਾਲ ਰਲਾ ਦਿੱਤੇ। ਇਕ ਤਰ੍ਹਾਂ ਨਾਲ ਪੜ੍ਹਨੇ ਪਾ ਦਿੱਤੇ। ਜਿੱਥੇ ਉਹਨਾਂ ਨੂੰ ਸਿੱਖ ਇਤਿਹਾਸ ਅਤੇ ਗੁਰਬਾਣੀ ਅਧਿਐਨ ਦੇ ਨਾਲ ਨਾਲ ਸ਼ਸਤਰ ਵਿੱਦਿਆ ਵੀ ਦਿੱਤੀ ਜਾਂਦੀ ਸੀ।

ਹਰ ਵਿਸਾਖੀ 'ਤੇ ਗਿਆਨੀ ਪਿੰਡੋਂ ਇਕ ਜੱਥਾ ਲੈ ਕੇ ਪਹੁੰਚਦਾ ਅਤੇ ਸਿੰਘ ਸਜਾ ਕੇ ਵਾਪਿਸ ਪਰਤਦਾ। ਦਰਬਾਰ ਸਾਹਿਬ, ਦਮਦਮੀ ਟਕਸਾਲ ਅਤੇ ਆਖੰਡ ਕੀਰਤਨੀ ਜੱਥੇ ਵਿਚ ਗਿਆਨੀ ਪੂਰਨ ਸਿੰਘ ਦਾ ਪੂਰਾ ਸਨਮਾਨ-ਮਾਣ ਬਣ ਗਿਆ ਸੀ। ਗੁਣੀ ਗਿਆਨੀ ਬੰਦੇ ਗਿਆਨੀ ਦੀ ਸੰਗਤ ਲਈ ਤਾਂਘਦੇ ਸਨ।

ਪਿੰਡ ਦੇ ਗੁਰਦੁਆਰੇ ਵਿਚ ਹਰ ਸੰਗਰਾਂਦ 'ਤੇ ਗਿਆਨੀ ਇਹ ਤੁਕਾਂ ਵਾਰ-ਵਾਰ ਦੁਹਰਾਉਂਦਾ:

- "ਖ਼ਾਲਸਾ ਮੇਰੋ ਰੂਪ ਹੈ ਖ਼ਾਸ॥
ਖ਼ਾਲਸੇ ਮੇਂ ਹਉ ਕਰੋਂ ਨਿਵਾਸ॥
ਖ਼ਾਲਸਾ ਖ਼ਾਸ ਕਹਾਵੈ ਸੋਈ॥
ਜਾ ਕੇ ਹਿਰਦੇ ਭਰਮ ਨਾ ਹੋਈ॥"

ਹਰ ਸਾਲ ਵਿਸਾਖੀ 'ਤੇ ਜੱਥਾ ਲੈ ਕੇ ਜਾਣਾ ਗਿਆਨੀ ਦਾ ਇਕ ਤਰ੍ਹਾਂ ਨਾਲ ਕਰਮ ਬਣ ਗਿਆ ਸੀ।

ਇਸ ਵਾਰ ਗਿਆਨੀ ਨੇ ਵਿਸਾਖੀ ਤੇ ਪੱਚੀਵਾਂ ਜੱਥਾ ਲੈ ਕੇ ਪੁੱਜਣਾ ਸੀ।

ਗੁਰਮੁਖ ਸਿੰਘ ਦੇ ਤਿੰਨੋਂ ਲੜਕੇ ਗੁਰਜੀਤ, ਹਰਦੀਪ ਅਤੇ ਕੁਲਜੀਤ ਹੁਣ ਗੁਰਬਾਣੀ ਅਤੇ ਸ਼ਸ਼ਤਰ ਵਿੱਦਿਆ ਵਿਚ ਪੂਰੇ ਨਿਪੁੰਨ ਸਨ। ਗੁਰਜੀਤ ਤਾਂ ਹੁਣ ਵੀਹ ਸਾਲਾਂ ਦਾ ਹੋ ਗਿਆ ਸੀ। ਉਹ ਅੱਖਾਂ ਬੰਨ੍ਹ ਕੇ ਮੋਟਰ ਸਾਈਕਲ ਚਲਾ ਲੈਂਦਾ। ਅੱਖਾਂ ਬੰਨ੍ਹ ਕੇ ਰਿਵਾਲਵਰ ਦਾ ਨਿਸ਼ਾਨਾ ਲਾ ਲੈਂਦਾ। ਗੱਤਕੇ ਅਤੇ ਜੂੱਡੋ ਦੇ ਖਿਡਾਰੀ ਬਾਰੇ ਨਾਲ ਦੇ ਸਿੰਘਾਂ ਦੇ ਵਿਚਾਰ ਸਨ ਕਿ ਉਸ ਨੂੰ ਚਾਹੇ ਜਹਾਜ਼ ਫੜਾ ਦਿਓ, ਉਹ ਜਹਾਜ਼ ਵੀ ਚਲਾ ਲਵੇਗਾ। ਇਹੋ ਜਿਹੇ ਹੀ ਅਸਤਰ ਹਰਦੀਪ ਅਤੇ ਕੁਲਜੀਤ ਸਨ। ਖੁੱਲ੍ਹੇ ਚੋਲਿਆਂ ਵਿਚ ਉਹ ਦਰਸ਼ਣੀ ਜੁਆਨ ਲੱਗਦੇ ਸਨ।

ਗੁਰਮੁਖ ਸਿੰਘ ਅਤੇ ਪਾਲੋ ਦੇ ਸਿਰ ਵਿਚ ਕੋਈ ਕੋਈ ਧੌਲਾ ਤਿੜਕ ਆਇਆ ਸੀ। ਪਰ ਉਹਨਾਂ ਦੇ ਚਿਹਰਿਆਂ ਤੇ ਰੱਬੀ ਨੂਰ ਉਸੀ ਤਰ੍ਹਾਂ ਹੀ ਕਾਇਮ ਸੀ। ਮੁੰਡਿਆਂ ਵੱਲੋਂ ਬੇਫ਼ਿਕਰ ਉਹ ਗੁਰਦੁਆਰੇ ਦੀ ਸੇਵਾ ਵਿਚ ਜੁਟੇ ਰਹਿੰਦੇ। ਕਦੇ - ਕਦੇ ਉਹ ਮੁੰਡਿਆਂ ਨੂੰ ਮਿਲ ਆਉਂਦੇ ਅਤੇ ਕਦੇ ਕਦੇ ਮੁੰਡੇ ਉਹਨਾਂ ਨੂੰ ਮਿਲ ਜਾਂਦੇ। ਰਾਬਤਾ ਬਣਿਆ ਰਹਿੰਦਾ।

ਸੰਤੂ ਦਾ ਮੁੰਡਾ ਲੰਡਰ ਹੀ ਨਿਕਲਦਾ ਜਾ ਰਿਹਾ ਸੀ। ਉਹ ਸੰਤੂ ਦਾ ਰਤਾ ਵੀ ਰੋਅਬ ਨਹੀਂ ਝੱਲਦਾ ਸੀ। ਸੰਤੂ ਦੀ ਕੁੜੀ ਜੋਗਿੰਦਰ ਕੌਰ ਬੜੀ ਹੀ ਸਾਊ ਸੀ। ਬਿਲਕੁਲ ਮਾਂ ਵਰਗੀ। ਸੰਤੂ ਮੁੰਡੇ ਵੱਲ ਦੇਖ-ਦੇਖ ਝੂਰਦਾ ਰਹਿੰਦਾ। ਖਿਝਦਾ ਰਹਿੰਦਾ।

- "ਕੋਈ ਨਾ - ਇਹ ਉਮਰ ਈ ਐਹੋ ਜਿਹੀ ਹੁੰਦੀ ਐ - ਤੂੰ ਬਾਹਲਾ ਝੋਰਾ ਨਾ ਕਰਿਆ ਕਰ।" ਮੇਲੋ ਸੰਤੂ ਨੂੰ ਧਰਵਾਸ ਦਿੰਦੀ ਰਹਿੰਦੀ।

- "ਮੇਲੋ - ਇਹ ਕਦੇ ਕੋਈ ਐਸਾ ਚੰਦ ਚੜ੍ਹਾਊ - ਆਪਾਂ ਦੁਨੀਆਂ ਨੂੰ ਮੂੰਹ ਦਿਖਾਉਣ ਜੋਗੇ ਨਹੀਂ ਰਹਿਣਾ -।"

- "ਰੱਬ-ਰੱਬ ਕਰੀਏ - ਗੁਰੂ ਆਪੇ ਭਲੀ ਕਰੂਗਾ।"

- "ਕਾਹਦਾ ਰੌਲਾ ਪਾਈ ਬੈਠੇ ਓਂ ਸਵੇਰੇ ਸਵੇਰੇ? ਸੁੱਖ ਐ?" ਕਿੱਧਰੋਂ ਗਿਆਨੀ ਆ ਗਿਆ।

- "ਕਾਹਦੀ ਗੱਲ ਐ ਗਿਆਨੀ ਜੀ - ਇਸ ਗੰਦੇ ਮੁੰਡੇ ਵੱਲੋਂ ਸਤੇ ਪਏ ਆਂ।"

- "ਕੀ ਹੋ ਗਿਆ? ਮੁੰਡੇ ਖੁੰਡੇ ਵੀਹ ਘਤਿੱਤਾਂ ਕਰਦੇ ਹੁੰਦੇ ਐ - ਤੂੰ ਵੀ ਤਾਂ ਹੁਣ ਈ ਬੰਦਾ ਬਣਿਐਂ - ਨਹੀਂ ਤਾਂ ਸਾਰੀ ਉਮਰ ਬਸ਼ਕਾਟਾਂ ਈ ਮਾਰਦਾ ਰਿਹੈਂ।"

- "ਗਿਆਨੀ ਜੀ - ਅਸੀਂ ਤਾਂ ਅਨਪੜ੍ਹ ਗਵਾਰ ਸੀ - ਇਹ ਤਾਂ ਕਾਲਜ 'ਚ ਪੜ੍ਹਦੈ - ਜੇ ਇਹਨੂੰ ਕਾਲਜ ਜਾ ਕੇ ਸੂੰਹ ਨਾ ਆਈ - ਬੱਸ ਫੇਰ ਤਾਂ ਰੱਬ ਈ ਰਾਖੈ।"

- "ਜੁਆਨ ਮੁੰਡੇ ਨੂੰ ਬਹੁਤਾ ਕੌੜ ਕੇ ਨਹੀਂ ਪਈਦਾ - ਆਪੇ ਠੀਕ ਹੋ ਜਾਊ।"

- "ਚਲੋ - ਥੋਡੀ ਕਹੀ ਮੰਨ ਲੈਨੇ ਐਂ।"

ਗਿਆਨੀ ਤੁਰ ਗਿਆ।

ਸੰਤੂ ਖੇਤ ਚਲਾ ਗਿਆ।

ਅਸਲ ਵਿਚ ਸੰਤੂ ਦਾ ਮੁੰਡਾ ਹਰਪਾਲ ਸੀ ਵੀ ਬਹੁਤ ਇੱਲਤੀ। ਕਾਲਿਜ ਤੋਂ ਪਹਿਲਾਂ ਦਸਵੀਂ ਵਿਚ ਉਸ ਨੇ ਤਿੰਨ ਸਕੂਲ ਬਦਲ ਦਿੱਤੇ ਸਨ। ਪਹਿਲੇ ਗੁਰੂ ਨਾਨਕ ਖ਼ਾਲਸਾ ਹਾਈ ਸਕੂਲ ਵਿਚੋਂ ਬੀੜੀਆਂ ਪੀਂਦਾ ਫੜਿਆ ਜਾਣ ਕਰਕੇ ਕੱਢਿਆ ਗਿਆ ਸੀ। ਫਿਰ ਪਿੰਡ ਦੇ ਲਾਗਲੇ ਹਾਈ ਸਕੂਲ ਵਿਚ ਵੀ ਉਸ ਨੇ ਘਤਿੱਤਾਂ ਨਾ ਤਿਆਗੀਆਂ।

ਇਕ ਦਿਨ ਅੰਗਰੇਜ਼ੀ ਵਾਲੀ ਮੈਡਮ ਨੇ ਜ਼ੁਰਮਾਨਾ ਮੁਆਫ਼ ਕਰਵਾਉਣ ਲਈ ਅਰਜ਼ੀ ਲਿਖਣ ਲਈ ਸਾਰੀ ਕਲਾਸ ਨੂੰ ਕਿਹਾ। 'ਜ਼ੁਰਮਾਨੇ' ਦੀ ਅੰਗਰੇਜ਼ੀ ਹਰਪਾਲ ਨੂੰ ਆਉਂਦੀ ਨਹੀਂ ਸੀ। ਉਸ ਨੇ ਅਰਜ਼ੀ ਵਿਚ 'ਫਾਈਨ' ਦੀ ਜਗਾਹ ਅੰਗਰੇਜ਼ੀ ਦੇ ਅੱਖਰਾਂ ਵਿਚ 'ਜ਼ੁਰਮਾਨਾ' ਹੀ ਲਿਖ ਦਿੱਤਾ। ਜਦ ਭੈਣ ਜੀ ਨੇ ਅਰਜ਼ੀ 'ਤੇ ਅੰਗਰੇਜ਼ੀ ਦੇ ਅੱਖਰਾਂ ਵਿਚ 'ਜੁਰਮਾਨਾ' ਪੜ੍ਹਿਆ ਤਾਂ ਉਸ ਨੇ ਹਰਪਾਲ ਦੀ ਇਹ ਅਰਜ਼ੀ ਸਾਰੀ ਕਲਾਸ ਨੂੰ ਦਿਖਾਈ। ਹਰਪਾਲ ਬੇਹੇ ਪਾਣੀ ਵਿਚ ਹੀ ਬੈਠ ਗਿਆ। ਉਸ ਨੇ ਆਪਣੀ ਘੋਰ ਬੇਇਜ਼ਤੀ ਮਹਿਸੂਸ ਕੀਤੀ ਅਤੇ ਮੈਡਮ ਤੋਂ ਬਦਲਾ ਲੈਣ ਦੀ ਠਾਣ ਲਈ।

ਅਗਲੇ ਦਿਨ ਉਸ ਨੇ ਆਪਣੇ ਅੱਧੋਰਾਣੇ ਸਾਈਕਲ ਦੇ ਬਰੇਕ ਖੋਲ੍ਹ ਲਏ ਅਤੇ ਬੱਸ ਤੋਂ ਉਤਰਕੇ ਸਕੂਲ ਆ ਰਹੀ ਮੈਡਮ ਦੇ ਵਿਚ ਸਾਈਕਲ ਆ ਠੋਕਿਆ। ਚਿੱਕੜ ਭਰੀ ਸੜਕ ਤੇ ਪਈ ਮੈਡਮ ਦਰਦ ਹੋਣ ਵਾਲੇ ਕੱਟਰੂ ਵਾਂਗ ਧੁਰਲੀਆਂ ਜਿਹੀਆਂ ਮਾਰੀ ਜਾਂਦੀ ਸੀ। ਸਕੂਲ ਦੇ ਮੁੰਡਿਆਂ ਅਤੇ ਮਾਸਟਰਾਂ ਨੇ ਆ ਕੇ ਅੰਗਰੇਜੀ ਵਾਲੀ ਮੈਡਮ ਨੂੰ ਆ ਕੇ ਚੁੱਕਿਆ। ਕਿਸੇ ਮਾਸਟਰ ਦੀ ਘਰਵਾਲੀ ਦੇ ਕੱਪੜੇ ਮੰਗਵਾ ਕੇ ਉਸ ਦੇ ਪੁਆਏ ਅਤੇ ਹਰਪਾਲ ਦਾ ਸਰਟੀਫਿਕੇਟ ਕੱਟ ਕੇ ਉਸ ਨੂੰ ਸਕੂਲ ਵਿਚੋਂ ਦਫ਼ਾ ਕਰ ਦਿੱਤਾ।

ਕਿਸੇ ਨਾ ਕਿਸੇ ਤਰੀਕੇ ਨਾਲ ਹਰਪਾਲ ਮਿੰਨਤ-ਤਰਲੇ ਅਤੇ ਸਿਫ਼ਾਰਸ਼ ਨਾਲ ਤੀਜੇ ਸਕੂਲ ਆ ਲੱਗਿਆ। ਇੱਥੇ ਆ ਕੇ ਤਾਂ ਉਸ ਨੇ ਸ਼ਰਮ-ਹਯਾ ਦੇ ਪਰਦੇ ਹੀ ਚੁੱਕ ਦਿੱਤੇ। ਇੱਥੇ ਆ ਕੇ ਉਸ ਨੇ ਇਕ 'ਮੋਗੇ ਦੀ ਮੈਡਮ' ਛੇੜ ਲਈ। ਰੌਲਾ ਪੈ ਗਿਆ। ਧੂੰਆਂ ਰੋਲ ਹੋ ਗਿਆ। ਹਰਪਾਲ ਦੇ ਵਾਹਵਾ ਕੁੱਟ-ਕੁਟਾਪਾ ਹੋਇਆ। ਜਦੋਂ ਹਰਪਾਲ ਨੂੰ ਸਕੂਲੋਂ ਕੱਢਣ ਦੀ ਗੱਲ ਚੱਲੀ ਤਾਂ ਸਾਰੇ ਮੁੰਡੇ ਹਰਪਾਲ ਦੇ ਹੱਕ ਵਿਚ ਖੜ੍ਹ ਗਏ। ਕਿਉਂਕਿ 'ਮੋਗੇ ਵਾਲੀ ਮੈਡਮ' ਤੋਂ ਸਾਰੇ ਮੁੰਡੇ ਹੀ ਖਾਰ ਖਾਂਦੇ ਸਨ। ਹਰਪਾਲ ਸਕੂਲੋਂ ਨਿਕਲਣੋਂ ਤਾਂ ਬਚ ਗਿਆ। ਪਰ ਸਕੂਲ ਦੇ ਸਾਰੇ ਸਟਾਫ਼ ਨੇ ਉਸ ਦਾ ਬਾਈਕਾਟ ਕਰ ਦਿੱਤਾ। ਕੋਈ ਅਧਿਆਪਕ, ਅਧਿਆਪਕਾ ਉਸ ਨੂੰ ਨਾ ਬੁਲਾਉਂਦੀ। ਕੋਈ ਪੜ੍ਹਨ ਲਈ ਨਾ ਕਹਿੰਦਾ। ਹਰਪਾਲ ਬੜੀ ਟੌਹਰ ਨਾਲ ਸਕੂਲ ਆਉਂਦਾ ਅਤੇ ਬੜੀ ਮਜਾਜ਼ ਨਾਲ ਵਾਪਿਸ ਚਲਾ ਜਾਂਦਾ।

ਬੋਰਡ ਦੇ ਪੇਪਰਾਂ ਤੋਂ ਪਹਿਲਾ ਨੌਂਵੀਂ ਕਲਾਸ ਨੇ ਫੀਸਟ ਦਿੱਤੀ। ਜਦੋਂ ਕਲਾਸ-ਫੋਟੋ ਹੋਣ ਲੱਗੀ ਤਾਂ ਰੌਲਾ ਫਿਰ ਹਿੱਲ ਪਿਆ।

ਮਾਸਟਰਨੀਆਂ ਕਹਿ ਰਹੀਆਂ ਸਨ ਕਿ ਜੇ ਹਰਪਾਲ ਫੋਟੋ ਲਈ ਕਲਾਸ ਵਿਚ ਖੜ੍ਹੇਗਾ ਤਾਂ ਅਸੀਂ ਫੋਟੋ ਨਹੀਂ ਕਰਵਾਂਵਾਂਗੀਆਂ। ਇਸ ਦੇ ਬਿਲਕੁਲ ਉਲਟ ਦਸਵੀਂ ਕਲਾਸ ਦੇ ਲੜਕੇ ਕਹਿ ਰਹੇ ਸਨ ਕਿ ਜੇ ਹਰਪਾਲ ਕਲਾਸ ਵਿਚ ਖੜ੍ਹਕੇ ਫੋਟੋ ਨਹੀਂ ਖਿੱਚਵਾਵੇਗਾ ਤਾਂ ਸਾਰੇ ਲੜਕੇ ਹੀ ਫੋਟੋ ਨਹੀਂ ਖਿੱਚਵਾਉਣਗੇ।

ਕਾਫੀ ਦੇਰ ਘੈਂਸ - ਘੈਂਸ ਚਲਦੀ ਰਹੀ।

ਹੈਡਮਾਸਟਰ ਦੇ ਦਖਲ ਦੇਣ ਤੇ ਫੈਸਲਾ ਇਹ ਹੋਇਆ ਕਿ 'ਮੋਗੇ ਵਾਲੀ ਮੈਡਮ' ਅਤੇ ਹਰਪਾਲ ਦੋਨੋਂ ਹੀ ਫ਼ੋਟੋ ਕਰਵਾਉਣ ਲਈ ਕਲਾਸ ਵਿਚ ਨਹੀਂ ਖੜ੍ਹਨਗੇ। ਸਾਂਝਾ ਫੈਸਲਾ ਸਰਬ-ਸੰਮਤੀ ਨਾਲ ਮਨਜ਼ੂਰ ਕਰ ਲਿਆ ਗਿਆ ਅਤੇ ਸੁੱਖ ਸਾਂਦ ਨਾਲ ਫ਼ੋਟੋ ਹੋ ਗਈ।

ਫਿਰ ਹਰਪਾਲ ਦਸਵੀਂ ਪਾਸ ਕਰਨ ਤੋਂ ਬਾਅਦ ਡੀ.ਐਮ. ਕਾਲਿਜ ਮੋਗੇ ਆ ਲੱਗਿਆ ਸੀ। ਜਮਾਂਦਰੂ ਲਫੈਂਡਪੁਣਾ ਉਸ ਦਾ ਇੱਥੇ ਵੀ ਉਸੀ ਤਰ੍ਹਾਂ ਹੀ ਜਾਰੀ ਸੀ। ਇਸ ਲਈ ਹਰਪਾਲ ਦਾ ਬਾਪੂ ਸੰਤੂ ਉਸ ਤੋਂ ਅੱਕਿਆ ਹੀ ਰਹਿੰਦਾ ਸੀ।

****

ਇਸ ਵਾਰ ਗਿਆਨੀ ਪੂਰਨ ਸਿੰਘ ਵਿਸਾਖੀ 'ਤੇ ਤੀਹਵੀਂ ਵਾਰ ਜੱਥਾ ਲੈ ਕੇ ਜਾ ਰਿਹਾ ਸੀ। ਉਹ ਕੁਝ ਹਮਾਇਤੀਆਂ ਨਾਲ ਘਰ-ਘਰ ਫਿਰਦਾ ਸੀ।

- "ਉਏ ਸੰਤੂ!" ਗਿਆਨੀ ਦੇ ਹਮਾਇਤੀ ਨੇ ਅਵਾਜ਼ ਮਾਰੀ। ਚਾਹੇ ਸੰਤੂ ਅੰਮ੍ਰਿਤਪਾਨ ਕਰਕੇ 'ਸੰਤਾ ਸਿੰਘ' ਬਣ ਗਿਆ ਸੀ। ਪਰ ਪਿੰਡ ਵਾਲੇ ਸਾਰੇ ਉਸ ਨੂੰ ਅਜੇ ਵੀ 'ਸੰਤੂ' ਕਹਿ ਕੇ ਹੀ ਪੁਕਾਰਦੇ।

- "ਹੁਕਮ ਗਿਆਨੀ ਜੀ?" ਸੰਤੂ ਨੇ ਪੱਲਾ ਗਲ ਵਿਚ ਪਾ ਲਿਆ।

- "ਐਤਕੀ ਵਿਸਾਖੀ ਤੇ ਅੰਮ੍ਰਿਤਸਰ ਬੜੇ ਮਹਾਂਪੁਰਸ਼ ਦਰਸ਼ਣ ਦੇ ਰਹੇ ਐ - ਆਪਾਂ ਜਿੱਡਾ ਵੀ ਵੱਡਾ ਜੱਥਾ ਬਣ ਸਕੇ - ਓਡਾ ਵੱਡਾ ਈ ਜੱਥਾ ਲੈ ਕੇ ਜਾਣੈਂ।"

- "ਜਰੂਰ ਚੱਲਾਂਗੇ ਜੀ।"

- "ਇਕ ਘਰ 'ਚੋਂ ਘੱਟੋ ਘੱਟ ਇਕ ਬੰਦਾ ਜਰੂਰ ਜੱਥੇ ਨਾਲ ਜਾਵੇ -ਟਰੱਕ ਅਸੀਂ ਗੁਲਵੰਤ ਕਾ ਆਖ ਆਂਦੈ - ਅਸੀਂ ਨਗਿੰਦਰ ਸਿਉਂ ਕੇ ਮੁਖਤਿਆਰ ਫੌਜੀ ਨੂੰ ਆਖਣ ਚੱਲੇ ਐਂ - ਆਥਣੇ ਗੁਰਦੁਆਰਿਓਂ ਸਪੀਕਰ ਵਿਚ ਵੀ ਬੋਲ ਦਿਆਂਗੇ - ਤੁਸੀਂ ਕਰਮਜੀਤ ਹੋਰਾਂ ਨੂੰ ਲੈ ਕੇ ਸਵੇਰੇ ਰਸਦ 'ਕੱਠੀ ਕਰ ਲਿਓ।"

- "ਸਤਿ ਬਚਨ ਜੀ।"

ਗਿਆਨੀ ਹੁਰੀਂ ਤੁਰ ਗਏ।

13 ਅਪ੍ਰੈਲ 1978 ਦੀ ਵਿਸਾਖੀ ਦਾ ਦਿਹਾੜਾ ਵੀ ਆ ਗਿਆ। ਵਿਸਾਖੀ ਦਿਹਾੜੇ 'ਤੇ ਸ੍ਰੀ ਦਰਬਾਰ ਸਾਹਿਬ ਦੇ ਇਰਦ ਗਿਰਦ ਬੜੀ ਰੌਣਕ ਸੀ। ਹਜ਼ਾਰਾਂ ਦੀ ਗਿਣਤੀ ਵਿਚ ਸ਼ਰਧਾਲੂ ਸੰਗਤਾਂ ਦਰਬਾਰ ਸਾਹਿਬ ਪਹੁੰਚੀਆਂ ਸਨ। ਦਰਸ਼ਣੀ ਡਿਊਢੀ ਤੋਂ ਪ੍ਰਕਰਮਾਂ ਤੱਕ ਤਿਲ ਸੁੱਟਣ ਲਈ ਵੀ ਜਗਾਹ ਨਹੀਂ ਸੀ। ਬੇਥਾਹ ਦੁਨੀਆਂ ਪਵਿੱਤਰ ਅੰਮ੍ਰਿਤ ਸਰੋਵਰ ਵਿਚ ਇਸ਼ਨਾਨ ਕਰਕੇ ਆਪਣੇ ਪਾਪ ਧੋ ਰਹੀ ਸੀ।

ਮੰਜੀ ਸਾਹਿਬ ਦੀਵਾਨ ਹਾਲ ਵਿਚ ਬੜਾ ਭਾਰੀ ਦੀਵਾਨ ਸਜਿਆ ਹੋਇਆ ਸੀ। ਜੋਸ਼ੀਲੀਆਂ ਵਾਰਾਂ ਦੀ ਲੜੀ ਲੱਗੀ ਹੋਈ ਸੀ। ਅਣਗਿਣਤ ਸੰਗਤਾਂ ਮੰਤਰ-ਮੁਘਧ ਹੋ ਕੇ ਸਰਵਣ ਕਰ ਰਹੀਆਂ ਸਨ।

ਅਚਾਨਕ ਇਕ ਮਨਹੂਸ ਖਬਰ ਪੁੱਜੀ।

ਸੰਗਤਾਂ ਦੀ ਬਿਰਤੀ ਟੁੱਟ ਗਈ।

ਸ਼ਰਧਾਲੂਆਂ ਵਿਚ ਭੂਚਾਲ ਆ ਗਿਆ।

ਰੇਲਵੇ ਕਾਲੋਨੀ ਵਿਖੇ ਨਿਰੰਕਾਰੀਆਂ ਵੱਲੋਂ ਇਕ ਵਿਸ਼ਾਲ ਜਲੂਸ ਕੱਢਿਆ ਜਾ ਰਿਹਾ ਸੀ। ਜਲੂਸ ਵਿਚ ਸ਼ਾਮਲ ਲੋਕਾਂ ਵੱਲੋਂ ਸਿੱਖ ਧਰਮ ਵਿਰੁੱਧ ਪ੍ਰਚਾਰ ਕੀਤਾ ਜਾ ਰਿਹਾ ਹੈ ਅਤੇ ਸਿੱਖੀ ਖਿਲਾਫ਼ ਊਲ ਜਲੂਲ, ਬਚਨ ਬਿਲਾਸ ਬੋਲੇ ਜਾ ਰਹੇ ਹਨ। ਇਹ ਹਿੰਮਤ ਨਹੀਂ ਹਿਮਾਕਤ ਵੀ ਸੀ।

ਜੋਸ਼ੀਲੇ ਸਿੰਘਾਂ ਦਾ ਖ਼ੂਨ ਖੌਲ ਉਠਿਆ।

ਉਹਨਾਂ ਤੁਰੰਤ ਹਥਿਆਰ ਸੂਤ ਲਏ।

ਪਰ ਕੁਝ ਸ਼ਾਂਤ-ਸੁਭਾਅ ਮਹਾਂਪੁਰਸ਼ਾਂ ਨੇ ਗੱਲ ਆਪਣੇ ਹੱਥ ਵਿਚ ਲੈ ਲਈ।

ਤੱਤੇ ਖ਼ੂਨ ਵਾਲੇ ਸਿੰਘਾਂ ਨੂੰ ਸਮਝਾ ਬੁਝਾਅ ਕੇ ਗੱਲ ਸ਼ਾਂਤਮਈ ਢੰਗ ਨਾਲ ਨਿਪਟਣ ਦਾ ਫੈਸਲਾ ਕੀਤਾ ਗਿਆ। ਫੈਸਲਾ ਸਰਬ ਸੰਮਤੀ ਨਾਲ ਹੀ ਮੰਨ ਲਿਆ ਗਿਆ। ਅਰਦਾਸਾ ਸੋਧ ਕੇ ਦਸ ਸਿੰਘਾਂ ਦੀ ਅਗਵਾਈ ਹੇਠ ਡੇੜ ਸੌ ਦੇ ਕਰੀਬ ਸਿੰਘਾਂ ਨੇ ਰੇਲਵੇ ਕਾਲੋਨੀ ਵੱਲ ਕੂਚ ਕਰ ਦਿੱਤਾ। ਉਹ ਲੋਹਗੜ੍ਹ ਦਰਵਾਜੇ ਰਾਹੀਂ ਸ਼ਾਂਤਮਈ ਢੰਗ ਨਾਲ 'ਸਤਿਨਾਮ - ਵਾਹਿਗੁਰੂ' ਦਾ ਜਾਪ ਕਰਦੇ ਜਾ ਰਹੇ ਸਨ। ਗੁਰਮਖ ਸਿੰਘ ਦਾ ਲੜਕਾ ਗੁਰਜੀਤ ਸਿੰਘ ਖ਼ਾਲਸਾ ਵੀ ਇਸ ਜੱਥੇ ਵਿਚ ਸ਼ਾਮਲ ਸੀ। ਉਹ ਸਿਰਫ ਨਿਰੰਕਾਰੀਆਂ ਦੇ ਪ੍ਰਧਾਨ ਨੂੰ ਇਹ ਬੇਨਤੀ ਕਰਨ ਲਈ ਜਾ ਰਹੇ ਸਨ ਕਿ ਉਹ ਗੁਰੂ ਗ੍ਰੰਥ ਸਾਹਿਬ ਜੀ ਦੇ ਖਿਲਾਫ਼ ਪ੍ਰਚਾਰ ਬੰਦ ਕਰਨ ਅਤੇ ਸਿੱਖ ਕੌਮ ਦੇ ਹਿਰਦਿਆਂ ਨੂੰ ਠੇਸ ਪਹੁੰਚਾਉਣ ਤੋਂ ਗੁਰੇਜ਼ ਕਰਨ।

ਅਜੇ ਉਹ ਪੰਡਾਲ ਦੇ ਨੇੜੇ ਹੀ ਪੁੱਜੇ ਸਨ ਕਿ ਜੱਥੇ ਉਪਰ ਅੰਨ੍ਹੇਵਾਹ ਗੋਲੀ ਚੱਲਣੀ ਸ਼ੁਰੂ ਹੋ ਗਈ। ਭਗਦੜ ਮੱਚ ਗਈ। ਜੱਥੇ ਦੇ ਤੇਰਾਂ ਸਿੰਘ ਚੜ੍ਹਾਈ ਕਰ ਗਏ ਅਤੇ ਅਠੱਤਰ ਸਖਤ ਫੱਟੜ ਹੋ ਗਏ। ਲਹੂ ਦੀ ਨਹਿਰ ਵਗ ਪਈ ਸੀ।

ਇਹਨਾਂ ਮਰਨ ਵਾਲੇ ਤੇਰਾਂ ਸਿੰਘਾਂ ਵਿਚ ਗੁਰਜੀਤ ਸਿੰਘ ਖ਼ਾਲਸਾ ਵੀ ਸੀ। ਗੋਲੀ ਉਸ ਦੀ ਪੁੜਪੁੜੀ ਪਾੜ ਕੇ ਨਿਕਲ ਗਈ ਸੀ।

ਸਮੁੱਚੀ ਸਿੱਖ ਕੌਮ ਅੰਦਰ ਇਕ ਉਦਾਸੀ ਦੀ ਲਹਿਰ ਛਾ ਗਈ। ਲੋਕ ਇਸ ਕਾਂਡ ਦੀ ਤੁਲਨਾ ਤੇਰਾਂ ਅਪ੍ਰੈਲ 1919 ਜਲ੍ਹਿਆਂ ਵਾਲੇ ਬਾਗ ਦੇ ਸਾਕੇ ਨਾਲ ਕਰ ਰਹੇ ਸਨ। ਇਸ ਘਟਨਾ ਨਾਲ ਸਾਰਾ ਪੰਜਾਬ ਬੁਰੀ ਤਰ੍ਹਾਂ ਨਾਲ ਝੰਜੋੜਿਆਂ ਗਿਆ ਸੀ।

14 ਅਪ੍ਰੈਲ ਨੂੰ ਪੋਸਟ-ਮਾਰਟਮ ਤੋਂ ਬਾਅਦ ਲਾਅਸ਼ਾਂ ਗੁਰੂ ਰਾਮਦਾਸ ਨਿਵਾਸ ਵਿਚ ਰੱਖੀਆਂ ਗਈਆਂ ਅਤੇ 15 ਅਪ੍ਰੈਲ ਨੂੰ ਇਕ ਜਲੂਸ ਦੀ ਸ਼ਕਲ ਵਿਚ ਵਿਵੇਕਸਰ ਲਿਜਾ ਕੇ ਸਸਕਾਰ ਕੀਤਾ ਗਿਆ। ਇੱਥੇ ਪੁਲੀਸ ਨਾਲ ਹੋਈ ਮੁੱਠਭੇੜ ਵਿਚ ਵੀ ਇਕ ਸਿੰਘ ਦੀ ਜਾਨ ਚਲੀ ਗਈ। ਇੱਥੇ ਸਮੂਹ ਸਿੱਖ-ਜਥੇਬੰਦੀਆਂ ਤੋਂ ਇਲਾਵਾ ਸਿੱਖ-ਸੰਪਰਦਾਵਾਂ ਦੇ ਮੁਖੀ ਅਤੇ ਸੰਤ-ਮਹਾਤਮਾਂ ਵੀ ਪੁੱਜੇ ਹੋਏ ਸਨ।

ਗੁਰਜੀਤ ਦੀ ਮੌਤ ਦਾ ਗੁਰਮਖ ਸਿੰਘ ਨੇ ਰੱਤੀ ਭਰ ਵੀ ਦੁੱਖ ਨਾ ਮੰਨਿਆਂ।

- "ਗੁਰੂ ਦੀ ਅਮਾਨਤ ਸੀ - ਉਸੇ ਦੇ ਲੇਖੇ ਲੱਗ ਗਿਆ - ਮੈਂ ਫੋਕੇ ਦਾਅਵੇ ਕਾਹਨੂੰ ਕਰਾਂ?" ਗੁਰਮਖ ਸਿੰਘ ਨੇ ਆਖਿਆ ਸੀ। ਪਰ ਪਾਲੋ ਨੇ ਢਿੱਡ ਦੀ ਅੱਗ ਨੂੰ ਜਰੂਰ ਰੋ ਲਿਆ ਸੀ। ਫਿਰ ਵੀ ਜੁਆਨ ਪੁੱਤ ਦੀ ਮਾਂ ਸੀ। ਜੁਆਨ ਪੁੱਤ ਦਾ ਵਿਛੋੜਾ ਉਸ ਅੰਦਰ ਹੌਲ ਬਣ ਕੇ ਵੜ ਗਿਆ ਸੀ।

- "ਬੇਜੀ - ਕਾਹਤੋਂ ਦਿਲ ਹੌਲਾ ਕਰਦੇ ਓਂ?"

- "ਵੇ ਪੁੱਤ ਹਰਦੀਪ - ਤੈਨੂੰ ਮਾਂ ਦੇ ਹੇਰਵੇ ਦਾ ਕੀ ਪਤੈ ਸ਼ੇਰਾ?"

- "ਮਾਂ ਸਮਾਂ ਆਉਣ ਦੇ ਜੇ ਇੱਕੀ ਦੀ ਕੱਤੀ ਨਾ ਪਾਈ - ਦਸਵੇਂ ਗੁਰੂ ਦਾ ਸਿੰਘ ਨਾ ਜਾਣੀਂ -।" ਗੁਰਜੀਤ ਤੋਂ ਛੋਟਾ ਹਰਦੀਪ ਸਿਰਲੱਥ ਯੋਧਾ ਬਣਿਆ ਖੜ੍ਹਾ ਸੀ।

- "......।" ਬੇਜੀ 'ਬੁੱਸ ਬੁੱਸ' ਕਰੀ ਜਾ ਰਹੀ ਸੀ।

- "ਬੇਜੀ - ਅਸੀਂ ਓਸ ਪਿਤਾ ਦੇ ਪੁੱਤਰ ਹਾਂ - ਜਿਸ ਨੇ ਸਤਾਰਾਂ ਜੰਗਾਂ ਲੜੀਆਂ - ਪਰ ਕਦੇ ਹਾਰ ਨਹੀਂ ਖਾਧੀ - ਚਾਰ ਪੁੱਤਰ ਵਾਰੇ - ਪਰ ਉਦਾਸੀ ਮੁੱਖ ਤੇ ਨਹੀਂ ਲਿਆਂਦੀ - ਮਾਛੀਵਾੜੇ ਦੇ ਜੰਗਲਾਂ ਵਿਚ ਇੱਟ ਦਾ ਸਿਰਹਾਣਾ ਲਾ ਕੇ ਵਕਤ ਗੁਜ਼ਾਰਿਆ - ਪਰ ਫਿਰ ਵੀ ਅਕਾਲ ਪੁਰਖ ਦਾ ਸ਼ੁਕਰਾਨਾ ਅਦਾ ਕੀਤਾ - ਤੇ ਹਮੇਸ਼ਾਂ ਚੜ੍ਹਦੀਆਂ ਕਲਾਂ ਵਿਚ ਵਿਚਰੇ।"

- "ਵੇ ਸ਼ੇਰਾ ਉਹ ਤਾਂ ਪੂਰਨ ਸਮਰੱਥ ਗੁਰੂ ਸੀ - ਅਸੀਂ ਤਾ ਕਲਯੁਗੀ ਕੀੜੇ ਹਾਂ।"

- "ਤਾਂ ਹੀਂ ਤਾਂ ਕੰਡਾ ਵੱਜੇ ਤੋਂ ਚੀਕ ਉਠਦੇ ਹਾਂ - ਬੇਜੀ ਇਕ ਗੱਲ ਜਰੂਰ ਕਹੂੰਗਾ -ਮਰਿਆਂ ਪਿਆਂ ਨੂੰ ਤਾਂ ਸੰਗਤ ਚੁੱਕੇ ਚਾਹੇ ਪੁਲੀਸ ਚੁੱਕੇ - ਪਰ ਜਿਹੜਾ

ਪੰਥ ਦੋਖੀ ਹੁਣ ਮੂਹਰੇ ਆ ਗਿਆ - ਉਹਨੂੰ ਵੀ ਟਰੱਕ 'ਤੇ ਲੱਦ ਕੇ ਲੈ ਕੇ ਜਾਣਗੇ - ਤੁਰ ਕੇ ਫਿਰ ਉਹ ਵੀ ਨਹੀਂ ਜਾਂਦਾ - ਵਾਧਾ ਕਿਸੇ ਤੇ ਕਰਨਾ ਨਹੀਂ - ਧੱਕਾ ਕਿਸੇ ਨਾਲ ਕਰਨਾ ਨਹੀਂ - ਪਰ ਜੇ ਕਿਸੇ ਨੇ ਹੁਣ ਸਿੱਖੀ ਨੂੰ ਵੰਗਾਰਿਆ - ਉਹਦੀਆਂ ਢੇਰੀਆਂ ਜਰੂਰ ਲਾਵਾਂਗੇ।" ਹਰਦੀਪ ਜੋਸ਼ ਵਿਚ ਚੰਗਿਆੜੇ ਛੱਡੀ ਜਾ ਰਿਹਾ ਸੀ।

- ".......।" ਮਾਂ ਕੁਛ ਕੁ ਜਲਾਲ ਫੜ ਗਈ।

- "ਬੇਜੀ ਮੇਰੀਏ! ਗੁਰੂ ਜੀ ਦੇ ਨਿੱਕੇ ਨਿੱਕੇ ਸਾਹਿਬਜ਼ਾਦਿਆਂ ਨੇ ਹੱਸ ਕੇ ਜਾਨਾਂ ਤਾਂ ਕੁਰਬਾਨ ਕਰ ਦਿੱਤੀਆਂ - ਪਰ ਔਰੰਗੇ ਅੱਗੇ ਗੋਡੇ ਨਹੀਂ ਟੇਕੇ - ਇਸੇ ਲਈ ਸਰਬ ਲੋਹ ਗਰੰਥ ਵਿਚ ਆਖਿਐ: ਖਾਲਸਾ ਅਕਾਲ ਪੁਰਖ ਕੀ ਫੌਜ॥ ਪ੍ਰਗਟਯੋ ਖਾਲਸਾ ਪ੍ਰਮਾਤਮ ਕੀ ਮੌਜ॥ ਇਸ ਦੇ ਨਾਲ ਹੀ ਬਚਿੱਤਰ ਨਾਟਕ - ਪਾਤਸ਼ਾਹੀ ਦਸਵੀਂ 'ਚ ਲਿਖਿਐ: ਧਰਮ ਚਲਾਵਨ ਸੰਤ ਉਬਾਰਨ॥ ਦੁਸ਼ਟ ਸਭਨ ਕੋ ਮੂਲ ਉਪਾਰਨ॥"

- "......।"

- "ਤੂੰ ਮਾਂ ਮੇਰੀਏ! ਬਣ ਮਾਈ ਭਾਗੋ - ਤੇ ਹੌਂਸਲੇ 'ਚ ਹੋ - ਗੁਰੂ ਕਿਰਪਾ ਕਰਨ ਕਦੇ ਸਮਾਂ ਆਉਣ ਦੇਹ - ਗੁਰੂ ਦੀ ਕਿਰਪਾ ਨਾਲ ਹੱਕ ਲਵਾਂਗੇ ਤੇ ਹੱਕ ਜਰੂਰ ਲਵਾਂਗੇ।"

- "........।"

- "ਬੇਜੀ - ਹੁਣ ਮੈਨੂੰ ਦਿਓ ਇਜ਼ਾਜ਼ਤ - ਦੇਰ ਹੁੰਦੀ ਐ।" ਤੇ ਹਰਦੀਪ 'ਫ਼ਤਹਿ' ਬੁਲਾ ਕੇ ਤੁਰ ਗਿਆ।

ਮਾਂ ਉਵੇਂ ਹੀ ਸੋਗ ਵਿਚ ਡੁੱਬੀ ਬੈਠੀ ਸੀ।

****

ਇਸ ਨਿਰੰਕਾਰੀ ਕਾਂਡ ਨੇ ਜਿੱਥੇ ਸਿੱਖ ਹਿਰਦਿਆਂ ਨੂੰ ਵਲੂੰਧਰਿਆ ਸੀ, ਉਥੇ ਕਾਲਜਾਂ ਵਿਚ ਪੜ੍ਹਦੇ ਨੌਜਵਾਨਾਂ ਨੂੰ ਵੀ ਇਹ ਸੋਚਣ ਲਈ ਮਜ਼ਬੂਰ ਕਰ ਦਿੱਤਾ ਸੀ ਕਿ ਕੀ ਸਿੱਖੀ ਦੀ ਹੋਂਦ ਬਰਕਰਾਰ ਰਹਿ ਸਕੇਗੀ? ਸਿੱਖੀ ਦੀਆਂ ਜੜ੍ਹਾਂ

ਕਿੰਨੀਆਂ ਕੁ ਡੂੰਘੀਆਂ ਹਨ? ਸਿੱਖ ਧਰਮ ਨੂੰ ਕਿਸ ਪੱਖੋਂ ਖਤਰਾ ਹੈ? ਸਿੱਖੀ ਅੱਜ ਕਿਤਨੀ ਕੁ ਮਹਿਫੂਜ਼ ਹੈ? ਸਾਡੇ ਪੰਥ ਪ੍ਰਤੀ ਕੀ ਕੀ ਫ਼ਰਜ਼ ਹਨ?

ਵੱਖ ਵੱਖ ਕਾਲਜਾਂ ਵਿਚ ਵੱਖੋ ਵੱਖ ਜੱਥੇਬੰਦੀਆਂ ਬਣਨੀਆਂ ਸ਼ੁਰੂ ਹੋ ਗਈਆਂ। ਕਾਰਕੁੰਨਾਂ ਦੀ ਭਰਤੀ ਜੰਗੀ ਪੱਧਰ ਤੇ ਕੀਤੀ ਜਾਣ ਲੱਗ ਪਈ।

- "ਜਬੈ ਬਾਣ ਲਾਗਿਓ।। ਤਬੈ ਰੋਸੁ ਜਾਗਿਓ।।" ਅਨੁਸਾਰ ਹਜਾਰਾਂ ਸਿਰਲੱਥ ਵਿਦਿਆਰਥੀ ਮੈਦਾਨੇ - ਜੰਗ ਵਿਚ ਨਿੱਤਰਨ ਲਈ ਤਿਆਰ ਹੋ ਗਏ। ਜਾਨਾਂ ਤਲੀ 'ਤੇ ਧਰ ਲਈਆਂ।

- "ਜੇ ਜੀਵੈ ਪਤਿ ਲੱਥੀ ਜਾਇ।। ਸਭੁ ਹਰਾਮੁ ਜੇਤਾ ਕਿਛੁ ਖਾਇ।।" ਦੇ ਮਹਾਂਵਾਕਿ ਮੁਤਾਬਿਕ ਅਣਗਿਣਤ ਨੌਜਵਾਨ ਪੜ੍ਹਾਈ ਨੂੰ ਲੱਤ ਮਾਰ ਰਣ-ਖੇਤਰ ਵਿਚ ਕੁੱਦ ਪਏ।

ਘਰ ਨੂੰ ਹਮੇਸ਼ਾਂ ਲਈ 'ਫ਼ਤਹਿ' ਬੁਲਾ ਕੇ ਸਿੱਖੀ ਲਈ ਕੁਝ ਕਰਨ ਜਾਂ ਮਰਨ ਦਾ ਪ੍ਰਣ ਕਰ ਲਿਆ। ਅਯਾਸ਼ ਜ਼ਿੰਦਗੀ, ਸੰਘਰਸ਼ ਭਰੇ ਜੀਵਨ 'ਚੋਂ ਮਨਫ਼ੀ ਕਰ ਦਿੱਤੀ। ਨਸ਼ਿਆਂ ਦਾ ਤਿਆਗ ਕਰ ਕੇ ਦਾਹੜੀਆਂ ਵਧਾ ਲਈਆਂ ਅਤੇ ਫਿਲਮੀ ਗੀਤ ਸੁਣਨੇ ਬੰਦ ਕਰਕੇ, ਗੁਰੂ ਦੇ ਗੁਣ ਗਾਉਣੇ ਸ਼ੁਰੂ ਕਰ ਦਿੱਤੇ।

ਜਿਵੇਂ ਜਿਵੇਂ ਕਾਲਜਾਂ ਵਿਚ ਵੱਖੋ ਵੱਖ ਜੱਥੇਬੰਦੀਆਂ ਦਾ ਬੋਲ ਬਾਲਾ ਹੋਣ ਲੱਗ ਪਿਆ। ਤਿਵੇਂ ਤਿਵੇਂ ਗੌਰਮਿੰਟ ਵੀ ਸੁਚੇਤ ਹੋ ਗਈ। ਪੁਲੀਸ ਨੂੰ ਖੁੱਲ੍ਹੇ ਡੁੱਲ੍ਹੇ ਅਧਿਕਾਰ ਮਿਲਣ ਲੱਗ ਪਏ। ਬੜੇ ਹੀ ਆਧੁਨਿਕ ਹਥਿਆਰ ਪੁਲੀਸ ਨੂੰ ਮੁਹੱਈਆਂ ਕਰ ਦਿੱਤੇ ਗਏ।

ਕਾਲਿਜਾਂ ਦੇ ਮੁੰਡਿਆਂ ਨੇ ਵੀ ਸਿੱਧੇ ਅਤੇ ਅਸਿੱਧੇ ਤਰੀਕੇ ਨਾਲ ਹਥਿਆਰ ਇਕੱਠੇ ਕਰਨ 'ਤੇ ਜੋਰ ਦੇ ਦਿੱਤਾ। ਜੱਥੇਬੰਦੀਆਂ ਦੀਆਂ ਜੜ੍ਹਾਂ ਬਾਹਰ ਨੂੰ ਪਸਾਰਨੀਆਂ ਸ਼ੁਰੂ ਕਰ ਦਿੱਤੀਆਂ।

ਨਿਰੰਕਾਰੀ ਕਾਂਡ ਤੋਂ ਅਤੀਅੰਤ ਦੁਖੀ ਅਤੇ ਨਿਰਾਸ਼ ਹੋਏ ਪ੍ਰਵਾਸੀ ਸਿੱਖਾਂ ਨੇ ਜੱਥੇਬੰਦੀਆਂ ਨੂੰ ਭਰਪੂਰ ਹੁੰਗਾਰਾ ਦੇਣਾ ਸ਼ੁਰੂ ਕਰ ਦਿੱਤਾ। ਆਰਥਿਕ ਪੱਖੋਂ ਮੱਦਦ ਦੇਣ ਦੇ ਕੜੱਲ ਕੱਢ ਦਿੱਤੇ। ਬਾਹਰੋਂ ਅਥਾਹ ਆਰਥਿਕ ਮੱਦਦ ਮਿਲਣ ਕਾਰਨ ਚੋਰੀ ਬਾਰਡਰਾਂ ਤੋਂ ਆਧੁਨਿਕ ਹਥਿਆਰਾਂ ਦੀ ਸਪਲਾਈ ਸ਼ੂਰੂ ਹੋ ਗਈ। ਕੁਝ ਕੁ ਬਾਹਰ ਵਸਦੇ ਪੰਥ-ਦਰਦੀ ਮੁੰਡੇ ਵਿਦੇਸ਼ਾਂ ਦੀ ਐਸ਼ ਭਰੀ ਜਿੰਦਗੀ ਨੂੰ ਲੱਤ

ਮਾਰ ਕੇ ਨੰਗੀ ਹਿੱਕ ਸੰਘਰਸ਼ ਨਾਲ ਆ ਰਲੇ। ਪੰਜਾਬ ਅੰਦਰ ਦਿਲ-ਕੰਬਾਊ ਵਾਰਦਾਤਾਂ ਸ਼ੁਰੂ ਹੋ ਗਈਆਂ।

ਖੱਟੇ ਮੋਟਰਸਾਈਕਲਾਂ ਵਾਲੇ ਨੌਜਵਾਨ ਭੂਤ ਵਾਂਗ ਕਿੱਧਰੋਂ ਆਉਂਦੇ? ਅਤੇ ਵਾਰਦਾਤ ਕਰਕੇ ਕਿੱਧਰ ਖਿਸਕ ਜਾਂਦੇ? ਇਹ ਇਕ ਰਹੱਸ ਬਣਿਆਂ ਹੋਇਆ ਸੀ?

ਕੀ ਦੋਸ਼ੀ ਅਤੇ ਕੀ ਨਿਰਦੋਸ਼ ਮੁੰਡਿਆਂ ਦੀ ਫੜੋ ਫੜਾਈ ਜੋਰ ਫੜ ਗਈ। ਕੋਈ ਘਰੋਂ ਸੁੱਤਾ ਪਿਆ ਉਠਾ ਕੇ ਗ੍ਰਿਫਤਾਰ ਕਰ ਲਿਆ ਜਾਂਦਾ ਅਤੇ ਕੋਈ ਕਾਲਜ ਵਿਚੋਂ ਫੜ, ਨਰੜ ਕੇ ਟਰੱਕ ਵਿਚ ਸੁੱਟ ਲਿਆ ਜਾਂਦਾ। ਆਟੇ ਨਾਲ ਘੁਣ ਵੀ ਪੀਸਿਆ ਜਾ ਰਿਹਾ ਸੀ। ਸੋਹਣੇ ਸੁਨੱਖੇ ਨੌਜਵਾਨ ਮੁੰਡੇ ਕੁੱਟ ਕੁੱਟ ਕੇ ਨਿਕਾਰਾ ਕੀਤੇ ਜਾ ਰਹੇ ਸਨ।

ਕੋਈ ਦਲੀਲ, ਅਪੀਲ ਅਤੇ ਵਕੀਲ ਨੂੰ ਨਹੀਂ ਸੁਣਦਾ ਸੀ। ਪੁਲੀਸ ਸਿਰੋਂ ਸਰਦਾਰ ਸੀ। ਅੰਨ੍ਹੀ ਨੂੰ ਬੋਲੇ ਨੇ ਘੜੀਸਣਾ ਸ਼ੁਰੂ ਕਰ ਦਿੱਤਾ ਸੀ।

ਜੁਆਨ ਪੁੱਤਰਾਂ ਦੇ ਮਾਪੇ 'ਤਰਾਸ-ਤਰਾਸ' ਕਰ ਰਹੇ ਸਨ। ਪੰਜਾਬ ਵਿਚ ਜਿਵੇਂ ਕੋਈ 'ਦਿਉ' ਪੈਣ ਲੱਗ ਪਿਆ ਸੀ। ਪਤਾ ਨਹੀਂ ਕਦੋਂ, ਕਿਸ ਦੇ ਪੁੱਤ ਦੀ ਵਾਰੀ ਆ ਜਾਣੀ ਸੀ?

ਸੋਮਵਾਰ ਨੂੰ ਦੁਪਿਹਰੋਂ ਬਾਅਦ ਪੁਲਸ ਨੇ ਸੰਤੂ ਦਾ ਮੁੰਡਾ ਹਰਪਾਲ ਅਤੇ ਉਸ ਦੇ ਦੋ ਸਾਥੀਆਂ, ਬਿੱਟੀ ਅਤੇ ਕਿੱਟੀ ਨੂੰ ਕਾਲਜ ਦੇ ਮੂਹਰਿਓਂ ਚੁੱਕ ਲਿਆ। ਉਹਨਾਂ ਬਥੇਰੀ ਹਾਲ-ਦੁਹਾਈ ਪਾਈ। ਪਰ ਸੁਣਨੀ ਕਿਸ ਨੇ ਸੀ? ਪੁਲਸ ਮੁੰਡਿਆਂ ਦੀਆਂ ਮੁਸ਼ਕਾ ਬੰਨ੍ਹ ਕੇ, ਟਰੱਕ ਵਿਚ ਲੱਦ ਕੇ ਲੈ ਗਈ।

ਹਾਹਾਕਾਰ ਮੱਚ ਗਈ ਅਤੇ ਰੋਸ ਵਜੋਂ ਕਾਲਿਜ ਬੰਦ ਹੋ ਗਿਆ। ਕਾਲਜੀਏਟ ਸਾਥੀਆਂ ਨੇ ਉਹਨਾਂ ਦੇ ਘਰੇ ਖਬਰ ਕੀਤੀ ਅਤੇ ਰਿਪੋਰਟਾਂ ਤਿਆਰ ਕਰਕੇ ਵੱਖੋ-ਵੱਖ ਅਖਬਾਰਾਂ ਦੇ ਦਫਤਰਾਂ ਨੂੰ ਤੋਰ ਦਿੱਤੀਆਂ।

ਫੈਡਰੇਸ਼ਨ ਦੇ ਵਰਕਰਾਂ ਨੇ ਮੁੰਡਿਆਂ ਦੀ ਰਿਹਾਈ ਲਈ ਬੜੇ ਹੱਥ ਪੈਰ ਮਾਰੇ। ਪਰ ਸਭ ਵਿਅਰਥ। ਕਿਤੇ ਵੀ ਸੁਣਵਾਈ ਨਹੀਂ ਹੋਈ। ਨਿਰਾਸ਼ ਹੋਏ ਉਹ ਢੇਰੀ ਜਿਹੀ ਢਾਹ ਕੇ ਬੈਠ ਗਏ। ਜਦੋਂ ਸੰਤੂ ਨੂੰ ਹਰਪਾਲ ਦੀ ਗ੍ਰਿਫਤਾਰੀ ਦੀ ਖਬਰ ਹੋਈ ਤਾਂ ਉਸ ਦੇ ਹਰਾਸ ਹੀ ਮਾਰੇ ਗਏ। ਮੇਲੋ ਛਾਤੀ ਪਿੱਟ ਕੇ ਰਹਿ ਗਈ।

ਸੰਤੂ ਬਿਨਾਂ ਦੇਰ ਕੀਤਿਆਂ ਗਿਆਨੀ ਪੂਰਨ ਸਿੰਘ ਪਾਸ ਪੁੱਜਿਆ।

- "ਗਿਆਨੀ ਜੀ - ਆਪਾਂ ਤਾਂ ਜਮਾਂ ਈ ਪੱਟੇ ਗਏ - ਪੁਲਸ ਪਾਲੇ ਨੂੰ ਕਾਲਜ ਤੋਂ ਫੜ ਕੇ ਲੈ ਗਈ -।" ਸੰਤੂ ਗਿਆਨੀ ਕੋਲ ਰੋ ਪਿਆ।

- "ਕਿਉਂ - ਕਾਹਤੋਂ ਲੈ ਗਈ?" ਹੈਰਾਨਗੀ ਵਿਚ ਗਿਆਨੀ ਦਾ ਮੂੰਹ ਅੱਡਿਆ ਗਿਆ।

- "ਆਹੀ ਤਾਂ ਪਤਾ ਨਹੀਂ - ਕਾਲਜ ਦੇ ਮੁੰਡੇ ਦੱਸਦੇ ਐ ਬਈ ਪੁਲਸ ਦਾ ਭਰਿਆ ਟਰੱਕ ਆਇਆ ਤੇ ਤਿੰਨ ਮੁੰਡਿਆਂ ਨੂੰ ਲੱਦ ਕੇ ਤੁਰ ਗਿਆ।"

- "ਕੋਈ ਕਸੂਰ?"

- "ਪਤਾ ਨਹੀਂ ਗਿਆਨੀ ਜੀ - ਇਹ ਮੁੰਡਾ ਪਤਾ ਨਹੀਂ ਮੈਥੋਂ ਕਿਹੜੇ ਜਨਮ ਦੇ ਬਦਲੇ ਲੈਂਦੈ।"

ਸੰਤੂ ਰੋਈ ਜਾ ਰਿਹਾ ਸੀ।

- "ਤੂੰ ਘਾਬਰਦਾ ਕਾਹਤੋਂ ਐਂ? ਦਿਲ ਹੌਲਾ ਨਾ ਕਰ - ਗੁਰੂ 'ਤੇ ਭਰੋਸਾ ਰੱਖ - ਆਪਾਂ ਪੰਚਾਇਤ 'ਕੱਠੀ ਕਰਦੇ ਐਂ - ਚੱਲ ਸਰਪੈਂਚ ਕੋਲੇ ਚੱਲੀਏ - ਕਮਲ ਨਾ ਮਾਰ - ਦਿਲ ਰੱਖ।"

- "ਗਿਆਨੀ ਜੀ - ਚਾਹੇ ਆਬਦਾ ਖ਼ੂਨ ਨਹੀਂ - ਪਰ ਸਹੁਰੇ ਦਾ ਮੋਹ ਈ ਬਾਹਲਾ ਆਉਂਦੈ - ਕੀ ਕਰਾਂ? ਪੁਲਸ ਦਾ ਕੋਈ 'ਤਬਾਰ ਨਹੀਂ - ਕਿਤੇ ਊਂ ਨਾ ਜਾਹ ਜਾਂਦੀ ਕਰ ਦੇਣ?"

- "ਸੰਤੂ - ਘਬਰਾਉਣ ਨਾਲ ਕਦੇ ਕੋਈ ਕੰਮ ਨਹੀਂ ਸੰਵਰਿਆ - ਹੌਂਸਲਾ ਰੱਖ ਕੇ ਚੱਲੇਂਗਾ - ਤਾਂ ਕਿਸੇ ਤਣ ਪੱਤਣ ਲੱਗਾਂਗੇ - ਬੱਸ ਵੀ ਕਰ - ਬੰਦੇ ਨਹੀਂ ਰੋਂਦੇ ਹੁੰਦੇ ਭੈੜਿਆ - ਤੂੰ ਤਾਂ ਬੀਬੀਆਂ ਨਾਲੋਂ ਵੀ ਟੱਪ ਗਿਆ?"

ਉਹ ਸਰਪੰਚ ਵੱਲ ਨੂੰ ਹੋ ਤੁਰੇ।

ਦਿਨ ਛੁਪ ਗਿਆ ਸੀ।

ਹਨ੍ਹੇਰਾ ਗਰਦ ਵਾਗ ਧਰਤੀ 'ਤੇ ਵਿਛਦਾ ਜਾ ਰਿਹਾ ਸੀ।

- "ਸਰਪੈਂਚ ਸਾਹਿਬ ਘਰੇ ਈ ਓਂ?"

- "ਆਜੋ ਗਿਆਨੀ ਜੀ - ਲੰਘ ਆਓ?"

ਸਰਪੰਚ ਸੁੱਚੇ ਤਿੱਲੇ ਦੀ ਜੁੱਤੀ ਲਾਹ ਕੇ ਮੰਜੇ 'ਤੇ ਲੇਟ ਹੋਇਆ ਬੈਠਾ ਸੀ। ਲੱਗਦਾ ਸੀ ਉਸ ਨੇ 'ਰੂੜੀ ਮਾਰਕਾ' ਦੇ ਤਕੜੇ ਪੈਗ ਮਾਰੇ ਹੋਏ ਸਨ। ਜਿਸ ਕਰਕੇ ਗੜ੍ਹਕੇ ਨਾਲ ਗੱਲ ਕਰਦਾ ਸੀ। ਉਸ ਨੇ ਸਿਰ ਤੋਂ ਸਾਅਫ਼ਾ ਲਾਹ ਕੇ ਪਾਸੇ ਰੱਖਿਆ ਹੋਇਆ ਸੀ। ਬਿਜਲੀ ਦੇ ਚਾਨਣ ਵਿਚ ਅੱਧਗੰਜਾ ਸਿਰ ਪਰਾਂਤ ਵਾਂਗ ਲਿਸ਼ਕ ਰਿਹਾ ਸੀ ਅਤੇ ਸਿਆਲੂ ਰੁੱਤ ਦੇ ਗੰਢੇ ਵਰਗੀ ਜੂੜੀ ਸਿਰ ਦੇ ਵਿਚਕਾਰ ਅੱਠ ਖੇਲ੍ਹੀਆਂ ਕਰ ਰਹੀ ਸੀ।

- "ਕਿਵੇਂ ਕੁਵੇਲੇ ਦਰਸ਼ਨ ਦਿੱਤੇ?" ਉਸ ਨੇ ਪਾਸਾ ਮਾਰਿਆ ਤਾਂ ਮੰਜੇ ਦੀਆਂ ਚੂਲਾਂ ਨੇ ਦੁਹਾਈ ਮਚਾ ਦਿੱਤੀ।

- "ਕੀ ਦੱਸੀਏ ਸਰਪੈਂਚ ਸਾਹਬ? ਸੰਤੂ ਦੇ ਮੁੰਡੇ ਹਰਪਾਲ ਨੂੰ ਪੁਲਸ ਫੜ ਕੇ ਲੈ ਗਈ।" ਗਿਆਨੀ ਨੇ ਘੋਰ ਦੁੱਖ ਵਿਚ ਸਿਰ ਫੇਰਿਆ।

- "ਕਦੋਂ?" ਸਰਪੰਚ ਦੇ ਮੂੰਹ 'ਚੋਂ ਦਾਰੂ ਦੀ ਹਵਾੜ੍ਹ ਦਾ ਵਰੋਲਾ ਉਠਿਆ ਤਾਂ ਗਿਆਨੀ ਨੇ ਸਾਹ ਰੋਕ ਲਿਆ।

- "ਅੱਜ ਆਥਣੇ - ਕਾਲਜ ਤੋਂ ਈ ਫੜ ਕੇ ਲੈ ਗਏ - ਨਾਲ ਕਿਸੇ ਹੋਰ ਪਿੰਡ ਦੇ ਵੀ ਦੋ ਮੁੰਡੇ ਐ।"

- "ਕਿਸ ਕਾਰਨ ਕਰਕੇ?"

- "ਰੱਬ ਜਾਣੇ।"

- "ਕਿਹੜੇ ਠਾਣੇ ਲੈ ਕੇ ਗਏ ਐ?"

- "ਇਹ ਵੀ ਗੁਰੂ ਨੂੰ ਈ ਪਤੈ।"

- "ਫੇਰ ਇਹਦਾ ਕੀ ਹੱਲ ਐ?"

- "ਅੰਬਰਸਰ ਕਾਲਜ 'ਚੋਂ ਈ ਫੜੇ ਐ - ਮੈਨੂੰ ਮੈਦ ਐ ਅੰਬਰਸਰ ਪੁਲਸ ਕੋਲੇ ਈ ਹੋਣਗੇ ਜੀ।" ਸੰਤੂ ਕਾਹਲਾ ਪਿਆ ਹੋਇਆ ਸੀ।

- "ਇਹ ਕੋਈ ਜ਼ਰੂਰੀ ਨਹੀਂ - ਜਿਵੇਂ ਪੰਜਾਬ 'ਚ ਰਾਮ ਰੌਲਾ ਸ਼ੁਰੂ ਹੋਇਐ - ਪੁਲਸ ਦੀਆਂ ਵਾਗਾਂ ਗੌਰਮਿੰਟ ਨੇ ਢਿੱਲੀਆਂ ਛੱਡ ਰੱਖੀਐਂ - ਜਿਹੜੇ ਜਿਲ੍ਹੇ ਦੀ ਮਰਜ਼ੀ ਐ ਪੁਲਸ ਆ ਕੇ ਫੜ ਸਕਦੀ ਐ।"

- ".......।" ਉਹ ਨਿਰੁੱਤਰ ਹੋ ਗਏ।

- "ਤੁਸੀਂ ਇਉਂ ਕਰੋ - ਸਵੇਰੇ ਸਾਝਰੇ ਆਓ - ਤੜਕਿਓਂ ਸਾਰਾ ਪਤਾ ਕਰ ਲਵਾਂਗੇ।"

- "ਪਰ ਸਰਪੈਂਚ ਸਾਹਬ - ਰਾਤੋ ਰਾਤ ਤਾਂ ਪੁਲਸ ਆਲੇ ਕੱਢ ਦੇਣਗੇ ਮੁੰਡਿਆਂ ਦੀ ਧੁੱਕੀ - ਉਹ ਨਾ ਹੋਵੇ - ਤੁਰਨੋਂ ਵੀ ਆਹਰੀ ਕਰ ਦੇਣ।" ਸੰਤੂ ਦਾ ਦਿਲ ਨਹੀਂ ਟਿਕਦਾ ਸੀ।

- "ਇਉਂ ਖੇਡ ਐ? ਤੁਸੀਂ ਤੜਕਿਓਂ ਮੇਰੇ ਕੋਲ ਆਓ - ਸਿੱਧੇ ਈ ਡੀ. ਐਸ. ਪੀ. ਨੂੰ ਮਿਲ ਲਵਾਂਗੇ - ਫ਼ਿਕਰ ਨਾ ਕਰੋ - ਬੇਫਿਕਰ ਹੋ ਕੇ ਘਰ ਨੂੰ ਜਾਓ - ਮੁੰਡੇ ਨੂੰ ਤੱਤੀ ਵਾਅ ਨਹੀਂ ਲੱਗਣ ਦਿੰਦਾ।" ਉਸ ਨੇ ਸਣ ਵਰਗੀ ਮੁੱਛ ਨੂੰ ਰੱਸੀ ਵਾਂਗ ਵੱਟ ਦਿੱਤਾ। ਇਕ ਮੁੱਛ ਖੂੰਡੇ ਵਾਂਗ ਖੜ੍ਹ ਗਈ।

ਉਹ ਨਿਰਾਸ਼ ਅਤੇ ਦੁਖੀ ਜਿਹੇ ਮੁੜ ਆਏ।

- "ਦੱਸ - ਐਹੋ ਜਿਹੇ ਸਰਪੈਂਚ ਵੱਲੋਂ ਪਿੰਡ ਦਾ ਕੀ ਬੁੜਿਆ ਪਿਐ? ਕੋਈ ਜ਼ਿੰਮੇਦਾਰੀ ਨਹੀਂ - ਦਾਰੂ ਨਾਲ ਰੱਜਿਆ ਬੈਠੈ।" ਗਿਆਨੀ ਬੋਲਿਆ।

- "ਪੁਲਸ ਦਾ ਦੱਲਾ ਜਿਉਂ ਹੋਇਆ - ਉਧਰ ਜੁਆਕ ਪੁਲਸ ਨੇ ਅੰਦਰ ਤਾੜੇ ਵੇ ਐ - ਇਹ ਘਰੇ ਬੈਠਾ ਥਾਪੀਆਂ ਮਾਰੀ ਜਾਂਦੈ।"

- "ਤੂੰ ਘਰੇ ਚੱਲ - ਗੁਰਮੇਲ ਕੁਰ ਦਾ ਦਿਲ ਧਰਾ - ਵਾਹਿਗੁਰੂ ਭਲੀ ਕਰੂ- ਆਪਾਂ ਤੜਕੇ ਸਰਪੈਂਚ ਨੂੰ ਲੈ ਕੇ ਠਾਣੇ ਚੱਲਾਂਗੇ - ਚੱਲ ਤਾਂ ਆਪਾਂ 'ਕੱਲੇ ਵੀ ਵੜਦੇ - ਪਰ ਆਪਣੀ ਕਿਸੇ ਨੇ ਸੁਣਨੀ ਨਹੀਂ।" ਗਿਆਨੀ ਨੇ ਸੰਤੂ ਨੂੰ ਕਿਹਾ।

- "ਘਰੇ ਤਾਂ ਜਾ ਵੜਦੈਂ ਗਿਆਨੀ ਜੀ - ਪਰ ਕਿਹੜਾ ਸਹੁਰੀ ਟੇਕ ਆਉਣੀ ਐਂ।"

- "ਗੁਰੂ 'ਤੇ ਭਰੋਸਾ ਰੱਖ -।" ਤੇ ਉਹ ਘਰੋ ਘਰੀ ਤੁਰ ਗਏ।

ਸੰਤੂ ਘਰ ਗਿਆ ਤਾਂ ਮੇਲੋ ਅਤੇ ਕੁੜੀ ਜੋਗਿੰਦਰ ਮੱਖੀਆਂ ਵਾਂਗ ਕੰਧਾਂ ਨਾਲ ਲੱਗੀਆਂ ਬੈਠੀਆਂ ਸਨ। ਕਿਸੇ ਨੇ ਚੁੱਲ੍ਹੇ ਅੱਗ ਨਹੀਂ ਪਾਈ ਸੀ। ਸੰਤੂ 'ਧੜੰਮ" ਕਰਕੇ ਮੰਜੇ ਵਿਚ ਡਿੱਗ ਪਿਆ। ਸਾਰੇ ਟੱਬਰ ਦਾ ਫ਼ੂਸ ਉਡਿਆ ਪਿਆ ਸੀ। ਖਾਣ ਪੀਣ ਦੀ ਕਿਸੇ ਨੂੰ ਸੁਰਤ ਨਹੀਂ ਸੀ। ਉਹਨਾਂ ਨੂੰ ਹਰਪਾਲ ਦਾ ਫ਼ਿਕਰ ਵੱਢ ਵੱਢ ਖਾ ਰਿਹਾ ਸੀ। ਸਾਰੇ ਪ੍ਰੀਵਾਰ ਨੂੰ ਇਕ ਅਜੀਬ ਜਿਹੀ ਅੱਚਵੀ ਲੱਗੀ ਹੋਈ ਸੀ।

10

ਦੇਰ ਰਾਤ ਗਈ ਹਰਪਾਲ ਹੋਰਾਂ ਨੂੰ ਠਾਣੇਦਾਰ ਬਰਾੜ ਨੇ ਬਾਹਰ ਕਢਵਾ ਲਿਆ। ਹਰਪਾਲ ਹੋਰਾਂ ਦੇ ਚਿਹਰੇ ਡਰ ਨਾਲ ਫੱਕ ਹੋਏ ਪਏ ਸਨ। ਸੰਘ ਸੁੱਕੇ ਅਤੇ ਦਿਲ ਫੜੇ ਕਬੂਤਰ ਵਾਂਗ 'ਫੜੱਕ - ਫੜੱਕ' ਵੱਜ ਰਹੇ ਸਨ।

- "ਹਾਂ ਬਈ - ਕੀ ਰਾਇ ਐ?" ਬਰਾੜ ਨੇ ਸਿੱਧਾ ਸੁਆਲ ਮੁੰਡਿਆਂ ਦੇ ਮੱਥੇ ਵਿਚ ਮਾਰਿਆਂ। ਉਸ ਦੀਆਂ ਵਾਲਾਂ ਭਰੀਆਂ ਨਾਸਾਂ 'ਚੋਂ ਸਾਹ ਅੜ ਅੜ ਕੇ ਬਾਹਰ ਆ ਰਿਹਾ ਸੀ।

- ".......।" ਮੁੰਡੇ ਚੁੱਪ ਸਨ।

- "ਸਿੱਧਾ ਵਗੋਂਗੇ ਸੌਖੇ ਰਹੋਂਗੇ।" ਪਾਸਿਓਂ ਹੌਲਦਾਰ ਬੋਲਿਆ। ਸਿਰ ਤੋਂ ਪੱਗ ਉਸ ਨੇ ਲਾਹ ਰੱਖੀ ਸੀ। ਲਾਲ ਫਿਫਟੀ ਸੱਜ-ਵਿਆਹੀ ਵਾਂਗ ਮੱਥੇ ਨੂੰ ਚਿੰਬੜੀ ਪਈ ਸੀ।

- "ਪੁੱਛ ਅਸੀਂ ਲੈਣਾ ਈ ਐ - ਸਾਡਾ ਛਿੱਤਰ ਕੰਧਾਂ ਮਨਾ ਲੈਂਦੇ।" ਮੁਣਸ਼ੀ ਨੇ ਅੱਗਾ ਵਲਿਆ। ਲੱਗਦਾ ਸੀ ਉਸ ਨੂੰ ਜ਼ੁਕਾਮ ਹੋਇਆ, ਹੋਇਆ ਸੀ। ਜਿਸ ਕਰਕੇ ਵਾਰ - ਵਾਰ ਨੱਕ ਦੀਆਂ ਪੀਪਣੀਆਂ ਵਜਾ ਰਿਹਾ ਸੀ।

- "ਜੀ ਤੁਸੀਂ ਕੁਛ ਪੁੱਛੋ ਤਾਂ ਸਹੀ?" ਹਰਪਾਲ ਬੋਲਿਆ। ਉਹਨਾਂ ਨੂੰ ਅਜੇ ਤੱਕ ਇਹ ਸਮਝ ਨਹੀਂ ਆਈ ਸੀ ਕਿ ਉਹਨਾਂ ਨੂੰ ਗ੍ਰਿਫਤਾਰ ਕਿਉਂ ਕਰਕੇ ਲਿਆਂਦਾ ਗਿਆ ਸੀ?

- "ਥੋਡੇ ਕਾਲਜ 'ਚ ਅੱਤਵਾਦੀ ਕੌਣ ਕੌਣ ਐਂ? ਉਹਨਾਂ ਨੂੰ ਹਥਿਆਰ ਕਿੱਥੋਂ ਮਿਲਦੇ ਐ? ਉਹਨਾਂ ਦੀ ਮਾਲੀ ਮੱਦਦ ਕੌਣ ਕਰਦੈ? ਨਿਰੰਕਾਰੀਆਂ ਨੂੰ ਮਾਰਨ ਦਾ ਇਰਾਦਾ ਕਿਹੜੇ ਕਿਹੜੇ ਰੱਖਦੇ ਐ?" ਸੁਆਲਾਂ ਦੇ ਕਈ ਤੀਰ ਠਾਣੇਦਾਰ ਨੇ

ਇਕੋ ਵਾਰੀ ਹੀ ਦਾਗ ਦਿੱਤੇ। ਮੁੰਡੇ ਹੈਰਾਨ ਹੋ ਗਏ। ਉਹਨਾਂ ਕੋਲ ਕਿਸੇ ਸੁਆਲ ਦਾ ਕੋਈ ਉਤਰ ਹੈ ਹੀ ਨਹੀਂ ਸੀ। 'ਅੱਤਿਵਾਦੀ' ਲਫ਼ਜ਼ ਉਹਨਾਂ ਨੇ ਪਹਿਲੀ ਵਾਰ ਸੁਣਿਆ ਸੀ। ਇਹ 'ਅੱਤਿਵਾਦੀ' ਕੀ ਬਲਾ ਸੀ? ਕਿਸੇ ਨੂੰ ਕੋਈ ਸਮਝ ਨਹੀਂ ਪਈ ਸੀ।

- "………।" ਉਹ ਨਿਰੁੱਤਰ ਸਨ।

- "ਸੋਚ ਲਓ - ਫਿਰ ਹਾੜ੍ਹੇ ਨਾ ਕੱਢਿਓ - ਮੈਂ ਪੰਦਰਾਂ ਮਿੰਟ ਤੁਹਾਨੂੰ ਸੋਚਣ ਲਈ ਦਿੱਤੇ - ਫੇਰ ਨਾ ਕਹਿਓ ਬਈ ਦੱਸਿਆ ਨਹੀਂ - ਮੈਂ ਸਿੱਧੇ ਬੰਦੇ ਨਾਲ ਸਿੱਧਾ ਤੇ ਵਲਫੇਰ ਨਾਲ ਕਿਸਾਈ ਐਂ।" ਤੇ ਠਾਣੇਦਾਰ ਬਰਾੜ ਆਪਣੇ ਲਾਮ-ਲਸ਼ਕਰ ਸਮੇਤ ਤੁਰ ਗਿਆ।

- "……..।" ਤਾਰਿਆਂ ਦੀ ਛਾਵੇਂ ਮੁੰਡੇ ਭਮੱਤਰੇ ਖੜ੍ਹੇ ਸਨ। ਉਹਨਾਂ ਦੇ ਚਿਹਰਿਆਂ ਤੇ ਹਵਾਈਆਂ ਉਡ ਰਹੀਆਂ ਸਨ। ਦੱਸਦੇ ਤਾਂ ਫਿਰ ਕੀ ਦੱਸਦੇ?

ਤਿੰਨਾਂ ਨੂੰ ਹੀ ਕੁਛ ਔੜ ਨਹੀਂ ਰਿਹਾ ਸੀ।

ਉਹ ਬਿਲਕੁਲ ਨਿਰਦੋਸ਼ ਨਰੜੇ ਜਾ ਰਹੇ ਸਨ।

- "ਕੀ ਕਰੀਏ?" ਬਿੱਟੀ ਨੇ ਹਰਪਾਲ ਨੂੰ ਪੁੱਛਿਆ। ਟਿਕੀ ਰਾਤ ਵਿਚ ਉਹ ਤਰੇਲੀਓ - ਤਰੇਲੀ ਹੋਇਆ ਖੜ੍ਹਾ ਸੀ।

- "ਜਦੋਂ ਪਤਾ ਈ ਕੱਖ ਨਹੀਂ - ਦੱਸੀਏ ਕੀ?" ਹਰਪਾਲ ਵੀ ਨਿਹੱਥਾ ਹੋਇਆ ਪਿਆ ਸੀ।

- "ਕੁਛ ਨਾ ਕੁਛ ਤਾਂ ਇਹਨਾਂ ਨੂੰ ਦੱਸਣਾ ਈ ਪਊ।" ਕਿੱਟੀ ਘੋਰ ਮਜ਼ਬੂਰੀ ਵਿਚ ਬੋਲਿਆ।

- "ਜੇ ਕਿਸੇ ਦਾ ਨਾਂ ਲੈ ਦਿੱਤਾ - ਇਹ ਕੱਲ੍ਹ ਨੂੰ ਉਹਨੂੰ ਚੁੱਕ ਲਿਆਉਣਗੇ - ਕਾਲਜ 'ਚ ਦੁਸ਼ਮਣੀ ਵਾਧੂ ਦੀ ਪਾਵਾਂਗੇ।" ਹਰਪਾਲ ਨੇ ਕਿਹਾ।

- "ਇਕ ਕੁਛ ਤਾਂ ਹੋਊ ਈ ਹੋਊ - ਰੱਬ ਨੇੜੇ ਕਿ ਘਸੁੰਨ?"

ਬਿੱਟੀ ਅੰਦਰੋਂ ਖਿੜਕ ਗਿਆ ਸੀ।

ਪੰਦਰਾਂ ਮਿੰਟਾਂ ਬਾਅਦ ਠਾਣੇਦਾਰ "ਦਿਉ" ਵਾਂਗ ਆ ਵੱਜਿਆ।

ਸਾਰੇ ਚੁੱਪ ਹੋ ਗਏ।

- "ਹਾਂ ਬਈ? ਕੀਤੀ ਕੋਈ ਸਲਾਹ?"

ਠਾਣੇਦਾਰ ਨੇ ਨਿਰਣਾ ਮੰਗਿਆ।

- "ਸਾਨੂੰ ਜਨਾਬ ਕਾਸੇ ਬਾਰੇ ਨਹੀਂ ਪਤਾ - ਅਸੀਂ ਤਾਂ ਅੱਤਿਵਾਦੀ ਵੀ ਪਹਿਲੀ ਵਾਰੀ ਤੁਹਾਡੇ ਮੂੰਹੋਂ ਸੁਣਿਐਂ।" ਹਰਪਾਲ ਨੇ ਆਖਿਆ।

- "ਇਹਨੂੰ ਮੂਧਾ ਪਾ ਲਓ!" ਠਾਣੇਦਾਰ ਨੇ ਹੁਕਮ ਕੀਤਾ ਤਾਂ ਸਿਪਾਹੀਆ ਨੇ ਹਰਪਾਲ ਨੂੰ ਮੁਰਗੀ ਵਾਂਗ ਮਰੋੜ ਲਿਆ ਅਤੇ ਪਲਾਂ ਵਿਚ ਹੀ ਮੋਰ ਬਣਾ ਦਿੱਤਾ। ਉਸ ਦੀ ਹਾਲ - ਦੁਹਾਈ ਨੇ ਟਿਕੀ ਰਾਤ ਵਿਚ ਬੱਕੜਵਾਹ ਮਚਾ ਦਿੱਤੀ। ਉਸ ਦੀਆਂ ਚੀਕਾਂ ਠਾਣੇ ਦੀਆਂ ਕੰਧਾਂ ਵਿਚ ਵੱਜ - ਵੱਜ ਕੇ ਮੁੱਕ ਰਹੀਆਂ ਸਨ।

- "ਬੋਲ! ਬੋਲਦਾ ਨੀ ਕਰੇਵਾ ਦੇਣਿਆਂ - ਤੇਰੀ ਕੁਆਰੀ ਭੈਣ 'ਤੇ ਚੜ੍ਹਜਾ ਬੁੱਕ ਕੇ।" ਇਕ ਕਰੜੀ ਛੁੱਟੀ ਠਾਣੇਦਾਰ ਨੇ ਖ਼ੁਦ ਲਾਈ। ਹਰਪਾਲ ਲਗਾਤਾਰ ਪਈ ਕੁੱਟ ਕਰਕੇ ਕੁੱਕੜ ਵਾਂਗ ਮਧੋਲਿਆ ਗਿਆ ਸੀ। ਉਂਗਲਾਂ ਦੀਆਂ ਗੰਢਾਂ ਤੇ ਪਏ ਡੰਡਿਆਂ ਨੇ ਸਰੀਰ 'ਚੋਂ ਭੜ੍ਹਾਸ ਨਿਕਲਣ ਲਾ ਦਿੱਤੀ ਸੀ।

ਬਿੱਟੀ ਅਤੇ ਕਿੱਟੀ ਹਰਪਾਲ ਦੀ ਹਾਲਤ ਦੇਖ ਕੇ ਹੀ ਨਿਰਬਲ ਜਿਹੇ ਹੋਏ ਖੜ੍ਹੇ ਸਨ।

ਕੁੱਟ ਨੇ ਹਰਪਾਲ ਦਾ ਸਰੀਰ ਜਰਖਲ ਕੇ ਰੱਖ ਦਿੱਤਾ ਸੀ।

- "ਸਾਥੋਂ ਹੋਰ ਕੰਜਰਖਾਨੇ ਨਹੀਂ ਲੋਟ ਆਉਂਦੇ - ਉਤੋਂ ਮੇਰੇ ਸਾਲੇ ਇਹ ਉਠ ਖੜ੍ਹੇ।" ਠਾਣੇਦਾਰ ਨੇ ਟਿਕਾਅ ਕੇ ਡੰਡਾ ਹਰਪਾਲ ਦੇ ਸਿਰ ਵਿਚ ਮਾਰਿਆ। ਉਹ ਮਰੇ ਕੱਟੇ ਵਾਂਗ ਚੌਫ਼ਾਲ ਡਿੱਗ ਪਿਆ।

ਬਿੱਟੀ ਅਤੇ ਕਿੱਟੀ ਬੁਰੀ ਤਰ੍ਹਾਂ ਕੰਬੀ ਜਾ ਰਹੇ ਸਨ।

- "ਠਹਿਰ ਜੋ - ਥੋਡੀ ਵਾਰੀ ਤਾਂ ਅਜੇ ਆਉਣੀ ਐਂ - ਕੋਹ ਨਾ ਚੱਲੀ ਬਾਬਾ ਤਿਹਾਈ - ਅਜੇ ਤਾਂ ਸੇਰ 'ਚੋਂ ਪੂਣੀ ਨਹੀਂ ਕੱਤੀ - ਪਹਿਲਾਂ ਈ ਸਾਹ ਸਤ ਛੱਡ ਗਏ।" ਹੌਲਦਾਰ ਨੇ ਕਿਹਾ।

- "ਇਹਨਾਂ ਨੂੰ ਸਿੱਟੋ ਹਵਾਲਾਤ 'ਚ - ਕੱਲ੍ਹ ਨੂੰ ਫੇਰ ਗੱਲ ਕਰਾਂਗੇ -।" ਠਾਣੇਦਾਰ ਨੇ ਸਿਪਾਹੀਆਂ ਨੂੰ ਹੁਕਮ ਕੀਤਾ ਅਤੇ ਫਿਰ ਬਿੱਟੀ ਹੋਰਾਂ ਵੱਲ ਨੂੰ ਮੁੜਿਆ।

- "ਆਉਂਦੀ ਰਾਤ ਤੱਕ ਧਿਆਨ ਨਾਲ ਸੋਚ ਲਇਓ - ਨਹੀਂ ਤਾਂ ਉਹ ਦੁਰਗਤੀ ਕਰਾਂਗਾ ਕਿ ਤੁਸੀਂ ਪੈਰੀਂ ਡਿੱਗੋਗੇ।"

ਠਾਣੇਦਾਰ ਡੰਡਾ ਸੁੱਟ ਦਫਤਰ ਨੂੰ ਚਲਾ ਗਿਆ।

ਹਰਪਾਲ ਹੋਰਾਂ ਨੂੰ ਸਿਪਾਹੀਆਂ ਨੇ ਇੱਟ ਵਾਂਗ ਹਵਾਲਾਤ ਵਿਚ ਲਿਆ ਸੁੱਟਿਆ।

ਹਰਪਾਲ ਦਾ ਹੂੰਗਾ ਹਵਾਲਾਤ ਵਿਚੋਂ ਵਰਾਂਡੇ ਤੱਕ ਸੁਣ ਰਿਹਾ ਸੀ। ਅਨੀਂਦਰੇ ਸੰਤਰੀ ਨੂੰ ਚੇਹ ਚੜ੍ਹ ਗਈ। ਉਸ ਨੇ ਕੋਰੜਾ ਛੰਦ ਪੜ੍ਹਿਆ:

- "ਕਿਉਂ ਉਏ ਭੈਣ ਆਬਦੀ ਦਿਆ ਖਸਮਾਂ - ਚੀਕਾਂ ਮਾਰ ਮਾਰ ਕਿਹੜੇ ਪ੍ਰਾਹੁਣੇ ਨੂੰ ਸੁਣਾਉਨੈਂ? ਅੱਧੀ ਰਾਤ ਤੋਂ ਕੁੜੀ ਚੋਦ ਨੇ ਸੂਲੀ ਟੰਗ ਰੱਖਿਐ - ਜੇ ਹੁਣ ਖੇਖਣ ਜਿਹੇ ਕੀਤੇ ਐ ਮੈਂ ......'ਚ ਡਾਂਗ ਧੱਕ ਦੂੰ - ਕਾਲਜਾਂ 'ਚ ਮੇਰੇ ਸਾਲੇ - ਰਾਣੀ ਖਾਂ ਦੇ ਸਾਲੇ ਬਣੇ ਫਿਰਦੇ ਹੁੰਦੇ ਐ - ਐਥੇ ਆ ਕੇ ਊਂਈਂ ਤੀਮੀਆਂ ਮਾਂਗੂੰ ਬੂਹਕਣ ਲੱਗ ਜਾਣਗੇ।" ਪਹਿਰਾ ਦੇ ਰਿਹਾ ਸੰਤਰੀ ਦਧਨ ਹੋਇਆ ਪਿਆ ਸੀ। ਉਸ ਦੇ ਵੱਡੇ - ਵੱਡੇ ਬੂਟ ਫਰਸ਼ ਦੀ ਸੰਘੀ ਲਤੜ ਰਹੇ ਸਨ। ਉਹ ਵਾਰ - ਵਾਰ ਡਾਂਗ ਜਿੱਡੀ ਉਬਾਸੀ ਲੈਂਦਾ ਅਤੇ ਪਿੱਛੋਂ ਕੁੱਟੇ ਹੋਏ ਕੁੱਤੇ ਵਾਂਗ ਚੂਕ ਜਿਹੀ ਕੱਢਦਾ ਸੀ।

ਸਾਰੀ ਰਾਤ ਹਰਪਾਲ ਦਾ ਹੂੰਗਾ ਬੰਦ ਨਹੀਂ ਹੋਇਆ ਅਤੇ ਸੰਤਰੀ ਦੇ ਛੰਦ ਨਹੀਂ ਮੁੱਕੇ। ਸਵੇਰ ਹੋਣ ਸਾਰ ਗਿਆਨੀ ਸਰਪੰਚ ਦੇ ਘਰ ਚਲਾ ਗਿਆ।

ਸਰਪੰਚ ਚਾਹ ਪੀ ਰਿਹਾ ਸੀ।

ਗਿਆਨੀ ਲਈ ਵੀ ਚਾਹ ਆ ਗਈ।

- "ਗਿਆਨੀ ਜੀ - ਤੁਸੀਂ ਬੱਸ ਅੱਡੇ ਚੱਲੋ - ਮੈਂ ਕੱਪੜੇ ਬਦਲ ਕੇ ਆਇਆ।" ਸਰਪੰਚ ਨੇ ਕਿਹਾ

ਗਿਆਨੀ ਤੁਰ ਗਿਆ।

ਘਰਵਾਲੀ ਕੱਪੜੇ ਲੈ ਕੇ ਆ ਗਈ।

- "ਚਿੱਤ ਕਰਦੈ ਆਹ ਗਿਆਨੀ ਜੇ ਦੇ ਗੋਲੀ ਮਾਰਾਂ।" ਸਰਪੰਚ ਨੇ ਅੱਕੀ ਬਾਂਦਰੀ ਵਾਂਗ ਦੰਦ ਪੀਹੇ।

- "ਕਿਉਂ? ਤੇਰਾ ਕੀ ਚੱਕ ਲਿਆ ਉਹਨੇ - ਬਿਨਾਂ ਗੱਲੋਂ ਜਣੇ ਖਣੇ ਦੇ ਗਲ ਪੈ ਜਾਨੈਂ?" ਘਰਵਾਲੀ ਨੇ ਕਿਹਾ। ਉਹ ਥੋੜੀ ਧਾਰਮਿਕ ਔਰਤ ਸੀ।

- "ਪੁੱਛਣਾ ਹੋਵੇ ਬਈ ਸਰਪੈਂਚ ਮੈਂ ਆਂ ਕਿ ਤੂੰ? ਪਿੰਡ 'ਚ ਕੋਈ ਗੱਲ ਹੋ ਜਾਵੇ - ਸਾਰਿਆਂ ਤੋਂ ਪਹਿਲਾਂ ਬੀਂਡੀ ਇਹਦੇ ਪਾਈ ਹੁੰਦੀ ਐ।"

- "ਫੇਰ ਕੀ ਹੋ ਗਿਆ? ਲੋਕਾਂ ਦਾ ਭਲਾ ਈ ਸੋਚਦੈ।"

- "ਕੋਈ ਨਾ - ਆ ਲੈਣ ਦੇ ਜਾਹੜ ਹੇਠਾਂ ਕਦੇ - ਜੇ ਨਾ ਕੜਾਕਾ ਪਾਇਆ ਤਾਂ ਕਹੀਂ।"

- "ਬੱਸ ਤੇਰੇ ਨਾਲ ਦਾਰੂ ਈ ਨਹੀਂ ਪੀਂਦਾ ਬਹਿ ਕੇ - ਹੋਰ ਉਹਦਾ ਕੋਈ ਕਸੂਰ ਨਹੀਂ।"

- "ਕਸੂਰ ਕਿਉਂ ਨਹੀਂ? ਜਣੇ ਖਣੇ ਨੂੰ ਅੰਮ੍ਰਿਤ ਛਕਾਈ ਜਾਂਦੈ - ਬਈ ਪੁੱਛਣਾ ਹੋਵੇ ਬਈ ਤੂੰ ਪਿੰਡ ਨੂੰ ਸਾਧਾਂ ਦਾ ਡੇਰਾ ਬਣਾਉਣੈਂ?"

- "ਸਿੱਧੇ ਰਾਹ ਈ ਪਾਉਂਦੈ ਲੋਕਾਂ ਨੂੰ - ਥੋਡੇ ਮਾਂਗੂੰ ਠੇਕੇ ਨੂੰ ਤਾਂ ਨ੍ਹੀਂ ਤੋਰਦਾ?"

- "ਨਾ ਤੂੰ ਮੈਨੂੰ ਇਹ ਦੱਸ - ਬਈ ਤੂੰ ਉਹਦੇ ਵੱਲ ਦੀ ਐਂ ਕਿ ਮੇਰੇ ਵੱਲ ਦੀ? ਕਿਵੇਂ ਮੇਰ ਕਰਦੀ ਐ ਜਿਵੇਂ ਪਤੰਦਰ ਦਿਉਰ ਲੱਗਦਾ ਹੁੰਦੈ?"

- "ਕਾਹਦੀ ਮੇਰ ਕਰਦੀ ਐਂ ਮੈਂ?"

- "ਹੋਰ ਤੂੰ ਭੈਣ ਆਬਦੀ ਦਾ ....ਕਰਦੀ ਐਂ - ਕਿਵੇਂ ਕੜੱਚ - ਕੜੱਚ ਮਾਰਦੀ ਐ ਜਾਭਾਂ ਨੂੰ।"

- "ਮੈਂ ਤਾਂ ਸਹੀ ਗੱਲ ਨੂੰ ਸਹੀ ਕਹਿੰਨੀ ਐਂ।"

- "ਮੈਂ ਮੁੱਕੀ ਮਾਰ ਕੇ ਪੁੜਪੜੀ ਪਾੜਦੂੰ - ਤੂੰ ਮੇਰੇ ਵਸਣੈਂ ਕਿ ਉਹਦੇ ਜਾਣੈ?"

- "........।" ਸਰਪੰਚਣੀ ਤੁਰ ਗਈ।

ਅਜਿਹਾ ਕਮਲ ਸਰਪੰਚ ਨੂੰ ਆਮ ਹੀ ਉਠ ਖੜ੍ਹਦਾ ਸੀ। ਸਰਪੰਚਣੀ ਨੇ ਸਾਰੀ ਉਮਰ ਕੁੱਟ ਖਾ ਕੇ ਹੀ ਕੱਢੀ ਸੀ। ਹੁਣ ਤਾਂ ਧੀਆਂ-ਪੁੱਤਰ ਵੀ ਵਿਆਹੇ ਵਰੇ ਗਏ ਸਨ। ਪਰ ਸਰਪੰਚ ਦਾ ਗੰਦਾ ਸੁਭਾਅ ਨਹੀਂ ਸੁਧਰਿਆ ਸੀ। ਜਦੋਂ ਉਹ ਕਿਸੇ 'ਤੇ ਚਿੜਿਆ ਹੁੰਦਾ ਤਾਂ ਬਿਨਾਂ ਗੱਲੋਂ ਹੀ ਸਰਪੰਚਣੀ ਦੇ ਗਲ ਨੂੰ ਆਉਂਦਾ।

ਪੰਚਾਇਤ ਠਾਣੇ ਪਹੁੰਚ ਗਈ।

ਠਾਣੇ ਵਿਚ ਕਾਫ਼ੀ ਰੌਣਕ ਸੀ।

ਕਈ ਫੜੇ ਹੋਏ ਮੁੰਡਿਆਂ ਮਗਰ ਵੱਖੋ - ਵੱਖ ਪਿੰਡਾਂ ਦੀਆਂ ਪੰਚਾਇਤਾਂ ਆਈਆਂ ਹੋਈਆਂ ਸਨ।

ਠਾਣੇਦਾਰ ਨਾਲ ਬੁੱਕਲ ਖੁੱਲ੍ਹੀ ਹੋਣ ਕਾਰਨ ਸਰਪੰਚ ਸਿੱਧਾ ਹੀ ਦਫ਼ਤਰ ਚਲਾ ਗਿਆ।

ਠਾਣੇਦਾਰ ਅਤੇ ਮੁਣਸ਼ੀ ਕਈ ਫਾਈਲਾਂ ਵਿਚ ਰੁੱਝੇ ਹੋਏ ਸਨ।

- "ਦੇ ਦਿੱਤੀ ਵਿਖਾਈ ਸਰਪੈਂਚਾਂ ਤੂੰ ਵੀ - ਜਮਾਂ ਈ ਈਦ ਦਾ ਚੰਦ ਹੋ ਗਿਐਂ।" ਠਾਣੇਦਾਰ ਨੇ ਸਰਪੰਚ ਨਾਲ ਹੱਥ ਮਿਲਾਇਆ।

- "ਕੀ ਕਰੀਏ ਬਰਾੜ ਸਾਹਬ - ਸਿਰ ਖੁਰਕਣ ਦੀ ਵੀ ਵਿਹਲ ਨਹੀਂ।"

- "ਅੱਜ ਵਿਹਲ ਕਿਵੇਂ ਨਿਕਲ ਆਈ?"

- "ਥੋਨੂੰ ਪਤਾ ਈ ਐ - ਮਜਬੂਰੀ ਦਾ ਨਾਂ ਮਾਸੀ ਐ - ਅੱਗੇ ਇਲੈਕਸ਼ਨ ਸਿਰ 'ਤੇ ਐ।" ਸਰਪੰਚ ਨੇ ਸਿੱਧੀ ਸੱਚੀ ਸੁਣਾਈ। ਠਾਣੇਦਾਰ ਕੋਲ ਵਲ-ਫੇਰ ਰੱਖਣਾ ਉਹ ਠੀਕ ਨਹੀਂ ਸਮਝਦਾ ਸੀ। ਠਾਣੇਦਾਰ ਉਸ ਦੀ ਹਿੱਕ ਦਾ ਵਾਲ ਸੀ। ਦਿਲ ਸਾਂਝਾ ਸੀ।

- "ਐਤਕੀਂ ਵੋਟਾਂ ਵੇਲੇ ਕਿਹੜਾ ਸੱਪ ਕੱਢ ਕੇ ਦਿਖਾਓਂਗੇ ਲੋਕਾਂ ਨੂੰ?"

- "ਅਜੇ ਭਾਲ 'ਚ ਐਂ।"

- "ਕੋਈ ਖੜੱਪਾ ਕੱਢੋਗੇ ਤਾਂ ਈ ਸਰੂ- ਲੋਕ ਹੁਣ ਐਡੇ ਪਾਗਲ ਨਹੀਂ ਰਹੇ।" ਮੁਣਸ਼ੀ ਬੋਲਿਆ।

- "ਕੋਈ ਖੱਡ ਤਾਂ ਪੱਟਾਂਗੇ ਈ।"

- "ਕਿਵੇਂ ਆਉਣੇ ਹੋਏ ਅੱਜ?" ਠਾਣੇਦਾਰ ਨੇ ਕੰਮ ਦੀ ਗੱਲ ਸ਼ੁਰੂ ਕੀਤੀ। ਵੈਸੇ ਉਸ ਨੂੰ ਪਤਾ ਸੀ ਕਿ ਹਰਪਾਲ ਸਰਪੰਚ ਦੇ ਪਿੰਡ ਦਾ ਸੀ।

"ਤੈਨੂੰ ਪਤਾ ਈ ਨਹੀਂ - ਤੁਸੀਂ ਸਾਡੇ ਪਿੰਡ ਦਾ ਮੁੰਡਾ ਫੜ ਲਿਆਏ? ਸਰਪੰਚ ਹੈਰਾਨ ਸੀ।

- "ਕੀ ਨਾਂ ਐਂ ਮੁੰਡੇ ਦਾ?"

- "ਹਰਪਾਲ।"

- "ਕੀ ਕਰੀਏ ਉਹਦਾ?"

- "ਉਹਦਾ ਕਸੂਰ ਕੀ ਐ?"

- "ਉਹ ਅੱਤਿਵਾਦੀਆਂ 'ਚ ਪੈਰ ਧਰਦੈ।"

- "ਉਹ ਤਾਂ ਮੁੰਡਾ ਈ ਲੰਡਰ ਐ - ਅੱਤਵਾਦੀਆਂ 'ਚ ਪੈਰ ਧਰਨ ਆਲਾ ਉਹ ਜਮਾਂ ਈ ਹੈਨੀਂ - ਮੈਂ ਕਿਹਾ ਕਿਤੇ ਕਿਸੇ ਦੀ ਕੁੜੀ-ਕੜੀ ਛੇੜ ਲਈ ਹੋਣੀ ਐਂ?"

- "ਜਿਹੜੇ ਕਾਲਜ 'ਚ ਉਹ ਪੜ੍ਹਦੈ - ਉਹ ਅੱਤਵਾਦੀਆਂ ਦਾ ਅੱਡਾ ਐ।" ਠਾਣੇਦਾਰ ਹੱਦੋਂ ਵੱਧ ਚੁਸਤੀ ਵਰਤ ਗਿਆ ਸੀ।

- "ਹਲਾ ...!" ਸਰਪੰਚ ਦਾ ਹੈਰਾਨੀ ਵਿਚ ਮੂੰਹ ਅੱਡਿਆ ਗਿਆ।

- "ਸੁੱਤਾ ਪਿਐਂ? ਜਦੋਂ ਦਾ ਨਿਰੰਕਾਰੀ ਕਾਂਡ ਹੋਇਐ - ਸਾਰੇ ਸਿੱਖਾਂ ਦੇ ਮੁੰਡੇ ਅੱਤਵਾਦ ਵੱਲ ਨੂੰ ਉਲਾਰ ਹੋ ਗਏ - ਨਿਰੰਕਾਰੀਆਂ ਦਾ ਤੇ ਇਹਨਾਂ ਦਾ ਇੱਟ ਕੁੱਤੇ ਆਲਾ ਵੈਰ ਐ - ਅਸੀਂ ਤਾਂ ਇਹੀ ਪਤਾ ਕਰਨੈਂ ਬਈ ਇਹਨਾਂ ਨੂੰ ਐਨੇ ਮਾਰੂ ਹਥਿਆਰ ਕਿੱਥੋਂ ਆਉਂਦੇ ਐ।"

- "........।" ਸਰਪੰਚ ਸਤੰਭ ਹੋਇਆ ਮਜੌਰਾਂ ਦੀ ਮਾਂ ਵਾਂਗ ਦੇਖ ਰਿਹਾ ਸੀ।

- "ਵਿਸਾਖੀ ਕਾਂਡ ਤੋਂ ਬਾਅਦ ਸਿੱਖਾਂ ਦੇ ਮੁੰਡਿਆਂ ਨੇ ਧੜਾ ਧੜ ਅੰਮ੍ਰਿਤ ਛਕਣਾ ਸ਼ੁਰੂ ਕਰ ਦਿੱਤੈ - ਬੱਸ ਜੀਹਨੇ ਅੰਮ੍ਰਿਤ ਛਕ ਲਿਆ - ਉਹ ਸਿੱਧਾ ਈ ਅੱਤਵਾਦੀ ਐ।"

- "ਬਰਾੜਾ -ਆਹ ਗੱਲ ਦਾ ਮੈਨੂੰ ਨ੍ਹੀਂ ਸੀ ਪਤਾ - ਧਰਮ ਨਾਲ ਜਮਾਂ ਈ ਗਿਆਨ ਨ੍ਹੀਂ ਸੀ।"

- "ਹੁਣ ਤਾਂ ਗਿਆਨ ਹੋ ਗਿਆ?"

- "ਹੋ ਗਿਆ - ਪਰ ਮੁੰਡੇ ਦੇ ਵਾਰਸਾਂ ਨੂੰ ਕਿਹੜਾ ਲੜ ਫੜਾਈਏ?"

- "ਇਹ ਤੇਰਾ ਕੰਮ ਐਂ।"

- "ਕੁਛ ਲੈ ਦੇ ਕੇ ਖਹਿੜਾ ਨਹੀਂ ਛੁੱਟੂ?"

- "ਕਹੇਂ ਛੱਡ ਦਿਆਂਗੇ - ਪਰ ਹੈ ਮੁਸ਼ਕਲ।"

- "ਮੈਂ ਵਾਰਸਾਂ ਨਾਲ ਗੱਲ ਕਰਕੇ ਆਉਨੈ।"

- "ਕਰ ਲੈ।"

ਸਰਪੰਚ ਬਾਹਰ ਨਿਕਲ ਗਿਆ।

ਸਾਰੀ ਪੰਚਾਇਤ ਮੱਖੀਆਂ ਵਾਂਗ ਸਰਪੰਚ ਦੁਆਲੇ ਇਕੱਤਰ ਹੋ ਗਈ। ਸੰਤੂ ਦੇ ਮੂੰਹ ਤੋਂ ਮੱਖੀ ਨਹੀਂ ਉਡਦੀ ਸੀ।

- "ਗੱਲ ਤਾਂ ਗਿਆਨੀ ਜੀ ਬਾਹਲੀ ਈ ਖਤਰਨਾਕ ਐ।" ਆਖ ਕੇ ਸਰਪੰਚ ਨੇ ਸਾਰਿਆਂ ਦੇ ਹੱਥਾਂ ਦੇ ਤੋਤੇ ਉਡਾ ਦਿੱਤੇ।

- "ਕੁਛ ਪਤਾ ਵੀ ਲੱਗੇ?"

- "ਬਰਾੜ ਕਹਿੰਦਾ ਹਰਪਾਲ ਅੱਤਵਾਦੀਆਂ 'ਚ ਐ - ਇਹ ਨਿਰੰਕਾਰੀਆਂ ਨੂੰ ਮਾਰਨ ਨੂੰ ਫਿਰਦੇ ਐ।"

- "......।" ਸਾਰਿਆਂ ਦਾ ਫੂਸ ਉਡ ਗਿਆ।

- "ਇਹ ਆਪਣੇ ਆਲਾ 'ਕੱਲਾ ਨਹੀਂ - ਕਾਲਜ ਦੇ ਹੋਰ ਮੁੰਡੇ ਵੀ ਐ।"

- "........।" ਸੰਨਾਟਾ ਛਾ ਗਿਆ।

- "ਖ਼ੈਰ ਗੱਲ ਦਿਲ ਤਾਂ ਲੱਗਦੀ ਨਹੀਂ - ਪਰ ਸਰਪੰਚ ਸਾਹਬ ਇਹਦਾ ਕੋਈ ਹੱਲ?" ਗਿਆਨੀ ਨੇ ਦਿਲ ਕੱਢ ਕੇ ਪੁੱਛਿਆ।

ਸਰਪੰਚ ਗਿਆਨੀ ਅਤੇ ਸੰਤੂ ਨੂੰ ਇਕ ਪਾਸੇ ਲੈ ਗਿਆ।

- "ਗੱਲ ਓਨੀ ਨਹੀਂ ਵਿਗੜੀ - ਜਿੰਨੀ ਤੁਸੀਂ ਸੋਚਦੇ ਐਂ - ਬਰਾੜ ਆਪਣਾ ਖਾਸ ਬੰਦੈ - ਜੇ ਕਹੋਂ ਤਾਂ ਲੈਣ ਦੇਣ ਦੀ ਗੱਲ ਛੇੜ ਲੈਨੇ?"

- "ਸਰਪੰਚ ਸਾਹਬ - ਵੈਸੇ ਮੁੰਡਾ ਨਿਰਦੋਸ਼ ਐ - ਮਰਦੇ ਤਾਂ ਅੱਕ ਚੱਬ ਲਵਾਂਗੇ - ਪਰ ਪੁਲਸ ਦੇ ਸਤਾਏ ਮੁੰਡੇ ਜੇ ਹਥਿਆਰ ਨਹੀਂ ਚੱਕਣਗੇ ਤਾਂ ਹੋਰ ਕੀ ਕਰਨਗੇ?" ਗਿਆਨੀ ਨੇ ਆਖਿਆ।

ਸਰਪੰਚ ਦੇ ਅੰਦਰੋਂ ਫਤੂਰ ਉਠਿਆ। ਪਰ ਇਲੈਕਸ਼ਨ ਦੀਆਂ ਬੇੜੀਆਂ ਕਰਕੇ ਉਹ 'ਸੀਲ' ਬਣਿਆਂ ਖੜ੍ਹਾ ਰਿਹਾ।

- "ਗਿਆਨੀ ਜੀ - ਕਰ ਲਵਾਂਗੇ ਬੰਨ੍ਹ ਸੁੱਬ - ਪਰ ਮੁੰਡਾ ਤਾਂ ਛੁਡਾਈਏ - ਹੋਰ ਨਾ ਤੁਰਨੋਂ ਆਹਰੀ ਕਰ ਦੇਣ ਸਹੁਰੇ ਨੂੰ।" ਸੰਤੂ ਦਾ ਮਨ ਭਰ ਆਇਆ।

- "ਇਹ ਥੋਡੀ ਆਬਦੀ ਮਰਜੀ ਐ - ਮੈਂ ਥੋਨੂੰ ਜਮਾਂ ਈ ਨ੍ਹੀ ਇਸ ਰਾਹ ਪਾਉਂਦਾ।" ਸਰਪੰਚ ਨੇ ਸੱਚਾ ਰਹਿਣ ਲਈ ਆਖਿਆ।

- "ਮੇਰੇ ਵੀਰ ਆਬਦੀ ਮਰਜੀ ਦੇਖੋ - ਫੇਰ ਨਾ ਕਹਿਓ ਬਈ ਸਰਪੈਂਚ ਨੇ ਦੁਆ ਦਿੱਤੇ।" ਸਰਪੰਚ ਉਹਨਾਂ ਨੂੰ ਵਲੀ ਤੁਰਿਆ ਆ ਰਿਹਾ ਸੀ।

- "ਕਿੰਨਿਆਂ ਕੁ 'ਚ ਸਰ ਜਾਊ?" ਸੰਤੂ ਨੇ ਰੱਸੇ ਦਾ ਸਿਰਾ ਦੇਖਣਾ ਚਾਹਿਆ।

- "ਬਰਾੜ ਜਾਣੇ ਜਾਂ ਰੱਬ ਜਾਣੇ।" ਸਰਪੰਚ ਨੇ ਦੋਨੋਂ ਹੱਥ ਉਪਰ ਚੁੱਕ ਦਿੱਤੇ।

- "ਸਰਪੈਂਚਾ ਮੂੰਹ ਤਾਂ ਸੁੰਘ।"

- "ਉਹ ਮੈਂ ਸੁੰਘ ਲੈਨੇ।"

- "ਕਰ ਦਿਆਂਗੇ ਕੋਈ ਭੰਨ ਘੜ - ਸਹੁਰੇ ਨੂੰ ਐਥੋਂ ਤਾਂ ਛੁੱਟਦਾ ਕਰੀਏ।" ਸੰਤੂ ਦੇ ਗਲ ਵਿਚ ਹੰਝੂ ਅਟਕ ਗਏ।

ਸਰਪੰਚ ਤੁਰ ਗਿਆ।

- "ਮੈਨੂੰ ਅਗਲੀ ਪੀੜ੍ਹੀ ਦਾ ਭਵਿੱਖ ਠੀਕ ਨਜ਼ਰ ਨਹੀ ਆ ਰਿਹਾ।" ਗਿਆਨੀ ਨੇ ਸੰਤੂ ਨੂੰ ਕਿਹਾ।

- "......।" ਸੰਤੂ ਚੁੱਪ ਸੀ।

- "ਕਹਿੰਦੇ ਹੁੰਦੇ ਐ: ਬੰਦਾ ਹਰਖ ਦਾ ਮਾਰਿਆ ਨਰਕ ਪੈ ਜਾਂਦੈ _ ਬੇਦੋਸਿ਼ਆਂ ਨੂੰ ਫੜ ਫੜ ਅੰਦਰ ਧੱਕੀ ਜਾਂਦੇ ਐ - ਮੁਡੀਹਰ ਕਿੰਨਾ ਕੁ ਚਿਰ ਇਹਨਾਂ ਦੇ ਮੂੰਹ ਵੱਲ ਦੇਖੂ? ਆਪਣੇ ਵੇਲੇ ਸੰਤੂ ਕੁਛ ਹੋਰ ਸੀ - ਅੱਜ ਦੇ ਮੁੰਡੇ ਹੱਥ ਬੰਨ੍ਹ ਕੇ ਕੁੱਟ ਨਹੀਂ ਖਾਂਦੇ - ਇਹ ਮੇਰਾ ਅੱਜ ਦਾ ਕਿਹਾ ਵਿਚਾਰ ਲਈ।"

- "......।"

- "ਸੰਤੂ ਗੁਰਬਾਣੀ ਕਹਿੰਦੀ ਐ: ਜਬੈ ਬਾਣ ਲਾਗਿਓ - ਤਬੈ ਰੋਸ ਜਾਗਿਓ - ਜਦੋਂ ਤੀਰ ਵੱਜਦੈ - ਉਦੋਂ ਬੰਦੇ ਨੂੰ ਗੁੱਸਾ ਆਉਦੈ - ਅਗਲੀ ਪੀੜ੍ਹੀ ਇਤਨੀ ਸਾਊ ਹੈ ਨਹੀਂ।"

- "........।"

ਠਾਣੇਦਾਰ ਕੋਲ ਸਰਪੰਚ ਬਾਂਦਰ ਵਾਗ ਲਾਚੜਿਆ ਬੈਠਾ ਸੀ।

- "ਬਰਾੜਾ - ਮੁੰਡਾ ਇਕ ਵਾਰੀ ਛੱਡ ਦੇਹ - ਫੇਰ ਭਲਾ ਦੁਆਰੇ ਫੜ ਲਿਆਇਓ - ਮੈਂ ਵੀ ਪਿੰਡ ਦੇ ਮੂੰਹ ਮੱਥੇ ਲੱਗਦਾ ਰਹਿਜੂੰਗਾ -ਅਗਲੇ ਹੱਥ ਬੰਨ੍ਹ ਕੇ ਪੈਸੇ ਦੇਣ ਨੂੰ ਤਿਆਰ ਐ।"

- "ਕਿੰਨੇ ਕੁ ਦੇਣ ਨੂੰ ਤਿਆਰ ਐ?"

- "ਇਹ ਹੁਣ ਤੂੰ ਦੱਸ?"

- "ਦਸ ਹਜਾਰ?"

- "ਬਹੁਤੈ - ਤੂੰ ਇਲੈਕਸ਼ਨ ਵੱਲੀਂ ਵੀ ਦੇਖ - ਸਾਰਿਆਂ ਨੂੰ ਇਕੋ ਰੱਸੇ ਨਾਲ ਨਾ ਨਰੜ।"

- "ਚੱਲ ਪੰਜ ਦੁਆ ਦੇਹ - ਤੂੰ ਵੀ ਕੀ ਜਾਣੇਗਾ?"

- "ਪੰਜ ਦੁਆ ਦਿੰਨੈਂ - ਪਰ ਇਕ ਗੱਲ ਮੇਰੀ ਹੋਰ ਸੁਣ ਲੈ ਧਿਆਨ ਲਾ ਕੇ - ਦੇ ਉਹ ਦਸ ਹਜਾਰ ਵੀ ਦਿਊਗਾ - ਪਰ ਉਹਦੇ ਨਾਲ ਜਿਹੜਾ ਸਾਡੇ ਪਿੰਡ ਦਾ ਗਿਆਨੀ ਐਂ ਨਾਂ? ਉਹ ਪੂਰਾ ਫਿੱਟਣੀਆਂ ਦਾ ਫੇਟ ਐ - ਇਹਨੇ ਅੱਧੇ ਪਿੰਡ ਨੂੰ ਅੰਮ੍ਰਿਤ ਛਕਾ ਦਿੱਤਾ ਹੋਊ - ਗੱਲ ਨੀ ਬਾਤ ਨੀ - ਪਿੰਡ 'ਚ ਵਾਧੂ ਰਿੰਡ ਪ੍ਰਧਾਨ ਬਣਿਆਂ ਫਿਰਦੈ - ਇਹ ਤਾਂ ਸੰਤੂ ਈ ਐ ਜਿਹੜਾ ਲੱਤ ਲਾਈ ਜਾਂਦੈ - ਉਹ ਤਾਂ ਕਹਿੰਦਾ ਸੀ: ਮੁੰਡਾ ਨਿਰਦੋਸ਼ ਐ - ਕਾਹਦੇ ਪੈਸੇ ਦੇਈਏ?"

- "ਅੱਛਾ ....!"

- "ਹਾਂ ਜੀ .....!"

- "ਫੇਰ ਤਾਂ ਕਦੇ ਇਹਦੇ ਵਾਸਤੇ ਵੀ ਟੈਮ ਕੱਢਣਾ ਪਊ -?"

- "ਬਿਲਕੁਲ।"

- "ਇਕ ਗੱਲ ਯਾਦ ਰੱਖੀਂ ਸਰਪੈਂਚਾ।"

ਠਾਣੇਦਾਰ ਨੇ ਗੱਲ ਤੋਰੀ।

- "ਆਹ ਜਿਹੜਾ ਨਿਰੰਕਾਰੀਆਂ ਆਲਾ ਮਸਲਾ ਸ਼ੁਰੂ ਹੋਇਐ - ਇਹ ਛੇਤੀ ਕੀਤੇ ਮੁੱਕਣ ਵਾਲਾ ਨਹੀਂ - ਪੰਜਾਬ 'ਚ ਗਦਰ ਜਰੂਰ ਮੱਚੂ - ਫੇਰ ਸਾਨੂੰ ਅੰਮ੍ਰਿਤਧਾਰੀਆਂ ਦੀ ਜਰੂਰ ਲੋੜ ਪੈਣੀ ਐਂ - ਉਦੋਂ ਈ ਕਿਤੇ ਇਹਦਾ ਨੰਬਰ ਲਾ ਦਿਆਂਗੇ।"

- "ਪਰ ਦੇਖੀਂ ਬਰਾੜਾ-ਹੁਣ ਨਾ ਇਹਨੂੰ ਕੁਛ ਕਹੀਂ - ਦੇਖੀਂ ਕਿਤੇ ਮੇਰਾ ਵੀਰ - ਮੇਰਾ ਕੀਤਾ ਕਰਾਇਆ ਖੂਹ 'ਚ ਪਾ ਦੇਵੇਂ।"

- "ਬੇਫਿਕਰ ਰਹਿ - ਬੱਕਰੇ ਦੀ ਮਾ ਕਦੋਂ ਕੁ ਤੱਕ ਸੁੱਖ ਮਨਾਊ? ਜੜ ਦਿਆਂਗੇ ਕਿਤੇ ਕੋਕੇ - ਲਾ ਦਿਆਂਗੇ ਤਹਿ - ਕੀ ਨਾਂ ਐਂ ਇਹਦਾ?"

- "ਪੂਰਨ ਸਿਉਂ।"

- "ਕਰਦਾ ਕੀ ਹੁੰਦੈ?"

- "ਵਿਹਲੀ ਰੰਨ ਪ੍ਰਾਹੁਣਿਆਂ ਜੋਗੀ - ਲੋਕਾਂ ਨੂੰ ਹਰ ਵਿਸਾਖੀ 'ਤੇ ਅੰਮ੍ਰਿਤਸਰੋਂ ਅੰਮ੍ਰਿਤ ਛਕਾ ਕੇ ਲਿਆਉਂਦੈ ਤੇ ਗੁਰਦੁਆਰੇ ਪਾਠ ਕਰ ਛੱਡਦੈ - ਪਰ ਇਕ ਗੱਲ ਐ - ਸਾਡਾ ਅੱਧਿਓਂ ਜਿਆਦੇ ਪਿੰਡ ਇਹਦੇ ਪਿੱਛੇ ਐ।"

- "ਤਾਹੀਂ ਤਾਂ ਤੂੰ ਇਹਤੋਂ ਮੋਕ ਮਾਰਦਾ ਫਿਰਦੈਂ।"

ਠਾਣੇਦਾਰ ਹੱਸ ਪਿਆ।

- "ਕੀ ਕਰੀਏ? ਸਿਆਸਤ ਐ।"

- "ਕੋਈ ਨਹੀਂ - ਦਿਲ ਰੱਖ - ਅੰਮ੍ਰਿਤ ਛਕਾਉਣੋਂ ਇਹਨੂੰ ਹਟਾ ਦਿਆਂਗੇ।"

ਸਰਪੰਚ ਸੰਤੂ ਹੋਰਾਂ ਕੋਲ ਆ ਗਿਆ।

ਸਾਰਿਆਂ ਨੇ ਸੁਆਲੀਆ ਨਜ਼ਰਾਂ ਸਰਪੰਚ ਦੇ ਮੂੰਹ 'ਤੇ ਗੱਡ ਰੱਖੀਆਂ ਸਨ।

- "ਕਿਉਂ - ਕਿਵੇਂ ਬਣਿਆ?"

- "ਪੂਰੇ ਪੰਜ ਹਜਾਰ ਤੋਂ ਘੱਟ ਨਹੀਂ ਗੱਲ ਬਣਨੀ -।"

- "ਉਹ ਤਾਂ ਦਸ ਤੋਂ ਹੇਠਾਂ ਨਹੀਂ ਸੀ ਉਤਰਦਾ - ਟੁੱਲ ਲਾ ਕੇ ਮਸਾਂ ਈ ਪੰਜ ਤੇ ਲਿਆਂਦੈ।" ਸਰਪੰਚ ਨੇ ਪ੍ਰਾਪਤੀ ਦੱਸੀ।

- "ਕੱਲ ਦੇ ਦਿਆਂਗੇ - ਪਰ ਮੁੰਡੇ ਨੂੰ ਕਦੋਂ ਛੱਡੂ?" ਸੰਤੂ ਕਾਹਲਾ ਪਿਆ ਹੋਇਆ ਸੀ।

- "ਪੈਸੇ ਲਿਆ ਦਿਓ - ਮੁੰਡਾ ਲੈ ਜਾਓ।"

ਸਰਪੰਚ ਨੇ ਇੱਕੋ ਟੱਕ ਨਾਲ ਹੀ ਗੱਲ ਵੱਢ ਦਿੱਤੀ।

ਸੰਤੂ ਅਤੇ ਗਿਆਨੀ ਆੜ੍ਹਤੀਆਂ ਦੇ ਚਲੇ ਗਏ। ਉਹਨਾਂ ਨੇ ਪੂਰਾ ਪੰਜ ਹਜ਼ਾਰ ਰੁਪਈਆ ਲਿਆ ਕੇ ਸਰਪੰਚ ਦੇ ਹੱਥ 'ਤੇ ਰੱਖ ਦਿੱਤਾ।

ਹਰਪਾਲ ਛੱਡ ਦਿੱਤਾ ਗਿਆ।

ਗਿੱਦੜ ਕੁੱਟ ਕਰਕੇ ਉਸ ਤੋਂ ਚੱਜ ਨਾਲ ਤੁਰਿਆ ਨਹੀਂ ਜਾਂਦਾ ਸੀ।

ਸਰਪੰਚ ਉਹਨਾਂ ਕੋਲ ਬਾਹਰ ਆ ਗਿਆ।

- "ਗੱਲ ਐਨੀ ਐਂ।" ਸਰਪੰਚ ਨੇ ਖੰਘੂਰਾ ਮਾਰ ਕੇ ਗਲਾ ਸਾਫ ਕੀਤਾ।

- "ਠਾਣੇਦਾਰ ਕਹਿੰਦਾ: ਇਕ ਮੌਕਾ ਇਹਨੂੰ ਦਿੱਤਾ - ਅੱਗੇ ਨੂੰ ਬੰਦਿਆਂ ਵਾਂਗੂੰ ਰਹੇ - ਪੜ੍ਹੇ - ਹਰਪਾਲ! ਜੇ ਤੂੰ ਗਾਂਹਾਂ ਨੂੰ ਕੋਈ ਗਲਤੀ ਕੀਤੀ - ਠਾਣੇਦਾਰ ਨੇ ਜਮਾਂ ਈ ਨਹੀਂ ਮੰਨਣਾ - ਫੇਰ ਨਾ ਕਹੀਂ ਦੱਸਿਆ ਨਹੀਂ -।"

- "ਗਲਤੀ ਤਾਂ ਸਰਪੰਚ ਸਾਹਬ ਮੈਂ ਹੁਣ ਵੀ ਕੋਈ ਨਹੀਂ ਸੀ ਕੀਤੀ? ਗਲਤੀ ਤਾਂ ਅਸੀਂ ਤਿੰਨਾਂ ਨੇ ਈ ਨਹੀਂ ਸੀ ਕੀਤੀ।"

- "ਤੇਰੇ ਨਾਲ ਹੋਰ ਵੀ ਸੀਗੇ?"

- "ਦੋ ਹੋਰ ਸੀ - ਘਰਦਿਆਂ ਨੇ ਦਸ-ਦਸ ਹਜ਼ਾਰ ਦੇ ਕੇ ਛੁਡਾਏ ਐ।"

- "ਦੇਖਿਐ? ਮੈਂ ਥੋਨੂੰ ਕਿਹਾ ਸੀ ਨਾਂ? ਬਈ ਬਰਾੜ ਦਸ ਹਜਾਰ ਤੋਂ ਥੱਲੇ ਨਹੀਂ ਸੀ ਉਤਰਦਾ।"

- "ਹੈਅ ਤੇਰੀ ਬੇੜੀ ਬਹਿਜੇ - ਹਰਾਮ ਦੀ ਕਮਾਈ ਲਿਜਾਊ ਕਿੱਥੇ? ਬਾਬੇ ਨਾਨਕ ਨੇ ਕਿਹੈ: ਹੱਕੁ ਪਰਾਇਆ ਨਾਨਕਾ - ਉਸ ਸੂਅਰ ਉਸ ਗਾਇ - ਗੁਰ ਪੀਰ ਹਾਮਾ ਤਾ ਭਰੈ - ਜੇ ਮੁਰਦਾਰ ਨ ਖਾਇ - ਤੇ ਗੁਰੂ ਅਰਜਨ ਦੇਵ ਜੀ ਨੇ ਫੁਰਮਾਇਐ: ਸਹਸ ਖਟੇ - ਲਖ ਕਉ ਉਠਿ ਧਾਵੈ - ਤ੍ਰਿਪਤ ਨ ਆਵੈ - ਮਾਇਆ ਪਾਛੈ ਪਾਵੈ।"

- "ਗਿਆਨੀ ਜੀ - ਇਹਨਾਂ ਗੱਲਾ ਨੂੰ ਹਰ ਕੋਈ ਨਹੀਂ ਮੰਨਦਾ - ਉਹਨੇ ਤਾਂ ਮੈਨੂੰ ਠੋਕ ਕੇ ਐਥੋਂ ਤੱਕ ਆਖ ਦਿੱਤੈ - ਬਈ ਮੁੰਡੇ ਨੂੰ ਕਹੀਂ - ਪੜ੍ਹਾਈ ਵੱਲ ਧਿਆਨ ਦੇਵੇ - ਹੋਰ ਘਤਿੱਤਾਂ ਵਿਚ ਨਾ ਪਵੇ - ਸਮਾਂ ਬਹੁਤ ਮਾੜਾ ਆਉਣ ਵਾਲੈ - ਫਿਰ ਮੇਰੀ ਜਿੰਮੇਵਾਰੀ ਨਹੀਂ।" ਆਖ ਕੇ ਸਰਪੰਚ ਫਾਰਿਗ ਹੋ ਗਿਆ।

- "ਸ਼ਾਬਾਸ਼ੇ ਭਾਈ ਸ਼ਾਬਾਸ਼ੇ।"

ਉਹ ਸਾਰੇ ਪਿੰਡ ਨੂੰ ਬੱਸ ਚੜ੍ਹ ਗਏ।

ਸ਼ਾਮ ਨੂੰ ਸੱਥ ਵਿਚ ਹਰਪਾਲ ਦੀ ਗ੍ਰਿਫਤਾਰੀ ਅਤੇ ਰਿਹਾਈ ਬਾਰੇ ਚਰਚਾ ਛਿੜੀ ਹੋਈ ਸੀ।

- "ਕਹਿੰਦੇ ਐ ਭਾਈ ਕਾਲਜ 'ਚ ਅੱਤਵਾਦੀਆਂ ਦਾ ਆਉਣ ਜਾਣ ਐਂ?" ਅਮਲੀ ਬੋਲਿਆ।

- "ਆਉਣ ਜਾਣ ਕਾਹਦੈ? ਉਹ ਰਹਿੰਦੇ ਈ ਕਾਲਜ 'ਚ ਐ।"

- "ਫੇਰ ਹਰਪਾਲ ਨੂੰ ਕਿਉਂ ਫੜਿਆ?"

- "ਕੋਈ ਅੱਟੀ ਸੱਟੀ ਇਹ ਅੜਾਉਂਦਾ ਹੋਊ - ਇਹ ਕਿਹੜਾ ਸੁਪੱਤਾ ਐ?"

- "ਕਹਿੰਦੇ ਜਿਹੜੇ ਮੁੰਡਿਆਂ ਨੇ ਨਵਾਂ ਨਵਾਂ ਅੰਮ੍ਰਿਤ ਛਕਿਐ - ਉਹਨਾਂ ਨੂੰ ਪੁਲਸ ਪੈਂਦੀ ਐ।"

- "ਤਾਂ ਹੀ ਤਾ ਮਹਾਤੜਾਂ ਨੂੰ ਕੁਛ ਨਹੀਂ ਆਖਦੇ - ਐਸ਼ਾਂ ਕਰਦੇ ਐਂ - ਬੁੱਲੇ ਵੱਢਦੇ ਐਂ।" ਅਮਲੀ ਨੇ ਆਖਿਆ।

- "ਪਰ ਯਾਰ ਹਰਪਾਲ ਨੇ ਤਾਂ ਅੰਮ੍ਰਿਤ ਵੀ ਨ੍ਹੀਂ ਛਕਿਆ? ਉਹਨੂੰ ਕਿਉਂ ਫੜਿਆ?"

- "ਉਹਦੇ ਪਿਉ ਨੇ ਤਾਂ ਛਕਿਐ - ਉਹ ਤਾਂ ਬਣਿਆਂ ਬੈਠੈ ਸੰਤੂ ਤੋਂ ਸੰਤਾ ਸਿੰਘ 'ਕਾਲੀ।" ਅਮਲੀ ਦਾ ਨਸ਼ਾ ਖਤਰੇ ਵਾਲੀ ਸੂਈ ਤੇ ਪਹੁੰਚਿਆ ਹੋਇਆ ਸੀ।

- "ਉਹ ਹੁਣ ਤੇਰੇ ਨਾਲ ਖਾਂਦਾ ਪੀਂਦਾ ਨਹੀਂ - ਤੈਨੂੰ ਤਾਂ ਗੁੱਸੈ।" ਕਿਸੇ ਨੇ ਸੱਚੀ ਸੁਣਾਈ।

- "ਕੋਈ ਨਾਂ - ਸਬਰ ਕਰ - ਕਦੇ ਤੇਰੇ ਵੀ ਮੋਛੇ ਪਾਈ ਖੜ੍ਹੇ ਐ।"

ਉਹ ਚਰਚਾ ਕਰ ਹੀ ਰਹੇ ਸਨ ਕਿ ਇੰਦਰ ਘੈਂਟ ਆ ਗਿਆ।

- "ਯਾਰ ਮਾੜੀ ਜਿਹੀ ਮੱਦਤ ਕਰੋਂਗੇ?"

- "ਕਾਹਦੀ?"

- "ਸਾਡਾ ਯਾਰ ਮੌਲਾ ਬਲਦ ਨਹੀਂ ਉਠਦਾ - ਉਹਨੂੰ ਉਠਾਉਣੈ।"

- "ਨਹੀਂ ਉਠਦਾ ਬੈਠਾ ਰਹਿਣ ਦਿਓ - ਉਹਤੋਂ ਬੂੜ੍ਹੀ ਨਵੇਂ ਦੁੱਧ ਕਰਵਾਉਣੀ ਐਂ?" ਅਮਲੀ ਨੇ ਕਿਹਾ ਤਾਂ ਹਾਸੜ ਪੈ ਗਈ।

- "ਉਠ ਕੇ ਖੁਰਨੀ 'ਚੋਂ ਪੱਠੇ ਖਾ ਲਊ - ਟੋਕਰੇ 'ਚ ਪਾਏ ਖਾਂਦਾ ਨਹੀਂ - ਗਊ ਦਾ ਜਾਇਐ - ਫਿਰ ਵੀ ਅਮਲੀਆ ਤਰਸ ਆਉਂਦੈ - ਤੂੰ ਤਾਂ ਗੋਲੀਆ ਲਈਆਂ ਖਾ ਤੇ ਲੱਗ ਗਿਆ ਕੁੱਤੇ ਮਾਂਗੂੰ ਭੌਂਕਣ।"

- "ਜੇ ਆਹ ਗੱਲ ਐ ਤਾਂ ਚਲੋ ਭਾਈ ਫੇਰ - ਪੁੰਨ ਐਂ।"

ਸਾਰੇ ਜਾ ਕੇ ਮੌਲੇ ਬਲਦ ਦੇ ਦੁਆਲੇ ਹੋ ਗਏ। ਕਿਸੇ ਨੇ ਹੇਠਾਂ ਦੀ ਵਲਾਅ ਪਾਇਆ ਹੋਇਆ ਸੀ। ਕਿਸੇ ਨੇ ਪੂਛ ਫੜੀ ਹੋਈ ਸੀ। ਅਮਲੀ ਮੌਲੇ ਦੇ ਗਲ ਨੂੰ ਚਿੰਬੜਿਆ ਹੋਇਆ ਸੀ।

- "ਲਓ ਬਈ ਮਾਰੋ ਜੋਰ।" ਅਮਲੀ ਨੇ ਕਿਹਾ ਤਾਂ ਮੌਲੇ ਨੂੰ ਉਠਾਉਂਦਾ - ਉਠਾਉਂਦਾ ਆਪ 'ਦਾਅੜ' ਕਰਦਾ ਜਾ ਡਿੱਗਿਆ।

ਮੁੰਡੀਹਰ ਹੱਸ ਪਈ।

ਅਮਲੀ ਔਖਾ ਸੌਖਾ ਆਪ ਹੀ ਉਠ ਕੇ ਖੜ੍ਹਾ ਹੋ ਗਿਆ।

- "ਖਸਮਾਂ ਨੂੰ ਖਾਣਾ ਗੋਹੇ ਤੋਂ ਪੈਰ ਤਿਲ੍ਹਕ ਗਿਆ - ਚਲੋ ਹੁਣ ਮਾਰੋ ਬਈ ਜੋਰ ਮੁੰਡਿਓ!" ਜੋਰ ਲਾਉਣ ਲੱਗਾ ਅਮਲੀ ਫਿਰ ਡਿੱਗ ਪਿਆ।

ਹੱਸਦੇ ਮੁੰਡਿਆਂ ਦੀਆਂ ਪੱਸਲੀਆਂ ਦੁਖਣ ਲੱਗ ਪਈਆਂ।

- "ਅਮਲੀਆਂ ਆਪਾਂ ਇਉਂ ਕਰਦੇ ਆਂ - ਮੌਲਾ ਬਲਦ ਆਪਾਂ ਫੇਰ 'ਠਾ ਲਵਾਂਗੇ - ਪਹਿਲਾਂ ਤੈਨੂੰ ਉਠਾ ਲਈਏ।" ਘੈਂਟ ਬੋਲਿਆ।

- "ਮਾਂ ਦਾ ਯਹਾਓ ....ਯਾਰ ਚੱਲੇ ਐ - ਨਾਲੇ ਮੱਦਤ ਕਰੀਏ - ਉਤੋਂ ਢੁੱਚਰਾਂ ਸਹੀਏ?" ਉਹ ਗਾਹਲਾਂ ਕੱਢਦਾ ਘਰੇ ਆ ਕੇ ਪੈ ਗਿਆ। ਘਰ ਉਸ ਦਾ ਬਾਹਰ - ਬਾਹਰ ਰੂੜੀਆਂ ਕੋਲ ਸੀ।

ਤੜਕੇ ਚਾਰ ਕੁ ਵਜੇ ਅਮਲੀ ਦੇ ਢਿੱਡ ਵਿਚ ਕੁੜੱਲ ਜਿਹਾ ਉਠਿਆ। ਉਹ ਖੇਸ ਲੈ ਕੇ ਰੂੜੀਆਂ ਵਿਚ ਹੀ 'ਮੈਦਾਨ ਮਾਰਨ' ਬੈਠ ਗਿਆ। ਅਜੇ ਕਾਫ਼ੀ ਹਨ੍ਹੇਰਾ ਸੀ। ਪੇਟ ਉਸ ਦਾ ਅਜੇ ਵੀ ਦਰਦ ਕਰੀ ਜਾ ਰਿਹਾ ਸੀ। ਸ਼ਾਇਦ ਬਲਦ ਉਠਾਉਣ ਕਰਕੇ ਅਮਲੀ ਜੋਰ ਖਾ ਗਿਆ ਸੀ।

ਅਮਲੀ ਬੈਠਾ ਅਜੇ ਆਪਣਾ ਢਿੱਡ ਹੀ ਘੁੱਟ ਰਿਹਾ ਸੀ ਕਿ ਉਸ ਕੋਲ ਆ ਕੇ ਕੋਈ ਹੋਰ ਬੁੜ੍ਹੀ ਬੈਠ ਗਈ। ਅਮਲੀ ਨੇ ਸਾਹ ਘੁੱਟ ਲਿਆ।

- "ਨੀ ਕਿਹੜੀ ਐਂ? ਉਸ ਬੁੜ੍ਹੀ ਨੇ ਅਮਲੀ ਵੱਲ ਮੂੰਹ ਕਰਕੇ ਪੁੱਛਿਆ।

- "....।" ਅਮਲੀ ਚੁੱਪ ਰਿਹਾ। ਦੱਸਦਾ ਵੀ ਕੀ? ਬਈ ਉਹ ਕਿਹੜੀ ਸੀ?

- "ਨੀ ਮੈਖਿਆ ਤੂੰ ਕਿਹੜੀ ਐਂ?" ਕਾਫੀ ਦੇਰ ਚੁੱਪ ਰਹਿਣ ਤੋਂ ਬਾਅਦ ਬੁੜ੍ਹੀ ਨੇ ਫਿਰ ਪੁੱਛਿਆ।

- "......।" ਅਮਲੀ ਫਿਰ ਨਾ ਬੋਲਿਆ। ਉਸ ਨੇ ਆਪਣਾ ਕੰਮ ਕਰਕੇ ਹੱਥ ਧੋ ਲਏ।

ਜਦੋਂ ਬੁੜ੍ਹੀ ਨੇ ਫਿਰ, "ਕਿਹੜੀ ਐਂ?" ਪੁੱਛਿਆ ਤਾਂ ਅਮਲੀ ਪਜਾਮੇਂ ਦਾ ਨਾਲਾ ਬੰਨ੍ਹਦਾ ਹੋਇਆ ਬੋਲਿਆ:

- "ਮੈਂ 'ਕਿਹੜੀ' ਐਂ ਨਹੀਂ ਭਾਈ - ਮੈਂ ਤਾਂ 'ਕਿਹੜਾ' ਐਂ।" ਅਮਲੀ ਚੱਕਵੇਂ ਪੈਰੀਂ ਹੋ ਗਿਆ ਅਤੇ ਬੁੜ੍ਹੀ ਚੁੱਪ ਕਰ ਗਈ।

11

ਅਗਲੇ ਦਿਨ ਗਿਆਨੀ ਨੇ ਸੁਨੇਹਾ ਦੇ ਕੇ ਹਰਪਾਲ ਨੂੰ ਆਪਣੇ ਕੋਲ ਬੁਲਾਇਆ।

ਹਰਪਾਲ ਤੁਰੰਤ ਹਾਜ਼ਰ ਹੋ ਗਿਆ।

- "ਕੋਈ ਜਰੂਰੀ ਕੰਮ ਸੀ ਗਿਆਨੀ ਜੀ?"

- "ਬਹੁਤ ਜਰੂਰੀ - ਬੈਠ ਐਥੇ।"

ਉਹ ਬੈਠ ਗਏ।

- "ਉਸ ਦਿਨ ਤੂੰ ਸਰਪੈਂਚ ਦੀਆਂ ਗੱਲਾਂ ਸੁਣ ਲਈਆਂ ਸੀ?"

- "ਹਾਂ ਜੀ - ਸੁਣ ਲਈਆਂ ਸੀ।"

- "ਕੋਈ ਸਮਝ ਲੱਗੀ?"

- "ਨਾਂ - ਬਿਲਕੁਲ ਨਹੀਂ।"

- "ਪੁੱਤਰਾ ਮੇਰੇ ਤਜ਼ਰਬੇ ਮੁਤਾਬਿਕ - ਜਿਵੇਂ ਸਰਪੈਂਚ ਗੱਲਾਂ ਕਰਦਾ ਸੀ - ਉਸ ਹਿਸਾਬ ਨਾਲ ਪੁਲਸ ਤੈਨੂੰ ਫਿਰ ਪਊਗੀ।"

ਹਰਪਾਲ ਨੂੰ ਮੁੜ੍ਹਕਾ ਆ ਗਿਆ।

ਹੱਥਾਂ ਪੈਰਾਂ ਦੀਆਂ ਤਲੀਆਂ ਪਸੀਨੇ ਨਾਲ ਭਿੱਜ ਗਈਆਂ।

- "ਸੰਤੂ ਤੇ ਤੇਰੀ ਮਾਂ ਤੈਨੂੰ ਕਿੰਨਾ ਪਿਆਰ ਕਰਦੇ ਐ।"

- "......।" ਹਰਪਾਲ ਸੁਣ ਰਿਹਾ ਸੀ।

- "ਜੇ ਮੇਰੀ ਮੰਨੇ ਤਾਂ ਤੂੰ ਕਾਲਜ ਛੱਡ ਦੇਹ ਤੇ ਪਿੰਡੋਂ ਕਿਤੇ ਹੋਰ ਕਿਨਾਰਾ ਕਰ ਲੈ।"

- "ਕਿੱਥੇ ਜਾਵਾਂ ਗਿਆਨੀ ਜੀ - ਕੋਈ ਹੋਰ ਟਿਕਾਣਾ ਵੀ ਤਾਂ ਨਹੀਂ।"

- "ਪੰਜਾਬ 'ਚ ਸਮਾਂ ਬਹੁਤ ਮਾੜਾ ਆਉਂਦਾ ਜਾਂਦੈ ਪੁੱਤ ਮੇਰਿਆ - ਕਿਤੇ ਦਿੱਲੀ ਦੁੱਲੀ ਵੱਲੀਂ ਨਿਕਲਜਾ - ਚੰਗਾ ਰਹੇਂਗਾ।"

- "ਗਿਆਨੀ ਜੀ ਬਾਪੂ ਬੇਬੇ ਕੀ ਆਖਣਗੇ?"

_ "ਉਹਨਾਂ ਦੀ ਜਿੰਮੇਵਾਰੀ ਮੈਂ ਓਟਦੈਂ।"

- "ਗਿਆਨੀ ਜੀ - ਜੇ ਘਰੋਂ ਭੱਜੇ - ਪੁਲਸ ਸਿਰ ਨਾ ਹੋਊਗੀ?"

- "ਪੁੱਤਰਾ - ਪੁੱਤਰਾ! ਸਾਰਿਆਂ ਤੋਂ ਸਿਆਣਾ ਉਹ ਹੁੰਦੈ - ਜਿਹੜਾ ਪੈਂਦੀਆਂ ਤੋਂ ਵੀ ਭੱਜ ਜਾਵੇ - ਖੜ੍ਹੇ ਪੈਰ ਇਹਨਾਂ ਦੇ ਹੱਥ ਨਾ ਆਵੇ ਬੰਦਾ - ਬਾਅਦ 'ਚ ਵੀਹ ਜੁਗਾੜ ਹੋ ਜਾਂਦੇ ਐ।"

- "ਗਿਆਨੀ ਜੀ - ਗੱਲ ਵੱਡੀ ਐ ਮੂੰਹ ਛੋਟਾ ਐਂ - ਸ਼ਰਮ ਆਉਂਦੀ ਐ।" ਹਰਪਾਲ ਕੁਝ ਜਕ ਰਿਹਾ ਸੀ।

- "ਦੇਖ ਹਰਪਾਲ ਸਿਆਂ - ਮੈਂ ਤੇਰਾ ਤਾਇਆ ਵੀ - ਯਾਰ ਵੀ, ਭਰਾ ਵੀ - ਪੇਂਡੂ ਵੀ - ਸਾਰਾ ਕੁਛ ਈ ਆਂ - ਹਾਥੀ ਦੀ ਪੈੜ 'ਚ ਸ਼ੇਰਾ ਸਾਰੀਆਂ ਈ ਪੈੜਾਂ ਆ ਜਾਂਦੀਐਂ - ਤੂੰ ਦਿਲ ਖੋਹਲ ਕੇ ਗੱਲ ਕਰ - ਦਾਈਆਂ ਤੋਂ ਪੇਟ ਨਹੀਂ ਲੁਕਦੇ - ਬੋਤੇ ਦੇ ਢਿੱਡ ਵਿਚ ਸਾਰੀਆਂ ਈ ਦਾਤਣਾਂ ਹੁੰਦੀਐ ਪੁੱਤਰ ਮੇਰਿਆ!" ਗਿਆਨੀ ਨੇ ਸਾਰੇ ਹੀ ਦਰਵਾਜੇ ਹਰਪਾਲ ਲਈ ਚੌਪੱਟ ਖੋਲ੍ਹ ਦਿੱਤੇ।

- "ਗਿਆਨੀ ਜੀ - ਸਿਆਣੇ ਐਮੇਂ ਨਹੀਂ ਆਖਦੇ - ਕੁਥਾਂ ਤੋਂ ਰੁੱਝੀ ਸਹੁਰਾ ਹਕੀਮ - ਕੀ ਦੱਸਾਂ?"

- "ਤੂੰ ਮੈਨੂੰ ਯਾਰ ਸਮਝ ਕੇ ਬੋਲ - ਝਿਜਕ ਨਾ ਮੰਨ - ਇਹ ਤੇਰੀ ਜ਼ਿੰਦਗੀ ਦਾ ਸੁਆਲ ਐ ਸ਼ੇਰ ਮੇਰਿਆ!" ਗਿਆਨੀ ਨੇ ਹੌਸਲੇ ਲਈ ਹਰਪਾਲ ਨੂੰ ਥਾਪੀ ਦਿੱਤੀ।

_ "ਸੁਣ ਲਓ ਗਿਆਨੀ ਜੀ ਫਿਰ - ਇਕ ਕੁੜੀ ਐ - ਮੇਰੇ ਨਾਲ ਪੜ੍ਹਦੀ ਹੁੰਦੀ ਸੀ - ਗਿਆਰ੍ਹਵੀਂ ਕਰ ਕੇ ਹਟ ਗਈ - ਪਿਉ ਮਰ ਗਿਆ - ਇਕ ਮਾਂ ਐਂ - ਹੋਰ ਕੋਈ ਭੈਣ ਨਹੀਂ ਭਾਈ ਨਹੀਂ - ਬੜਾ ਮੋਹ ਕਰਦੀ ਐ ਉਹ ਮੈਨੂੰ - ਉਹਦੀ ਮਾਂ ਵੀ ਮੰਨਦੀ ਐ - ਪਰ ਡਰ ਮੈਨੂੰ ਬਾਪੂ ਹੋਰਾਂ ਦਾ ਐ।"

- "ਹੁਣ ਕਿੱਥੇ ਰਹਿੰਦੀ ਐ?"

- "ਮਾਂ ਨਾਲ ਦਿੱਲੀ ਚਲੀ ਗਈ - ਜ਼ਮੀਨ ਤੇ ਘਰ ਸਾਰਾ ਕੁਛ ਵੇਚ ਵੱਟ ਗਈਆਂ।"

- "ਦਿੱਲੀ ਹੁਣ ਕੀ ਕਰਦੀਐਂ?"

- "ਪਤਾ ਨਹੀਂ - ਕੁੜੀ ਦਾ ਸਾਰਾ ਨਾਨਕਾ ਪ੍ਰੀਵਾਰ ਦਿੱਲੀ ਵਿਚ ਈ ਰਹਿੰਦੈ।"

- "ਬਸ ਪਾਅਧਾ ਨਾ ਪੁੱਛ - ਉਡ ਜਾਹ।"

- "ਉਹਨਾਂ ਨਾਲ ਅੱਜ ਮੈਂ ਰੈਅ ਕਰਦੈਂ - ਮੇਰੀ ਕਹੀ ਉਹ ਮੋੜਦੇ ਨਹੀਂ - ਤੂੰ ਉਹਨਾਂ ਦਾ ਫਿਕਰ ਦਿਲ 'ਚੋਂ ਕੱਢ।"

- "ਗਿਆਨੀ ਜੀ - ਜਦੋਂ ਅਸੀਂ ਕੁਛ ਕੀਤਾ ਈ ਨਹੀਂ - ਫਿਰ ਪੁਲਸ ਸਾਨੂੰ ਵਾਧੂ ਦਾ ਤੰਗ ਕਿਉਂ ਕਰਦੀ ਫਿਰਦੀ

ਐ?"

- "ਇਹ ਸਿੱਖ ਕੌਮ ਨਾਲ ਪਹਿਲੀ ਵਾਰੀ ਨਹੀਂ - ਸ਼ੁਰੂ ਤੋਂ ਈ ਬੀਤਦੀ ਆਈ ਐ ਸ਼ੇਰਾ - ਪੰਜਾਬ 'ਚ ਵਸਦਿਆਂ ਨੂੰ ਤਾਂ ਨਿੱਤ ਈ ਮੁਹਿੰਮਾਂ ਨੇ ਪੁੱਤਰ ਮੇਰਿਆ - ਸਰਕਾਰ ਦਾ ਕੰਮ ਐਂ ਛੋਟੀ ਗੱਲ ਨੂੰ ਵੱਡੀ ਬਣਾਓ - ਲਾਂਬੂ ਲਾਓ ਤੇ ਅਗਲੀਆਂ ਵੋਟਾ ਵਟੋਰਨ ਲਈ ਕੋਈ ਨਾ ਕੋਈ ਮੁੱਦਾ ਖੜ੍ਹਾ ਕਰੋ - ਹੁਣ ਤੂੰ ਦੇਖ ਲਈਂ ਕਿਵੇਂ ਇਹ ਸਿੱਖਾਂ ਦਾ ਹਊਆ ਖੜ੍ਹਾ ਕਰਕੇ ਹਿੰਦੂਆਂ ਤੇ ਨਿਰੰਕਾਰੀਆਂ ਦੀਆਂ ਵੋਟਾਂ ਕਿਵੇਂ ਖਿੱਚਦੇ ਐ - ਇਹ ਗੰਦੀ ਸਿਆਸਤ ਐ - ਅਜੇ ਤੇਰੇ ਸਮਝ ਵਿਚ ਨਹੀਂ ਆਉਣੀ।"

- ".......।"

- "ਤੂੰ ਹੁਣ ਚੱਲ ਕੇ ਰੋਟੀ ਰੂਟੀ ਖਾ - ਮੈਂ ਕੱਲ੍ਹ ਨੂੰ ਦੁਪਿਹਰੇ ਸੰਤੂ ਕੋਲ ਆਊਂ।"

ਹਰਪਾਲ ਤੁਰ ਆਇਆ।

ਗਿਆਨੀ ਪੂਰਨ ਸਿੰਘ ਦੀ ਸਕੀਮ ਧਰੀ ਧਰਾਈ ਰਹਿ ਗਈ।

ਸਵੇਰੇ ਚਾਰ ਵਜੇ ਪੁਲਸ ਨੇ ਸੰਤੂ ਦੇ ਘਰ ਨੂੰ ਘੇਰ ਲਿਆ। ਪੁਲਸ ਦਾ ਪੂਰਾ ਟਰੱਕ ਭਰਿਆ ਹੋਇਆ ਸੀ।

ਦਰਵਾਜਾ ਖੜਕਣ ਤੇ ਸੰਤੂ ਨੇ ਕੁੰਡਾ ਲਾਹ ਦਿੱਤਾ। ਪੁਲਸ ਦਾ ਭਰਿਆ ਟਰੱਕ ਦੇਖ ਕੇ ਉਹ ਬੇਹੇ ਪਾਣੀ ਵਿਚ ਹੀ ਬੈਠ ਗਿਆ।

- "ਕੋਈ ਸੇਵਾ ਸਰਦਾਰ ਜੀ?" ਉਸ ਨੇ ਹੱਥ ਜੋੜ ਕੇ ਅਤੀਅੰਤ ਨਿਮਰਤਾ ਨਾਲ ਠਾਣੇਦਾਰ ਨੂੰ ਪੁੱਛਿਆ।

- "ਸੇਵਾ ਕੋਈ ਨਹੀਂ - ਮੁੰਡਾ ਪੇਸ਼ ਕਰ।"

ਠਾਣੇਦਾਰ ਨੇ ਅੱਤ ਰੁੱਖਾ ਉਤਰ ਮੋੜਿਆ।

- "ਕਸੂਰ ਤਾਂ ਸਰਦਾਰ ਜੀ ਉਹਨੇ ਕੋਈ ਕੀਤਾ ਨਹੀਂ - ਉਦੋਂ ਦਾ ਕਾਲਜ ਵੀ ਨਹੀਂ ਗਿਆ-ਬੱਸ ਘਰੇ ਈ ਰਹਿੰਦੈ।"

- "ਉਹ ਕਿੱਥੇ ਜਾਂਦੈ - ਕੀ ਕਰਦੈ - ਸਾਨੂੰ ਤੇਰੇ ਨਾਲੋਂ ਵੱਧ ਪਤੈ - ਤੂੰ ਉਹਨੂੰ ਬਾਹਰ ਲਿਆ ਕੇਰਾਂ।"

- "......।" ਸੰਤੂ ਦੋਚਿੱਤੀ ਜਿਹੀ ਵਿਚ ਖੜ੍ਹਾ ਸੀ। ਉਸ ਨੂੰ ਕੁਝ ਸੁੱਝ ਨਹੀਂ ਰਿਹਾ ਸੀ।

ਠਾਣੇਦਾਰ ਦੇ ਇਸ਼ਾਰੇ 'ਤੇ ਸਿਪਾਹੀਆਂ ਨੇ ਸੰਤੂ ਨੂੰ ਵਿਹੜੇ ਵਿਚ ਹੀ ਢਾਹ ਲਿਆ।

ਰੌਲਾ ਪੈਣ 'ਤੇ ਸੰਤੂ ਦੀ ਕੁੜੀ ਜੋਗਿੰਦਰ ਅਤੇ ਘਰਵਾਲੀ ਮੇਲੋ ਨੇ ਪਿੱਟਣਾ ਸ਼ੁਰੂ ਕਰ ਦਿੱਤਾ। ਪਿੱਟ-ਪਿਟੱਈਆ ਸੁਣ ਕੇ ਹਰਪਾਲ ਪਿਛਲੀ ਬੈਠਕ ਵਿਚੋਂ ਬਾਹਰ ਵਿਹੜੇ ਵਿਚ ਆਇਆ ਤਾਂ ਸਿਪਾਹੀਆਂ ਨੇ ਉਸ ਦੇ ਹੱਥ, ਉਸ ਦੇ ਪਰਨੇ ਨਾਲ ਹੀ ਪਿੱਛੇ ਬੰਨ੍ਹ ਦਿੱਤੇ ਅਤੇ ਕੁੱਕੜ ਵਾਂਗ ਚੁੱਕ ਕੇ ਟਰੱਕ ਵਿਚ ਸੁੱਟ ਲਿਆ।

ਟਰੱਕ ਤੁਰ ਗਿਆ।

ਸਾਰੇ ਹੀ ਡੌਰ-ਭੌਰੇ ਜਿਹੇ ਹੋਏ ਖੜ੍ਹੇ ਸਨ।

ਕਿਸੇ ਨੂੰ ਕੁਝ ਸੁੱਝ ਨਹੀਂ ਰਿਹਾ ਸੀ।

ਇਕ ਦਮ ਪੁਲਸ ਦੀ ਐਸੀ ਧਾੜ ਪਈ ਸੀ ਕਿ ਕਿਸੇ ਨੂੰ ਬਹੁਤ ਕੁਝ ਕਹਿਣ ਸੁਣਨ ਦਾ ਸਮਾਂ ਹੀ ਨਹੀਂ ਮਿਲਿਆ ਸੀ।

- "ਹਰਪਾਲ ਦੇ ਬਾਪੂ - ਕੁਛ ਕਰ - ਬੁੱਚੜ ਤਾਂ ਜੁਆਕ ਨੂੰ ਚੁੱਕ ਕੇ ਲੈ ਗਏ।" ਹਰਪਾਲ ਦੀ ਮਾਂ ਮੇਲੋ ਕੁਰਲਾਈ। ਉਸ ਦੇ ਨਾਲ ਖੜੀ ਜੋਗਿੰਦਰ ਕੰਬੀ ਜਾ ਰਹੀ ਸੀ।

- "ਕੀ ਕਰਾਂ ਮੇਲੋ - ਔੜਦਾ ਕੁਛ ਨਹੀਂ?" ਸੰਤੂ ਸਾਹ ਸਤ ਛੱਡੀ ਖੜ੍ਹਾ ਸੀ।

- "ਗਿਆਨੀ ਜੀ ਕੋਲ ਜਾਹ - ਉਹ ਈ ਕੋਈ ਰਾਹ ਪਾਊ - ਹਾੜ੍ਹੇ ਜਲਦੀ ਕਰ - ਮੇਰਾ ਤਾਂ ਦਿਲ ਘਟੀ ਜਾਂਦੈ - ਕੀ ਕਰਾਂ? ਢਿੱਡ ਦੀ ਅੱਗ ਐ - ਹਾਏ ਵੇ ਡਾਢਿਆ ਰੱਬਾ!"

ਸੰਤੂ ਗਿਆਨੀ ਪੂਰਨ ਸਿੰਘ ਵੱਲ ਭੱਜ ਗਿਆ।

ਉਹ ਸੁੰਨੀਆਂ-ਛੂਕਦੀਆਂ ਗਲੀਆਂ ਵਿਚੋਂ ਦੀ ਕਮਲਿਆਂ ਵਾਂਗ ਭੱਜਿਆ ਜਾ ਰਿਹਾ ਸੀ। ਦਿਲ ਉਸ ਦਾ ਥਾਲੀ ਦੇ ਪਾਣੀ ਵਾਂਗ ਡੋਲਦਾ ਸੀ। ਪਰ ਮੁੱਖੋਂ ਉਹ 'ਵਾਹਿਗੁਰੂ-ਵਾਹਿਗੁਰੂ' ਦਾ ਜਾਪ ਕਰ ਰਿਹਾ ਸੀ। ਟਿਕੀ ਰਾਤ ਵਿਚ ਉਸ ਦੀ 'ਖੜੱਪ - ਖੜੱਪ' ਭਿਆਨਕ ਚੁੱਪ ਦਾ ਸੀਨਾ ਪਾੜਦੀ ਸੀ।

- "ਗਿਆਨੀ ਜੀ ......!" ਉਸ ਨੇ ਪਾਗਲਾਂ ਵਾਂਗ ਤਖ਼ਤਿਆਂ ਨੂੰ ਧੱਫੇ ਮਾਰੇ। ਚੁੱਪ ਰਾਤ ਵਿਚ ਬੱਕੜਵਾਹ ਮੱਚ ਗਈ। ਅਵਾਜ ਪਿੰਡ ਦੇ ਦੂਜੇ ਪਾਸੇ ਸੁਣੀ ਸੀ।

- "ਸੰਤੂ ਐ...?" ਗਿਆਨੀ ਨੇ ਹੈਰਾਨ ਜਿਹਾ ਹੋ ਕੇ ਪੁੱਛਿਆ।

- "ਆਹੋ ਗਿਆਨੀ ਜੀ - ਜਲਦੀ ਦਰਵਾਜਾ ਖੋਹਲੋ -!" ਸੰਤੂ ਦਾ ਰੋਣ ਨਿਕਲ ਗਿਆ। ਖੁੜਕ ਗਿਆਨੀ ਨੂੰ ਵੀ ਗਈ ਸੀ ਕਿ ਕੋਈ ਸ਼ੁਭ ਖਬਰ ਨਹੀਂ ਸੀ। ਬੁਰੀ ਖਬਰ ਸੀ।

- "ਕੀ ਗੱਲ ਐ? ਐਨਾ ਘਾਬਰਿਆ ਕਾਹਤੋਂ ਐਂ?" ਦਰਵਾਜਾ ਖੋਲ੍ਹ ਕੇ ਗਿਆਨੀ ਨੇ ਪੁੱਛਿਆ।

- "ਪੱਟੇ ਈ ਗਏ ਗਿਆਨੀ ਜੀ - ਬਰਬਾਦ ਹੋ ਗਏ ....!" ਸੰਤੂ ਰੋਂਦਾ ਧੀਰਜ ਨਹੀਂ ਫੜਦਾ ਸੀ।

- "ਕੋਈ ਗੱਲ ਵੀ ਦੱਸੇਂਗਾ? ਘਬਰਾਉਣ ਨਾਲ ਕੁਛ ਨਹੀਂ ਬਣਨਾ।" ਗਿਆਨੀ ਨੇ ਉਸ ਨੂੰ ਅੰਦਰ ਕਰ ਲਿਆ।

- "ਪੁਲਸ ਪਾਲੇ ਨੂੰ ਫੇਰ ਫੜ ਕੇ ਲੈ ਗਈ।"

- "ਕਦੋਂ?" ਗਿਆਨੀ ਦਾ ਸਾਹ ਸੰਘ ਅੰਦਰ ਹੀ ਅੜ ਗਿਆ। ਜਿਹੜੀ ਗੱਲ ਦਾ ਉਸ ਨੂੰ ਡਰ ਸੀ। ਉਹ ਆਖਰ ਹੋ ਕੇ ਹੀ ਰਹੀ।

- "ਆਹ ਹੁਣੇ ਈ - ਬੱਸ ਆਏ ਤੇ ਪਸ਼ੂ ਵਾਂਗੂੰ ਲੱਦ ਕੇ ਤੁਰ ਗਏ।"

- "........।" ਗਿਆਨੀ ਸੋਚਾਂ ਵਿਚ ਪੈ ਗਿਆ।

- "ਗਿਆਨੀ ਜੀ - ਕੁਛ ਜਲਦੀ ਕਰੋ - ਇਕੋ ਇਕ ਕੁਲ ਦਾ ਚਿਰਾਗ ਐ - ਉਹ ਵੀ ਨਾਂ ਬੁੱਚੜ ਫੂਕ ਮਾਰ ਦੇਣ।"

- "ਹੌਂਸਲਾ ਰੱਖ - ਆਪਾਂ ਸਰਪੈਂਚ ਕੋਲੇ ਚੱਲਦੇ ਆ-।"

ਗੁਰਦੁਆਰੇ 'ਚੋਂ ਪਾਠੀ ਬੋਲ ਪਿਆ ਸੀ।

ਉਹਨਾਂ ਵਾਹੋ-ਦਾਹੀ ਸਰਪੰਚ ਦਾ ਦਰਵਾਜ਼ਾ ਜਾ ਖੜਕਾਇਆ।

- "ਕੌਣ ਐਂ...?" ਕਾਫੀ ਦੇਰ ਬਾਅਦ ਸਰਪੰਚਣੀ ਦੀ ਅਵਾਜ਼ ਆਈ।

- "ਮੈਂ ਆ ਭਾਈ ਬੀਬਾ, ਪੂਰਨ ਸਿਉਂ ਗਿਆਨੀ।"

- "ਵੇ ਬਖਤੌਰਿਆ ....!" ਸਰਪੰਚਣੀ ਨੇ ਪਸ਼ੂਆਂ ਵੱਲ ਪਏ ਸੀਰੀ ਨੂੰ ਅਵਾਜ਼ ਮਾਰੀ।

- "ਹੋਅ ਚਾਚੀ ..?"

- "ਬਾਹਰਲਾ ਦਰਵਾਜਾ ਖੋਲ੍ਹ!"

- "ਖੋਲ੍ਹਦੈਂ ਚਾਚੀ।"

ਜਦੋਂ ਨੂੰ ਬਖਤੌਰੇ ਨੇ ਬਾਹਰਲਾ ਦਰਵਾਜਾ ਖੋਲ੍ਹਿਆ, ਉਦੋਂ ਨੂੰ ਸਰਪੰਚਣੀ ਨੇ ਸਰਪੰਚ ਨੂੰ ਹਲੂਣ ਕੇ ਬੈਠਾ ਕਰ ਦਿੱਤਾ।

ਰਾਤ ਦੀ ਪੀਤੀ ਮਣਾਂ ਮੂੰਹੀ ਦਾਰੂ ਕਰਕੇ ਸਰਪੰਚ ਉਖੜਿਆ ਜਿਹਾ ਪਿਆ ਸੀ। ਉਸ ਦੀਆਂ ਲਾਲ ਸੁਰਖ ਅੱਖਾਂ 'ਚੋਂ 'ਪਰਲ-ਪਰਲ' ਪਾਣੀ ਵਗ ਰਿਹਾ ਸੀ।

ਗਿਆਨੀ ਪੂਰਨ ਸਿੰਘ ਅਤੇ ਸੰਤੂ ਨੂੰ ਦੇਖ ਕੇ ਸਰਪੰਚ ਨੂੰ ਚੇਹ ਚੜ੍ਹ ਗਈ।

- "ਸਾਲੇ 'ਰਾਮ ਨਾਲ ਸੌਣ ਵੀ ਨਹੀਂ ਦਿੰਦੇ।"

ਉਸ ਨੇ ਮਨ ਵਿਚ ਹੀ ਉਹਨਾਂ ਨੂੰ ਗਾਹਲ ਕੱਢੀ।

ਸਰਪੰਚਣੀ ਚਾਹ ਬਣਾਉਣ ਚਲੀ ਗਈ।

- "ਸਰਪੰਚ ਸਾਹਬ - ਹਰਪਾਲ ਨੂੰ ਪੁਲਸ ਫਿਰ ਫੜ ਕੇ ਲੈ ਗਈ।"

- "ਫੇਰ ਮੈਂ ਕੀ ਕਰਾਂ?"

- "ਤੁਸੀਂ ਪਿੰਡ ਦੇ ਸਰਪੈਂਚ ਹੋ - ਕੋਈ ਹੱਲ ਕੱਢੋ - ਪੁਲਸ ਬੇਕਸੂਰੇ ਮੁੰਡੇ ਨੂੰ ਈ ਨਹੀਂ ਟਿਕਣ ਦਿੰਦੀ।"

- "ਉਹ ਤਾਂ ਸਰਪੈਂਚਾ - ਮੁੰਡੇ ਨੇ ਕਾਲਜ ਤਾਂ ਕੀ ਜਾਣਾ ਸੀ - ਉਦੇਂ ਦਾ ਘਰੋਂ ਬਾਹਰ ਵੀ ਨਹੀਂ ਗਿਆ - ਜੇ ਘਰੋਂ ਬਾਹਰ ਗਿਆ ਹੁੰਦਾ ਤਾਂ ਵੀ ਇਹ ਸੋਚਦੇ ਬਈ ਕੋਈ ਹੋਰ ਘਤਿੱਤ ਕਰ ਦਿੱਤੀ ਹੋਣੀ ਐਂ -।" ਸੰਤੂ ਬੋਲਿਆ।

- "ਉਹਤੋਂ ਤਾਂ ਅਜੇ ਕੁੱਟਿਆ ਕਰਕੇ ਚੱਜ ਨਾਲ ਤੁਰ ਵੀ ਨਹੀਂ ਸੀ ਹੁੰਦਾ।"

- "ਗਿਆਨੀ ਜੀ - ਪੁਲਸ ਅੱਜ ਕੱਲ੍ਹ ਸਿਰੋਂ ਸਰਦਾਰ ਐ - ਥੋਨੂੰ ਮੈਂ ਉਦੋਂ ਈ ਆਖ ਦਿੱਤਾ ਸੀ - ਬਈ ਗਾਂਹਾਂ ਨੂੰ ਮੇਰੀ ਕੋਈ ਜਿੰਮੇਵਾਰੀ ਨਹੀਂ ਹੋਊਗੀ - ਮੈਂ ਇਕ ਵਾਰੀ ਛੁਡਾ ਦਿੱਤਾ ਸੀ - ਹੁਣ ਤੁਸੀਂ ਆਪ ਈ ਕੋਈ ਵਿਧੀ ਸੋਚੋ।"

ਸਰਪੰਚ ਨੇ ਚਿੱਟਾ ਹੀ ਜਵਾਬ ਦੇ ਦਿੱਤਾ।

- "ਸਰਪੈਂਚਾ - ਮੁੰਡਾ ਜਮਾਂ ਈ ਨਿਰਦੋਸ਼ ਐ।" ਸੰਤੂ ਕੁਰਲਾਇਆ।

- "ਮੈਂ ਮੰਨਦੈਂ ਕਿ ਮੁੰਡਾ ਜਮਾਂ ਈ ਬੇਕਸੂਰ ਐ - ਪਰ ਪੁਲਸ ਆਲੇ ਨਹੀਂ ਮੰਨਦੇ - ਉਹਨਾਂ ਨੂੰ ਕੋਈ ਕਮੀ ਦੀਂਹਦੀ ਐ ਤਾਂ ਹੀ ਵਾਰ-ਵਾਰ ਫੜ ਫੜਾਈ ਕਰਦੇ ਐ - ਪਿੰਡ 'ਚੋਂ ਹੋਰ ਨਾ ਕਿਸੇ ਨੂੰ ਫੜ ਕੇ ਲੈ ਗਏ?"

- "......।" ਉਹ ਨਿਰੁੱਤਰ ਹੋ ਗਏ।

ਬਖਤੌਰਾ ਚਾਹ ਲੈ ਕੇ ਆ ਗਿਆ।

- "ਬਖਤੌਰਿਆ - ਮੇਰੇ ਤਾਂ ਲੰਘਣੀ ਨਹੀਂ।"

ਸੰਤੂ ਫਿੱਸ ਪਿਆ। ਬਖਤੌਰਾ ਸੰਤੂ ਦੇ ਦਰਦ ਨੂੰ ਪੂਰੀ ਤਰ੍ਹਾਂ ਸਮਝਦਾ ਸੀ। ਪਰ ਵਿਚਾਰਾ ਗਰੀਬ ਬੰਦਾ ਕੁਝ ਕਰ ਨਹੀਂ ਸਕਦਾ ਸੀ।

- "ਫੇਰ ਸਰਪੰਚ ਸਾਹਬ - ਤੁਸੀਂ ਸਾਡੀ ਕੋਈ ਨਹੀਂ ਮੱਦਦ ਕਰਦੇ?" ਗਿਆਨੀ ਨੇ ਤਸਵੀਰ ਦਾ ਇਕ ਪਾਸਾ ਹੀ ਦੇਖਣਾ ਚਾਹਿਆ।

- "ਗਿਆਨੀ ਜੀ - ਵਾਰ ਵਾਰ ਕਾਹਤੋਂ ਕਹਾਉਂਦੇ ਓਂ - ਮੈਂ ਜਿੰਨੀ ਕੁ ਜੋਕਰਾ ਸੀ-ਓਨੀ ਕੁ ਥੋਡੀ ਮੱਦਤ ਕਰ ਦਿੱਤੀ - ਹੁਣ ਕੋਈ ਫਾਇਦਾ ਨਹੀਂ।"

- "ਤੇਰੀ ਮਰਜੀ ਐ ਸਰਪੈਂਚਾ - ਤਕੜੇ ਮੂਹਰੇ ਕਿਹੜਾ ਜੋਰ ਹੁੰਦੈ?" ਸੰਤੂ ਨੇ ਅਕਹਿ ਦਰਦ ਨਾਲ ਕਿਹਾ।

ਉਹ ਬਿਨਾਂ ਚਾਹ ਪੀਤੀ ਦੇ ਹੀ ਵਾਪਿਸ ਆ ਗਏ। ਸੰਤੂ ਠਿੱਬੇ ਘੜੀਸ - ਘੜੀਸ ਤੁਰਦਾ ਸੀ।

- "ਗਿਆਨੀ ਜੀ - ਹੁਣ ਕੋਈ ਚਾਰਾ? ਮੇਰੇ ਤਾਂ ਔਸਾਣ ਮਾਰੇ ਪਏ ਐ - ਘਰੇ ਮੇਲੋ ਦਾ ਹਾਲ ਨਹੀਂ ਦੇਖਿਆ ਜਾਂਦਾ - ਕਰੀਏ ਤਾਂ ਕੀ ਕਰੀਏ?"

- "ਆਪਾਂ ਸ਼ਹਿਰ ਚੱਲਦੇ ਆਂ - ਗੁਰੂ ਆਪੇ ਕੋਈ ਹੀਲਾ ਬਣਾਊ।"

ਉਹ ਕੱਪੜੇ ਬਦਲ, ਬੱਸ ਫੜ ਕੇ ਸ਼ਹਿਰ ਆ ਗਏ।

ਬੱਸੋਂ ਉਤਰ ਉਹ ਸਿੱਧਾ ਠਾਣੇ ਪਹੁੰਚੇ।

ਦੁਪਿਹਰੋਂ ਬਾਅਦ ਜਾ ਕੇ ਕਿਤੇ ਉਹਨਾਂ ਦੀ ਵਾਰੀ ਆਈ।

- "ਬਰਾੜ ਸਾਹਬ ਸਾਸਰੀਕਾਲ।"

ਉਹ ਅੱਧ ਕੁ ਦੇ ਹੋ ਕੇ ਠਾਣੇਦਾਰ ਦੇ ਪੇਸ਼ ਹੋਏ। ਠਾਣੇਦਾਰ ਨੇ ਕਹਿਰ ਭਰੀਆਂ ਨਜ਼ਰਾਂ ਨਾਲ ਉਹਨਾਂ ਵੱਲ ਤੱਕਿਆ, ਪਰ ਮੂੰਹੋਂ ਕੁਝ ਨਾ ਬੋਲਿਆ।

- "ਬਰਾੜ ਸਾਹਬ - ਅਸੀਂ ਸੰਤਾ ਸਿਉਂ ਦੇ ਲੜਕੇ ਹਰਪਾਲ ਦੇ ਮਗਰ ਆਏ ਆਂ ਜੀ।" ਗਿਆਨੀ ਨੇ ਬੜੀ ਨਿਮਰਤਾ ਸਹਿਤ ਕਿਹਾ। ਹੱਥ ਉਸ ਨੇ ਜੋੜ ਰੱਖੇ ਸਨ।

- "ਕਿਹੜਾ ਹਰਪਾਲ?" ਠਾਣੇਦਾਰ ਸਾਫ਼ ਹੀ ਮੁੱਕਰ ਗਿਆ।

- "ਹੱਦ ਹੋ ਗਈ ਠਾਣੇਦਾਰ ਸਾਹਬ - ਅੱਜ ਤੜਕਿਓਂ ਤਾਂ ਤੁਸੀਂ ਉਹਨੂੰ ਘਰੋਂ ਫੜ ਕੇ ਲਿਆਏ ਐਂ।" ਸੰਤੂ ਹੈਰਾਨ ਸੀ।

- "ਅਸੀਂ ਕਿਸੇ ਹਰਪਾਲ ਨੂੰ ਫੜ ਕੇ ਨਹੀਂ ਲਿਆਏ - ਇਕ ਗੱਲ ਕੰਨ ਖੋਹਲ ਕੇ ਸੁਣ ਲੈ! ਅਸੀਂ ਢੋਡੇ ਵਾਂਗੂੰ ਵਿਹਲੇ ਨਹੀਂ - ਬਈ ਥਾਂ-ਥਾਂ ਲੋਕਾਂ ਦੇ ਘਰੀਂ ਤੁਰੇ ਫਿਰੀਏ - ਹੁਣ ਚੁੱਪ ਚਾਪ ਦਫ਼ਾ ਹੋ ਜਾਹ ਏਥੋਂ - ਨਹੀਂ ਫੜ ਕੇ ਅੰਦਰ ਦੇ ਦਿਆਂਗੇ।" ਠਾਣੇਦਾਰ ਗਲ ਨੂੰ ਆਇਆ।

ਉਹ ਛੋਤ ਜਿਹੀ ਲੁਹਾ ਕੇ ਪਰਤ ਆਏ।

- "ਬਹੁੜੀ ਓਏ ਡਾਢਿਆ ਰੱਬਾ! ਜਾਗਦਿਆਂ ਨੂੰ ਈ ਪੈਂਦੀਂ ਪਾਈ ਜਾਂਦੇ ਐ।" ਸੰਤੂ ਚੀਕ ਮਾਰਨ ਵਾਲਾ ਹੋਇਆ ਖੜ੍ਹਾ ਸੀ। ਉਸ ਦਾ ਕਾਲਜਾ ਲੀਰਾਂ ਹੋਇਆ ਪਿਆ ਸੀ।

- "ਤੈਨੂੰ ਪੱਕਾ ਪਤੈ ਬਈ ਇਹੀ ਪੁਲਸ ਫੜ ਕੇ ਲਿਆਈ ਐ?"

- "ਗਿਆਨੀ ਜੀ ਕਿਹੜੀਆਂ ਗੱਲਾਂ ਕਰਦੇ ਓਂ - ਇਸੇ ਠਾਣੇ ਦੀ ਪੁਲਸ ਸੀ - ਬਰਾੜ ਆਪ ਨਾਲ ਸੀ - ਮੈਂ ਨਿਆਣੈਂ? ਜਿਹੜੇ ਗ੍ਰਿਫਦਾਰ ਕਰਕੇ ਮੁੱਕਰੀ ਜਾਂਦੈ ਐ - ਇਹ ਕੋਈ ਕਾਰਾ ਕਰਨਗੇ।"

- "ਖਤਰਾ ਮੈਨੂੰ ਵੀ ਲੱਗਦੈ - ਚੱਲ ਆਪਾਂ ਬੇਦੀ ਨੂੰ ਮਿਲਦੇ ਆਂ।" ਗਿਆਨੀ ਨੇ ਕਿਹਾ।

- "ਬੇਦੀ ਕੌਣ ਐਂ?"

- "ਬੜਾ ਤਕੜਾ ਵਕੀਲ ਐ - ਇਕ ਆਰੀ ਤਾਂ ਥੰਮ੍ਹ ਹਿਲਾਅ ਦਿਊ ਠਾਣੇ ਦੇ।"

- "ਚਲੋ।"

- "ਅੰਮ੍ਰਿਤਧਾਰੀ ਬੰਦੈ - ਵਲ ਫੇਰੀ ਜਮਾਂ ਈ ਨਹੀਂ ਕਰਦਾ - ਗੱਲ ਸੋਲ੍ਹਾਂ ਆਨੇ ਸੱਚ ਕਹੂ - ਮੈਨੂੰ ਕਈ ਵਾਰੀ ਦਰਬਾਰ ਸਾਹਬ ਮਿਲਿਐ - ਕਈ ਸਿੰਘਾਂ ਦੇ ਕੇਸ ਇਹਨੇ ਲੜੇ ਐ - ਹੈ ਤਾਂ ਤੀਹਾਂ ਕੁ ਸਾਲਾਂ ਦਾ ਈ- ਪਰ ਗੁਰੂ ਨੇ ਸੋਝੀ ਬਹੁਤ ਬਖਸ਼ੀ ਐ - ਬੜੀ ਚੜ੍ਹਦੀ ਕਲਾ ਵਾਲਾ ਸਿੰਘ ਐ।"

ਸੰਤੂ ਦਾ ਦਿਲ ਟਿਕ ਗਿਆ।

ਉਹ ਗੱਲਾਂ ਬਾਤਾਂ ਕਰਦੇ ਬੇਦੀ ਦੇ ਦਫਤਰ ਆ ਗਏ।

ਗਿਆਨੀ ਨੂੰ ਦੇਖ ਕੇ ਬੇਦੀ ਉਠ ਕੇ ਬਾਹਰ ਆ ਗਿਆ।

- "ਵਾਹਿਗੁਰੂ ਜੀ ਕਾ ਖ਼ਾਲਸਾ।। ਵਾਹਿਗੁਰੂ ਜੀ ਕੀ ਫ਼ਤਹਿ।।"

ਫ਼ਤਹਿ ਦਾ ਜਵਾਬ ਫ਼ਤਹਿ ਵਿਚ ਹੀ ਆਇਆ।

- "ਗਿਆਨੀ ਜੀ ਕਮਾਲ ਈ ਕਰ ਦਿੱਤੀ - ਅੱਜ ਕੀੜੀ ਦੇ ਘਰੇ ਨਰਾਇਣ ਕਿਵੇਂ?" ਬੇਦੀ ਗਿਆਨੀ ਨੂੰ ਜੱਫੀ ਪਾਈ ਖੜ੍ਹਾ ਸੀ।

-"ਬੰਦਾ ਖ਼ੁਦਗਰਜ ਐ ਬੇਦੀ ਸਾਹਬ - ਆਪਣੇ ਕੰਮ ਬਿਨਾਂ ਕਿਸੇ ਕੋਲੇ ਨਹੀਂ ਜਾਂਦਾ।"

- "ਕਿਹੜੀਆਂ ਗੱਲਾਂ ਪਏ ਕਰਦੇ ਹੋ - ਧੰਨਭਾਗ ਉਸ ਕੰਮ ਦੇ - ਜਿਹੜਾ ਤੁਹਾਨੂੰ ਸਾਡੇ ਕੋਲ ਖਿੱਚ ਲਿਆਇਆ - ਹੁਕਮ ਕਰੋ - ਮੇਰੇ ਲਾਇਕ ਕੋਈ ਸੇਵਾ ਦੱਸੋ - ਮੈਂ ਤੁਹਾਡੇ ਕਿਸੇ ਕੰਮ ਆ ਸਕਾਂ?"

ਗਿਆਨੀ ਨੇ ਸਾਰੀ ਕਹਾਣੀ ਕਹਿ ਸੁਣਾਈ।

ਸੁਣ ਕੇ ਬੇਦੀ ਗੰਭੀਰ ਹੋ ਗਿਆ।

- "ਪੰਜਾਬ ਦੇ ਹਾਲਾਤ ਇਤਨੇ ਖਰਾਬ ਹੁੰਦੇ ਜਾ ਰਹੇ ਨੇ ਗਿਆਨੀ ਜੀ- ਹੁਣ ਵਕੀਲਾਂ-ਅਦਾਲਤਾਂ ਦੀ ਪੁੱਛ ਗਿੱਛ ਘਟਦੀ ਜਾ ਰਹੀ ਐ ਤੇ ਪੁਲੀਸ ਆਪਹੁਦਰੀ ਹੁੰਦੀ ਤੁਰੀ ਜਾਂਦੀ ਐ - ਤੁਸੀਂ ਦੇਖ ਲਇਓ - ਇਕ ਦਿਨ ਐਸਾ ਆਵੇਗਾ ਕਿ ਪੁਲੀਸ ਨੇ ਜੱਜ-ਅਦਾਲਤ ਨੂੰ ਸਮਝਣਾ ਹੀ ਕੱਖ ਨਹੀਂ - ਵਕੀਲ ਤਾਂ ਇਕ ਪਾਸੇ ਰਹੇ।"

- "ਫੇਰ ਬੇਦੀ ਸਾਹਬ - ਮੁੰਡੇ ਦੀ ਖ਼ਲਾਸੀ ਕਿਵੇਂ ਹੋਊ?"

- "ਮੈਂ ਠਾਣੇ ਜਾ ਕੇ ਵੇਖ ਲੈਨੈਂ - ਪਰ ਮੈਨੂੰ ਉਮੀਦ ਨਹੀਂ ਬਈ ਛੱਡਣਗੇ - ਨਿਰੰਕਾਰੀ ਕਾਂਡ ਮਗਰੋਂ ਪੁਲੀਸ ਨੂੰ ਸੈਂਟਰ ਵੱਲੋਂ ਹੁਕਮ ਦਿੱਤੇ ਜਾ ਚੁੱਕੇ ਐ ਕਿ ਸਿੱਖਾਂ ਦੀ ਉਠੀ ਲਹਿਰ ਨੂੰ ਤਾਕਤ ਨਾਲ ਕੁਚਲ ਦਿਓ - ਇਸ ਦਾ ਪੂਰਾ

ਫਾਇਦਾ ਪੁਲੀਸ ਨੇ ਉਠਾਉਣੈਂ - ਨਿਰਦੋਸ਼ ਫੜ ਕੇ ਕੇਸ ਪਾਉਣੇ ਤੇ ਤਰੱਕੀਆਂ ਲਈ ਰਾਹ ਮੋਕਲਾ ਕਰਨਾ - ਪੈਸਾ ਤਾਂ ਲੋਕ ਵੈਸੇ ਵੀ ਬਥੇਰਾ ਇਹਨਾ ਮਗਰ ਚੁੱਕੀ ਫਿਰਦੇ ਐ।"

- "ਪੰਜ ਹਜਾਰ ਤਾਂ ਏਸੇ ਮੁੰਡੇ ਦੀ ਰਿਹਾਈ ਲਈ ਸਾਥੋਂ ਪਹਿਲਾਂ ਲੈ ਚੁੱਕੇ ਐ।"

- "ਦੇਖ ਲਿਆ ਨਾਂ? ਮਜ਼ਬੂਰੀ ਮੂੰਹ ਬੰਦੇ ਨੂੰ ਦੇਣੇ ਪੈਂਦੇ ਐ - ਤੇ ਇਹਨਾਂ ਦਾ ਮੂੰਹ ਪੈਂਦਾ ਜਾਂਦੈ।"

- "ਚਲੋ ਠਾਣੇ ਚੱਲਦੇ ਆਂ।"

ਬੇਦੀ ਉਹਨਾਂ ਦੇ ਨਾਲ ਤੁਰ ਪਿਆ।

- "ਕੀ ਨਾਂ ਐਂ ਮੁੰਡੇ ਦਾ?"

- "ਹਰਪਾਲ ਸਿੰਘ।"

- "ਪਿਤਾ ਦਾ ਨਾਂ?"

- "ਸ. ਸੰਤਾ ਸਿੰਘ।"

- "ਕਦੋਂ ਗ੍ਰਿਫਤਾਰ ਕਰਕੇ ਲਿਆਏ ਐ?"

- "ਅੱਜ ਤੜਕਿਓਂ।"

- "ਤੁਸੀਂ ਬਾਹਰ ਹੀ ਖੜ੍ਹਿਓ - ਮੈਂ ਅੰਦਰੋਂ ਪਤਾ ਕਰਕੇ ਆਉਨੈਂ - ਫਿਰ ਦੇਖਾਂਗੇ।"

ਬੇਦੀ ਅੰਦਰ ਚਲਾ ਗਿਆ।

- "ਆਓ ਜੀ ਬੇਦੀ ਸਾਹਬ - ਕਿਵੇਂ ਆਉਣੇ ਹੋਏ?"

- "ਬਰਾੜ ਸਾਹਿਬ ਤੁਸੀਂ ਅੱਜ ਸਵੇਰੇ ਇਕ ਹਰਪਾਲ ਸਿੰਘ ਨਾਂ ਦੇ ਲੜਕੇ ਨੂੰ ਗ੍ਰਿਫਤਾਰ ਕਰਕੇ ਲਿਆਏ ਹੋ।"

- "ਪਹਿਲਾਂ ਵੀ ਬੰਦੇ ਆਏ ਸੀ - ਅਸੀਂ ਕਿਸੇ ਹਰਪਾਲ ਸਿੰਘ ਨਾਂ ਦੇ ਲੜਕੇ ਨੂੰ ਗ੍ਰਿਫਤਾਰ ਨਹੀਂ ਕੀਤਾ - ਦਿਲ ਕਰੇ ਹਵਾਲਾਤਾਂ ਦੇਖ ਲਓ।"

- "ਪਰ ਸਾਹਬ ਬਹਾਦਰ - ਵਾਰਿਸ ਦਾਅਵਾ ਕਰਦੇ ਐ।"

- "ਵਾਰਿਸ ਤਾਂ ਵੀਹ ਦਾਅਵੇ ਕਰਨਗੇ - ਅਸੀਂ ਕੀਹਦਾ ਕੀਹਦਾ ਠੇਕਾ ਲੈ ਲਈਏ? ਤੁਸੀਂ ਹਵਾਲਾਤਾਂ ਦੇਖ ਕੇ ਤਸੱਲੀ ਕਰ ਲਓ - ਜੇ ਥੋਨੂੰ ਨਹੀਂ ਇਤਬਾਰ ਤਾਂ।"

ਬਰਾੜ ਨੇ ਸਿੱਧੀ ਹੀ ਸੁਣਾ ਦਿੱਤੀ।

- "ਬਰਾੜ ਸਾਹਿਬ - ਅਗਰ ਉਸ 'ਤੇ ਕੋਈ ਦੋਸ਼ ਹੈ ਤਾਂ ਉਹਨੂੰ ਅਦਾਲਤ ਸਾਹਮਣੇ ਪੇਸ਼ ਕਰ ਦਿਓ - ਅਦਾਲਤ ਆਪੇ ਫੈਸਲਾ ਦੇ ਦੇਵੇਗੀ।"

- "ਜਦੋਂ ਅਸੀਂ ਫੜ ਕੇ ਹੀ ਨਹੀਂ ਲਿਆਏ - ਫਿਰ ਅਦਾਲਤ 'ਚ ਕੀਹਨੂੰ ਪੇਸ਼ ਕਰ ਦੇਈਏ? ਥੋਨੂੰ ਨਹੀਂ ਯਕੀਨ ਤਾਂ ਰੋਜਨਾਮਚਾ ਦੇਖ ਲਓ - ਮੁਣਸ਼ੀ ...!"

- "ਜੀ ਸਰਕਾਰ?"

- "ਆਹ ਬੇਦੀ ਸਾਹਬ ਨੂੰ ਰੋਜਨਾਮਚੇ ਦੇ ਦਰਸ਼ਣ ਪੁਆ ਦੇਹ।"

- "ਜੀ ਸਰਕਾਰ।"

ਮੁਣਸ਼ੀ ਰੋਜਨਾਮਚਾ ਚੁੱਕ ਲਿਆਇਆ।

ਪਰ ਬੇਦੀ ਨੇ ਅੱਖ ਨਾ ਕਰੀ। ਉਹ ਠਾਣੇਦਾਰ ਦੀ ਬਦਨੀਤੀ ਨੂੰ ਅਗਾਊਂ ਹੀ ਭਾਂਪਦਾ ਸੀ।

- "ਬਰਾੜ ਸਾਹਬ - ਕਾਨੂੰਨ ਦੇ ਦਾਇਰੇ 'ਚ ਤਾਂ ਰਹੋ - ਜਿਹੜੇ ਕਾਇਦੇ ਕਾਨੂੰਨ ਦੀ ਕਸਮ ਖਾਧੀ ਐ - ਘੱਟੋ ਘੱਟ ਉਸ ਦੀ ਹੀ ਇੱਜ਼ਤ ਰੱਖੋ - ਜੇ ਪੁਲੀਸ ਹੀ ਕਾਨੂੰਨ ਉਲੰਘਣ ਲੱਗ ਗਈ - ਹਿੰਦੋਸਤਾਨ ਦਾ ਤਾਂ ਫਿਰ ਰੱਬ ਹੀ ਰਾਖਾ ਹੈ।"

ਬਰਾੜ ਹੱਸ ਪਿਆ।

- "ਬੇਦੀ ਸਾਹਬ - ਜਿੱਥੇ ਤੁਹਾਡਾ ਰਾਜ ਖਤਮ ਹੁੰਦੈ - ਹੁਣ ਉਥੋਂ ਸਾਡਾ ਰਾਜ ਸ਼ੁਰੂ ਹੁੰਦੈ - ਥੋਡੇ ਵਾਲੇ ਵੇਲੇ ਵਿਹਾਅ ਗਏ - ਹੁਣ ਨਵੇਂ ਸੂਰਜ ਵੱਲ ਤੱਕਣ ਦੀ ਆਦਤ ਪਾਵੋ - ਦੇਖੋ ਨਵਾਂ ਕਾਨੂੰਨ ਕਿਹੜਾ ਸੁਨੇਹਾ ਲੈ ਕੇ ਆਉਂਦੈ?" ਠਾਣੇਦਾਰ ਨੇ ਵਿਅੰਗ ਕੀਤਾ।

- "ਤੁਹਾਡਾ ਨਵਾਂ ਸੂਰਜ ਤਾਂ ਚੜ੍ਹੂ ਹੀ ਕਾਲਾ, ਸਾਹਬ ਬਹਾਦਰ - ਮੈਨੂੰ ਤਾਂ ਕਦੇ ਕਦੇ ਡਰ ਲੱਗਣ ਲੱਗ ਜਾਂਦੈ - ਜੇ ਸਿੱਖਾਂ ਦੀ ਸੀ. ਆਈ. ਡੀ ਕਰਨੀ ਐਂ ਤਾਂ ਸਿੱਖ ਨੇ ਕਰਨੀ ਐਂ - ਜੇ ਸਿੱਖ ਨੂੰ ਗੋਲੀ ਮਰਵਾਉਣੀ ਐਂ ਤਾਂ ਸਿੱਖ ਨੇ ਮਰਵਾਉਣੀ ਐਂ - ਇਹ ਭਰਾ ਮਾਰੂ ਜੰਗ ਕਿੱਥੋਂ ਕੁ ਤੱਕ ਕੌਮ ਨਾਲ ਨਿਭੂ?"

- ".......।" ਠਾਣੇਦਾਰ ਨਿਰੁੱਤਰ ਹੋ ਗਿਆ।

- "ਸਾਹਿਬ ਬਹਾਦਰ - ਜੇ ਡੋਗਰੇ ਗੱਦਾਰੀ ਨਾ ਕਰਦੇ - ਅੱਜ ਪਤਾ ਨਹੀਂ ਕਿੱਥੋਂ ਤੱਕ ਸਿੱਖ ਰਾਜ ਦੇ ਬੋਲ ਬਾਲੇ ਹੋਣੇ ਸੀ - ਇਤਿਹਾਸ ਗਵਾਹ ਹੈ - ਸਿੱਖ

ਕੌਮ ਨੂੰ ਸਿੱਖਾਂ ਨੇ ਈ ਰਗੜਾ ਲਾਇਐ - ਹੋਰ ਕੋਈ ਇਹਦਾ ਪੱਤਾ ਨਹੀਂ ਸੀ ਹਿਲਾ ਸਕਦਾ - ਜੇ ਪਹਾੜਾ ਸਿੰਘ ਹੋਰੀਂ ਫਰੰਗੀ ਦੀ ਝੋਲੀ ਨਾ ਡਿੱਗਦੇ - ਅੱਜ ਵੀ ਸ਼ੇਰੇ-ਪੰਜਾਬ ਦੇ ਰਾਜ ਦੇ ਸੰਸਾਰ ਵਿਚ ਡੰਕੇ ਵੱਜਦੇ।"

ਬੇਦੀ ਸੱਚੀਆਂ ਆਖ ਕੇ ਬਾਹਰ ਆ ਗਿਆ।

ਉਸ ਦਾ ਲਟਕਿਆ ਚਿਹਰਾ ਦੇਖ ਕੇ ਸੰਤੂ ਹੋਰਾਂ ਦੇ ਮੱਥੇ ਠਣਕੇ।

- "ਕਿਵੇਂ ਬਣੀ?"

- "ਪੁਲਸ ਬਦਨੀਤੀ 'ਤੇ ਆਈ ਵੀ ਐ।"

- "ਹੁਣ ਫੇਰ?" ਸੰਤੂ ਦੇ ਗੋਡੇ ਕੰਬਣ ਲੱਗ ਪਏ। ਮੱਥੇ ਤੋਂ ਪਸੀਨੇ ਦੀ ਛੱਲ ਫੁੱਟੀ।

- "ਹੁਣ ਇਕੋ ਰਾਹ ਐ - ਰਿਪੋਰਟ ਬਣਾ ਕੇ ਅਖਬਾਰਾਂ ਦੇ ਦਫਤਰਾਂ ਨੂੰ ਤੋਰੋ - ਗਵਰਨਰ, ਪੁਲੀਸ ਮੁਖੀ ਤੇ ਮੁੱਖ ਮੰਤਰੀ ਨੂੰ ਤਾਰਾਂ ਦਿੱਤੀਆਂ ਜਾਣ - ਸ਼ਾਇਦ ਕੋਈ ਮਿਹਨਤ ਪੱਲੇ ਪੈ ਜਾਵੇ - ਨਹੀਂ ਬਰਾੜ ਤਾਂ ਲੱਤ ਈ ਨਹੀਂ ਹੇਠਾਂ ਲਾਉਂਦਾ -।"

ਉਹਨਾਂ ਨੇ ਰਿਪੋਰਟਾਂ ਤਿਆਰ ਕਰਕੇ ਅਖਬਾਰਾਂ ਦੇ ਦਫਤਰਾਂ ਨੂੰ ਭੇਜ ਦਿੱਤੀਆਂ। ਗਵਰਨਰ, ਪੁਲੀਸ ਮੁਖੀ ਅਤੇ ਮੁੱਖ ਮੰਤਰੀ ਨੂੰ ਤਾਰਾਂ ਕਰ ਦਿੱਤੀਆਂ। ਜਿਹਨਾਂ ਵਿਚ ਹਰਪਾਲ ਦੇ ਨਿਰਦੋਸ਼ ਹੋਣ ਦਾ ਵੇਰਵਾ ਪਾਇਆ ਸੀ ਅਤੇ ਪੁਲੀਸ ਦੇ ਗ੍ਰਿਫਤਾਰੀ ਤੋਂ ਮੁਨੱਕਰ ਹੋਣ ਦਾ ਬ੍ਰਿਤਾਂਤ ਵੀ ਲਿਖਿਆ ਸੀ।

ਉਹ ਹਾਰੇ ਹੁੱਟੇ ਪਿੰਡ ਨੂੰ ਤੁਰ ਪਏ।

ਦਿਨ ਛਿਪਣ ਤੋਂ ਪਹਿਲਾ ਸਰਪੰਚ ਠਾਣੇ ਪੁੱਜ ਗਿਆ।

- "ਆ ਸਰਪੈਂਚਾ -।"

- "ਮੇਰੇ ਕੋਲੇ ਸਵੇਰੇ ਬੰਦੇ ਆਏ ਸੀ।"

- "ਪਹੁੰਚ ਗਏ ਸੀ - ਪਹਿਲਾਂ ਆਪ ਆਏ - ਫੇਰ ਵਕੀਲ ਭੇਜ ਦਿੱਤਾ।"

- "ਤੁਸੀਂ ਗਿਆਨੀ ਨੂੰ ਹੱਥ ਪਾਓ - ਉਹ ਅੰਬਰਸਰ ਅੱਤਵਾਦੀਆਂ ਨੂੰ ਮਿਲਦੈ।" ਸਰਪੰਚ ਨੇ ਇਕ ਨਵੀਂ ਈ ਅਕਾਸ਼ਵਾਣੀ ਸੁਣਾਈ।

- "ਤੂੰ 'ਕੱਲੇ ਗਿਆਨੀ ਦੀ ਗੱਲ ਕਰਦੈਂ? ਅਸੀਂ ਬੇਦੀ ਨੂੰ ਵੀ ਘੜੀਸ ਲੈਣੈਂ - ਬੱਸ ਥੋੜੇ ਜਿਹੇ ਸਹੀ ਮੌਕੇ ਦੀ ਜਰੂਰਤ ਐ।" ਠਾਣੇਦਾਰ ਬੋਲਿਆ।

- "ਕੀ ਕਿਹੈ? ਤੁਸੀਂ ਵਕੀਲ ਨੂੰ ਵੀ ਫੜੋਗੇ?" ਸਰਪੰਚ ਦਾ ਮੂੰਹ ਆਲੇ ਵਾਂਗ ਅੱਡਿਆ ਰਹਿ ਗਿਆ।

- "ਤੂੰ ਦੇਖੀ ਚੱਲ ਰੰਗ ਕਰਤਾਰ ਦੇ - ਸਾਨੂੰ ਸਿਰਫ ਨਵੀਆਂ ਹਦਾਇਤਾਂ ਦੀ ਹੀ ਉਡੀਕ ਐ - ਫਿਰ ਜੜ ਦਿਆਂਗੇ ਕੋਕੇ।"

- "ਦੇਖਿਓ ਕਿਤੇ ਮਹਾਤੜ ਨੂੰ ਨਾ ਵਲ ਧਰੋਂ - ਥੋਡੇ ਤੇ ਇਤਬਾਰ ਵੀ ਕੋਈ ਨਹੀਂ।" ਸਰਪੰਚ ਦਿਲੋਂ ਡਰ ਗਿਆ।

- "ਤੈਨੂੰ ਜਮਾਂ ਨਹੀਂ ਕੱਖ ਆਖਦੇ - ਪਰ ਇਕ ਗੱਲ ਸੁਣਲੈ ਅੰਦਰ ਆ ਕੇ।"

ਠਾਣੇਦਾਰ ਉਸ ਨੂੰ ਅੰਦਰ ਲੈ ਗਿਆ।

- "ਟਾਈਮ ਬੜਾ ਖਤਰਨਾਕ ਆਉਂਦਾ ਜਾ ਰਿਹੈ - ਨਵੇਂ ਆਰਡਰ ਆਉਣ ਈ ਆਲੇ ਐ - ਪੰਜਾਬ ਦਾ ਮਸਲਾ ਬੁਰੀ ਤਰ੍ਹਾਂ ਹਿੱਲੂ - ਨੁਕਸਾਨ ਪੁਲਸ ਤੇ ਅੱਤਿਵਾਦੀਆਂ ਦਾ - ਦੋਨਾਂ ਦਾ ਈ ਹੋਣੈਂ - ਕੋਈ ਤੇਰੇ ਪਿੰਡ ਤੱਤੇ ਪੈਰਾਂ ਆਲਾ ਦਿਸੇ - ਤੁਰੰਤ ਖਬਰ ਕਰੀਂ - ਇਹਨਾਂ ਤੇ ਇਨਾਮ ਵੀ ਰੱਖੇ ਜਾਣਗੇ।"

- "ਜਿੰਨਿਆਂ ਨੇ ਅੰਮ੍ਰਿਤ ਛਕਿਐ - ਸਭ ਤੱਤੇ ਪੈਰਾਂ ਆਲੇ ਈ ਐ - ਮੂੰਹੋ ਅੱਗ ਵਰ੍ਹਾਉਂਦੇ ਐ।"

- "ਬੱਸ ਖਿਆਲ ਰੱਖੀਂ - ਜੇ ਕੋਈ ਤੇਰਾ ਕੰਮ ਹੋਇਆ - ਸਿੱਧਾ ਈ ਮੇਰੇ ਕੋਲੇ ਪਹੁੰਚੀਂ।"

- "ਜਿੰਨੇ ਵੀ ਮੁੰਡੇ ਅੰਮ੍ਰਿਤ ਛਕਦੇ ਐ - ਉਹ ਗਿਆਨੀ ਦੀ ਪੁੱਠ ਕਰਕੇ ਈ ਛਕਦੇ ਐ - ਇਕ ਗੁਰਮਖ ਸਿਉਂ ਦਾ ਮੁੰਡਾ ਐ ਸਾਡੇ ਪਿੰਡ - ਦਰਬਾਰ ਸਾਹਿਬ ਈ ਰਹਿੰਦੈ - ਉਹ ਤਾਂ ਪਤੰਦਰ ਮੂੰਹ 'ਚੋਂ ਲਾਟਾਂ ਈ ਛੱਡਦੈ -।"

- "ਕੋਈ ਰੀਜ਼ਨ? ਕੋਈ ਖਾਸ ਰਾਜ?"

- "ਖਾਸ ਰਾਜ ਤਾਂ ਇਹ ਐ - ਬਈ ਉਹਦਾ ਵੱਡਾ ਭਰਾ ਗੁਰਜੀਤ ਅੰਬਰਸਰ ਨਿਰੰਕਾਰੀ ਕਾਂਡ 'ਚ ਮਾਰਿਆ ਗਿਆ ਸੀ - ਬੱਸ ਉਦੋਂ ਦਾ ਇਹ ਪੈਰਾਂ ਹੇਠੋਂ ਮਿੱਟੀ ਕੱਢਣੋਂ ਨਹੀਂ ਹੱਟਦਾ - ਜਿੱਦੇਂ ਕੋਈ ਕਾਰਾ ਕੀਤਾ - ਵੱਡਾ ਈ ਕਰੂ - ਇਹ ਮੇਰੀ ਗੱਲ ਯਾਦ ਰੱਖੀਂ।"

- "ਕੀਹਦਾ ਮੁੰਡਾ ਐ?"

- "ਗੁਰਮਖ ਸਿਉਂ ਦਾ।"

- "ਨਾਂ ਕੀ ਐ?"

- "ਹਰਦੀਪ।"

- "ਜਿੱਦੇਂ ਪਿੰਡ ਆਇਆ ਖਬਰ ਕਰੀਂ - ਧੋ ਦਿਆਂਗੇ ਧੋਣੇ।"

- "ਹਰਪਾਲ ਦਾ ਕੀ ਕਰਨੈਂ?"

- "ਅਜੇ ਕੁਛ ਨਹੀਂ ਕਰਨਾ।"

- "ਰੱਖਿਆ ਕਿੱਥੇ ਐ?"

- "ਕਿਤੇ ਬਾਹਰ ਸੇਫ਼ ਜਗਾਹ 'ਤੇ ਰੱਖਿਐ - ਟਾਈਮ ਆਉਣ ਤੇ ਵਰਤਾਂਗੇ - ਇਹ ਮੁੰਡੇ ਤਾਂ ਸਰਪੈਂਚਾ ਸੋਨੇ ਦਾ ਆਂਡਾ ਦੇਣ ਵਾਲੀਆਂ ਮੁਰਗੀਐਂ - ਇਹਨਾਂ ਨੂੰ ਤਾਂ ਈਦ 'ਤੇ ਈ ਹਲਾਲ ਕਰਾਂਗੇ।"

- "ਕਰ ਲਇਓ।"

ਸਰਪੰਚ ਉਠ ਖੜ੍ਹਿਆ।

- "ਮੇਰੀ ਗੱਲ ਸਰਪੈਂਚਾ ਯਾਦ ਰੱਖੀਂ।"

- "ਜਮਾਂ ਈ ਨਹੀਂ ਭੁੱਲਦਾ।"

ਸਰਪੰਚ ਤੁਰ ਗਿਆ।

12

ਧੱਕੇਸ਼ਾਹੀਆਂ, ਨਿਰਦੋਸ਼ ਗ੍ਰਿਫਤਾਰੀਆਂ ਅਤੇ ਫਿਰ ਤਸ਼ੱਦਦ ਦਾ ਅਜਿਹਾ ਦੌਰ ਚੱਲਿਆ ਕਿ ਮੁੰਡੇ ਨਾ ਚਾਹੁੰਦੇ ਹੋਏ ਵੀ ਧੜਾਧੜ ਲਹਿਰ ਵਿਚ ਆ ਡਿੱਗੇ। ਕਈ ਪੁਲੀਸ ਵਧੀਕੀਆਂ ਦੇ ਸਤਾਏ ਘਰੋਂ ਭਗੌੜੇ ਹੋ ਗਏ।

ਖੱਟੇ ਮੋਟਰ ਸਾਈਕਲਾਂ ਵਾਲੇ ਮੁੰਡਿਆ ਦੀ ਭਰਮਾਰ ਹੋ ਗਈ। ਨਿਰੰਕਾਰੀਆਂ ਅਤੇ ਪੁਲੀਸ ਵਾਲਿਆਂ ਦੇ ਕਤਲ ਇਕ ਦਮ ਜੋਰ ਫੜ ਗਏ।

ਗੱਲ ਕੀ ਪੰਜਾਬ ਵਿਚ ਅਜਿਹਾ ਗ਼ਦਰ ਮੱਚਿਆ ਕਿ ਨੌਜਵਾਨ ਮੁੰਡੇ ਸ਼ਰੇਆਮ ਹਥਿਆਰ ਲੈ ਕੇ ਵਾਹਨਾਂ 'ਤੇ ਘੁੰਮਣ ਲੱਗ ਪਏ।

'ਫ਼ਰਜ਼ੀ' ਮੁਕਾਬਲਿਆਂ ਨੇ ਲਹਿਰ ਨੂੰ ਹੋਰ ਜੋਸ਼ ਚਾਹੜਿਆ ਸੀ। ਕਿਸੇ ਨਹਿਰ ਜਾਂ ਕੱਸੀ ਜਾਂ ਪੁਲ 'ਤੇ ਖੜ੍ਹ ਕੇ ਮਰਨ ਦੀ ਵਜਾਏ ਮੁੰਡੇ ਮੈਦਾਨਿ-ਜੰਗ ਵਿਚ ਮਰਨ ਨੂੰ ਤਰਜ਼ੀਹ ਦਿੰਦੇ ਸਨ।

ਸਵੇਰੇ ਚਾਰ ਵਜੇ ਸੰਤੂ ਦਾ ਦਰਵਾਜਾ ਖੜਕਿਆ। ਜਿਵੇਂ ਸੰਤੂ ਜਾਗਦਾ ਹੀ ਪਿਆ ਸੀ। ਉਸ ਨੇ ਇਕ ਦਮ "ਖੋਲ੍ਹਦੈਂ" ਕਿਹਾ, "ਖੋਲ੍ਹਦੈਂ ਪਾਲਿਆ!"

ਜਦੋਂ ਉਸ ਨੇ ਉਭੜਵਾਹੇ ਦਰਵਾਜਾ ਖੋਲ੍ਹਿਆ ਤਾਂ ਪੁਲੀਸ ਦੀ ਜੀਪ ਦੇਖ ਕੇ ਇਕ ਕਰਮ ਪਿੱਛੇ ਹਟ ਗਿਆ।

ਪਹਿਰ ਦੇ ਤੜਕੇ ਉਸ ਨੂੰ ਜੀਪ, ਟੈਂਕ ਵਰਗੀ ਲੱਗੀ ਸੀ।

- "ਕੀ ਗੱਲ ਐ?" ਉਸ ਨੇ ਡੌਰ ਭੌਰਿਆਂ ਵਾਂਗ ਸਿਪਾਹੀ ਨੂੰ ਪੁੱਛਿਆ।

- "ਪੱਕੀ ਨਹਿਰ ਕੋਲੇ ਤਿੰਨ ਮੁੰਡੇ ਮੁਕਾਬਲੇ 'ਚ ਮਾਰੇ ਗਏ - ਜਾ ਕੇ ਪਛਾਣ ਕਰੋ - ਥੋਡਾ ਮੁੰਡਾ ਤਾਂ ਨਹੀਂ ਵਿਚ?" ਭੂਤ ਵਰਗਾ ਸਿਪਾਹੀ ਮਫ਼ਲਰ ਨਾਲ ਬੰਨ੍ਹੇ ਮੂੰਹ 'ਚੋਂ ਬੋਲ ਰਿਹਾ ਸੀ।

- "ਉਏ ਦੁਸ਼ਟੋ! ਉਹਨੂੰ ਤਾਂ ਤੁਸੀਂ ਘਰੋਂ ਫੜ ਕੇ ਲੈ ਗਏ ਸੀ - ਫਿਰ ਉਹ ਮੁਕਾਬਲੇ 'ਚ ਕਿਵੇਂ ਮਾਰਿਆ ਗਿਆ?"

- "ਜਲਦੀ ਪਹੁੰਚੋ।"

ਜੀਪ ਜਿਵੇਂ ਆਈ ਸੀ, ਉਵੇਂ ਹੀ ਹਨ੍ਹੇਰੀ ਵਾਂਗ ਮੁੜ ਗਈ।

ਸੰਤੂ ਦੇ ਦਿਮਾਗ ਵਿਚ ਘੜਿਆਲ ਖੜਕ ਰਹੇ ਸਨ। ਉਸ ਦਾ ਸਰੀਰ ਸੁੰਨ ਹੁੰਦਾ ਜਾ ਰਿਹਾ ਸੀ।

ਫਿਰ ਉਸ ਨੂੰ ਪਤਾ ਨਹੀਂ ਕੀ ਸੁੱਝਿਆ? ਡਰੇ ਬੋਤੇ ਵਾਂਗ ਗਿਆਨੀ ਪੂਰਨ ਸਿੰਘ ਦੇ ਘਰ ਨੂੰ ਦੌੜ ਪਿਆ।

- "ਗਿਆਨੀ ਜੀ .....।"

- "ਆਇਆ ਸੰਤੂ।"

- "ਜਲਦੀ ਬਾਰ ਖੋਲ੍ਹੋ -।"

- "ਕੀ ਗੱਲ ਹੋ ਗਈ?" ਗਿਆਨੀ ਨੇ ਦਰਵਾਜ਼ਾ ਖੋਲ੍ਹਦਿਆ ਪੁੱਛਿਆ।

- "ਜਿਹੜੀ ਗੱਲ ਦਾ ਡਰ ਸੀ ਹੋ ਗਈ- ਹਰਪਾਲ ਬੁੱਚੜਾਂ ਨੇ ਪੱਕੀ ਨਹਿਰ 'ਤੇ ਮਾਰਤਾ ਲਿਜਾ ਕੇ।" ਸੰਤੂ ਨੇ ਧਾਹ ਮਾਰੀ।

- "ਤੈਨੂੰ ਕੀ ਪਤੈ?" ਗਿਆਨੀ ਦੇ ਪੈਰਾਂ ਹੇਠੋਂ ਜ਼ਮੀਨ ਤਿਲ੍ਹਕੀ। ਰੋਂਦਾ ਸੰਤੂ ਉਸ ਤੋ ਜਰਿਆ ਨਹੀ ਗਿਆ ਸੀ।

- "ਹੁਣੇ ਪੁਲਸ ਆਈ ਸੀ - ਕਹਿੰਦੇ ਪੱਕੀ ਨਹਿਰ ਕੋਲੇ ਤਿੰਨ ਮੁੰਡੇ ਮੁਕਾਬਲੇ 'ਚ ਮਾਰੇ ਗਏ - ਜਾ ਕੇ ਪਛਾਣ ਕਰੋ - ਮੈਨੂੰ ਮੈਦ ਐ ਜਮਦੂਤਾਂ ਨੇ ਆਪਣਾ ਪਾਲਾ ਮਾਰਤਾ।"

- "ਕੀ ਪਤੈ ਉਹਨਾਂ 'ਚ ਆਪਣਾ ਹਰਪਾਲ ਹੈ ਵੀ ਕਿ ਨਹੀਂ?" ਗਿਆਨੀ ਨੇ ਸੱਚ ਤੋਂ ਉਂਗਲ ਚੁੱਕਦਿਆਂ, ਦਿਲ ਨੂੰ ਫੋਕਾ ਧਰਵਾਸ ਦਿੱਤਾ।

- "ਗਿਆਨੀ ਜੀ - ਜੇ ਆਹ ਗੱਲ ਨਾਂ ਹੁੰਦੀ - ਉਹ ਪਹਿਰ ਦੇ ਤੜਕੇ ਕੀ ਕਰਨ ਆਉਂਦੇ? ਮੇਰਾ ਮੱਚੜਾ ਦਿਲ ਕਹਿੰਦੈ ਬਈ ਭਾਣਾ ਤਾਂ ਇਹਨਾਂ ਨੇ ਵਰਤਾ ਦਿੱਤਾ।"

ਉਹਨਾਂ ਸਾਈਕਲ ਲਏ ਅਤੇ ਪੱਕੀ ਨਹਿਰ ਨੂੰ ਚਾਲੇ ਪਾ ਦਿੱਤੇ।

ਪੱਕੀ ਨਹਿਰ ਇੱਥੋਂ ਪੰਦਰਾਂ ਮੀਲ ਸੀ।

ਉਹ ਚਾਨਣ ਹੋਣ ਤੱਕ ਪੱਕੀ ਨਹਿਰ ਤੇ ਪੁੱਜ ਗਏ। ਸਫੈਦਿਆਂ ਵਿਚ ਘਿਰੀ ਸੁੰਨੀ ਨਹਿਰ ਕੋਲੋਂ ਡਰ ਆਉਂਦਾ ਸੀ। ਇਸ ਦੇ ਪੰਜ - ਪੰਜ ਕਿਲੋ ਮੀਟਰ ਤੱਕ ਕੋਈ ਪਿੰਡ ਨਹੀਂ ਲੱਗਦਾ ਸੀ।

ਪੁਲ ਤੋਂ ਥੋੜਾ ਹਟਵੀਆਂ ਪੁਲੀਸ ਦੀਆਂ ਦੋ ਜਿਪਸੀਆਂ ਅਤੇ ਇਕ ਟਰੱਕ ਖੜਾ ਸੀ। ਤਿੰਨ ਮੁੰਡਿਆਂ ਦੀਆਂ ਲਾਸ਼ਾਂ ਦੁਆਲੇ ਪੰਦਰਾਂ ਕੁ ਪੁਲਸ ਵਾਲੇ ਘੇਰਾ ਘੱਤੀ ਖੜ੍ਹੇ ਸਨ।

ਗਿਆਨੀ ਅਤੇ ਸੰਤੂ ਨੂੰ ਦੇਖ ਕੇ ਪੁਲਸ ਵਾਲਿਆਂ ਨੇ ਕੋਈ 'ਘੁਸਰ-ਮੁਸਰ' ਕੀਤੀ। ਜਦ ਗਿਆਨੀ ਅਤੇ ਸੰਤੂ ਲਾਸ਼ਾਂ ਦੇ ਨੇੜੇ ਆਏ ਤਾਂ ਸਿਪਾਹੀਆਂ ਨੇ ਲੰਘਣ ਲਈ ਜਗਾਹ ਬਣਾ ਦਿੱਤੀ।

- "ਗਿਆਨੀ ਜੀ - ਆਹ ਤਾਂ ਆਪਣੇ ਆਲਾ ਹਰਪਾਲ ਸਿਉਂ ਪਿਐ।" ਸੰਤੂ ਭੁੱਬ ਮਾਰ ਕੇ ਪੁੱਤ ਦੀ ਲਾਸ਼ 'ਤੇ ਡਿੱਗ ਪਿਆ।

ਹਰਪਾਲ ਦੀ ਲਾਸ਼ ਛਾਤੀ ਕੋਲੋਂ ਖਿਲਰੀ ਪਈ ਸੀ। ਉਸ ਦੀਆਂ ਪੱਥਰਾਈਆਂ ਅੱਖਾਂ ਅੱਧੀਆਂ ਖੁੱਲ੍ਹੀਆਂ ਸਨ। ਮੂੰਹ ਅਤੇ ਨੱਕ 'ਚੋਂ ਖ਼ੂਨ ਵਗ ਕੇ ਸੁੱਕ ਗਿਆ ਸੀ।

- "ਖੋਹ ਲਿਆ ਬੁੜ੍ਹਾਪੇ ਦਾ ਆਸਰਾ ਮੇਰਾ ਬੁੱਚੜਾਂ ਨੇ, ਗਿਆਨੀ ਜੀ।"

- ".....।"

- "ਤੋੜਤੀ ਮੇਰੀ ਬੁੜ੍ਹਾਪੇ ਦੀ ਡੰਗੋਰੀ ਉਏ ਮੇਰਿਆ ਡਾਢਿਆ ਰੱਬਾ......!" ਸੰਤੂ ਨੇ ਵੈਣ ਪਾਉਣੇ ਸ਼ੁਰੂ ਕਰ ਦਿੱਤੇ।

ਗਿਆਨੀ ਦੀ ਸਾਊ-ਬੀਬੀ ਦਾਹੜੀ ਉਪਰੋਂ ਦੀ ਹੰਝੂ 'ਤਰਿੱਪ - ਤਰਿੱਪ' ਵਗ ਰਹੇ ਸਨ।

- "ਬਾਬਾ ਲਾਸ਼ ਲਿਜਾਣ ਦਾ ਪ੍ਰਬੰਧ ਕਰੋ - ਦੂਜਿਆਂ ਦੇ ਵਾਰਿਸ ਵੀ ਆਉਣ ਵਾਲੇ ਐ।"

- "ਲਾਸ਼ ਅਸੀਂ ਸੈਕਲ 'ਤੇ ਤਾਂ ਲਿਜਾਣੋਂ ਰਹੇ।" ਗਿਆਨੀ ਤਾਅ ਖਾ ਗਿਆ।

- "ਉਏ ਇਹੇ ਮਾਰ ਕਾਹਤੋਂ ਦਿੱਤਾ ਦੁਸ਼ਮਣੋਂ - ਇਹ ਵੀ ਦੱਸ ਦਿਓ...?" ਸੰਤੂ ਬਿਲਕਿਆ।

- "ਇਹਨੂੰ ਮੇਰੇ ਸ਼ੇਰ ਨੂੰ ਤਾਂ ਤੁਸੀਂ ਘਰੋਂ ਫੜ ਕੇ ਲਿਆਏ ਸੀ?"

- "ਇਹਦਾ ਕਸੂਰ ਤਾਂ ਮੇਰੇ ਪੱਲੇ ਪਾ ਦਿਓ- ਐਮੇਂ ਵਾਧੂ ਮੇਰਾ ਸੋਨੇ ਅਰਗਾ ਪੁੱਤ ਗੋਲੀਆਂ ਨਾਲ ਭੁੰਨ ਦਿੱਤਾ।" ਸੰਤੂ ਲਾਸ਼ ਤੇ ਪਿਆ ਧਰਤੀ ਕੁੱਟੀ ਜਾ ਰਿਹਾ ਸੀ।

ਗਿਆਨੀ ਬੇਸੁਰਤ ਜਿਹਾ ਹੋਇਆ ਖੜ੍ਹਾ ਸੀ।

- "ਉਏ ਠਾਣੇਦਾਰਾ - ਕਿਹੜੇ ਜਨਮ ਦਾ ਬਦਲਾ ਲਿਆ ਐ ਉਏ ਤੂੰ ਮੇਰੇ ਕੋਲੋਂ? ਇਹਦੀ ਮਾਂ ਤਾਂ ਇਹਨੂੰ ਦੇਖ ਕੇ ਊਂਈਂ ਸਾਹ ਸਤ ਛੱਡ ਜਾਊ ਉਏ - ਜੀਹਨੇ ਲਹੂ ਦੀਆਂ ਘੁੱਟਾਂ ਪਿਆ-ਪਿਆ ਕੇ ਪਾਲਿਐ ਇਹਨੂੰ।"

- "ਬਾਬਾ - ਜੇ ਰੌਲਾ ਗੌਲਾ ਕਰੇਂਗਾ - ਤੈਨੂੰ ਇਹਦੀ ਲਾਸ਼ ਵੀ ਨਹੀਂ ਮਿਲਣੀ - ਜੇ ਲਿਜਾ ਸਕਦੇ ਓਂ ਤਾਂ ਤੁਰੰਤ ਲਾਸ਼ ਲੈ ਜਾਓ।" ਹੌਲਦਾਰ ਨੇ ਤਾਕੀਦ ਕੀਤੀ।

- "ਕਿਉਂ? ਕਾਹਤੋਂ ਲਾਸ਼ ਨਹੀਂ ਮਿਲਣੀ? ਤੁਸੀਂ ਹੁਣ ਹੋਰ ਕੁਛ ਬਣਾਉਣੈਂ ਇਹਦਾ?" ਸੰਤੂ ਕਰੋਧ ਨਾਲ ਮੁੱਠੀਆਂ ਮੀਟ ਕੇ ਉਠ ਖੜ੍ਹਿਆ।

ਗਿਆਨੀ ਨੇ ਉਸ ਦਾ ਮੋਢਾ ਦੱਬ ਲਿਆ।

- "ਸੱਚ ਨੂੰ ਬਹੁਤਾ ਨਹੀਂ ਖੁਰਚੀਦਾ ਸੰਤੂ- ਬੜਾ ਕੌੜਾ ਹੁੰਦੈ - ਗੁਰੂ ਬਾਜਾਂ ਵਾਲੇ ਦਾ ਭਾਣਾ ਮੰਨ - ਪਾਈ ਭਾਜੀ ਗੁਰੂ ਈ ਮੋੜੂਗਾ।"

ਸੰਤੂ ਦੇ ਹਰਖ ਤੇ ਪਾਣੀ ਪੈ ਗਿਆ।

- "ਹੌਲਦਾਰ ਸਾਹਬ - ਇਕ ਬੇਨਤੀ ਮੰਨੋਂ - ਤੁਸੀਂ ਲਾਸ਼ ਸ਼ਹਿਰ ਤੱਕ ਅੱਪੜਦੀ ਕਰ ਦਿਓ - ਅੱਗੋਂ ਅਸੀਂ ਆਪੇ ਲੈ ਜਾਵਾਂਗੇ।" ਗਿਆਨੀ ਨੇ ਕਿਹਾ।

ਹੌਲਦਾਰ, ਠਾਣੇਦਾਰ ਨਾਲ ਸਲਾਹ ਕਰਨ ਤੁਰ ਗਿਆ।

- "ਜਿਪਸੀ 'ਚ ਲੱਦ ਕੇ ਦਫ਼ਾ ਕਰ ਆਓ - ਇਕ ਖਿਆਲ ਰੱਖਿਓ ਕਿ ਲਾਅਸ਼ ਪੋਸਟ ਮਾਰਟਮ ਵਾਸਤੇ ਨਾ ਹਸਪਤਾਲ ਲੈ ਜਾਣਾ।" ਠਾਣੇਦਾਰ ਨੇ ਕੰਨ ਕੀਤੇ। ਅਗਾਊਂ ਡਰ ਦੱਸਿਆ।

- "ਫੇਰ ਫਾਹਾ ਈ ਨਾ ਵੱਢੀਏ - ਜਿਪਸੀ 'ਚ ਪਾ ਕੇ ਇਹਦੇ ਪਿੰਡ ਈ ਛੱਡ ਆਉਂਨੇ ਐਂ।"

- "ਪਿੰਡ ਆਲੇ ਨਾ ਭੂਸਰ ਕੇ ਥੋਨੂੰ ਪੈ ਜਾਣ? ਕੀਹਨੂੰ ਕੀਹਨੂੰ ਅੰਦਰ ਕਰਦੇ ਫਿਰਾਂਗੇ?" ਠਾਣੇਦਾਰ ਬੜਾ ਹੀ ਚਤਰ ਬੰਦਾ ਸੀ।

- "ਫੇਰ ਸ਼ਹਿਰ ਈ ਛੱਡ ਆਉਨੇ ਐਂ - ਅੱਗੇ ਆਪੇ ਕੋਈ ਪ੍ਰਬੰਧ ਕਰਕੇ ਲੈ ਜਾਣਗੇ।"

- "ਆਪਣਾ ਠੇਕਾ ਤਾਂ ਨਹੀਂ ਲਿਆ?"

ਹੌਲਦਾਰ ਉਹਨਾਂ ਕੋਲ ਆ ਗਿਆ।

- "ਚੱਲੋ ਥੋਨੂੰ ਸ਼ਹਿਰ ਪਹੁੰਚਾ ਆਉਨੇ ਐਂ - ਗਾਂਹਾ ਕੋਈ ਜੁਗਾੜ ਆਪ ਕਰ ਲਿਓ।"

ਉਹਨਾਂ ਲਾਸ਼ ਅਤੇ ਸਾਈਕਲ ਜਿਪਸੀ ਵਿਚ ਰੱਖੇ ਅਤੇ ਸ਼ਹਿਰ ਆ ਗਏ। ਉਥੋਂ ਗਿਆਨੀ ਨੇ ਇਕ ਟਰੱਕ ਕਿਰਾਏ ਉਪਰ ਲੈ ਲਿਆ।

ਜਦੋਂ ਲਾਸ਼ ਪਿੰਡ ਪਹੁੰਚੀ ਤਾਂ ਸਾਰੇ ਪਿੰਡ ਨੂੰ ਹੌਲ ਪੈ ਗਿਆ। ਹੱਥਾਂ ਦੇ ਭਾਂਡੇ ਛੁੱਟ ਗਏ।

ਸਾਰਾ ਪਿੰਡ ਹੀ ਦਹਿਲ ਗਿਆ ਸੀ।

ਜੁਆਨ ਪੁੱਤਰ ਦੀ ਲਾਸ਼ ਦੇਖ ਕੇ ਮੇਲੋ ਫੁੜਕ ਗਈ। ਉਸ ਦਾ ਵਸਦਾ-ਰਸਦਾ ਜਹਾਨ ਉਜੜ ਗਿਆ ਸੀ। ਉਸ ਦੇ ਬੋਟ ਨੂੰ ਅਚਿੰਤੇ ਹੀ ਬਾਜ ਆ ਪਏ ਸਨ।

ਹਰਪਾਲ ਦੀ ਮਾਂ ਮੇਲੋ, ਕੰਧਾਂ ਨਾਲ ਟੱਕਰਾਂ ਮਾਰ ਰਹੀ ਸੀ। ਜੋਗਿੰਦਰ ਨੂੰ ਦੰਦਲਾਂ ਪੈ ਰਹੀਆਂ ਸਨ।

ਸੰਤੂ ਦੀ ਰੂਹ ਹੀ ਉਡ ਗਈ ਸੀ।

ਘਰ ਵਿਚ ਰੋਣ ਪਿੱਟਣ ਦਾ ਮਾਹੌਲ ਸੀ।

ਬਨੇਰੇ ਤੇ ਕਹਿਰ ਦੀ ਮੌਤ ਕੂਕ ਰਹੀ ਸੀ।

ਪੈਂਦੇ ਕੀਰਨੇ ਕਾਲਜਾ ਪਾੜਦੇ ਸਨ।

ਹਰਪਾਲ ਦੀ ਲਾਸ਼ ਦਾ ਇਸ਼ਨਾਨ ਕਰਵਾਇਆ ਗਿਆ। ਉਸ ਦੀ ਛਾਤੀ ਵਿਚ ਪੂਰੀਆਂ ਛੇ ਗੋਲੀਆਂ ਲੱਗੀਆਂ ਹੋਈਆਂ ਸਨ।

ਜਦੋਂ ਹਰਪਾਲ ਦੀ ਲਾਸ਼ ਨੂੰ ਲਾਂਬੂ ਲਾਇਆ ਤਾਂ ਕਾਹਲੀ ਅੱਗ ਇਕ ਦਮ ਅੱਧ ਅਸਮਾਨ ਨੂੰ ਗਈ। ਮੇਲੋ ਪੁੱਤ ਦੀ ਚਿਖਾ ਵਿਚ ਛਾਲ ਮਾਰਨ ਲਈ ਅਹੁਲੀ। ਪਰ ਬੁੜ੍ਹੀਆਂ ਨੇ ਫੜ ਲਈ। ਜਿਵੇਂ ਉਹਨਾਂ ਨੂੰ ਪਹਿਲਾ ਹੀ ਪਤਾ ਸੀ ਕਿ ਮੇਲੋ ਅਜਿਹੀ ਹਰਕਤ ਕਰੇਗੀ।

ਮੇਲੋ ਬੁੜ੍ਹੀਆਂ ਤੋਂ ਛੁੱਟ-ਛੁੱਟ ਭੱਜਦੀ ਸੀ।

ਫਿਰ ਉਹ ਬੇਵੱਸ ਹੋ ਕੇ ਰੋਣ ਲੱਗ ਪਈ।

ਹਰਪਾਲ ਤਾਂ ਤੁਰ ਗਿਆ ਸੀ। ਪਰ ਸੰਤੂ ਅਤੇ ਮੇਲੋ ਦੀ ਜਿ਼ੰਦਗੀ ਬੰਜਰ ਉਜਾੜ ਬਣ ਗਈ ਸੀ।

ਸੰਤੂ ਦੇ ਘਰ ਰਿਸ਼ਤੇਦਾਰਾਂ ਤੋਂ ਇਲਾਵਾ ਸਾਰਾ ਪਿੰਡ ਬੈਠਣ ਆਇਆ। ਪਰ ਸਰਪੰਚ ਨਾ ਬਹੁੜਿਆ। ਗਿਆਨੀ ਕਈ ਦਿਨਾਂ ਤੋਂ ਤਾੜ ਰੱਖਦਾ ਆ ਰਿਹਾ ਸੀ।

ਗੁਰਮੁਖ ਸਿੰਘ ਅਤੇ ਉਸ ਦੇ ਘਰਵਾਲੀ ਪਾਲੋ ਹਰ ਰੋਜ ਸੰਤੂ ਦੇ ਘਰ ਬੈਠਣ ਆਉਂਦੇ।

- "ਸੰਤੂ, ਗੁਰੂ ਦੇ ਭਾਣੇ ਨੂੰ ਮਿੱਠਾ ਕਰਕੇ ਮੰਨਣਾ ਪੈਣੈਂ - ਪਵਿੱਤਰ ਗੁਰਬਾਣੀ ਫ਼ੁਰਮਾਂਦੀ ਐ: ਆਪਣੇ ਭਾਣੈ ਜੋ ਚਲਹਿ ਭਾਈ - ਵਿਛੁੜ ਚੋਟਾ ਖਾਇ।।" ਗੁਰਮੁਖ ਸਿੰਘ ਆਖਦਾ।

ਗੁਰਮਖ ਸਿੰਘ ਅਤੇ ਉਸ ਦੀ ਘਰਵਾਲੀ ਪਾਲੋ ਦੇ ਆਉਣ ਨਾਲ ਸੰਤੂ ਅਤੇ ਮੇਲੋ ਨੂੰ ਅਜੀਬ ਜਿਹਾ ਸਕੂਨ ਮਿਲਦਾ। ਭਟਕਦੀ ਆਤਮਾ ਸ਼ਾਂਤ ਹੋ ਜਾਂਦੀ।

ਤੀਜੇ ਦਿਨ ਫੁੱਲ ਚੁਗੇ ਗਏ।

ਗਿਆਨੀ ਦੀ ਅਗਵਾਈ ਵਿਚ ਸਾਰੇ ਪਿੰਡ ਨੇ ਹਰਪਾਲ ਦੀ ਆਤਮਾਂ ਦੀ ਸ਼ਾਂਤੀ ਵਾਸਤੇ ਗੁਰਦੁਆਰੇ ਆਖੰਡ ਪਾਠ ਪ੍ਰਕਾਸ਼ ਕਰਵਾ ਦਿੱਤਾ।

ਭੋਗ ਪੈਣ ਉਪਰੰਤ ਗਿਆਨੀ ਅਤੇ ਸੰਤੂ ਹਰਪਾਲ ਦੇ ਫੁੱਲ ਲੈ ਕੇ ਕੀਰਤਪੁਰ ਸਾਹਿਬ ਨੂੰ ਤੁਰ ਗਏ। ਮੇਲੋ ਦਾ ਪੁੱਤਰ ਨੂੰ ਤੋਰਨ ਲਈ ਮਨ ਨਹੀਂ ਕਰਦਾ ਸੀ।

****

- "ਪਾਲੋ ਇਕ ਗੱਲ ਆਖਾਂ?" ਗੁਰਮੁਖ ਸਿੰਘ ਨੇ ਆਪਣੀ ਘਰਵਾਲੀ ਨੂੰ ਕਿਹਾ।

- "ਆਖੋ?"

- "ਆਪਾਂ ਹੁਣ ਹਰਦੀਪ ਸਿਉਂ ਦਾ ਵਿਆਹ ਕਰ ਲਈਏ।"

- "ਮੈਂ ਤਾਂ ਆਪ ਕਾਫ਼ੀ ਦੇਰ ਦੀ ਕਹਿਣ ਨੂੰ ਫਿਰਦੀ ਸੀ-।"

- "ਕਿਹਾ ਕਾਹਤੋਂ ਨਾਂ ਫਿਰ?"

- "ਬੱਸ ਪਤਾ ਨਹੀਂ? ਸੁੱਖ ਨਾਲ ਨੂੰਹ ਘਰੇ ਹੋਵੇ - ਕੋਈ ਨਿਆਣਾ ਜੰਮੇਂ - ਉਹ ਜਾਣੇ ਘਰੇ ਰੌਣਕ ਜਿਹੀ ਬਣੀ ਰਹਿੰਦੀ ਐ - ਹੁਣ ਤਾਂ ਓਸ ਗੱਲ ਦੇ

ਆਖਣ ਮਾਂਗੂੰ ਦੋਨੋਂ ਜੀਅ ਮੱਖੀਆਂ ਵਾਂਗੂੰ ਕੰਧਾਂ ਕੌਲਿਆਂ ਦੇ ਨਾਲ ਲੱਗੇ ਬੈਠੇ ਰਹਿੰਨੇ ਐਂ।"

- "ਉਹੀ ਤਾਂ ਗੱਲ ਐ-।"

- "ਖੈਰ ਆਸਰਾ ਤਾਂ ਬੰਦੇ ਨੂੰ ਗੁਰੂ ਦਾ ਈ ਹੁੰਦੈ - ਪਰ ਦੁਨਿਆਵੀ ਰਿਸ਼ਤਿਆਂ ਬਿਨਾਂ ਵੀ ਸਰਦਾ ਨਹੀਂ - ਜੇ ਕਿਤੇ ਵਿਚਾਰਾ ਹਰਪਾਲ ਵਿਆਹਿਆ ਵਿਆ ਹੁੰਦਾ - ਕੁਲ ਦੀ ਜੜ੍ਹ ਤਾਂ ਅੱਗੇ ਤੁਰੀ ਜਾਂਦੀ -।"

- "ਰੱਬ ਨੇ ਪੁੱਤ ਵੀ ਖੋਹਿਆ ਤੇ ਉਹ ਵੀ ਬੁੜ੍ਹਾਪੇ ਵੇਲੇ - ਹਰਪਾਲ ਦੀ ਮਾਂ ਤਾਂ ਵਿਚਾਰੀ ਊਂਈਂ - ਦਿਨਾਂ 'ਚ ਈ ਹਾਰ ਗਈ।"

- "ਮੈਂ ਗਿਆਨੀ ਜੀ ਕੋਲੇ ਜਾਨੈਂ - ਕਰਦੈਂ ਸਲਾਹ ਫਿਰ ਹਰਦੀਪ ਦੇ ਵਿਆਹ ਦੀ।"

- "ਉਹਨੂੰ ਵੀ ਸੱਦ ਕੇ ਪੁੱਛ ਲੈ - ਫਿਰ ਬਾਧੂ ਕਲੇਸ਼ ਨਾ ਕਰੇ?"

- "ਗਿਆਨੀ ਈ ਲੈ ਆਊ - ਨਾਲੇ ਦਰਬਾਰ ਸਾਹਬ ਦੇ ਦਰਸ਼ਣ ਕਰ ਆਊ।"

- "ਤੂੰ ਕਾਹਤੋਂ ਨਹੀਂ ਜਾਂਦਾ? ਨਾਲੇ ਦਰਬਾਰ ਸਾਹਬ ਦਰਸ਼ਣ ਕਰ ਆਈਂ।"

- "ਅਸੀਂ ਦੋਨੋਂ ਈ ਚਲੇ ਜਾਵਾਂਗੇ।"

- "ਇਉਂ ਕਰ ਲਇਓ।"

- "ਨਾਲੇ ਗਿਆਨੀ ਜੀ ਦੀਆਂ ਦਲੀਲਾਂ ਬਿਨਾਂ ਨਹੀਂ ਉਹ ਮੰਨਣ ਲੱਗਿਆ - ਆਪਾਂ ਨੂੰ ਤਾਂ ਉਤਲੇ ਪਾੜੇ 'ਚ ਈ ਰੱਖੂ - ਦੇਖ ਲਇਓ।"

ਗੁਰਮਖ ਸਿੰਘ ਚਲਾ ਗਿਆ।

ਗਿਆਨੀ ਗੁਰਮਖ ਸਿੰਘ ਨੂੰ ਬੋਹੜ ਹੇਠਾਂ ਹੀ ਬੈਠਾ ਮਿਲ ਗਿਆ।

- "ਕਿਉਂ ਗਿਆਨੀ ਜੀ - ਲਾਈ ਜਾਨੇ ਐਂ ਥੜ੍ਹੇ ਨੂੰ ਭਾਗ?"

- "ਆ ਜਾਹ ਗੁਰਮਖ ਸਿਆਂ - ਫੁੱਲ ਤਾਰ ਕੇ ਆਏ ਸੀ ਹਰਪਾਲ ਸਿਉਂ ਦੇ - ਦਿਲ ਕੁਛ ਉਦਾਸ ਸੀ - ਬੱਸ ਐਥੇ ਬੈਠ ਗਿਆ।"

- "ਦਿਲ ਤਾਂ ਉਦਾਸ ਹੋਣਾ ਈ ਸੀ ਗਿਆਨੀ ਜੀ - ਬੜਾ ਧੱਕਾ ਹੋਇਆ ਵਿਚਾਰੇ ਨਾਲ।"

- "ਮੇਰੇ ਕੋਲੇ ਆਇਆ ਸੀ - ਕੋਈ ਕੰਮ ਸੀ?" ਗਿਆਨੀ ਨੇ ਪੁੱਛਿਆ।

- "ਕੰਮ ਈ ਸੀ ਗਿਆਨੀ ਜੀ - ਸਾਰਿਆਂ ਤੋਂ ਪਹਿਲਾਂ ਰੱਬ ਤੇ ਫਿਰ ਥੋਡਾ ਈ ਆਸਰਾ ਮੰਨੀਦੈ-।"

- "ਆਸਰਾ ਤਾਂ ਗੁਰਮਖ ਸਿਆਂ ਰੱਬ ਦਾ ਈ ਐ - ਕਰਦਾ ਕਰਾਉਂਦਾ ਉਹੀ ਐ - ਬੱਸ ਬੰਦਾ ਤਾਂ ਵਿਚਾਲੇ ਇਕ ਮਾਧਿਅਮ ਬਣਦੈ - ਇਕ ਹੀਲਾ ਬਣਦੈ।"

- "ਗੱਲ ਅਸਲ ਵਿਚ ਇਹ ਐ ਗਿਆਨੀ ਜੀ - ਜਦੋਂ ਦਾ ਹਰਪਾਲ ਪੁਲਸ ਨੇ ਮਾਰਿਐ - ਉਦੋਂ ਦੀ ਹਰਦੀਪ ਦੀ ਬੇਬੇ ਦਿਲ ਜਿਆ ਸਿੱਟੀ ਫਿਰਦੀ ਐ।"

- "ਹੁੰਦਾ ਈ ਐ ਬਈ ਮਾਵਾਂ ਨੂੰ - ਉਹਦੇ ਆਬਦੇ ਨਾਲ ਗੁਰਜੀਤ ਆਲਾ ਕਿੱਡਾ ਭਾਣਾ ਵਰਤ ਕੇ ਹਟਿਐ।"

- "ਹੁਣ ਉਹ ਹਰਦੀਪ ਨੂੰ ਵਿਆਹੁੰਣ ਦੀ ਰਟ ਲਾਈ ਬੈਠੀ ਐ।"

- "ਕੋਈ ਮਾੜੀ ਗੱਲ ਨਹੀਂ - ਮੁੰਡਾ ਗੁਰੂ ਦੀ ਕਿਰਪਾ ਨਾਲ ਹੁਣ ਪੂਰਾ ਜੁਆਨ ਐਂ।"

- "ਪਰ ਗਿਆਨੀ ਜੀ ਹਿੰਡੀ ਪੂਰਾ ਐ ਸੁਹਰਾ - ਉਹਨੇ ਵਿਆਹ ਨੂੰ ਲੱਤ ਈ ਨਹੀਂ ਲਾਉਣੀ।"

- "ਲਾਊ ਕਿਵੇਂ ਨ੍ਹੀਂ?"

- "ਤੁਸੀਂ ਚੱਲੋ ਮੇਰੇ ਨਾਲ ਕੱਲ੍ਹ ਨੂੰ - ਉਹਨੂੰ ਟੋਹ ਕੇ ਦੇਖੀਏ।"

- "ਚੱਲ ਵੜਾਂਗੇ।"

ਅਗਲੇ ਦਿਨ ਸਵੇਰੇ ਉਹ ਅੰਮ੍ਰਿਤਸਰ ਨੂੰ ਬੱਸ ਚੜ੍ਹ ਗਏ।

ਸ਼ਹਿਰ ਵਿਚ ਬਹੁਤ ਤਣਾਓਂ ਸੀ।

ਪਿਛਲੇ ਦਿਨ ਹਰਿਮੰਦਰ ਸਾਹਿਬ ਮੱਥਾ ਟੇਕ ਕੇ ਆ ਰਹੇ ਪੁਲਸ ਅਫਸਰ ਦੇ ਕਤਲ ਨੇ ਇਲਾਕੇ ਦੀ ਪੁਲਸ ਹਿਲਾ ਧਰੀ ਸੀ। ਉਘਾ ਪੁਲਸ ਅਫ਼ਸਰ ਦਿਨ ਦਿਹਾੜੇ ਹੀ ਗੋਲੀਆਂ ਨਾਲ ਉਡਾ ਦਿੱਤਾ ਸੀ।

ਸੈਂਟਰ ਗੌਰਮਿੰਟ ਨੇ ਇਸ ਇਲਾਕੇ ਨੂੰ ਗੜਬੜ ਵਾਲਾ ਇਲਾਕਾ ਕਰਾਰ ਦੇ ਕੇ ਸੀ ਆਰ ਪੀ ਮੰਗਵਾ ਲਈ ਸੀ। ਅਸਲੇ ਦੀਆਂ ਦੁਕਾਨਾਂ ਅਤੇ ਬੈਂਕਾਂ ਲੁੱਟੀਆਂ ਜਾ ਰਹੀਆਂ ਸਨ। ਇਹਨਾਂ ਵਾਰਦਾਤਾਂ ਵਿਚ ਕਿਸ ਦਾ ਹੱਥ ਸੀ? ਇਹ ਇਕ ਗੁੰਝਲਦਾਰ ਸੁਆਲ ਬਣਿਆ ਹੋਇਆ ਸੀ। ਕੋਈ ਵਾਰਦਾਤ ਕਰਕੇ ਕਿੱਧਰ ਛਿਤਮ ਹੋ ਜਾਂਦਾ ਸੀ? ਇਹ ਇਕ ਰਹੱਸ ਸੀ।

ਇਸ ਏਰੀਏ ਵਿਚ ਦਿਨੇ ਪੁਲਸ ਦਾ ਅਤੇ ਰਾਤ ਨੂੰ 'ਅੱਤਵਾਦੀਆਂ' ਦਾ ਰਾਜ ਚੱਲਦਾ ਸੀ।

ਗਿਆਨੀ ਅਤੇ ਗੁਰਮਖ ਸਿੰਘ ਦੀ ਵੀ ਦਰਬਾਰ ਸਾਹਿਬ ਦਾਖਲ ਹੋਣ ਤੋਂ ਪਹਿਲਾਂ ਬੁਰੀ ਤਰ੍ਹਾਂ ਤਲਾਸ਼ੀ ਸੀ. ਆਰ. ਪੀ. ਵੱਲੋਂ ਲਈ ਗਈ।

ਉਹ ਅੰਦਰ ਦਾਖਲ ਹੋ ਗਏ।

- "ਜਿਸ ਹਿਸਾਬ ਨਾਲ ਇਹ ਕੌਮ ਨੂੰ ਜ਼ਲੀਲ ਕਰਦੇ ਐ -ਉਸ ਹਿਸਾਬ ਨਾਲ ਤਾਂ ਕਦੇ ਅੰਗਰੇਜ਼ਾਂ ਨੇ ਨਹੀਂ ਸੀ ਕੀਤਾ - ਨਾਲੇ ਬਾਹਰਲੇ ਮੁਲਕ ਦੇ ਸੀ।"

- "......।" ਗੁਰਮਖ ਸਿੰਘ ਚੁੱਪ ਰਿਹਾ।

- "ਇਹਦੇ ਨਤੀਜੇ ਬਹੁਤ ਭੈੜੇ ਨਿਕਲਣਗੇ - ਕੌਮ ਕਿੰਨਾ ਕੁ ਚਿਰ ਚੁੱਪ ਧਾਰੀ ਰੱਖੂ?"

- "ਇਹਨਾਂ ਨੂੰ ਬੁਰੇ ਦਿਖਾਈ ਦਿੱਤੇ ਵੇ ਐ - ਇਹਨਾਂ ਤੋਂ ਮੈਨੂੰ ਕਿਸੇ ਭਲਮਾਣਸੀ ਦੀ ਆਸ ਈ ਨ੍ਹੀਂ - ਜੁਆਨੀ ਦਾ ਬਾਧੂ ਘਾਣ ਹੋਊ - ਕੌਮ ਨੂੰ ਮੱਲੋਮੱਲੀ ਬਿਨਾਂ ਗੱਲੋਂ ਬਦਨਾਮ ਕਰਨਗੇ।"

- ".....।"

- "ਪੁਰਾਣੇ ਬੰਦੇ ਠੰਢੇ ਮਤੇ ਵਾਲੇ ਸੀ - ਬੱਸ ਬਿਆਨ ਦੇ ਛੱਡਦੇ ਸੀ - ਹੁਣ ਗੌਰਮਿੰਟ ਨੂੰ ਸੋਚ ਲੈਣਾ ਚਾਹੀਦੈ ਜੀ - ਹੁਣ ਬਰਦਾਸ਼ਤ ਤੋਂ ਬਾਹਰ ਐ ਜੀ - ਇਸ ਦੇ ਬੜੇ ਭੈੜੇ ਸਿੱਟੇ ਨਿਕਲਣਗੇ ਜੀ - ਪਰ ਹੁਣ ਆਲੀ ਪਨੀਰੀ - ਜਾਂ ਮਰੂ ਜਾਂ ਫਿਰ ਮਾਰੂ - ਤੇਰੇ ਸਾਹਮਣੇ ਈ ਐਂ - ਕੀ ਦੋਸ਼ੇ ਤੇ ਕੀ ਨਿਰਦੋਸ਼ੇ - ਪੁਲਸ ਆਲਿਆਂ ਨੂੰ ਮਾਰ ਮਾਰ ਸੁੱਟੀ ਜਾਂਦੇ ਐ।"

- "ਪੁਲਸ ਕਿਹੜਾ ਘੱਟ ਕਰਦੀ ਐ ਗਿਆਨੀ ਜੀ? ਘੱਟ ਉਹ ਵੀ ਨਹੀਂ - ਦੇਖ ਲਓ ਕਿੰਨੇ ਬੇਦੋਸ਼ੇ ਮੁੰਡੇ ਮਾਰੇ ਐ ਇਹਨਾਂ ਨੇ।"

- "ਮਰਦੀ ਤਾਂ ਮਨੁੱਖਤਾ ਈ ਐ ਗੁਰਮਖ ਸਿਆਂ?"

- "ਇਹ ਤਾਂ ਹੈ ਈ।"

ਗੱਲਾਂ ਕਰਦੇ ਕਰਦੇ ਉਹ ਹਰਦੀਪ ਹੁਰਾਂ ਦੇ ਜੱਥੇ ਕੋਲ ਪੁੱਜ ਗਏ। ਕੋਈ ਅੱਤ ਗੰਭੀਰ ਮਸਲਾ ਵਿਚਾਰਿਆ ਜਾ ਰਿਹਾ ਸੀ। ਹਰ ਇਕ ਦਾ ਚਿਹਰਾ ਸੰਜੀਦਾ ਸੀ।

- "ਵਾਹਿਗੁਰੂ ਜੀ ਕਾ ਖ਼ਾਲਸਾ।।

ਵਾਹਿਗੁਰੂ ਜੀ ਕੀ ਫ਼ਤਹਿ।।"

'ਫ਼ਤਹਿ' ਗੂੰਜੀ।

ਉਹ ਜੱਥੇ ਦੇ ਪਿੱਛੇ ਜਿਹੇ ਹੋ ਕੇ ਬੈਠ ਗਏ। ਕੀ ਵਿਚਾਰਿਆ ਜਾ ਰਿਹਾ ਸੀ? ਉਹਨਾਂ ਦੇ ਕੱਖ ਪੱਲੇ ਨਹੀਂ ਪਿਆ ਸੀ।

ਗਿਆਨੀ ਨੇ ਜਦੋਂ ਗੁਰਮਖ ਸਿੰਘ ਨੂੰ ਗੁੱਝਾ ਇਸ਼ਾਰਾ ਕੀਤਾ ਤਾਂ ਗੁਰਮਖ ਸਿੰਘ ਨੇ ਉਸ ਦੇ ਮੂੰਹ ਕੋਲ ਕੰਨ ਕਰ ਲਿਆ।

- "ਹੁਣ ਗੱਲ ਕਰਨ ਦਾ ਸਮਾਂ ਨਹੀਂ - ਉਹਨੂੰ ਆਖ - ਤੇਰੀ ਬੇਬੇ ਚੇਤੇ ਕਰਦੀ ਐ - ਪਿੰਡ ਪਹੁੰਚ ਘਰੇ ਬੈਠ ਕੇ ਟਿਕਾਅ ਨਾਲ ਗੱਲ ਕਰਾਂਗੇ - ਵਿਆਹ ਨੂੰ ਐਥੇ ਕਿਸ ਨੇ ਪੁੱਛਿਆ? ਇੱਥੇ ਨਗਾਰੇ ਦੇ ਖੜਾਕ 'ਚ ਆਪਣੀ ਤੂਤੀ ਨਹੀਂ ਸੁਣਨੀ ਕਿਸੇ ਨੇ - ਮੇਲੇ 'ਚ ਗੁਰਮਖ ਸਿਆਂ ਚੱਕੀਰਾਹੇ ਨੂੰ ਕਿਸੇ ਨੇ ਨਹੀਂ ਪੁੱਛਣਾ।"

- "ਸਤਿ ਐ - ਜਦੋਂ ਇਹ ਮਾੜੇ ਜਿਹੇ ਵਿਹਲੇ ਹੋਏ - ਸੁਨੇਹਾ ਦੇ ਕੇ ਤੁਰ ਚੱਲਾਂਗੇ।"

ਕਿਤੇ ਦੁਪਿਹਰੇ ਜਾ ਕੇ ਜੱਥੇ ਦੀ ਮੀਟਿੰਗ ਖਤਮ ਹੋਈ।

ਹਰਦੀਪ ਉਹਨਾਂ ਕੋਲ ਆ ਗਿਆ।

- "ਚਲੋ ਗਿਆਨੀ ਜੀ - ਲੰਗਰ ਛਕਦੇ ਐਂ।"

ਉਹ ਉਠ ਕੇ ਲੰਗਰ ਦੀ ਇਮਾਰਤ ਨੂੰ ਤੁਰ ਪਏ। ਪਰਕਰਮਾਂ ਵਿਚ ਸੈਂਕੜੇ ਨੌਜਵਾਨ ਲਾਲੀਆਂ ਭਰੇ ਚਿਹਰੇ ਨਾਲ ਵੇਖਣ ਨੂੰ ਮਿਲੇ। ਗੋਲ ਪੱਗਾਂ ਅਤੇ ਚਿੱਟੇ ਚੋਲਿਆਂ ਦਾ ਦਰਬਾਰ ਸਾਹਿਬ ਵਿਖੇ ਹੜ੍ਹ ਆਇਆ ਹੋਇਆ ਸੀ। ਬਾਹਰ ਸੀ. ਆਰ. ਪੀ ਦਾ ਸਖਤ ਪਹਿਰਾ ਸੀ ਤੇ ਉਨ੍ਹਾਂ ਵੱਲੋਂ ਦਰਬਾਰ ਸਾਹਿਬ ਦੇ ਨੇੜਲੇ ਘਰਾਂ ਦੀਆਂ ਛੱਤਾਂ 'ਤੇ ਮੋਰਚੇ ਬਣਾ ਕੇ ਬੰਦੂਕਾਂ ਦਰਬਾਰ ਸਾਹਿਬ ਵਲ ਬੀੜੀਆਂ ਹੋਈਆਂ ਸਨ। ਸਮੁੱਚੇ ਦਰਬਾਰ ਸਾਹਿਬ ਦੀ ਮੋਰਚਾਬੰਦੀ ਹੋ ਰਹੀ ਸੀ। ਆਉਣ ਵਾਲੇ ਆਸਾਰ ਕੋਈ ਸੁਖਾਵੇਂ ਨਜ਼ਰ ਨਹੀਂ ਆਉਂਦੇ ਸਨ।

ਉਹ ਪ੍ਰਸ਼ਾਦੇ ਛਕਣ ਲਈ ਲੰਗਰ ਹਾਲ ਵਿਚ ਚਲੇ ਗਏ।

- "ਗਿਆਨੀ ਜੀ - ਕਿਵੇਂ ਦਰਸ਼ਣ ਦਿੱਤੇ ਅੱਜ?" ਹਰਦੀਪ ਨੇ ਪੁੱਛਿਆ।

- "ਮੈਂ ਸੋਚਿਆ - ਤੂੰ ਤਾਂ ਮੋਹ ਤੋੜ ਹੋ ਈ ਗਿਐਂ - ਅਸੀਂ ਤਾਂ ਤੈਨੂੰ ਮਿਲ ਆਈਏ।"

ਗਿਆਨੀ ਹੱਸ ਪਿਆ।

- "ਤੇਰੀ ਬੇਬੇ ਤੈਨੂੰ ਬਾਹਲਾ ਯਾਦ ਕਰਦੀ ਐ - ਜਿੱਦੇਂ ਟੈਮ ਲੱਗਿਆ ਮਿਲ ਆਈਂ।" ਗੁਰਮਖ ਸਿੰਘ ਬੋਲਿਆ।

- "ਟੈਮ ਨੂੰ ਕੀ ਐ? ਮੈਂ ਕੱਲ੍ਹ ਨੂੰ ਈ ਜਾ ਆਊਂ।"

- "ਜੰਮਣ ਆਲਿਆਂ ਨੂੰ ਤਾਂ ਮੋਹ ਹੁੰਦਾ ਈ ਐ- ਕੀ ਹੋ ਗਿਆ ਭੈੜ੍ਹਿਆ ਤੂੰ ਨਿਰਮੋਹਾ ਹੋ ਗਿਆ ਤਾਂ?" ਗਿਆਨੀ ਨੇ ਹੱਡ ਤੇ ਲਾਈ।

- "ਕਾਹਨੂੰ ਗਿਆਨੀ ਜੀ - ਜੱਥੇਬੰਦੀਆਂ ਦੇ ਝਮੇਲੇ ਈ ਐਨੇ ਐਂ - ਸਮਾਂ ਈ ਨਹੀਂ ਮਿਲਦਾ।"

- "ਜੱਥੇਬੰਦੀ ਮਾਂ-ਬਾਪ ਨਾਲੋਂ ਵੱਡੀ ਐ?" ਗੁਰਮਖ ਸਿੰਘ ਅੰਦਰੋਂ ਦੁਖੀ ਹੋ ਗਿਆ।

- "ਛੱਡੀਆਂ ਬਾਪੂ ਜੀ ਦੋਵੇਂ ਚੀਜਾਂ ਈ ਨਹੀਂ ਜਾਂਦੀਆਂ - ਮਾਈ ਬਾਪ ਨੇ ਜੱਗ ਦਿਖਾਇਐ - ਇਹਨਾਂ ਨੇ ਲਿਆਕਤ ਦਿੱਤੀ ਐ।"

- "ਇਹ ਬੜੀ ਲਿਆਕਤ ਐ? ਬੇਬੇ ਬਾਪੂ 'ਕੱਲੇ ਘਰੇ ਬਿਲਕੀ ਜਾਣ - ਤੇ ਤੂੰ ਮਿਲਣ ਵੀ ਨਾ ਪਹੁੰਚੇਂ?"

- "ਬਾਪੂ ਜੀ - ਗੁਰਜੀਤ ਵੀਰੇ ਬਿਨਾਂ ਵੀ ਥੋੜਾ ਸਰ ਈ ਗਿਆ?"

- "ਜਿਉਂਦੇ ਜੀਆਂ ਨੂੰ ਬੜੇ ਪਾਪੜ ਵੇਲਣੇਂ ਪੈਂਦੇ ਐ ਪੁੱਤਰ ਮੇਰਿਆ - ਬੱਸ ਤੁਰ ਗਿਆਂ ਦੇ ਨਾਲ ਮਰਿਆ ਨਹੀਂ

ਜਾਂਦਾ।"

- "ਤੁਸੀਂ ਗੱਲਾਂ ਹੋਰ ਪਾਸੇ ਲੈ ਤੁਰੇ - ਵਾਹਿਗੁਰੂ ਆਖ ਕੇ ਪ੍ਰਛਾਦੇ ਛਕੋ।"

- "ਵਾਹਿਗੁਰੂ।"

ਥੋੜੇ ਸਮੇਂ ਵਿਚ ਹੀ ਉਹ ਲੰਗਰ ਛਕ ਕੇ ਵਿਹਲੇ ਹੋ ਗਏ।

- "ਕੱਲ੍ਹ ਨੂੰ ਆ ਜਾਈਂ ਫੇਰ।" ਤੁਰਦਿਆਂ ਗੁਰਮਖ ਸਿੰਘ ਨੇ ਕਿਹਾ।

- "ਮੈਂ ਤਾਂ ਬਾਪੂ ਜੀ ਆ ਜਾਊਂ - ਪਰ ਤੁਸੀਂ ਕੁਲਜੀਤ ਨੂੰ ਨਹੀਂ ਮਿਲਣਾ?"

- "ਤੇਰੇ ਆਲੀ ਕੱਬਤਾ ਈ ਉਹ ਸੁਣਾਊ - ਉਹਨੂੰ ਮਾਘੀ ਦੀ ਸੰਗਰਾਂਦ ਤੇ ਮਿਲਾਗੇ।"

- "ਚੰਗਾ।"

- "ਕੋਈ ਸੁਨੇਹਾ ਲੈ ਆਈਂ ਉਹਦਾ।"

ਹਰਦੀਪ ਨੇ ਹੱਥ ਚੁੱਕ ਦਿੱਤਾ।

ਉਹ ਬੱਸ ਫੜ ਪਿੰਡ ਆ ਗਏ।

- "ਕਿਉਂ? ਕੀ ਕਹਿੰਦਾ?" ਬੇਬੇ ਨੇ ਹਾਬੜ ਕੇ ਪੁੱਛਿਆ।

- "ਉਹ ਤਾਂ ਬਾਹਲਾ ਖਿਲਾਰਾ ਜਿਆ ਪਾਈ ਬੈਠੇ ਸੀ - ਉਥੇ ਤਾਂ ਗੱਲ ਕੋਈ ਹੋਈ ਨ੍ਹੀਂ - ਕੱਲ੍ਹ ਨੂੰ ਪਿੰਡ ਆਊ - ਬਿਠਾ ਕੇ ਪੁੱਛ ਲਈਂ।"

- "ਕਾਹਦਾ ਖਿਲਾਰਾ?"

- "ਪਤਾ ਨਹੀਂ ਕੋਈ ਰੌਲਾ ਜਿਆ ਪਾਈ ਜਾਂਦੇ ਸੀ - ਸਾਨੂੰ ਤਾਂ ਕੋਈ ਪੂਰੀ ਸਮਝ ਨਹੀਂ ਆਈ - ਇਹਨਾਂ ਦੀਆਂ ਇਹੀ ਜਾਨਣ - ਮਹਾਤੜ ਦੇ ਕੱਖ ਪੱਲੇ ਨਹੀਂ ਪਿਆ।"

ਬੇਬੇ ਹੱਸ ਪਈ।

ਅਗਲੇ ਦਿਨ ਸਾਝਰੇ ਹੀ ਹਰਦੀਪ ਬੱਸੋਂ ਉਤਰਿਆ। ਸਰਪੰਚ ਵੀ ਅੱਡੇ ਵਿਚ ਹੀ ਖੜ੍ਹਾ ਸੀ।

- "ਸੁਣਾ ਬਈ ਹਰਦੀਪ ਸਿਆਂ-ਕਦੋਂ ਆਇਆ?"

- "ਬੱਸ ਸਰਪੰਚ ਸਾਹਿਬ-ਤੁਰਿਆ ਈ ਆਉਨੈਂ।"

- "ਰਹੇਂਗਾ ਕੁਛ ਦਿਨ?"

- "ਬੱਸ ਅੱਜ ਦੀ ਰਾਤ ਜੀ।"

- "ਚੰਗਾ - ਸ਼ਾਬਾਸ਼ੇ ਭਾਈ।"

ਹਰਦੀਪ ਘਰ ਨੂੰ ਤੁਰ ਗਿਆ।

ਸਰਪੰਚ ਸ਼ਹਿਰ ਨੂੰ ਬੱਸ ਚੜ੍ਹ ਗਿਆ।

ਪੁੱਤ ਨੂੰ ਦੇਖ ਕੇ ਬੇਬੇ ਵੇਲ ਵਾਂਗ ਹਰੀ ਹੋ ਗਈ। ਉਸ ਨੇ ਕਾਫੀ ਚਿਰ ਪੁੱਤ ਨੂੰ ਹਿੱਕ ਨਾਲ ਘੁੱਟੀ ਰੱਖਿਆ। ਸੀਨੇ ਠੰਢ ਪੈ ਗਈ ਸੀ।

- "ਤੇਰਾ ਦਿਲ ਨਹੀਂ ਕਰਦਾ ਪੁੱਤ ਸਾਨੂੰ ਮਿਲਣ ਆਉਣ ਵਾਸਤੇ?" ਬੇਬੇ ਨੇ ਅੰਦਰਲਾ ਸ਼ਿਕਵਾ ਬਾਹਰ ਕੱਢਿਆ।

- "ਬੀਜੀ - ਕੰਮ ਈ ਐਸੇ ਐ - ਬੱਸ ਟੈਮ ਈ ਨਹੀਂ ਮਿਲਦਾ।" ਹਰਦੀਪ ਨੂੰ ਕੋਈ ਮੌਕੇ ਦਾ ਉਤਰ ਨਾ ਸੁੱਝਿਆ।

- "ਸੁਣਾਓ ਜੀ ਜੱਥੇਦਾਰ ਸਿੰਘ ਸਾਹਿਬ - ਕਦੋਂ ਪਧਾਰੇ?" ਬਾਹਰੋਂ ਗੁਰਮਖ ਸਿੰਘ ਨੇ ਆ ਕੇ ਵਿਅੰਗ ਕਸਿਆ।

- "ਤੁਰਿਆ ਈ ਆਇਐਂ ਬਾਪੂ ਜੀ।" ਹਰਦੀਪ ਨੇ ਗੁਰਮਖ ਸਿੰਘ ਦੇ ਗੋਡੀਂ ਹੱਥ ਲਾਏ।

ਬਾਪੂ ਨੇ ਅਸੀਸ ਦਿੱਤੀ।

- "ਤੇਰੀ ਬੇਬੇ ਤੇਰੇ ਵਿਆਹ ਨੂੰ ਕਾਹਲੀ ਕਰਦੀ ਐ - ਕਹਿੰਦੀ ਪੁੱਤ ਤਾਂ ਰਾਈਂ-ਬਾਗੀਂ ਰਹਿੰਦੇ ਐ - ਨੂੰਹ ਤਾਂ ਕੋਲੇ ਰਿਹਾ ਕਰੂ।"

ਹਰਦੀਪ ਤੇ ਕੁਲਜੀਤ ਮਾਂ ਨੂੰ ਕਦੇ 'ਬੇਬੇ' ਅਤੇ ਕਦੇ 'ਬੀਜੀ' ਆਖਦੇ ਸਨ।

- "ਬਾਪੂ ਜੀ - ਜਿੰਨਾ ਚਿਰ ਇੱਕੀਆਂ ਦੀ 'ਕੱਤੀ ਨਹੀਂ ਪਾਉਂਦੇ - ਮੈਨੂੰ ਵਿਆਹ ਸ਼ਾਦੀ ਵਾਸਤੇ ਨਾ ਆਖਿਓ - ਅਸੀਂ ਨਿਰੰਕਾਰੀ ਕਾਂਡ ਦਾ ਬਦਲਾ ਲੈਣੈ - ਰਾਸ਼ਣ - ਮੁਨੀਸ਼ਨ ਸਾਨੂੰ ਆਮ ਮਿਲ ਰਿਹੈ - ਜਿੱਦੇਂ ਹੱਥ ਜੁੜ ਗਏ - ਕੇਰਾਂ ਤਾਂ ਕੱਤ ਦਿਆਂਗੇ ਪੂਣੀਆਂ - ਗੁਰੂ ਮਹਾਰਾਜ ਨੇ ਫ਼ੁਰਮਾਇਐ: ਜੇ ਜੀਵੈ ਪਤਿ ਲੱਥੀ ਜਾਇ।। ਸਭੁ ਹਰਾਮੁ ਜੇਤਾ ਕਿਛੁ ਖਾਇ।।"

- ".....।"

- "ਤਰ੍ਹਾਂ-ਤਰ੍ਹਾਂ ਦਾ ਅਸਲਾ ਦਰਬਾਰ ਸਾਹਿਬ ਪਹੁੰਚ ਚੁੱਕੈ - ਜਿੱਦੇਂ ਕੁੰਢੀਆਂ ਦੇ ਸਿੰਗ ਫਸ ਗਏ - ਫੇਰ ਤਾਂ ਕੋਈ ਵੜੇਂਵੇਂ ਖਾਣੀ ਈ ਨਿਤਰੂਗੀ - ਮੌਤ ਦਾ ਸਾਨੂੰ ਕੋਈ ਡਰ ਨਹੀਂ - ਹਜਾਰਾਂ ਸਿਰਲੱਥ ਯੋਧੇ ਦਰਬਾਰ ਸਾਹਿਬ ਇਕੱਤਰ ਹੋ ਚੁੱਕੇ ਐ - ਸੁਣਦੇ ਆ ਰਹੇ ਆਂ ਬਈ ਪੁਲਸ ਜਾਂ ਫ਼ੌਜ ਦਰਬਾਰ ਸਾਹਿਬ ਅੰਦਰ ਪ੍ਰਵੇਸ਼ ਕਰੂਗੀ - ਪਰ ਜਿਸ ਦਿਨ ਹੱਥ ਜੁੜ ਗਏ - ਉਸ ਦਿਨ ਮੇਲ ਦਿਆਂਗੇ ਅੜੀਆਂ।"

- "ਪੁੱਤ ਸ਼ੇਰਾ - ਸਾਡੀ ਜੜ੍ਹ ਰਹੂ ਜੱਗ 'ਤੇ ਕਿ ਨਹੀਂ?" ਬੇਬੇ ਨੂੰ 'ਕੁਲ' ਦਾ ਹੇਰਵਾ ਮਾਰੀ ਜਾ ਰਿਹਾ ਸੀ।

-"ਬੇਬੇ-ਕਲਗੀਆਂ ਵਾਲੇ ਪਾਤਸ਼ਾਹ ਦੇ ਚਾਰ ਲਾਲ ਸੀ-ਤੇ ਚਾਰਾਂ ਨੇ ਹੀ ਸ਼ਹੀਦੀ ਦਿੱਤੀ।"

- "ਪੁੱਤ - ਉਹ ਤਾਂ ਗੁਰੂ ਸੀ - ਸਮਰੱਥ ਗੁਰੂ - ਪਰ ਅਸੀਂ ਤਾਂ ਕਲਯੁਗੀ ਕੀੜੇ ਹਾਂ।"

ਬੇਬੇ ਨੇ ਧੁਖਦੀ ਚਿਤਾ ਵਾਂਗ ਹੌਕਾ ਲਿਆ।

- "ਬੇਬੇ-ਤੁਹਾਨੂੰ ਮੈਂ ਸੌ ਦੀ ਇਕ ਈ ਸੁਣਾ ਦਿਆਂ?" ਹਰਦੀਪ ਨੇ ਵਲ-ਫੇਰ ਪਾਉਣਾ ਬਿਹਤਰ ਨਾ ਸਮਝਿਆ।

- "ਬੋਲ ਪੁੱਤ?" ਬੇਬੇ ਨੇ ਕਾਲਜਾ ਥੰਮ੍ਹ ਲਿਆ। ਸਾਹਸ ਇਕੱਠਾ ਕੀਤਾ।

- "ਮੈਂ ਤਾਂ ਆਖਰ ਸ਼ਹੀਦ ਹੋਣੈ - ਤੁਸੀਂ ਕੁਲਜੀਤ ਨੂੰ ਵਿਆਹ ਲਵੋ।" ਹਰਦੀਪ ਦੇ ਟਕੇ ਵਰਗੀ ਗੱਲ ਸੁਣਾਉਣ 'ਤੇ ਇਕ ਲੰਬੀ ਚੁੱਪ ਛਾ ਗਈ। ਇਕ ਅਰਥ-ਭਰਪੂਰ ਚੁੱਪ।

- "ਪਰ ਉਹ ਵੀ ਡੁੱਬੜਾ ਮੰਨੇ - ਨਾ ਮੰਨੇ - ਕਿਹੜਾ ਕੋਈ ਇਤਬਾਰ ਐ? ਪਹਿਲਾਂ ਜੁਆਕ ਹੁੰਦੇ ਸੀ - ਮਾਂ ਬਾਪ ਦੀ ਪੈੜ 'ਚੋਂ ਪੈਰ ਨ੍ਹੀਂ ਸੀ ਕੱਢਦੇ - ਅੱਜ ਕੱਲ੍ਹ ਦੇ ਊਂਈਂ ਛੜਾਂ ਮਾਰੀ ਜਾਣਗੇ।"

ਹਰਦੀਪ ਹੱਸ ਪਿਆ।

- "ਬੇਬੇ ਸੱਚ ਕੌੜਾ ਹੁੰਦੈ - ਤੈਨੂੰ ਸੱਚ ਸੁਣਾ ਦਿੱਤਾ - ਤੂੰ ਦੁਖੀ ਹੋ ਗਈ - ਪਰ ਇਕ ਗੱਲ ਐ - ਕੁਲਜੀਤ ਨੂੰ ਮਨਾਉਣਾ ਮੇਰਾ ਕੰਮ ਐਂ - ਵਾਅਦਾ ਰਿਹਾ।"

- "ਮੰਨ ਵੀ ਜਾਊ?"

- "ਮੰਨੂ ਕਿਵੇਂ ਨਾਂ? ਬਾਹਲਾ ਗਿਆ - ਪੰਜ ਪਿਆਰਿਆਂ ਨੂੰ ਬੇਨਤੀ ਕਰ ਦਿਆਂਗੇ -।"

ਤੁਰਦਾ ਫਿਰਦਾ ਗਿਆਨੀ ਪੂਰਨ ਸਿੰਘ ਆ ਬਹੁੜਿਆ।

- "ਤਕੜੈਂ ਬਈ ਹਰਦੀਪ ਸਿਆਂ?"

- "ਚੜ੍ਹਦੀ ਕਲਾ 'ਚ - ਗਿਆਨੀ ਜੀ।"

- "ਗਿਆਨੀ ਜੀ - ਇਹ ਤਾਂ ਵਿਆਹ ਨੂੰ ਲੱਤ ਨ੍ਹੀਂ ਲਾਉਂਦਾ - ਕਹਿੰਦਾ ਕੁਲਜੀਤ ਦਾ ਕਰ ਦਿਓ।" ਬੇਬੇ ਨੇ ਸਾਰੀ ਗੱਲ ਚਿੱਟੀ ਚਾਦਰ ਵਾਂਗ ਗਿਆਨੀ ਅੱਗੇ ਵਿਛਾ ਦਿੱਤੀ।

- "ਗੱਲ ਹਰਦੀਪ ਸਿਉਂ ਦੀ ਠੀਕ ਐ - ਜੇ ਇਹੇ ਕਹਿੰਦੈ - ਕੁਲਜੀਤ ਦਾ ਕਰ ਦਿੰਨੇ ਐਂ।" ਗਿਆਨੀ ਨੇ ਆਖਿਆ।

- "ਗਿਆਨੀ ਜੀ - ਤੁਸੀਂ ਵੀ ਇਹਦੇ ਪਿੱਛੇ ਈ ਵੋਟ ਪਾ ਦਿੱਤੀ ਕਮਲੇ ਦੇ?" ਗੁਰਮਖ ਸਿੰਘ ਬੋਲਿਆ।

- "ਗੁਰੂ ਦੇ ਸਿੰਘਾ - ਸ਼ਹਾਦਤ ਸਮੇਂ ਦੀ ਮੰਗ ਐ - ਸ਼ਹਾਦਤ ਪਿੱਛੋਂ ਸੂਰਮੇਂ ਦੀ ਸਾਥਣ ਪਹਾੜ ਜਿੱਡੀ ਉਮਰ ਕਿਵੇਂ ਕੱਟੂ? ਇਕ ਡੁੱਬਦੇ ਜਹਾਜ ਦੇ ਰਹਿਮ 'ਤੇ ਬੈਠੇ ਰਹਿਣਾ - ਇਕ ਘੋਰ ਗਲਤੀ ਹੀ ਨਹੀਂ ਬੇਵਕੂਫ਼ੀ ਵੀ ਹੈ।"

- "........।"

- "ਹਰਦੀਪ ਨੂੰ ਗੁਰੂ ਦੀ ਰਜ਼ਾ 'ਚ ਰਾਜ਼ੀ ਰਹਿਣ ਦਿਓ - ਕੁਲਜੀਤ ਨੂੰ ਮਨਾਉਣਾ ਆਪਣਾ ਕੰਮ ਐਂ।" ਗਿਆਨੀ ਤੁਰ ਗਿਆ।

ਵੱਡੀ ਰਾਤ ਤੱਕ ਉਹ ਗੱਲਾਂ ਕਰਦੇ ਰਹੇ।

ਕੁਲਜੀਤ ਦੇ ਵਿਆਹ ਬਾਰੇ ਪੱਕੀ ਰਾਇ ਬਣ ਗਈ।

ਬੇਬੇ ਅਤੇ ਬਾਪੂ ਨੇ ਕੁਝ ਕੁ ਰਾਹਤ ਮਹਿਸੂਸ ਕੀਤੀ। ਨੂੰਹ ਦੇ ਚਾਅ ਨੇ ਉਹਨਾਂ ਅੰਦਰ ਨਵੇਂ - ਨਰੋਏ ਖ਼ੂਨ ਦਾ ਸੰਚਾਰ ਕਰ ਦਿੱਤਾ ਸੀ।

13

ਸਰਪੰਚ ਦੀ ਮੁਖਬਰੀ 'ਤੇ ਪੁਲਸ ਨੇ ਸਵੇਰੇ ਤਿੰਨ ਵਜੇ ਹੀ ਗੁਰਮਖ ਸਿੰਘ ਦੇ ਘਰ ਨੂੰ ਘੇਰ ਲਿਆ। ਪੁਲਸ ਦਾ ਪੂਰਾ ਟਰੱਕ ਭਰਿਆ ਹੋਇਆ ਸੀ।

ਹਰਦੀਪ ਨੂੰ ਗ੍ਰਿਫਤਾਰ ਕਰਕੇ ਠਾਣੇ ਲਿਆ ਤਾੜਿਆ।

ਬੇਬੇ-ਬਾਪੂ ਨੇ ਦੁਖਦੇ ਕਾਲਜੇ ਦੱਬ ਲਏ।

ਗਿਆਨੀ ਅਤੇ ਗੁਰਮਖ ਨੇ ਭੱਜ ਦੌੜ ਸ਼ੁਰੂ ਕਰ ਦਿੱਤੀ। ਜੱਥੇਬੰਦੀ ਨੂੰ ਖਬਰ ਕੀਤਾ।

ਸੂਰਜ ਦੀ ਪਹਿਲੀ ਕਿਰਨ ਨਾਲ ਹੀ ਵਕੀਲ ਬੇਦੀ ਠਾਣੇ ਪੁੱਜ ਗਿਆ। ਦੇਖਣਸਾਰ ਹੀ ਠਾਣੇਦਾਰ ਨੂੰ ਚੇਹ ਚੜ੍ਹ ਗਈ।

- "ਜਦੋਂ ਕਿਸੇ ਅੱਤਵਾਦੀ ਨੂੰ ਫੜ ਕੇ ਲਿਆਉਨੇ ਐਂ - ਉਦੋਂ ਇਹ ਮੇਰਾ ਸਾਲਾ ਝੱਟ ਆ ਖੜ੍ਹਦੈ - ਕਿਤੇ ਇਹਦੇ ਆਲਾ ਭੋਗ ਨਾ ਪਾਈਏ?"

ਠਾਣੇਦਾਰ ਨੇ ਮੁਣਸ਼ੀ ਦੀ ਸਲਾਹ ਪੁੱਛੀ।

- "ਗੱਲ ਥੋਡੀ ਬਿਲਕੁਲ ਟਿਕਾਣੇ ਦੀ ਐ - ਇਹੋ ਜਿਹੇ ਰਾਮ ਰੌਲੇ 'ਚ ਕੀਹਨੇ ਪੁੱਛਣੈਂ - ਕਦੇ ਅੱਗੜ ਪਿੱਛੜ ਇਹਦਾ ਕੰਡਾ ਜਰੂਰ ਕੱਢਣਾ ਪਊ - ਮੁੱਛਾਂ ਦੇਖ ਭੈਣ ਦੇ ਲੱਕੜ ਨੇ ਕਿਵੇਂ ਮੌਲੇ ਦੇ ਸਿੰਗਾਂ ਵਾਂਗੂੰ ਕੀਤੀਐਂ।"

- "ਇਕ ਗੱਲ ਮੇਰੀ ਯਾਦ ਰੱਖੀਂ - ਜੇ ਇਹਦੇ ਆਲਾ ਛੋਪ ਨਾ ਕੱਤਿਆ - ਇਹ ਕੋਈ ਪੰਗਾ ਜਰੂਰ ਖੜ੍ਹਾ ਕਰੂ - ਇਸ ਤੋਂ ਪਹਿਲਾਂ ਕਿ ਇਹ ਆਪਣੇ ਲਈ ਹਊਆ ਬਣੇ - ਇਹਦਾ ਸੋਹਿਲਾ ਪੜ੍ਹਵਾ ਦੇਈਏ।"

ਗੱਲਾਂ ਕਰਦੇ, ਮੱਚਦੇ - ਬੁਝਦੇ ਉਹ ਦਫਤਰ ਵੜ ਗਏ।

- "ਸਾਸਰੀਕਾਲ ਜੀ ਬਰਾੜ ਸਾਹਬ।"

- "ਸਾਸਰੀਕਾਲ।" ਬਰਾੜ ਅਤੀਅੰਤ ਰੁੱਖਾ ਬੋਲਿਆ।

- "ਸੁਣਾਓ ....?" ਠਾਣੇਦਾਰ ਕੁਰਸੀ 'ਤੇ ਜਚ ਕੇ ਬੈਠ ਗਿਆ।

- "ਜਨਾਬ - ਮੈਂ ਤਾ ਇਹੀ ਅਰਜ਼ ਲੈ ਕੇ ਆਇਆ ਸੀ - ਬਈ ਜਿਹੜੇ ਲੜਕੇ ਹਰਦੀਪ ਸਿੰਘ ਨੂੰ ਤੁਸੀਂ ਗ੍ਰਿਫਤਾਰ ਕਰਕੇ ਲੈ ਕੇ ਆਏ ਹੋ - ਉਹਦੇ ਤੇ ਦੋਸ਼ ਕੀ ਐ?" ਬੇਦੀ ਨੇ ਬੜੀ ਹੀ ਨਿਮਰਤਾ ਨਾਲ ਪੁੱਛਿਆ।

- "ਇਹ ਅਦਾਲਤ ਕੋਲੋਂ ਪੁੱਛਿਓ - ਅਸੀਂ ਥੋਡੇ ਨੌਕਰ ਨਹੀਂ ਲੱਗੇ ਹੋਏ।"

- "ਬਰਾੜ ਸਾਹਬ - ਤਹਿਕੀਕਾਤ ਤਾਂ ਤੁਹਾਡੇ ਤੋਂ ਈ ਸ਼ੁਰੂ ਹੋਵੇਗੀ।"

- "ਤੁਸੀਂ ਇਹ ਦੱਸੋ - ਬਈ ਤੁਸੀਂ ਸਾਰੇ ਅੱਤਵਾਦੀਆਂ ਦਾ ਠੇਕਾ ਲਿਐ?" ਠਾਣੇਦਾਰ ਗਲ ਨੂੰ ਆਇਆ।

- "ਜਨਾਬ - ਮੇਰਾ ਇਹ ਕਿੱਤਾ ਹੈ।" ਬੇਦੀ ਨੇ ਕਿਹਾ ਤਾਂ ਠਾਣੇਦਾਰ ਦਾ ਮੂੰਹ ਤਖਤੇ ਦੀ ਛੀਥ ਵਾਂਗ ਬੰਦ ਹੋ ਗਿਆ।

- "ਤੁਸੀਂ ਹੁਣ ਸਾਥੋਂ ਚਾਹੁੰਦੇ ਕੀ ਹੋ?" ਚੁਸਤ ਮੁਣਸ਼ੀ ਨੇ ਤਸਵੀਰ ਦਾ ਇਕ ਪਾਸਾ ਹੀ ਦੇਖਣਾ ਚਾਹਿਆ।

- "ਜਨਾਬ - ਜਾਂ ਤਾਂ ਉਸ ਦੀ ਰਿਹਾਈ ਪਾ ਦਿਓ - ਤੇ ਜਾਂ ਫਿਰ ਤਹਿਕੀਕਾਤ ਪਾ ਕੇ ਅਦਾਲਤ ਪੇਸ਼ ਕਰੋ।"

- "ਫੜ ਕੇ ਅਜੇ ਅੱਜ ਲਿਆਏ ਐਂ - ਕਦੋਂ ਤਹਿਕੀਕਾਤ ਪਾਈਏ ਤੇ ਕਦੋਂ ਅਦਾਲਤ ਪੇਸ਼ ਕਰੀਏ - ਅਸੀਂ ਸਿਰਫ ਏਸੇ ਤੇ ਈ ਐਂ - ਹੋਰ ਸਾਡੇ ਕੋਲ ਕਰਨ ਨੂੰ ਕੁਛ ਵੀ ਨਹੀਂ?"

- "ਜਨਾਬ ਕੱਲ੍ਹ ਨੂੰ ਕਰ ਦਿਓ।"

- "ਕਰ ਦਿਆਂਗੇ -।" ਠਾਣੇਦਾਰ ਨੇ ਤੱਟ ਫੱਟ ਜਵਾਬ ਦਿੱਤਾ।

ਬੇਦੀ ਤੁਰਨ ਲੱਗਿਆ ਤਾਂ ਠਾਣੇਦਾਰ ਨੇ ਰੋਕ ਲਿਆ:

- "ਬੇਦੀ ਸਾਹਬ - ਲੋਕ ਪੁਲਸ ਨਾਲ ਦੁਸ਼ਮਣੀ ਤਾਂ ਕੀ - ਦੋਸਤੀ ਕਰਨੋਂ ਵੀ ਡਰਦੇ ਐ - ਇਕ ਗੱਲ ਯਾਦ ਰੱਖਣੀ - ਪੁਲਸ ਨਾਲ ਦੁਸ਼ਮਣੀ ਮਾੜੀ ਈ ਮਾੜੀ ਹੁੰਦੀ ਐ।" ਠਾਣੇਦਾਰ ਨੇ ਦਿਲ ਦੀ ਗੱਲ ਆਖ ਹੀ ਦਿੱਤੀ।

- "ਬਰਾੜ ਸਾਹਬ - ਮੈਂ ਇਸ ਨੂੰ ਧਮਕੀ ਸਮਝਾਂ ਜਾਂ ਫਿਰ ਵਾਰਨਿੰਗ?"

- ".......।" ਠਾਣੇਦਾਰ ਚੁੱਪ ਹੋ ਗਿਆ।

- "ਜਨਾਬ - ਆਪਾਂ ਸਾਰੇ ਹੀ ਕਿਸੇ ਨਾ ਕਿਸੇ ਕਿੱਤੇ ਨਾਲ ਜੁੜੇ ਹੋਏ ਹਾਂ - ਤੁਹਾਡਾ ਕਿੱਤਾ ਹੈ ਗ੍ਰਿਫਤਾਰ ਕਰਨਾ - ਤੇ ਸਾਡਾ ਕਿੱਤਾ ਹੈ ਛੁਡਾਣਾ - ਕਿਉਂ ਨਾ ਫਿਰ ਆਪਾਂ ਨਿੱਜੀ ਰੰਘੜਊ ਕੱਢ ਕੇ ਸਿਰਫ ਆਪਣੇ-ਆਪਣੇ ਕਿੱਤਿਆਂ ਨੂੰ ਹੀ ਸਮਰਪਤ ਹੋਈਏ? ਬਰਾੜ ਸਾਹਬ - ਮੈਂ ਤੁਹਾਡੀ ਬਹੁਤ ਹੀ ਜ਼ਿਆਦਾ ਕਦਰ ਕਰਦਾ ਹਾਂ।"

- "…..।"

- "ਬਰਾੜ ਸਾਹਬ - ਜੇ ਆਪਾਂ ਨਿੱਜੀ ਰੰਜ ਛੱਡ ਕੇ - ਕੌਮ ਅਤੇ ਕਾਨੂੰਨ ਪ੍ਰਤੀ ਈਮਾਨਦਾਰ ਹੋਈਏ ਤਾਂ ਆਪਣੀ ਦੁਸ਼ਮਣੀ ਰਹਿ ਹੀ ਕੋਈ ਨਹੀਂ ਜਾਂਦੀ।" ਤੇ ਬੇਦੀ ਤੁਰ ਗਿਆ।

- "ਕਿਵੇਂ ਚਬਰ - ਚਬਰ ਜਾਬ੍ਹਾਂ ਨੂੰ ਮਾਰਦੈ - ਭੈਣ ਦਾ ਲੱਕੜ - ਜਿੰਨਾ ਚਿਰ ਇਹਦੇ ਆਲਾ ਤੂੰਬਾ ਨਹੀਂ ਵਜਾਉਂਦੇ - ਇਹਨੇ ਲੋਟ ਨਹੀਂ ਆਉਣਾ - ਤੂੰ ਰਾਤ ਨੂੰ ਧੱਤੂ ਹੋਰਾਂ ਨੂੰ ਬੁਲਾ - ਬੈਠ ਕੇ ਇਹਦੇ ਆਲਾ ਸਿਆਪਾ ਨਿਬੇੜੀਏ।" ਠਾਣੇਦਾਰ ਨੇ ਮੁਣਸ਼ੀ ਨੂੰ ਕਿਹਾ।

- "ਜੀ ਹਜ਼ੂਰ।"

ਠਾਣੇਦਾਰ ਹੱਥਾਂ ਤੇ ਦੰਦੀਆਂ ਵੱਢ ਰਿਹਾ ਸੀ।

ਰਾਤ ਨੂੰ ਉਸ ਨੇ ਹਰਦੀਪ ਨੂੰ ਬਾਹਰ ਕਢਵਾ ਲਿਆ। ਹਰਦੀਪ ਦੇ ਚਿਹਰੇ ਤੇ ਕੋਈ ਡਰ ਡੁੱਕਰ ਦਾ ਨਿਸ਼ਾਨ ਵੀ ਨਹੀਂ ਸੀ।

- "ਹਾਂ ਬਈ - ਸਿੱਧਾ ਹੋ ਕੇ ਪੰਜਾਲੀ ਹੇਠ ਆਜੇਂਗਾ - ਠੀਕ ਰਹੇਂਗਾ - ਨਹੀਂ ਮੂਧਾ ਅਸੀਂ ਪਾਈ ਲੈਣੈ।" ਠਾਣੇਦਾਰ ਨੇ ਉਸ ਨੂੰ ਡਰਾਇਆ।

- "ਕਸੂਰ ਤਾਂ ਕੋਈ ਅਜੇ ਤੱਕ ਕੀਤਾ ਨਹੀਂ ਵਾਧੂ ਡਰਾਵੇ ਜਿਹੇ ਕਾਹਨੂੰ ਦੇਈ ਜਾਨੇ ਓਂ?" ਹਰਦੀਪ ਨੇ ਕਰਾਰਾ ਉੱਤਰ ਮੋੜਿਆ।

- "ਇਹਦਾ ਮਤਲਬ ਐ - ਅਜੇ ਤੱਕ ਨਹੀਂ ਕੀਤਾ - ਕਰਨ ਦਾ ਇਰਾਦੈ?"

- "ਕੋਈ ਇਰਾਦਾ ਨਹੀਂ।"

- "ਫੇਰ ਬੋਲਦਾ ਨਹੀਂ?"

- "ਕੀ ਬੋਲਾਂ - ਕੁਛ ਪੁੱਛੋ ਵੀ।"

- "ਥੋਨੂੰ ਹਥਿਆਰ ਕਿੱਥੋਂ ਮਿਲਦੇ ਐ?"

- "ਤੂੰ ਉਹਨਾਂ ਹਥਿਆਰਾਂ ਦੀ ਗੱਲ ਕਰਦੈਂ? ਤੂੰ ਆਹ ਆਪਣੇ ਆਲਾ ਰਿਵਾਲਵਰ ਈ ਦੇ ਦੇਹ - ਫਿਰ ਲੈ ਕੇ ਜਾਂ ਮਨਾ ਕੇ ਦਿਖਾਦੀਂ।" ਹਰਦੀਪ ਜ਼ਰਾ ਵੀ ਨਹੀਂ ਥਿੜਕਿਆ ਸੀ।

ਠਾਣੇਦਾਰ ਅਵਾਕ ਰਹਿ ਗਿਆ।

ਹਰਦੀਪ ਤੋਂ ਉਸ ਨੂੰ ਉਕਾ ਹੀ ਉਮੀਦ ਨਹੀਂ ਸੀ ਕਿ ਉਹ ਇਸ ਤਰ੍ਹਾਂ ਉਖੜੀ ਕੁਹਾੜੀ ਵਾਂਗ ਮੱਥੇ ਵਿਚ ਵੱਜੇਗਾ।

ਠਾਣੇਦਾਰ ਨੇ ਆਪਣੀ ਬੇਇੱਜ਼ਤੀ ਸਮਝੀ।

- "ਫੇਰ ਤੂੰ ਸਾਨੂੰ ਬੁੱਚੜ ਬਣਾਵੇਂਗਾ ਈ? ਬਿਲਕੁਲ ਨਹੀਂ ਸਰਦਾ ਤੇਰਾ?" ਠਾਣੇਦਾਰ ਵੱਟ ਖਾ ਗਿਆ। ਕਰੋਧ ਵਿਚ ਉਹ ਸੜ ਉਠਿਆ ਸੀ।

- "ਇਕ ਬੁੱਚੜ ਨੂੰ ਮੈਂ ਹੋਰ ਕੀ ਬੁੱਚੜ ਬਣਾਊਂ? ਹਰਪਾਲ ਅਰਗੇ ਖਾ ਕੇ ਤੂੰ ਡਕਾਰ ਨਹੀਂ ਮਾਰਿਆ - ਗੁਰੂ ਦੇ ਬੀਰ ਤੇਰੇ ਪਿੱਛੇ ਲੱਗੇ ਵੇ ਐ - ਇਕ ਦਿਨ ਲੇਖਾ ਬਰਾਬਰ ਕਰ ਦੇਣਗੇ।"

- ".....।" ਠਾਣੇਦਾਰ ਦਾ ਕਰੋਧ ਢੈਲਾ ਪੈ ਗਿਆ। ਅੱਤਿਵਾਦੀ ਉਸ ਦੇ ਮਗਰ ਵੀ ਲੱਗੇ ਹੋਣਗੇ? ਇਸ ਬਾਰੇ ਉਸ ਨੇ ਕਦੇ ਸੋਚਿਆ ਵੀ ਨਹੀਂ ਸੀ।

ਉਹ ਦੁਬਿਧਾ ਜਿਹੀ ਵਿਚ ਘਿਰਿਆ, ਦੋਚਿੱਤਾ ਜਿਹਾ ਹੋਇਆ ਖੜਾ ਸੀ।

- "ਸਰਦਾਰ ਥੋਡਾ ਫੋਨ ਐਂ।" ਵਿਹੜੇ ਵੱਲੋਂ ਇਕ ਸਿਪਾਹੀ ਰੇਵੀਏ ਪਿਆ ਹੋਇਆ, ਆਉਂਦਾ ਬੋਲਿਆ।

- "ਮੇਰਾ ਫੋਨ?"

- "ਹਾਂ ਜੀ।"

- "ਕੌਣ ਐਂ?"

- "ਪਤਾ ਨਹੀਂ - ਪਰ ਕਹਿੰਦਾ ਜਰੂਰੀ ਕੰਮ ਐਂ।"

ਠਾਣੇਦਾਰ ਨੇ ਡੰਡਾ ਸੁੱਟ ਕੇ ਫੋਨ ਤੇ 'ਹੈਲੋ' ਜਾ ਆਖੀ।

- "ਬਰਾੜ ਬੋਲਦੈ?" ਉਧਰੋਂ ਅਵਾਜ ਆਈ।

- "ਹਾਂ - ਮੈਂ ਬਰਾੜ ਈ ਬੋਲਦੈਂ।" ਠਾਣੇਦਾਰ ਨੇ ਇਸ਼ਾਰੇ ਨਾਲ ਸਿਪਾਹੀ ਨੂੰ ਬਾਹਰ ਭੇਜ ਦਿੱਤਾ।

- "ਤੈਨੂੰ ਜਾਨ ਚਾਹੀਦੀ ਐ ਜਾਂ ਨਹੀਂ?"

ਉਧਰੋਂ ਸੁਆਲ ਘਣ ਵਾਂਗ ਮੱਥੇ ਵਿਚ ਪਿਆ।

- "ਕੌਣ ਬੋਲਦੈ?" ਠਾਣੇਦਾਰ ਦੀਆਂ ਲੱਤਾਂ 'ਝਰਨ-ਝਰਨ' ਕੰਬਣ ਲੱਗ ਪਈਆਂ ਅਤੇ ਹੱਥਾਂ ਪੈਰਾ ਨੂੰ ਮੁੜ੍ਹਕਾ ਆ ਗਿਆ।

"ਮੈਂ ਕੋਈ ਵੀ ਬੋਲਦਾ ਹੋਵਾਂ - ਪਰ ਇਕ ਗੱਲ ਯਾਦ ਰੱਖੀਂ - ਮੈਂ ਤੇਰਾ ਮਿੱਤਰ ਕਦਾਚਿੱਤ ਨਹੀਂ -।"

- "ਤੂੰ ਚਾਹੁੰਦਾ ਕੀ ਐਂ - ਇਹ ਵੀ ਦੱਸ?"

ਠਾਣੇਦਾਰ ਪਰਾਲ੍ਹ ਹੋਇਆ ਉਸ ਦੇ ਅੱਗੇ ਵਿਛਿਆ ਪਿਆ ਸੀ।

- "ਜੇ ਹਰਦੀਪ ਨੂੰ ਫੁੱਲ ਦੀ ਵੀ ਲਾਈ - ਤੈਨੂੰ ਗੱਡੀ ਚਾਹੜ ਦਿਆਂਗੇ।" ਉਧਰੋਂ ਅਟੱਲ ਫੈਸਲਾ ਆਇਆ।

- "ਜੇ ਮੈਂ ਇਹਨੂੰ ਛੱਡ ਦਿਆਂ?" ਠਾਣੇਦਾਰ ਨੇ ਜਾਂਦੀ ਗੱਲ ਹੱਥ ਵਿਚ ਲੈਣ ਦੀ ਕੋਸ਼ਿਸ਼ ਕੀਤੀ।

- "ਫੇਰ ਆਪਣੇ ਗੁੱਸੇ ਗਿਲੇ ਖਤਮ।"

ਫੋਨ ਕੱਟਿਆ ਗਿਆ।

ਠਾਣੇਦਾਰ ਨੇ ਮੁੜ੍ਹਕਾ ਪੂੰਝਿਆ।

- "ਕੀਹਦਾ ਫੋਨ ਸੀ?" ਪਿੱਛੋਂ ਮੁਣਸ਼ੀ ਨੇ ਪੁੱਛਿਆ ਤਾਂ ਠਾਣੇਦਾਰ ਤ੍ਰਹਿ ਕੇ ਪਿੱਛੇ ਝਾਕਿਆ।

ਮੁਣਸ਼ੀ ਨੂੰ ਦੇਖ ਕੇ ਉਸ ਦਾ ਦਿਲ ਥਾਵੇਂ ਆ ਗਿਆ।

- "ਅੱਤਵਾਦੀਆਂ ਦਾ।"

- "ਕੀ ਕਹਿੰਦੇ?"

- "ਕਹਿਣਾ ਕੀ ਐ? ਸਾਲੇ ਰੱਬ ਬਣੇ ਫਿਰਦੇ ਐ - ਕਹਿੰਦੇ ਜੇ ਹਰਦੀਪ ਨੂੰ ਕੁਛ ਆਖਿਆ - ਪਾਰ ਬੁਲਾ ਦਿਆਂਗੇ।"

- "ਬੜੇ ਲੁੱਚੇ ਐ ਕੰਜਰ।"

- 'ਕੀ ਕਰੀਏ?" ਠਾਣੇਦਾਰ ਨੇ ਜਿਵੇਂ ਹਨ੍ਹੇਰੇ ਵਿਚ ਹੱਥ ਮਾਰਿਆ।

- "ਹਜੂਰ ਇਹਨੂੰ ਛੱਡੋ ਪਰ੍ਹਾਂ - ਜਿਵੇਂ ਇਹ ਗੱਲਾਂ ਕਰਦੈ - ਮੈਨੂੰ ਇਹਦੇ 'ਚੋਂ ਕੁਛ ਨਿਕਲਦਾ ਦਿਸਦਾ ਨਹੀਂ - ਦੁਸ਼ਮਣੀ ਵਾਧੂ ਦੀ ਪਾ ਲਵਾਂਗੇ।"

- "ਸਮਾਂ ਬੜਾ ਮਾੜਾ ਆ ਗਿਆ।"

- "ਮਾੜੇ ਅਰਗਾ ਮਾੜਾ? ਇਹਦੇ ਵਰਗੇ ਛੋਕਰੇ ਅੱਖ 'ਚ ਪਾਏ ਨਹੀਂ ਰੜਕਦੇ ਸੀ- ਹੁਣ ਤਾੜ੍ਹਾਂ ਮਾਰਦੇ ਐ।" ਠਾਣੇਦਾਰ ਨਿਰਾਸ਼ ਸੀ।

- "ਨਿਰੰਕਾਰੀ ਕਾਂਡ ਨਾ ਹੁੰਦਾ - ਆਹ ਦਿਨ ਦੇਖਣੇ ਈ ਨਹੀਂ ਪੈਣੇ ਸੀ।"

- "ਇਹਦੇ ਲਾਹੋ ਰੱਸੇ।"

- "ਲਾਹੇ ਈ ਚੰਗੇ ਐ - ਹੋਰ ਨਾ ਕੁੜੀ ਚੋਦ ਠਾਣੇ ਨੂੰ ਈ ਆ ਪੈਣ।"

ਹਰਦੀਪ ਛੱਡ ਦਿੱਤਾ ਗਿਆ।

- "ਸਿਫਾਰਸ਼ ਈ ਬੜੀ ਤਕੜੀ ਆ ਡਿੱਗੀ - ਨਹੀਂ ਤਾਂ ਪੱਥ ਦਿੰਦੇ ਇੱਟ ਮਾਂਗੂੰ।" ਮੁਣਸ਼ੀ ਨੇ ਸਿਪਾਹੀਆਂ ਵਿਚ ਗੱਲ ਫੇਰ ਦਿੱਤੀ। ਘੱਟੋ-ਘੱਟ ਠਾਣੇ ਵਿਚ ਉਹ ਥੱਲੇ ਨਹੀਂ ਲੱਗਣਾ ਚਾਹੁੰਦੇ ਸਨ।

ਸਵੇਰ ਹੋਣ ਸਾਰ ਸਰਪੰਚ ਠਾਣੇ ਪੁੱਜ ਗਿਆ। ਸਵੇਰੇ - ਸਵੇਰੇ ਉਸ ਨੇ ਹਰਦੀਪ ਨੂੰ ਦੇਖ ਲਿਆ ਸੀ।

- "ਹਰਦੀਪ ਨੂੰ ਛੱਡ ਵੀ ਦਿੱਤਾ?" ਉਹ ਠਾਣੇਦਾਰ ਦੇ ਸਾਹਮਣੇ ਬੈਠਾ ਹੈਰਾਨ ਸੀ।

- "ਸਰਪੈਂਚਾ - ਇਹਦੇ ਮਗਰ ਸ਼ਿਫਾਰਸ਼ ਬਹੁਤ ਵੱਡੀ ਐ - ਇਹਨੂੰ ਫੜਨ ਦੀ ਮੁੜ ਕੇ ਗਲਤੀ ਨਹੀਂ ਕਰਨੀ।"

- "ਹਲਾ .....!" ਸਰਪੰਚ ਹੋਰ ਹੈਰਾਨ ਹੋ ਗਿਆ।

- "ਤੂੰ ਕਿਸੇ ਹੋਰ ਅੱਤਵਾਦੀ ਦੀ ਬਿੜਕ ਲੈ - ਐਤਕੀਂ ਗ੍ਰਿਫਤਾਰੀ ਗੁਪਤ ਰੱਖਾਂਗੇ - ਨਾ ਸੈਹਾ ਨਿਕਲੇ ਤੇ ਨਾ ਕੁੱਤੀ ਭੌਂਕੇ।"

- "ਅੱਗੇ ਹਰਦੀਪ ਆਲੀ ਕਾਰਵਾਈ ਗੋਹਿਆਂ ਦੀ ਲੜਾਈ ਵਿਚ ਈ ਰੁਲ ਗਈ।" ਮੁਣਸ਼ੀ ਨੂੰ ਛੱਡਣ ਦਾ ਦਿਲੋਂ ਦੁੱਖ ਸੀ।

- "ਤੁਸੀਂ ਮੇਰੀ ਮੰਨੋਂ ਤਾਂ ਗਿਆਨੀ ਨੂੰ ਫੜ ਕੇ ਫਰੋਲ ਲਓ - ਥੋਡੇ ਬਥੇਰਾ ਕੁਛ ਪੱਲੇ ਪਾਊ - ਇਹਨਾਂ ਅੱਤਵਾਦੀਆਂ ਦੀ ਵੱਡੀ ਨਾਨੀ ਤਾਂ ਉਹ ਐ - ਜਿੰਨੇ ਵੀ ਕਛਿਹਰਿਆਂ ਆਲੇ ਐ - ਸਾਰੇ ਉਹਦੇ ਕੋਲੇ ਈ ਆਉਂਦੇ ਐ - ਤੇ ਇਹ ਵੀ ਸਰਕਾਰੀ ਸਾਹਣ ਵਾਂਗੂੰ ਗੇੜਾ ਉਹਨਾਂ ਕੋਲੇ ਈ ਰੱਖਦੈ।"

- "ਅਜੇ ਸਰਪੈਂਚਾ ਥੋੜਾ ਜਿਆ ਅੜਕ - ਹਰ ਕੰਮ ਦਾ ਟੈਮ ਹੁੰਦੈ - ਸਾਰੇ ਈ ਲਵ੍ਹੇਟ ਦਿਆਂਗੇ - ਫਿਕਰ ਕਾਹਦਾ ਕਰਦੈਂ?"

- "ਗਿਆਨੀ ਆਲੀ ਕਾਰਵਾਈ ਰੱਖਿਓ ਬਿਲਕੁਲ ਗੁਪਤ - ਥੋੜੇ ਉਹ ਬਥੇਰ੍ਹਾ ਕੁਛ ਪੱਲੇ ਪਾਊ।"

- "ਫਿਕਰ ਕਾਹਦਾ ਕਰਦੈਂ ਸਰਪੈਂਚਾ - ਦੂਹਰ ਲਾ ਕੇ ਛੱਡਾਂਗੇ - ਇਹ ਸਾਡਾ ਕੰਮ ਐਂ - ਤੂੰ ਮਾੜਾ ਜਿਆ ਸਮਾਂ ਆਉਣ ਦੇ।"

ਸਰਪੰਚ ਚਲਾ ਗਿਆ।

- "ਇਹ ਗਿਆਨੀ ਨਾਲ ਦਿਲੋਂ ਖਾਰ ਖਾਂਦੈ।" ਸਰਪੰਚ ਦੇ ਜਾਣ ਪਿੱਛੋਂ ਮੁਣਸ਼ੀ ਨੇ ਠਾਣੇਦਾਰ ਨੂੰ ਕਿਹਾ।

- "ਉਹ ਇਹਨੂੰ ਕੁਛ ਨਹੀਂ ਕਹਿੰਦਾ - ਬੱਸ ਇਹਨੂੰ ਉਹਦਾ ਇਕੋ ਈ ਦੁੱਖ ਐ ਬਈ ਗਿਆਨੀ ਕਿਸੇ ਨੂੰ ਕਾਂਗਰਸ ਨੂੰ ਵੋਟ ਨਹੀਂ ਪਾਉਣ ਦਿੰਦਾ - ਤੇ ਸਰਪੰਚ ਕੱਟੜ ਕਾਂਗਰਸੀ ਐ।"

- "ਪਰ ਹਜ਼ੂਰ ਇਕ ਗੱਲ ਐ - ਜੇ ਗਿਆਨੀ ਨੂੰ ਚੱਕਿਆ ਤਾਂ ਕਰੜੇ ਪੈਰੀਂ ਚੱਕਣਾ ਪਊ - ਇਹਨੂੰ ਗ੍ਰਿਫਤਾਰ ਕਰੇ ਤੋਂ ਬਾਹਲੀ ਲਾਅਲਾ ਲਾਅਲਾ ਹੋਊ।"

- "ਤੂੰ ਬੇਫਿਕਰ ਰਹਿ - ਜਿੱਦੇਂ ਹੱਥ ਪਾਇਆ - ਸਾਹਬ ਦੇ ਹੁਕਮ ਲੈ ਕੇ ਪਾਵਾਂਗੇ - ਪਰ ਕੰਮ ਚੁੱਪ ਚਾਪ ਨੇਪਰੇ ਚਾਹੜਨਾ ਪਊ।"

ਉਹ ਗੱਲਾਂ ਕਰਦੇ ਰਹੇ।

ਕੁਝ ਦਿਨ ਬੀਤੇ।

ਕੁਲਜੀਤ ਦਾ ਵਿਆਹ ਧਰ ਲਿਆ।

ਪੰਜ ਬੰਦੇ ਜੰਞ ਗਏ ਅਤੇ ਕੁਲਜੀਤ ਨੂੰ ਵਿਆਹ ਕੇ ਲੈ ਆਏ। ਬੜਾ ਹੀ ਸਾਦਾ ਵਿਆਹ ਕੀਤਾ ਸੀ। ਕੋਈ ਲੈਣ ਦੇਣ ਨਹੀਂ ਕਰਿਆ ਸੀ। ਬਹੂ ਗੁਰਅੰਮ੍ਰਿਤ ਪੜ੍ਹੀ ਲਿਖੀ ਅਤੇ ਅੰਮ੍ਰਿਤਧਾਰੀ ਸੀ। ਸਾਰੇ ਘਰ ਦੇ ਉਸ ਨੂੰ 'ਬੰਟੀ' ਕਰ ਕੇ ਹੀ ਬੁਲਾਉਂਦੇ ਸਨ।

ਬੰਟੀ ਬੜੀ ਹੀ ਸੁੱਘੜ-ਸਿਆਣੀ ਅਤੇ ਸਾਊ ਪ੍ਰੀਵਾਰ ਦੀ ਕੁੜੀ ਸੀ। ਬਾਪੂ - ਬੇਬੇ ਬੜੇ ਹੀ ਖੁਸ਼ ਸਨ। ਬੰਟੀ ਉਹਨਾਂ ਦੀ ਸੱਤ ਬਚਨ ਦੀ ਭਾਗੀ ਨੂੰਹ ਸੀ। ਸੁਭਾਅ ਪੱਖੋਂ ਬੜੀ ਕੂਲੀ। ਪਹਿਨਣ ਪੱਚਰਨ ਵਿਚ ਬੇਹੱਦ ਸਾਦੀ।

ਜੱਥੇਬੰਦੀ ਦੇ ਹੁਕਮਾਂ ਅਨੁਸਾਰ ਕੁਲਜੀਤ ਨੇ ਪਿੰਡ ਹੀ ਰਹਿਣਾ ਸ਼ੁਰੂ ਕਰ ਦਿੱਤਾ।

ਬੰਟੀ ਸੱਸ ਨੂੰ ਚੁੱਲ੍ਹੇ ਕੋਲ ਨਾ ਹੋਣ ਦਿੰਦੀ।

ਸਾਰਾ ਕੰਮ ਆਪ ਕਰਦੀ।

ਸਾਰਾ ਪ੍ਰੀਵਾਰ ਹੀ ਬੜਾ ਖੁਸ਼ ਸੀ।

ਇਕ ਦਿਨ ਗਿਆਨੀ ਬੜਾ ਹੀ ਘਬਰਾਇਆ ਗੁਰਮਖ ਸਿੰਘ ਕੋਲ ਆਇਆ।

- "ਗੁਰਮਖ ਸਿੰਘਾ! ਤੂੰ ਸੁਣਿਐਂ ਕੁਛ?"

- "ਨਹੀਂ ਗਿਆਨੀ ਜੀ - ਸੁੱਖ ਤਾਂ ਹੈ?"

- "ਬੇਦੀ ਵਕੀਲ ਮਾਰਤਾ ਕਿਸੇ ਨੇ।"

- "ਕਦੋਂ - ਕਿੱਥੇ - ਕਿਵੇਂ?" ਗੁਰਮਖ ਸਿੰਘ ਦੇ ਪੈਰਾ ਹੇਠੋਂ ਧਰਤੀ ਤਿਲ੍ਹਕੀ। ਉਸ ਨੇ ਇਕੋ ਸਾਹ ਕਈ ਸੁਆਲ ਕਰ ਦਿੱਤੇ।

- "ਹਜ਼ੂਰ ਸਾਹਬ ਚੱਲਿਆ ਸੀ ਬੱਸ 'ਚ - ਇਕ ਉਹਦਾ ਸੱਤ ਕੁ ਸਾਲ ਦਾ ਮੁੰਡਾ ਸੀ - ਘਰਆਲੀ ਤੇ ਆਪ - ਕਹਿੰਦੇ ਬੱਸ ਵਿਚੋਂ ਲਾਹ ਕੇ ਤਿੰਨਾਂ ਨੂੰ ਈ ਗੋਲੀਆਂ ਮਾਰ ਦਿੱਤੀਆਂ -!"

- "ਹੈਅ ਥੋਡੇ ਕੀੜੇ ਪੈ ਜਾਣ ਦੁਸ਼ਟੋ! ਦੱਸੋ ਸੱਤ ਸਾਲ ਦੇ ਬੱਚੇ ਨਾਲ ਥੋਡਾ ਕੀ ਵੈਰ ਸੀ? ਮਾਰਿਆ ਕੀਹਨੇ ਐਂ? ਇਹ ਨਹੀਂ ਪਤਾ ਲੱਗਿਆ?"

- "ਮੈਨੂੰ ਪੱਕੀ ਸ਼ੱਕ ਪੁਲਸ 'ਤੇ ਐ - ਹੋਰ ਉਹਦੀ ਕਿਸੇ ਨਾਲ ਕੋਈ ਲਾਗ ਡਾਟ ਹੈਨੀ ਸੀ - ਖ਼ੈਰ! ਦੁਸ਼ਮਣੀ ਤਾਂ ਉਹਦੀ ਪੁਲਸ ਨਾਲ ਵੀ ਕੋਈ ਨਹੀਂ ਸੀ - ਪਰ ਸਿੰਘਾਂ ਦੇ ਕੇਸ ਅਕਸਰ ਬੇਦੀ ਈ ਲੜਦਾ ਸੀ - ਮੈਨੂੰ ਪਰਪੱਕ ਯਕੀਨ ਐਂ - ਬਈ ਪੁਲਸ ਨੇ ਆਬਦੇ ਬੰਦਿਆਂ ਤੋਂ ਈ ਟਿਕਾਣੇ ਲੁਆ ਦਿੱਤਾ।"

- "ਦੱਸੋ ਗਿਆਨੀ ਜੀ - ਇਹ ਤਾਂ ਵਕੀਲਾਂ ਨੂੰ ਮਾਰਨ ਪੈ ਗਏ - ਬਾਕੀ ਆਮ ਜਨਤਾ ਦਾ ਕੀ ਬਣੂੰ - ਆਪਣੇ ਵਰਗੇ ਮਹਾਤੜਾਂ ਦਾ ਤਾਂ ਫਿਰ ਗੁਰੂ ਈ ਰਾਖਾ ਐ।"

- "ਗੁਰੂ ਤਾਂ ਰਾਖਾ ਹੈ ਈ - ਕੱਲ੍ਹ ਨੂੰ ਸਸਕਾਰ ਤੇ ਚੱਲੇਂਗਾ?"

- "ਜਰੂਰ ਚੱਲੂੰਗਾ - ਇਹ ਕੋਈ ਪੁੱਛਣ ਆਲੀ ਗੱਲ ਐ? ਆਪਣੇ ਕੁਲਜੀਤ ਨੂੰ ਵੀ ਦੱਸ ਦੇਈਏ - ਇਹਨਾਂ ਕੋਲੇ ਤਾਂ ਉਹ ਬਾਹਵਾ ਆਉਂਦਾ ਜਾਂਦਾ ਸੀ।"

- "ਦੱਸ ਦੇਹ।"

ਜਦੋਂ ਕੁਲਜੀਤ ਨੂੰ ਦੱਸਿਆ ਤਾਂ ਉਸ ਦਾ ਖ਼ੂਨ ਉਬਲ ਗਿਆ। ਅੱਖਾਂ ਵਿਚੋਂ ਜੁਆਲਾ ਫੁੱਟੀ।

- "ਇਹ ਸਾਰਾ ਕਾਰਾ ਬਰਾੜ ਦਾ ਐ ਬਾਪੂ - ਉਹਨੇ ਉਹਨੂੰ ਇਕ ਦੋ ਵਾਰੀ ਧਮਕੀਆਂ ਵੀ ਦਿੱਤੀਆਂ ਸੀ - ਬੇਦੀ ਆਪ ਈ ਦੱਸਦਾ ਸੀ।" ਕੁਲਜੀਤ ਨੇ ਕੁਛ ਯਾਦ ਕਰਦਿਆਂ ਆਖਿਆ।

- "ਕੁਲਜੀਤਿਆ - ਬੰਟੀ ਦਾ ਪੈਰ ਭਾਰੈ ਪੁੱਤ ਤੂੰ ਆਬਦੇ ਆਪ ਨੂੰ ਸੁਰਤ ਸਿਰ ਰੱਖ - ਬਹੂ ਨੂੰ ਬੱਚਾ ਬੱਚੀ ਹੋਣ ਆਲੈ - ਤੂੰ ਉਹਨੂੰ ਨਾ ਛੱਡ ਕੇ ਕਿਤੇ ਵਗਜੀਂ।" ਬੇਬੇ ਨੇ ਮੱਤ ਦਿੱਤੀ।

- "ਬੇਦੀ ਪਿੱਛੇ ਤਾਂ ਬਥੇਰੀ ਦੁਨੀਆਂ ਖੜ੍ਹੀ ਐ - ਵਿਚਾਰੇ ਦੀ ਮੁਫਤੀ 'ਚ ਜਾਨ ਗਈ - ਬੱਸ ਇਹੀ ਦੁੱਖ ਐ।" ਗਿਆਨੀ ਵੀ ਸਾਰੀ ਗੱਲ ਸਮਝ ਗਿਆ।

- "ਅਸੀਂ ਕੱਲ੍ਹ ਨੂੰ ਸਸਕਾਰ ਕਰਵਾ ਆਵਾਂਗੇ - ਤੂੰ ਸੀਰੀਆਂ ਨਾਲ ਪੱਠੇ ਦੱਥੇ ਦਾ ਕਰਵਾ ਲਈਂ।" ਬਾਪੂ ਨੇ ਵੀ ਖਾਲੀ ਮੋਰੀ ਵਿਚ ਇੱਟ ਠੋਕੀ।

ਕੁਲਜੀਤ ਨੂੰ ਸਾਰੀ ਰਾਤ ਨੀਂਦ ਨਾ ਆਈ।

ਉਹ ਮੰਜੇ ਤੇ ਪਿਆ ਪਾਸੇ ਪਲਟਦਾ ਰਿਹਾ। ਬੇਦੀ ਅਤੇ ਉਸ ਦਾ ਮਰਿਆ ਪ੍ਰੀਵਾਰ ਕੁਲਜੀਤ ਦੇ ਦਿਲ - ਦਿਮਾਗ ਦੇ ਸਾਰੇ ਬੂਹੇ ਮੱਲ ਕੇ ਬੈਠ ਗਿਆ ਸੀ। ਇਕ ਹੱਸਮੁੱਖ ਅਤੇ ਕੌਮ ਪ੍ਰਤੀ ਈਮਾਨਦਾਰ ਬੰਦੇ ਦਾ ਆਹ ਹਸ਼ਰ ਸੀ? ਇਹ ਅੰਤ ਸੀ? ਬੇਦੀ ਦੀ ਕੁਲ ਦੇ ਚਿਰਾਗ, ਸੱਤ ਸਾਲ ਦੇ ਬੱਚੇ ਨੂੰ ਵੀ ਨਹੀਂ ਬਖਸ਼ਿਆ। ਸਿਰਫ ਇਸ ਕਰਕੇ ਕਿ ਉਹ ਸਿੰਘਾਂ ਦੇ ਕੇਸ ਨਿਪਟਾਉਂਦਾ ਸੀ? ਇਸ ਲਈ ਕਿ ਉਹ ਪੁਲੀਸ ਦੇ ਰਾਹ ਵਿਚ ਰੋੜਾ ਬਣਦਾ ਸੀ? ਕਿੱਥੇ ਅਤੇ ਕਦੋਂ ਪੈਦਾ ਹੋਵੇਗਾ ਬੇਦੀ ਜਿਹਾ ਪੰਥ - ਦਰਦੀ? ਇਤਨਾ ਵੱਡਾ ਤਜ਼ਰਬੇਕਾਰ ਵਕੀਲ ਇਕ ਪਲ ਵਿਚ ਖਤਮ ਕਰਕੇ ਪਰ੍ਹਾਂ ਮਾਰਿਆ। ਕੀ ਦੋਸ਼ ਸੀ ਉਸ ਰਤੀ-ਭਰ ਬੱਚੇ ਦਾ? ਉਸ ਬੇਕਸੂਰ ਪਤਨੀ ਦਾ?

ਸਾਰੀ ਰਾਤ ਹੀ ਕੁਲਜੀਤ ਦੀਆਂ ਅੱਖਾਂ ਵਿਚ ਲੰਘ ਗਈ।

ਉਹ ਸਵੇਰੇ ਉਠਣਸਾਰ ਹੀ ਖੇਤ ਚਲਾ ਗਿਆ।

ਗਿਆਨੀ ਅਤੇ ਗੁਰਮਖ ਸਿੰਘ ਪਹਿਲੀ ਬੱਸ ਤੇ ਸ਼ਹਿਰ ਸਸਕਾਰ 'ਤੇ ਚਲੇ ਗਏ।

ਸ਼ਹਿਰ ਵਿਚ ਤਣਾਓ ਸੀ।

ਵਕੀਲਾਂ ਨੇ ਹੜਤਾਲ ਕੀਤੀ ਹੋਈ ਸੀ।

ਕਰਫਿਊ ਵਰਗੀ ਹਾਲਤ ਸੀ।

ਸੜਕਾਂ 'ਤੇ ਸੀ. ਆਰ. ਪੀ ਗਸ਼ਤ ਕਰ ਰਹੀ ਸੀ।

ਵਕੀਲ ਬੇਦੀ ਅਤੇ ਉਸ ਦੇ ਪ੍ਰੀਵਾਰ ਦੇ ਸਸਕਾਰ ਮੌਕੇ ਹਜਾਰਾਂ ਦਾ ਇਕੱਠ ਸੀ। ਸਥਿਤੀ ਕਾਫੀ ਗੰਭੀਰ ਸੀ। ਜਿਸ ਦੀ ਹਰ ਹਰਕਤ 'ਤੇ ਸੀ. ਆਈ. ਡੀ ਵੱਲੋਂ ਕਾਂ ਨਜ਼ਰ ਰੱਖੀ ਜਾ ਰਹੀ ਸੀ। ਅੱਖ ਫਰਕਦੀ ਵੀ ਨੋਟ ਹੋ ਰਹੀ ਸੀ।

ਜਦੋਂ ਚਿਖਾਵਾਂ ਤਿਆਰ ਹੋ ਗਈਆਂ ਤਾਂ ਵੱਖ-ਵੱਖ ਬੁਲਾਰਿਆਂ ਨੇ ਬੇਦੀ ਅਤੇ ਉਸ ਦੇ ਪ੍ਰੀਵਾਰ ਨੂੰ ਸ਼ਰਧਾ ਦੇ ਫੁੱਲ ਅਰਪਨ ਕੀਤੇ।

ਗਿਆਨੀ ਨੇ ਆਪਣੇ ਭਾਸ਼ਨ ਵਿਚ ਬੇਦੀ ਦੇ ਮਾਂ-ਬਾਪ ਨੂੰ ਪੰਜ ਲੱਖ ਮੁਆਵਜ਼ਾ ਗੌਰਮਿੰਟ ਵੱਲੋਂ ਦੇਣ ਦੀ ਮੰਗ ਕੀਤੀ ਅਤੇ ਬੇਦੀ ਪ੍ਰੀਵਾਰ ਦੇ ਕਾਤਲਾਂ ਨੂੰ ਤੁਰੰਤ ਗ੍ਰਿਫਤਾਰ ਕਰਨ ਤੇ ਜੋਰ ਦਿੱਤਾ।

ਜਦੋਂ ਅਰਥੀਆਂ ਨੂੰ ਲਾਂਬੂ ਲਾਇਆ ਤਾਂ ਬੇਦੀ ਦੇ ਹਮਾਇਤੀਆਂ ਵੱਲੋਂ ਨਾਹਰੇ ਗੂੰਜ ਪਏ:

- "ਗੁਰਦੇਵ ਸਿੰਘ ਬੇਦੀ ....।"

_ "ਅਮਰ ਰਹੇ.....!!"

- "ਗੁਰਦੇਵ ਸਿੰਘ ਬੇਦੀ...।"

- "ਜਿੰਦਾਬਾਦ ....!!"

- "ਬੇਦੀ ਦੇ ਕਾਤਿਲ....!"

- "ਮੁਰਦਾਬਾਦ ......!!"

- "ਬੇਦੀ ਦੇ ਕਾਤਲਾਂ ਨੂੰ ....!"

- "ਫ਼ਾਹੇ ਲਾਓ - ਫ਼ਾਹੇ ਲਾਓ......!!"

- "ਬੋਲੇ ਸੋ ਨਿਹਾਲ ...!"

- "ਸਤਿ ਸ੍ਰੀ ਅਕਾਲ ....!!"

ਗੂੰਜਦੇ ਜੈਕਾਰਿਆਂ ਨਾਲ ਲੋਕ ਇਕ ਜਲੂਸ ਦੀ ਸ਼ਕਲ ਵਿਚ ਦਰਬਾਰ ਸਾਹਿਬ ਨੂੰ ਤੁਰ ਪਏ। ਸੀ. ਆਰ. ਪੀ. ਵੀ ਨਾਲ ਨਾਲ ਤੁਰ ਰਹੀ ਸੀ। ਪਰ ਕੋਈ ਅਣ-ਸੁਖਾਵੀਂ ਘਟਨਾ ਨਹੀਂ ਵਾਪਰੀ ਸੀ।

ਗੁਰੂ ਨਾਨਕ ਨਿਵਾਸ ਵਿਖੇ ਬੇਦੀ ਪ੍ਰਵਿਾਰ ਨਮਿੱਤ ਸ੍ਰੀ ਆਖੰਡ ਪਾਠ ਪ੍ਰਕਾਸ਼ ਕਰਵਾ ਦਿੱਤਾ ਗਿਆ।

14

ਪੰਜਵੇਂ ਦਿਨ ਹੀ ਠਾਣੇਦਾਰ ਬਰਾੜ 'ਤੇ ਠਾਣਿਓਂ ਨਿਕਲਦੇ 'ਤੇ ਹਮਲਾ ਹੋ ਗਿਆ।

ਦੋ ਚੋਲਿਆਂ ਵਾਲੇ ਨੌਜਵਾਨ ਖੱਟੇ ਮੋਟਰਸਾਈਕਲ 'ਤੇ ਆਏ ਅਤੇ ਬਾਹਰ ਨਿਕਲਦੇ ਠਾਣੇਦਾਰ ਨੂੰ ਗੋਲੀਆਂ ਮਾਰ ਦਿੱਤੀਆਂ।

ਸਖਤ ਫੱਟੜ ਠਾਣੇਦਾਰ ਠਾਣੇ ਅੰਦਰ ਆ ਡਿੱਗਿਆ। ਖੱਟੇ ਮੋਟਰਸਾਈਕਲ ਵਾਲੇ ਫ਼ੁਰਤੀ ਨਾਲ, ਸ਼ਿਕਾਰੀ ਕੁੱਤੀ ਵਾਂਗ ਦੌੜ ਗਏ।

ਠਾਣੇ ਅੰਦਰ ਤੜਥੱਲ ਮੱਚ ਗਿਆ।

ਠਾਣੇਦਾਰ ਨੂੰ ਤੁਰੰਤ ਹਸਪਤਾਲ ਦਾਖਲ ਕਰਵਾਇਆ। ਜਿੱਥੇ ਉਸ ਨੂੰ ਡਾਕਟਰਾਂ ਨੇ ਸਾਂਭ ਲਿਆ। ਬਰਾੜ ਦੇ ਘਰੇ ਖਬਰ ਕਰ ਦਿੱਤੀ ਗਈ।

ਡਾਕਟਰਾਂ ਨੇ ਬਰਾੜ ਦੇ ਸਰੀਰ 'ਚੋਂ ਪੂਰੀਆਂ ਅੱਠ ਗੋਲੀਆਂ ਕੱਢੀਆਂ। ਪਰ ਉਹ ਬਚ ਗਿਆ। ਡਾਕਟਰਾਂ ਅਨੁਸਾਰ ਕੋਈ ਜਾਨ ਖਤਰਾ ਨਹੀਂ ਸੀ। ਪਰ ਠੀਕ ਹੋਣ ਨੂੰ ਅਜੇ ਸਮਾਂ ਲੱਗਣਾ ਸੀ।

ਵੱਡੇ-ਵੱਡੇ ਅਫ਼ਸਰ ਬਰਾੜ ਦਾ ਪਤਾ ਲੈਣ ਆ ਰਹੇ ਸਨ। ਵੱਡੇ - ਵੱਡੇ ਦਾਅਵੇ ਕੀਤਾ ਜਾ ਰਹੇ ਸਨ। ਫੜ੍ਹਾਂ ਮਾਰੀਆਂ ਜਾ ਰਹੀਆਂ ਸਨ।

ਅਖਬਾਰਾਂ ਨੇ ਇਹ ਖਬਰ ਘਰ ਘਰ ਜਾ ਸੁੱਟੀ।

ਦੁਨੀਆਂ ਦੰਗ ਰਹਿ ਗਈ।

ਲੋਕਾਂ ਨੇ ਮੂੰਹ ਵਿਚ ਉਂਗਲਾਂ ਪਾ ਲਈਆਂ।

ਬਰਾੜ ਦੀ ਜਗਾਹ ਇਕ ਜੰਗ ਸਿੰਘ ਠਾਣੇਦਾਰ ਲਿਆ ਲਾਇਆ।

ਜੰਗ ਸਿੰਘ ਇਕ ਬੜਾ ਹੀ ਬੁੱਚੜ ਠਾਣੇਦਾਰ ਸੀ। ਹੌਲਦਾਰ ਦੀ ਨੌਕਰੀ ਕਰਦਾ-ਕਰਦਾ ਉਹ 'ਤਰੱਕੀਆਂ' ਪਾ ਕੇ ਠਾਣੇਦਾਰ ਬਣਿਆ ਸੀ।

ਜੰਗ ਸਿੰਘ ਬੜਾ ਚੁਸਤ-ਚਲਾਕ, ਚਤਰ ਅਫਸਰ ਸੀ। ਚਾਰਜ ਲੈਣ ਸਾਰ ਉਸ ਨੇ ਪਿੰਡਾਂ ਦੀਆਂ ਸਾਰੀਆਂ ਪੰਚਾਇਤਾਂ ਬੁਲਾ ਕੇ ਸਰਸਰੀ ਕਨਸੋਅ ਲਈ। ਪੰਚਾਇਤੀਆਂ ਦਾ ਰੁੱਖ ਤਾੜਿਆ। ਕੁਝ ਸ਼ਕਾਇਤਾਂ ਸੁਣੀਆਂ ਅਤੇ ਕੁਝ ਹਦਾਇਤਾਂ ਦਿੱਤੀਆਂ। ਦਮਗੱਜੇ ਛੱਡੇ। ਖੁਰਗੋ ਪੱਟੀ!

ਸਾਰੀਆਂ ਪੰਚਾਇਤਾਂ ਵਿਚੋਂ ਜੰਗ ਸਿੰਘ ਨੂੰ ਗਿਆਨੀ ਦੇ ਪਿੰਡ ਵਾਲਾ ਸਰਪੰਚ ਕੁਝ ਜਿਆਦਾ ਹੀ ਮੇਚ ਆਇਆ। ਖਿਆਲ ਰਲੇ। ਨਜ਼ਰਾਂ ਮਿਲੀਆਂ ਅਤੇ ਅੱਖਾਂ ਹੀ ਅੱਖਾਂ ਰਾਹੀਂ 'ਯਾਰੀ' ਪੈ ਗਈ। ਗੱਲ ਸਾਂਝੀ ਹੋ ਗਈ।

ਸ਼ਾਮ ਨੂੰ ਹੀ ਠਾਣੇਦਾਰ ਨੇ ਸਰਪੰਚ ਨੂੰ ਸੁਨੇਹਾ ਦੇ ਕੇ ਠਾਣੇ ਬੁਲਾ ਲਿਆ। ਪੱਬਾ ਭਾਰ ਤੁਰਦਾ ਸਰਪੰਚ ਠਾਣੇ ਪਹੁੰਚ ਗਿਆ।

ਜੰਗ ਸਿੰਘ ਸਰਪੰਚ ਨੂੰ ਜੱਫੀ ਪਾ ਕੇ ਮਿਲਿਆ। ਸਰਕਾਰੀ ਵਰਦੀ ਨਾਲ ਖਹਿਣ ਕਰਕੇ ਸਰਪੰਚ ਅੰਦਰ ਅਜੀਬ ਜਿਹਾ ਨਿੱਘ ਭਰ ਗਿਆ।

ਜੰਗ ਸਿੰਘ ਸਰਪੰਚ ਨੂੰ ਠਾਣੇ ਦੇ ਇਕ ਖੂੰਜੇ ਲੈ ਗਿਆ।

- "ਕੀ ਨਾਂ ਸੀ ਆਪਣਾ?" ਠਾਣੇਦਾਰ ਨੇ ਬੜੀ ਅਪਣੱਤ ਨਾਲ ਪੁੱਛਿਆ। ਦਰਿਆ-ਦਿਲੀ ਦਿਖਾਈ। ਆਪਣਾਪਨ ਜ਼ਾਹਿਰ ਕੀਤਾ।

- "ਜੀ ਜੱਗਰ ਸਿੰਘ।"

- "ਖੁੱਲ੍ਹ ਕੇ ਬੈਠ ਤੇ ਮੈਨੂੰ 'ਜੀ' ਆਖਣਾ ਛੱਡ - ਅੱਜ ਤੋਂ ਆਪਾਂ ਜਿਗਰੀ ਯਾਰ ਐਂ।"

- "......।" ਸਰਪੰਚ ਅੰਦਰ ਕੁਤਕੁਤੀ ਹੋਈ।

- "ਅੱਜ ਤੋਂ ਤੂੰ ਮੈਨੂੰ ਜੰਗ ਸਿੰਘ ਆਖ ਕੇ ਬੁਲਾਇਆ ਕਰ - ਆਪਾਂ ਯਾਰਾਂ ਦੇ ਯਾਰ ਐਂ - ਬੰਦਾ ਮਾਰ ਕੇ ਆਜੀਂ - ਤੇਰੀ ਹਵਾ ਵੱਲ ਵੀ ਨ੍ਹੀਂ ਕੋਈ ਦੇਖੂ।"

- "........।" ਸਰਪੰਚ ਨੂੰ ਖੰਭ ਲੱਗ ਗਏ।

- "ਇਸ ਖੁਸ਼ੀ 'ਚ ਇਕ ਬੋਤਲ ਤਾਂ ਮੰਗਵਾ ਲਈਏ - ਨਾਲੇ ਦੁਖ ਸੁਖ ਕਰਲਾਂਗੇ।" ਸਰਪੰਚ ਨੇ ਜੇਬ ਵਿਚ ਹੱਥ ਪਾ ਲਿਆ।

- "ਸਾਡੇ ਕੋਲੇ ਆ ਕੇ ਕਾਹਨੂੰ ਬੇਸ਼ਰਮੀ ਦਿੰਨੈਂ? ਚੱਲ ਚੁਬਾਰੇ 'ਚ ਚੱਲਦੇ ਐਂ - ਸਾਰਾ ਪ੍ਰਬੰਧ ਮੇਰਾ ਕੀਤਾ ਹੋਇਐ - ਮੈਂ ਹੋਰਨਾਂ ਪੁਲਸੀਆਂ ਵਾਂਗੂੰ ਖਾਊ ਯਾਰ ਨਹੀਂ - ਸੱਜਣਾਂ ਮਿੱਤਰਾਂ ਦੀ ਥਾਂ ਜਿੰਦ ਵਾਰਨ ਆਲੇ ਇਨਸਾਨ ਐਂ।"

ਠਾਣੇਦਾਰ ਅਤੇ ਸਰਪੰਚ ਚੁਬਾਰੇ ਚੜ੍ਹ ਗਏ।

ਠਾਣੇਦਾਰ ਨੇ "ਰੈੱਡ – ਨਾਈਟ" ਦੀ ਬੋਤਲ ਕੱਢ ਲਈ। ਪਰੀ ਵਰਗੀ ਬੋਤਲ ਦੇਖ ਕੇ ਸਰਪੰਚ ਨੂੰ ਗਧੇ ਵਾਂਗ ਹੀਂਗਣਾ ਛੁੱਟ ਪਿਆ। ਉਸ ਨੇ ਲੂੰਬੜ ਦੀ ਪੂਛ ਵਰਗੀਆਂ ਮੁੱਛਾਂ ਹਥੇਲੀ ਨਾਲ ਪਿੱਛੇ ਹਟਾ ਕੇ ਬੁੱਲ੍ਹਾਂ ਤੇ ਜੀਭ ਫੇਰੀ। ਫਨੀਅਰ ਸੱਪ ਵਰਗੀ ਸਰਪੰਚ ਦੀ ਜੀਭ ਬੜੀ ਫੁਰਤੀ ਨਾਲ ਫਿਰ ਅੰਦਰ ਚਲੀ ਗਈ।

- "ਲੈ ਚੱਕ ਸਰਪੈਂਚਾ ਪਹਿਲਾ ਪੈਗ ਆਪਣੀ ਪੱਕੀ ਯਾਰੀ ਦੇ ਨਾਂ।"

ਦੋਨਾਂ ਨੇ ਗਿਲਾਸ ਖਾਲੀ ਕਰ ਦਿੱਤੇ।

ਟੁੱਟਦੇ ਤਾਰੇ ਵਾਂਗ ਲੀਕ ਜਿਹੀ ਪਾਉਂਦੀ ਦਾਰੂ ਥੱਲੇ ਉਤਰੀ ਸੀ।

ਪਹਿਲੇ ਕਰੜੇ ਪੈੱਗ ਨਾਲ ਹੀ ਦੋਹਾਂ ਦੀਆਂ ਅੱਖਾਂ ਵਿਚ ਚਮਕ ਆ ਗਈ।

- "ਸਰਪੈਂਚਾ - ਹੁਣ ਤੇਰੇ ਕੋਲੇ ਕਾਹਦਾ ਲਕੋ ਐ? ਜਿਵੇਂ ਮੈਂ ਗੱਲਾਂ ਸੁਣੀਆਂ ਨੇ - ਬਰਾੜ ਮੈਨੂੰ ਬੰਦਾ ਬੇਵਕੂਫ ਈ ਲੱਗਦੈ।" ਆਖ ਕੇ ਜੰਗ ਸਿੰਘ ਨੇ ਸਰਪੰਚ ਦਾ ਚਿਹਰਾ ਨਿਹਾਰਿਆ।

- "ਨਹੀਂ ਜੰਗ ਸਿਆਂ - ਉਹ ਬੇਵਕੂਫ ਨਹੀਂ ਸੀ - ਥੋੜਾ ਘੌਲੀ ਬੰਦਾ ਸੀ - ਬੜੀ ਬਰੀਕ ਚਾਲ ਤੁਰਨ ਆਲਾ - ਮੈਂ ਉਹਨੂੰ ਬੜਾ ਕਿਹਾ ਬਈ ਤੂੰ ਸਾਡੇ ਪਿੰਡ ਆਲੇ ਗਿਆਨੀ ਨੂੰ ਫੜ - ਬਥੇਰੇ ਅੱਤਵਾਦੀਆਂ ਦੀ ਪੈੜ ਫੜੀ ਜਾਊ - ਗਿਆਨੀ ਅੱਤਵਾਦੀਆਂ ਦਾ ਕੱਟੜ ਹਮਾਇਤੀ ਐ - ਪਰ ਕੀ ਕਰਦੇ? ਪਤੰਦਰ ਨੇ ਗੱਲ ਈ ਨਹੀਂ ਗੌਲੀ - ਅੱਜ ਫੜਦੇਂ ਆਂ - ਕੱਲ੍ਹ ਫੜਦੇ ਆਂ - ਬੱਸ ਆਲੇ ਕੌਡੀ ਛਿੱਕੇ ਕੌਡੀ ਕਰੀ ਗਿਆ - ਕੰਨ ਈ ਨਹੀਂ ਧਰਿਆ - ਬੱਸ ਜਿੱਦੇਂ ਉਹਨਾਂ ਦੇ ਅੜਿੱਕੇ ਚੜ੍ਹ ਗਿਆ -ਅਗਲਿਆਂ ਨੇ ਕੌਡੇ ਆਲੀ ਥਾਂ ਮਾਰ ਕੇ ਪਰਾਂਹ ਕੀਤਾ।"

- "ਇਹ ਗਿਆਨੀ ਕੌਣ ਐਂ?"

- "ਹੈਗਾ ਯਾਰ ਇਕ ਸਾਡੇ ਪਿੰਡ - ਪਾਕਸਤਾਨ ਤੋਂ ਉਜੜ ਕੇ ਆਇਐ - ਜਣੇ ਖਣੇ ਨੂੰ ਅੰਮ੍ਰਿਤ ਛਕਾ ਛੱਡਿਐ - ਹੋਰ ਤਾਂ ਉਹਨੂੰ ਕੋਈ ਕੰਮ ਨਹੀਂ - ਬੱਸ ਅੰਬਰਸਰ ਈ ਰਹਿੰਦੈ - ਅੰਬਰਸਰ ਤੈਨੂੰ ਪਤਾ ਈ ਐ ਬਈ ਅੱਤਵਾਦੀਆਂ ਦਾ ਗੜ੍ਹ ਐ - ਇਹਦੇ ਕੋਲੇ ਲਗਾੜੇ ਬਥੇਰ੍ਹੇ ਆਉਂਦੇ ਐ।"

- "ਕਰਦਾ ਕੀ ਐ?" ਠਾਣੇਦਾਰ ਬੋਤਲ ਗਿਲਾਸਾਂ ਵਿਚ ਉਲੱਦਦਾ ਹੋਇਆ ਬੋਲਿਆ।

- "ਨੌਂ ਕੁ ਕਿੱਲੇ ਜਮੀਨ ਅਲਾਟ ਹੋਈ ਵੀ ਐ - ਉਹਨੂੰ ਅੱਧ ਮਾਮਲੇ 'ਤੇ ਦੇ ਛੱਡਦੈ - ਬਾਕੀ ਗੁਰਦੁਆਰੇ ਪਾਠ ਕਰ ਛੱਡਦੈ - ਮੁਡੀਹਰ ਦੀ ਪੂਛ ਨੂੰ ਵੱਟ ਦੇਈ ਰੱਖਦੈ - ਅੰਮ੍ਰਿਤ ਛਕੋ - ਗੁਰੂ ਵਾਲੇ ਬਣੋਂ - ਬੱਸ ਆਹ ਇਹਦਾ ਕੰਮ ਐਂ - ਵਿਹਲੀ ਰੰਨ ਪ੍ਰਾਹੁਣਿਆਂ ਜੋਗੀ।"

- "ਮਗਰ ਕੋਈ ਹੈ ਸਹਾਰਾ?"

- "ਕਾਹਦਾ ਸਹਾਰੈ? ਕੋਈ ਸਹਾਰਾ ਨਹੀਂ - ਬੱਸ ਲਗੌੜ੍ਹ ਈ ਮਗਰ ਲੱਗਦੀ ਐ - ਪਰ ਪਿੰਡ ਆਲੇ ਵੀ ਕੰਜਰ ਨੂੰ ਦਿਲੋਂ ਮੋਹ ਕਰਦੇ ਐ।" ਸਰਪੰਚ ਦੇ ਮੂੰਹੋਂ ਸੱਚੀ ਗੱਲ ਨਿਕਲ ਗਈ।

ਉਹਨਾਂ ਨੇ ਗਿਲਾਸ ਖਾਲੀ ਕਰ ਦਿੱਤੇ।

- "ਤੈਨੂੰ ਸਰਪੈਂਚਾਂ ਮੈਂ ਦੱਸਦੈਂ ਸੱਚੀ ਗੱਲ - ਇਹੋ ਜਿਹੇ ਬੰਦੇ ਮੈਨੂੰ ਹਰ ਹਾਲਤ ਚਾਹੀਦੇ ਐ- ਸਿੱਧੀ ਤਰ੍ਹਾਂ ਕੱਛ ਹੇਠ ਆ ਜਾਣਗੇ ਵਾਹ ਭਲੀ ਐ - ਨਹੀਂ ਮੈਨੂੰ ਧੌਣ ਵੀ ਮਰੋੜਨੀ ਆਉਂਦੀ ਐ।"

- "ਇਕ ਗੱਲ ਜੰਗ ਸਿਆਂ ਮੇਰੀ ਵੀ ਸੁਣ ਲਈਂ - ਸਿੱਧੀ ਤਰ੍ਹਾਂ ਫਰਾਂ ਹੇਠ ਆਉਣ ਵਾਲੀ ਉਹ ਜੜੀ ਹੀ ਨਹੀਂ।" ਸਰਪੰਚ ਨੇ ਮੇਜ਼ ਤੇ ਲਕੀਰ ਵਾਹ ਧਰੀ।

- "ਸਰਪੈਂਚਾ - ਸਰਪੈਂਚਾ! ਐਹੋ ਜਿਹੇ ਘੈਂਟਾਂ ਦੇ ਵਲ ਕੱਢ ਕੇ ਮੈਂ ਹੌਲਦਾਰ ਤੋਂ ਠਾਣੇਦਾਰ ਬਣਿਐਂ - ਜਦੋਂ ਚੱਡਿਆਂ ਨੂੰ ਨਾਗਵਲ ਪਾਈਦੈ - ਸੱਪ ਮਾਂਗੂੰ ਸਿੱਧੇ ਹੋ ਜਾਂਦੇ ਐ - ਤੂੰ ਐਥੇ ਐਂ - ਮੈਂ ਐਥੇ ਐਂ - ਜੇ ਨਾ ਚੰਘਿਆੜਾਂ ਮਾਰੇ - ਮੈਨੂੰ ਫੜ ਲਈਂ।"

- "ਇਕ ਹੋਰ ਮੈਂ ਮੁੰਡਾ ਫੜਵਾਇਆ ਸੀ- ਗੁਰਮਖ ਸਿਉ ਦਾ ਹਰਦੀਪ - ਬੱਸ ਫੜ ਕੇ ਈ ਛੱਡ ਦਿੱਤਾ ਬਰਾੜ ਨੇ - ਕਹਿੰਦਾ ਬੜੀ ਵੱਡੀ ਸਪਾਰਸ਼ ਐ ਉਹਦੇ ਮਗਰ - ਪਤੰਦਰ ਬਾਹਲਾ ਈ ਮੋਕਮਾਰ ਬੰਦੈ।"

- "ਉਹਦੇ ਤੇ ਕੀ ਕੇਸ ਸੀ?"

- "ਕੇਸ ਕੂਸ ਤਾਂ ਕੋਈ ਨਹੀਂ ਸੀ - ਐਮੇਂ ਬਾਧੂ ਆਖਾਂ - ਪਰ ਅੱਤਵਾਦੀਆਂ ਆਲੀ ਢਾਣੀ ਜਿਹੀ 'ਚ ਰਲਿਐ - ਜੀਹਨੂੰ ਤੁਸੀਂ ਜੱਥੇਬੰਦੀ ਆਖਦੇ ਐਂ।"

- "ਹੁਣ ਕਿੱਥੇ ਐ?"

- "ਰੱਬ ਜਾਣੇ - ਊਂ ਰਹਿੰਦਾ ਮੈਨੂੰ ਮੈਦ ਐ ਅੰਬਰਸਰ ਈ ਐ - ਨਾਲੇ ਜੰਗ ਸਿਆਂ ਓਡਾਂ ਦੀ ਦੀ ਗੱਦੋਂ ਦਾ ਕੋਈ ਟਿਕਾਣਾ ਹੁੰਦੈ? ਜਿਥੇ ਪ੍ਰਛਾਦੇ ਮਿਲ ਗਏ -

ਛਕ ਲਏ - ਲੰਡਰ ਮਡੀਹਰ ਐ - ਘਰੋਂ ਭੁੱਖੇ ਮਰਦੇ ਅੱਤਵਾਦ ਦੀ ਪੂਛ ਫੜੀ ਫਿਰਦੇ ਐ - ਜਿੰਨੇ ਵੀ ਮੈਨੂੰ ਮੈਦ ਐ ਬਈ ਅੱਤਵਾਦੀ ਬਣੇ ਵੇ ਐ - ਸਾਰੇ ਈ ਘਰੋਂ ਘਰਦਿਆਂ ਦੇ ਲਲਕਰੇ ਵੇ ਐ।"

- "ਐਹੋ ਜਿਹੇ ਬੰਦਿਆਂ ਦੀ ਤਾਂ ਸਰਪੈਂਚਾਂ ਆਪਾਂ ਨੂੰ ਸਖਤ ਲੋੜ ਐ - ਇੰਨਸਪੈਕਟਰ ਦੀ ਪੋਸਟ ਵੱਟ ਤੇ ਈ ਪਈ ਐ।"

- "ਹਲਾ ...!"

- "ਹਾਂ ਜੀ! ਸਰਕਾਰ ਤਾਂ ਸਰਪੈਂਚਾ ਪੇਂਦੂ ਬੇਰੀ ਐ - ਜਿੰਨੇ ਐਹੋ ਜਿਹੇ ਫੜ ਫੜ ਮਾਰਾਂਗੇ - ਉਨਾ ਈ ਝਾੜ ਵੱਧ ਦਿੰਦੀ ਐ।"

- "ਸਾਡਾ ਯਾਰ ਇੰਸਪੈਕਟਰ ਬਣੇ - ਹੋਰ ਸਾਨੂੰ ਕੀ ਬੈਂਗਣ ਚਾਹੀਦੈ? ਤੂੰ ਮੇਰੇ ਲੈਕ ਕੋਈ ਕੰਮ ਦੱਸ - ਡਿਊਟੀ ਲਾ - ਜੇ ਨਾ ਸੇਰ ਦਾ ਸਵਾ ਸੇਰ ਉਤਰਾਂ ਪੰਜਾਹ ਮਾਰੀਂ ਛਿੱਤਰ।"

- "ਫੇਰ ਅੱਜ ਤੋਂ ਤੇਰੀ ਇਹ ਹੀ ਡਿਊਟੀ ਐ - ਬਈ ਅੱਤਵਾਦੀ ਫੜਵਾਉਂਣੇ - ਇਨਾਮ ਛਿਨਾਮ ਸਰਕਾਰ ਤੋਂ ਤੈਨੂੰ ਮੈਂ ਦਿਵਾ ਦਿਆ ਕਰੂੰ - ਹੋਰ ਦੱਸ?"

- "ਹੋਰ ਜੰਗ ਸਿਆਂ ਇਹ ਐ ਬਈ ਇਕ ਹਥਿਆਰ ਦਾ ਲਸੰਸ ਲੈਣੈਂ।"

- "ਹਥਿਆਰਾਂ ਦੇ ਲਸੰਸ ਜਿੰਨੇ ਕਹੇਂ - ਜਿੰਨਾ ਚਿਰ ਲਸੰਸ ਨਹੀਂ ਬਣਦਾ - ਕੋਈ ਊਂ ਰੱਖ ਲਾ - ਖੁੱਲ੍ਹੀ ਛੁੱਟੀ।"

- "ਊਂ ਰੱਖ ਕੇ ਕੋਈ ਹੋਰ ਨਾ ਪੁਆੜਾ ਪੈ ਜੇ?"

- "ਸਰਪੈਂਚਾ - ਤੂੰ ਮੇਰਾ ਯਾਰ - ਹਿੱਕ ਦਾ ਵਾਲ - ਹਮ ਪਿਆਲਾ ਹਮ ਨਿਵਾਲਾ - ਤੈਨੂੰ ਕੋਈ ਪੁਆੜਾ ਪੈਣ ਦਿੰਨੇ ਐਂ - ਤੈਨੂੰ ਅੱਗੇ ਵੀ ਕਿਹੈ ਬਈ ਮੈਂ ਉਹਨਾਂ ਪੁਲਸ ਵਾਲਿਆਂ ਵਰਗਾ ਨਹੀਂ - ਜਿਹੜੇ ..... ਮਾਰੀ ਸਾਧ ਬਿਸਤਰੇ।"

- "ਮੈਖਿਆ - ਗੌਰਮਿੰਟ ਕਾਨੂੰਨ ਈ ਬੜੇ ਸਖਤ ਬਣਾਈ ਜਾਂਦੀ ਐ?"

- "ਕਾਨੂੰਨ ਲੋਕਾਂ ਆਸਤੇ ਐ - ਤੇਰੇ ਵਾਸਤੇ ਨਹੀਂ - ਬੇਧੜਕ ਰਹਿ।"

- "ਫਿਰ ਮੈਂ ਤੇਰੇ ਕਹੇ - ਬੇਧੜਕ ਈ ਆਂ।"

ਉਹਨਾਂ ਬੋਤਲ ਖਾਲੀ ਕਰਕੇ ਹੋਰ ਖੋਲ੍ਹ ਲਈ।

- "ਤੂੰ ਸਵੇਰੇ ਆ ਕੇ ਦਰਖਾਸਤ ਦੇਹ - ਲਸੰਸ ਤੇਰਾ ਹਫਤੇ ਦੇ ਵਿਚ ਵਿਚ ਬਣਜੂਗਾ।"

- "ਦਰਖਾਸਤ ਮੈਂ ਸਵੇਰੇ ਆਉਂਦਾ - ਆਉਂਦਾ ਕਚਿਹਰੀਆਂ ਤੋਂ ਈ ਟੈਪ ਕਰਵਾਉਂਦਾ ਆਊਂਗਾ।"

- "ਇਹ ਤੇਰਾ ਕੰਮ ਐਂ।"

- "ਲਸੰਸ ਰਿਵਾਲਵਰ ਦਾ ਬਣਾਈਏ ਜਾਂ ਰਫ਼ਲ ਦਾ?"

- "ਇਹ ਵੀ ਤੇਰੀ ਚੁਆਇਸ ਐ - ਮੈਂ ਤਾਂ ਤੇਰੇ ਮੂਹਰੇ ਥਾਨ ਸੁੱਟਿਆ - ਸੁਥਣ ਸੁਆ ਲੈ ਚਾਹੇ ਲਹਿੰਗਾ।"

ਦੋਨੋਂ ਹੱਸ ਪਏ।

ਦੇਰ ਰਾਤ ਗਈ ਉਹ ਪੀਂਦੇ ਗੱਲਾਂ ਕਰਦੇ ਰਹੇ। ਬਾਰੂਦ ਵਰਗੀਆਂ ਦੋ ਬੋਤਲਾ ਪੀ ਕੇ ਵੀ ਉਹਨਾਂ ਦਾ ਪੱਤਾ ਨਹੀਂ ਹਿੱਲਿਆ ਸੀ।

ਗਿਆਨੀ ਦੀ ਗ੍ਰਿਫ਼ਤਾਰੀ ਕਿਸੇ ਕਾਰਨ ਲੇਟ ਹੀ ਲੇਟ ਹੁੰਦੀ ਰਹੀ। ਅਸਲ ਵਿਚ ਠਾਣੇਦਾਰ ਜੰਗ ਸਿੰਘ ਗਿਆਨੀ ਨੂੰ ਕੱਚੇ ਪੈਰੀਂ ਗ੍ਰਿਫਤਾਰ ਨਹੀਂ ਕਰਨਾ ਚਾਹੁੰਦਾ ਸੀ। ਉਹ ਉਪਰਲੇ ਅਫਸਰਾਂ ਨੂੰ ਵਿਸ਼ਵਾਸ਼ ਵਿਚ ਲੈ ਕੇ ਅਤੇ ਗਿਆਨੀ ਦੇ ਖ਼ਿਲਾਫ ਗਵਾਹੀਆਂ ਇਕੱਤਰ ਕਰਕੇ, ਪੱਕੇ ਪੈਰੀਂ ਲੱਕੋਂ ਚੁੱਕਣਾ ਚਾਹੁੰਦਾ ਸੀ।

ਇਸੇ ਕਾਰਨ ਹੀ ਸਮਾਂ ਬੀਤਦਾ ਜਾ ਰਿਹਾ ਸੀ। ਠਾਣੇਦਾਰ ਜੰਗ ਸਿੰਘ ਬੜਾ ਹੀ ਸੁਲਝਿਆ ਅਫ਼ਸਰ ਸੀ। ਬਿਨਾਂ ਪਾਣੀ ਤੋਂ ਮੌਜੇ ਲਾਹੁੰਣਾ ਉਸ ਦਾ ਸੁਭਾਅ ਨਹੀਂ ਸੀ। ਅੱਕਾਂ ਵਿਚ ਫੋਕੀਆਂ ਡਾਂਗਾਂ ਮਾਰਨੀਆਂ ਉਸ ਦੀ ਫ਼ਿਤਰਤ ਨਹੀਂ ਸੀ।

ਕੁਲਜੀਤ ਦੇ ਘਰਵਾਲੀ ਬੰਟੀ ਨੇ ਇਕ ਪੁੱਤਰ ਨੂੰ ਜਨਮ ਦਿੱਤਾ ਤਾਂ ਘਰ ਵਿਚ ਖੁਸ਼ੀ ਛਾ ਗਈ। ਖੇੜਾ ਚਹਿਕਣ ਲੱਗ ਪਿਆ।

ਬਾਪੂ-ਬੇਬੇ ਦੇ ਚਾਅ ਦੀ ਕੋਈ ਜੂਹ ਨਹੀਂ ਸੀ। ਉਹਨਾਂ ਦੇ ਧਰਤੀ ਪੈਰ ਨਹੀਂ ਲੱਗਦੇ ਸਨ।

ਕੁਝ ਦਿਨ ਬੀਤਣ ਦੇ ਬਾਅਦ ਉਹਨਾਂ ਨੇ ਅਕਾਲ ਪੁਰਖ ਦੇ ਸ਼ੁਕਰਾਨੇ ਵਜੋਂ ਗੁਰਦੁਆਰੇ ਦੇਗ ਕਰਵਾਈ।

ਗਿਆਨੀ ਨੇ ਵਾਕ ਲਿਆ।

ਵਾਕ ਦੇ ਪਹਿਲੇ ਅੱਖਰ ਉਪਰ ਮੁੰਡੇ ਦਾ ਨਾਂ ਕੁਲਬੀਰ ਸਿੰਘ ਰੱਖਿਆ। ਬਾਪੂ-ਬੇਬੇ ਉਸ ਨੂੰ 'ਕੁਲਬੀਰਾ' ਆਖਦੇ ਅਤੇ ਕੁਲਜੀਤ ਅਤੇ ਬੰਟੀ, ਟੀਟੂ।

ਚਿੱਟੇ ਦੁੱਧ ਗਲੋਟੇ ਵਰਗਾ ਮੁੰਡਾ ਬੜਾ ਹੀ ਸੁਨੱਖਾ ਸੀ। ਉਹ ਕਦੇ ਰੋਂਦਾ ਨਾ ਰਿਹਾੜ ਕਰਦਾ। ਬੇਬੇ ਹਰ ਵਕਤ ਉਸ ਨਾਲ ਹੀ ਪਰਚੀ ਰਹਿੰਦੀ। ਰੱਬ 'ਤੇ ਉਸ ਨੂੰ ਕੋਈ ਗਿਲਾ-ਸ਼ਿਕਵਾ ਨਹੀਂ ਰਹਿ ਗਿਆ ਸੀ। ਗੁਰੂ ਮਹਾਰਾਜ ਦੀ ਉਹ ਸ਼ੁਕਰ ਗੁਜ਼ਾਰ ਸੀ। ਉਹ ਅਕਾਲ ਪੁਰਖ ਦੇ ਸ਼ੁਕਰਾਨੇ ਵਿਚ ਹਮੇਸ਼ਾ ਗੁਰਬਾਣੀ ਗਾਇਨ ਕਰਦੀ ਰਹਿੰਦੀ।

- "ਪ੍ਰਮੇਸ਼ਰ ਦਿੱਤਾ ਬੰਨਾ।।

ਦੁਖੁ ਰੋਗੁ ਕਾ ਡੇਰਾ ਭੰਨਾ।।

ਪ੍ਰਮੇਸਰੁ ਬਣਤ ਬਣਾਈ।।

ਫਿਰ ਡੋਲਤੁ ਕਤਹੂੰ ਨਾਹੀ।।" ਸ਼ਬਦ ਬੇਬੇ ਦੇ ਮੁੱਖੋਂ ਝਰਦੇ ਰਹਿੰਦੇ।

ਗੁਰਮੁਖ ਸਿੰਘ ਵੀ ਪੋਤੇ ਨਾਲ ਲਾਡ ਕਰਦਾ ਉਸ ਨੂੰ ਅੱਠੇ ਪਹਿਰ ਚੁੱਕੀ ਰੱਖਦਾ। ਕਦੇ ਕਦੇ ਉਸ ਦਾ 'ਬਾਲਾ' ਕੱਢਦਾ ਸੀ। ਟੀਟੂ ਵੀ ਬਾਪੂ ਵੱਲ ਦੇਖ ਕੇ ਬਾਲ-ਮੁਸਕਰਾਹਟਾਂ ਬਖੇਰਦਾ ਰਹਿੰਦਾ। ਸਾਰਾ ਟੱਬਰ ਟੀਟੂ ਕਰਕੇ ਇਕ ਤਰ੍ਹਾਂ ਨਾਲ 'ਆਹਰ' ਲੱਗਿਆ ਰਹਿੰਦਾ।

ਇਕ ਸਵੇਰ ਪੁਲੀਸ ਨੇ ਗਿਆਨੀ ਪੂਰਨ ਸਿੰਘ ਨੂੰ ਗ੍ਰਿਫਤਾਰ ਕਰ ਲਿਆ। ਪੁਲੀਸ ਦੀ ਰੇਡ ਇਤਨੀ ਸਾਝਰੇ ਅਤੇ ਫ਼ੁਰਤੀ ਨਾਲ ਪਈ ਸੀ ਕਿ ਲੋਕ ਦੰਗ ਰਹਿ ਗਏ।

ਪਹਿਰ ਦੇ ਤੜਕੇ ਹੀ ਗਿਆਨੀ ਨੂੰ ਫੜਿਆ ਅਤੇ ਉਸ ਦੀ ਪੱਗ ਨਾਲ ਹੀ ਹੱਥ ਬੰਨ੍ਹ ਕੇ ਟਰੱਕ ਵਿਚ ਸੁੱਟ ਲਿਆ।

ਟਰੱਕ ਤੁਰ ਗਿਆ।

ਗਿਆਨੀ ਦਾ ਕਸੂਰ ਕੀ ਸੀ? ਲੋਕ ਤਰ੍ਹਾਂ ਤਰ੍ਹਾਂ ਦੇ ਲੱਖਣ ਲਾ ਰਹੇ ਸਨ। ਵੱਖੋ-ਵੱਖ ਖਿਆਲਾਂ ਦੀ ਘੋੜ-ਦੌੜ ਜਾਰੀ ਸੀ। ਲੋਕ ਹਨ੍ਹੇਰੇ ਵਿਚ ਹੱਥ ਪੈਰ ਮਾਰ ਰਹੇ ਸਨ।

ਗੁਰਮੁਖ ਸਿੰਘ ਤੱਕ ਗੱਲ ਪੁੱਜੀ ਤਾ ਉਸ ਨੇ ਸੂਰਜ ਦੀ ਪਹਿਲੀ ਕਿਰਨ ਨਾਲ ਹੀ ਪੰਚਾਇਤ ਇਕੱਠੀ ਕਰ ਲਈ।

ਸੱਥ ਵਿਚ ਮੇਲਾ ਲੱਗਿਆ ਹੋਇਆ ਸੀ।

- "ਗਿਆਨੀ ਜੀ ਨੇ ਤਾਂ ਕਦੇ ਕੀੜੀ 'ਤੇ ਪੈਰ ਨਹੀਂ ਧਰਿਆ ਸੀ-ਪੁਲਸ ਨੇ ਉਹਨੂੰ ਕਿਉਂ ਫੜਿਆ?" ਗੁਰਮੁਖ ਸਿੰਘ ਨੇ ਗੱਲ ਤੋਰੀ।

- "ਬਿਰਧ ਬੰਦੈ।"

- "ਕਦੇ ਕਿਸੇ ਨੂੰ ਮਾੜੀ ਚੰਗੀ ਕਹਿੰਦਾ ਨਹੀਂ ਸੁਣਿਆ।"

- "ਉਹਨੇ ਤਾਂ ਯਾਰ ਪਿੰਡ ਦੀ ਰੂਹ ਈ ਬਦਲਤੀ - ਮਾੜੀ ਚੰਗੀ ਤਾਂ ਕੀ ਆਖਣੀ ਸੀ?"

- "ਜਿੰਨੇ ਮੁੰਡੇ ਆਪਣੇ ਪਿੰਡ ਅੰਮ੍ਰਿਤਧਾਰੀ ਐ - ਕਿਸੇ ਪਿੰਡ ਨਹੀਂ ਹੋਣੇ - ਨਹੀਂ ਤਾ ਮੁਡੀਹਰ ਖਾ ਕੇ ਨਸ਼ੇ ਆਲੀਆਂ ਗੋਲੀਆਂ ਟੋਇਆਂ ਟਿੱਬਿਆਂ 'ਚ ਈ ਡਿੱਗੀ ਰਹਿੰਦੀ ਸੀ।"

- "ਗਿਆਨੀ ਨੇ ਤਾਂ ਪਿੰਡ ਦਾ ਸੁਧਾਰ ਈ ਕੀਤੈ - ਜਿੰਨਾ ਉਹਤੋਂ ਹੋ ਸਕਿਐ।"

- "ਚਲੋ ਚੱਲਕੇ ਠਾਣਿਓਂ ਤਾਂ ਪਤਾ ਕਰੀਏ।"

- "ਢੇਰੀ ਢਾਹ ਕੇ ਨਾ ਬੈਠੀਏ।"

- "ਕਨਸੋਅ ਲੈਣੀ ਆਪਣਾ ਫਰਜ ਬਣਦੈ।"

ਇਕ ਕਾਵਾਂ ਰੌਲੀ ਮੱਚੀ ਹੋਈ ਸੀ।

ਸਰਪੰਚ ਬੇਪ੍ਰਵਾਹ ਹੋ ਕੇ ਸੁਣ ਰਿਹਾ ਸੀ।

- "ਸਰਪੈਂਚਾਂ ਤੂੰ ਨਹੀਂ ਬੋਲਦਾ ਕੁਛ?"

- "ਤੂੰ ਕਿਹੜੀ ਸੋਚੀਂ ਪਿਆ ਹੋਇਐਂ?"

- "ਪਿੰਡ ਦਾ ਇੱਜ਼ਤਦਾਰ ਬੰਦਾ ਪੁਲਸ ਐਮੇਂ ਈ ਫੜ ਕੇ ਲੈ ਗਈ।"

ਸਰਪੰਚ ਉਠ ਕੇ ਖੜ੍ਹਾ ਹੋ ਗਿਆ।

- "ਉਏ ਸੁਣੋ ਬਈ ਭਰਾਵੋ ਗੱਲ ਸੁਣੋ!"

ਉਸ ਨੇ ਬੇਥਵਾ ਹੱਥ ਹਵਾ 'ਚ ਹਿਲਾਇਆ ਤਾਂ ਸ਼ਾਂਤੀ ਵਰਤ ਗਈ।

- "ਪੁਲਸ ਬੇਵਕੂਫ ਨਹੀਂ ਜਿਹੜੀ ਇਕ ਬਾਇੱਜ਼ਤ ਬੰਦੇ ਨੂੰ ਬਿਨਾਂ ਗੱਲੋਂ ਗ੍ਰਿਫਤਾਰ ਕਰੂ।" ਉਸ ਨੇ ਸਾਰਾ ਜੋਰ ਦੇ ਕੇ ਆਖਿਆ। ਟੁੱਟੇ ਨਸ਼ੇ ਕਾਰਨ ਉਸ ਦੀ ਅਵਾਜ ਪਾਟੇ ਢੋਲ ਵਾਂਗ ਭਰੜਾਈ।

- "ਲਓ ਬਈ ਲੋਕੋ - ਸੁਣ ਲਓ!"

- "ਕਰ ਲਓ ਘਿਉ ਨੂੰ ਭਾਂਡਾ!"

- "ਮੂਰਦਾ ਬੋਲੂ ਖੱਫਣ ਪਾੜੂ!"

- "ਇਹ ਤਾਂ ਪੁਲਸ ਦਾ ਬੰਦੈ - ਆਪਣੇ ਹੱਕ 'ਚ ਇਹ ਕਦੋਂ ਬੋਲਿਆ?"

- "ਇਹ ਤਾਂ ਪੁਲਸ ਦਾ ਟੌਂਟ ਐ।"

- "ਪੂਰਾ ਚਮਚਾ।"

- "ਤਾਂ ਹੀ ਤਾਂ ਪੁਲਸ ਨੇ ਹਥਿਆਰ ਦਾ ਲਸੰਸ ਲੈ ਕੇ ਦਿੱਤੈ।"

- "ਲੋਕਾਂ ਦਾ ਅਸਲਾ ਠਾਣੇ ਜਮਾਂਹ - ਤੇ ਇਹਨੂੰ ਲਸੰਸ ਲੈ ਕੇ ਦਿੰਦੇ ਐ।"

ਇਕ ਗਰਦੋਗੋਰ ਉਠ ਖੜੀ।

ਸਰਪੰਚ ਕਸੂਤਾ ਫਸ ਗਿਆ।

ਉਸ ਨੇ ਭੁਲੱਥਾ ਮਰਿਆ।

- "ਉਏ ਲੋਕੋ - ਮੈਂ ਪੁਲਸ ਦਾ ਬੰਦਾ ਕਾਹਨੂੰ ਐਂ? ਥੋਨੂੰ ਸਰਾਸਰ ਭੁਲੇਖੈ - ਸਰਪੈਂਚ ਮੈਨੂੰ ਤੁਸੀਂ ਬਣਾਇਐ ਕਿ ਪੁਲਸ ਨੇ?"

- "ਅਸੀਂ ਬਣਾਇਐ।"

- "ਫਿਰ ਮੈਂ ਪੁਲਸ ਵੱਲ ਦਾ ਕਿਉਂ ਹੋਊਂ? ਕਹੋਂ ਤਾਂ ਗੁਰਦੁਆਰੇ ਚੜ੍ਹ ਜਾਨੈ - ਗਾਂ ਦੀ ਪੂਛ ਨੂੰ ਹੱਥ ਲਾ ਦਿੰਨੈ - ਪਰ ਵੀਰ ਬਣਕੇ ਮੈਨੂੰ ਗਲਤ ਨਾ ਸਮਝੋ - ਜਿਥੇ ਮਰਜੀ ਐ ਚਾਹੜ ਲਵੋ।"

- "…….।" ਇਕ ਚੁੱਪ ਛਾ ਗਈ।

- "ਤੁਸੀਂ ਮੇਰੇ ਗੋਲੀ ਨਿਸ਼ੰਗ ਮਾਰ ਦਿਓ - ਪਰ ਮੈਨੂੰ ਗਲਤ ਨਾ ਸਮਝੋ - ਜਿਹੜੀ ਰਿਵਾਲਵਰ ਦੀ ਗੱਲ ਐ - ਉਹ ਇਹ ਐ ਬਈ ਪਿੰਡਾਂ ਵਿਚ ਹੋਣ ਲੱਗ ਪਈਆਂ ਵਾਰਦਾਤਾਂ - ਜੇ ਪਿੰਡ ਦੇ ਕਿਸੇ ਸੱਜਣ 'ਤੇ ਕੋਈ ਵਾਰ ਹੁੰਦੈ ਤਾਂ ਇਕ ਅੱਧੀ ਦਾਗ ਤਾ ਦਿਆਂਗੇ - ਹੋਰ ਦੱਸੋ?"

- "……।" ਸਾਰਿਆਂ ਦੀ ਤਹਿ ਲੱਗ ਗਈ। ਸਾਰੇ ਅਵਾਕ ਖੜੇ ਸਨ, ਬੇਸੁਰਤਾਂ ਵਾਂਗ।

- "ਮੈਂ ਆਬਦੇ ਪਿੰਡ ਆਲੇ ਭਰਾ ਛੱਡ ਕੇ - ਪੁਲਸ ਨਾਲ ਕਿਉਂ ਰਲੂੰ?"

- "ਫੇਰ ਹੁਣ - ਗਿਆਨੀ ਦਾ ਕੀ ਕਰੀਏ?" ਗੁਰਮੁਖ ਸਿੰਘ ਨੇ ਹੀ ਪਹਿਲ ਕੀਤੀ।

- "ਚਲੋ ਠਾਣੇ ਚੱਲ ਕੇ ਪਤਾ ਕਰਦੇ ਐਂ - ਹੋਰ ਕੋਈ ਰਾਹ ਹੀ ਨਹੀਂ।" ਸਰਪੰਚ ਨੇ ਕਿਹਾ ਤਾਂ ਸਾਰਾ ਪਿੰਡ ਉਠ ਕੇ ਚਿੱਤੜ ਝਾੜਨ ਲੱਗ ਪਿਆ।

-"ਨਹੀਂ - ਇਉਂ ਤਾਂ ਬਾਹਲੇ ਹੋਜਾਂਗੇ - ਬਾਹਲਾ 'ਕੱਠ ਨਾ ਕਰੋ - ਪੰਜ ਸੱਤ ਬੰਦੇ ਈ ਚੱਲੀਏ।"

ਗੁਰਮੁਖ ਸਿੰਘ ਨੇ ਕਿਹਾ।

ਗੱਲ ਮੰਨ ਕੇ ਅੱਧਾ ਪਿੰਡ ਬੈਠ ਗਿਆ।

ਪਿੰਡ ਦੇ ਪੰਜ ਸੱਤ ਬੰਦੇ ਸਰਪੰਚ ਨਾਲ ਠਾਣੇ ਪਹੁੰਚ ਗਏ। ਦੂਰੋਂ ਸਰਪੰਚ ਨੇ ਠਾਣੇਦਾਰ ਜੰਗ ਸਿੰਘ ਨੂੰ ਕੋਈ ਗੁੱਝਾ ਇਸ਼ਾਰਾ ਕੀਤਾ। ਜਿਸ ਨੂੰ ਲੂੰਬੜ ਠਾਣੇਦਾਰ ਝੱਟ ਸਮਝ ਗਿਆ।

ਉਸ ਨੇ ਦੁਪਿਹਰ ਤੱਕ ਪੰਚਾਇਤ ਦੀ ਬਾਤ ਤੱਕ ਨਾ ਪੁੱਛੀ। ਹੋਰ ਕੰਮ ਹੀ ਨਿਪਟਾਉਂਦਾ ਰਿਹਾ।

ਦੁਪਿਹਰੇ ਰੋਟੀ ਖਾਣ ਤੋਂ ਬਾਅਦ ਉਸ ਨੇ ਪੰਚਾਇਤ ਬੁਲਾ ਲਈ।

- "ਹਾਂ ਬਈ ਸਰਦਾਰੋ - ਹੁਕਮ ਕਰੋ - ਕਿਵੇਂ ਦਰਸ਼ਣ ਦਿੱਤੇ?" ਪੂਰੀ ਪੰਚਾਇਤ ਵੱਲ ਠਾਣੇਦਾਰ ਨੇ ਤਿਰਛਾ ਤੀਰ ਚਲਾਇਆ।

- "ਅਸੀਂ ਜੀ ਗਿਆਨੀ ਪੂਰਨ ਸਿੰਘ ਪਿੱਛੇ ਆਏ ਆਂ।" ਸਰਪੰਚ ਵੀ ਠਾਣੇਦਾਰ ਨਾਲ ਯਾਰੀ ਨੰਗੀ ਨਹੀਂ ਹੋਣ ਦੇਣੀ ਚਾਹੁੰਦਾ ਸੀ। ਲੱਖਾਂ ਦੀ ਮੁੱਠੀ ਖੋਲ੍ਹ ਕੇ ਉਹ ਕੱਖ ਨਹੀਂ ਹੋਣ ਦੇਣੀ ਚਾਹੁੰਦਾ ਸੀ।

- "ਦੇਖੋ ਸਰਪੰਚ ਸਾਹਬ - ਉਸ ਨੂੰ ਅਸੀਂ ਠੋਸ ਰਿਪੋਰਟ ਦੇ ਅਧਾਰ 'ਤੇ ਈ ਗ੍ਰਿਫਤਾਰ ਕਰ ਕੇ ਲਿਆਏ ਆਂ - ਅੱਜ ਤਹਿਕੀਕਾਤ ਕਰ ਕੇ ਸਵੇਰੇ ਛੱਡ ਦਿਆਂਗੇ - ਬੇਕਸੂਰਾਂ ਨੂੰ ਫੜਨ ਦਾ ਸਾਨੂੰ ਕੋਈ ਸ਼ੌਂਕ ਨਹੀਂ - ਅਸੀਂ ਵੀ ਅੱਗੇ ਜਵਾਬ ਦੇਹ ਹਾਂ - ਬਾਲ ਬੱਚੜਦਾਰ ਹਾਂ - ਅਸੀਂ ਵੀ ਸਰਦਾਰੋ ਨੌਕਰੀ ਕਰ ਕੇ ਈ ਬੱਚੇ ਪਾਲਣੇ ਐਂ।" ਠਾਣੇਦਾਰ ਨੇ ਸਾਰੇ ਪ੍ਰੈਸ ਕਰ ਦਿੱਤੇ।

- "ਉਹਦੇ 'ਤੇ ਦੋਸ਼ ਕੀ ਐ?" ਸਰਪੰਚ ਨੇ ਪੁੱਛਿਆ।

- "ਸਰਪੰਚ ਸਾਹਬ - ਸਾਡੀਆਂ ਵੀ ਕੋਈ ਸੀਕਰੇਸੀਜ਼ ਹੁੰਦੀਐਂ - ਨਾ ਹੁਣ ਪੋਤੜੇ ਫਰੋਲੋ।"

- "ਫੇਰ ਵੀ - ਪਤਾ ਤਾਂ ਲੱਗੇ?"

- "ਸਾਡੀ ਮਜ਼ਬੂਰੀ ਸਮਝੋ - ਉਪਰਲਿਆਂ ਕੰਜਰਾਂ ਦਾ ਹੁਕਮ ਐਂ ਬਈ ਬਾਹਰ ਕਿਸੇ ਨੂੰ ਭੇਦ ਨਹੀਂ ਦੇਣਾ - ਥੋਡੇ ਪਿੰਡ ਕੋਈ ਗੁਰਮਖ ਸਿੰਘ ਵੀ ਹੈਗਾ?" ਠਾਣੇਦਾਰ ਨੇ ਤੁਰੰਤ ਗੱਲ ਬਦਲੀ।

- "ਆਹ ਬੈਠੇ - ਕਿਉਂ?" ਸਾਰੇ ਹੱਦੋਂ ਵੱਧ ਹੈਰਾਨ ਹੋ ਗਏ।

- "ਲੈ ਬਈ ਗੁਰਮਖ ਸਿਆਂ - ਤੇਰੇ ਦੋਨੋਂ ਮੁੰਡਿਆਂ ਬਾਰੇ ਮੈਨੂੰ ਕਈ ਵਾਰੀ ਸ਼ਕਾਇਤ ਆ ਚੁੱਕੀ ਐ ਬਈ ਅੱਤਵਾਦੀਆਂ ਨਾਲ ਸਬੰਧ ਰੱਖਦੇ ਐ - ਇਹ ਤੂੰ ਸਾਡੀ ਦਰਿਆ ਦਿਲੀ ਦੇਖ - ਅਸੀਂ ਹਾਲੀ ਤੱਕ ਹੱਥ ਨਹੀਂ ਪਾਇਆ।" ਠਾਣੇਦਾਰ ਨੇ ਇਕ ਹੋਰ ਪਤ੍ਰੁੱਲ ਸੁੱਟ ਦਿੱਤਾ।

- "ਵੱਡੇ ਦਾ ਤਾਂ ਪਤਾ ਨਹੀਂ ਜੀ - ਪਰ ਛੋਟਾ ਤਾਂ ਹੁਣ ਵਿਆਹ ਤੋਂ ਬਾਅਦ ਘਰੇ ਈ ਰਹਿੰਦੈ - ਹੁਣ ਤਾਂ ਸੁੱਖ ਨਾਲ ਇਕ ਕਾਕੇ ਦਾ ਬਾਪ ਐ - ਕਦੇ ਘਰੋਂ ਨਹੀਂ ਨਿਕਲਿਆ ਬੱਤੀ ਸੁਲੱਖਣਾਂ।" ਗੁਰਮਖ ਸਿੰਘ ਨੇ ਸਫਾਈ ਦਿੱਤੀ।

- "ਮੈਂ ਤਾਂ ਤੈਨੂੰ ਊਂਈਂ ਦੱਸਿਐ ਬਈ ਮਾੜੀ ਮੋਟੀ ਡਾਇਰੀ 'ਤੇ ਅਸੀਂ ਕਿਸੇ ਨੂੰ ਕਦੇ ਫੜ ਕੇ ਨਹੀਂ ਲਿਆਂਦਾ - ਤੁਸੀਂ ਬੇਚਿੰਤ ਹੋ ਕੇ ਘਰ ਨੂੰ ਜਾਓ - ਬਾਬੇ ਨੂੰ ਕੱਲ੍ਹ ਨੂੰ ਛੱਡ ਦਿਆਂਗੇ - ਉਹਨੂੰ ਵੱਡੇ ਸਾਹਬ ਆਉਣ 'ਤੇ - ਪੁੱਛ ਗਿੱਛ ਕਰਕੇ ਤੋਰ ਦਿਆਂਗੇ।"

- "ਜੇ ਉਹਨੂੰ ਅਸੀਂ ਵੱਡੇ ਸਾਹਬ ਆਉਣ ਵੇਲੇ ਤੱਕ ਪੇਸ਼ ਕਰ ਦੇਈਏ - ਹੁਣ ਛੱਡ ਦਿੰਦੇ?" ਸਰਪੰਚ ਨੇ ਵੀ ਦੱਲਿਆਂ ਵਾਲਾ ਦਾਅ ਖੇਡਿਆ।

- "ਕੀ ਫਰਕ ਐ? ਥੋਡੇ ਕੋਲੇ ਕੀ ਸਾਡੇ ਕੋਲੇ ਕੀ - ਕਾਹਨੂੰ ਬੇਸ਼ਰਮੀ ਦਿੰਦੇ ਹੋ?"

- "ਥੋਡੀ ਮਰਜੀ ਐ - ਕਿਹੜਾ ਕੋਈ ਜੋਰ ਐ।" ਸਰਪੰਚ ਨੇ ਆਖਿਆ।

- "ਜੇ ਮੇਰੇ ਹੱਥ ਵੱਸ ਹੁੰਦਾ - ਜਿਵੇਂ ਕਹਿੰਦੇ ਸੀ - ਕਰ ਲੈਂਦੇ - ਪਰ ਡੁੱਬੀ ਤਾਂ - ਤਾਂ ਜੇ ਸਾਹ ਨਾ ਆਇਆ - ਹੋਰ ਹੁਕਮ ਕਰੋ -ਚਾਹ ਪੀਓਗੇ?"

-"ਨਹੀਂ - ਮਿਹਰਬਾਨੀ।"

ਪੰਚਾਇਤ ਤੁਰ ਆਈ।

- "ਲੈ - ਦੇਖ ਲਓ ਹੁਣ ਬਈ ਮੇਰੀ ਪੁਲਸ ਨਾਲ ਕਿੰਨੀ ਕੁ ਬਣਦੀ ਐ? ਜਾਂ ਮੇਰੀ ਪੁਲਸ ਕਿੰਨੀ ਕੁ ਮੰਨਦੀ ਐ - ਥੋਡੇ ਸਾਹਮਣੇ ਈ ਐ।" ਸਰਪੰਚ ਦੋਨੋਂ

ਪਾਸਿਓਂ ਹੀ ਖੁਸ਼ ਸੀ। ਗਿਆਨੀ ਗ੍ਰਿਫਤਾਰ ਕਰਵਾ ਦਿੱਤਾ ਸੀ ਅਤੇ ਸਾਰੇ ਪਿੰਡ ਵੱਲੋਂ ਵੀ ਸੱਚਾ ਰਹਿ ਗਿਆ ਸੀ।

- "ਕਿਹੜਾ ਕੀਲੂ ਉਏ ਦਮੂੰਹੇਂ ਸੱਪ ਨੂੰ - ਮੈਂ ਤਾਂ ਸਮੁੰਦਰ ਪੀ ਕੇ ਡਕਾਰ੍ਹ ਨਾ ਮਾਰਾਂ - ਮੈਂ ਤਾ ਮੂਤ ਦੀ ਧਾਰ ਮਾਰਾਂ - ਸਾਰਾ ਪਿੰਡ ਰੋੜ੍ਹ ਦਿਆਂ - ਇਹ ਮੇਰੀ ਰੀਸ ਕਿਵੇਂ ਕਰਨਗੇ?" ਸਰਪੰਚ ਦਿਨ ਢਲਦੇ ਨਾਲ ਹੀ ਕਈ ਕਰੜੇ ਪੈੱਗ ਮਾਰ ਗਿਆ ਸੀ।

- "ਰੱਬ ਦਿਆ ਬੰਦਿਆ - ਬੇਕਸੂਰਾਂ ਨਾਲ ਵੈਰ ਨਹੀਂ ਕਮਾਈਦਾ - ਗੁਰਬਾਣੀ ਕਹਿੰਦੀ ਐ: ਨਿਰਵੈਰੇ ਸੰਗ ਵੈਰ ਕਮਾਇਦਾ।। ਘਰ ਆਪਣੇ ਲੂਕੀ ਲਾਇ।। ਜਿਹੜਾ ਨਿਰਵੈਰ ਨਾਲ ਵੈਰ ਕਮਾਉਂਦੈ - ਉਹ ਆਪ ਦੇ ਘਰੇ ਆਪ ਈ ਅੱਗ ਲਾਉਂਦੈ।" ਸਰਪੰਚਣੀ ਨੇ ਵਰਜਿਆ।

- "ਤੂੰ ਆਬਦੀਆਂ ਜਤੀ ਸਤੀ ਗੱਲਾਂ ਆਬਦੇ ਕੋਲੇ ਰੱਖਿਆ ਕਰ।"

ਸਰਪੰਚਣੀ ਚੁੱਪ ਕਰ ਗਈ।

ਉਸ ਨੇ ਧੁਖਦੀ ਚਿਖ਼ਾ ਵਾਂਗ ਹੌਕਾ ਲਿਆ।

15

ਰਾਤ ਦੇ ਨੌਂ ਕੁ ਵਜੇ ਹੀ ਗਿਆਨੀ ਨੂੰ ਸ਼ਿਕੰਜੇ ਵਿਚ ਅੜਾ ਦਿੱਤਾ। ਉਸ ਤੋਂ ਕੋਈ ਗੱਲ ਨਹੀਂ ਪੁੱਛੀ ਸੀ। ਉਸ ਨੂੰ ਕੋਈ ਗੱਲ ਦੱਸੀ ਨਹੀਂ ਸੀ।

ਗਿਆਨੀ ਨੇ ਵੀ ਬੂ-ਕਲਾਪ ਕਰਨ ਦੀ ਕੋਈ ਜ਼ਰੂਰਤ ਨਾ ਸਮਝੀ। ਸ਼ਿਕੰਜੇ ਨਾਲ ਖਿੱਚੇ ਸਰੀਰ ਦੇ ਅੰਗ-ਅੰਗ 'ਚੋਂ ਵਰੋਲੇ ਵਾਂਗ ਲਾਟਾਂ ਉਠੀਆਂ। ਪੀੜਾਂ ਦਾ ਹਨ੍ਹੇਰ ਤੂਫ਼ਾਨ ਵਾਂਗ ਦਿਲ-ਦਿਮਾਗ ਨੂੰ ਚੜ੍ਹਿਆ।

ਸਿਰੜੀ ਗਿਆਨੀ ਨੇ ਸਰੀਰ ਦੀ ਤਾਨ ਸੂਰਮੇਂ-ਯੋਧਿਆਂ ਨਾਲ ਜੋੜ ਲਈ। ਉਸ ਨੇ ਸ਼ਹੀਦਾਂ ਦੇ ਸਿਰਤਾਜ ਸ੍ਰੀ ਗੁਰੂ ਅਰਜਨ ਦੇਵ ਜੀ ਦੇ ਤੱਤੀ ਤਵੀ 'ਤੇ ਬੈਠਿਆਂ ਦੇ ਚਰਨ ਜਾ ਫੜੇ। ਉਹ ਸੀਸ ਤਲੀ 'ਤੇ ਰੱਖੀ, ਮੋਛੇ ਪਾਉਂਦੇ ਜਾ ਰਹੇ ਬਾਬਾ ਦੀਪ ਸਿੰਘ ਸੰਗ ਜਾ ਰਲਿਆ। ਮੁੱਖੋਂ ਰੁਕ ਰੁਕ ਕੇ ਗੁਰਬਾਣੀ ਕਿਰ ਰਹੀ ਸੀ।

ਪੂਰੇ ਦੋ ਘੰਟੇ ਬਾਅਦ ਠਾਣੇਦਾਰ ਨੇ ਇਸ਼ਾਰੇ ਨਾਲ ਗਿਆਨੀ ਸ਼ਿਕੰਜੇ 'ਚੋਂ ਲੁਹਾਇਆ ਤਾਂ ਉਹ ਚੌਫ਼ਾਲ ਧਰਤੀ ਤੇ ਡਿੱਗ ਪਿਆ। ਬਿਰਧ ਸਰੀਰ ਉਸ ਦਾ ਲੱਕੜ ਵਾਂਗ ਆਕੜ ਗਿਆ ਸੀ। ਸਿੱਧਾ ਸਾਹ ਨਹੀਂ ਆ ਰਿਹਾ ਸੀ ਅਤੇ ਉਹ ਪੀੜਾਂ ਗਰਾਸਿਆ 'ਵਾਹਿਗੁਰੂ-ਵਾਹਿਗੁਰੂ' ਜਪੀ ਜਾ ਰਿਹਾ ਸੀ। ਉਸ ਦੀ ਦਸਤਾਰ ਲਹਿ ਕੇ ਪਿੱਛੇ ਡਿੱਗ ਪਈ ਸੀ। ਅਤੇ ਕੇਸ ਖੁੱਲ੍ਹ ਕੇ ਖਿੱਲਰ ਗਏ ਸਨ। ਕੇਸ ਬੰਨ੍ਹਣ ਲਈ ਵੀ ਉਸ ਕੋਲ ਸਮਰੱਥਾ ਨਹੀਂ ਸੀ।

- "ਕਿਉਂ ਗਿਆਨੀ-ਆਈ ਸੁਰਤ ਟਿਕਾਣੇ?" ਠਾਣੇਦਾਰ ਦੇ ਹੱਥ ਵਿਚ ਡੰਡਾ ਘੁਕ ਰਿਹਾ ਸੀ।

- "ਪਿਆਰ ਸਤਿਕਾਰ ਨਾਲ ਗੱਲ ਕਰਨ ਦਾ ਮੈਨੂੰ ਮੇਦ ਐ ਬਈ ਆਪਣਾ ਸਮਾਂ ਲੰਘ ਗਿਆ।" ਗਿਆਨੀ ਸਾਰਾ ਸਾਹਸ ਇਕੱਠਾ ਕਰਕੇ ਬੋਲਿਆ।

- "ਜਿਵੇਂ ਦਿਲ ਕਰਦੈ - ਉਵੇਂ ਬੋਲ।"

- "ਤੁਸੀਂ ਚਾਹੁੰਦੇ ਕੀ ਹੋ?"

- "ਅੱਤਵਾਦੀਆਂ ਬਾਰੇ ਜਾਣਕਾਰੀ ਚਾਹੁੰਨੇ ਆਂ - ਸਿੱਧੀ ਤਰ੍ਹਾਂ ਦੱਸ ਦੇਵੇਂਗਾ - ਵਾਹ ਭਲੀ - ਨਹੀਂ ਫੇਰ ਸਾਡੇ ਚੁਬਾਰੇ ਦੀ ਪਹਿਲੀ ਪੌੜੀ ਤੂੰ ਦੇਖ ਈ ਲਈ ਐ - ਅਸੀਂ ਬਿਰਧ ਕਰਕੇ ਲਿਹਾਜ ਕਰਦੇ ਐਂ - ਬਾਕੀ ਤੇਰੀ ਮਰਜ਼ੀ ਐ।" ਠਾਣੇਦਾਰ ਨੇ ਇਕੋ ਸਾਹ ਕਈ ਤੀਰ ਚਲਾ ਦਿੱਤੇ।

- "ਅੱਤਵਾਦੀਆਂ ਬਾਰੇ ਮੈਨੂੰ ਪਤਾ ਈ ਕੱਖ ਨਹੀਂ - ਦੱਸੀਏ ਕੀ?"

- "ਬਾਬਾ - ਕਾਹਨੂੰ ਆਬਦਾ ਤੇ ਨਾਲੇ ਸਾਡਾ ਵੈਰੀ ਬਣਦੈਂ - ਦੱਸ ਦੇਹ ਜੋ ਕੁਛ ਪਤੈ।" ਮੁਣਸ਼ੀ ਨੇ ਮਿੱਠੀ ਘਤਿੱਤ ਖੇਡੀ। ਉਹ ਕਿਰਲੀ ਦੀ ਪੂਛ ਵਰਗੀਆਂ ਮੁੱਛਾਂ ਦੇ ਸਿਰੇ, ਅੱਖਾਂ ਨਾਲ ਲਾਈ ਖੜਾ ਸੀ।

- "ਜੁਆਨਾਂ - ਆਹ ਵਾਲ ਧੁੱਪ 'ਚ ਨਹੀਂ ਚਿੱਟੇ ਹੋਏ - ਤਜ਼ਰਬਿਆਂ ਦੇ ਕੀਤੇ ਵੇ ਐ।"

- "ਬਾਬਾ - ਦੇਖ ਲੈ - ਫੇਰ ਨਾ ਕੱਟੇ ਵਾਂਗੂੰ ਰਿੰਗੀਂ - ਅਸੀਂ ਹਰ ਰੋਜ ਆਹੀ ਵਿਹਾਰ ਕਰਿਆ ਕਰਾਂਗੇ।"

- "ਜੋ ਦਿਲ ਆਵੇ ਕਰੋ- ਪਰ ਝੂਠੀ ਗੱਲ ਮੈਂ ਨਹੀਂ ਮੂੰਹੋਂ ਕਹਿਣੀ - ਮਰਨ ਮਰਵਾਉਣ ਆਲਾ ਡਰ ਮੈਨੂੰ ਦੇਇਓ ਨਾ - ਚਿੰਤਾ ਤਾ ਕੀ ਕੀਜੀਏ - ਜੋ ਅਨਹੋਨੀ ਹੋਇ - ਇਹੁ ਮਾਰਗੁ ਸੰਸਾਰ ਕੋ ਨਾਨਕੁ ਥਿਰੁ ਨਹਿ ਕੋਇ - ਪਹਿਲਾਂ ਮਰਨਾਂ ਲਿਖਾ ਕੇ ਫਿਰ ਮਾਤ ਲੋਕ ਵਿਚ ਆਏ ਆਂ ਸ਼ੇਰਾ।"

ਗਿਆਨੀ ਨੂੰ ਫਿਰ ਸ਼ਿਕੰਜੇ ਵਿਚ ਦੇ ਦਿੱਤਾ। ਉਸ ਨੂੰ ਪਾਣੀ ਤੱਕ ਪੁੱਛਣ ਦੀ ਵੀ ਮਨਾਹੀ ਸੀ।

ਠਾਣੇਦਾਰ ਨੇ ਡੀ. ਐਸ. ਪੀ ਨੂੰ ਫੋਨ ਮਿਲਾ ਲਿਆ। ਦੂਜੀ ਘੰਟੀ 'ਤੇ ਹੀ ਅੱਗੋਂ ਫੋਨ ਕਿਸੇ ਨੇ ਚੁੱਕ ਲਿਆ।

- "ਹਾਂ ਜੀ - ਮੈਂ ਠਾਣੇਦਾਰ ਜੰਗ ਸਿੰਘ ਬੋਲ ਰਿਹੈਂ - ਸਾਹਬ ਬਹਾਦਰ ਨਾਲ ਗੱਲ ਕਰਵਾਓ - ਬੜਾ ਜਰੂਰੀ ਕੰਮ

ਐਂ ..।"

- "ਹੋਲਡ ਰੱਖੋ .....।" ਉਧਰੋਂ ਅਵਾਜ ਆਈ।

ਕਾਫੀ ਦੇਰ ਉਡੀਕ ਕਰਨ ਤੋਂ ਬਾਅਦ 'ਸਾਹਿਬ' ਨੇ ਫੋਨ 'ਤੇ 'ਹੈਲੋ' ਆ ਆਖੀ।

- "ਸਾਹਬ ਬਹਾਦਰ - ਜੰਗ ਸਿੰਘ ਬੋਲ ਰਿਹੈਂ।"

- "ਹਾ ਬਈ - ਬੋਲੋ ਜੰਗ ਸਿੰਘ?"

- "ਇਕ ਠੋਸ ਮੁਖਬਰੀ 'ਤੇ ਇਕ ਬਜ਼ੁਰਗ ਫੜਿਐ - ਉਸ ਦੇ ਸਬੰਧ ਅੱਤਵਾਦੀਆਂ ਨਾਲ ਦੱਸੇ ਜਾਂਦੇ ਐ - ਉਹਦਾ ਕੀ ਕਰੀਏ ਹਜ਼ੂਰ?"

- "ਇਹਨੇ ਤਾਂ ਨਹੀਂ ਕੋਈ ਵਾਰਦਾਤ ਕੀਤੀ?"

- "ਇਹਨੇ ਕੋਈ ਵਾਰਦਾਤ ਨਹੀਂ ਜੀ ਕੀਤੀ - ਤੇ ਨਾ ਹੀ ਇਹ ਵਾਰਦਾਤ ਕਰਨ ਵਾਲਾ ਲੱਗਦੈ - ਬੱਸ ਅਸੀਂ ਤਾਂ ਇਹਦੇ ਸਬੰਧ ਸੁਣ ਕੇ ਈ ਚੁੱਕ ਲਿਆਏ।"

- "ਤੁਸੀਂ ਇਉਂ ਕਰੋ।"

- "ਜੀ ਜਨਾਬ?"

- "ਇਹਨੂੰ ਵਕਤੀ ਤੌਰ ਤੇ ਛੱਡ ਦਿਓ- ਇਹਦੇ ਪਿੱਛੇ ਸੂਹੀਏ ਲਾਓ - ਬਈ ਕਿੱਥੇ ਕਿੱਥੇ ਜਾਂਦੈ - ਕਿਹੜੇ ਕਿਹੜੇ ਬੰਦੇ ਨੂੰ ਮਿਲਦੈ - ਕੀ ਕੀ ਇਹਨਾਂ ਦੀਆਂ ਗੱਲਾਂ ਹੁੰਦੀਐਂ।"

- "ਜੋ ਹੁਕਮ ਹਜ਼ੂਰ।"

- "ਇੰਜ ਬੁੱਢੇ ਨੇ ਆਪਣੇ ਪੱਲੇ ਕੁਛ ਨਹੀਂ ਪਾਉਣਾ - ਸਿੱਧੀਆਂ ਗ੍ਰਿਫਤਾਰੀਆਂ ਈ ਨਾ ਕਰੀ ਜਾਓ - ਕੋਈ ਤਕਨੀਕ ਵੀ ਵਰਤੋਂ - ਸਮਝੇ?"

- "ਜੀ ਸਰਕਾਰ।"

ਫੋਨ ਕੱਟੇ ਗਏ।

- "ਬਾਬੇ ਨੂੰ ਸ਼ਿਕੰਜੇ 'ਚੋਂ ਲਾਹ ਕੇ ਪਾਣੀ ਧਾਣੀ ਪਿਆਓ।" ਠਾਣੇਦਾਰ ਨੇ ਹੁਕਮ ਕੀਤਾ ਅਤੇ ਇਕ ਸਿਪਾਹੀ ਸਖ਼ਤ ਹਦਾਇਤਾਂ ਦੇ ਕੇ ਸਰਪੰਚ ਵੱਲ ਨੂੰ ਤੋਰ ਦਿੱਤਾ।

ਗਿਆਨੀ ਨੂੰ ਸਿਕੰਜੇ 'ਚੋਂ ਲਾਹ ਕੇ ਪਾਣੀ ਧਾਣੀ ਪਿਆਇਆ ਗਿਆ। ਵਿਹੜੇ ਦੇ ਇਕ ਖੂੰਜੇ ਮੰਜਾ ਅਤੇ ਖੇਸ ਦੇ ਕੇ ਪਾ ਦਿੱਤਾ। ਗਿਆਨੀ ਫਿਰ ਵੀ ਕੁਝ ਨਹੀਂ ਬੋਲਿਆ ਸੀ। ਉਹ ਰੱਬ ਦੀ ਰਜ਼ਾ ਵਿਚ ਰਾਜ਼ੀ ਰਹਿਣ ਵਾਲਾ ਬੰਦਾ ਸੀ।

ਸੂਰਜ ਚੜ੍ਹਨਸਾਰ ਹੀ ਸਰਪੰਚ ਆ ਗਿਆ।

- "ਕਿਵੇਂ ਯਾਦ ਕੀਤਾ?" ਉਸ ਨੇ ਦਫ਼ਤਰ ਵਿਚ ਠਾਣੇਦਾਰ ਦੇ ਸਾਹਮਣੇ ਬੈਠਦਿਆਂ ਪੁੱਛਿਆ।

- "ਗੱਲ ਸੁਣ ਮੇਰੀ ਧਿਆਨ ਨਾਲ -।" ਠਾਣੇਦਾਰ ਨੇ ਸਰਪੰਚ ਦੇ ਪੱਟ ਤੇ ਹੱਥ ਮਾਰਿਆ।

- "ਬੋਲ?"

- "ਸਾਹਬ ਕਹਿੰਦਾ ਬਈ ਊਂ ਤਾਂ ਇਸ ਬੁੱਢੇ ਨੇ ਸਾਡੇ ਕੁਛ ਪੱਲੇ ਨਹੀਂ ਪਾਉਣਾ - ਇਹਦਾ ਰੱਸਾ ਲਾਹੋ ਤੇ ਫਿਰ ਇਸ 'ਤੇ ਕਰੜੀ ਨਜ਼ਰ ਰੱਖੋ - ਕਿੱਥੈ ਜਾਂਦੈ - ਕੀ ਕਰਦੈ - ਕੀਹਨੂੰ ਕੀਹਨੂੰ ਮਿਲਦੈ -।

- "ਹੋਰ -?"

- "ਫੇਰ ਇਹਨੂੰ ਪੱਕੇ ਪੈਰੀਂ ਪਵਾਂਗੇ।"

- "ਫੇਰ ਮੈਨੂੰ ਕਾਹਦੇ ਲਈ ਬੁਲਾਇਐ?"

- "ਸਰਪੈਚਾਂ - ਧਰਮ ਨਾਲ ਜਮਾਂ ਈ ਜੁਆਕਾਂ ਆਲੀ ਗੱਲ ਕਰਤੀ ਤੂੰ ਤਾਂ।"

- "....।" ਸਰਪੰਚ ਹੱਸ ਪਿਆ।

- "ਸਾਹਬ ਹੈਗਾ ਬੰਦਾ ਸੱਤਾਂ ਪੱਤਣਾਂ ਦਾ ਤਾਰੂ - ਬਹੁਤ ਲੰਮੀ ਸੋਚਦੈ - ਤੂੰ ਇੰਜ ਕਰ।"

- "ਦੱਸ?"

- "ਤੂੰ ਇਹਨੂੰ ਲੈ ਜਾਹ - ਪਿੰਡ ਜਾ ਕੇ ਭੱਲ ਬਣਾ ਬਈ ਮੈਂ ਇਹਨੂੰ ਛੁਡਾ ਕੇ ਲਿਆਇਐਂ - ਪਿੰਡ 'ਚ ਸਿੱਧਾ ਈ ਹੀਰੋ ਬਣਜੇਂਗਾ - ਏਸ ਕੰਜਰ ਨਾਲ ਮੇਲ ਜੋਲ ਵਧਾ - ਨੇੜਤਾ ਕਰ - ਫੇਰ ਸਾਰਾ ਭੇਦ ਬਾਹਰ ਕੱਢ - ਕਿਸੇ ਨੂੰ ਕੋਈ ਸ਼ੱਕ ਨਹੀਂ ਹੋਊ - ਪੁੰਨ ਨਾਲੇ ਫਲੀਆਂ - ਸਮਝ ਗਿਆ?"

- "ਬਿਲਕੁਲ - ਪਰ ਮੈਂ ਤਾਂ ਪਿੰਡ ਆਲਿਆਂ ਨੂੰ ਇਹੋ ਈ ਕਿਹੈ ਬਈ ਆਪਣੀ ਬਣਦੀ ਈ ਨਹੀਂ?"

- "ਆਪਾਂ ਬਿਲਕੁਲ ਜਾਹਿਰ ਈ ਨਹੀਂ ਹੋਣ ਦਿੰਦੇ - ਫਿਕਰ ਨਾ ਕਰ।"

ਜਦੋਂ ਸਰਪੰਚ ਗਿਆਨੀ ਕੋਲ ਗਿਆ ਤਾਂ ਉਹ ਉਖੜੀ ਪੀੜ੍ਹੀ ਵਾਂਗ ਇਕੱਠਾ ਜਿਹਾ ਹੋਇਆ ਪਿਆ ਸੀ। ਪਰ ਪਾਣੀ-ਧਾਣੀ ਪੀਣ ਕਰਕੇ ਅਤੇ ਸੂਰਜ ਦੇ

ਨਿਘਾਸ ਕਰਕੇ ਉਹ ਵਾਹਵਾ ਸੰਭਲ ਚੁੱਕਿਆ ਸੀ। ਧੁੱਪ ਦੇ ਸੇਕ ਨਾਲ ਖਿੱਚੇ ਹੱਡ ਰੈਲੇ ਹੋ ਗਏ ਸਨ।

- "ਗਿਆਨੀ ਜੀ ਕੈਮ ਓਂ?"

- "ਕੈਮ ਕੂਮ ਕਾਹਦੇ ਐਂ ਸਰਪੈਂਚ ਸਾਹਿਬ - ਬਿਨਾਂ ਗੱਲੋਂ ਕੜੱਕੇ 'ਚ ਦੇ ਦਿੱਤਾ ਦੁਸ਼ਟਾਂ ਨੇ - ਕਿਤੇ ਅੱਧੀ ਰਾਤੋਂ ਜਾ ਕੇ ਲਾਹਿਐ - ਮੇਰਾ ਤਾਂ ਜੋੜ ਜੋੜ ਹਿੱਲਿਆ ਪਿਐ - ਫੇਰ ਪਤਾ ਨਹੀਂ ਰੱਬ ਆਸਰੇ ਕੀ ਮਨ ਮਿਹਰ ਪੈ ਗਈ - ਮੰਜਾ ਬਿਸਤਰਾ ਦਿੱਤਾ ਜਾ ਕੇ।"

ਗਿਆਨੀ ਦੀ ਦੁਰਦਸ਼ਾ ਸੁਣ ਕੇ ਸਰਪੰਚ ਨੂੰ ਲੱਜਤ ਆ ਗਈ। ਗਿਆਨੀ ਪੂਰਨ ਸਿੰਘ ਉਸ ਦਾ ਕਦੋਂ ਦਾ 'ਅੱਖ-ਤਿਣ' ਤੁਰਿਆ ਆ ਰਿਹਾ ਸੀ।

- "ਇਹ ਤਾਂ ਕੱਲ੍ਹ ਕਹਿੰਦੇ ਸੀ ਬਈ ਮਾੜੀ ਮੋਟੀ ਪੁੱਛ ਦੱਸ ਈ ਕਰਨੀ ਐਂ।"

- "ਉਹ ਇਹਨਾਂ ਨੇ ਕਰ ਲਈ - ਨਿਕਲਣਾ ਮੇਰੇ ਅੰਦਰੋਂ ਕੀ ਸੀ? ਬੱਸ ਹੱਡ ਜਰਖਲ ਦਿੱਤੇ।"

- "ਚਲੋ ਮੈਂ ਥੋਨੂੰ ਲੈਣ ਆਇਐਂ - ਮੈਨੂੰ ਤਾਂ ਸਾਰੀ ਰਾਤ ਨੀਂਦ ਨਹੀਂ ਆਈ - ਸਵੇਰੇ ਮੂੰਹ ਹਨ੍ਹੇਰੇ ਈ ਇਧਰ ਨੂੰ ਤੁਰ ਪਿਆ - ਮੈਂ ਤਾਂ ਕੋਈ ਪੰਚਾਇਤ ਦਾ ਬੰਦਾ ਵੀ ਨਾਲ ਨਹੀਂ ਲਿਆ - ਬਈ ਬਾਧੂ ਲੇਟ ਹੁੰਦੇ ਫਿਰਾਂਗੇ - ਚੱਲੋ ਚੱਲੀਏ।"

- "ਕਹਿੰਦੇ ਐ ਤਾਂ ਚੱਲ ਵੜਦੇ ਐਂ।" ਗਿਆਨੀ 'ਹਾਏ' ਕਹਿ ਕੇ ਉਠ ਖੜ੍ਹਾ। ਉਸ ਦੇ ਬੁੱਢੇ ਹੱਡ 'ਚਿਲੂੰ-ਚਿਲੂੰ' ਕਰਦੇ ਸਨ।

ਬਾਹਰ ਨਿਕਲਦਿਆਂ ਨੂੰ, ਉਹਨਾਂ ਨੂੰ ਕਿਸੇ ਨੇ ਨਾ ਬੁਲਾਇਆ।

ਠਾਣੇ ਤੋਂ ਬਾਹਰਲੇ ਹੋਟਲ 'ਤੇ ਖੜ੍ਹ ਕੇ ਸਰਪੰਚ ਨੇ ਖ਼ੁਦ ਚਾਹ ਪੀਤੀ ਅਤੇ ਗਿਆਨੀ ਨੂੰ ਗਰਮ-ਗਰਮ ਦੁੱਧ ਪਿਆਇਆ। ਗਿਆਨੀ ਦੀਆਂ ਅੱਖਾਂ ਉਘੜ ਆਈਆਂ। ਸਰੀਰ ਅੰਦਰ ਨਿਘਾਸ ਭਰ ਗਿਆ।

ਉਹ ਬੱਸ ਫੜ ਪਿੰਡ ਆ ਗਏ।

ਸਾਰੇ ਪਿੰਡ ਵਿਚ ਸਰਪੰਚ ਵੱਲੋਂ ਗਿਆਨੀ ਨੂੰ ਛੁਡਾਉਣ ਵਾਲੀ ਗੱਲ ਦੀ ਚਰਚਾ ਛਿੜ ਪਈ। ਸਰਪੰਚ ਦੀ ਧੁੰਮ ਮੱਚ ਗਈ।

ਸਾਰਾ ਪਿੰਡ ਹੈਰਾਨ ਸੀ।

- "ਸਰਪੈਂਚਾ - ਸਾਰੀ ਉਮਰ 'ਚ ਤੂੰ ਆਹ ਭਲੇ ਦਾ ਕੰਮ ਕੀਤੈ - ਰੱਬ ਤੇਰਾ ਭਲਾ ਕਰੂ।" ਸਰਪੰਚਣੀ ਨੇ ਸਰਪੰਚ ਨੂੰ ਚਾਹ ਦਿੰਦਿਆਂ ਕਿਹਾ।

- "ਤੂੰ ਮੈਨੂੰ ਬਾਧੂ ਮਾਰੂੰ-ਮਾਰੂੰ ਕਰੀ ਜਾਂਦੀ ਰਹਿੰਦੀ ਸੀ - ਮੈਂ ਭਾਗਮਾਨੇ ਲੋਕਾਂ ਮਾਂਗੂੰ ਬਾਹਲੀ ਕਦੇ ਹਲ੍ਹਾ-ਹਲ੍ਹਾ ਨਹੀਂ ਕਰੀ - ਦੇਖਿਆ? ਲਿਆਂਦਾ ਨਾਂ ਖੋਟੇ ਪੈਸੇ ਮਾਂਗੂੰ?"

- "ਸ਼ੁਕਰ ਐ ਸਰਪੈਂਚਾ - ਤੂੰ ਵੀ ਸਹੀ ਲੀਹ 'ਤੇ ਆਇਐਂ ਕਦੇ - ਸ਼ਾਬਾਸ਼ੇ।"

- "ਅੱਜ ਫਿਰ ਹੱਥੀਂ ਪੈਗ ਪਾ ਕੇ ਪਿਆਵੇਂਗੀ?"

- "ਤੂੰ ਨਿੱਤ ਕੋਈ ਚੰਗਾ ਕੰਮ ਕਰਿਆ ਕਰ - ਤੈਨੂੰ ਹਰ ਰੋਜ ਈ ਪਿਆ ਦਿਆ ਕਰੂੰਗੀ।"

- "ਹਾਏ - ਹਾਏ! ਮਰਜਾਂ ਤੇਰਾ ਈ ਦੁੱਧ ਪੀ ਕੇ ਸਰਪੈਂਚਣੀਏਂ ...!" ਸਰਪੰਚ ਨੇ ਬੈਠਕ ਵਿਚ ਹੀ ਸਰਪੰਚਣੀ ਤੱਕੜੀ ਵਾਂਗ ਤੋਲ ਲਈ।

- "ਸ਼ਰਮ ਕਰ - ਜੁਆਕਾਂ ਜੱਲਿਆਂ ਆਲੈਂ - ਬੁੜ੍ਹਾ ਤੂੰ ਹੋ ਚੱਲਿਐਂ।"

- "ਬੁੜ੍ਹਾ ਮੈਂ ਕਿਹੜੇ ਪਾਸਿਓਂ ਐਂ ਨੀ? ਤੇਰੇ ਈ ਕੁੱਤੇ ਫ਼ੇਲ੍ਹ ਹੋ ਗਏ - ਮੈਂ ਤਾਂ ਅੱਠੇ ਅੱਠ ਮਾਰਦੈਂ - ਆ ਕੇ ਦੇਖ ਲਈਂ ਅੱਜ ਰਾਤ ਨੂੰ ਫੇਰ।"

ਉਹ ਹਾਸਾ-ਠੱਠਾ ਕਰਦੇ ਰਹੇ।

ਪਰ ਸਰਪੰਚ ਦੀ ਅਸਲੀ ਬੇਈਮਾਨੀ ਅਤੇ ਬੁਰੀ ਨੀਅਤ ਦਾ ਕਿਸੇ ਨੂੰ ਪਤਾ ਨਹੀਂ ਸੀ।

ਤਕਰੀਬਨ ਦੋ ਸਾਲਾਂ ਦੇ ਵਿਚ ਵਿਚ ਗਿਆਨੀ ਦੀਆਂ ਕਈ ਗ੍ਰਿਫ਼ਤਾਰੀਆਂ ਹੋ ਚੁੱਕੀਆਂ ਸਨ। ਪਰ ਨਿਕਲਿਆ ਉਸ ਦੇ ਵਿਚੋਂ ਫਿਰ ਵੀ ਕੱਖ ਨਹੀਂ ਸੀ।

ਗਿਆਨੀ ਸਿੱਧਾ- ਸਾਦਾ ਗੁਰੂ ਕਾ ਬੰਦਾ ਸੀ। ਨਿਕਲਣਾ ਵੀ ਉਸ ਵਿਚੋਂ ਕੀ ਸੀ? ਪੁਲੀਸ ਦੇ ਤਸੀਹੇ ਉਹ 'ਵਾਹਿਗੁਰੂ-ਵਾਹਿਗੁਰੂ' ਜਪ ਕੇ ਸਹਿ ਛੱਡਦਾ। ਕਸੂਰ ਉਸ ਦਾ ਸਿਰਫ ਇਤਨਾ ਸੀ ਕਿ ਉਹ ਮੁੰਡਿਆਂ ਨੂੰ ਨਸ਼ਿਆਂ ਤੋਂ ਹਟਾ ਕੇ ਅੰਮ੍ਰਿਤਧਾਰੀ ਬਣਾਉਂਦਾ ਸੀ। ਦੂਜਾ ਦੋਸ਼ ਉਸ ਦਾ ਇਹ ਸੀ ਕਿ ਉਹ ਗੁਰੂ ਕੀ ਨਗਰੀ ਅੰਮ੍ਰਿਤਸਰ ਜਾਦਾ ਸੀ। ਹੋਰ ਉਸ ਦਾ ਕੋਈ ਕਸੂਰ ਹੀ ਨਹੀਂ ਸੀ।

ਪਿਛਲੀ ਗ੍ਰਿਫ਼ਤਾਰੀ ਅਤੇ ਰਿਹਾਈ ਵੇਲੇ ਠਾਣੇਦਾਰ ਜੰਗ ਸਿੰਘ ਨੇ ਗਿਆਨੀ ਪੂਰਨ ਸਿੰਘ ਨੂੰ ਕੰਨ ਕਰ ਦਿੱਤੇ ਸਨ:

- "ਲੈ ਬਾਬਾ - ਜਦੋਂ ਹੁਣ ਫੜਿਆ - ਤੂੰ ਆਬਦੇ ਵੱਲੋਂ ਕਾਇਮ ਹੋ ਕੇ ਆਈਂ - ਅਸੀਂ ਤੇਰੇ ਆਲਾ ਭੋਗ ਪਾ ਈ ਦੇਣੈ - ਸਾਨੂੰ ਨਿੱਤ ਤੇਰੇ ਮਗਰ ਗਿੱਟੇ ਕਢਵਾਉਂਦਿਆਂ ਨੂੰ ਸ਼ਰਮ ਆਉਂਦੀ ਐ - ਤੂੰ ਸਾਨੂੰ ਵਿਹਲੇ ਸਮਝ ਰੱਖਿਐ? ਤੂੰ ਪੱਲੇ ਸਾਡੇ ਕੁਛ ਪਾਉਂਦਾ ਨਹੀਂ - 'ਕੱਲੇ ਨੇ ਈ ਵੰਝ 'ਤੇ ਚੜ੍ਹਾ ਰੱਖਿਐ।"

- "ਠਾਣੇਦਾਰ ਸਾਹਬ - ਜੋ ਅਕਾਲ ਪੁਰਖ ਨੂੰ ਮਨਜ਼ੂਰ ਐ - ਹਰ ਹਾਲਤ ਹੋ ਕੇ ਰਹਿਣੈ - ਉਸ ਨੂੰ ਦੁਨੀਆਂ ਦੀ ਕੋਈ ਤਾਕਤ ਨਹੀਂ ਰੋਕ ਸਕਦੀ - ਕਰੈ ਕਰਾਵੈ ਆਪੇ ਆਪੁ।। ਮਾਨੁਖ ਕੇ ਕਿਛੁ ਨਾਹਿ ਹਾਥ।।" ਆਖ ਕੇ ਗਿਆਨੀ ਤੁਰ ਗਿਆ ਸੀ।

ਇਕ ਦਿਨ ਗਿਆਨੀ ਗੁਰਮਖ ਸਿੰਘ ਦੇ ਘਰ ਬੈਠਾ ਗੱਲਾਂ ਕਰ ਰਿਹਾ ਸੀ। ਗੁਰਮਖ ਸਿੰਘ ਦਾ ਪੋਤਰਾ ਕੁਲਬੀਰਾ ਵਿਹੜੇ ਵਿਚ ਖੇਡ ਰਿਹਾ ਸੀ।

- "ਉਏ ਆ ਬਈ ਸਿੰਘਾ - ਪਸ਼ੂਆਂ ਵੱਲੀਂ ਨਾ ਖੇਡ - ਤੇਰੇ ਸਿੰਗ ਮਾਰਨਗੇ।" ਗਿਆਨੀ ਨੇ ਕੁਲਬੀਰੇ ਨੂੰ ਕਿਹਾ।

ਕੁਲਬੀਰਾ ਹੱਸਕੇ, ਪਸ਼ੂਆਂ ਵੱਲੋਂ ਹਟ ਨਲਕਾ ਗੇੜਨ ਜਾ ਲੱਗਿਆ।

- "ਕਿੰਨੇ ਚਿਰ ਦਾ ਹੋ ਗਿਆ ਹੁਣ ਇਹ ਗੁਰਮਖ ਸਿਆਂ ਸੁੱਖ ਨਾਲ?"

- "ਰੱਬ ਆਸਰੇ ਤੀਜੇ ਸਾਲ 'ਚ ਐ।"

- "ਲੈ-ਦਿਨਾਂ ਜਾਂਦਿਆਂ ਨੂੰ ਕੀ ਲੱਗਦੈ - ਕੱਲ੍ਹ ਦੀ ਗੱਲ ਐ ਜਦੋਂ ਹੋਇਆ ਸੀ।"

- "ਪੰਜਾਬ ਦੇ ਪੁੱਤਰਾਂ ਨੂੰ ਜੁਆਨ ਹੁੰਦਿਆਂ ਕਿਤੇ ਦੇਰ ਲੱਗਦੀ ਐ?" ਗੁਰਮਖ ਸਿੰਘ ਪੋਤਰੇ ਦੇ ਚਾਅ ਵਿਚ ਲਾਟ ਵਾਂਗ ਉਚਾ ਉਠਿਆ।

- "ਪੰਜਾਬ ਦੇ ਪੁੱਤਰਾਂ ਦੀ ਤਾਂ ਗੱਲ ਠੀਕ ਐ - ਪਰ ਪੰਜਾਬ ਦੇ ਆਉਣ ਵਾਲੇ ਆਸਾਰ ਮੈਨੂੰ ਬੁਰੇ ਈ ਦਿਸਦੇ ਐ।"

- "ਗਿਆਨੀ ਜੀ - ਲੋਕਾਂ ਨਾਲ ਈ ਆਪਾਂ ਐਂ - ਕੀ ਕਰ ਸਕਦੇ ਆਂ?"

- "ਆਪਣੇ ਆਪ ਨੂੰ ਡੁੱਬਦੇ ਜਹਾਜ ਦੇ ਰਹਿਮ 'ਤੇ ਛੱਡ ਕੇ ਬੈਠੇ ਰਹਿਣਾ - ਮੈਨੂੰ ਇਹ ਘੋਰ ਬੇਵਕੂਫੀ ਲੱਗਦੀ ਐ - ਜਿਉਂਦਾ ਬੰਦਾ ਸੌ ਹੱਥ ਪੈਰ ਮਾਰਦੈ।"

- "ਇਹ ਤਾਂ ਹੈ - ਪਰ ਕੋਈ ਹੱਲ ਵੀ ਨਜ਼ਰ ਨਹੀਂ ਆਉਂਦਾ - ਨਾ ਹੀ ਆਪਣੀ ਗੌਰਮਿੰਟ ਇਮਾਨਦਾਰ ਐ।"

ਅਸਲ ਵਿਚ ਪੰਜਾਬ ਦੇ ਹਾਲਾਤ ਦਿਨ-ਬ-ਦਿਨ ਬੁਰੀ ਤਰ੍ਹਾਂ ਵਿਗੜਦੇ ਜਾ ਰਹੇ ਸਨ। ਹਰ ਰੋਜ ਲੁੱਟਾਂ-ਖੋਹਾਂ, ਕਤਲਾਂ ਅਤੇ ਡਕੈਤੀ ਦੀਆਂ ਵਾਰਦਾਤਾਂ ਹੁੰਦੀਆਂ ਸਨ। ਪੁਲੀਸ ਵਾਲਿਆਂ ਦੇ ਕਤਲਾਂ ਦੀ ਗਿਣਤੀ ਦਿਨੋ ਦਿਨ ਵਧਦੀ ਜਾ ਰਹੀ ਸੀ। ਹਿੰਦੂ - ਸਿੱਖਾਂ ਵਿਚ ਪਾੜਾ ਵਧਦਾ ਹੀ ਜਾ ਰਿਹਾ ਸੀ। ਜਿਸ ਨੂੰ ਫਿਰਕੂ ਰੰਗ ਦੇ ਕੇ ਹੋਰ ਚੌੜਾ ਕੀਤਾ ਜਾ ਰਿਹਾ ਸੀ। ਹਿੰਦੂ - ਸਿੱਖ ਮੀਡੀਏ ਦਾ ਆਪਣਾ ਆਪਣਾ, ਵੱਖਰਾ - ਵੱਖਰਾ ਸਟੈਂਡ ਸੀ। ਵੱਖਰਾ ਵੱਖਰਾ ਸਟੰਟ ਸੀ।

ਸੈਂਟਰ ਗੌਰਮਿੰਟ ਵੱਲੋਂ ਦੋਸ਼ ਲਾਏ ਜਾ ਰਹੇ ਸਨ ਕਿ ਦਰਬਾਰ ਸਾਹਿਬ ਕੰਪਲੈਕਸ ਵਿਖੇ 'ਕਾਰ ਸੇਵਾ' ਦੇ ਟਰੱਕਾਂ ਰਾਹੀਂ ਭਾਰੀ ਮਾਤਰਾ ਵਿਚ ਅਸਲਾ ਜਮਾਂ ਕੀਤਾ ਜਾ ਰਿਹਾ ਸੀ। ਇਸ ਅਸਲੇ ਨੂੰ ਅੰਦਰ ਜਾਣੋਂ ਕਿਉਂ ਨਹੀਂ ਰੋਕਿਆ ਜਾ ਰਿਹਾ ਸੀ? ਇਹ ਇਕ ਰਹੱਸ, ਇਕ ਭੇਦ ਬਣਿਆ ਹੋਇਆ ਸੀ। ਮੀਡੀਏ ਅਨੁਸਾਰ ਦਰਬਾਰ ਸਾਹਿਬ ਵਿਖੇ ਬਹੁਤ ਸਾਰੇ ਕੱਟੜ ਅੱਤਿਵਾਦੀਆਂ ਨੇ ਪੱਕੇ ਟਿਕਾਣੇ ਮੱਲ ਲਏ ਸਨ ਅਤੇ ਦਰਬਾਰ ਸਾਹਿਬ ਕੰਪਲੈਕਸ ਵਿਖੇ ਅੱਤਿਵਾਦੀਆਂ ਵੱਲੋਂ ਮੋਰਚਾਬੰਦੀ ਕੀਤੀ ਜਾ ਰਹੀ ਸੀ। ਵੱਖੋ - ਵੱਖ ਅਖਬਾਰਾਂ ਦੀਆਂ ਸੁਰਖੀਆਂ ਦੱਸਦੀਆਂ ਸਨ ਕਿ ਦਰਬਾਰ ਸਾਹਿਬ ਦੇ ਅੰਦਰ ਹਰ ਤਰ੍ਹਾਂ ਦਾ ਖਤਰਨਾਕ ਹਥਿਆਰ ਮੌਜੂਦ ਸੀ। ਅੱਤਿਵਾਦੀਆਂ ਨੂੰ ਦਰਬਾਰ ਸਾਹਿਬ ਤੋਂ ਬਾਹਰ ਕੱਢਣ ਲਈ ਫੌਜੀ ਹਮਲੇ ਦੀਆਂ ਵੀ ਖਬਰਾਂ ਸੁਣਨ ਨੂੰ ਮਿਲਦੀਆਂ ਸਨ। ਇਹ ਫ਼ੌਜੀ ਹਮਲਾ ਦਰਬਾਰ ਸਾਹਿਬ 'ਤੇ ਕਦੋਂ ਹੋਵੇਗਾ? ਇਸ ਬਾਰੇ ਉਂਗਲ ਰੱਖ ਕੇ ਠੋਸ ਕਹਿਣਾ ਮੁਸ਼ਕਿਲ ਸੀ। ਲੋਕ ਸਿਰਫ਼ ਕਿਆਫ਼ੇ ਹੀ ਲਾ ਰਹੇ ਸਨ।

ਅਣ-ਕਿਆਸੀਆਂ ਗੱਲਾਂ ਸੁਣ-ਸੁਣ ਲੋਕਾ ਨੂੰ ਹੌਲ ਪੈਂਦੇ ਸਨ।

ਗੁਰਮਖ ਸਿੰਘ ਅਤੇ ਗਿਆਨੀ ਅਜੇ ਗੱਲਾਂ ਹੀ ਕਰ ਰਹੇ ਸਨ ਕਿ ਕਿੱਧਰੋਂ ਕੁਲਜੀਤ ਘਬਰਾਇਆ ਬਾਹਰੋਂ ਆਇਆ। ਉਸ ਦਾ ਸਾਹ ਨਾਲ ਸਾਹ ਨਹੀਂ ਰਲਦਾ ਸੀ।

- "ਕੀ ਗੱਲ ਐ ਕੁਲਜੀਤ ਸਿਆਂ? ਬੜਾ ਘਬਰਾਇਆ ਫਿਰਦੈਂ?" ਗਿਆਨੀ ਨੇ ਪੁੱਛਿਆ।

- "ਗਿਆਨੀ ਜੀ - ਲੁਕਣ ਦਾ ਕੋਈ ਜੁਗਾੜ ਕਰੋ - ਪੁਲਸ ਨੇ ਥੋਨੂੰ ਫੜਨ ਲਈ ਫਿਰ ਛਾਪਾ ਮਾਰਿਐ।"

- "ਸਿੰਘਾ - ਨਿੱਤ ਨਿੱਤ ਕਿੱਥੇ ਲੁਕਦੇ ਫਿਰਾਂਗੇ - ਅੱਜ ਇਹਨਾਂ ਨੂੰ ਕੱਟਾ ਕੱਟੀ ਕੱਢ ਈ ਲੈਣਦੇ।" ਗਿਆਨੀ ਉਠ ਕੇ ਖੜ੍ਹਾ ਹੋ ਗਿਆ।

- "ਨਹੀਂ ਗਿਆਨੀ ਜੀ - ਤੁਸੀਂ ਕੁਛ ਤਾਂ ਖਿਆਲ ਕਰੋ - ਪੁਲਸ ਦਾ ਅੱਜ ਕੱਲ੍ਹ ਕੋਈ ਵੀ 'ਤਬਾਰ ਨਹੀਂ - ਖੁੱਲ੍ਹੇ ਇਹਨਾਂ ਨੂੰ ਆਡਰ ਮਿਲੇ ਹੋਏ ਐ - ਮਾਰੋ, ਲੁੱਟੋ ਤੇ ਖਾਓ - ਤੁਸੀਂ ਮੇਰੇ ਘਰੇ ਬੈਠੇ ਓਂ - ਮੈਂ ਇਹ ਅਣਹੋਣੀ ਨਹੀਂ ਹੋਣ ਦੇਣੀ।"

- "ਕੀ ਕਰੀਏ ਗੁਰਮਖ ਸਿਆਂ? ਇਹ ਖਹਿੜਾ ਤਾਂ ਛੱਡਦੇ ਨਹੀਂ।" ਗਿਆਨੀ ਘੋਰ ਨਿਰਾਸ਼ਾ ਵਿਚੋਂ ਬੋਲਿਆ।

- "ਕੋਈ ਨਹੀਂ - ਛੱਡ ਦੇਣਗੇ - ਆਪਾਂ ਰੱਬ ਦੇ ਮਾਂਹ ਤਾਂ ਨਹੀਂ ਮਾਰੇ - ਕੁਲਜੀਤ!"

- "ਹਾਂ ਬਾਪੂ?"

- "ਤੂੰ ਸੰਤੂ ਨੂੰ ਬੁਲਾ ਕੇ ਲਿਆ।"

ਕੁਲਜੀਤ ਪੈਰ ਤੋਂ ਹੀ ਪਿਛਲਖੁਰੀ ਮੁੜ ਪਿਆ। ਸੰਤੂ ਦਾ ਘਰ ਕੋਈ ਬਹੁਤੀ ਦੂਰ ਨਹੀਂ ਸੀ।

ਸੁਨੇਹੇ ਦੇ ਨਾਲ ਹੀ ਸੰਤੂ ਆ ਗਿਆ।

- "ਸੰਤੂ - ਗਿਆਨੀ ਹੋਰਾਂ ਨੂੰ ਫੜਨ ਆਸਤੇ ਪੁਲਸ ਫੇਰ ਆ ਪਈ - ਤੂੰ ਇਹਨਾਂ ਨੂੰ ਆਬਦੇ ਘਰੇ ਲਕੋ - ਆਪਣੇ ਕੁਲਜੀਤ ਕਰਕੇ ਪੁਲਸ ਆਲੇ ਆਪਣੇ ਘਰੇ ਆ ਵੜਦੇ ਐ - ਤੇਰੇ 'ਤੇ ਕੋਈ ਸ਼ੱਕ ਸੁਬਾਹ ਨਹੀਂ।"

- "ਮਖ ਕਾਹਨੂੰ - ਤੁਸੀਂ ਮੇਰੇ ਕਰਕੇ ਐਨੇ ਜਾਣੇ ਕਾਹਨੂੰ ਘੁਲਾੜੇ 'ਚ ਬਾਂਹ ਦਿੰਨੇ ਐਂ - ਮੇਰੀ ਗੱਲ ਤਾਂ ਮੰਨੋਂ!" ਗਿਆਨੀ ਨੇ ਦੁਹਾਈ ਦਿੱਤੀ।

- "ਥੋਡੀ ਗੱਲ ਮੰਨੀ ਪਈ ਐ - ਸੰਤੂ!"

- "ਹਾਂ - ਦੱਸ?"

- "ਤੁਸੀਂ ਪਿੱਛੋਂ ਦੀ ਤੇਲੀਆਂ ਆਲੀ ਵੀਹੀ ਪੈ ਕੇ ਪੱਤੇ ਤੋੜ ਜਾਓ।"

- "ਚੱਲੋ ਗਿਆਨੀ ਜੀ।"

ਸੰਤੂ 'ਨਾਂਹ - ਨਾਂਹ' ਕਰਦੇ ਗਿਆਨੀ ਨੂੰ ਇਕ ਤਰ੍ਹਾਂ ਨਾਲ ਬੱਚੇ ਵਾਂਗ ਉਂਗਲ ਜਿਹੀ ਲਾ ਕੇ ਲੈ ਗਿਆ। ਤੇਲੀਆਂ ਵਾਲੀ ਭੀੜੀ ਜਿਹੀ ਗਲੀ ਦਾ ਕੂਹਣੀ ਮੋੜ ਮੁੜਕੇ ਸੰਤੂ ਦਾ ਘਰ ਸੀ। ਆਖਰ 'ਤੇ ਜਾ ਕੇ ਵੀਹੀ ਬੰਦ ਹੋ ਜਾਂਦੀ ਸੀ।

ਜਿਸ ਕਰਕੇ ਇਹ ਵੀਹੀ ਬਹੁਤੀ ਵਗਦੀ ਨਹੀਂ ਸੀ। ਸਿਰਫ ਘਰਾਂ ਵਾਲਿਆਂ ਦਾ ਹੀ ਲਾਂਘਾ ਸੀ।

ਸੰਤੂ ਨੇ ਗਿਆਨੀ ਨੂੰ ਕਪਾਹ ਦੀਆਂ ਪੰਡਾਂ ਪਿੱਛੇ ਇਕ ਮੰਜੀ ਡਾਹ ਦਿੱਤੀ।

ਸੰਤੂ ਨੇ ਆਪਣੀ ਘਰ ਵਾਲੀ ਮੇਲੋ ਅਤੇ ਕੁੜੀ ਜੋਗਿੰਦਰ ਨੂੰ ਸਾਰੀ ਅਸਲੀਅਤ ਤੋਂ ਜਾਣੂੰ ਕਰਵਾ ਦਿੱਤਾ। ਪੁਲਸ ਦਾ ਨਾਂ ਸੁਣ ਕੇ ਮੇਲੋ ਨੇ ਢਿੱਡ ਵਿਚ ਮੁੱਕੀਆਂ ਦੇ ਲਈਆਂ। ਜੋਗਿੰਦਰ ਦੇ ਤੌਰ-ਭੌਰ ਹੀ ਉਡ ਗਏ। ਪੁਲਸ ਨਾਲ ਉਹਨਾਂ ਦਾ ਬੜਾ ਕੌੜਾ ਤਜ਼ਰਬਾ ਸੀ। ਹਰਪਾਲ ਦੇ ਬਿਰਹੋਂ ਦਾ ਸੱਲ ਪਾਲੋ ਦੇ ਅਜੇ ਸੱਬਲ ਵੱਜੀ ਵਾਂਗ ਰੜਕਦਾ ਸੀ। ਚਸਕਦਾ ਸੀ।

ਪੁਲਸ ਸਾਰੀ ਦਿਹਾੜੀ ਪਿੰਡ ਵਿਚ ਹਲਕਿਆਂ ਵਾਂਗ ਹੇਲੀਆਂ ਦਿੰਦੀ ਫਿਰਦੀ ਰਹੀ ਬੇਦੋਸ਼ੇ ਲੋਕਾਂ ਦੇ ਬਿਨਾਂ ਗੱਲੋਂ ਡੰਡੇ ਮਾਰੇ। ਖੁਰਗੋ ਪੱਟੀ। ਪਰ ਫਿਰ ਵੀ ਗਿਆਨੀ ਕਿਤੋਂ ਪ੍ਰਗਟ ਨਹੀਂ ਹੋਇਆ ਸੀ।

ਗਿਆਨੀ ਚੁੱਪ ਚਾਪ ਸੰਤੂ ਦੇ ਪਿਛਲੇ ਅੰਦਰ ਮੰਜੀ 'ਤੇ ਪਿਆ ਰਿਹਾ ਸੀ।

ਪੁਲਸ ਖਾਲੀ ਹੱਥ ਮੁੜ ਗਈ ਸੀ।

ਠਾਣੇਦਾਰ ਜੰਗ ਸਿੰਘ ਹੱਥਾਂ 'ਤੇ ਦੰਦੀਆਂ ਵੱਢ ਰਿਹਾ ਸੀ। ਕਿਉਂਕਿ ਸਾਰਾ ਪਿੰਡ ਇਕ ਮੋਰੀ ਲੰਘ ਗਿਆ ਸੀ।

- "ਤੁਸੀਂ ਤਾਂ ਦੂਰ ਈ ਕਿਤੇ ਖੁਰਗੋ ਪੱਟਦੇ ਰਹੇ - ਗਿਆਨੀ ਤਾਂ ਸੰਤੂ ਨੇ ਆਬਦੇ ਅੰਦਰ ਲਕੋਇਆ ਵਿਆ ਸੀ।" ਠਾਣੇਦਾਰ ਕੋਲ ਬੈਠਾ ਸਰਪੰਚ ਜੱਗਰ ਸਿੰਘ ਸੁਣਾਈ ਕਰ ਰਿਹਾ ਸੀ।

- "ਸਰਪੈਂਚਾ ਮੌਕੇ 'ਤੇ ਤਾਂ ਤੂੰ ਦੱਸਿਆ ਨਾ - ਹੁਣ ਆ ਕੇ ਕਹਾਣੇ ਸੁਣਾਉਣ ਲੱਗ ਪਿਐਂ।" ਠਾਣੇਦਾਰ ਨੇ ਅਗਲਾ ਪਿਛਲਾ ਸਾਰਾ ਗੁੱਸਾ ਬਾਹਰ ਕੱਢਿਆ।

- "ਮੈਨੂੰ ਵੀ ਥੋਤੋਂ ਬਾਅਦ ਈ ਪਤਾ ਲੱਗਿਐ - ਮੈਂ ਕਿਤੇ ਥੋਡੇ ਕੋਲੋਂ ਲਕੋ ਰੱਖਣਾ ਸੀ?" ਸਰਪੰਚ ਛਿੱਥਾ ਜਿਹਾ ਪੈ ਗਿਆ। ਅੰਦਰੋਂ ਉਸ ਨੇ ਠਾਣੇਦਾਰ ਦੀ ਬੇਇਤਬਾਰੀ ਨੂੰ ਗੰਦੀ ਗਾਹਲ ਕੱਢੀ।

- "ਮੇਰਾ ਸਹੁਰਾ ਬਿਨਾਂ ਗੱਲੋਂ ਈ ਆਟੇ ਦਾ ਸ਼ੀਂਹ ਬਣਿਆਂ ਬੈਠੇ - ਇਹਨਾਂ ਵੀ ਭੈਣ ਚੋਦਾਂ ਦਾ ਕੋਈ ਇਤਬਾਰ ਨਹੀਂ - ਸਾਲਾ ਬਿਨਾ ਕਸੂਰ ਤੋਂ ਈ ਦੂਸ਼ਣ ਲਾਈ

ਜਾਂਦੈ - ਵਲ ਫੇਰ ਵਾਲੇ ਬੰਦੇ ਨੂੰ ਤਾਂ ਪੈਂਦੇ ਦੇਖੇ ਐ - ਇਹ ਮੇਰਾ ਸਾਲਾ ਬੁੱਗ ਸਿੱਧੇ ਪਏ ਨੂੰ ਈ ਸੜ੍ਹਾਕੀ ਜਾਂਦੈ?"

- "ਇਹ ਸੰਤੂ ਵੀ ਬਾਹਲੇ ਚਿਰ ਦਾ ਖਹਿੰਦਾ ਤੁਰਿਆ ਆਉਂਦੈ - ਜਿੰਨਾ ਚਿਰ ਥੋਡੇ ਪਿੰਡ ਨੂੰ ਕੋਈ ਸਬਕ ਨਹੀਂ ਸਿਖਾਉਂਦੇ - ਘਾਣੀ ਫਿੱਟ ਨਹੀਂ ਆਉਣੀ।"

- ".......।" ਸਰਪੰਚ ਚੁੱਪ ਸੀ। ਉਹ ਆਪਣੀ ਹੇਠੀ ਮਹਿਸੂਸ ਕਰ ਗਿਆ ਸੀ।

- "ਸਰਪੈਂਚਾ ਤੂੰ ਇਉਂ ਕਰ।"

- ".......।" ਉਸ ਨੇ ਸੁਆਲੀਆ ਨਜ਼ਰਾਂ ਉਪਰ ਉਠਾਈਆਂ।

- "ਤੂੰ ਕੱਲ੍ਹ ਨੂੰ ਪਿੰਡ ਨਾ ਰਹੀਂ - ਕਿਤੇ ਕਿਨਾਰਾ ਕਰ ਜਾਈਂ - ਅਸੀਂ ਕੱਲ੍ਹ ਨੂੰ ਤੇਰੇ ਪਿੰਡ ਨੂੰ ਦਿਖਾਉਨੇ ਐਂ ਬਈ ਕਿੰਨੀ ਵੀਹੀਂ ਸੌ ਹੁੰਦੈ।"

- "ਕੀ ਕਰੋਗੇ?"

- "ਇਹ ਤਾਂ ਪਿੱਛੋਂ ਈ ਪਤਾ ਲੱਗੂ - ਪਰ ਇਕ ਗੱਲ ਐ - ਜੇ ਮੁੜਕੇ ਤੇਰੇ ਪਿੰਡ ਦਾ ਕੋਈ ਅੱਖ 'ਚ ਪਾਇਆ ਰੜਕ ਗਿਆ ਤਾਂ ਮੈਨੂੰ ਜੰਗ ਸਿੰਘ ਨਾ ਜਾਣੀ - ਕਿਸੇ ਸੂਰ ਦੀ ਸੱਟ ਜਾਣੀ।"

- "ਮੈਂ ਕਿੱਥੇ ਜਾਵਾਂ?" ਸਰਪੰਚ ਨੂੰ ਕੋਈ ਕਿਨਾਰਾ ਨਹੀਂ ਦਿਸ ਰਿਹਾ ਸੀ।

- "ਕਿਤੇ ਸਹੁਰੀਂ ਸੂਹਰੀਂ ਜਾ ਵੱਜ।"

- "ਫਿਰ ਅੱਜ ਈ ਚਲਿਆ ਜਾਨੈਂ - ਕੱਲ੍ਹ ਨੂੰ ਲੋਕਾਂ ਨੂੰ ਸ਼ੱਕ ਪੈਜੂ।"

- "ਪਿੰਡ ਕਿਸੇ ਦੇ ਹੱਥ ਸੁਨੇਹਾ ਭੇਜ ਦੇ - ਬੱਸ ਕੱਲ੍ਹ ਨੂੰ ਪਿੰਡ ਨਾ ਮੁੜੀਂ।"

ਤੜਕਿਓਂ ਸਾਝਰੇ ਹੀ ਪੁਲਸ ਨੇ ਸੰਤੂ ਦਾ ਘਰ ਘੇਰ ਲਿਆ। ਸੰਤੂ ਨੂੰ ਮੁਸ਼ਕਾਂ ਬੰਨ੍ਹ ਕੇ ਟਰੱਕ ਵਿਚ ਸੁੱਟ ਲਿਆ।

ਟਰੱਕ ਤੋਰ ਦਿੱਤਾ ਗਿਆ।

ਪਰ ਠਾਣੇਦਾਰ ਨੂੰ ਅਜੇ ਵੀ ਸਬਰ ਨਹੀਂ ਆਇਆ ਸੀ। ਉਸ ਨੇ ਇਕ ਹੋਰ ਹਿਰਦੇਵੇਧਕ ਕਹਿਰ ਵਰਤਾਇਆ।

ਸੰਤੂ ਦੀ ਭਰ ਜੁਆਨ ਕੁੜੀ ਜੋਗਿੰਦਰ ਨੂੰ ਕੱਪੜੇ ਪਾੜ ਕੇ ਅਲਫ਼ ਨੰਗੀ ਕਰ ਲਿਆ। ਖ਼ੁਦ ਠਾਣੇਦਾਰ ਨੇ ਉਸ ਦੀਆਂ ਜਵਾਨ ਨਗਨ ਛਾਤੀਆਂ ਫੜ ਕੇ ਸਾਰੇ ਪਿੰਡ ਵਿਚ ਫੇਰਿਆ!

ਜੁਆਨ ਕੁੜੀ ਤਬਾਹ ਹੋ ਗਈ ਸੀ।

ਸਾਰਾ ਪਿੰਡ 'ਤਰਾਸ-ਤਰਾਸ' ਕਰ ਉਠਿਆ। ਇਹ ਇਕੱਲੇ ਸੰਤੂ ਦੀ ਹੀ ਨਹੀਂ, ਸਾਰੇ ਪਿੰਡ ਦੀ ਪੱਗ ਨੂੰ ਹੱਥ ਪੈ ਗਿਆ ਸੀ। ਲੋਕ ਸ਼ਰਮ ਦੇ ਮਾਰੇ ਅੰਦਰ ਵੜ ਕੇ ਰੋਂਦੇ ਸਨ। ਲੋਕਾਂ ਦੀ ਇਕ ਤਰ੍ਹਾਂ ਨਾਲ ਘੰਡੀ ਲਹਿ ਗਈ ਸੀ। ਜਿਉਣਾ ਧਿਰਗ ਹੋ ਗਿਆ ਸੀ। ਸਾਰੇ ਪਿੰਡ ਦੀ ਪਤ ਕੱਖਾਂ ਵਿਚ ਰੁਲ ਗਈ ਸੀ। ਸਾਰੇ ਪਿੰਡ ਦੇ ਚੁੱਲ੍ਹੇ ਤਪਣੇ ਬੰਦ ਹੋ ਗਏ ਸਨ। ਪਿੰਡ ਵਿਚ ਜਿਵੇਂ ਕੋਈ 'ਦਿਓ' ਫਿਰ ਗਿਆ ਸੀ। ਭਰੀਆਂ-ਭਰੀਆਂ ਗਲੀਆਂ ਰੋਹੀ ਬਣ ਗਈਆਂ ਸਨ। ਪਿੰਡ ਵਿਚ ਜਿਵੇਂ 'ਹਾੜ' ਬੋਲਣ ਲੱਗ ਪਿਆ ਸੀ। ਪਿੰਡ ਦੀ ਜਿਵੇਂ ਰੂਹ ਹੀ ਉਡ ਗਈ ਸੀ। ਬੁੱਢੇ ਠੇਰੇ ਇਕ-ਦੂਜੇ ਦੇ ਗਲ ਲੱਗ ਰੋਂਦੇ ਸਨ।

ਗਿਆਨੀ ਪਿੰਡ ਨਹੀਂ ਸੀ।

ਸਰਪੰਚ ਪਿੰਡ ਨਹੀਂ ਸੀ।

ਜੋਗਿੰਦਰ ਦੀ ਮਾਂ ਮੇਲੋ ਨੂੰ ਦੌਰੇ ਪਈ ਜਾ ਰਹੇ ਸਨ। ਮੇਲੋ ਦੀ ਬਿਰਧ ਮਾਂ ਬਚਿੰਤ ਕੌਰ, ਧੀ ਅਤੇ ਦੋਹਤੀ ਕੋਲ ਨਿਰਬਲ ਹੋਈ ਬੈਠੀ ਸੀ। ਉਸ ਦੀਆਂ ਜੋਤਹੀਣ ਅੱਖਾਂ ਟੱਪ ਵਾਂਗ ਚੋਈ ਜਾ ਰਹੀਆਂ ਸਨ। ਉਹ ਢਿੱਡ ਦੇ ਦਰਦ ਨੂੰ ਫੜਕੇ ਸਰੀਰ ਵਿਚ ਹੀ ਸਮੋਈ ਬੈਠੀ ਸੀ।

ਸੰਤੂ ਠਾਣੇ ਹੀ ਸੀ।

ਲੋਕ ਖ਼ੁਦ ਦੁਖੀ ਉਹਨਾਂ ਨੂੰ ਫੋਕਾ ਧਰਵਾਸ ਦੇਈ ਜਾ ਰਹੇ ਸਨ।

- "ਨੀ ਕੋਈ ਸੰਤੂ ਮਗਰ ਗਿਐ?" ਅਚਾਨਕ ਜੰਗੀਰੋ ਬੁੜ੍ਹੀ ਨੇ ਪੁੱਛਿਆ।

- "ਮਰ ਜਾਣਦੇ ਅੰਮਾਂ ਜੀ ਉਹਨੂੰ ਉਥੇ ਈ - ਆਹ ਸੁਣ ਕੇ ਕਿਹੜਾ ਉਹ ਜਿਉਂਦਾ ਰਹੂ? ਮਰ ਜਾਣਦੇ ਜਿੱਥੇ ਹੈਗਾ ਚੰਦਰਾ।" ਮੇਲੋ ਨੇ ਬਲਦਾ ਭਾਂਬੜ ਬੇਕਸੂਰ ਸੰਤੂ 'ਤੇ ਸੁੱਟਿਆ।

- "ਅਸੀਂ ਵੀ ਕਿਹੜਾ ਮੂੰਹ ਦਿਖਾਵਾਂਗੀਆਂ ਡੁੱਬ ਜਾਣੇ ਨੂੰ - ਉਹ ਹੋਈ ਜਿਹੜੀ ਕਦੇ ਨਾ ਹੋਵੇ।" ਬਚਿੰਤ ਕੌਰ ਨੇ ਧੁਖਦੇ ਮਨ ਦਾ ਗੁਬਾਰ ਕੱਢਿਆ। ਇਕ ਮਨੁੱਖ ਇਤਨਾ ਬੇਰਹਿਮ, ਨਿਰਦਈ ਅਤੇ ਭਿਆਨਕ ਹੋ ਸਕਦਾ ਹੈ? ਉਸ ਨੇ ਕਦੇ ਸੁਪਨੇ ਵਿਚ ਵੀ ਚਿਤਵਿਆ ਨਹੀਂ ਸੀ।

- "ਫੇਰ ਵੀ ਪੁੱਤ ਮਗਰ ਜਾਣ ਦਾ ਫ਼ਰਜ਼ ਤਾਂ ਬਣਦਾ ਈ ਐ - ਨਿੱਜ ਨੂੰ ਜਾਣੇ ਹੋਰ ਨਾ ਜਾਹ ਜਾਂਦੀ ਕਰ ਦੇਣ - ਇਹਨਾਂ ਦਾ ਕੀ 'ਤਬਾਰ?"

- "ਅੰਮਾਂ ਜੀ - ਹੁਣ ਕਿਹੜਾ ਅਸੀਂ ਵਸਦਿਆਂ 'ਚ ਐਂ - ਵਸਦਿਆਂ 'ਚ ਤਾਂ ਰਹਿਣ ਜੋਗੇ ਛੱਡੇ ਨਹੀਂ ਪੁੱਤ ਪਿੱਟੇ ਨੇ - ਹੁਣ ਜਿਹੜਾ ਕੁਛ ਹੋਣੈ ਜਲਦੀ ਹੋ ਜਾਣ ਦਿਓ।" ਮੇਲੋ ਬੋਲੀ।

ਸਾਰਾ ਪਿੰਡ ਚੁੱਪ ਕਰ ਗਿਆ।

ਉਹ ਉਜੜੀ ਆਤਮਾਂ ਦਾ ਦਰਦ ਬੜੀ ਚੰਗੀ ਤਰ੍ਹਾਂ ਹੀ ਤਾਂ ਸਮਝਦੇ ਸਨ।

ਅਗਲੇ ਦਿਨ ਸਰਪੰਚ ਬਹੁੜ ਪਿਆ।

ਸਾਰੇ ਪਿੰਡ ਨੇ ਉਸ ਕੋਲ ਜਾ ਫਰਿਆਦ ਕੀਤੀ।

- "ਜੇ ਉਹ ਗਿਆਨੀ ਨੂੰ ਭਾਲਦੇ ਸੀ -ਗਿਆਨੀ ਨੂੰ ਮੱਥੇ ਮਾਰਦੇ - ਐਡਾ ਕਾਂਡ ਜਰੂਰ ਕਰਵਾਉਣਾ ਸੀ?" ਉਲਟਾ ਸਰਪੰਚ ਸਾਰੇ ਪਿੰਡ ਦੀ ਦਾਹੜੀ ਨੂੰ ਪੈ ਨਿਕਲਿਆ।

- "ਸਰਪੈਂਚਾ ਖੇਖਣ ਨਾਂ ਕਰ - ਜਦੋਂ ਗਿਆਨੀ ਇੱਥੇ ਹੈ ਈ ਨਹੀਂ ਸੀ - ਉਹਨੂੰ ਕਿਹੜੀ ਰੋਹੀ 'ਚੋਂ ਲੱਭ ਕੇ ਲਿਆਉਂਦੇ?" ਗੁਰਮਖ ਸਿੰਘ ਗੁੱਸੇ ਵਿਚ ਦਧਨ ਹੋ ਗਿਆ ਸੀ।

- "ਜੇ ਗਿਆਨੀ ਦੇ ਕੇ ਖਹਿੜਾ ਛੁੱਟਦੈ ਤਾਂ ਆਪਾਂ ਫੇਰ ਵੀ ਨਫ਼ੇ 'ਚ ਆਂ - ਵਾਧੂ ਪਿੰਡ ਦੀ ਦੁਰਗਤੀ ਨਾ ਕਰਵਾਓ - ਠਰੰਮੇ ਨਾਲ ਸੋਚੋ - ਉਤੋਂ ਸਮਾਂ ਦੇਖੋ ਕਿਹੜਾ ਆਇਐ।" ਸਰਪੰਚ ਕਸੂਤਾ ਫਸਿਆ ਹੋਣ ਦੇ ਤੌਰ 'ਤੇ ਵੀ ਸੰਭਲ ਕੇ ਗੱਲ ਕਰ ਰਿਹਾ ਸੀ।

ਸਾਰੇ ਚੁੱਪ ਕਰ ਗਏ।

ਕੀ ਚੰਗਾ ਸੀ? ਕੀ ਮਾੜਾ ਸੀ? ਕਿਸੇ ਨੂੰ ਕੁਝ ਸੁੱਝ ਹੀ ਨਹੀਂ ਰਿਹਾ ਸੀ।

ਜਦੋਂ ਗਿਆਨੀ ਨੂੰ ਉਡਦੀ ਉਡਦੀ ਜਿਹੀ ਖਬਰ ਮਿਲੀ ਤਾਂ ਉਹ ਹਨ੍ਹੇਰੀ ਵਾਂਗ ਪਿੰਡ ਪੁੱਜਿਆ।

- "ਮੈਂ ਤਾਂ ਪਹਿਲਾਂ ਈ ਪਿੱਟਿਆ ਸੀ ਬਈ ਮੇਰੇ 'ਕੱਲੇ ਦੀ ਖਾਤਰ ਸਾਰਾ ਪਿੰਡ ਘੁਲਾੜੇ 'ਚ ਬਾਂਹ ਨਾ ਦਿਓ .....!" ਗਿਆਨੀ ਨੇ ਦੁਹਾਈ ਦਿੱਤੀ। ਅਣਹੋਣੀ ਖਬਰ ਨੇ ਉਸ ਦੀ ਰੂਹ ਝੰਬ ਦਿੱਤੀ ਸੀ। ਉਸ ਦਾ ਹਿਰਦਾ ਕੰਬੀ ਜਾ ਰਿਹਾ ਸੀ ਅਤੇ ਅੰਦਰਲੀ ਆਤਮਾਂ ਲਹੂ - ਲੁਹਾਣ ਸੀ।

- "ਜਾਹ ਸਰਪੈਂਚਾ - ਪੁਲਸ ਨੂੰ ਆਖ ਦੇਹ - ਮੈਨੂੰ ਚਾਹੇ ਪੰਜੇ ਵਿਚ ਦੀ ਕੱਢ ਦੇਣ - ਪਰ ਮੇਰੇ ਪਿੰਡ ਦੀ ਜੂਹ ਵੱਲ ਨਾ ਝਾਕਣ - ਮੈਂ ਕੱਲ੍ਹ ਨੂੰ ਗੁਰਦੁਆਰੇ ਅਰਦਾਸ ਕਰਕੇ ਪੇਸ਼ ਹੋ ਜਾਵਾਂਗਾ - ਜੇ ਦਿਲ ਕਰੇ ਆ ਕੇ ਲੈ ਜਾਣ।"

ਸਰਪੰਚ ਦੇ ਦਿਲ ਦੀ ਹੋ ਗਈ।

ਉਸ ਨੇ ਸੀਰੀ ਠਾਣੇ ਨੂੰ ਤੋਰ ਦਿੱਤਾ।

16

ਸਵੇਰੇ ਪਹਿਰ ਦੇ ਤੜਕੇ ਹੀ ਗਿਆਨੀ ਨੇ ਗੁਰਦੁਆਰੇ ਪਾਠ ਆਰੰਭ ਕਰ ਦਿੱਤਾ।

ਸਾਰਾ ਪਿੰਡ ਹੁੰਮ-ਹੁੰਮਾ ਕੇ ਪਹੁੰਚਿਆ।

ਦੇਗ ਤਿਆਰ ਕੀਤੀ ਗਈ।

ਪਾਠ ਦੀ ਸਮਾਪਤੀ ਬਾਅਦ ਗਿਆਨੀ ਨੇ ਬੜਾ ਹੀ ਵੈਰਾਗਮਈ ਕੀਰਤਨ ਕੀਤਾ:

- "ਰਾਜੇ ਸ਼ੀਂਹ ਮੁਕੱਦਮ ਕੁੱਤੇ॥
ਜਾਇ ਜਗਾਇਨ ਬੈਠੇ ਸੁੱਤੇ॥"

- "ਪਾਪ ਕੀ ਜੰਞ ਲੈ ਕਾਬਲੋਂ ਧਾਇਆ॥
ਜੋਰੀ ਮੰਗੈ ਦਾਨ ਵੇ ਲਾਲੋ॥
ਸਰਮ ਧਰਮ ਦੋਇ ਛੁਪ ਖਲੋਏ॥
ਕੂੜ ਫਿਰੈ ਪ੍ਰਧਾਨ ਵੇ ਲਾਲੋ॥"

- "ਖ਼ੂਨ ਕੇ ਸੋਹਿਲੇ ਗਾਵੀਅਹਿ ਨਾਨਕੁ॥
ਰੱਤ ਕਾ ਕੁੰਗੂ ਪਾਇ ਵੇ ਲਾਲੋ॥"

ਵੈਰਾਗ - ਮੋਹ ਨਾਲ ਸੰਗਤਾਂ ਦੇ ਨੇਤਰ ਸੇਜਲ ਹੋਏ ਪਏ ਸਨ।

ਗੁਰਦੁਆਰੇ ਨੂੰ ਪੁਲੀਸ ਦਾ ਘੇਰਾ ਪੈ ਗਿਆ। ਘੇਰਾ ਇਸ ਤਰ੍ਹਾਂ ਪਾਇਆ ਗਿਆ ਸੀ ਜਿਵੇਂ ਗੁਰਦੁਆਰੇ ਅੰਦਰ ਕਿਸੇ ਵਿਰੋਧੀ ਦੇਸ਼ ਦੀ ਪਲਟਨ ਬੈਠੀ ਸੀ। ਜਿਸ ਨੇ ਤੁਰੰਤ ਤੋਪਾਂ ਚਲਾ ਦੇਣੀਆਂ ਸਨ।

ਕੀਰਤਨ ਉਪਰੰਤ ਗਿਆਨੀ ਨੇ ਮਾਈਕ ਫੜ ਕੇ ਬੋਲਣਾ ਸ਼ੁਰੂ ਕੀਤਾ:

- "ਗੁਰੂ ਪਿਆਰੇ ਖਾਲਸਾ ਜੀ - ਜਿਵੇਂ ਕਿ ਤੁਹਾਨੂੰ ਪਤਾ ਹੀ ਹੈ ਕਿ ਪੁਲਸ ਕਿਵੇਂ ਮੇਰੇ ਪਿੱਛੇ ਬਿਨਾ ਗੱਲੋਂ ਹੱਥ ਧੋ ਕੇ ਪਈ ਹੋਈ ਹੈ - ਕਿਵੇਂ ਮੇਰੇ ਕਰਕੇ ਸੰਤੂ ਦੀ ਧੀ ਜੋਗਿੰਦਰ ਕੌਰ ਨਾਲ ਪੁਲਸ ਨੇ ਹਿੱਕ ਧੱਕਾ ਕੀਤਾ - ਸੰਤੂ ਨੂੰ ਅੰਦਰ ਡੱਕਿਆ ਹੋਇਆ ਹੈ -।"

- "ਗੁਰੂ ਪਿਆਰੇ ਖ਼ਾਲਸਾ ਜੀ - ਹੁਣ ਮੈਂ ਖ਼ੁਦ ਆਪਣੇ ਆਪ ਨੂੰ ਪੁਲਸ ਦੇ ਹਵਾਲੇ ਕਰਦਾ ਹਾਂ - ਹੁਣ ਪੁਲਸ ਨੇ ਆਪਣਾ ਆਖਰੀ ਕੰਮ ਕਰ ਹੀ ਲੈਣਾ ਹੈ - ਸੋ ਕਰ ਲੈਣ ਦਿਓ - ਕਿਉਂਕਿ ਜਦ ਪੁਲਸ ਨੇ ਸਾਰੇ ਪਿੰਡ ਦੀ ਇੱਜ਼ਤ ਨੂੰ ਹੀ ਹੱਥ ਪਾ ਲਿਆ - ਹੁਣ ਜਿਉਣਾ ਕਾਹਦੇ ਵਾਸਤੇ ਹੈ? ਜਿਉਣਾ ਧਿਰਗ ਹੈ - ਜੇ ਜੀਵੈ ਪਤਿ ਲੱਥੀ ਜਾਇ - ਸਭ ਹਰਾਮ ਜੇਤਾ ਕਿਛੁ ਖਾਇ।"

- "ਖਾਲਸਾ ਜੀ - ਮੇਰਾ ਕੰਮ ਸੀ ਨੌਜਵਾਨਾਂ ਦੇ ਨਸ਼ੇ ਛੁਡਾਉਣਾ ਅਤੇ ਉਹਨਾਂ ਨੂੰ ਗੁਰੂ ਦੇ ਲੜ ਲਾਉਣਾ - ਬੱਸ ਇਹ ਕੰਮ ਪੁਲਸ ਨੂੰ ਚੰਗਾ ਨਹੀਂ ਲੱਗਦਾ - ਪਰ ਹੁਣ ਸਾਰੇ ਸਮੁੱਚੇ ਪਿੰਡ ਦਾ ਫਰਜ ਬਣਦਾ ਹੈ ਕਿ ਇਸ ਕਾਰਜ ਨੂੰ ਨਿਰੰਤਰ ਜਾਰੀ ਰੱਖਿਆ ਜਾਵੇ - ਹਰ ਮਾਈ ਭਾਈ ਬੱਚਾ ਬੱਚੀ ਗੁਰੂ ਕਲਗੀਆਂ ਵਾਲੇ ਦੇ ਲੜ ਲੱਗੇ ਅਤੇ ਆਪਣਾ ਲੋਕ ਪ੍ਰਲੋਕ ਸਵਾਰੇ - ਧੁਰ ਕੀ ਬਾਣੀ ਫ਼ੁਰਮਾਉਂਦੀ ਹੈ: ਹਰਿ ਨਰਿ ਮੁਨਿ ਜਨ ਅੰਮ੍ਰਿਤ ਖੋਜਦੇ - ਸੋ ਅੰਮ੍ਰਿਤ ਗੁਰ ਤੇ ਪਾਇਆ - ਸੋ ਪਿਆਰੇ ਖ਼ਾਲਸਾ ਜੀ ਗੁਰੂ ਦੇ ਲੜ ਜਰੂਰ ਲੱਗਣੈ -।"

- "ਮੈਂ ਜਿਉਂਦਾ ਆਵਾਂ ਚਾਹੇ ਨਾ ਆਵਾਂ - ਪਰ ਹਰ ਮਾਈ ਭਾਈ ਨੇ ਮੇਰੀ ਬੇਨਤੀ ਜਰੂਰ ਪ੍ਰਵਾਨ ਕਰਨੀ - ਆਪਣੇ ਕਰਮ - ਫ਼ਰਜ਼ ਤੋਂ ਕੁਤਾਹੀ ਨਹੀਂ ਕਰਨੀ - ਨਹੀਂ ਆਪਾਂ ਗੁਰੂ ਦੇ ਦੇਣਹਾਰ ਹੋਵਾਂਗੇ -।"

- "ਜੇ ਮੈਂ ਚੜ੍ਹਾਈ ਕਰ ਜਾਵਾਂ ਤਾਂ ਸੰਤੂ ਦੀ ਲੜਕੀ ਜੋਗਿੰਦਰ ਕੌਰ ਦੀ ਜ਼ਿੰਮੇਵਾਰੀ ਸਾਰੇ ਪਿੰਡ ਉਪਰ ਹੈ - ਉਸ ਨੂੰ ਪੂਰਨ ਤੌਰ ਉਪਰ ਸਹਿਯੋਗ ਅਤੇ ਸਹਾਰਾ ਦੇਣਾ ਹੈ- ਦੇਗ ਵਰਤਣ ਉਪਰੰਤ ਮੈਂ ਗ੍ਰਿਫਤਾਰੀ ਦੇਵਾਂਗਾ - ਖ਼ਾਲਸਾ ਜੀ ਬਿਲਕੁਲ ਸ਼ਾਂਤੀ ਰੱਖਣੀ ਹੈ - ਭੜਕਾਹਟ ਵਿਚ ਨਹੀਂ ਆਉਣਾ - ਇਸ ਨਾਲ ਪੁਲਸ ਨੂੰ ਹੋਰ ਮੌਕਾ ਮਿਲੇਗਾ - ਸੋ ਮੇਰੀ ਇਹ ਬੇਨਤੀ ਅਤੇ ਆਖਰੀ ਫ਼ਤਹਿ ਪ੍ਰਵਾਨ ਕਰਨੀ - ਵਾਹਿਗੁਰੂ ਜੀ ਕਾ ਖ਼ਾਲਸਾ - ਵਾਹਿਗੁਰੂ ਜੀ ਕੀ ਫ਼ਤਹਿ।"

ਸੰਖੇਪ ਵਾਰਤਾਲਾਪ ਬਾਅਦ ਗਿਆਨੀ ਪੂਰਨ ਸਿੰਘ ਨੇ ਹੁਕਮਨਾਮਾ ਲਿਆ:

- "ਟੋਡੀ ਮਹੱਲਾ ਪੰਜਵਾਂ
ਘਰ ਪੰਜਵਾਂ ਦੁਪਦੇ

ੴਸਤਿਗੁਰ ਪ੍ਰਸਾਦਿ॥

ਐਸੋ ਗੁਨੁ ਮੇਰੋ ਪ੍ਰਭ ਕੀਨ॥
ਪੰਚ ਦੋਖ ਅਰੁ ਅਹੰ ਰੋਗ
ਇਹ ਤਨ ਤੇ ਸਗ ਦੂਰਿ ਕੀਨ॥ ਰਹਾਉ॥
ਬੰਧਨ ਤੋਰਿ ਛੋਰਿ ਬਿਖਿਆ ਤੇ
ਗੁਰ ਕੋ ਸਬਦੁ ਮੇਰੇ ਹੀ ਦੀਨ॥
ਰੂਪੁ ਅਨਰੂਪੁ ਮੋਰੋ ਕਛੁ ਨ ਬੀਚਾਰਿਓ
ਪ੍ਰੇਮ ਗਹਿਓ ਮੋਹਿ ਹਰਿ ਰੰਗ ਭੀਨ॥
ਪੇਖਿਓ ਲਾਲਨੁ ਪਾਟ ਬੀਚ ਖੋਏ
ਅਨਦ ਚਿਤਾ ਹਰਖੇ ਪਤੀਨ॥
ਤਿਸ ਹੀ ਕੋ ਗ੍ਰਿਹ ਸੋਈ ਪ੍ਰਭ ਨਾਨਕ
ਸੋ ਠਾਕੁਰੁ ਤਿਸ ਹੀ ਕੋ ਧੀਨ॥"

- "ਵਾਹਿਗੁਰੂ ਜੀ ਕਾ ਖ਼ਾਲਸਾ॥
ਵਾਹਿਗੁਰੂ ਜੀ ਕੀ ਫ਼ਤਹਿ॥"

ਗਿਆਨੀ ਨੇ ਹੁਕਮਨਾਮੇ ਦੀ ਸੰਖੇਪ ਵਿਆਖਿਆ ਕੀਤੀ।

- "ਹੇ ਭਾਈ! ਮੇਰੇ ਪ੍ਰਭੂ ਜੀ ਨੇ ਮੇਰੇ ਉਤੇ ਇਹੋ ਜਿਹਾ ਉਪਕਾਰ ਕੀਤਾ ਹੈ ਕਿ ਕਾਮਦਾਇਕ ਪੰਜੇ ਵਿਕਾਰ ਅਤੇ ਹਾਉਮੈ ਦਾ ਰੋਗ, ਇਹ ਸਾਰੇ ਉਸ ਨੇ ਮੇਰੇ ਸਰੀਰ ਵਿਚੋਂ ਕੱਢ ਦਿੱਤੇ ਹਨ। ਫਿਰ ਗੁਰੂ ਮਹਾਰਾਜ ਵਿਸਰਾਮ ਦੇ ਕੇ ਫ਼ੁਰਮਾਂਦੇ ਹਨ। ਰਹਾਉ ਦਾ ਮਤਲਬ ਵਿਸਰਾਮ ਹੁੰਦਾ ਹੈ ਭਾਈ! ਮੇਰੇ ਪ੍ਰਭੂ ਜੀ ਨੇ ਮੇਰੀਆਂ

ਮਾਇਆ ਦੀਆਂ ਫ਼ਾਹੀਆਂ ਤੋੜ ਕੇ, ਮੈਨੂੰ ਮਾਇਆ ਦੇ ਮੋਹ 'ਚੋਂ ਛੁਡਾ ਕੇ, ਗੁਰੂ ਦਾ ਸ਼ਬਦ ਮੇਰੇ ਹਿਰਦੇ ਵਿਚ ਵਸਾ ਦਿੱਤਾ ਹੈ। ਮੇਰਾ ਕੋਈ ਸੋਹਜ - ਕੋਈ ਕੋਹਜ ਉਸ ਨੇ ਆਪਣੇ ਮਨ ਵਿਚ ਨਹੀਂ ਲਿਆਂਦਾ। ਮੈਨੂੰ ਉਸ ਨੇ ਆਪਣੇ ਪ੍ਰੇਮ ਨਾਲ ਬੰਨ੍ਹ ਦਿੱਤਾ ਹੈ। ਮੈਨੂੰ ਆਪਣੇ ਪ੍ਰੇਮ - ਰੰਗ ਵਿਚ ਭਿਉਂ ਦਿੱਤਾ ਹੈ, ਰੰਗ ਦਿੱਤਾ ਹੈ। ਹੇ ਨਾਨਕ! ਤੂੰ ਆਖ! ਹੇ ਭਾਈ! ਹੁਣ ਜਦੋਂ ਵਿਚਕਾਰਲੇ ਪਰਦੇ ਦੂਰ ਕਰਕੇ ਮੈਂ ਉਸ ਸੁਹਣੇ ਲਾਲ ਨੂੰ ਵੇਖਿਆ ਹੈ ਤਾਂ ਮੇਰੇ ਚਿੱਤ ਵਿਚ ਆਨੰਦ ਪੈਦਾ ਹੋ ਗਿਆ ਹੈ। ਮੇਰਾ ਮਨ ਖੁਸ਼ੀ ਵਿਚ ਗ਼ਦਗ਼ਦ ਹੋ ਉਠਿਆ ਹੈ। ਹੁਣ ਮੇਰਾ ਇਹ ਸਰੀਰ ਉਸੇ ਦਾ ਘਰ ਬਣ ਗਿਆ ਹੈ। ਉਹ ਹੀ ਇਸ ਘਰ ਦਾ ਮਾਲਕ ਬਣ ਗਿਆ ਹੈ। ਉਸੇ ਦਾ ਹੀ ਮੈਂ ਸੇਵਕ ਬਣ ਗਿਆ ਹਾਂ।"

ਦੇਗ ਵਰਤ ਗਈ।

ਗਿਆਨੀ ਨੇ ਗ੍ਰਿਫਤਾਰੀ ਦੇ ਦਿੱਤੀ।

ਸਾਰਾ ਪਿੰਡ ਦਿਲੋਂ ਦੁਖੀ, ਸਾਹ ਬੋਚੀ ਖੜ੍ਹਾ ਸੀ।

ਪੁਲਸ ਦੇ ਟਰੱਕ ਤੁਰ ਗਏ।

ਠਾਣੇ ਪਹੁੰਚਣ ਸਾਰ ਹੀ ਗਿਆਨੀ ਨੂੰ ਹਵਾਲਾਤ ਵਿਚ ਦੇ ਦਿੱਤਾ ਗਿਆ।

- "ਆ ਗਏ ਗਿਆਨੀ ਜੀ?" ਸੰਤੂ ਗਿਆਨੀ ਨੂੰ ਪਹਿਚਾਣ ਕੇ ਬੜੀ ਹੀ ਤਕਲੀਫ ਨਾਲ ਬੋਲਿਆ।

- "ਆ ਗਏ ਭਾਈ ਸੰਤੂ - ਜੋਰਾਵਰ ਲੈ ਆਏ - ਆਪਾਂ ਆ ਗਏ।"

- "ਬੱਸ ਆਖਰੀ ਮੇਲੇ ਲਿਖੇ ਹੋਏ ਸੀ -ਗਿਆਨੀ ਜੀ - ਮੈਨੂੰ ਮੈਦ ਐ ਅੱਜ ਰਾਤ ਨੂੰ ਭੌਰ ਉਡੂਗਾ।" ਹਵਾਲਾਤ ਵਿਚ ਪੀੜਾਂ ਦਾ ਪੀੜਿਆ, ਸਪਾਲ ਪਿਆ ਸੰਤੂ ਬੋਲੀ ਜਾ ਰਿਹਾ ਸੀ।

- "ਕੁਛ ਜਿਆਦਾ ਈ ਤੰਗ ਕੀਤਾ ਲੱਗਦੈਂ?" ਗਿਆਨੀ ਉਸ ਦੇ ਨੇੜੇ ਹੁੰਦਾ ਬੋਲਿਆ।

- "ਸਰੀਰ ਦੀ ਤਾਂ ਜਿਹੜੀ ਭੰਨ ਤੋੜ ਕਰਨੀ ਸੀ - ਉਹ ਤਾਂ ਕਰਨੀ ਈ ਸੀ - ਪਰ ਜਿਹੜੀ ਗੱਲ ਠਾਣੇਦਾਰ ਮੇਰੇ ਕੰਨ 'ਚ ਆਖ ਗਿਆ - ਉਹਨੇ ਕੋਈ ਕਸਰ ਨਹੀਂ ਛੱਡੀ - ਬੱਸ ਗਿਆਨੀ ਜੀ ਮਰਨ ਆਲਾ ਕਰਤਾ।" ਸੰਤੂ ਰੋ ਪਿਆ। ਉਸ ਪਏ ਦੇ ਹੰਝੂ 'ਪਰਲ-ਪਰਲ' ਕੰਨਾਂ 'ਤੇ ਡੁੱਲ੍ਹੀ ਜਾ ਰਹੇ ਸਨ। ਉਸ 'ਤੇ

ਇਤਨਾ ਅਣਮਨੁੱਖੀ ਤਸ਼ੱਦਦ ਢਾਹਿਆ ਗਿਆ ਸੀ ਕਿ ਉਹ ਹਿੱਲਣ ਜੋਗਾ ਨਹੀਂ ਛੱਡਿਆ ਸੀ।

- "ਬਾਬੇ ਨਾਨਕ ਨੇ ਉਦੋਂ ਬਾਬਰ ਨੂੰ ਜ਼ਾਬਰ ਤਾਂ ਹੀ ਕਿਹਾ ਸੀ-।"

- "ਹੁਣ ਗਿਆਨੀ ਜੀ - ਮੈਥੋਂ ਜੋਗਿੰਦਰ ਤੇ ਮੇਲੋ ਦੇ ਮੱਥੇ ਨਹੀਂ ਲੱਗਿਆ ਜਾਣਾ - ਰੱਬ ਕਰੇ ਕਿਤੇ ਐਥੇ ਈ ਜਾਨ ਨਿਕਲਜੇ।" ਸੰਤੂ ਦੀ ਦਾਹੜੀ ਹੰਝੂਆਂ ਨਾਲ ਭਿੱਜ ਗਈ।

ਭਰਿਆ ਪੀਤਾ ਗਿਆਨੀ ਹਵਾਲਾਤ ਦੀਆਂ ਸੀਖਾਂ ਨੂੰ ਹੱਥ ਵਿਚ ਘੁੱਟ ਕੇ ਫੜੀ ਬੈਠਾ ਸੀ।

- "ਗਿਆਨੀ ਜੀ - ਕਦੇ ਕੀੜੀ ਤੇ ਪੈਰ ਨਹੀਂ ਧਰਿਆ ਸੀ - ਆਹ ਦਿਨ ਪਤਾ ਨਹੀਂ ਕਿਉਂ ਦੇਖਣੇ ਸੀ?"

- ".......।"

- "ਹਾਏ ਉਏ ਰੱਬਾ! ਐਦੂੰ ਪਹਿਲਾਂ ਤੂੰ ਮੈਨੂੰ ਚੱਕ ਈ ਲੈਂਦਾ - ਹਾਏ ...!"

ਗਿਆਨੀ ਦਾ ਕੋਮਲ ਦਿਲ ਭਰਾੜ੍ਹ ਹੋਇਆ ਪਿਆ ਸੀ। ਉਸ ਤੋਂ ਸੰਤੂ ਦੀ ਹਾਲਤ ਜਰੀ ਨਹੀਂ ਜਾਂਦੀ ਸੀ।

ਦੁਪਿਹਰੇ ਦਾਰੂ ਨਾਲ ਰੱਜਿਆ ਸਰਪੰਚ ਜੱਗਰ ਸਿੰਘ ਠਾਣੇ ਪਹੁੰਚ ਗਿਆ।

- "ਆ ਬਈ ਸਰਪੈਂਚਾ।" ਠਾਣੇਦਾਰ ਉਸ ਨੂੰ ਬੜਾ ਲਿਫ਼ ਕੇ ਮਿਲਿਆ।

- "ਆਏ ਜੰਗ ਸਿਆਂ।" ਉਹ ਪੂਰੀ ਦਾਰੂ ਪੀਤੀ ਹੋਣ ਕਰਕੇ ਵੀ ਬੜਾ ਸੰਭਲ ਕੇ ਗੱਲ ਕਰ ਰਿਹਾ ਸੀ।

- "ਲੈ ਆਏ ਤੇਰਾ ਗਿਆਨੀ - ਬਾਹਲੇ ਚਿਰ ਦਾ ਤੇਰੇ ਰੜਕਦਾ ਜਿਆ ਆਉਂਦਾ ਸੀ।"

- "ਸਦਕੇ ਤੇਰੇ ....!" ਉਸ ਨੇ ਬੜਾ ਆਫ਼ਰ ਕੇ ਸਰਕਾਰੀ ਸਾਹਣ ਵਾਂਗ ਠਾਣੇਦਾਰ ਦੇ ਦੁਆਲੇ ਭਲਵਾਨੀ ਗੇੜਾ ਦਿੱਤਾ ਅਤੇ ਮੁੜ ਜੱਫੀ ਪਾ ਲਈ। ਜਿਵੇਂ ਠਾਣੇਦਾਰ ਉਸ ਦਾ ਬਾਪੂ ਸੀ।

- "ਜੇ ਅੱਜ ਕੋਈ ਗੱਲਬਾਤ ਕਰਨੀ ਐਂ ਤਾਂ ਖੁੱਲ੍ਹ ਕੇ ਕਰ ਲੈ - ਅਸੀਂ ਅੱਜ ਆਥਣੇ ਇਹਨੂੰ ਪਾਰ ਬੁਲਾ ਦੇਣੈਂ - ਫੇਰ ਨਾ ਆਖੀਂ - ਜਾਂਦੀ ਵਾਰ ਵੀ ਨਹੀਂ ਦੱਸਿਆ।"

- "ਕਰ ਲੈਨੇ ਐਂ।"

- "ਜਾਹ ਕਰ ਲੈ।"

ਸਰਪੰਚ ਹਵਾਲਾਤ ਨੂੰ ਤੁਰ ਗਿਆ।

- "ਭੈਣ ਦਾ ਯਾਰ ਦਿਨੇ ਈ ਰੱਜਿਆ ਫਿਰਦੈ।" ਠਾਣੇਦਾਰ ਨੇ 'ਖ਼ੀਂ-ਖ਼ੀਂ' ਕਰਕੇ ਮੁਣਸ਼ੀ ਨੂੰ ਆਖਿਆ।

- "ਐਹੋ ਜਿਹੇ ਭਲਵਾਨਾਂ ਦੇ ਦਿਨ ਥੋੜ੍ਹੇ ਈ ਹੁੰਦੇ ਐ - ਕਰ ਲੈਣ ਦਿਓ ਅਸ਼ਨੇ ਪਸ਼ਨੇ ਜਿਹੜੇ ਚਾਰ ਦਿਨ ਕਰਦੈ।"

- "ਗਿਆਨੀ ਨਾਲ ਇਹਦੀ ਕੋਈ ਦੁਸ਼ਮਣੀ ਨਹੀਂ - ਪਤਾ ਨਹੀਂ ਕਿਉਂ ਉਹਦੇ ਮਗਰ ਪਿਆ ਸਾਲਾ?"

ਸਰਪੰਚ ਗਿਆਨੀ ਕੋਲੇ ਪਹੁੰਚ ਗਿਆ।

- "ਕਿਉਂ ਗਿਆਨੀ - ਪਿੰਡ ਆਲਿਆਂ ਦੀ ....ਉਂਗਲ ਦੇਈ ਰੱਖਦਾ ਸੀ - ਹੁਣ ਦੱਸ?" ਹਵਾਲਾਤ ਕੋਲ ਖੜ੍ਹਾ ਸਰਪੰਚ ਬਲਦ ਵਾਂਗ ਝੂਲ ਰਿਹਾ ਸੀ।

ਗਿਆਨੀ ਅਥਾਹ ਹੈਰਾਨ ਸਰਪੰਚ ਵੱਲ ਨਿਰੁੱਤਰ ਦੇਖ ਰਿਹਾ ਸੀ।

ਸਰਪੰਚ ਇਤਨਾ ਹੈਵਾਨ ਅਤੇ ਬੇਈਮਾਨ ਨਿਕਲੇਗਾ? ਗਿਆਨੀ ਨੇ ਕਦੇ ਵੀ ਨਹੀਂ ਸੋਚਿਆ ਸੀ।

- "ਪਰ ਸਰਪੈਂਚ ਸਾਹਬ - ਮੈਂ ਤਾਂ ਤੁਹਾਡੇ ਖਿਲਾਫ ਕਦੇ ਕੋਈ ਗੱਲ ਨਹੀਂ ਕੀਤੀ?" ਕਾਫੀ ਦੇਰ ਬਾਅਦ ਗਿਆਨੀ ਦਾ ਮੂੰਹ ਖੁੱਲ੍ਹਿਆ ਸੀ।

- "ਗੱਲ ਤੂੰ ਕਰਦਾ ਕਿਵੇਂ? ਮੂੰਹ ਭੰਨਾਉਣਾ ਸੀ? ਤੂੰ ਪੁਆ ਪੁਆ ਲੋਕਾਂ ਦੇ ਗਾਤਰੇ - ਕਾਂਗਰਸ ਦੇ ਕਰ ਦਿੱਤੇ ਖਿਲਾਫ - ਬਣਾ ਦਿੱਤੇ ਸਾਰੇ ਈ 'ਕਾਲੀ - ਤੈਨੂੰ ਕਾਂਗਰਸ ਆਲਿਆਂ ਨਾਲ ਦੁਸ਼ਮਣੀ ਪਾਉਂਦੇ ਨੂੰ ਡਰ ਨਹੀਂ ਲੱਗਿਆ?"

- ".....।" ਗਿਆਨੀ ਨੂੰ ਕੁਛ ਕੁ ਸਮਝ ਪਈ।

- "ਉਤੋਂ ਰਾਜ ਪਤਾ ਕੀਹਦੈ? ਤੁਸੀਂ ਉਠ ਕੇ ਢਾਈ ਟੋਟਰੂ ਲੱਗ ਪਏ ਸਾਨੂੰ ਪਾਗਲ ਬਣਾਉਣ।"

- ".....।"

- "ਹੁਣ ਮਾਰਲੈ 'ਵਾਜ ਜੀਹਨੂੰ ਮਾਰਨੀ ਐਂ - ਅੱਜ ਰਾਤ ਨੂੰ ਤੇਰੇ ਆਲਾ ਗੁੱਗਾ ਪੂਜ ਦੇਣੈਂ - ਕਰ ਲੈ ਜਿਹੜੇ ਰੱਬ ਨੂੰ ਯਾਦ ਕਰਨੈ।"

- "ਰੱਬ ਤਾਂ ਸਰਪੈਂਚਾ ਇਕੋ ਈ ਐ - ਪਰ ਤੂੰ ਰੱਬ ਹੋਣ ਦਾ ਭੁਲੇਖਾ ਨਾ ਖਾ - ਨਾ ਹਰਨਾਕਸ਼ ਬਣ - ਜੇ ਉਹ ਕਰੋਧੀ ਹੋ ਜਾਵੇ - ਤੇਰੇ ਅਰਗੇ ਨੂੰ ਘਰੂਟੀਂ ਪਾੜਦੈ - ਅਜੇ ਵੀ ਗੁਰੂ ਦੇ ਦਰ 'ਤੇ ਹਾਜਰ ਹੋ ਕੇ ਭੁੱਲਾਂ ਬਖ਼ਸ਼ਾ ਲੈ - ਉਹ ਬਖਸ਼ਣਹਾਰ ਐ - ਬਖ਼ਸ਼ਣ 'ਤੇ ਆਵੇ ਤਾਂ ਸਧਨੇ ਕਿਸਾਈ ਵਰਗਿਆਂ ਨੂੰ ਦੇਵਤੇ ਬਣਾ ਦਿੰਦੈ।"

ਸਰਪੰਚ ਬਾਘੜ ਬਿੱਲੇ ਜਿੱਡਾ ਮੂੰਹ ਖੋਲ੍ਹ ਕੇ ਹੱਸਿਆ। ਦਾਰੂ ਦੀ ਹਵਾੜ੍ਹ ਵਾ-ਵਰੋਲੇ ਵਾਂਗ ਦੂਰ-ਦੂਰ ਤੱਕ ਉਠੀ।

- ".......।" ਗਿਆਨੀ ਅਥਾਹ ਦੁਖੀ ਉਸ ਦੀਆਂ ਹਰਕਤਾਂ ਦੇਖ ਰਿਹਾ ਸੀ।

- "ਆਹ ਕਿਹੜਾ ਪੈਂਚਰ ਜਿਆ ਹੋਇਆ ਪਿਐ - ਸੰਤੂ ਐ?"

- "......।"

- "ਸੰਤੂ-ਤੂੰ ਵੀ ਦੇਖ ਲਿਆ ਸੁਆਦ? ਬੜਾ ਗਿਆਨੀ ਪਿੱਛੇ ਲੱਗ ਕੇ ਗਾਤਰਾ ਪਾਇਆ ਸੀ? ਚੱਲ ਦੇਖ ਨਜ਼ਾਰੇ ਤੂੰ ਵੀ।"

- "ਦੂਰ ਹੋ ਜਾਹ ਦੁਸ਼ਟਾ ਮੇਰੀਆਂ ਅੱਖਾਂ ਤੋਂ - ਕੁਛ ਨਾ ਆਖ -!" ਗਿਆਨੀ ਸੀਖਾਂ ਫੜ ਕੇ ਖੜਾ ਹੋ ਗਿਆ।

- "ਲਓ ਜੀ - ਦੂਰ ਹੋ ਜਾਨੇ ਐਂ - ਥੋਡੇ ਅਰਗੇ 'ਕਾਲੀਆਂ ਨਾਲ ਟੱਕਰ ਲੈ ਕੇ ਮਰਨੈਂ!" ਸਰਪੰਚ ਵਿਅੰਗ ਕੱਸਦਾ ਵਾਪਿਸ ਮੁੜ ਗਿਆ।

- "ਕਿਉਂ? ਕਰ ਲਿਆ ਦੁਖ ਸੁੱਖ - ਪਿਆ ਕੁਛ ਪੱਲੇ?" ਠਾਣੇਦਾਰ ਨੇ ਬਿੱਲੀ ਦੀ ਪੂਛ ਵਰਗੀ ਮੁੱਛ ਮਰੋੜਦਿਆਂ ਪੁੱਛਿਆ।

- "ਬੱਸ - ਅੱਜ ਰਾਤ ਨੂੰ ਪਾ ਦਿਓ ਖਿਲਾਰੇ - ਕਰ ਦਿਓ ਕੰਮ ਫਤੇਹ - ਬੋਲ ਦਿਓ ਸੋ ਨਿਹਾਲ!"

ਸਰਪੰਚ ਸੂਣ ਵਾਲੀ ਮੱਝ ਵਾਂਗ ਪਾਸੇ ਮਾਰਦਾ ਤੁਰ ਗਿਆ। ਠਾਣੇਦਾਰ ਨੂੰ ਇਹ ਸਮਝ ਨਹੀਂ ਆਈ ਸੀ ਕਿ ਉਹ ਕੀ ਕੰਮ ਆਇਆ ਸੀ?

- "ਦੇਖ ਮੇਰੇ ਸਾਲੇ ਬੋਕ ਦੇ ਰੱਬ ਯਾਦ ਨ੍ਹੀਂ - ਕਿਵੇਂ ਫੇਰੇ ਦੇਣਾ ਆਕੜ-ਆਕੜ ਤੁਰਦੈ।" ਮੁਣਸ਼ੀ ਬੋਲਿਆ।

- "ਇਹਨੂੰ ਵੀ ਕਦੇ ਕੋਈ ਕਿੱਲ ਆਂਗੂੰ ਠੋਕੀ ਖੜ੍ਹੈ - ਬੱਸ ਜਿਹੜੇ ਦਿਨ ਨਿਕਲਦੇ ਐ - ਵਾਹ ਭਲੀ ਐ।" ਠਾਣੇਦਾਰ ਨੇ ਹੁੰਗਾਰਾ ਭਰਿਆ।

ਸ਼ਾਮ ਨੂੰ ਠਾਣੇਦਾਰ ਜੰਗ ਸਿੰਘ ਕੋਲ ਉਸ ਦਾ ਇਕ ਯਾਰ ਆਇਆ। ਹਮ-ਪਿਆਲਾ ਹਮ-ਨਿਵਾਲਾ। ਉਹ ਠਾਣੇਦਾਰ ਨੂੰ 'ਜੰਗਾ" ਆਖ ਕੇ ਬੁਲਾ ਰਿਹਾ ਸੀ। ਜਿਸ ਤੋਂ ਸਪੱਸ਼ਟ ਸੀ ਕਿ ਉਹ ਠਾਣੇਦਾਰ ਦੇ ਬਹੁਤਾ ਹੀ ਨਜ਼ਦੀਕ ਸੀ।

ਠਾਣੇਦਾਰ ਉਸ ਨੂੰ ਜੱਫੀ ਪਾ ਕੇ ਮਿਲਿਆ ਸੀ। ਸੱਤ ਗਜਾ ਬੰਦਾ ਕੋਈ ਸਾਊ ਨਜ਼ਰ ਨਹੀਂ ਆਉਂਦਾ ਸੀ।

- "ਜੰਗਿਆ ਕਿਵੇਂ ਖਿਆਲ ਆ ਗਿਆ ਅੱਜ ਸਾਡਾ?" ਉਸ ਨੇ ਰੇਲਵੇ ਇੰਜਣ ਵਾਂਗ ਵੱਡਾ ਸਾਰਾ ਸਾਹ ਲੈ ਕੇ ਪੁੱਛਿਆ। ਠਾਣੇਦਾਰ ਨੂੰ ਉਹ ਇਕ ਤਰ੍ਹਾਂ ਨਾਲ ਗੋਦੀ ਚੁੱਕੀ ਖੜ੍ਹਾ ਸੀ। ਉਸ ਦੀਆਂ ਅੱਖਾਂ ਲਾਲ-ਰੱਤੀਆਂ ਅਤੇ ਮੂੰਹ ਬਾਘੜ ਬਿੱਲੇ ਜਿੱਡਾ ਸੀ।

- "ਮੈਂ ਤਾਂ ਸੁਨੇਹਾਂ ਸੁਣਦੇ ਈ ਤੁਰ ਆਇਆ ਪੈਰ ਜੁੱਤੀ ਨਹੀਂ ਪਾਈ।" ਉਸ ਨੇ ਠਾਣੇਦਾਰ ਨੂੰ ਜੱਫੀ ਵਿਚੋਂ ਛੱਡ ਦਿੱਤਾ ਅਤੇ ਊਠ ਵਾਂਗ ਪੁਲਾਂਘਾਂ ਪੱਟਦਾ ਕੁਰਸੀ ਤੇ ਜਾ ਬਿਰਾਜਿਆ। ਅੱਧੋਰਾਣੀ ਕੁਰਸੀ ਦੀ ਸ਼ਾਮਤ ਜਿਹੀ ਆ ਗਈ।

- "ਬੱਸ ਯਾਰ ਨੂੰ ਮਿਲਣ ਨੂੰ ਦਿਲ ਕਰ ਆਇਆ।" ਠਾਣੇਦਾਰ ਬੋਲਿਆ।

- "ਬਿਲਕੁਲ ਝੂਠ!" ਉਸ ਨੇ ਦੁਰਮਟ ਵਰਗਾ ਵੱਡਾ ਸਾਰਾ ਪੈਰ ਧਰਤੀ 'ਤੇ ਮਾਰਿਆ। ਕੁਰਸੀ ਦੀਆਂ ਚੂਲਾਂ ਨੇ ਦੁਹਾਈ ਮਚਾ ਦਿੱਤੀ।

- "ਇਕ ਬੰਦਾ ਡਰਾਉਣੈ।" ਆਖ ਕੇ ਠਾਣੇਦਾਰ ਨੇ ਉਸ ਦਾ ਚਿਹਰਾ ਨਿਰਖਿਆ।

- "ਤੂੰ ਇਕ ਆਰੀ ਬੰਦਾ ਦਿਖਾਦੀਂ - ਜੇ ਅੱਖਾਂ ਰਾਹੀਂ ਨਾ ਖਾਜਾਂ।" ਉਸ ਨੇ ਉਂਗਲਾਂ ਦੇ ਭੜ੍ਹਾਕੇ ਪਾਏ ਅਤੇ ਫਿਰ ਬਘਿਆੜ ਜਿੱਡਾ ਮੂੰਹ ਖੋਲ੍ਹ ਕੇ ਪਾਗਲਾਂ ਵਾਂਗ ਹੱਸਿਆ। ਉਸ ਦੇ ਵੱਡੇ ਸਾਰੇ ਜਬਾੜ੍ਹੇ ਚੋਂ ਅਜੀਬ ਜਿਹੀ ਬੂਅ ਆਈ ਤਾਂ ਠਾਣੇਦਾਰ ਨੇ ਥਾਂ 'ਤੇ ਹੀ ਸਾਹ ਘੁੱਟ ਲਿਆ। ਉਸ ਦੀ ਸੜੀ-ਗਲੀ ਦੰਦਬੀੜ੍ਹ 'ਚੋਂ ਇਕ ਸੋਨੇ ਦਾ ਦੰਦ ਚਹਾਕੇ ਮਾਰਦਾ ਸੀ।

- "ਤੂੰ ਚਾਹ ਪਾਣੀ ਪੀਅ - ਰਾਤ ਨੂੰ ਬੈਠ ਕੇ ਗੱਲ ਕਰਾਂਗੇ।" ਠਾਣੇਦਾਰ ਨੇ ਆਖਿਆ।

- "ਚਾਹ ਦਾ ਵੀ ਕੋਈ ਪੀਣ ਐਂ? ਕਰਤੀ ਨਾ ਕਰਾੜਾਂ ਆਲੀ ਗੱਲ - ਤੂੰ ਇਕ ਸੀਸੀ ਕੱਢ - ਫੇਰ ਧਰਨ ਟਿਕਾਣੇ ਹੋਊ - ਤਰਾਰੇ ਬੱਝਣਗੇ।" ਉਹ ਬਾਂਦਰ ਵਾਂਗ ਲਾਚੜਿਆ ਬੈਠਾ ਸੀ।

ਠਾਣੇਦਾਰ ਨੇ ਬੋਤਲ ਦੇ ਕੇ ਉਸ ਨੂੰ ਚੁਬਾਰੇ ਚਾੜ੍ਹ ਦਿੱਤਾ।

- "ਇਹ ਡਰਾਉਣ ਆਲੀ ਗੱਲ ਮੈਨੂੰ ਸਮਝ ਨਹੀਂ ਆਈ।" ਮੁਣਸ਼ੀ ਨੇ ਪੁੱਛਿਆ।

- "ਇਹਨੂੰ ਗਿਆਨੀ 'ਤੇ ਛੱਡ ਕੇ ਦੇਖੀਏ - ਕੀ ਐ ਜਰਕ ਈ ਜਾਵੇ?"

- "ਬਿਲਕੁਲ ਗਲਤ ਐ ਹਜ਼ੂਰ -।"

- "ਕਿਵੇਂ?"

- "ਜਿਹੜਾ ਪੁਲਸ ਆਲਿਆਂ ਤੋਂ ਨਹੀਂ ਡਰਦਾ - ਇਹਤੋਂ ਬੋਕ ਤੋਂ ਕੀ ਡਰੂ? ਗਿਆਨੀ ਨੂੰ ਬਾਣੀ ਦਾ ਆਸਰੈ - ਬਾਣੀ ਦੀਆਂ ਬਰਕਤਾਂ ਕਰਕੇ ਤਾਂ ਬਚਿੱਤਰ ਸਿੰਘ ਹੋਰਾਂ ਨੇ ਮਸਤ ਹਾਥੀ ਮੂਹਰੇ ਲਾ ਲਏ ਸੀ - ਤੁਸੀਂ ਐਨੇ ਚੁਸਤ ਅਫਸਰ ਹੋ ਕੇ ਕਿਹੜੇ ਰਾਹ ਤੁਰ ਪਏ?"

- ".......।" ਠਾਣੇਦਾਰ ਦੀ ਸੋਚ ਨੂੰ ਤੁਣਕਾ ਵੱਜਿਆ।

- "ਇਹ ਧੂਤੂ ਤਾਂ ਬਣਿਆ ਕੰਮ ਵੀ ਖਰਾਬ ਕਰਦੂ - ਆਪਾਂ ਆਪ ਈ ਕੋਈ ਜੁਗਾੜ ਕਰੀਏ -ਅੱਬਲ ਤਾਂ ਇਹਤੋਂ ਇਹ ਕੰਮ ਸਿਰੇ ਈ ਨਹੀਂ ਚੜ੍ਹਨਾ - ਜੇ ਇਹਨੇ ਮਾੜਾ ਮੋਟਾ ਦਬਕਾ ਵੀ ਲਿਆ ਤਾਂ ਵੀਹਾਂ ਕੋਲੇ ਜਾ ਕੇ ਇਹੇ ਸੁਣਾਊ - ਪੱਟੀ ਮੇਸ ਵਾਧੂ ਆਪਣੀ ਹੋਊ ਬਈ ਸਾਰੀ ਪੁਲਸ ਈ ਬੌਂਡੀ ਐ - ਵੰਗਾਰਾਂ ਪਾ ਕੇ ਬੰਦੇ ਲਿਆਉਂਦੀ ਐ - ਤੁਸੀਂ ਇਹਨੂੰ ਦਾਰੂ ਪਾਣੀ ਪਿਆਓ ਤੇ ਹੱਥ ਜੋੜ ਕੇ ਰਸਤੇ ਪਾਓ।"

- "ਫੇਰ ਆਪਾ ਐਮੇਂ ਈ ਜੰਗਲੀ ਰਿੱਛ ਫੜ ਲਿਆਂਦਾ?" ਠਾਣੇਦਾਰ ਨੇ ਮੱਥੇ 'ਤੇ ਹੱਥ ਮਾਰਿਆ।

- "ਫੇਰ ਕੀ ਐ? ਖੁਆ ਪਿਆ ਕੇ ਮੋੜ ਦਿਓ - ਬੰਦਾ ਕੰਮ ਦਾ ਐ - ਕਦੇ ਫਿਰ ਕੰਮ ਆਊ।"

ਖ਼ੈਰ! ਠਾਣੇਦਾਰ ਨੇ ਮੁਣਸ਼ੀ ਦੀ ਗੱਲ ਮੰਨੀ।

ਆਏ ਬੰਦੇ ਨੂੰ ਬੁਸ਼ਕਾਰ ਕੇ ਮੋੜ ਦਿੱਤਾ।

ਉਸ ਨੇ ਭੋਰਾ ਖ਼ਫਾਈ ਨਹੀਂ ਕੀਤੀ ਸੀ।

ਰਾਤ ਨੂੰ ਗਿਆਨੀ ਅਤੇ ਸੰਤੂ ਦਾ ਧੰਦਾ ਭੁਗਤਾ ਕੇ ਉਹਨਾਂ ਨੇ ਲਾਅਸ਼ਾਂ ਖੁਰਦ-ਬੁਰਦ ਕਰ ਦਿੱਤੀਆਂ।

ਜਦੋਂ ਤੀਜੇ ਦਿਨ ਪੰਚਾਇਤ ਸੰਤੂ ਅਤੇ ਗਿਆਨੀ ਮਗਰ ਆਈ ਤਾਂ ਠਾਣੇਦਾਰ ਜੰਗ ਸਿੰਘ ਉਹਨਾਂ ਦੀ ਗ੍ਰਿਫਤਾਰੀ ਤੋਂ ਸਾਫ ਹੀ ਮੁੱਕਰ ਗਿਆ।

ਸਰਪੰਚ ਕੋਈ ਦਿਲਚਸਪੀ ਨਹੀਂ ਦਿਖਾ ਰਿਹਾ ਸੀ। ਪਿੰਡ ਵਾਲੇ ਬੇ-ਵੱਸ ਸਨ। ਨਿਹੱਥੇ ਸਨ।

ਉਹ ਨਿਰਾਸ਼ ਹੋਏ ਵਾਪਿਸ ਪਰਤ ਗਏ।

- "ਸਰਪੈਂਚਾਂ - ਇਹਨਾਂ ਨੂੰ ਨੱਥ ਪਾ ਕੇ ਰੱਖ - ਨਹੀਂ ਸਾਨੂੰ ਇਕ ਅੱਧੇ ਦੇ ਹੋਰ ਪੁੜਪੜੀ 'ਚ ਮਾਰਨੀ ਪਊ - ਅਸਲੀਅਤ ਦਾ ਤੈਨੂੰ ਪਤਾ ਈ ਐ।" ਤੁਰਦੇ ਸਰਪੰਚ ਜੱਗਰ ਸਿੰਘ ਨੂੰ ਠਾਣੇਦਾਰ ਨੇ ਕਿਹਾ ਸੀ।

- "ਜੰਗ ਸਿਆਂ ਫਿਕਰ ਨਾ ਕਰ - ਸਾਰਾ ਪਿੰਡ ਈ ਸਾਹ ਸਤ ਛੱਡੀ ਬੈਠੈ - ਇਕ ਗੱਲ ਮੈਂ ਤੈਨੂੰ ਹੋਰ ਦੱਸ ਦਿਆਂ - ਹੁਣ ਕੋਈ ਕੰਨ ਵਿਚ ਪਾਇਆ ਨ੍ਹੀਂ ਰੜਕੂ।"

ਸਰਪੰਚ ਤੁਰ ਗਿਆ।

ਪਿੰਡ ਵਾਲਿਆਂ ਨੂੰ ਜਦੋਂ ਸੰਤੂ ਅਤੇ ਗਿਆਨੀ ਪੂਰਨ ਸਿੰਘ ਦੀ ਗ੍ਰਿਫਤਾਰੀ ਤੋਂ ਮੁੱਕਰਨ ਦਾ ਪਤਾ ਚੱਲਿਆ ਤਾਂ ਉਹਨਾਂ ਨੂੰ ਸੱਪ ਸੁੰਘ ਗਿਆ। ਸਾਰਿਆਂ ਨੂੰ ਵਿਸ਼ਵਾਸ਼ ਹੋ ਗਿਆ ਕਿ ਦੋਹਾਂ ਨੂੰ ਪੁਲਸ ਨੇ ਟਿਕਾਣੇ ਲਾ ਕੇ ਗਾਇਬ ਕਰ ਦਿੱਤਾ ਸੀ।

ਸਾਰੇ ਪਿੰਡ ਨੇ ਦੋਹਾਂ ਨਮਿੱਤ ਆਖੰਡ ਪਾਠ ਪ੍ਰਕਾਸ਼ ਕਰਵਾ ਕੇ ਰੂਹਾਂ ਦੀ ਸ਼ਾਂਤੀ ਲਈ ਭੋਗ ਪਾ ਦਿੱਤਾ।

ਗਿਆਨੀ ਪੂਰਨ ਸਿੰਘ ਦੇ ਤੁਰ ਜਾਣ ਤੋਂ ਬਾਅਦ ਜਿਵੇਂ ਪਿੰਡ ਅਨਾਥ ਹੋ ਗਿਆ ਸੀ। ਸੁੰਨਾਂ ਹੋ ਗਿਆ ਸੀ। ਹੱਡ-ਮਾਸ ਦੇ ਦੋ ਬੰਦੇ ਮਿੰਟਾਂ ਵਿਚ ਖਤਮ ਕਰ ਦਿੱਤੇ ਸਨ। ਸਾਰੇ ਪਿੰਡ ਵਿਚ ਇਕ ਭਿਆਨਕ ਚੁੱਪ ਛਾਈ ਹੋਈ ਸੀ। ਸੰਨਾਟਾ ਛਾਇਆ ਹੋਇਆ ਸੀ। ਅਜੀਬ ਡਰਾਉਣਾ ਮਾਹੌਲ ਸੀ।

ਸੰਤੂ ਦੀ ਔਰਤ ਮੇਲੋ ਅਤੇ ਬਚਿੰਤ ਕੋਰ ਇਕ ਦੂਜੀ ਦੇ ਗਲ ਲੱਗ ਕੇ ਸਾਰਾ-ਸਾਰਾ ਦਿਨ ਰੋਂਦੀਆਂ ਰਹਿੰਦੀਆਂ। ਉਹਨਾਂ ਮਾਵਾਂ-ਧੀਆਂ ਦਾ ਦੁੱਖ ਸਾਰਾ ਜੱਗ ਜਾਣਦਾ ਸੀ। ਕੁੜੀ ਜੋਗਿੰਦਰ ਚੁੱਪ-ਚਾਪ ਹੀ ਰਹਿੰਦੀ। ਕੁਝ ਨਾ ਬੋਲਦੀ।

ਗੁਰਮਖ ਸਿੰਘ ਅਤੇ ਉਸ ਦੇ ਘਰਵਾਲੀ ਹਰ ਰੋਜ ਦੁੱਖ-ਸੁੱਖ ਕਰਨ ਉਹਨਾਂ ਦੇ ਘਰ ਆਉਂਦੇ। ਗੁਰੂ ਮਹਾਰਾਜ ਦੇ ਭਾਣੇ ਵਿਚ ਚੱਲਣ ਲਈ ਕਹਿੰਦੇ। ਰੱਬ ਦੀ ਰਜ਼ਾ ਵਿਚ ਰਾਜ਼ੀ ਰਹਿਣ ਲਈ ਪ੍ਰੇਰਦੇ। ਕਦੇ ਕਦੇ ਬੰਟੀ ਵੀ ਗੇੜਾ ਮਾਰਦੀ। ਉਹ

ਬਹੁਤੀਆਂ ਗੱਲਾਂ ਜੋਗਿੰਦਰ ਨਾਲ ਹੀ ਕਰਦੀ। ਗੱਲਾਂ ਗੰਭੀਰ ਹੁੰਦੀਆਂ। ਦੁੱਖ ਦਰਦ ਵਾਲੀਆਂ ਹੁੰਦੀਆਂ। ਕਈ ਵਾਰੀ ਤਾਂ ਬੰਟੀ ਤੇ ਕੁਲਜੀਤ, ਜੋਗਿੰਦਰ ਕੋਲ ਦੁਪਿਹਰੇ ਹੀ ਆ ਜਾਂਦਾ ਅਤੇ ਕਿਤੇ ਦਿਨ ਛੁਪੇ ਜਾਂਦਾ। ਉਹ ਪਤਾ ਨਹੀਂ ਸਾਰਾ ਸਾਰਾ ਦਿਨ ਜੋਗਿੰਦਰ ਨੂੰ ਕੀ ਸਮਝਾਉਂਦੇ ਰਹਿੰਦੇ? ਉਹ ਕੀ ਗੱਲਾ ਕਰਦੇ? ਮੇਲੋ ਅਤੇ ਬਚਿੰਤ ਕੌਰ ਨੂੰ ਕੋਈ ਖਬਰ ਨਹੀਂ ਸੀ। ਪਰ ਇਤਨਾ ਉਹ ਜਰੂਰ ਮਹਿਸੂਸ ਕਰਦੀਆਂ ਕਿ ਜਿੰਨਾ ਚਿਰ ਬੰਟੀ ਤੇ ਕੁਲਜੀਤ, ਜੋਗਿੰਦਰ ਨਾਲ ਗੱਲਾਂ ਕਰਦੇ ਰਹਿੰਦੇ, ਉਹ ਬੜੀ 'ਚੜ੍ਹਦੀ ਕਲਾ' ਵਿਚ ਲੱਗਦੀ। ਬਚਿੰਤ ਕੌਰ ਅਤੇ ਮੇਲੋ ਨੂੰ ਸੰਤੁਸ਼ਟੀ ਹੁੰਦੀ।

ਹੁਣ ਜੋਗਿੰਦਰ ਨੇ ਪੰਜ ਬਾਣੀਆਂ ਦਾ ਪਾਠ ਕਰਨਾ ਸ਼ੁਰੂ ਕਰ ਦਿੱਤਾ। ਉਹ ਘਰ ਦਾ ਸਾਰਾ ਕੰਮ ਕਰਦੀ। ਤੁਰੀ ਫਿਰਦੀ ਵੀ ਪਾਠ ਕਰਦੀ ਰਹਿੰਦੀ। ਉਸ ਦੀ ਬੁੱਧੀ ਸੂਖਮ ਅਤੇ ਇਰਾਦਾ ਦ੍ਰਿੜ ਹੋਣ ਲੱਗਿਆ।

ਗਿਆਨੀ ਦੇ ਆਖਰੀ ਬਚਨ ਮੰਨ ਕੇ ਮਾਘ ਦੀ ਸੰਗਰਾਂਦ 'ਤੇ ਤਕਰੀਬਨ ਸਾਰੇ ਪਿੰਡ ਨੇ ਹੀ ਅੰਮ੍ਰਿਤਪਾਨ ਕਰ ਲਿਆ। ਜੋ ਰਹੇ ਸਨ ਤਾਂ ਸਰਪੰਚ ਜੱਗਰ ਸਿੰਘ ਅਤੇ ਅਮਲੀ ਵਰਗੇ।

ਅੰਮ੍ਰਿਤਪਾਨ ਕਰਨ ਤੋਂ ਬਾਅਦ ਜੋਗਿੰਦਰ ਵਿਚ ਹੋਰ ਦ੍ਰਿੜਤਾ ਪ੍ਰਪੱਕ ਹੋ ਗਈ। ਉਹ ਹਫਤੇ ਵਿਚ ਤਕਰੀਬਨ ਦੋ-ਤਿੰਨ ਵਾਰ ਦਰਬਾਰ ਸਾਹਿਬ ਅਮ੍ਰਿਤਸਰ ਜਾ ਆਉਂਦੀ। ਕਦੇ-ਕਦੇ ਉਸ ਨਾਲ ਬੰਟੀ ਤੇ ਕੁਲਜੀਤ ਵੀ ਜਾਂਦੇ। ਫਿਰ ਇਕ ਦਿਨ ਉਸ ਦੇ ਮਨ ਵਿਚ ਪਤਾ ਨਹੀਂ ਕੀ ਆਈ? ਰਹਿਣ ਹੀ ਦਰਬਾਰ ਸਾਹਿਬ ਲੱਗ ਪਈ। ਬਚਿੰਤ ਕੌਰ ਅਤੇ ਮੇਲੋ ਨੇ ਬਹੁਤਾ ਕੋਈ ਮਹਿਸੂਸ ਨਾ ਕੀਤਾ। ਉਹ ਦੋਨੋਂ ਮਾਵਾਂ ਧੀਆਂ ਪਕਾ-ਖਾ ਛੱਡਦੀਆਂ। ਜ਼ਮੀਨ ਉਹਨਾਂ ਨੇ ਹਿੱਸੇ 'ਤੇ ਦੇ ਰੱਖੀ ਸੀ। ਖਾਣ ਜੋਗੇ ਦਾਣੇ ਘਰੇ ਆ ਜਾਂਦੇ ਸਨ। ਘਰ ਦਾ ਤੋਰਾ ਵਧੀਆ ਤੁਰਦਾ ਸੀ।

ਗੁਰਮਖ ਸਿੰਘ ਅਤੇ ਉਸ ਦੇ ਘਰਵਾਲੀ ਬਚਿੰਤ ਕੌਰ ਅਤੇ ਮੇਲੋ ਦਾ ਪਤਾ ਸੁਤਾ ਲੈਂਦੇ ਰਹਿੰਦੇ। ਬੰਟੀ ਅਤੇ ਕੁਲਜੀਤ ਦਾ ਆਉਣਾ ਹੁਣ ਘਟ ਗਿਆ ਸੀ।

ਪੰਜਾਬ ਦੇ ਹਾਲਾਤ ਹੁਣ ਹੋਰ ਭਿਆਨਕ ਅਤੇ ਡਰਾਉਣੇ ਬਣ ਗਏ ਸਨ। ਥਾਂ-ਥਾਂ ਕਰਫ਼ਿਊ ਲੱਗਿਆ ਰਹਿੰਦਾ। ਵੱਖੋ ਵੱਖ ਦਿਲ ਕੰਬਾਊ ਵਾਰਦਾਤਾਂ ਹੁੰਦੀਆਂ। ਲੋਕ ਮੂੰਹ ਵਿਚ ਉਂਗਲਾਂ ਪਾ ਲੈਂਦੇ। ਇਕ ਗੱਲ ਆਮ ਸੁਣਨ ਵਿਚ ਆ ਰਹੀ ਸੀ ਕਿ ਅੱਤਿਵਾਦੀ ਦਰਬਾਰ ਸਾਹਿਬ ਵਿਚੋਂ ਹੀ ਨਿਕਲਦੇ ਅਤੇ ਵਾਰਦਾਤ

ਕਰਕੇ ਫਿਰ ਉਥੇ ਹੀ ਚਲੇ ਜਾਂਦੇ। ਸੱਚ ਕੀ ਸੀ? ਅਸਲੀਅਤ ਕੀ ਸੀ? ਕੋਈ ਦਾਅਵੇ ਨਾਲ, ਉਂਗਲ ਧਰ ਕੇ ਨਹੀਂ ਆਖ ਸਕਦਾ ਸੀ। ਪਿੰਡਾਂ ਵਿਚੋਂ ਨੌਜਵਾਨ ਮੁੰਡਿਆਂ ਦੀਆਂ ਗ੍ਰਿਫਤਾਰੀਆਂ ਹੋ ਰਹੀਆਂ ਸਨ। ਕਈ ਬੇਕਸੂਰ ਹੀ ਅੱਗੇ ਧਰ ਲਏ ਜਾਂਦੇ। ਆਟੇ ਨਾਲ ਘੁਣ ਵੀ ਪੀਸਿਆ ਜਾ ਰਿਹਾ ਸੀ। ਲੋਕ ਅਥਾਹ ਦੁਖੀ ਸਨ। ਕਿਉਂਕਿ ਅਸਲ ਦੋਸ਼ੀ ਹੱਥ ਨਹੀਂ ਆਉਂਦੇ ਸਨ ਅਤੇ ਤਹਿਕੀਕਾਤ ਪੂਰੀ ਕਰਨ ਲਈ ਬੇਦੋਸ਼ਿਆਂ ਨੂੰ ਫੜ ਫੜ ਹੀ ਕੜੱਕੇ ਚਾਹੜਿਆ ਜਾ ਰਿਹਾ ਸੀ।

ਘੱਟ ਕੋਈ ਧਿਰ ਨਹੀਂ ਕਰਦੀ ਸੀ। ਜਿਸ ਦਾ ਲੋਟ ਲੱਗਦਾ ਸੀ। ਵਾਰ ਕਰ ਜਾਂਦਾ ਸੀ। ਸਮੁੱਚੇ ਪੰਜਾਬ ਨੂੰ ਸੀ. ਆਰ. ਪੀ ਦੀ ਛਾਉਣੀ ਵਿਚ ਤਬਦੀਲ ਕੀਤਾ ਜਾ ਰਿਹਾ ਸੀ। ਦਰਬਾਰ ਸਾਹਿਬ ਦੇ ਬਾਹਰ ਸੀ. ਆਰ. ਪੀ ਦਾ ਪਹਿਰਾ ਸੀ। ਸੰਗਤਾਂ ਦੀ ਬੜੀ ਬਾਰੀਕੀ ਨਾਲ ਚੈਕਿੰਗ ਕੀਤੀ ਜਾਂਦੀ ਸੀ। ਪਰ ਹੋਣ ਵਾਲੀਆਂ ਵਾਰਦਾਤਾਂ ਵਿਚ ਫਿਰ ਵੀ ਕੋਈ ਕਮੀ ਨਹੀਂ ਆਈ ਸੀ। ਵਾਰਦਾਤਾਂ ਜਿਉਂ ਦੀਆਂ ਤਿਉਂ ਹੋ ਰਹੀਆਂ ਸਨ। ਇਹ ਇਕ ਗਹਿਰਾ ਭੇਦ ਬਣਿਆ ਹੋਇਆ ਸੀ ਕਿ ਵਾਰਦਾਤ ਕਰਨ ਵਾਲੇ ਕਿਹੜੇ ਅਸਮਾਨ ਵਿਚੋਂ ਉਤਰ ਕਿਹੜੇ ਪਤਾਲ ਵਿਚ ਜਾ ਲੁਕਦੇ ਸਨ?

17

ਇਕ ਅਜੀਬ ਹੀ ਵਾਰਦਾਤ ਹੋਈ।

ਸਰਪੰਚ ਜੱਗਰ ਸਿੰਘ ਅਤੇ ਠਾਣੇਦਾਰ ਜੰਗ ਸਿੰਘ ਦਾ ਖਾਸ ਬੰਦਾ, ਦੋਨਾਂ ਨੂੰ ਮਾਰ ਕੇ ਕੋਈ ਰਾਤ ਨੂੰ ਠਾਣੇ ਦੇ ਅੱਗੇ ਸੁੱਟ ਗਿਆ ਸੀ। ਲੋਕ ਕਹਿ ਰਹੇ ਸਨ ਕਿ ਇਹ ਹਿੰਮਤ ਹੀ ਨਹੀਂ, ਦਲੇਰੀ ਵੀ ਸੀ।

ਪੁਲੀਸ ਨੇ ਦੋਵੇਂ ਲਾਸ਼ਾਂ ਕਬਜ਼ੇ ਵਿਚ ਲੈ ਕੇ ਕਾਰਵਾਈ ਸ਼ੁਰੂ ਕਰ ਦਿੱਤੀ। ਬਿਨਾਂ ਕਿਸੇ ਗੱਲੋਂ ਗੁਰਮਖ ਸਿੰਘ ਦੇ ਲੜਕੇ ਕੁਲਜੀਤ ਨੂੰ ਫੜ ਕੇ ਮੱਛੀਓਂ ਮਾਸ ਕਰ ਸੁੱਟਿਆ। ਦੋ ਰਾਤਾਂ ਅਤੇ ਦੋ ਦਿਨ ਮੁੰਡੇ ਦੇ ਹੱਡਾਂ 'ਤੇ ਡੰਡਾ ਵਰ੍ਹਦਾ ਰਿਹਾ। ਸਿਰਫ ਕੇਸਾਂ ਸਹਾਰੇ ਛੱਤ ਨਾਲ ਟੰਗੀ ਰੱਖਿਆ।

ਜਦੋਂ ਕੁਲਜੀਤ ਦੀ ਹਾਲਤ ਬਹੁਤ ਹੀ ਖਰਾਬ ਹੋ ਗਈ ਤਾਂ ਪੁਲਸ ਵਾਲੇ ਉਸ ਨੂੰ ਹਸਪਤਾਲ ਸੁੱਟ ਆਏ।

ਗੁਰਮਖ ਸਿੰਘ ਨੂੰ ਖਬਰ ਪੁੱਜ ਗਈ।

ਉਹ ਤੁਰੰਤ ਹੀ ਹਸਪਤਾਲ ਪੁੱਜਿਆ। ਕੁਲਜੀਤ ਅੱਧ-ਮਰਿਆ ਪਿਆ ਸੀ। ਗੁਰਮਖ ਸਿੰਘ ਨੇ ਜਾ ਕੇ ਉਸ ਦਾ ਮੁੜ੍ਹਕੋ-ਮੁੜਕੀ ਹੋਇਆ ਮੱਥਾ ਪੂੰਝਿਆ। ਬੇਬੇ ਨੇ ਪੁੱਤ ਦੇ ਕੇਸ ਬੰਨ੍ਹ ਦਿੱਤੇ। ਦਿਲੋਂ ਅਥਾਹ ਦੁਖੀ ਕੋਈ ਗੱਲ ਨਹੀਂ ਕਰ ਰਿਹਾ ਸੀ। ਕੁਲਜੀਤ ਬੁਰੀ ਤਰ੍ਹਾਂ ਭੰਨਿਆਂ ਤੋੜਿਆ ਪਿਆ ਸੀ।

- "ਪਾਣੀ ਲਿਆਵਾਂ ਪੁੱਤ?" ਬੇਬੇ ਨੇ ਦਿਲ ਨੂੰ ਬੰਨ੍ਹ ਮਾਰ ਕੇ ਪੁੱਛਿਆ।

- ".....।" ਕੁਲਜੀਤ ਨੇ 'ਨਾਂਹ' ਵਿਚ ਸਿਰ ਹਿਲਾਇਆ। ਕੋਈ ਗ਼ਮ, ਕੋਈ ਦੁੱਖ, ਕੋਈ ਅਹਿਸਾਸ ਉਸ ਅੰਦਰ ਰਿੱਝ ਰਿਹਾ ਸੀ। ਉਸ ਦੀਆਂ ਅੱਖਾਂ ਵਿਚੋਂ ਪਾਣੀ ਵਗ ਪਿਆ।

- "ਰੋਣਾ ਕਾਹਨੂੰ ਐਂ ਪੁੱਤ - ਗੁਰੂ ਭਲੀ ਕਰੂ।" ਬੇਬੇ ਨੇ ਜਜ਼ਬਾਤ ਰੋਕ ਕੇ ਪੁੱਤ ਦੀਆਂ ਅੱਖਾਂ ਪੂੰਝ ਦਿੱਤੀਆਂ।

ਕੁਲਜੀਤ ਨੇ ਸਾਰਾ ਬਲ ਇਕੱਠਾ ਕੀਤਾ।

- "ਜੇ ਪੰਥ ਵਾਸਤੇ ਕੁਛ ਕਰ ਕੇ ਮਰਦਾ- ਕੋਈ ਗ਼ਮ ਨਹੀਂ ਸੀ ਬੇਬੇ - ਪਰ ਮੈਂ ਚੱਲਿਆ ਈ ਖਾਲੀ ਹੱਥ ਐਂ - ਕੋਈ ਸੇਵਾ ਨਹੀਂ ਪੂਰੀ ਹੋਈ।" ਉਸ ਦੇ ਹੜ੍ਹ ਦਾ ਵਹਿਣ ਫਿਰ ਵਹਿ ਤੁਰਿਆ।

- "ਗੁਰੂ ਮਹਾਰਾਜ ਬਖਸ਼ਣਹਾਰ ਐ ਪੁੱਤ- ਮਿਹਰ ਕਰਨਗੇ।"

- "......।" ਕੁਲਜੀਤ ਚੁੱਪ ਸੀ।

- "ਚੁੱਪ ਕਾਹਤੋਂ ਹੋ ਗਿਆ ਸ਼ੇਰਾ?"

- ".....।"

- "ਕੁਲਜੀਤ ...!" ਬੇਬੇ ਨੇ ਉਸ ਦੇ ਮੱਥੇ 'ਤੇ ਹੱਥ ਰੱਖਿਆ ਤਾਂ ਠੰਢਾ ਠਾਰ ਪਿਆ ਸੀ। ਦਿਲ ਦੀ ਧੜਕਣ ਬੰਦ ਸੀ। ਨਬਜ਼ਾਂ ਟੁੱਟ ਚੁੱਕੀਆਂ ਸਨ।

ਬੇਬੇ ਨੇ ਭੁੱਬ ਮਾਰੀ।

ਡਾਕਟਰ ਭੱਜ ਕੇ ਆਏ।

ਕੁਲਜੀਤ ਦੀ ਨਬਜ਼ ਟੋਹੀ ਤਾ ਖੜ੍ਹੀ ਸੀ।

- "ਇਹ ਪੂਰਾ ਹੋ ਚੁੱਕਿਐ।"

ਬੇਬੇ ਪੁੱਤ ਦੀ ਲਾਅਸ਼ ਤੇ ਢੇਰੀ ਹੋ ਗਈ।

ਗੁਰਮਖ ਸਿੰਘ ਦਿਲੋਂ ਕਸੀਸ ਵੱਟੀ ਖੜ੍ਹਾ ਸੀ। ਨੂੰਹ ਬੰਟੀ ਅਤੇ ਪੋਤੇ ਕੁਲਬੀਰੇ ਦੀਆਂ ਸ਼ਕਲਾਂ ਉਸ ਦੇ ਜ਼ਿਹਨ ਵਿਚ ਖੌਰੂ ਪਾ ਰਹੀਆਂ ਸਨ। ਉਹ ਬੌਂਦਲਿਆ ਜਿਹਾ ਖੜ੍ਹਾ ਸੀ।

ਪੋਸਟ ਮਾਰਟਮ ਤੋਂ ਬਾਅਦ ਪਾੜੀ-ਝੀੜੀ ਕੁਲਜੀਤ ਦੀ ਲਾਸ਼ ਡਾਕਟਰਾਂ ਨੇ ਵਾਰਸਾਂ ਦੇ ਹਵਾਲੇ ਕਰ ਦਿੱਤੀ। ਟਾਂਕਿਆਂ ਦੀ ਜਗਾਹ ਕਾਹਲੇ ਡਾਕਟਰਾਂ ਨੇ 'ਸੜੋਪੇ' ਹੀ ਭਰੇ ਸਨ।

ਪਿੰਡ ਲਿਆ ਕੇ ਕੁਲਜੀਤ ਦਾ ਸਸਕਾਰ ਕੀਤਾ ਤਾਂ ਪਿੰਡ ਦਾ ਦਿਲ ਹਿੱਲ ਗਿਆ। ਕੁਲਜੀਤ ਦੀ ਘਰਵਾਲੀ ਬੰਟੀ ਦਾ ਬੁਰਾ ਹਾਲ ਸੀ। ਕੁਲਬੀਰ ਬਾਪ ਨੂੰ ਬਿਲਕ ਰਿਹਾ ਸੀ। ਗੁਰਮਖ ਸਿੰਘ ਨੇ ਪੋਤਰੇ ਕੁਲਬੀਰ ਨੂੰ ਛਾਤੀ ਨਾਲ

ਚਮੇੜਿਆ ਹੋਇਆ ਸੀ। ਗੁਰਮਖ ਸਿੰਘ ਦੇ ਦਿਲ ਦਾ ਦਰਦ ਸਿਰਫ ਗੁਰਮਖ ਸਿੰਘ ਹੀ ਜਾਣਦਾ ਸੀ।

ਹਰਦੀਪ ਅਤੇ ਉਸ ਦੇ ਦੋ ਸਾਥੀ ਸਿਰਫ ਅੱਧਾ ਕੁ ਘੰਟਾ ਹੀ ਸਸਕਾਰ 'ਤੇ ਆਏ ਸਨ ਅਤੇ ਫੁਰਤੀ ਨਾਲ ਹੀ ਮੁੜ ਗਏ ਸਨ। ਪੁਲੀਸ ਦਾ ਕੋਈ ਵਿਸਾਹ ਨਹੀਂ ਸੀ ਕਿ ਕਿਸ ਨੂੰ ਕਦੋਂ ਚੁੱਕ ਲੈਣਾ ਸੀ?

ਪਿੰਡ ਦੇ ਗੁਰਦੁਆਰੇ ਕੁਲਜੀਤ ਦੀ ਆਤਮਾ ਦੀ ਸ਼ਾਂਤੀ ਲਈ ਅਰਦਾਸਾਂ ਹੋਈਆਂ। ਗੁਰਮਖ ਸਿੰਘ ਪੋਤਰੇ ਨੂੰ ਹਿੱਕ ਨਾਲ ਘੁੱਟੀ ਘਰੇ ਪਹੁੰਚ ਗਿਆ।

ਭਰ ਜੁਆਨ ਕੁਲਜੀਤ ਦੀ ਮੌਤ ਕਾਰਨ ਘਰ 'ਤੇ ਕਹਿਰ ਵਰਿਆ ਹੋਇਆ ਸੀ। ਸਾਰੇ ਪਿੰਡ ਦੇ ਬਨੇਰਿਆਂ 'ਤੇ ਮੌਤ ਹੱਸ ਰਹੀ ਸੀ।

ਗੁਰਮਖ ਸਿੰਘ ਕੁਲਬੀਰੇ ਨੂੰ ਚਿੜੀ ਦੇ ਬੱਚੇ ਵਾਂਗ ਬੁੱਕਲ ਵਿਚ ਲਕੋਈ ਬੈਠਾ ਸੀ। ਕੁਲਬੀਰਾ ਰੋ-ਰੋ ਕੇ ਸੌਂ ਗਿਆ ਸੀ। ਉਹ ਗੁਰਮਖ ਸਿੰਘ ਦੇ ਮੋਢੇ ਲੱਗਿਆ ਨਿੱਕੇ-ਨਿੱਕੇ ਘੁਰਾੜੇ ਮਾਰ ਰਿਹਾ ਸੀ ਅਤੇ ਕਦੇ-ਕਦੇ ਵਿਚ ਦੀ ਹੌਕਾ ਵੀ ਲੈਂਦਾ ਸੀ। ਉਸ ਦਾ ਹਾਉਕਾ ਗੁਰਮਖ ਸਿੰਘ ਦਾ ਕਾਲਜਾ ਚੀਰ ਕੇ ਲੰਘਦਾ ਸੀ। ਬੇਬੱਸ ਗੁਰਮਖ ਸਿੰਘ ਧਾਹ ਮਾਰਨ ਵਾਲਾ ਹੋ ਜਾਂਦਾ ਸੀ।

ਸਾਰੇ ਪਿੰਡ ਦੇ ਚੁੱਲ੍ਹੇ ਨਾ ਬਲੇ।

ਨਾ ਕਿਸੇ ਨੇ ਕੁਛ ਪਕਾਇਆ ਅਤੇ ਨਾ ਹੀ ਖਾਧਾ। ਸਾਰਾ ਪਿੰਡ ਦੁੱਖ ਵਿਚ ਗਰਾਸਿਆ ਬੈਠਾ ਸੀ।

ਮੂੰਹ ਹਨ੍ਹੇਰਾ ਹੋਇਆ ਤਾਂ ਠਾਣੇਦਾਰ ਜੰਗ ਸਿੰਘ ਨੂੰ ਕਿਸੇ ਦਾ ਫੋਨ ਆ ਗਿਆ। ਫੋਨ ਚੁੱਕ ਕੇ ਜੰਗ ਸਿੰਘ ਨੇ 'ਹੈਲੋ' ਆਖੀ। ਉਹ ਕਈ ਫਾਈਲਾਂ ਵਿਚ ਮਸ਼ਰੂਫ਼ ਸੀ।

- "ਠਾਣੇਦਾਰ ਬੋਲਦੈ?" ਉਧਰੋਂ ਅਵਾਜ਼ ਆਈ।

- "ਹਾਂ - ਕੌਣ ਬੋਲਦੈ?" ਠਾਣੇਦਾਰ ਫੋਨ ਕਰਨ ਵਾਲੇ ਦੇ ਵਤੀਰੇ ਤੋਂ ਭੈਮਾਨ ਹੋ ਗਿਆ।

- "ਠਾਣੇਦਾਰਾ! ਤੂੰ ਬੜੇ ਬੇਦੋਸਿ਼ਆਂ ਦਾ ਖ਼ੂਨ ਪੀਤੈ - ਤੇਰੇ ਵੱਲੀਂ ਬਹੁਤ ਦੇਖ ਲਿਆ - ਹੁਣ ਤੈਨੂੰ ਪੂਰੇ ਚੌਵੀ ਘੰਟੇ ਦਿੱਤੇ - ਜੋ ਖਾਣਾ ਪੀਣੈਂ ਖਾ ਪੀ ਲੈ - ਕਿਸੇ ਦਾ ਸਿਰ ਸੁਰ ਪਲੋਸਣੈ ਉਹ ਵੀ ਪਲੋਸ ਲੈ - ਤੇਰੇ ਧੁਰ ਦਰਗਾਹੋਂ ਵਰੰਟ ਆ

ਗਏ - ਜਿੱਥੇ ਭੱਜਿਆ ਜਾਂਦੇ ਭੱਜ ਲੈ - ਫੇਰ ਨਾ ਆਖੀਂ ਦੱਸਿਆ ਨਹੀਂ - ਪਰਸੋਂ ਦਾ ਸੂਰਜ ਤੈਨੂੰ ਦੇਖਣ ਨਹੀਂ ਦੇਣਾ - ਚੌਵੀਂ ਘੰਟਿਆਂ ਦੇ ਅੰਦਰ ਅੰਦਰ ਤੇਰਾ ਕੀਰਤਨ ਸੋਹਿਲਾ ਪੜ੍ਹ ਦੇਣੈਂ - ਆਬਦੀ ਤਿਆਰੀ ਰੱਖੀਂ!"

- "ਕੌਣ ਬੋਲਦੈ?" ਘੈਂਟ ਅਖਵਾਉਂਦੇ ਠਾਣੇਦਾਰ ਨੂੰ ਪਸੀਨਾ ਛੁੱਟ ਪਿਆ।

ਫੋਨ ਕੱਟਿਆ ਗਿਆ ਸੀ।

- "ਕੌਣ ਸੀ?" ਮੁਣਸ਼ੀ ਨੇ ਅੰਦਰ ਆਉਂਦਿਆਂ ਪੁੱਛਿਆ।

- "ਪਤਾ ਨਹੀਂ ਕੌਣ ਸੀ - ਧਮਕੀਆਂ ਦਿੰਦਾ ਸੀ - ਨਾਂ ਨਹੀਂ ਦੱਸਿਆ।" ਠਾਣੇਦਾਰ ਇਕੋ ਸਾਹ ਮਸ਼ੀਨ ਵਾਂਗ ਬੋਲਿਆ। ਉਸ ਦਾ ਸਾਰਾ ਸਰੀਰ ਜੁਲਾਹੇ ਦੀ ਤਾਣੀ ਵਾਂਗ ਕੰਬੀ ਜਾ ਰਿਹਾ ਸੀ।

- "ਜੀਹਨੇ ਨਾਂ ਈ ਨਹੀਂ ਦੱਸਿਆ - ਉਹ ਕੀ ਪੂਰੀਆਂ ਪਾਊ? ਐਹੋ ਜਿਹੇ ਫੁੱਦੂ ਦਬਕਾੜਿਆਂ ਤੋਂ ਨਾ ਡਰੋ ਹਜ਼ੂਰ - ਇਹੋ ਜਿਹੀਆਂ ਧਮਕੀਆਂ ਤਾਂ ਸ਼ਰਾਰਤੀ ਲੋਕ ਦਿੰਦੇ ਈ ਰਹਿੰਦੇ ਐ - ਜੇ ਕਾਂਵਾਂ ਦੇ .... ਹੋਣ ਉਹ ਬਨੇਰੇ ਨਾ ਢਾਹ ਦੇਣ?"

ਠਾਣੇਦਾਰ ਕੁਝ ਹੌਂਸਲਾ ਫੜ ਗਿਆ।

- "ਕਿੱਥੋਂ ਫੋਨ ਕਰਦਾ ਸੀ?"

- "ਕੁਛ ਵੀ ਨਹੀਂ ਦੱਸਿਆ ਸਾਲੇ ਨੇ।"

- "ਤੁਸੀਂ ਪੈੱਗ ਸ਼ੱਗ ਲਾਓ ਤੇ ਕੰਡੇ 'ਚ ਹੋਵੋ- ਇਹੋ ਜਿਹੀਆਂ ਗਿੱਦੜ ਭਬਕੀਆਂ ਦੀ ਪ੍ਰਵਾਹ ਕਰਨੀ ਛੱਡੋ - ਤੁਸੀਂ ਅੱਜ ਦਾਰੂ ਨਹੀਂ ਪੀਤੀ- ਏਸ ਕਰਕੇ ਦਿਲ ਪਤਲਾ ਪੈ ਗਿਆ - ਪੀਤੀ ਹੁੰਦੀ ਘੁੱਟ ਦਾਰੂ - ਤੁਸੀਂ ਸ਼ੇਰ ਮਾਂਗੂੰ ਬੜ੍ਹਕ ਮਾਰਨੀ ਸੀ - ਦਾਰੂ ਸਹੁਰੀ ਚੀਜ਼ ਈ ਐਸੀ ਐ - ਮਰੇ ਬੰਦੇ 'ਚ ਜਾਨ ਕਿਹੜਾ ਨਾ ਪਾ ਦੇਵੇ?"

ਠਾਣੇਦਾਰ ਨੇ ਉਪਰੋਥਲੀ ਕਈ ਪੈਗ ਅੰਦਰ ਮਾਰੇ। ਮੁਫ਼ਤ ਦੀ ਪੀ ਕੇ ਉਹ ਸ਼ੇਰ ਬਣਿਆ ਬੈਠਾ ਸੀ।

- "ਲੈ ਕੱਲ੍ਹ ਦੀ ਭੂਤਨੀ ਤੇ ਸਿਵਿਆਂ 'ਚ ਅੱਧ - ਇਹ ਛੋਕਰੇ ਮੈਨੂੰ ਦਬਕਾੜੇ ਮਾਰਦੇ ਐ - ਮੈਂ ਪੂਰਾ ਬੰਦਾ ਅੰਦਰ ਲੰਘਾ ਕੇ ਡਕਾਰ੍ਹ ਨਾ ਮਾਰਾਂ - ਐਹੋ ਜਿਹਿਆਂ ਨੂੰ ਮੈਂ ..... 'ਤੇ ਟੰਗ ਕੇ ਲੈ ਜਾਂ -।"

- "ਐਹੋ ਜਿਹੇ ਜੁਆਕੜਿਆਂ ਨੂੰ ਮੈਂ ਦਾਰੂ ਦੇ ਪੈੱਗ ਨਾਲ ਮੂਲੀ ਮਾਂਗੂੰ ਚੱਬਜਾਂ- ਇਹ ਖਾਨਦਾਨੀ ਘੈਂਟ ਠਾਣੇਦਾਰ ਸਰਦਾਰ ਰਾਣਾ ਜੰਗ ਬਹਾਦਰ ਨੂੰ ਦਬਕੇ ਮਾਰਦੇ ਐ - ਇਹਨਾਂ ਨੂੰ ਇਹ ਨਹੀਂ ਪਤਾ ਬਈ ਮੇਰਾ ਤਾਂ ਕੋਈ ਡਰਦਾ ਮੂਤ ਨਹੀਂ ਉਲੰਘਦਾ - ਅਸੀਂ ਛਿੱਕ ਮਾਰੀਏ - ਕੰਧ ਪਰ੍ਹੇ ਧੱਕ ਦੇਈਏ - ਇਹਨਾਂ ਲਗਾੜ੍ਹਿਆਂ ਦੀਆਂ ਤਾਂ ਮੈਂ ਅੱਖਾਂ 'ਚ ਅੱਖਾਂ ਪਾ ਲਵਾਂ - ਥਾਂ 'ਤੇ ਈ ਭਸਮ ਕਰ ਦਿਆਂ।" ਸ਼ਰਾਬੀ ਹੋਇਆ ਠਾਣੇਦਾਰ ਬੱਕੜਵਾਹ ਕਰੀ ਜਾ ਰਿਹਾ ਸੀ।

ਰਾਤ ਗੂਹੜੀ ਹੋਣ ਤੱਕ ਉਹ ਪੂਰੀ ਬੋਤਲ ਦਾਰੂ ਦੀ ਸੂਤ ਕੇ ਚੁਬਾਰੇ ਚੜ੍ਹ ਗਿਆ।

ਅਗਲੇ ਦਿਨ ਸ਼ਾਮ ਨੂੰ ਚਾਰ ਕੁ ਵਜੇ ਹਰਦੀਪ ਦੇ ਸਾਥੀ ਨੇ ਠਾਣੇ ਦੇ ਦਰਵਾਜੇ ਨੇੜੇ ਸਬਜ਼ੀ ਦੀ ਰੇਹੜੀ ਆ ਲਾਈ। ਦੋ ਰਿਵਾਲਵਰ ਭਰ ਕੇ ਉਸ ਨੇ ਸਬਜ਼ੀ ਹੇਠ ਵਿਛਾਈ ਬੋਰੀ ਥੱਲੇ ਲਕੋਏ ਹੋਏ ਸਨ। ਵਟਿਆਂ ਵਾਲੀ ਪੱਗ ਬੰਨ੍ਹੀ ਹੋਣ ਕਰਕੇ ਉਹ ਨਿਰਾ ਹੀ 'ਬੌਰੀਆਂ' ਹੀ ਲੱਗਦਾ ਸੀ।

ਅਸਲ ਵਿਚ ਇਸ ਠਾਣੇ ਅੱਗੇ ਹਰ ਰੋਜ ਸ਼ਾਮ ਨੂੰ ਚਾਰ ਵਜੇ ਤੋਂ ਲੈ ਕੇ ਰਾਤ ਦੇ ਅੱਠ ਕੁ ਵਜੇ ਤੱਕ ਸਬਜ਼ੀ ਮੰਡੀ ਲੱਗਦੀ ਸੀ। ਠਾਣੇ ਵਿਚ ਸਬਜ਼ੀ ਇਕ ਮਿਥੇ ਹੋਏ ਬੰਦੇ ਕੋਲੋਂ ਜਾਂਦੀ ਸੀ। ਹਮੇਸ਼ਾਂ ਇਸ ਜਗਾਹ ਰੇਹੜੀ ਲਾਉਣ ਵਾਲਾ ਮਿਥਿਆ ਬੰਦਾ ਖਾੜਕੂਆਂ ਨੇ ਕਾਬੂ ਕਰ ਲਿਆ ਸੀ ਅਤੇ ਉਸ ਦੀ ਜਗਾਹ ਹਰਦੀਪ ਦਾ ਸਾਥੀ ਹਰਮਨ ਲਿਆ ਖੜ੍ਹਾਇਆ ਸੀ। ਹਰਮਨ ਬੜਾ ਚੁਸਤ ਅਤੇ ਫੁਰਤੀਲਾ ਮੁੰਡਾ ਸੀ। ਹਰਮਨ ਨੇ ਸਾਰੀ ਕਨਸੋਅ ਉਸ ਰੇਹੜੀ ਵਾਲੇ ਤੋਂ ਲੈ ਲਈ ਸੀ।

ਰੇਹੜੀ ਵਾਲੇ ਤੋਂ ਪੁਲੀਸ ਵਾਲੇ ਜਗਾਹ ਦਾ ਕੋਈ ਪੈਸਾ ਨਹੀਂ ਉਗਰਾਹੁੰਦੇ ਸਨ। ਇਸ ਦੇ ਇਵਜ਼ ਵਜੋਂ ਉਹ ਠਾਣੇ ਨੂੰ ਸਬਜ਼ੀ ਮੁਫਤ ਦਿੰਦਾ ਸੀ।

ਸ਼ਾਮ ਪੰਜ ਕੁ ਵਜੇ ਦੇ ਕਰੀਬ ਇਕ ਸਿਪਾਹੀ ਹਰਮਨ ਕੋਲ ਆਇਆ।

- "ਉਏ! ਘੋਲੂ ਕਿੱਥੇ ਐ?" ਉਸ ਨੇ ਹਰਮਨ ਨੂੰ ਪੁੱਛਿਆ।

- "ਉਹ ਜੀ - ਉਹਦੀ ਘਰਾਂ ਆਲੀ ਬਿਮਾਰ ਐ - ਸ਼ਹਿਰ ਲੈ ਕੇ ਗਿਐ।"

ਹਰਮਨ ਨੇ ਬੜਾ ਹੀ ਸੁਚੇਤ ਹੋ ਕੇ ਉਤਰ ਦਿੱਤਾ।

- "ਸ਼ਹਿਰ ਲੈ ਕੇ ਗਿਐ ਕਿ ਸ਼ਹਿਰ ਲੈ ਕੇ ਆਇਐ?"

- "ਆਇਆ ਕਹਿਣਾ ਸੀ ਜੀ।" ਹਰਮਨ ਨੇ ਗੱਲ ਇਕ ਦਮ ਉਲੱਦੀ।

- "ਚੰਗਾ ਜਾਹ ਅੰਦਰ ਸਬਜ਼ੀ ਦੇ ਆ।"

- "ਕਿੰਨੀ ਕੁ ਦੇਣੀ ਹੁੰਦੀ ਐ? ਮੈਨੂੰ ਤਾਂ ਇਹ ਵੀ ਨਹੀਂ ਪਤਾ।"

- "ਲਾਂਗਰੀ ਨੂੰ ਪੁੱਛ ਲਈਂ।"

- "ਰੇਹੜੀ ਅੰਦਰ ਲੈਜਾਂ ਜੀ?"

- "ਲੈ ਜਾਹ।"

- "ਕਹਿੰਦਾ ਤਾਂ ਨਹੀਂ ਕੋਈ ਕੁਛ?"

- "ਕੋਈ ਕੁਛ ਨਹੀਂ ਕਹਿੰਦਾ - ਮੇਰਾ ਨਾਂ ਲੈ ਦੇਈਂ?"

- "ਕੀ ਨਾਂ ਐਂ ਆਪਣਾ?"

- "ਗੁਰਜੰਟ।" ਆਖ ਕੇ ਗੁਰਜੰਟ ਬਾਹਰ ਨੂੰ ਤੁਰ ਗਿਆ ਅਤੇ ਹਰਮਨ ਨੇ ਰੇਹੜੀ ਅੰਦਰ ਨੂੰ ਤੋਰ ਲਈ।

ਉਹ ਬਾਹਰਲਾ ਵਿਹੜਾ ਟੱਪ ਕੇ ਵਰਾਂਡੇ ਕੋਲ ਆ ਗਿਆ। ਉਸ ਦੀਆਂ ਚਤਰ ਅੱਖਾਂ ਦਫਤਰ ਵੱਲ ਨੂੰ ਘੁਕੀ ਜਾ ਰਹੀਆਂ ਸਨ।

ਠਾਣੇਦਾਰ ਜੰਗ ਸਿੰਘ ਅਤੇ ਮੁਣਸ਼ੀ ਦਫਤਰ ਵਿਚ ਖੜ੍ਹੇ ਗੱਲੀਂ ਪਏ ਹੋਏ ਸਨ। ਮਾਰ ਤੋਂ ਪਰੇਹ ਸਨ। ਹਰਮਨ ਰੇਹੜੀ ਅੱਗੇ ਲੈ ਗਿਆ।

ਜਦੋਂ ਉਹ ਸਬਜ਼ੀ ਦੇ ਕੇ ਵਾਪਿਸ ਆਇਆ ਤਾਂ ਠਾਣੇਦਾਰ ਦਫ਼ਤਰ ਦੇ ਬਾਹਰ ਦਰਵਾਜੇ ਵਿਚ ਖੜ੍ਹਾ ਸੀ।

ਹਰਮਨ ਨੇ ਹਥਿਆਰ ਧੂਹ ਲਏ!

- "ਲੈ ਠਾਣੇਦਾਰਾ! ਅਜੇ ਚੌਵੀ ਘੰਟੇ ਹੋਏ ਨਹੀਂ - ਮੈਂ ਵਾਅਦਾ ਪੂਰਾ ਕਰਨ ਲਈ ਆ ਗਿਆ।" ਹਰਮਨ ਨੇ ਗੋਲੀਆਂ ਦਾ ਮੀਂਹ ਵਰ੍ਹਾ ਦਿੱਤਾ।

ਠਾਣੇਦਾਰ ਥਾਂ 'ਤੇ ਹੀ ਢੇਰੀ ਹੋ ਗਿਆ।

ਗੋਲੀਆਂ ਉਸ ਦੇ ਸਾਰੀਆਂ ਹੀ ਲੱਗ ਗਈਆਂ ਸਨ। ਜਿਹੜਾ ਕਰਮਚਾਰੀ ਜਿੱਥੇ ਸੀ, ਥਾਂ ਤੇ ਹੀ ਬਿੱਲੀ ਵਾਂਗ ਛਹਿ ਗਿਆ।

ਦਰਵਾਜ਼ੇ 'ਤੇ ਖੜ੍ਹੇ ਪਹਿਰੇ ਵਾਲੇ ਸਿਪਾਹੀ ਨੇ ਹਰਮਨ 'ਤੇ ਗੋਲੀ ਚਲਾਈ। ਪਰ ਹਰਮਨ ਰੇਹੜੀ ਦੀ ਓਟ ਲੈ ਕੇ ਉਸ ਨੂੰ ਧੂੰਹਦਾ ਦਰਵਾਜੇ ਤੱਕ ਅੱਪੜ ਗਿਆ ਅਤੇ ਸਬਜ਼ੀ ਮੰਡੀ ਵਾਲੇ ਇਕੱਠ ਵਿਚ ਰਲ ਗਿਆ। ਅੱਗੇ ਬੋਹੜ ਹੇਠ ਹਰਦੀਪ ਮੋਟਰਸਾਈਲ ਲਈ ਖੜ੍ਹਾ ਸੀ।

ਹਰਮਨ ਨੇ ਦੂਰੋਂ ਹੀ ਮੋਟਰਸਾਈਕਲ ਉਪਰ ਬਿੱਲੇ ਵਾਂਗ ਛਾਲ ਮਾਰੀ ਅਤੇ ਦੋਨੋਂ ਹਨ੍ਹੇਰੀ ਹੋ ਗਏ।

ਅੰਨ੍ਹੇਵਾਹ ਚੱਲੀਆਂ ਗੋਲੀਆਂ ਕਾਰਨ ਸਬਜ਼ੀ ਮੰਡੀ ਵਿਚ ਹਾਹਾਕਾਰ ਮੱਚ ਗਈ। ਲੋਕ, ਜਿੱਧਰ ਨੂੰ ਮੂੰਹ ਹੋਇਆ, ਦੌੜ ਤੁਰੇ।

ਠਾਣੇਦਾਰ ਨੂੰ ਚੁੱਕ ਕੇ ਹਸਪਤਾਲ ਪਹੁੰਚਾਇਆ ਗਿਆ। ਜਿੱਥੇ ਡਾਕਟਰਾਂ ਨੇ ਉਸ ਨੂੰ ਮਰਿਆ ਕਰਾਰ ਦੇ ਦਿੱਤਾ। ਸੱਤ ਗੋਲੀਆਂ ਲੱਗੀਆਂ ਸਾਬਤ ਹੋ ਗਈਆਂ।

ਥਾਂ-ਥਾਂ ਟੈਲੀਫੋਨ ਖੜਕ ਪਏ।

ਸਰਕਾਰੀ ਅਦਾਰਿਆਂ ਵਿਚ ਤੜਥੱਲੀ ਮੱਚ ਗਈ।

ਅਗਲੇ ਦਿਨ ਅਖਬਾਰਾਂ ਵਿਚ ਵੱਖੋ-ਵੱਖ ਬਿਆਨ ਆਉਣ ਲੱਗ ਪਏ। ਹਰਦੀਪ ਹੋਰਾਂ ਵੱਲੋਂ ਲਈ ਗਈ ਜ਼ਿੰਮੇਵਾਰੀ ਵੀ ਛਪ ਗਈ। ਜਿਸ ਵਿਚ ਬੁੱਚੜ ਅਫ਼ਸਰਾਂ ਨੂੰ 'ਸੋਧਣ' ਬਾਰੇ ਲਿਖਿਆ ਹੋਇਆ ਸੀ। 'ਕੱਬੇ' ਅਫ਼ਸਰਾਂ ਨੂੰ 'ਬਾਜ ਆ ਜਾਣ' ਬਾਰੇ ਵੀ ਤਾਕੀਦ ਕੀਤੀ ਗਈ ਸੀ।

ਤਮਾਮ ਅਫ਼ਸਰਾਂ ਦੇ ਭਾਅ ਦੀ ਬਣ ਗਈ। ਜਾਨ ਸਹਿ - ਸਹਿ ਕਰਨ ਲੱਗ ਪਈ। ਸਮੁੱਚੇ ਪ੍ਰੀਵਾਰਾਂ ਨੇ ਆਪਣੇ -ਆਪਣੇ ਬੰਦਿਆਂ ਅੱਗੇ ਹੱਥ ਜੋੜਨੇ ਸ਼ੁਰੂ ਕਰ ਦਿੱਤੇ। ਪ੍ਰੀਵਾਰਾਂ ਅਤੇ ਬੱਚਿਆਂ ਦਾ ਵਾਸਤਾ ਦਿੱਤਾ। ਅੱਤਿਵਾਦੀਆਂ ਨਾਲ ਪੰਗਾ ਨਾ ਲੈਣ ਲਈ ਅਰਜੋਈ ਕੀਤੀ।

ਗਰਮੀ ਕਾਫ਼ੀ ਵਧ ਗਈ ਸੀ।

ਗੁਰਮਖ ਸਿੰਘ ਨੇ ਪ੍ਰੀਵਾਰ ਸਮੇਤ ਸ੍ਰੀ ਗੁਰੂ ਅਰਜਨ ਦੇਵ ਜੀ ਦੇ ਸ਼ਹੀਦੀ ਦਿਵਸ 'ਤੇ ਪ੍ਰੀਵਾਰ ਸਮੇਤ ਅੰਮ੍ਰਿਤਸਰ ਜਾਣ ਦਾ ਫੈਸਲਾ ਕੀਤਾ। ਪ੍ਰੀਵਾਰ ਹੈ ਵੀ ਕਿੱਡਾ ਕੁ ਸੀ? ਕੁਲਬੀਰਾ, ਗੁਰਮਖ ਸਿੰਘ ਦੇ ਘਰਵਾਲੀ ਹਰਪਾਲ ਕੌਰ ਅਤੇ ਨੂੰਹ

ਬੰਟੀ। ਮੇਲੋ ਅਤੇ ਬਚਿੰਤ ਕੌਰ ਵੀ ਤਿਆਰ ਹੋ ਗਈਆਂ।

ਜਦੋਂ ਉਹ ਅੰਮ੍ਰਿਤਸਰ ਪੁੱਜੇ ਤਾਂ ਮਿਲਟਰੀ ਤਾਇਨਾਤ ਸੀ। ਤੁਰਦੀ ਫਿਰਦੀ ਹਰੀ ਫ਼ਸਲ। ਹਾਲਾਤ ਬੜੇ ਗੰਭੀਰ ਸਨ। ਸ਼ਰਧਾਲੂਆਂ ਦੀ ਹਰ ਹਰਕਤ ਨੋਟ ਹੋ ਰਹੀ ਸੀ।

ਗੁਰਮਖ ਸਿੰਘ ਨੇ ਦਰਬਾਰ ਸਾਹਿਬ ਜਾ ਕੇ ਮੱਥਾ ਟੇਕਿਆ। ਜਦੋਂ ਉਹ ਦਰਬਾਰ ਸਾਹਿਬ ਤੋਂ ਪਰਤੇ ਤਾਂ ਗੁਰਮਖ ਸਿੰਘ ਨੂੰ ਕੋਈ ਜਾਣਿਆ ਪਹਿਚਾਣਿਆਂ

ਚਿਹਰਾ ਨਜ਼ਰੀਂ ਪਿਆ। ਉਸ ਨੇ ਕੁਲਬੀਰੇ ਨੂੰ ਮੋਢਿਆਂ ਉਪਰ ਬਿਠਾ ਲਿਆ ਅਤੇ ਵਾਹੋਦਾਹੀ ਉਧਰ ਨੂੰ ਹੋ ਲਿਆ।

- "ਚਾਚਾ ਥੰਮਣ ਸਿਉਂ ਐਂ?" ਉਸ ਨੇ ਤੁਰੇ ਜਾਂਦੇ ਬਜੁਰਗ ਦਾ ਮੋਢਾ ਦੱਬਦਿਆਂ ਪੁੱਛਿਆ। ਬੱਗੀ ਦਾਹੜੀ ਵਾਲੇ ਥੰਮਣ ਨੇ ਗੁਰਮਖ ਸਿੰਘ ਨੂੰ ਪਹਿਚਾਣਿਆਂ ਨਹੀਂ ਸੀ। ਕਿਉਂਕਿ ਗੁਰਮਖ ਸਿੰਘ ਨੂੰ ਉਸ ਨੇ ਕਿੰਨੇ ਵਰ੍ਹੇ ਪਹਿਲਾਂ ਮੁੱਛ-ਫੁੱਟ ਚੋਬਰ ਦੇ ਰੂਪ ਵਿਚ ਦੇਖਿਆ ਸੀ।

- "ਮੈਂ ਗੁਰਮਖ ਸਿਉਂ ਆ ਚਾਚਾ - ਨਿਧਾਨ ਸਿੰਘ ਅਕਾਲੀ ਦਾ ਮੁੰਡਾ।"

- "ਉਏ ਸਦਕੇ ਉਏ ਜਿਉਣ ਜੋਕਰਿਆ - ਅਣਦਾਹੜੀਆ ਦੇਖਿਆ ਸੀ- ਹੁਣ ਤਾ ਤੂੰ ......।" ਥੰਮਣ ਦੇ ਗਲ 'ਚ ਹੰਝੂ ਬੋਲੇ।

- "ਆਹ ਕਾਕਾ ਕੌਣ ਐਂ?" ਥੰਮਣ ਨੇ ਕੁਲਬੀਰੇ ਵੱਲ ਹੱਥ ਕਰਕੇ ਪੁੱਛਿਆ। ਵਗਦੀਆਂ ਅੱਖਾਂ 'ਤੇ ਨੱਕ ਉਸ ਨੇ ਪੂੰਝ ਲਏ।

- "ਇਹ ਚਾਚਾ ਪੋਤਾ ਐ ਮੇਰਾ।"

- "ਉਏ ਬੱਲੇ ਉਏ ਪੁੱਤਰਾ - ਆ ਤੈਨੂੰ ਪਿਆਰ ਦੇਵਾਂ - ਕਿੰਨੇ ਮੁੰਡੇ ਐ ਤੇਰੇ?"

- "ਤਿੰਨ ਸੀ ਚਾਚਾ - ਦੋ ਗੁਰੂ ਦੇ ਚਰਨਾਂ 'ਚ ਜਾ ਬਿਰਾਜੇ।" ਗੁਰਮਖ ਸਿੰਘ ਉਦਾਸ ਹੋ ਗਿਆ।

- ".......।" ਥੰਮਣ ਚੁੱਪ ਕਰ ਗਿਆ।

- "ਹੋਰ ਵੀ ਕੋਈ ਆਇਐ ਚਾਚਾ?" ਕਾਫੀ ਦੇਰ ਬਾਅਦ ਗੁਰਮਖ ਸਿੰਘ ਨੇ ਹੀ ਚੁੱਪ ਤੋੜੀ।

- "ਜਾਗਰ ਆਇਐ - ਉਹ ਵੀ ਹੁਣ ਬਾਹਲਾ ਬਿਰਧ ਹੋ ਗਿਆ - ਅੱਖਾਂ ਤੋਂ ਲੰਗੇ ਡੰਗ ਈ ਦੀਂਹਦੈ - ਪੁੱਤ ਪੋਤੇ ਲਲੈਕ ਈ ਐ - ਕੀ ਦਾਰੂ - ਕੀ ਗੋਲੀ - ਕੀ ਜਰਦਾ - ਕੁਛ ਨਹੀਂ ਛੱਡਦੇ - ਇਹ ਵੀ ਬਾਹਲਾ 'ਦਾਸ ਸੀ - ਮੈਂ ਈ ਕਿਹਾ ਬਈ ਚੱਲ ਗੁਰੂ ਕੀ ਨਗਰੀ ਦੇ ਈ ਦਰਸ਼ਣ ਕਰ ਆਈਏ।"

- "ਹੁਣ ਕਿੱਥੇ ਐ?"

- "ਤੁਰਿਆ ਈ ਨਹੀਂ ਜਾਂਦਾ - ਜੋੜਾ ਘਰ ਕੋਲੇ ਬੈਠੈ - ਹਿੰਮਤ ਕਰ ਕੇ ਰਾਤ ਨੂੰ ਮੱਥਾ ਟਿਕਾ ਦਿਆਂਗੇ - ਜਦੋਂ ਦੁਨੀਆਂ ਟਿਕ ਗਈ।"

- "ਟਿਕਾ ਦਿਆਂਗੇ ਚਾਚਾ - ਇਹ ਤਾਂ ਪੁੰਨ ਈ ਐਂ - ਗੁਰੂ ਦਰਬਾਰ 'ਚੋਂ ਖਾਲੀ ਥੋੜ੍ਹੋ ਮੁੜਨ ਦਿੰਨੇ ਐਂ?"

- "ਹਜ਼ੂਰ ਸਿਉਂ ਚੜ੍ਹਾਈ ਕਰ ਗਿਆ ਸੀ।" ਥੰਮਣ ਨੇ ਦੱਸਿਆ।

- "ਕਦੋਂ?"

- "ਚਿਰ ਹੋ ਗਿਆ - ਮਾੜਾ ਜਿਆ ਬਿਮਾਰ ਹੋਇਆ ਤੇ ਬੱਸ ..!"

ਗੁਰਮਖ ਸਿੰਘ ਦੇ ਘਰਵਾਲੀ ਹਰਪਾਲ ਕੌਰ ਅਤੇ ਬਚਿੰਤ ਕੌਰ ਹੁਰੀਂ ਵੀ ਥੰਮਣ ਨੂੰ ਬੜੀ ਅਪਣੱਤ ਨਾਲ ਮਿਲੀਆਂ।

ਸਾਰੇ ਜਣੇ ਜੋੜਾ ਘਰ ਵਿਚ ਬੈਠੇ ਜਾਗਰ ਨੂੰ ਆ ਮਿਲੇ। ਜਾਗਰ ਨੇ ਖ਼ੁਸ਼ੀ ਵਿਚ ਹੰਝੂਆਂ ਦੀ ਝੜੀ ਲਾ ਦਿੱਤੀ। ਅਗਲਾ ਪਿਛਲਾ ਢਿੱਡ ਫਰੋਲ ਮਾਰਿਆ। ਗੁੱਭ-ਗੁਬਾਹਟ ਬਾਹਰ ਕੱਢਿਆ।

ਸੰਗਤ ਘੱਟ ਹੋਣ 'ਤੇ ਉਹਨਾਂ ਨੇ ਜਾਗਰ ਦਾ ਦਰਬਾਰ ਸਾਹਿਬ ਮੱਥਾ ਟਿਕਵਾ ਦਿੱਤਾ। ਜਾਗਰ ਨੇ ਅਸੀਸਾਂ ਦੀ ਛਹਿਬਰ ਲਾ ਦਿੱਤੀ।

ਗੁਰੂ ਰਾਮਦਾਸ ਸਰਾਂ ਵਿਚ ਉਹਨਾਂ ਨੂੰ ਜਗਾਹ ਨਾ ਮਿਲੀ ਤਾਂ ਉਹਨਾਂ ਨੇ ਬਾਹਰ ਪ੍ਰਕਰਮਾ ਵਿਚ ਹੀ ਡੇਰੇ ਲਾ ਲਏ। ਸਰਾਂ ਦੇ ਬਾਹਰ ਹੀ।

- "ਚਾਚਾ - ਹੁਣ ਤੁਸੀਂ ਸਾਡੇ ਨਾਲ ਪਿੰਡ ਚੱਲਿਓ ਤੇ ਹਫਤਾ ਦਸ ਦਿਨ ਰਹਿਓ - ਗੱਲਾਂ ਬਾਤਾਂ ਕਰਕੇ ਢਿੱਡ ਹੌਲਾ ਕਰਾਂਗੇ।" ਗੁਰਮਖ ਸਿੰਘ ਨੇ ਕਿਹਾ।

- "ਪੁੱਤਰਾ ਕੀ ਕਰੀਏ? ਪਿੱਛੇ ਨਹੀਂ ਸਰਦਾ - ਦਿਲ ਤਾਂ ਬਥੇਰ੍ਹਾ ਕਰਦੈ ਰਹਿਣ ਨੂੰ।"

ਗੱਲਾਂ ਕਰਦਿਆਂ - ਕਰਦਿਆਂ ਉਹਨਾਂ ਨੇ ਅੱਧੀ ਰਾਤ ਕਰ ਦਿੱਤੀ। ਕੁਲਬੀਰਾ ਗੁਰਮਖ ਸਿੰਘ ਨਾਲ ਪਿਆ ਨਿੱਕੇ - ਨਿੱਕੇ ਘੁਰਾੜੇ ਮਾਰ ਰਿਹਾ ਸੀ।

ਗਰਮੀ ਸੀ।

ਸਵੇਰੇ - ਸਵੇਰੇ ਹੀ ਉਹਨਾਂ ਨੇ ਸਰੋਵਰ ਵਿਚ ਇਸ਼ਨਾਨ ਕੀਤਾ। ਕੀਰਤਨ ਸਰਵਣ ਕੀਤਾ। ਲੰਗਰ ਛਕਿਆ। ਸੇਵਾ ਕੀਤੀ।

ਜਾਗਰ ਨੂੰ ਇਸ਼ਨਾਨ ਉਹਨਾਂ ਨੇ ਦੁਪਿਹਰੇ ਫੜ ਕੇ ਕਰਵਾਇਆ।

ਸਾਰੀ ਦਿਹਾੜੀ ਬੜੀ ਵਧੀਆਂ ਬੀਤੀ।

ਰਾਤ ਪਈ ਤਾਂ ਉਹ ਮਿਲਟਰੀ ਅਟੈਕ ਦੀਆਂ ਉਡਦੀਆਂ-ਉਡਦੀਆਂ ਜਿਹੀਆਂ ਗੱਲਾਂ ਸੁਣਨ ਲੱਗੇ। ਕੁਝ ਕਿਆਫ਼ੇ ਸਨ ਕਿ ਮਿਲਟਰੀ ਅਟੈਕ ਹੋਵੇਗਾ। ਕੁਝ ਕਿਆਫ਼ੇ ਸਨ ਕਿ ਸਰਕਾਰ ਨੇ ਸਿਰਫ ਡਰਾਵਾ ਦੇਣ ਲਈ ਹੀ ਮਿਲਟਰੀ ਲਾਈ ਹੋਈ ਸੀ। ਭਾਂਤ - ਸੁਭਾਂਤੀਆਂ ਗੱਲਾਂ ਸਨ। ਅਫ਼ਵਾਹਾਂ ਸਨ। ਪਰ, ਫੌਜ ਹਰਿਮੰਦਰ ਸਾਹਿਬ 'ਤੇ ਹਮਲਾ ਕਰੇਗੀ, ਇਹ ਕੋਈ ਮੰਨਣ ਲਈ ਤਿਆਰ ਨਹੀਂ ਸੀ। ਰੱਬ ਦੇ ਘਰ ਨਾਲ ਕਿਸੇ ਦਾ ਕੀ ਵੈਰ ਵਿਰੋਧ?

ਦਰਬਾਰ ਸਾਹਿਬ ਵਿਖੇ ਤਾਂ ਮੋਰਚਾਬੰਦੀ ਪਹਿਲਾਂ ਹੀ ਕੀਤੀ ਹੋਈ ਸੀ। ਪਰ ਫੌਜ ਨੇ ਵੀ ਬਾਹਰ ਮੋਰਚਾਬੰਦੀ ਕਰ ਲਈ ਸੀ। ਜਿਸ ਕਰਕੇ ਹਾਲਾਤ ਸੁਖਾਵੇਂ ਨਜ਼ਰ ਨਹੀਂ ਆ ਰਹੇ ਸਨ।

ਤਿੰਨ ਜੂਨ ਨੂੰ ਸਵੇਰ ਹੋਈ ਤਾਂ ਦੁਨੀਆਂ ਡਰੀ ਅਤੇ ਹੈਰਾਨ ਜਿਹੀ ਨਜ਼ਰ ਆਉਣ ਲੱਗ ਪਈ। ਪਰ ਫੌਜੀ ਹਮਲੇ ਬਾਰੇ ਕਿਸੇ ਨੂੰ ਵੀ ਉਮੀਦ - ਆਸ ਨਹੀਂ ਸੀ।

ਬਾਹਰ ਫੌਜੀਆਂ ਨੇ ਮਸ਼ੀਨਗੰਨਾਂ ਬੀੜ ਕੇ ਪੁਜੀਸ਼ਨਾਂ ਮੱਲ ਲਈਆਂ ਸਨ। ਹੁਣ ਸਿਰਫ ਸ਼ਾਇਦ 'ਕਿਸੇ ਹੁਕਮ' ਦੀ ਉਡੀਕ ਹੀ ਕੀਤੀ ਜਾ ਰਹੀ ਸੀ।

ਗੁਰਮਖ ਸਿੰਘ ਹੁਰੀਂ ਸਾਰੇ ਦੁਪਿਹਰੋਂ ਬਾਦ ਲੰਗਰ ਛਕ ਕੇ ਗੁਰੂ ਰਾਮਦਾਸ ਸਰਾਂ ਕੋਲ ਆ ਗਏ।

ਸ਼ਾਮ ਦੇ ਪੂਰੇ ਚਾਰ ਵਜੇ ਬਾਹਰੋਂ, ਸਪੀਕਰ ਤੋਂ ਅੱਤਿਵਾਦੀਆਂ ਨੂੰ ਹਥਿਆਰ ਸੁੱਟ ਕੇ ਬਾਹਰ ਆਉਣ ਦਾ ਐਲਾਨ ਹੋ ਗਿਆ। ਅੱਧੇ ਘੰਟੇ ਦਾ ਟਾਈਮ ਦਿੱਤਾ ਗਿਆ।

ਸੰਗਤਾਂ ਵਿਚ ਸੰਨਾਟਾ ਛਾ ਗਿਆ।

ਜਿਹੜਾ ਜੀਅ ਜਿੱਥੇ ਬੈਠਾ ਸੀ, ਸੁੰਨ ਹੋ ਕੇ ਰਹਿ ਗਿਆ। ਦੜ ਵੱਟ ਗਿਆ। ਪਰ ਬਾਹਰ ਕੋਈ ਨਾ ਨਿਕਲਿਆ।

ਪੂਰੇ ਦੋ ਘੰਟੇ ਬਾਅਦ ਐਲਾਨ ਫਿਰ ਦੁਹਰਾਇਆ ਗਿਆ। ਪਰ ਬਹੁਤਾ ਕੋਈ ਪ੍ਰਤੀਕਰਮ ਨਾ ਹੋਇਆ।

ਰਾਤ ਪਈ ਤਾਂ ਬਾਹਰੋਂ ਬਿਜਲੀ ਕੱਟ ਦਿੱਤੀ ਗਈ। ਹਨ੍ਹੇਰ ਛਾ ਗਿਆ। ਹਰਿਮੰਦਰ ਸਾਹਿਬ ਵਿਚੋਂ ਮਿੰਨ੍ਹੀ ਲੋਅ ਚਮਕਣ ਦਾ ਭੁਲੇਖਾ ਜਿਹਾ ਪੈਂਦਾ ਸੀ।

ਥੋੜ੍ਹੇ ਚਿਰ ਬਾਅਦ ਬਾਹਰੋਂ ਅੱਗ ਵਰ੍ਹਨ ਲੱਗ ਪਈ। ਪ੍ਰਕਰਮਾਂ ਵਿਚ ਪਈਆਂ ਸ਼ਰਧਾਲੂ - ਸੰਗਤਾਂ ਦਾਣਿਆਂ ਵਾਂਗ ਭੁੰਨ ਦਿੱਤੀਆਂ।

ਗੋਲੀਆਂ ਦੀ ਮਾਰ ਵਿਚ ਆਏ ਜਾਗਰ ਅਤੇ ਥੰਮਣ ਦੀਆਂ ਲਾਸ਼ਾਂ ਬਾਹਰ ਥਮਲ੍ਹੇ ਕੋਲ ਖਿੱਲਰੀਆਂ ਪਈਆਂ ਸਨ। ਗੋਲੀਆਂ ਦੇ ਖੜਾਕ ਨਾਲ ਡਰਦੇ ਬੱਚੇ ਚੰਘਿਆੜਾਂ ਮਾਰ ਰਹੇ ਸਨ।

ਸਰਾਂ ਦੇ ਅੱਧਾ ਅੰਦਰ ਅਤੇ ਅੱਧਾ ਬਾਹਰ ਪਿਆ ਗੁਰਮੁਖ ਸਿੰਘ, ਕੁਲਬੀਰੇ ਨੂੰ ਬਚਾਉਣ ਦੀ ਕੋਈ ਵਿਧੀ ਸੋਚ ਰਿਹਾ ਸੀ। ਉਸ ਨੂੰ ਆਪਣੀ ਜਾਨ ਦੀ ਕੋਈ ਪ੍ਰਵਾਹ ਨਹੀਂ ਸੀ।

ਬਾਹਰੋਂ ਗੋਲੀ ਅੰਨ੍ਹੇਵਾਹ ਚੱਲਦੀ ਰਹੀ। ਕਦੇ ਕਦੇ ਪ੍ਰਕਰਮਾਂ ਵਿਚ ਕੋਈ ਤੋਪ ਦਾ ਗੋਲਾ ਵੀ ਆ ਡਿੱਗਦਾ। ਸੰਗਤਾਂ ਫੀਤਾ - ਫੀਤਾ ਬਣ ਉਡ ਰਹੀਆਂ ਸਨ।

ਭਿਆਨਕ ਰਾਤ ਲੰਘ ਗਈ।

ਦਿਨ ਚੜ੍ਹ ਗਿਆ।

ਸਾਰੀ ਪ੍ਰਕਰਮਾਂ ਖ਼ੂਨ ਨਾਲ ਗੜੁੱਚ ਸੀ। ਲਾਸ਼ਾਂ ਦੇ ਢੇਰ ਲੱਗੇ ਪਏ ਸਨ। ਭੁੱਖੀਆਂ ਪਿਆਸੀਆਂ ਸੰਗਤਾਂ ਅੰਦਰ ਫ਼ਸੀਆਂ ਬਿਲਕ ਰਹੀਆਂ ਸਨ।

ਗੁਰਮਖ ਸਿੰਘ ਦਿਲ-ਹਿਲਾਊ ਦ੍ਰਿਸ਼ ਦੇਖ ਕੇ ਹਿੱਲ ਗਿਆ। ਉਹ ਕੁਲਬੀਰੇ ਨੂੰ ਹਿੱਕ ਨਾਲ ਲਾਈ ਬਚਾਈ ਬੈਠਾ ਸੀ। ਲੱਗੜ ਤੋਂ ਚਿੜੀ ਦੇ ਬੱਚੇ ਬਚਾਉਣ ਵਾਂਗ।

ਚਾਰੇ ਪਾਸੇ ਕੁਰਲਾਹਟ ਮੱਚਿਆ ਪਿਆ ਸੀ।

ਸਵੇਰੇ ਦਸ ਕੁ ਵਜੇ ਸਪੀਕਰ ਤੋਂ ਫਿਰ ਹਥਿਆਰ ਸੁੱਟ ਕੇ ਬਾਹਰ ਆਉਣ ਦਾ ਐਲਾਨ ਕੀਤਾ ਗਿਆ।

ਗੁਰਮਖ ਸਿੰਘ ਕੁਲਬੀਰੇ ਨੂੰ ਚੁੱਕ, ਪ੍ਰੀਵਾਰ ਸਮੇਤ ਬਾਹਰ ਤੁਰ ਪਿਆ। ਹਫ਼ੜਾ ਦਫ਼ੜੀ ਵਿਚ ਗੁਰਮਖ ਸਿੰਘ ਕੁਲਬੀਰੇ ਸਮੇਤ ਤਾਂ ਬਾਹਰ ਆ ਗਿਆ। ਪਰ ਅਚਾਨਕ ਹੋਈ ਦੁਵੱਲੀ ਫਾਇਰਿੰਗ ਕਾਰਨ ਬਾਕੀ ਪ੍ਰੀਵਾਰ ਪਿੱਛੇ ਹੀ ਰੁਲ ਗਿਆ।

ਗੁਰਮਖ ਸਿੰਘ ਇਕੱਲਾ ਹੀ ਕੁਲਬੀਰੇ ਨੂੰ ਲੈ ਵੀਹੀਏਂ ਪੈ ਗਿਆ। ਫੌਜੀਆਂ ਦੇ ਡਰ ਕਾਰਨ ਸਹਿਮਿਆਂ ਕੁਲਬੀਰਾ ਓਪਰਾ-ਓਪਰਾ ਝਾਕ ਰਿਹਾ ਸੀ। ਰੋ ਵੀ ਨਹੀਂ ਰਿਹਾ ਸੀ।

ਗੁਰਮਖ ਸਿੰਘ ਬੜੀ ਤੇਜ਼ੀ ਨਾਲ ਤੁਰਿਆ ਜਾਂਦਾ:

- "ਪਾਪ ਦੀ ਜੰਞ ਲੈ ਕਾਬਲੋਂ ਧਾਇਆ।।

ਜੋਰੀ ਮੰਗੈ ਦਾਨ ਵੇ ਲਾਲੋ।।

ਸਰਮ ਧਰਮ ਦੋਇ ਛੁਪ ਖਲੋਏ।।

ਕੂੜ ਫਿਰੈ ਪ੍ਰਧਾਨ ਵੇ ਲਾਲੋ।।" ਗਾਇਨ ਕਰਦਾ ਜਾ ਰਿਹਾ ਸੀ। ਅੱਖੀਂ ਦੇਖੇ ਭਿਆਨਕ ਦ੍ਰਿਸ਼ ਨੇ ਉਸ ਦੀ ਰੂਹ ਬੰਜਰ ਬਣਾ ਕੇ ਰੱਖ ਦਿੱਤੀ ਸੀ। ਲਾਸ਼ਾਂ ਦੇ ਢੇਰ ਜਿਵੇਂ ਉਸ ਨੇ ਆਪਣੇ ਸਿਰ 'ਤੇ ਚੁੱਕ ਰੱਖੇ ਸਨ।

ਰਸਤੇ ਵਿਚ ਉਸ ਨੂੰ ਫੌਜੀਆਂ ਦੀ ਧਾੜ ਮਿਲ ਪਈ। ਉਸ ਦਾ ਦਿਲ ਧੁਰੋਂ ਕੰਬ ਗਿਆ।

- "ਕਹਾਂ ਭਾਗਾ ਜਾ ਰਹਾ ਹੈ ਰੇ?" ਇਕ ਵੱਡੀਆਂ-ਵੱਡੀਆਂ ਮੁੱਛਾਂ ਵਾਲੇ ਕਰੂਪ ਜਿਹੇ ਫੌਜੀ ਨੇ ਗੁਰਮਖ ਸਿੰਘ ਨੂੰ ਪੁੱਛਿਆ। ਮਾਤਾ ਦੇ ਦਾਗਾਂ ਨਾਲ ਭਰਿਆ ਚਿਹਰਾ ਚੰਗਿਆੜੇ ਛੱਡ ਰਿਹਾ ਸੀ।

- "ਪਿੰਡ ਨੂੰ ਜਾ ਰਿਹਾ ਹਾਂ ਜੀ।" ਗੁਰਮਖ ਸਿੰਘ ਨੇ ਕੁਲਬੀਰੇ ਨੂੰ ਬੁੱਕਲ ਵਿਚ ਘੁੱਟ ਲਿਆ। ਕੁਲਬੀਰੇ ਲਈ ਉਸ ਦੀ ਆਤਮਾਂ ਤੜਪੀ ਜਾ ਰਹੀ ਸੀ।

- "ਭਾਗ ਜਹਾਂ ਸੇ - ਨਹੀਂ ਤਾ ਗੋਲੀ ਮਾਰ ਦੂੰਗਾ ਸਾਲੇ ....!"

- "ਖਾਲਿਸਤਾਨ ਦੂੰ ਕਿਆ?" ਦੂਸਰੇ ਨੇ ਰਾਈਫ਼ਲ ਕੁਲਬੀਰੇ ਵੱਲ ਸਿੰਨ੍ਹਦਿਆਂ ਪੁੱਛਿਆ।

ਗੁਰਮਖ ਸਿੰਘ ਦੀ ਜਾਨ ਮੁੱਠੀ ਵਿਚ ਆ ਗਈ। ਦਿਲ ਜੋਰ ਨਾਲ ਧੜਕਿਆ।

- "ਛੋੜ ਯਾਰ - ਜਾਨੇ ਦੇ ਸਾਲੋਂ ਕੋ।"

ਗੁਰਮਖ ਸਿੰਘ ਦੇ ਸਾਹ ਮੁੜੇ।

- "ਭਾਗੋ ਸਾਲੋ ਯਹਾਂ ਸੇ ...!" ਫੌਜੀ ਨੇ ਕੁਲਬੀਰੇ ਦੇ ਬੂਟ ਦਾ ਠੁੱਡ ਮਾਰਿਆ। ਜੁਆਕ ਦੇ ਠੁੱਡ ਐਸੀ ਬੇਕਿਰਕੀ ਨਾਲ ਮਾਰਿਆ ਸੀ ਕਿ ਉਸ ਦਾ ਚਿਹਰਾ ਪੀਲਾ ਪੈ ਗਿਆ ਅਤੇ ਕੱਟੀਦੇ ਬੱਕਰੇ ਵਾਂਗ ਮਿਆਂਕ ਨਿਕਲੀ।

- "ਨਾ ਜਿਉਣ ਜੋਕਰਿਆ! ਜੁਆਕ ਦੇ ਨਾ ਮਾਰ-ਮੇਰੇ ਚਾਹੇ ਦਸ ਮਾਰ ਲੈ।" ਗੁਰਮਖ ਸਿੰਘ ਦਾ ਕਾਲਜਾ ਫਟ ਗਿਆ ਸੀ। ਕੁਲਬੀਰਾ ਉਸ ਦੀ ਜਿੰਦ ਜਾਨ ਹੀ ਤਾਂ ਸੀ।

- "ਦਫ਼ਾ ਹੋ ਜਾਓ ਸਾਲੋ ਯਹਾਂ ਸੇ - ਨਹੀਂ ਤਾਂ ਅਭੀ ਸਭੀ ਕੁਛ ਦੇ ਦੂੰਗਾ।" ਉਹ ਦੁਬਾਰਾ ਫਿਰ ਕੁਲਬੀਰੇ ਦੇ ਲੱਤ ਮਾਰਨ ਆਇਆ। ਪਰ ਗੁਰਮਖ ਸਿੰਘ ਜੁਆਕ ਨੂੰ ਚੁੱਕ ਗੋਲੀ ਹੋ ਗਿਆ। ਫੌਜੀ ਖਿੜ ਖਿੜਾ ਕੇ ਹੱਸੇ।

- "ਕਭੀ ਸਾਲੇ ਹਰਿਆਨੇ ਕਾ ਪਾਨੀ ਮਾਂਗਤੇ ਹੈਂ - ਕਭੀ ਖਾਲਿਸਤਾਨ ਮਾਂਗਤੇ ਹੈਂ - ਅਬ ਹਮ ਸਭੀ ਕੁਛ ਦੇ ਕਰ ਹੀ ਜਾਏਂਗੇ।"

ਹਵਾ ਬਣੇ ਜਾ ਰਹੇ ਗੁਰਮਖ ਸਿੰਘ ਦੇ ਕੰਨੀ ਗੱਲਾਂ ਪੈ ਰਹੀਆਂ ਸਨ। ਚੋਭਾਂ ਲਾਈਆਂ ਜਾ ਰਹੀਆਂ ਸਨ। ਫੱਟ 'ਤੇ ਲੂਣ ਛਿੜਕਿਆ ਜਾ ਰਿਹਾ ਸੀ।

ਮੂੰਹ ਹਨ੍ਹੇਰੇ ਗੁਰਮਖ ਸਿੰਘ ਡਿੱਗਦਾ ਢਹਿੰਦਾ ਪਿੰਡ ਪਹੁੰਚਿਆ। ਰਸਤੇ ਵਿਚ ਉਸ ਨੂੰ ਸੈਂਕੜੇ ਫੌਜੀਆਂ ਦਾ ਸਾਹਮਣਾ ਕਰਨਾ ਪਿਆ ਸੀ।

ਸਮੁੱਚੇ ਪਿੰਡ ਵਿਚ ਰੋਹੀ ਵਰਗੀ ਵੈਰਾਨੀ ਸੀ। ਪਿੰਡਾਂ ਵਿਚ ਵੀ ਫੌਜ ਗਸ਼ਤ ਕਰ ਰਹੀ ਸੀ। ਹਰ ਹਰਕਤ ਦਾ ਗਲਾ ਦਬਾ ਦਿੱਤਾ ਗਿਆ ਸੀ। ਘਰੋਂ ਬਾਹਰ ਝਾਕਣ ਵਾਲੇ ਨੂੰ ਗੋਲੀ ਦਾ ਹੁਕਮ ਸੀ। ਭੁੱਖੇ ਤਿਹਾਏ ਪਸ਼ੂ ਖੁਰਲੀਆਂ ਤੇ ਗੇੜਾ ਬੰਨ੍ਹੀ ਅੜਿੰਗ ਰਹੇ ਸਨ। ਉਹਨਾਂ ਲਈ ਕੋਈ ਚਾਰਾ ਲੈਣ ਬਾਹਰ ਨਹੀਂ ਜਾ ਸਕਦਾ ਸੀ।

ਗੁਰਮਖ ਸਿੰਘ ਨੇ ਅੰਦਰ ਸੰਭਾਲ ਕੇ ਰੱਖੇ ਹੋਏ ਲੱਡੂ ਕੁਲਬੀਰੇ ਨੂੰ ਖਾਣ ਲਈ ਦਿੱਤੇ। ਧਾਰ ਚੋਅ ਕੇ ਦੁੱਧ ਪੀਣ ਲਈ ਦਿੱਤਾ। ਪਸ਼ੂਆਂ ਨੂੰ ਤੂੜੀ ਉਪਰ ਪਾਣੀ ਛਿੜਕ ਕੇ, ਆਟਾ ਧੂੜ ਦਿੱਤਾ। ਭੁੱਖੇ ਪਸ਼ੂ ਉਸ ਨੂੰ ਹੀ ਨਿਆਮਤ ਸਮਝ ਕੇ, ਟੁੱਟ ਕੇ ਪੈ ਗਏ। ਗੁਰਮਖ ਸਿੰਘ ਨੂੰ ਤਸੱਲੀ ਹੋਈ। ਸ਼ਾਂਤੀ ਆਈ।

ਫਿਰ ਗੁਰਮਖ ਸਿੰਘ ਨੇ ਪਸ਼ੂਆਂ ਨੂੰ ਪਾਣੀ ਪਿਆਇਆ। ਕੁਲਬੀਰਾ ਸੌਂ ਗਿਆ ਸੀ।

ਗੁਰਮਖ ਸਿੰਘ ਨੂੰ ਭੁੱਖ ਹੀ ਨਹੀਂ ਲੱਗੀ ਸੀ। ਉਸ ਨੂੰ ਘਰਵਾਲੀ ਹਰਪਾਲ ਕੌਰ ਅਤੇ ਨੂੰਹ ਬੰਟੀ ਦਾ ਫਿਕਰ ਤੋੜ ਤੋੜ ਕੇ ਖਾ ਰਿਹਾ ਸੀ।

ਰਾਤ ਗੂਹੜੀ ਹੋ ਗਈ ਸੀ।

18

ਅੰਮ੍ਰਿਤਸਰ ਵਿਖੇ ਚੱਲਦੇ ਬਾਰੂਦੀ ਗੋਲੇ ਇਹਨਾਂ ਪਿੰਡਾਂ ਤੱਕ ਸੁਣਾਈ ਦੇ ਰਹੇ ਸਨ। ਚੱਲਦੇ ਬੰਬਾਂ ਦਾ ਚਾਨਣ ਦੂਰ-ਦੂਰ ਪਿੰਡਾਂ ਤੱਕ ਹੁੰਦਾ ਸੀ। ਜਦੋਂ ਕੋਈ ਭਿਆਨਕ ਧਮਾਕਾ ਹੁੰਦਾ ਤਾਂ ਲੋਕ 'ਵਾਹਿਗੁਰੂ-ਵਾਹਿਗੁਰੂ' ਕਰਕੇ ਤਰਾਹ ਉਠਦੇ।

ਰੇਡੀਓ ਬੰਦ ਸੀ।

ਅਖਬਾਰਾਂ ਬੰਦ ਸਨ।

ਟੀ. ਵੀ. ਬੰਦ ਸੀ।

ਸਮੁੱਚਾ ਪੰਜਾਬ ਸਾਰੇ ਸੰਸਾਰ ਨਾਲੋਂ ਕੱਟਿਆ ਹੋਇਆ ਸੀ। ਲੋਕ ਦਰਬਾਰ ਸਾਹਿਬ ਦੇ ਨੁਕਸਾਨ ਬਾਰੇ ਲੱਖਣ ਲਾ ਰਹੇ ਸਨ। ਮੌਤਾਂ ਦੀ ਗਿਣਤੀ ਦਾ ਅਨੁਮਾਨ ਲਾ ਰਹੇ ਸਨ। ਇਹ ਸਰਾਸਰ ਕਿਆਫ਼ੇ ਸਨ। ਖਿਆਲ ਸਨ। ਅਸਲੀਅਤ ਬਾਰੇ ਕਿਸੇ ਨੂੰ ਵੀ ਨਹੀਂ ਪਤਾ ਸੀ। ਕੀ ਹੋ ਚੁੱਕਾ ਸੀ ਅਤੇ ਅੱਗੇ ਹੋਰ ਕੀ ਹੋਣਾ ਸੀ? ਸੋਚ ਸੋਚ ਕੇ ਉਹ ਕਮਲੇ ਹੋ ਚੁੱਕੇ ਸਨ। ਇਤਨਾ ਕੁ ਜਰੂਰ ਸੀ ਕਿ ਉਹ ਕੁਝ ਹੋ ਚੁੱਕਿਆ ਸੀ ਜਿਸ ਦਾ ਲੋਕਾਂ ਨੇ ਕਦੇ ਕਿਆਸ ਵੀ ਨਹੀਂ ਕੀਤਾ ਸੀ।

ਤੀਜਾ ਦਿਨ ਬੀਤ ਗਿਆ ਸੀ। ਪਰ ਹਰਪਾਲ ਕੌਰ ਅਤੇ ਬੰਟੀ ਨਹੀਂ ਮੁੜੀਆਂ ਸਨ। ਫੌਜੀ ਗਸ਼ਤ ਪਿੰਡਾ 'ਚੋ ਹਟਾ ਲਈ ਗਈ। ਅੰਮ੍ਰਿਤਸਰ ਵਿਚ ਕਰਫਿਊ ਜਿਉਂ ਦਾ ਤਿਉਂ ਲਾਗੂ ਸੀ। ਪਰਿੰਦਾ ਫੜਕਣ 'ਤੇ ਵੀ ਮਨਾਹੀ ਸੀ। ਬਾਹਰ ਨਿਕਲਣ ਵਾਲੇ ਨੂੰ ਤੁਰੰਤ ਗੋਲੀ ਨਾਲ ਉੜਾਇਆ ਜਾ ਸਕਦਾ ਸੀ।

ਗੁਰਮਖ ਸਿੰਘ ਥੱਕ ਹਾਰ ਕੇ ਮੇਲੋ ਦੇ ਘਰੇ ਤੁਰ ਗਿਆ। ਅੱਗੇ ਜਾ ਕੇ ਦੇਖਿਆ ਤਾਂ ਬਿੱਲੇ ਦੇ ਸਿਰ ਜਿੱਡਾ ਤਾਲਾ ਲਟਕ ਰਿਹਾ ਸੀ। ਉਹ ਪੁੱਠੇ ਪੈਰੀਂ ਵਾਪਿਸ ਪਰਤ ਆਇਆ।

ਪੂਰੇ ਹਫਤੇ ਬਾਅਦ ਪਿੰਡ ਦਾ ਇਕ ਮੁੰਡਾ ਬਿੱਲੂ ਅੰਮ੍ਰਿਤਸਰੋਂ ਪਿੰਡ ਪਹੁੰਚਿਆ।

ਸਾਰਾ ਪਿੰਡ ਉਸ ਨੂੰ ਮਿਲਣ ਆਇਆ।

ਜੋ ਅੱਖੀਂ ਦੇਖਿਆਂ ਹਾਲ ਉਸ ਨੇ ਪਿੰਡ ਵਾਲਿਆਂ ਨੂੰ ਦੱਸਿਆ। ਸੁਣ ਕੇ ਕਈਆਂ ਦੇ ਹਿਰਦੇ ਛਲਣੀ ਹੋ ਗਏ। ਆਤਮਾ ਵਲੂੰਧਰੀ ਗਈ।

- "ਆਪਾਂ ਚਾਰ ਇੱਟਾਂ ਦੀ ਮਟੀ ਹਟਾਉਂਦੇ ਦਸ ਆਰੀ ਸੋਚਦੇ ਐਂ - ਲੈ ਇਹਨਾਂ ਨੇ ਅਕਾਲ ਤਖਤ ਢਾਹੁੰਦਿਆਂ ਨੇ ਫੋਰਾ ਨਹੀਂ ਲਾਇਆ - ਵਾਹਿਗੁਰੂ।" ਬੁੜ੍ਹੀਆਂ ਅੰਦਰਲੀ ਹਵਾੜ੍ਹ ਕੱਢਦੀਆਂ।

ਬਿੱਲੂ ਮਿਲਣ ਗਿਲਣ ਤੋਂ ਵਿਹਲਾ ਹੋ ਕੇ ਸਿੱਧਾ ਗੁਰਮਖ ਸਿੰਘ ਕੋਲ ਪਹੁੰਚਿਆ। ਗੁਰਮਖ ਸਿੰਘ ਕੁਲਬੀਰੇ ਨੂੰ ਰੋਟੀ ਖੁਆ ਰਿਹਾ ਸੀ।

ਕੁਲਬੀਰੇ ਦਾ ਮਾਸੂਮ ਚਿਹਰਾ ਦੇਖ ਕੇ ਗੁਰਮਖ ਸਿੰਘ ਦਾ ਵਾਰ-ਵਾਰ ਦਿਲ ਭਰਦਾ। ਪਰ ਉਹ ਬੜੇ ਜ਼ਬਰ ਨਾਲ ਮਨ ਨੂੰ ਬੰਨ੍ਹ ਮਾਰੀ ਬੈਠਾ ਸੀ।

- "ਆ ਬਈ ਬਿੱਲੂ?" ਗੁਰਮਖ ਸਿੰਘ ਨੇ ਆਪਣੇ ਆਪ ਨੂੰ ਕਰੜਾ ਕੀਤਾ। ਸਾਹਸ ਜੋੜਿਆ। ਬਿੱਲੂ ਦੇ ਅੰਮ੍ਰਿਤਸਰੋਂ ਆਉਣ ਦਾ ਉਸ ਨੂੰ ਪਤਾ ਸੀ। ਦਿਲ ਦੇ ਡਰ ਨੇ ਉਸ ਨੂੰ ਉਸ ਕੋਲ ਜਾਣੋਂ ਵਰਜੀ ਰੱਖਿਆ। ਇਕ

- "ਕਾਹਦੇ ਆਏ ਤਾਇਆ - ਬੱਸ ਰੱਬ ਦਾ ਬਹੁਤ ਵੱਡਾ ਭਾਣਾ ਬੀਤ ਗਿਆ - ਆਹ ਤਾਂ ਕਿਤੇ ਸੁਪਨੇ ਵਿਚ ਵੀ ਚਿਤਵਿਆ ਨਹੀਂ ਸੀ।"

- "ਗੁਰੂ ਜੋ ਕਰਦੈ ਬਿੱਲੂ ਸਿਆਂ ਚੰਗਾ ਈ ਕਰਦੈ - ਉਹਦੀਆਂ ਉਹੀ ਜਾਣੇ।"

- "ਤਾਇਆ - ਦਰਬਾਰ ਸਾਹਿਬ 'ਤੇ ਈ ਐਨੀ ਕਰੋਪੀ?"

- "ਉਹਦੇ ਰੰਗ ਨਿਆਰੇ ਐ ਸ਼ੇਰ ਬੱਗਿਆ - ਇਹ ਦਰਬਾਰ ਸਾਹਿਬ ਇਕ ਆਰੀ ਨਹੀਂ ਢਾਹਿਆ - ਇਹਨੂੰ ਗੁਰੂ ਦੇ ਬਚਨ ਹੋਏ ਵੇ ਐ - ਬਈ ਢਹਿੰਦਾ ਬਣਦਾ ਈ ਰਹੂ - ਪਰ ਇੱਥੇ ਬੜੀਆਂ ਹਕੂਮਤਾਂ ਜੋਰ ਦਿਖਾ ਦਿਖਾ ਕੇ ਤੁਰ ਗਈਆਂ - ਇਹਦੇ ਨਾਲ ਮੱਥਾ ਲਾਉਣ ਆਲੇ ਆਖਰ ਨੂੰ ਮਲੀਆਮੇਟ ਈ ਹੋਏ ਐ।" ਗੁਰਮਖ ਸਿੰਘ ਕੁਲਬੀਰੇ ਦੇ ਮੂੰਹ ਵਿਚ ਆਖਰੀ ਬੁਰਕੀ ਪਾਉਂਦਾ ਹੋਇਆ ਬੋਲਿਆ।

- "ਤਾਇਆ! ਤਾਈ ਹੋਰਾਂ ਬਾਰੇ ਲੱਗਿਆ ਤੈਨੂੰ ਕੁਛ ਪਤਾ?"

- "ਨਾਂਹ ..!" ਗੁਰਮਖ ਸਿੰਘ ਦਾ ਦਿਲ ਧੜਕਿਆ।

- "......।"

- "ਤੈਨੂੰ ਹੈ ਕੋਈ ਖਬਰ .....?" ਗੁਰਮਖ ਸਿੰਘ ਅੰਦਰੋਂ ਡਰ ਗਿਆ ਸੀ। ਪਰ ਕੌੜੀ ਸੱਚਾਈ ਤੋਂ ਉਹ ਕਿੱਥੇ ਭੱਜ ਸਕਦਾ ਸੀ? ਕਿੰਨਾ ਕੁ ਚਿਰ ਦੌੜ ਸਕਦਾ ਸੀ? ਸੱਚਾਈ ਅਕਸਰ ਸੱਚਾਈ ਸੀ।

- "ਤਾਇਆ ਖਬਰ ਤਾਂ ਹੈ - ਪਰ ਹੈ ਬਹੁਤ ਬੁਰੀ - ਕੀ ਕਰਾਂ? ਗੱਲ ਵੱਡੀ ਐ ਮੂੰਹ ਛੋਟਾ ਐ।"

- "ਬੋਲ ਪੁੱਤਰਾ! ਦਿਲ ਪੱਥਰ ਵਰਗਾ ਕਰ ਕੇ ਬੋਲ - ਸਿੱਖ ਕੌਮ ਨੂੰ ਤਾਂ ਨਿੱਤ ਮੁਹਿੰਮਾਂ ਐਂ - ਜਕਦਾ ਕਾਹਤੋਂ

ਐਂ?" ਗੁਰਮਖ ਸਿੰਘ ਨੇ ਦਿਲ ਫੌਲਾਦ ਬਣਾ ਲਿਆ।

- "ਤਾਇਆ - ਦਰਸ਼ਣੀ ਡਿਉੜੀ ਕੋਲੇ ਤਾਈ ਤੇ ਸੰਤੂ ਦੀ ਸੱਸ ਤਾਂ ਮਰੀਆਂ ਪਈਆਂ ਸੀ- ਪਰ ਮੇਲੋ ਚਾਚੀ ਤੇ ਬੰਟੀ ਭਾਬੀ ਅਜੇ ਜਿਉਂਦੀਆਂ ਸੀ - ਪਰ ਸੀ ਬਹੁਤ ਫੱਟੜ - ਗਰਮੀ ਕੀ, ਲੋਹੜਾ ਸੀ ਲੋਹੜਾ - ਹਸਪਤਾਲ ਤਾਂ ਉਹਨਾਂ ਨੂੰ ਕੀਹਨੇ ਪਹੁੰਚਾਉਣਾ ਸੀ? ਮੈਨੂੰ ਮੈਦ ਐ ਪਾਣੀ ਵੀ ਨਹੀਂ ਦਿੱਤਾ ਹੋਣਾ -।"

- "ਰੱਬ ਦੀ ਰਜਾ 'ਚ ਰਾਜੀ ਐਂ ਬਿੱਲਿਆ - ਪੰਜਵੇਂ ਪਿਤਾ ਨੇ ਤੱਤੀ ਤਵੀ 'ਤੇ ਬੈਠਿਆਂ ਕਿਹਾ ਸੀ: ਤੇਰਾ ਕੀਆ ਮੀਠਾ ਲਾਗੈ - ਹਰ ਨਾਮ ਪਦਾਰਥ ਨਾਨਕ ਮਾਂਗੈ - ਉਹਦੀਆਂ ਕੁਦਰਤਾਂ ਐਂ ਸ਼ੇਰ ਬੱਗਿਆ।"

- "ਪਰ ਤਾਇਆ - ਐਨਾ ਜ਼ੁਲਮ ਵੀ ਕੀ ਆਖ?"

- "ਤੂੰ ਕਿਵੇਂ ਬਚ ਕੇ ਨਿਕਲ ਆਇਆ?"

- "ਗੁਰੂ ਈ ਰੱਖਦੈ ਤਾਇਆ - ਮੈਂ ਉਸ ਸ਼ਾਮ ਨੂੰ ਲਾਸ਼ਾਂ ਵਿਚ ਈ ਲਿਟ ਗਿਆ - ਸਾਰੀ ਰਾਤ ਪਿਆ ਰਿਹਾ - ਸਵੇਰੇ ਕੂੜਾ ਚੁੱਕਣ ਆਲੀਆਂ ਗੱਡੀਆਂ ਆਈਆਂ ਤੇ ਨਾਲ ਈ ਸੀਗੇ ਭੰਗੀ - ਉਹਨਾਂ ਨੂੰ ਲਾਸ਼ਾਂ ਚੁੱਕਣ ਦਾ ਹੁਕਮ ਹੋਇਆ ਹੋਣੈ? ਉਹਨਾਂ ਨੇ ਆਉਣ ਸਾਰ ਸਾਡੀਆਂ ਘੜੀਆਂ ਘੁੜੀਆਂ ਲਾਹ ਲਈਆਂ - ਪੈਸੇ ਪੂਸੇ ਕੱਢ ਲਏ - ਤੇ ਲਾਸ਼ਾਂ ਪੂਲੀਆਂ ਆਂਗੂੰ ਲੱਦ ਲਈਆਂ - ਵਿੱਚੇ ਈ ਮੈਂ ਸੀ- ਤੇ ਸਾਨੂੰ ਬਾਹਰ ਬਾਹਰ ਲਿਆ ਕੇ ਇਕ ਥਾਂ ਢੇਰੀ ਕਰ ਦਿੱਤਾ - ਲੱਕੜਾਂ ਦਾ ਕੋਈ ਇੰਤਜ਼ਾਮ ਨਹੀਂ ਸੀ - ਕਹਿੰਦੇ ਸੀ - ਹੋਰ ਲਾਸ਼ਾਂ ਲੱਦ ਲਿਆਈਏ - ਫੇਰ ਤੇਲ ਪਾ ਕੇ ਸਾੜ ਦਿਆਂਗੇ - ਉਥੇ ਖੜ੍ਹ ਕੇ ਉਹ ਦਾਰੂ ਦੱਪਾ ਪੀਂਦੇ ਰਹੇ - ਲਾਸ਼ਾਂ

ਤੋਂ ਮਿਲਿਆ ਮਾਲ ਗਿਣਦੇ ਰਹੇ - ਤੇ ਜਦੋਂ ਉਹ ਗਏ ਤਾਂ ਮੈਂ ਬੋਚ ਕੇ ਲਾਸ਼ਾਂ 'ਚੋਂ ਨਿਕਲਿਆ ਤੇ ਫਸਲੀਂ ਵੜ ਗਿਆ - ਫੇਰ ਫਸਲੋ ਫਸਲੀ ਪਿੰਡ ਪਹੁੰਚਿਆ - ਛੁਪਦਾ ਛੁਪਾਉਂਦਾ।"

- "......।"

- "ਇਕ ਗੱਲ ਹੋਰ ਐ ਤਾਇਆ -।" ਬਿੱਲੂ ਗੁਰਮਖ ਦੇ ਬਿਲਕੁਲ ਨੇੜੇ ਹੋ ਗਿਆ।

- "......।" ਗੁਰਮਖ ਸਿੰਘ ਬਿੱਲੂ ਵੱਲ ਗਹੁ ਨਾਲ ਝਾਕਿਆ।

- "ਸੰਤੂ ਦੀ ਕੁੜੀ ਸੀ ਨਾ ਜੋਗਿੰਦਰ?"

- ".......।"

- "ਜਿਹੜੀ ਠਾਣੇਦਾਰ ਨੇ ਆਪਣੇ ਸਾਰੇ ਪਿੰਡ 'ਚ ਫੇਰੀ ਸੀ।"

- "ਆਹੋ।"

- "ਉਹਨੇ ਬੜੇ ਆਹੂ ਲਾਹੇ ਤਾਇਆ - ਉਹ ਆਪਣੇ ਹਰਦੀਪ ਹੋਰਾਂ ਦੇ ਗਰੁੱਪ 'ਚ ਈ ਸੀਗੀ।"

- "ਬੜੀ ਤਕੜੀ ਵਗੀ।"

- "ਫੇਰ ਜਦੋਂ ਫੌਜ ਨੂੰ ਪਤਾ ਲੱਗਿਆ ਬਈ ਨੁਕਸਾਨ ਇੱਧਰੋਂ ਵੱਧ ਹੁੰਦੈ - ਫੇਰ ਜਾ ਕੇ ਵੱਡੇ ਬੰਬ ਓਧਰ ਮਾਰੇ-ਤਾਂ ਜਾ ਕੇ ਮਿਲਟਰੀ ਨੂੰ ਅੰਦਰ ਜਾਣ ਆਸਤੇ ਥਾਂ ਹੋਇਆ-ਨਹੀਂ ਆਪਣੇ ਹਰਦੀਪ ਹੋਰਾਂ ਨੇ ਉਹ ਕਾਹਨੂੰ ਅੰਦਰ ਵੜਨ ਦਿੱਤੇ ਐ?"

- "ਵਾਹ ਉਏ ਸ਼ੇਰ ਬੱਗਿਓ ..! ਇਹਦਾ ਮਤਲਬ ਐ ਬਈ ਆਪਣਾ ਹਰਦੀਪ ਵੀ ਚੜ੍ਹਾਈ ਕਰ ਗਿਆ?"

- "ਹਾਂ ਤਾਇਆ -!" ਬਿੱਲੂ ਨੇ ਲੰਮਾ ਸਾਹ ਲੈ ਕੇ ਛੱਡਿਆ।

- "ਚਲੋ - ਇਹ ਫਿਕਰ ਵੀ ਨਿੱਬੜਿਆ।" ਗੁਰਮਖ ਸਿੰਘ ਨੇ ਸਹਿਜ ਸੁਭਾਹ ਹੀ ਕਿਹਾ।

- "ਹੁਣ ਰਹਿ ਗਏ ਅਸੀਂ ਬਾਬਾ ਤੇ ਪੋਤਾ - ਗੁਰਮਖ ਸਿੰਘ ਤੇ ਕੁਲਬੀਰਾ।"

- "ਚਾਹ ਪੀਏਂਗਾ ਬਿੱਲੂ ਸ਼ੇਰਾ?"

- "ਨਹੀਂ ਤਾਇਆ - ਚਾਹ ਨਹੀਂ ਪੀਣੀ - ਬੱਸ ਚੱਲਦੈਂ ਹੁਣ ਤਾਂ।" ਬਿੱਲੂ ਹੈਰਾਨ ਜਿਹਾ ਹੋਇਆ ਤੁਰ ਗਿਆ। ਗੁਰਮਖ ਸਿੰਘ ਨੇ ਕੋਈ ਬੂ-ਕਲਾਪ ਨਹੀਂ ਕੀਤਾ ਸੀ।

ਉਸ ਨੇ ਧਾਰਾਂ ਕੱਢ ਕੇ ਦੁੱਧ ਗਰਮ ਕਰ ਲਿਆ। ਉਹ ਕੁਲਬੀਰੇ ਦਾ ਦਿਲ ਪਰਚਾਈ ਰੱਖਦਾ। ਜੇ ਕੁਲਬੀਰਾ ਆਪਣੀ ਮਾਂ ਜਾਂ ਦਾਦੀ ਬਾਰੇ ਪੁੱਛਦਾ ਤਾਂ ਗੁਰਮਖ ਸਿੰਘ ਇੱਕੋ ਹੀ ਉਤਰ ਦਿੰਦਾ:

- "ਉਹ ਗੁਰੂ ਚਰਨਾਂ ਵਿਚ ਜਾ ਬਿਰਾਜੀਆਂ ਸ਼ੇਰਾ - ਗੁਰੂ ਚਰਨਾਂ ਵਿਚ।" ਉਹ ਹੱਸ ਕੇ ਬੜੇ ਗੜ੍ਹਕੇ ਨਾਲ ਆਖਦਾ। ਕੁਲਬੀਰਾ ਚੁੱਪ ਕਰ ਜਾਦਾ। ਪਤਾ ਨਹੀਂ ਉਸ ਨੂੰ ਕੋਈ ਸਮਝ ਪੈਂਦੀ, ਪਤਾ ਨਹੀਂ, ਨਾ ਪੈਂਦੀ। ਜੇ ਕੁਲਬੀਰਾ ਕਦੇ ਉਦਾਸ ਹੋ ਜਾਦਾ ਤਾਂ ਗੁਰਮਖ ਸਿੰਘ ਉਸ ਦਾ ਬਾਲਾ ਕੱਢ ਕੇ ਆਖਦਾ:

- "ਢਿੱਲੇ ਜਿਹੇ ਬੁੱਲ੍ਹ ਕਾਹਤੋਂ ਕਰਦੈਂ ਸ਼ੇਰ ਬੱਗਿਆ? ਐਧਰ ਦੇਖ ਤੇਰਾ ਬਾਬਾ ਡੰਡੇ ਅਰਗਾ ਫਿਰਦਾ।" ਗੁਰਮਖ ਸਿੰਘ ਉਸ ਨੂੰ ਡੌਲੇ ਦਿਖਾਉਂਦਾ ਤਾਂ ਕੁਲਬੀਰਾ ਹੱਸ ਪੈਂਦਾ।

ਗੁਰਮਖ ਸਿੰਘ ਇਕ ਤਰਾਂ ਨਾਲ ਆਹਰ ਲੱਗ ਗਿਆ ਸੀ। ਉਹ ਕੁਲਬੀਰੇ ਨੂੰ ਨੁਹਾਉਂਦਾ। ਕੱਪੜੇ ਧੋਂਦਾ। ਰੋਟੀ ਪਕਾਉਂਦਾ। ਖੁਆਉਂਦਾ। ਕੁਲਬੀਰੇ ਦੇ ਵਾਲ ਵਾਹ ਕੇ ਜੂੜਾ ਕਰਦਾ। ਧਾਰਾਂ ਕੱਢਦਾ। ਪੋਤੇ ਨਾਲ ਬੱਚਿਆਂ ਵਾਂਗ ਲਾਡ ਕਰਦਾ। ਤੋਤਲਾ ਬੋਲਦਾ ਪਰਚਿਆ ਰਹਿੰਦਾ।

- "ਸ਼ੇਰ ਬੱਗਿਆ! ਇਕ ਵਕਤ ਈ ਐਸਾ ਹੁੰਦੈ ਕੋਈ - ਦੁਨੀਆਂ ਤੇਰਿਆਂ ਚਾਚਿਆਂ ਤਾਇਆਂ ਤੇ ਬਾਪੂ ਦੀਆਂ ਗੱਲਾਂ ਕਰਿਆ ਕਰੂ।" ਕਦੇ ਕਦੇ ਉਹ ਕੁਲਬੀਰੇ ਨੂੰ ਆਖਦਾ। ਦਾਦਾ ਪੋਤਾ ਇਕੱਠੇ ਇਕ ਮੰਜੇ ਤੇ ਹੀ ਸੌਂਦੇ। ਪਰ ਗੁਰਮਖ ਸਿੰਘ ਦੇ ਅੰਦਰੋਂ ਕਦੇ-ਕਦੇ ਹੌਕਾ ਉਠਦਾ। ਭਰਿਆ ਭਰਾਇਆ ਘਰ ਸੁੰਨਾ ਸੁੰਨਾ ਪਿਆ ਸੀ। ਤਿੰਨ ਡੰਡੇ ਵਰਗੇ ਪੁੱਤਾਂ ਦਾ ਬਾਪ ਇਕ ਤਰ੍ਹਾਂ ਨਾਲ ਵਿਹਲਾ ਹੋਇਆ ਬੈਠਾ ਸੀ। ਵਿਹੜੇ ਵਿਚ ਇਕੱਲੇ ਪਏ ਨੂੰ ਕੋਈ ਝੱਖੜ ਝੰਜੋੜ ਕੇ ਰੱਖ ਜਾਂਦਾ। ਉਸ ਦੇ ਹੌਲ ਪੈਣ ਲੱਗਦੇ ਤਾਂ ਉਹ ਰੱਬ ਦਾ ਪੱਲਾ ਫੜ ਲੈਂਦਾ।

- "ਬਥੇਰੀ ਦੁਨੀਆਂ ਤੇਰੇ ਨਾਲੋਂ ਦੁਖੀ ਬੈਠੀ ਐ ਗੁਰਮਖ ਸਿਆਂ - ਤੇਰੇ ਕੋਲ ਰੱਬ ਦਾ ਦਿੱਤਾ ਪੋਤਾ ਈ ਬਹੁਤ ਐ।" ਉਹ ਆਪਣੇ ਆਪ ਨੂੰ ਧਰਵਾਸ ਦਿੰਦਾ।

ਜਦ ਫ਼ੌਜ ਨੇ ਦਰਬਾਰ ਸਾਹਿਬ ਦਰਸ਼ਣਾਂ ਲਈ ਖੋਲ੍ਹਿਆ ਤਾਂ ਦੁਨੀਆਂ ਹੜ੍ਹ ਵਾਂਗ ਅੰਮ੍ਰਿਤਸਰ ਨੂੰ ਵਹੀਰਾਂ ਘੱਤ ਕੇ ਤੁਰ ਪਈ। ਕੀ ਟਰੈਕਟਰ, ਕੀ ਟਰੱਕ, ਕੀ ਬੱਸ, ਕੀ ਪੈਦਲ, ਲੋਕ ਵਾਹੋਦਾਹੀ ਤੁਰ ਪਏ ਸਨ।

ਚਾਹੇ ਦਰਬਾਰ ਸਾਹਿਬ ਦੀ ਤਬਾਹੀ ਦੇ ਨਿਸ਼ਾਨਾਂ ਨੂੰ ਪੂਰਾ ਜੋਰ ਲਾ ਕੇ ਮਿਟਾਉਣ ਦੀ ਕੋਸ਼ਿਸ਼ ਕੀਤੀ ਗਈ ਸੀ। ਪਰ ਫਿਰ ਵੀ ਧਾੜਵੀਆਂ ਦੇ ਵਾਰ ਮੂੰਹੋਂ ਬੋਲਦੇ ਸਨ।

ਅਕਾਲ ਤਖ਼ਤ ਦੀ ਦੁਰਦਸ਼ਾ ਦੇਖ ਕੇ ਗੁਰਮਖ ਸਿੰਘ ਧਾਂਹੀ ਰੋ ਪਿਆ। ਕੁਲਬੀਰਾ ਬਿੱਟ-ਬਿੱਟ ਬਾਬੇ ਵੱਲ ਤੱਕ ਰਿਹਾ ਸੀ। ਗੁਰਮਖ ਸਿੰਘ ਇਕੱਲਾ ਨਹੀਂ, ਸਾਰੀ ਖਲਕਤ ਹੀ ਰੋ ਪਈ ਸੀ।

- "ਬਾਬਾ ਜੀ - ਤੁਸੀਂ ਕਾਹਤੋਂ ਰੋਂਦੇ ਓਂ?" ਕੁਲਬੀਰੇ ਨੇ ਬੜੀ ਹੀ ਮਾਸੂਮੀਅਤ ਨਾਲ ਪੁੱਛਿਆ।

- "ਪੁੱਤ ਮੇਰਿਆ! ਸ਼ੇਰ ਬੱਗਿਆ!! ਸਾਰੀ ਦੁਨੀਆਂ ਈ ਰੋਂਦੀ ਐ!!!"

- "ਪਰ ਕਾਹਤੋਂ ਰੋਂਦੀ ਐ?"

- "ਸ਼ੇਰ ਬੱਗਿਆ - ਫ਼ੌਜ ਨੇ ਆਪਣਾ ਅਕਾਲ ਤਖ਼ਤ ਢਾਹਤਾ - ਇਹ ਤਾਂ ਰੋਂਦੀ ਐ।" ਗੁਰਮਖ ਸਿੰਘ ਨੇ ਅੱਖਾਂ ਅਤੇ ਨੱਕ ਪੂੰਝਦਿਆਂ ਬੜੇ ਹੇਰਵੇ ਨਾਲ ਆਖਿਆ।

- "ਕਾਹਤੋਂ ਢਾਹ ਦਿੱਤਾ?"

- "ਤੇਰੇ ਅਜੇ ਇਹ ਗੱਲਾਂ ਸਮਝ ਆਉਣ ਆਲੀਆਂ ਹੈ ਨਹੀਂ ਸ਼ੇਰ ਬੱਗਿਆ - ਕੀ ਦੱਸਾਂ?" ਉਸ ਨੇ ਕੁਲਬੀਰੇ ਨੂੰ ਬੁੱਕਲ ਵਿਚ ਲੈ ਲਿਆ।

ਉਹ ਕੁਲਬੀਰੇ ਨੂੰ ਚੁੱਕ, ਭਰਿਆ ਮਨ ਲੈ ਕੇ ਦਰਸ਼ਣੀ ਡਿਉੜੀ ਕੋਲ ਆ ਗਿਆ। ਬਿੱਲੂ ਦੇ ਦੱਸਣ ਅਨੁਸਾਰ ਇਸ ਜਗਾਹ ਤੇ ਗੁਰਮਖ ਸਿੰਘ ਦੇ ਘਰਵਾਲੀ ਹਰਪਾਲ ਕੌਰ ਅਤੇ ਨੂੰਹ ਬੰਟੀ ਮਰੀਆਂ ਸਨ। ਸਖਤ ਫਟੜ ਬੰਟੀ ਅਤੇ ਮੇਲੋ ਨੂੰ ਹਸਪਤਾਲ ਕਿਸ ਨੇ ਪਹੁੰਚਾਉਣਾ ਸੀ? ਤੜਫਦੀਆਂ ਹੀ ਮਰ ਗਈਆਂ ਹੋਣਗੀਆਂ?

- "ਚੰਗਾ ਕਰਮਾਂ ਆਲੀਓ! ਰੱਬ ਥੋਡਾ ਸੁਰਗ 'ਚ ਵਾਸਾ ਕਰੇ!" ਗੁਰਮਖ ਸਿੰਘ ਦੇ ਸਬਰ ਦਾ ਬੰਨ੍ਹ ਖੁੱਲ੍ਹ ਗਿਆ। ਹਰ ਦੁਖਦੇ-ਸੁਖਦੇ ਨਾਲ ਨਿਭਣ ਵਾਲੀ ਜੀਵਨ - ਸਾਥਣ ਦੇ ਆਖਰੀ ਦਰਸ਼ਣ ਵੀ ਗੁਰਮਖ ਸਿੰਘ ਨੂੰ ਨਸੀਬ ਨਹੀਂ ਹੋਏ

ਸਨ। ਉਹ ਕੁਲਬੀਰੇ ਨੂੰ ਚੁੱਕ ਪਿੰਡ ਵਾਲੀ ਬੱਸ ਵਿਚ ਬੈਠ ਗਿਆ। ਬੱਸ ਵਿਚ ਬੈਠੇ ਲੋਕ ਤਰ੍ਹਾਂ-ਤਰ੍ਹਾਂ ਦੀਆਂ ਗੱਲਾਂ ਕਰ ਰਹੇ ਸਨ। ਵੱਖੋ-ਵੱਖਰਾ ਦੁੱਖ ਸੀ।

- "ਜਿਹੜੀਆਂ ਦਰਬਾਰ ਸਾਹਿਬ ਲਾਸ਼ਾਂ ਸੀ - ਉਹਨਾਂ ਦਾ ਇਹਨਾਂ ਨੇ ਕੀ ਕੀਤਾ?" ਗੁਰਮਖ ਸਿੰਘ ਨੇ ਨਾਲ ਦੀ ਸੀਟ ਵਾਲੇ ਨੂੰ ਪੁੱਛਿਆ।

- "ਉਹ ਇਕ ਥਾਂ 'ਕੱਠੀਆਂ ਕਰਕੇ ਸਾੜ ਦਿੱਤੀਆਂ ਬਾਬਾ - ਹੋਰ ਇਹਨਾਂ ਨੇ ਕੀ ਕਰਨਾ ਸੀ?" ਉਹ ਇਕ ਤਰ੍ਹਾਂ ਨਾਲ ਗੁਰਮਖ ਸਿੰਘ ਦੇ ਬੇਹੂਦਾ ਸੁਆਲ 'ਤੇ ਹੱਸ ਪਿਆ ਸੀ।

ਗੁਰਮਖ ਸਿੰਘ ਚੁੱਪ ਹੋ ਗਿਆ।

ਬੱਸੋਂ ਉਤਰਦਾ ਹੀ ਗੁਰਮਖ ਸਿੰਘ ਨੰਬਰਦਾਰ ਕੋਲ ਪਹੁੰਚਿਆ।

- "ਆ ਬਈ ਗੁਰਮਖ ਸਿਆਂ!" ਨੰਬਰਦਾਰ ਬੜੇ ਤਪਾਕ ਨਾਲ ਮਿਲਿਆ।

- "ਆਏ ਨੰਬਰਦਾਰਾ।" ਉਹ ਹਾਣੀ ਨੰਬਰਦਾਰ ਦੇ ਬਿਲਕੁਲ ਸਾਹਮਣੇ ਬੈਠ ਗਿਆ।

- "ਕੀ ਹੁਕਮ ਐਂ?"

- "ਆਪਣਾ ਘਰ ਤੇ ਜ਼ਮੀਨ ਵਿਕਾਊ ਐ - ਜੇ ਕੋਈ ਗਾਹਕ ਹੋਵੇ ਤਾਂ ਦੱਸੀਂ।"

- 'ਕਿਉਂ? ਕਾਹਤੋਂ?? ਕਿਤੇ ਹੋਰ ਜਾਣ ਦਾ ਵਿਚਾਰ ਐ???" ਅਥਾਹ ਹੈਰਾਨ ਨੰਬਰਦਾਰ ਨੇ ਕਈ ਸੁਆਲਾਂ ਦੇ ਤੀਰ ਦਾਗ ਦਿੱਤੇ।

- "ਆਹੋ।" ਗੁਰਮਖ ਸਿੰਘ ਤੁਰ ਆਇਆ।

ਜਦੋਂ ਉਹ ਘਰੇ ਪਹੁੰਚਿਆ ਤਾਂ ਉਸ ਨੂੰ ਹੌਲ ਜਿਹਾ ਪੈ ਗਿਆ। ਇਸ ਘਰ ਦੇ ਵਿਹੜੇ ਵਿਚ ਗੁਰਜੀਤ, ਹਰਦੀਪ ਅਤੇ ਕੁਲਜੀਤ ਖੇਡੇ ਸਨ। ਨੂੰਹ ਆਈ ਸੀ। ਹਰਪਾਲ ਕੌਰ ਉਚੀ-ਉਚੀ ਬੋਲਦੀ ਸੁਣਦੀ ਹੁੰਦੀ ਸੀ। ਪਰ ਕਿੱਥੇ ਗਿਆ ਉਹ ਸਾਰਾ ਕੁਝ? ਕਿਸੇ ਵਾ-ਵਰੋਲੇ ਵਾਂਗ ਹੀ ਉਡ ਗਿਆ। ਇਕ ਸੁਪਨੇ ਵਾਂਗ ਛਿਤਮ ਹੋ ਗਿਆ।

- "ਬਾਬਾ ਜੀ!" ਆਖ ਕੇ ਕੁਲਬੀਰੇ ਨੇ ਗੁਰਮਖ ਸਿੰਘ ਦੀ ਲੰਮੀ ਸੋਚ ਦੀ ਲੜੀ ਤੋੜੀ।

- ".....।" ਗੁਰਮਖ ਸਿੰਘ ਤ੍ਰਭਕ ਕੇ ਜਿਹੇ ਉਧਰ ਝਾਕਿਆ। ਪਰ ਅੱਖਾਂ ਵਿਚ ਅੱਥਰੂ ਹੋਣ ਕਰਕੇ ਕੁਝ ਦਿਸਿਆ ਨਹੀਂ ਸੀ। ਉਸ ਨੇ ਪਰਦੇ ਨਾਲ ਅੱਖਾਂ ਸਾਫ਼ ਕਰ ਲਈਆਂ।

- "ਹਾਂ - ਬੋਲ ਸ਼ੇਰ ਬੱਗਿਆ?" ਕੁਲਬੀਰੇ ਨੂੰ ਡੌਰ-ਭੌਰ ਜਿਹਾ ਖੜ੍ਹਾ ਦੇਖ ਕੇ ਗੁਰਮਖ ਸਿੰਘ ਦੇ ਕਾਲਜਿਓਂ ਜਿਵੇਂ ਰੁੱਗ ਭਰਿਆ ਗਿਆ।

ਉਸ ਨੇ ਕੁਲਬੀਰੇ ਨੂੰ ਚੁੱਕ ਲਿਆ।

- "ਆਪਾਂ ਇੱਥੋਂ ਕਿਤੇ ਹੋਰ ਚਲੇ ਜਾਵਾਂਗੇ?"

- "ਹਾਂ ਪੁੱਤ।"

- "ਕਾਹਤੋਂ?"

- "ਐਸ ਘਰੋਂ ਤੁਰ ਗਏ ਸੱਜਣ ਆਪਣੀ ਹਿੱਕ 'ਤੇ ਚੜ੍ਹੇ ਰਿਹਾ ਕਰਨਗੇ ਸ਼ੇਰ ਬੱਗਿਆ!"

ਗੁਰਮਖ ਸਿੰਘ ਦਾ ਫਿਰ ਰੋਣ ਨਿਕਲ ਗਿਆ।

- "ਮੋਹ ਦੇ ਰਿਸ਼ਤੇ ਛੇਤੀ ਕੀਤੇ ਕਾਹਨੂੰ ਟੁੱਟਦੇ ਐ ਸ਼ੇਰਾ - ਲੱਖ ਉਹੋ ਤੁਰ ਗਏ - ਪਰ ਵਸਦੇ ਅਜੇ ਵੀ ਮੇਰੀ ਐਸ ਹਿੱਕ 'ਚ ਐ ਬੱਚੂ ਮੇਰਿਆ!" ਬਾਬੇ ਨੇ ਸੜਦੀ ਹਿੱਕ ਤੇ ਧੱਫਾ ਮਾਰਿਆ।

- "......।" ਕੁਲਬੀਰਾ ਬਾਬੇ ਦੇ ਮੂੰਹ ਵੱਲ ਝਾਕ ਰਿਹਾ ਸੀ। ਕੋਈ ਗੱਲ ਉਸ ਦੇ ਪੱਲੇ ਨਹੀਂ ਪਈ ਸੀ।

- "ਸ਼ੇਰ ਬੱਗਿਆ - ਇਸ ਪਿੰਡ ਨੇ ਵਫ਼ਾ ਨਹੀਂ ਕੀਤਾ- ਓਸ ਗੁਰੂ ਦੀ ਨਗਰੀ ਜਾਵਾਂਗੇ -ਜੀਹਨੇ ਚਾਂਦਨੀ ਚੌਂਕ 'ਚ ਸੀਸ ਵਾਰ ਕੇ ਜਿਉਣਾ ਸਿਖਾਇਆ ਸੀ - ਆਪਾਂ ਦੋਵੇਂ ਬਾਬਾ ਪੋਤਾ ਈ ਬਥੇਰ੍ਹੇ ਆਂ।"

- ".....।"

- "ਚੱਲ ਪੁੱਤਰਾ ਆਪਾਂ ਦਾਲ ਪਾਣੀ ਦਾ ਕਰੀਏ - ਫੇਰ ਦਾਦਾ ਪੋਤਾ ਬੈਠ ਕੇ ਪਾਠ ਕਰਾਂਗੇ।"

ਕੁਲਬੀਰਾ ਲਸਣ ਛਿੱਲਣ ਲੱਗ ਪਿਆ।

ਗੁਰਮਖ ਸਿੰਘ ਨੇ ਮਸਾਲਾ ਰਗੜਨਾ ਸ਼ੁਰੂ ਕਰ ਦਿੱਤਾ।

ਅਜੇ ਗੁਰਮਖ ਸਿੰਘ ਹਾਰੇ ਵਿਚ ਦਾਲ ਹੀ ਧਰ ਕੇ ਹਟਿਆ ਸੀ ਕਿ ਪਿੰਡ ਦੀ ਪੰਚਾਇਤ ਆ ਗਈ। ਪੁਰਾਣੇ ਸਰਪੰਚ ਜੱਗਰ ਸਿੰਘ ਦੀ ਜਗਾਹ ਪਿੰਡ ਨੇ ਸਰਬ ਸੰਮਤੀ ਨਾਲ ਇਕ ਨਵਾਂ ਸਰਪੰਚ ਚੁਣ ਲਿਆ ਸੀ। ਅੰਮ੍ਰਿਤਧਾਰੀ ਗੁਰਸਿੱਖ।

- "ਤਕੜੈਂ ਗੁਰਮਖ ਸਿਆਂ?"

- "ਚੜ੍ਹਦੀਆਂ ਕਲਾਂ 'ਚ ਆਂ ਪੰਚੈਤੇ - ਆਓ ਜੀ ਆਇਆਂ ਨੂੰ - ਬੈਠੋ - ਚਾਹ ਧਰਾਂ?"

- "ਨਹੀਂ ਚਾਹ ਨਹੀਂ - ਇਕ ਰਾਇ ਲੈਣ ਆਏ ਸੀ ਤੇਰੇ ਕੋਲੇਂ।"

- "ਆਓ - ਹੁਕਮ ਕਰੋ।" ਉਹ ਸਤਿਕਾਰ ਨਾਲ ਪੰਚਾਇਤ ਅੱਗੇ ਲਿਫ਼ ਗਿਆ।

- "ਸੰਤੂ ਦੇ ਘਰ ਬਾਰੇ ਤੇਰਾ ਕੀ ਖਿਆਲ ਐ? ਟੱਬਰ ਤਾ ਸਾਰਾ ਸ਼ਹੀਦ ਹੋ ਗਿਆ - ਪੰਚੈਤ ਕਹਿੰਦੀ ਬਈ ਗੁਰਮਖ ਸਿਉਂ ਨੂੰ ਪੁੱਛੋਂ - ਉਹਦੇ ਨਾਲ ਉਹਦਾ ਕਾਫ਼ੀ ਮੋਹ ਸੀ।"

- "ਪੰਚੈਤ ਦਾ ਫੈਸਲਾ ਮੇਰਾ ਫੈਸਲਾ ਐ - ਮੈਂ ਫੈਸਲਾ ਕੀ ਦੇਣੈਂ - ਮੈਂ ਥੋਤੋਂ ਨਾਬਰ ਆਂ?" ਉਸ ਨੇ ਹੱਥ ਜੋੜ ਦਿੱਤੇ।

- "ਪੰਚਾਇਤ ਦਾ ਫੈਸਲਾ ਤਾਂ ਇਹ ਐ - ਬਈ ਸੰਤੂ ਆਲਾ ਘਰ ਨਿਸ਼ਾਨ ਸਾਹਿਬ ਚਾੜ੍ਹ ਕੇ ਗੁਰਦੁਆਰੇ ਦੇ ਨਾਂ ਅਰਦਾਸ ਕਰ ਦਿੱਤਾ ਜਾਵੇ - ਕੀ ਖਿਆਲ ਐ? ਇੱਧਰਲੀ ਪੱਤੀ ਨੂੰ ਸੌਖਾ ਹੋ ਜਾਊ - ਇਹਨਾਂ ਨੂੰ ਸਾਰਾ ਪਿੰਡ ਬਗਲ ਕੇ ਜਾਣਾ ਪੈਂਦੈ।"

- "ਬੜੀ ਵਧੀਆ ਗੱਲ ਐ - ਮੈਂ ਬਿਲਕੁਲ ਸਹਿਮਤ ਆਂ।"

- "ਚਲੋ ਫਿਰ - ਵਾਹਿਗੁਰੂ ਬੋਲ ਕੇ ਕੱਲ੍ਹ ਨੂੰ ਈ ਸੋਧ ਦਿਓ ਅਰਦਾਸਾ।"

ਗੱਲ ਨਿੱਬੜ ਗਈ।

ਪੰਚਾਇਤ ਤੁਰ ਗਈ।

ਬਿੱਲ, ਗੁਰਮਖ ਸਿੰਘ ਪਾਸ ਆ ਗਿਆ।

- "ਤਾਇਆ ..!"

- "ਹਾਂ ਸ਼ੇਰਾ?"

- "ਅਮਲੀ ਦੀ ਹਾਲਤ ਬਾਹਲੀ ਖਰਾਬ ਐ - ਜਾ ਕੇ ਪਤਾ ਲੈ - ਤੈਨੂੰ ਯਾਦ ਕਰਦੈ।"

- "ਅਮਲੀ ਕਈ ਦਿਨਾਂ ਦਾ ਢਿੱਲਾ ਐ।"

- "ਅੱਜ ਤਾਂ ਤਾਇਆ ਮੈਨੂੰ ਮੇਦ ਐ ਬਈ ਚੜ੍ਹਾਈ ਕਰੂ।"

- "ਤੂੰ ਇਉਂ ਕਰ - ਕੁਲਬੀਰੇ ਕੋਲੇ ਬੈਠ - ਮੈਂ ਅਮਲੀ ਕੋਲ ਹੋ ਕੇ ਆਇਆ।"

- "ਜਾਹ ਤਾਇਆ - ਮੈਂ ਬੈਠੈਂ - ਕੁਲਬੀਰੇ ਦਾ ਫਿਕਰ ਨਾ ਕਰ।"

ਗੁਰਮਖ ਸਿੰਘ ਤੁਰ ਗਿਆ।

ਹੱਡੀਆਂ ਦੀ ਮੁੱਠ ਅਮਲੀ ਬਾਣ ਦੀ ਮੰਜੀ 'ਤੇ ਮੁੜ੍ਹਕੋ-ਮੁੜ੍ਹਕੀ ਹੋਇਆ ਪਿਆ ਸੀ।

ਗੁਰਮਖ ਸਿੰਘ ਨੇ ਜਾ ਕੇ ਉਸ ਦਾ ਹੱਥ ਘੁੱਟਿਆ ਤਾਂ ਅਮਲੀ ਦੀਆਂ ਅੱਖਾਂ ਪਰਨਾਲੇ ਵਾਂਗ ਵਹਿ ਤੁਰੀਆਂ ਉਸ ਨੇ ਇਸ਼ਾਰੇ ਨਾਲ ਗੁਰਮਖ ਸਿੰਘ ਨੂੰ ਨੇੜੇ ਹੋਣ ਲਈ ਕਿਹਾ। ਗੁਰਮਖ ਸਿੰਘ ਥੱਲੇ ਹੀ ਮੰਜੀ ਪਾਸ ਬੈਠ ਗਿਆ।

- "ਗੁਰਮਖ ਸਿਆਂ - ਅੱਜ ਯਾਰ ਕੂਚ ਕਰਨਗੇ।" ਉਸ ਦਾ ਦਿਲ ਫਿਰ ਫ਼ਿੱਸ ਪਿਆ।

- "ਦਿਲ ਕਾਹਨੂੰ ਛੋਟਾ ਕਰਦੈਂ?" ਗੁਰਮਖ ਸਿੰਘ ਦਾ ਦਿਲ ਵੀ ਖ਼ਰਾਬ ਹੋ ਗਿਆ। ਹੱਸਦਾ ਖੇਡਦਾ ਅਮਲੀ ਕੜੱਕੀ ਬਣਿਆਂ ਪਿਆ ਸੀ।

- "ਗੱਲ ਸੁਣ ਮੇਰੀ ਟਿਕਾਅ ਕੇ।"

- "ਦੱਸ?"

- "ਅੰਮ੍ਰਿਤ ਤਾਂ ਮੈਂ ਨਹੀਂ ਛਕ ਸਕਿਆ - ਮਾੜੇ ਕਰਮ ਸੀ - ਨਸ਼ਿਆਂ ਨੇ ਪੇਸ਼ ਨਹੀਂ ਜਾਣ ਦਿੱਤੀ।"

- "........।"

- "ਮੇਰਾ ਮਰੇ ਦਾ ਪਾਠ ਜਰੂਰ ਰਖਵਾ ਦੇਈਂ - ਕੀ ਐ ਰੱਬ ਬਖ਼ਸ਼ ਈ ਲਵੇ।"

- "ਗੁਰੂ ਬਖ਼ਸ਼ਣਹਾਰ ਐ ਅਮਲੀਆ - ਤੂੰ ਪਛਤਾਵਾ ਕਰ ਲਿਆ - ਉਹ ਜਰੂਰ ਕਿਰਪਾ ਕਰੂ - ਉਹ ਬਖ਼ਸ਼ਣ 'ਤੇ ਆਵੇ ਤਾਂ ਕੌਡੇ ਰਾਕਸ਼ ਅਰਗਿਆਂ ਨੂੰ ਤਾਰ ਦਿੰਦੈ - ਗੁਰਬਾਣੀ ਫ਼ੁਰਮਾਉਂਦੀ ਐ: ਜਿਨ ਮਾਣਸੁ ਸੇ ਦੇਵਤੇ ਕੀਏ - ਕਰਤ ਨਾ ਲਾਗੀ ਵਾਰ - ਉਹ ਬੜਾ ਬੇਅੰਤ ਐ।"

ਅਮਲੀ ਦਾ ਘੋਰੜੂ ਵੱਜਣ ਲੱਗ ਪਿਆ ਤਾਂ ਗੁਰਮਖ ਸਿੰਘ ਨੇ ਉਸ ਦੇ ਕੰਨ ਕੋਲ ਹੋ ਕੇ ਬਾਣੀ ਪੜ੍ਹਨੀ ਸ਼ੁਰੂ ਕਰ ਦਿੱਤੀ:

- "ਜਹ ਮਾਤ ਪਿਤਾ
ਸੁਤ ਮੀਤ ਨਾ ਭਾਈ।।
ਮਨ ਊਹਾਂ ਨਾਮੁ
ਤੇਰੈ ਸੰਗਿ ਸਹਾਈ।।"

ਅਮਲੀ ਸੁਆਸ ਤਿਆਗ ਗਿਆ।

ਉਸ ਦੀਆਂ ਖੁੱਲ੍ਹੀਆਂ ਅੱਖਾਂ ਗੁਰਮਖ ਸਿੰਘ ਨੇ 'ਵਾਹਿਗੁਰੂ' ਆਖ ਕੇ ਬੰਦ ਕਰ ਦਿੱਤੀਆਂ।

ਸਾਰੇ ਸਤਯੁਗੀ ਪਿੰਡ ਨੇ ਰਲ ਕੇ ਅਮਲੀ ਦਾ ਸਸਕਾਰ ਕਰ ਦਿੱਤਾ।

- "ਮਰਨ ਲੱਗੇ ਦੀ ਇਹਦੀ ਆਖਰੀ ਖਾਹਿਸ਼ ਸੀ - ਕਿ ਮੇਰੇ ਮਰਨ ਤੋਂ ਬਾਅਦ ਮੇਰਾ ਪਾਠ ਪ੍ਰਕਾਸ਼ ਕਰਵਾਇਆ ਜਾਵੇ।" ਸਸਕਾਰ ਤੋਂ ਬਾਅਦ ਗੁਰਮਖ ਸਿੰਘ ਨੇ ਸਰਪੰਚ ਨੂੰ ਕਿਹਾ।

- "ਸੰਤੂ ਵਾਲੇ ਘਰ ਵਿਚ ਈ ਕਰਵਾ ਦਿਆਂਗੇ।"

- "ਸਤਿ ਬਚਨ।"

ਸਾਰੀ ਪੱਤੀ ਨੇ ਰਲ ਕੇ ਸੰਤੂ ਦੇ ਘਰ ਨੂੰ ਝਾੜਿਆ ਪੂੰਝਿਆ। ਜਾਲੇ ਬਗੈਰਾ ਲਾਹੇ। ਸਾਰੇ ਕਮਰੇ ਧੋ ਦਿੱਤੇ।

ਅਮਲੀ ਦੇ ਫ਼ੁੱਲ ਚੁਗਣ ਤੋਂ ਬਾਅਦ ਸੰਤੂ ਦੇ ਘਰ ਵਿਚ ਗੁਰੂ ਗਰੰਥ ਸਾਹਿਬ ਦਾ ਪ੍ਰਕਾਸ਼ ਕਰਕੇ ਨਿਸ਼ਾਨ ਸਾਹਿਬ ਝੁਲਾ ਦਿੱਤਾ।

ਹੁਕਮਨਾਮਾ ਲੈ ਕੇ ਅਮਲੀ ਨਮਿੱਤ ਸਹਿਜ ਪਾਠ ਪ੍ਰਕਾਸ਼ ਕਰਵਾ ਦਿੱਤਾ।

ਅਮਲੀ ਦੇ ਭੋਗ ਤੋਂ ਪਹਿਲਾਂ-ਪਹਿਲਾਂ ਹੀ ਗੁਰਮਖ ਸਿੰਘ ਨੇ ਆਪਣੀ ਜ਼ਮੀਨ ਅਤੇ ਘਰ ਨੰਬਰਦਾਰ ਨੂੰ ਵੇਚ ਦਿੱਤਾ। ਰਕਮ ਹੱਥ ਹੇਠ ਕਰ, ਗੁਰਮਖ ਸਿੰਘ ਨੇ ਬਿੱਲੂ ਨੂੰ ਸੁਨੇਹਾ ਭੇਜਿਆ।

ਬਿੱਲੂ ਤੁਰੰਤ ਹਾਜ਼ਰ ਹੋ ਗਿਆ।

- "ਬਿੱਲੂ - ਦਿੱਲੀ ਕੋਈ ਵਾਕਫ਼ੀ ਹੈ?"

- "ਬੜੀ ਤਾਇਆ - ਮੇਰੀ ਬਰਨਾਲੇ ਆਲੀ ਮਾਸੀ ਦਾ ਸਾਰਾ ਪ੍ਰਵਾਰ ਦਿੱਲੀ ਈ ਰਹਿੰਦੈ - ਟਰੱਕ ਚੱਲਦੇ ਐ ਉਹਨਾਂ ਦੇ ਉਥੇ।"

- "ਆਪਾਂ ਦਿੱਲੀ ਰਹਾਇਸ਼ ਕਰਨੀ ਐਂ ਸ਼ੇਰਾ।"

- "ਕਿਉਂ ਤਾਇਆ?" ਬਿੱਲੂ ਦਾ ਹੈਰਾਨੀ ਵਿਚ ਮੂੰਹ ਅੱਡਿਆ ਗਿਆ।

- "ਔਲਾਦ ਦੀ ਖਾਤਰ ਬੰਦਾ ਵੀਹ ਪਾਪੜ ਵੇਲਦੈ ਸ਼ੇਰਾ - ਕੁਲਬੀਰੇ ਨੂੰ ਉਥੇ ਕਿਸੇ ਚੰਗੇ ਸਕੂਲ 'ਚ ਪੜਾਊਂ - ਪੜ੍ਹ ਲਿਖ ਕੇ ਇਹਦੀ ਜਿੰਦਗੀ ਬਣ ਜਾਊ - ਐਥੇ ਪਿੰਡਾਂ 'ਚ ਕੀ ਐ? ਪੁਲਸ ਦੇ ਛਿੱਤਰ ਖਾ ਲਓ - ਠਾਣਿਆਂ 'ਚ ਰਾਤਾਂ ਕੱਟ

ਲਓ - ਸ਼ਹਿਰ 'ਚ ਜਾ ਕੇ ਇਹਨੂੰ ਕੁਛ ਸੋਝੀ ਆਊ - ਨਾਲੇ ਹੁਣ ਇਹਦੇ ਬਿਨਾ ਮੇਰਾ ਹੈ ਵੀ ਕੀ? ਗੁਰੂ ਦੀ ਆਹੀ ਦਾਤ ਐ - ਇਹਦੇ ਆਸਰੇ ਦਿਨ ਤੋੜ ਲਵਾਂਗੇ।"

- "ਇਹ ਵੀ ਤੇਰੀ ਗੱਲ ਠੀਕ ਐ ਤਾਇਆ - ਪਿੰਡਾ 'ਚ ਤਾਂ ਧੰਦ ਐ - ਜਿੰਨਾਂ ਮਰਜ਼ੀ ਐ ਪਿੱਟੀ ਜਾਓ - ਜਿੰਨੀ ਮੱਦਦ ਕਹੇਂਗਾ ਤਾਇਆ ਓਨੀ ਈ ਕਰੂੰ - ਆਪਣੇ ਮਾਸੜ ਦੀ ਉਥੇ ਬਹੁਤ ਬਣਦੀ ਐ- ਜਦੋਂ ਹੁਕਮ ਕਰੇਂਗਾ - ਨਾਲ ਚੱਲਿਆ ਚੱਲੂੰ - ਬਹੁਤ ਬਣੀ ਐਂ ਮਾਸੜ ਦੀ ਉਥੇ - ਬੜਾ ਮਾਣ ਤਾਣ ਐਂ।"

- "ਆਪਾਂ ਅਮਲੀ ਦੇ ਭੋਗ ਤੋਂ ਬਾਅਦ ਈ ਤੁਰ ਪੈਣੈਂ - ਕਿਸੇ ਨੂੰ ਬਾਹਲਾ ਪਤਾ ਨਾ ਲੱਗੇ - ਇਹ ਗੱਲ ਮੈਂ ਨੰਬਰਦਾਰ ਨੂੰ ਵੀ ਆਖਤੀ ਸੀ - ਜੇ ਪਿੰਡ ਆਲਿਆਂ ਨੂੰ ਪਤਾ ਲੱਗ ਗਿਆ - ਕਿਸੇ ਨੇ ਤੁਰਨ ਨਹੀਂ ਦੇਣਾ - ਆਬਦੇ ਨਿਆਣਿਆਂ ਦੀ ਖਾਤਰ ਇਨਸਾਨ ਬਹੁਤ ਕੁਛ ਕਰਦੈ - ਮੈਂ ਵੀ ਪਿੰਡ ਦਾ ਮੋਹ ਕੁਲਬੀਰੇ ਕਰਕੇ ਹੀ ਤੋੜਦੈਂ - ਕਾਹਨੂੰ ਜੀਅ ਕਰਦੈ ਇੱਥੋਂ ਜਾਣ ਨੂੰ।" ਗੁਰਮਖ ਸਿੰਘ ਅਤੀਅੰਤ ਜਜ਼ਬਾਤੀ ਹੋ ਗਿਆ।

- "ਤੇਰੇ ਦੁਖੀ ਹਿਰਦੇ ਨੂੰ ਮੈਂ ਸਮਝਦੈਂ ਤਾਇਆ - ਬਿਲਕੁਲ ਘਬਰਾ ਨਾ - ਜਿੱਥੋਂ ਤੱਕ ਹੋ ਸਕੇ - ਸਰਾਸਰ ਨਾਲ ਨਿਭੂੰ।"

- "ਸ਼ਾਬਾਸ਼ੇ ਸ਼ੇਰਾ ਤੇਰੇ।"

ਬਿੱਲੂ ਤੁਰ ਗਿਆ।

ਅਮਲੀ ਦੇ ਭੋਗ ਤੋਂ ਬਾਅਦ ਗੁਰਮਖ ਸਿੰਘ ਨੇ ਘਰ ਦੀ ਚਾਬੀ ਨੰਬਰਦਾਰ ਨੂੰ ਫੜਾ ਦਿੱਤੀ। ਰਕਮ ਸਾਂਭ ਕੇ ਪਾ ਲਈ।

ਉਹ ਕੁਲਬੀਰੇ ਨੂੰ ਚੁੱਕ ਘਰੋਂ ਤੁਰਨ ਲੱਗਿਆਂ ਤਾਂ ਹਿਰਦਾ ਡੋਲ ਗਿਆ। ਇਸ ਘਰੋਂ ਤੁਰ ਗਏ ਸਨੇਹੀਂ ਅਵਾਜਾਂ ਮਾਰਦੇ ਪ੍ਰਤੀਤ ਹੋਏ। ਵਿਹੜਾ ਬਿਲਕਦਾ ਲੱਗਿਆ। ਦਰਵਾਜੇ ਅਤੇ ਕੰਧਾਂ ਕੀਰਨੇ ਪਾਉਂਦੀਆਂ ਲੱਗੀਆਂ। ਪਰ ਕੁਲਬੀਰੇ ਦੀ ਖਾਤਰ ਗੁਰਮਖ ਸਿੰਘ ਨੇ ਹਿੱਕ ਤੇ ਪੱਥਰ ਧਰ ਲਿਆ।

- "ਚੱਲ ਸ਼ੇਰਾ!"

ਬਿੱਲੂ, ਗੁਰਮਖ ਸਿੰਘ ਅਤੇ ਕੁਲਬੀਰਾ ਬੱਸ ਸਟੈਂਡ ਨੂੰ ਤੁਰ ਪਏ। ਗੁਰਮਖ ਸਿੰਘ ਦਾ ਦਿਲ ਪਿੰਡ ਦੇ ਮੋਹ ਵਿਚ ਲਹੂ ਲੁਹਾਣ ਸੀ। ਬਿੱਲੂ ਉਸ ਦੇ ਦਰਦ ਨੂੰ ਸਮਝਦਾ ਹੋਇਆ ਚੁੱਪ ਸੀ।

19

ਬੱਸ ਫੜ ਕੇ ਉਹ ਸ਼ਹਿਰ ਪੁੱਜ ਗਏ।

ਇੱਥੋਂ ਉਹਨਾਂ ਨੇ ਦਿੱਲੀ ਨੂੰ ਟਰੇਨ ਫੜਨੀ ਸੀ। ਉਹ ਇਕ ਹੋਟਲ 'ਤੇ ਚਾਹ ਪੀਣ ਬੈਠ ਗਏ। ਕੁਲਬੀਰੇ ਨੂੰ ਗੁਰਮਖ ਸਿੰਘ ਨੇ ਦੁੱਧ ਗਰਮ ਕਰਵਾ ਦਿੱਤਾ।

- "ਹੁਣ ਖਾ ਪੀ ਲਈਂ ਸ਼ੇਰਾ - ਰਾਹ 'ਚ ਤਾਂ ਚੱਜ ਦਾ ਕੁਛ ਮਿਲਣਾ ਨਹੀਂ।" ਗੁਰਮਖ ਸਿੰਘ ਨੇ ਕੁਲਬੀਰੇ ਨੂੰ ਕਿਹਾ।

ਅਜੇ ਉਹ ਚਾਹ ਪੀ ਕੇ ਪੈਸੇ ਦੇਣ ਹੀ ਲੱਗਿਆ ਸੀ ਕਿ ਰੇਲਵੇ ਸਟੇਸ਼ਨ ਤੇ ਇਕ ਰੌਲਾ ਮੱਚ ਗਿਆ। ਕਈ ਪੁਲਸ ਵਾਲੇ ਡਾਂਗਾਂ ਲਈ ਇਕ ਕੈਦੀ ਦੇ ਪਿੱਛੇ ਭੱਜੇ ਜਾ ਰਹੇ ਸਨ। ਕੈਦੀ ਕਦੇ ਹੱਸਦਾ ਅਤੇ ਕਦੇ ਰੋਣ ਲੱਗ ਜਾਂਦਾ ਸੀ।

- "ਆਹ ਕੀ ਮਾਜਰਾ ਐ ਬਈ ਸਿੰਘਾ?" ਗੁਰਮਖ ਸਿੰਘ ਨੇ ਹੋਟਲ ਵਾਲੇ ਨੂੰ ਪੁੱਛਿਆ।

- "ਦੱਸਦੈਂ ਸਰਦਾਰ ਜੀ - ਇਹ ਅੱਜ ਦਾ ਈ ਨਹੀਂ - ਨਿੱਤ ਦਾ ਈ ਕੰਮ ਐਂ।"

ਪੁਲਸ ਵਾਲਿਆਂ ਨੇ ਕੈਦੀ ਨੂੰ ਫੜ ਲਿਆ ਸੀ। ਉਹ ਸਾਹੋ ਸਾਹ ਹੋਇਆ ਧਰਤੀ 'ਤੇ ਲਿਟੀ ਜਾ ਰਿਹਾ ਸੀ। ਹੱਸਦਾ ਅਤੇ ਕਦੇ ਰੋਂਦਾ ਸੀ।

- "ਇਹਦੇ ਤਾਂ ਦਿਮਾਗ 'ਚ ਫਰਕ ਲੱਗਦੈ?"

- "ਹਾਂ - ਦਿਮਾਗ 'ਚ ਈ ਫਰਕ ਐ - ਥੋੜਾ ਕੰਮ ਠੰਢਾ ਹੋ ਲੈਣ ਦਿਓ - ਸਾਰੀ ਗੱਲ ਈ ਦੱਸਦੈਂ।"

ਪੁਲਸ ਵਾਲੇ ਕੈਦੀ ਨੂੰ ਫੜ ਕੇ ਲੈ ਗਏ।

- "ਹੁਣ ਸੁਣੋ ਸਰਦਾਰ ਜੀ ਗੱਲ।" ਹੋਟਲ ਵਾਲੇ ਨੇ ਗੁਰਮਖ ਸਿੰਘ ਨੂੰ ਕਿਹਾ।

- "....!"

- "ਇਹ ਜਿਹੜਾ ਕੈਦੀ ਐ - ਇਹ ਪੰਜਾਬ ਪੁਲਸ ਦੇ ਵਿਚ ਸਿਪਾਹੀ ਸੀ - ਤੁਸੀਂ ਬੇਦੀ ਵਕੀਲ ਨੂੰ ਜਾਣਦੇ ਹੋਵੋਂਗੇ? ਬਹੁਤ ਮਸ਼ਹੂਰ ਵਕੀਲ ਸੀ।"

- "ਆਹੋ ...!"

- "ਇਸ ਸਿਪਾਹੀ ਨੇ ਬੇਦੀ ਦੇ ਪ੍ਰੀਵਾਰ ਨੂੰ ਮਾਰਿਆ ਸੀ - ਬੁਰੇ ਕੰਮਾਂ ਦੇ ਬੁਰੇ ਨਤੀਜੇ ਸਰਦਾਰ ਜੀ - ਬੇਦੀ ਦਾ ਇਕ ਨਿੱਕਾ ਜਿਹਾ ਮੁੰਡਾ ਸੀ - ਉਹ ਵੀ ਇਹਨੇ ਮਾਰਿਆ - ਮਾਰ ਤਾਂ ਬੈਠਾ - ਪਰ ਇਹਦੇ ਦਿਲ ਤੇ ਐਹੋ ਜਿਹੀ ਸੱਟ ਵੱਜੀ - ਦਿਮਾਗ 'ਚ ਫਰਕ ਪੈ ਗਿਆ - ਫੇਰ ਆਪ ਈ ਕਮਲ ਜਿਆ ਮਾਰਦਾ ਅਦਾਲਤ 'ਚ ਪੇਸ਼ ਹੋ ਗਿਆ - ਅਦਾਲਤ ਨੇ ਇਹਨੂੰ ਜੇਲ੍ਹ ਭੇਜਤਾ - ਹੁਣ ਪੁਲਸ ਆਲੇ ਇਹਨੂੰ ਪੇਸ਼ੀ 'ਤੇ ਲੈ ਕੇ ਆਉਂਦੇ ਐ - ਜੱਜ ਦਿਮਾਗੀ ਹਾਲਤ ਦੇਖ ਕੇ ਬਿਆਨ ਨਹੀਂ ਲੈਂਦਾ - ਜੋਰ ਐ ਇਹਦੇ 'ਚ ਸਾਹਨ ਜਿੰਨਾਂ - ਪੁਲਸ ਆਲਿਆਂ ਤੋਂ ਇਹ ਫੜਿਆ ਰਹਿੰਦਾ ਨਹੀਂ - ਇਕ ਦਿਨ ਇਹਨੇ ਬੈਠੇ ਬੈਠੇ ਨੇ ਆਬਦੇ ਸਿਰ 'ਚ ਇੱਟ ਮਾਰਲੀ ਐਥੇ - ਲਹੂ ਤਤੀਰ੍ਹੀਏਂ ਵਗੇ - ਇਹ ਲਹੂ ਵਗਦਾ ਦੇਖ ਦੇਖ ਹੱਸੀ ਜਾਵੇ - ਜੇਲ੍ਹ ਵਾਲੇ ਤੇ ਕੈਦੀ ਵੀ ਇਹ ਤੋਂ ਬੜੇ ਦੁਖੀ ਐ - ਪੁਲਸ ਆਲੇ ਐਥੇ ਚਾਹ ਚੂਹ ਪੀਣ ਆਏ ਮਾੜਾ ਮੋਟਾ ਦੱਸ ਜਾਂਦੇ ਐ - ਪੁਲਸ ਆਲੇ ਤਾਂ ਕਈ ਵਾਰੀ ਇਹਨੂੰ ਜਾਣ ਕੇ ਛੱਡ ਦਿੰਦੇ ਐ।"

- "ਉਹ ਕਾਹਤੋਂ?"

- "ਬਈ ਇਹ ਐਥੇ ਧੂਤਕੜਾ ਪਾਵੇ ਤੇ ਜੱਜ ਨੂੰ ਜਾ ਕੇ ਦੱਸੀਏ ਬਈ ਇਹਨੂੰ ਕਮਲ ਦਾ ਫਿਰ ਦੌਰਾ ਪੈ ਗਿਆ।"

- "ਤਾਂ ਵੀ ਕੋਈ ਗੱਲ ਤਾਂ ਹੋਊ?"

- "ਸਰਦਾਰ ਜੀ ਉਹਨਾਂ ਨੂੰ ਇਹ ਐ ਬਈ ਜੇ ਇਹਨੇ ਜੱਜ ਅੱਗੇ ਬਿਆਨ ਦੇ ਦਿੱਤੇ ਤਾਂ ਨਾਲ ਹੋਰ ਵੀ ਪੁਲਸ ਆਲਿਆਂ ਨੂੰ ਪਸਾਊ।"

- "ਇਹ ਵੀ ਸੱਚ ਐ।"

- "ਜਦੋਂ ਇਹਨੇ ਬੇਦੀ ਦਾ ਜੁਆਕ ਮਾਰਿਆ - ਉਦੋਂ ਸੀ ਇਹ ਸ਼ਰਾਬੀ - ਤੇ ਜਦੋਂ ਸ਼ਰਾਬ ਲਹੀ ਤਾਂ ਬੱਸ ਦਿਮਾਗ ਫਿਰ ਗਿਆ - ਬਈ ਦੱਸੋ ਜੁਆਕ ਨਾਲ ਤੇਰਾ ਕੀ ਰੰਜ ਸੀ ਸਹੁਰਿਆ? ਬੱਚੇ ਤਾਂ ਰੱਬ ਦਾ ਰੂਪ ਹੁੰਦੇ ਐ -।"

- "......।"

- "ਦੱਸਦੇ ਐ ਬਈ ਜਦੋਂ ਇਹ ਜੁਆਕ ਨੂੰ ਮਾਰਨ ਲੱਗਿਆ - ਉਹ ਡਰਦਾ, ਰੋਂਦਾ ਕੁਰਲਾਉਂਦਾ ਅੱਗੇ ਅੱਗੇ ਭੱਜ ਪਿਆ - ਇਹਨੇ ਉਹਨੂੰ ਫੜ ਕੇ ਮਾਰਿਆ - ਨਰਕ ਸੁਰਗ ਸਰਦਾਰ ਜੀ ਐਥੇ ਈ ਐ - ਆਹ ਦੇਖ ਲਓ - ਬੁਰੇ ਹਾਲੀਂ ਫਿਰਦੈ - ਇਹਦੇ ਆਬਦੇ ਜੁਆਕ ਵੀ ਰੁਲ ਗਏ - ਬਿਰ ਬਿਰ ਉਹ ਕਰਦੇ ਫਿਰਦੇ ਐ - ਤੇ ਇਹੇ ਨਾ ਮਰਿਆਂ 'ਚ ਤੇ ਨਾ ਜਿਉਂਦਿਆਂ 'ਚ।"

ਹੋਟਲ ਵਾਲੇ ਨੇ ਗੱਲ ਪੂਰੀ ਕੀਤੀ।

- "ਚੱਲ ਤਾਇਆ ਟਿਕਟਾਂ ਲਈਏ ਫੇਰ।"

ਉਹਨਾਂ ਨੇ ਟਿਕਟਾਂ ਲੈ ਕੇ ਸ਼ਾਮ ਵਾਲੀ ਗੱਡੀ ਫੜ ਲਈ। ਸਵੇਰੇ ਉਹ ਦਿੱਲੀ ਆ ਲੱਗੇ। ਕੁਲਬੀਰਾ ਸਾਰੇ ਰਾਹ ਟਰੇਨ ਵਿਚ ਸੁੱਤਾ ਆਇਆ ਸੀ। ਬਿੱਲੂ ਅਤੇ ਗੁਰਮਖ ਸਿੰਘ ਨੇ ਵੀ ਅੱਖ ਲਾ ਲਈ ਸੀ। ਪਰ ਬੇਦੀ ਵਕੀਲ ਅਤੇ ਉਸ ਦਾ ਰਤੀ ਭਰ ਪੁੱਤਰ ਗੁਰਮਖ ਸਿੰਘ ਦੇ ਦਿਲ ਤੋਂ ਨਹੀਂ ਉਤਰੇ ਸਨ। ਗੁਰਮਖ ਸਿੰਘ ਸਾਰੇ ਰਾਹ ਕੁਲਬੀਰੇ ਨੂੰ ਹਿੱਕ ਨਾਲ ਘੁੱਟੀ ਆਇਆ ਸੀ।

ਦਿੱਲੀ ਪਹੁੰਚ ਕੇ ਉਹਨਾਂ ਨੇ ਆਟੋ-ਰਿਕਸ਼ਾ ਲਿਆ ਅਤੇ ਬਿੱਲੂ ਦੀ ਮਾਸੀ ਦੇ ਘਰੇ ਪੁੱਜ ਗਏ।

ਬਿੱਲੂ ਦਾ ਮਾਸੜ ਬੜਾ ਮਿਲਣਸਾਰ ਅਤੇ ਰੰਗੀਲਾ ਬੰਦਾ ਸੀ। ਤੁਰਿਆ - ਫਿਰਿਆ ਅਤੇ ਹੰਢਿਆ ਮਨੁੱਖ। ਜੁਆਨੀ ਵੇਲੇ ਖ਼ੁਦ ਡਰਾਈਵਰੀ ਕੀਤੀ ਅਤੇ ਬਾਪੂ ਮਰਨ ਤੋਂ ਬਾਅਦ ਜ਼ਮੀਨ ਵੇਚ ਕੇ ਦਿੱਲੀ ਟਰੱਕ ਆ ਪਾਏ। ਉਸ ਦਾ ਚੰਗੇ ਸਿਰ ਕੱਢਦੇ ਬੰਦਿਆਂ ਨਾਲ ਉਠਣ ਬੈਠਣ ਸੀ। ਰਾਤ ਨੂੰ ਦਾਰੂ ਪੀ ਕੇ ਪੈਣਾ ਅਤੇ ਸਵੇਰੇ ਅਫ਼ੀਮ ਖਾ ਕੇ ਉਠਣਾ ਉਸ ਦਾ ਕਰਮ ਸੀ। ਦਾਰੂ ਪੀ ਕੇ ਡਰਾਈਵਰਾਂ ਨੂੰ ਗਾਹਲਾਂ ਕੱਢਣੀਆਂ ਉਸ ਦਾ ਸ਼ੌਕ ਸੀ। ਪਰ ਡਰਦਾ ਉਸ ਅੱਗੇ ਕੋਈ ਬੋਲਦਾ ਨਹੀਂ ਸੀ। ਜੱਟ ਦਾ ਚੰਗਾ ਦਬਦਬਾ ਸੀ। ਰੋਹਬ ਸੀ।

- "ਪੈਸੇ ਕਰਵਾਓ ਬੈਂਕ ਵਿਚ ਜਮ੍ਹਾਂ - ਥੋਤੋਂ ਤਾਂ ਸਰਦਾਰ ਜੀ ਵਿਆਜ ਈ ਨਹੀਂ ਖਾਧਾ ਮੁੱਕਣਾ।" ਬਿੱਲੂ ਦੇ ਮਾਸੜ ਬਿੱਕਰ ਸਿੰਘ ਨੇ ਕਿਹਾ।

- "ਜਿਵੇਂ ਮਾਸੜਾ ਤੂੰ ਕਰਦੇਂਗਾ - ਸਾਨੂੰ ਮਨਜ਼ੂਰ ਐ - ਤਾਇਆ ਆਪਣਾ ਬਿਲਕੁਲ ਘਰ ਦਾ ਬੰਦੈ - ਇਹਦੀ ਸਾਰੀ ਘਾਣੀ ਮੈਂ ਤੈਨੂੰ ਦੱਸ ਈ ਦਿੱਤੀ ਐ -

ਇਹ ਦੋਨੋਂ ਜਾਣੇ ਐਂ - ਬਾਬਾ ਤੇ ਪੋਤਾ - ਇਕ ਗੁਜਾਰੇ ਜੋਗਾ ਮਕਾਨ ਇਹਨਾਂ ਨੂੰ ਲੈ ਦੇਹ - ਬਾਕੀ ਪੈਸੇ ਇਹਦੇ ਨਾਂ ਬੈਂਕ ਵਿਚ ਕਰਵਾ ਦੇਹ।"

- "ਸਰਦਾਰ ਜੀ - ਬੇਚਿੰਤ ਰਹੋ - ਇਹ ਥੋਡਾ ਈ ਘਰ ਐ - ਅੱਜ ਕੱਲ੍ਹ 'ਚ ਸਾਰਾ ਕੰਮ ਈ ਕਰ ਦਿਆਂਗੇ - ਬਥੇਰੇ ਪ੍ਰਾਪਰਟੀ ਡੀਲਰ ਆਪਾਂ ਨੂੰ ਜਾਣਦੇ ਐ - ਇਹ ਕੰਮ ਹੁਣ ਥੋਡਾ ਨਹੀਂ ਮੇਰੈ - ਇਹ ਸਾਰਾ ਬੋਝ ਮੇਰੇ ਤੇ ਸਿੱਟੋ - ਮੈਂ ਜਾਣਾ ਮੇਰਾ ਕੰਮ ਜਾਣੇ।"

- "ਗੁਰੂ ਦਾ ਆਸਰਾ ਲੈ ਕੇ ਥੋਡੇ ਕੋਲੇ ਆਏ ਆਂ ਭਾਈ -।"

- "ਬੱਸ ਹੋਰ ਨਾ ਕੁਛ ਆਖਿਓ।"

ਬਿੱਲੂ ਦੀ ਮਾਸੀ ਦਾ ਸਾਰਾ ਪ੍ਰੀਵਾਰ ਹੀ ਬੜਾ ਮਿਲਣਸਾਰ ਅਤੇ ਹਮਦਰਦ ਪ੍ਰੀਵਾਰ ਸੀ। ਬਿੱਕਰ ਸਿੰਘ ਲੱਖ ਸ਼ਰਾਬੀ ਕਵਾਬੀ ਸੀ ਪਰ ਦਿਲ ਦਾ ਬੜਾ ਲੱਠਾ ਬੰਦਾ ਸੀ। ਜੋ ਕਹਿੰਦਾ ਉਹ ਪੂਰੀ ਕਰਕੇ ਸਾਹ ਲੈਂਦਾ ਸੀ। ਉਸ ਦੇ ਰੱਖੇ ਡਰਾਈਵਰ ਉਸ ਨੂੰ ਪਿੱਠ ਪਿੱਛੇ 'ਭੜਥੂ' ਜਾਂ ਫਿਰ 'ਭਮੱਕੜ' ਆਖਦੇ। ਪਰ ਉਸ ਦੇ ਦਰਿਆ ਦਿਲ ਦੇ ਉਹ ਕਾਇਲ ਸਨ। ਆਪਣੇ ਮਾਲਕ 'ਤੇ ਮਾਣ ਕਰਦੇ ਸਨ।

ਇਕ ਹਫਤੇ ਦੇ ਅੰਦਰ ਅੰਦਰ ਹੀ ਬਿੱਕਰ ਸਿੰਘ ਨੇ ਗੁਰਮਖ ਸਿੰਘ ਨੂੰ ਇਕ ਸ਼ਾਂਤ ਇਲਾਕੇ ਵਿਚ ਇਕ ਗੁਜਾਰੇ ਜੋਗਾ ਮਕਾਨ ਲੈ ਦਿੱਤਾ। ਗੁਆਂਢੀਆਂ ਨਾਲ ਜਾਣ ਪਹਿਚਾਣ ਕਰਵਾ ਦਿੱਤੀ। ਕੁਲਬੀਰੇ ਨੂੰ ਸਕੂਲ ਵਿਚ ਦਾਖਲ ਕਰਵਾ ਦਿੱਤਾ। ਖਾਣ ਪੀਣ ਲਈ ਖੁੱਲ੍ਹਾ ਡੁੱਲ੍ਹਾ ਰਾਸ਼ਣ ਪਾਣੀ ਖਰੀਦ ਦਿੱਤਾ।

ਜਿੰਦਗੀ ਫਿਰ ਨਿਰੰਤਰ ਆਪਣੀ ਤੋਰ ਤੁਰ ਪਈ ਸੀ। ਕੁਲਬੀਰਾ ਸਕੂਲ ਜਾਂਦਾ। ਗੁਰਮਖ ਸਿੰਘ ਉਸ ਨੂੰ ਸਕੂਲ ਛੱਡਣ ਜਾਂਦਾ ਅਤੇ ਲੈ ਕੇ ਆਉਂਦਾ।

ਬਿੱਕਰ ਸਿੰਘ ਵੀ ਗੇੜਾ ਮਾਰਦਾ ਰਹਿੰਦਾ। ਦੁੱਖ ਸੁੱਖ ਕਰ ਜਾਂਦਾ ਅਤੇ ਰਾਸ਼ਣ ਪਾਣੀ ਲੈ ਕੇ ਦੇ ਜਾਦਾ। ਗੁਰਮਖ ਸਿੰਘ ਜਦੋਂ ਲੋੜ ਹੁੰਦੀ ਬੈਂਕ ਵਿਚੋਂ ਪੈਸੇ ਲੈ ਆਉਂਦਾ। ਬੈਂਕ ਦੇ ਸਾਰੇ ਕਰਮਚਾਰੀ ਉਸ ਨੂੰ ਜਾਨਣ ਲੱਗ ਪਏ ਸਨ। ਗੁਰਮਖ ਸਿੰਘ ਦੇ ਸਾਊ ਸੁਭਾਅ ਤੋਂ ਜਾਣੂੰ ਹੋ ਗਏ ਸਨ।

ਜਿਸ ਦਿਨ ਕੁਲਬੀਰੇ ਨੂੰ ਛੁੱਟੀ ਹੁੰਦੀ ਤਾਂ ਦੋਵੇਂ ਬਾਬਾ ਪੋਤਾ ਬੰਗਲਾ ਸਾਹਿਬ ਗੁਰਦੁਆਰੇ ਜਾ ਆਉਂਦੇ। ਆਤਮਾ ਸਥਿਰ ਰਹਿੰਦੀ।

ਗੁਰਮਖ ਸਿੰਘ ਦੇ ਇਸ ਘਰ ਅੱਗੇ ਇਕ ਤ੍ਰਿਵੈਣੀ ਸੀ। ਬੋਹੜ, ਪਿੱਪਲ ਅਤੇ ਨਿੰਮ। ਗੁਰਮਖ ਸਿੰਘ ਹਰ ਰੋਜ ਇਸ ਤ੍ਰਿਵੈਣੀ ਨੂੰ ਕੁਲਬੀਰੇ ਤੋਂ ਪਾਣੀ ਪੁਆਉਂਦਾ। ਤ੍ਰਿਵੈਣੀ ਨਾਲ ਗੱਲਾਂ ਕਰਦਾ।

ਰੋਟੀ ਖਾਣ ਤੋਂ ਪਹਿਲਾਂ ਗੁਰਮਖ ਸਿੰਘ ਕੁਲਬੀਰੇ ਨੂੰ ਪੁੱਛਦਾ:

- "ਉਏ ਸ਼ੇਰ ਬੱਗਿਆ - ਤ੍ਰਿਵੈਣੀ ਨੂੰ ਪਾਣੀ ਪਾਅਤਾ?" ਕੁਲਬੀਰੇ ਦੇ 'ਹਾਂ' ਕਹਿਣ ਉਤੇ ਉਹ ਬਾਹਰ ਤ੍ਰਿਵੈਣੀ ਦੀਆਂ ਜੜ੍ਹਾਂ ਕੋਲ ਜਾ ਖੜ੍ਹਦਾ।

- "ਕਿਉਂ? ਖੁਸ਼ ਓਂ ਭਗਤੋਂ?" ਉਹ ਉਚੀ ਦੇਣੇ ਪੁੱਛਦਾ। ਕੋਈ ਜਵਾਬ ਨਾ ਆਉਂਦਾ ਤਾਂ ਉਹ ਆਪ ਈ, "ਚੰਗਾ - ਖੁਸ਼ ਈ ਰਹੋ! ਜਿਉਂਦੇ ਵਸਦੇ ਰਹੋ! ਮੌਜਾਂ ਮਾਣੋਂ!" ਕਹੀ ਜਾਂਦਾ।

- "ਚੰਗਾ - ਹੁਣ ਮੈਂ ਵੀ ਸੌਣ ਚੱਲਿਐਂ - ਤੁਸੀਂ ਵੀ ਛੱਟ ਸੌਂ ਲਵੋ - ਕੱਲ੍ਹ ਨੂੰ ਫੇਰ ਮਿਲਾਂਗੇ।" ਤੇ ਗੁਰਮਖ ਸਿੰਘ ਮੰਜੇ ਤੇ ਆ ਪੈਂਦਾ।

ਤੜਕਿਓਂ ਉਠ ਕੇ ਗੁਰਮਖ ਸਿੰਘ ਫਿਰ ਤ੍ਰਿਵੈਣੀ ਕੋਲ ਚਲਾ ਜਾਂਦਾ। ਪਾਠ ਸੰਪੂਰਨ ਕਰਨ ਤੋਂ ਬਾਅਦ ਪੁੱਛਦਾ:

- "ਕਿਉਂ ਬਈ ਭਗਤੋ? ਵਧੀਆ ਸੁੱਤੇ?"

ਦਿਨ ਵਧੀਆ ਲੰਘਦੇ ਜਾ ਰਹੇ ਸਨ।

ਬਾਬਾ, ਪੋਤਰਾ ਅਤੇ ਤ੍ਰਿਵੈਣੀ ਆਪਸ ਵਿਚ ਮਸਤ ਸਨ। ਇਕ ਦੂਜੇ ਦੀ ਖੁਰਾਕ ਸਨ। ਇਕ ਦੂਜੇ ਦਾ ਆਸਰਾ ਸਨ। ਆਹਰ ਬਣਿਆ ਹੋਇਆ ਸੀ।

ਗੁਰਮਖ ਸਿੰਘ, ਕੁਲਬੀਰੇ ਦੇ ਸਕੂਲ ਦੇ ਟਾਈਮ ਤੱਕ ਤ੍ਰਿਵੈਣੀ ਹੇਠ ਬੈਠਾ, ਉਸ ਨਾਲ ਗੱਲਾਂ ਕਰਦਾ ਰਹਿੰਦਾ। ਦੁੱਖ ਦੀਆਂ, ਸੁਖ ਦੀਆਂ। ਦਿਲ ਲੱਗਿਆ ਰਹਿੰਦਾ। ਸਮਾਂ ਲੰਘ ਜਾਂਦਾ।

ਇਕੱਤੀ ਅਕਤੂਬਰ 1984 ਦਾ ਦਿਨ ਸੀ।

ਇਕ ਬੜੀ ਹੀ ਮਨਹੂਸ ਖਬਰ ਆਈ।

ਦੇਸ਼ ਦੀ ਪ੍ਰਧਾਨ ਮੰਤਰੀ ਸ੍ਰੀ ਮਤੀ ਇੰਦਰਾ ਗਾਂਧੀ ਦਾ ਉਸ ਦੇ ਸਿੱਖ ਬਾਡੀਗਾਰਡਾਂ ਨੇ ਕਤਲ ਕਰ ਦਿੱਤਾ ਸੀ। ਖਬਰ ਨੇ ਸਾਹ ਸੂਤ ਲਏ। ਦਿੱਲੀ ਅਤੇ ਬਾਹਰਲੇ ਸੂਬਿਆਂ ਵਿਚ ਵਸਦੇ ਸਿੱਖਾਂ ਦੀ ਰੱਤ ਸੁੱਕ ਗਈ।

ਪੂਰੀ ਰਾਜਧਾਨੀ ਵਿਚ ਸਿੱਖਾਂ ਦਾ ਕਤਲੇਆਮ ਸ਼ੁਰੂ ਹੋ ਗਿਆ। ਬਾਹਰਲੇ ਸੂਬਿਆਂ ਵਿਚ ਵੀ ਇਹੋ ਹੀ ਹਾਲ ਸੀ। ਸਿੱਖ ਘਰਾਂ 'ਚੋਂ ਬਾਹਰ ਧੂਹ-ਧੂਹ ਕੇ ਮਾਰੇ ਜਾ ਰਹੇ ਸਨ।

ਪਰ ਗੁਰਮਖ ਸਿੰਘ ਬੇਖਬਰ ਸੀ।

ਉਸ ਦੀ ਗੁਆਂਢਣ ਪਾਰਵਤੀ ਦੌੜੀ-ਦੌੜੀ ਗੁਰਮਖ ਸਿੰਘ ਕੋਲ ਆਈ।

- "ਬਾਬਾ ਜੀ - ਬਾਬਾ ਜੀ!" ਉਹ ਬੜੀ ਘਬਰਾਈ ਹੋਈ ਸੀ।

- "ਕੀ ਗੱਲ ਐ ਕੁੜੇ ਭਾਈ?" ਬਾਬਾ ਤ੍ਰਿਵੈਣੀ ਹੇਠ ਬੈਠਾ ਉਠ ਕੇ ਖੜ੍ਹਾ ਹੋ ਗਿਆ।

- "ਬਾਬਾ ਜੀ - ਇੰਦਰਾ ਗਾਂਧੀ ਕੋ ਕਿਸੀ ਨੇ ਮਾਰ ਡਾਲਾ - ਵੋ ਦੰਗਾਕਾਰੀ ਲੋਗ ਸੀਖੋਂ ਕੋ ਮਾਰ ਰਹੇ ਹੈਂ - ਤੁਮ ਜਲਦੀ ਸੇ ਕੁਲਬੀਰੇ ਕੋ ਸਕੂਲ ਸੇ ਲੇ ਆਓ ...!"

- "ਇੰਦਰਾ ਗਾਂਧੀ ਨੂੰ ਕਿਸੇ ਨੇ ਮਾਰ ਡਾਲਿਆ - ਪਰ ਸਿੱਖਾਂ ਨੂੰ ਕਿਉਂ ਮਾਰਤੇ ਹੈਂ?" ਬਾਬਾ ਇਕਦਮ ਭਮੱਤਰ ਗਿਆ।

- "ਬਾਬਾ ਜੀ - ਆਪ ਨਹੀਂ ਸਮਝ ਸਕਤੇ - ਤੁਮ ਕੁਲਬੀਰੇ ਕੋ ਜਲਦੀ ਲੇਕਰ ਆਓ! ਇੰਦਰਾ ਜੀ ਕੋ ਸੀਖੋਂ ਨੇ ਮਾਰਾ ਹੈ - ਇਸ ਲੀਏ ਵੋ ਦੰਗਾਕਾਰੀ ਲੋਗ ਸੀਖੋਂ ਕੋ ਮਾਰ ਰਹੇ ਹੈਂ - ਬਦਲਾ ਲੇ ਰਹੇ ਹੈਂ - ਆਪ ਜਾਈਏ - ਜਲਦੀ ਕੀਜੀਏ ...!"

ਬਾਬਾ ਸਿਰਤੋੜ ਸਕੂਲ ਨੂੰ ਦੌੜ ਪਿਆ।

ਪਤਾ ਨਹੀਂ ਇਤਨੀ ਅਥਾਹ ਸ਼ਕਤੀ ਉਸ ਵਿਚ ਕਿੱਥੋਂ ਆ ਗਈ ਸੀ। ਕੁਲਬੀਰੇ ਬਾਰੇ ਸੋਚ ਕੇ ਉਸ ਦੇ ਸਾਹ ਹੀ ਸੁੱਕ ਗਏ ਸਨ।

ਸਕੂਲ ਵਿਚ ਵੀ ਹਾਹਾਕਾਰ ਮੱਚੀ ਹੋਈ ਸੀ। ਸਿੱਖ ਮਾਪੇ ਬੱਚਿਆਂ ਨੂੰ ਧੜਾਧੜ ਲੈਣ ਪੁੱਜੇ ਹੋਏ ਸਨ। ਹਿੰਦੂਆਂ ਨੂੰ ਕੋਈ ਡਰ, ਖਤਰਾ ਨਹੀਂ ਸੀ।

ਬਾਬਾ "ਉਏ ਪੁੱਤ ਕੁਲਬੀਰਿਆ!" ਆਖ ਕੇ ਕਮਲਿਆਂ ਵਾਂਗ ਹਾਕ ਮਾਰਦਾ ਸੀ। ਹਾਲੋਂ ਬੇਹਾਲ ਸੀ।

ਜਦੋਂ ਉਸ ਨੂੰ ਕੁਲਬੀਰਾ ਦਿਸਿਆ ਤਾਂ ਉਹ ਉਸ ਨੂੰ ਘਨੇੜ੍ਹੀਂ ਚੁੱਕ ਕੇ ਹਨ੍ਹੇਰੀ ਹੋ ਗਿਆ। ਬਾਬੇ ਦਾ ਹੀ ਨਹੀਂ, ਸਾਰੇ ਸਿੱਖ ਮਾਪਿਆਂ ਦਾ ਇਹੋ ਹਾਲ ਸੀ। ਆਪੋਧਾਪੀ ਸੀ। ਕਾਹਲੀ ਸੀ। ਡਰ ਸੀ। ਖਤਰਾ ਸੀ।

ਸਾਰੀ ਦਿਹਾੜੀ ਸਿੱਖਾਂ 'ਤੇ ਜੁਲਮ ਹੁੰਦਾ ਰਿਹਾ। ਸਾਰੀ ਰਾਤ ਧੀਆਂ-ਭੈਣਾਂ ਦੀ ਇੱਜ਼ਤ ਮਿੱਟੀ ਰੁਲਦੀ ਰਹੀ। ਸਿੱਖਾਂ ਦੀ ਜਾਇਦਾਤ ਸੜਦੀ ਰਹੀ। ਅੱਗਾਂ ਲੱਗਦੀਆਂ ਰਹੀਆਂ। ਮਾਨੁੱਖਤਾ ਸਹਿਕਦੀ ਰਹੀ। ਇਨਸਾਨੀਅਤ ਬਿਲਕਦੀ ਰਹੀ। ਨੇਕੀ ਲੁਕ ਗਈ ਅਤੇ ਬਦੀ ਟਾਹਰਾਂ ਮਾਰਦੀ ਰਹੀ। ਤਾਂਡਵ ਦਾ ਨੰਗਾ ਨਾਚ ਹੁੰਦਾ ਰਿਹਾ!

ਤੀਜੇ ਦਿਨ ਪਾਰਵਤੀ ਬਾਬੇ ਕੋਲ ਆਈ।

ਬਾਬਾ ਕੁਲਬੀਰੇ ਨੂੰ ਛੁਪਾਈ ਬੈਠਾ ਸੀ।

- "ਬਾਬਾ ਜੀ - ਆਪ ਉਧਰ ਆ ਜਾਈਏ - ਹਮ ਹਿੰਦੂ ਹੈਂ - ਹਮਾਰੇ ਪਰ ਕਿਸੀ ਕੋ ਕੋਈ ਸ਼ੱਕ ਨਹੀਂ - ਆਪ ਕੋ ਖਤਰਾ ਹੈ।"

- "ਭਾਈ ਪਾਰਬਤੀ - ਜੇ ਮੌਤ ਆਉਣੀ ਐਂ ਤਾਂ ਓਧਰ ਵੀ ਆ ਜਾਣੀ ਐਂ - ਸਾਰੇ ਦੇਸ਼ 'ਚ ਈ ਨ੍ਹੇਰ ਪਿਐ - ਕੀ ਕਰੀਏ? ਗੁਰੂ ਭਲੀ ਕਰੇ।"

- "ਬਾਬਾ ਜੀ - ਆਪ ਅਪਨੇ ਨਹੀਂ ਤੋਂ ਕੁਲਬੀਰੇ ਕੇ ਬਾਰੇ ਮੇਂ ਸੋਚੀਏ - ਮੇਰੇ ਪਤੀ ਬੋਲਤੇ ਥੇ - ਆਪ ਕੋ ਉਧਰ ਲੇ ਆਊਂ।"

ਕੁਲਬੀਰੇ ਨੂੰ ਚੁੱਕ ਬਾਬਾ ਤੁਰ ਪਿਆ।

ਰਾਜਧਾਨੀ ਵਿਚੋਂ ਧੂੰਆਂ ਨਿੱਕਲ ਰਿਹਾ ਸੀ। ਲਾਟਾਂ ਅਸਮਾਨ ਛੂਹ ਕੇ ਬੈਠ ਗਈਆਂ ਸਨ। ਕਰੋੜਾਂ ਰੁਪਏ ਦੀ ਪੂੰਜੀ ਸੜ ਕੇ ਸੁਆਹ ਹੋ ਗਈ ਸੀ। ਸਤੀ-ਸਵਿੱਤਰੀ ਬੱਚੀਆਂ ਦੀ ਹਾਲਤ ਵੇਸਵਾਵਾਂ ਨਾਲੋਂ ਵੀ ਬੁਰੀ ਕਰ ਦਿੱਤੀ ਸੀ। ਗਲੀ ਗਲੀ ਧੂੰਆਂ ਰੋਲ ਸੀ। ਸਿੱਖ ਲੱਭ - ਲੱਭ ਕੇ ਮਾਰੇ ਜਾ ਰਹੇ ਸਨ। ਚਾਰੇ ਪਾਸੇ 'ਮਾਰੋ-ਮਾਰੋ' ਦਾ ਦਿਲ-ਹਿਲਾਊ ਰੌਲਾ ਮੱਚਿਆ ਹੋਇਆ ਸੀ। ਸ਼ਰੇਆਮ ਲੁੱਟ ਮਾਰ ਹੋ ਰਹੀ ਸੀ। ਜੋ ਸਿੱਖ ਹੱਥ ਆਉਂਦਾ, ਕੋਹਿਆ ਜਾ ਰਿਹਾ ਸੀ। ਭੰਗੀਆਂ-ਛਟਕਈਆਂ ਨੂੰ ਮਸਾਂ ਹੀ ਮੌਕਾ ਹੱਥ ਲੱਗਿਆ ਸੀ। ਵਗਦੀ ਗੰਗਾ ਵਿਚ ਹੱਥ ਧੋਤੇ ਨਹੀਂ, ਰੰਗੇ ਜਾ ਰਹੇ ਸਨ।

ਰਾਤ ਗੂਹੜੀ ਹੋਈ।

ਭੂਸਰੀ ਭੀੜ ਨੇ ਗੁਰਮਖ ਸਿੰਘ ਦੇ ਘਰ ਉਪਰ ਹੱਲਾ ਬੋਲ ਦਿੱਤਾ। ਜੋ ਕੁਝ ਸੀ, ਲੁੱਟ ਲਿਆ ਗਿਆ।

ਬਾਬਾ ਗੁਰਮਖ ਸਿੰਘ ਅਤੇ ਕੁਲਬੀਰਾ ਸਾਹ ਘੁੱਟੀ, ਪਾਰਵਤੀ ਦੇ ਘਰ ਬੈਠੇ ਸਨ। ਭੀੜ ਕਿਲਕਾਰੀਆਂ ਮਾਰ ਰਹੀ ਸੀ। ਪਾਰਵਤੀ ਅਤੇ ਉਸ ਦੇ ਘਰਵਾਲਾ ਰਾਮ ਪ੍ਰਤਾਪ ਦਰਵਾਜੇ ਵਿਚ ਖੜ੍ਹੇ ਸਾਰਾ ਭਿਆਨਕ ਦ੍ਰਿਸ਼ ਤੱਕ ਰਹੇ ਸਨ।

- "ਸੀਖ ਤੋਂ ਅੰਦਰ ਨਜ਼ਰ ਨਹੀਂ ਆਤਾ ਰੇ?" ਭੀੜ 'ਚੋਂ ਕਈ ਜਾਣੇ ਅੰਦਰੋਂ ਬਾਹਰ ਆ ਗਏ।

- "ਰਹਤਾ ਤੋਂ ਯਹੀਂ ਹੈ ਗੱਦਾਰ।" ਕਿਸੇ ਨੇ ਕੁਝ ਪੜ੍ਹਦਿਆਂ ਦੱਸਿਆ।

- "ਪੱਕਾ ਮਾਲੂਮ ਹੈ?"

- "ਕਿਆ ਬਾਤ ਕਰਤਾ ਹੈ ਗੁਰੂ?"

- "ਫਿਰ ਚਲਾ ਕਹਾਂ ਗਯਾ ਸਾਲਾ?"

- "ਕਹੀਂ ਭਾਗ ਨਾ ਗਇਆ ਹੋ?"

- "ਇਨ ਪੜੋਸੀਓਂ ਸੇ ਪੂਛੋਂ।"

- "ਏ ਰਾਂਡ...! ਯੇਹ ਬੂੜ੍ਹਾ ਕਹਾਂ ਗਯਾ ਰੇ ...?" ਉਸ ਨੇ ਪਾਰਵਤੀ ਨੂੰ ਪੁੱਛਿਆ। ਪਾਰਵਤੀ 'ਰਾਂਡ' ਕਹਿਣ 'ਤੇ ਘਬਰਾ ਗਈ।

- "ਹਮੇਂ ਨਹੀਂ ਮਾਲੂਮ।" ਉਹ ਸ਼ਰਾਬੀ ਹਜੂਮ ਤੋਂ ਡਰਦੀ ਅੰਦਰ ਭੱਜ ਗਈ।

- "ਇਸ ਕੁਤੀਆ ਨੇ ਹੀ ਛੁਪਾ ਰੱਖਾ ਹੋਗਾ ਹਰਾਮਜ਼ਾਦੇ ਕੋ - ਅੰਦਰ ਦੇਖੀਏ!" ਭੀੜ ਧੱਕਾ ਦੇ ਕੇ ਅੰਦਰ ਚਲੀ ਗਈ। ਰਾਮ ਪ੍ਰਤਾਪ ਕੁੱਟ ਕੇ ਅੱਧ-ਮਰਿਆ ਕਰ ਦਿੱਤਾ।

- "ਯੇਹ ਸੀਖੜੋਂ ਹਮਦਰਦੀ ਕਰਤੀ ਹੈ - ਇਸ ਕੋ ..... ਡਾਲੋ!"

ਭੀੜ ਵਿਚੋਂ ਕਈ ਸ਼ਰਾਬੀਆਂ ਨੇ ਪਾਰਵਤੀ ਬੱਕਰੇ ਵਾਂਗ ਢਾਹ ਲਈ। ਭੁੱਖੇ ਬਘਿਆੜ ਉਸ ਨੂੰ ਖਾਣ ਲੱਗ ਪਏ। ਉਸ ਦੀ ਸਾੜ੍ਹੀ ਲੀਰਾਂ ਕਰ ਮਾਰੀ ਸੀ। ਸਰੀਰ 'ਤੇ ਜਮੂਰਾਂ ਵਾਂਗ ਚੂੰਢੀਆਂ ਵੱਢੀਆਂ ਜਾ ਰਹੀਆਂ ਸਨ। ਪਾਰਵਤੀ ਦੀਆਂ ਚੀਕਾਂ ਹਜੂਮ ਦੇ ਹਾਸੇ ਵਿਚ ਮੁੱਕ-ਮਰ ਰਹੀਆਂ ਸਨ। ਰਾਮ ਪ੍ਰਤਾਪ ਸ਼ਾਇਦ ਮਾਰ ਦਿੱਤਾ ਗਿਆ ਸੀ। ਉਹ ਲਹੂ ਨਾਲ ਲੱਥ-ਪੱਥ ਵਿਹੜੇ ਵਿਚ ਚੌਫ਼ਾਲ ਪਿਆ ਸੀ।

ਇਹ ਦੇਖ ਕੇ ਬਾਬੇ ਤੋਂ ਰਿਹਾ ਨਾ ਗਿਆ।

- "ਉਏ ਦੁਸ਼ਟੋ ....!" ਉਹ ਫੱਟੜ ਸ਼ੇਰ ਵਾਂਗ ਗੱਜਿਆ ਅਤੇ ਗਾਤਰਿਓਂ ਕਿਰਪਾਨ ਕੱਢ ਕੇ ਭੀੜ 'ਤੇ ਟੁੱਟ ਪਿਆ।

- "ਕੱਲੀ ਕਹਿਰੀ ਔਰਤ 'ਤੇ ਈ ਸ਼ੇਰ ਬਣਦੇ ਓਂ....!" ਉਸ ਨੇ ਕਿਰਪਾਨ ਨਾਲ ਕਈ ਚੀਰ ਦਿੱਤੇ।

- "ਪਕੜੋ ਸਾਲੇ ਕੋ ਮੁਛੇ ਤੋਂ ਮਾਰ ਡਾਲਾ....।" ਇਕ ਕਰੂਪ ਜਿਹੇ ਚਿਹਰੇ ਵਾਲਾ ਕੁਰਲਾਇਆ। ਉਸ ਦੀ ਬਾਂਹ 'ਚੋਂ ਲਹੂ ਤਤੀਰੀਆਂ ਬਣ ਵਹਿ ਰਿਹਾ ਸੀ।

- "ਅਰੇ ਮਾਰ ਦੀਆ...!" ਇਕ ਹੋਰ ਮਿਆਂਕਿਆ। ਉਸ ਦੀ ਪੁੜਪੜੀ 'ਚੋਂ ਬਿੱਲੀ ਦੀ ਪੂਛ ਵਰਗੀ ਲਹੂ ਦੀ ਧਾਰ ਵਹਿ ਰਹੀ ਸੀ।

ਇਕੱਲਾ ਬਾਬਾ ਕੀ ਕਰ ਸਕਦਾ ਸੀ....?

ਕਿੰਨਾ ਕੁ ਚਿਰ ਲੜ ਸਕਦਾ ਸੀ....??

ਵਹਿਸ਼ੀ ਭੀੜ ਨੇ ਉਸ ਨੂੰ ਦਬੋਚ ਲਿਆ।

ਬਾਬਾ ਬਲੀ ਸ਼ੇਰ ਵਾਂਗ ਲੰਬੇ - ਲੰਬੇ ਸਾਹ ਲੈ ਰਿਹਾ ਸੀ।

- "ਇਸ ਕੁੱਤੇ ਕੇ ਪੋਤੇ ਕੋ ਢੂੰਢੋ - ਔਰ ਇਸ ਕੇ ਸਾਮਨੇ ਜ਼ਿੰਦਾ ਜਲਾਓ!" ਇਕ ਨੇ ਹੁਕਮ ਕੀਤਾ। ਉਹ ਕਿਰਪਾਨ ਨਾਲ ਪਾੜੀ ਵੱਖੀ ਫੜੀ ਖੜ੍ਹਾ ਸੀ।

ਭੜਕੀ ਭੀੜ ਨੇ ਕੁਲਬੀਰੇ ਨੂੰ ਬਾਹਰ ਕੱਢ ਲਿਆ। ਲੱਤਾਂ, ਠੁੱਡੇ ਅਤੇ ਮੁੱਕੀਆਂ ਮਾਰ ਕੇ ਉਸ ਨੂੰ ਬੇਹੋਸ਼ ਕਰ ਦਿੱਤਾ। ਕਈ ਜਾਣਿਆਂ ਨੇ ਬਾਬਾ ਜਕੜ ਰੱਖਿਆ ਸੀ।

ਭੀੜ ਨੇ ਬਾਬੇ ਦੇ ਸਾਹਮਣੇ ਕੁਲਬੀਰੇ 'ਤੇ ਮਿੱਟੀ ਦਾ ਤੇਲ ਪਾ ਕੇ ਅੱਗ ਲਾ ਦਿੱਤੀ। ਲਾਂਬੂ ਇਕ ਦਮ ਅਸਮਾਨ ਨੂੰ ਗਿਆ। ਕੁਲਬੀਰਾ ਕਰਾਹ ਉਠਿਆ। ਬਾਬੇ ਨੇ ਅੱਖਾਂ ਬੰਦ ਕਰਕੇ ਉਚੀ-ਉਚੀ ਗਾਇਨ ਸ਼ੁਰੂ ਕਰ ਦਿੱਤਾ:

- "ਤੇਰਾ ਕੀਆ ਮੀਠਾ ਲਾਗੈ।।
ਹਰ ਨਾਮੁ ਪਦਾਰਥ ਨਾਨਕੁ ਮਾਂਗੈ।।"

ਉਸ ਦੀਆਂ ਅੱਖਾਂ 'ਤਰਿੱਪ-ਤਰਿੱਪ' ਚੋਈ ਜਾ ਰਹੀਆਂ ਸਨ।

ਭੀੜ ਕੁਲਬੀਰੇ ਨੂੰ ਸੜਦਾ ਦੇਖ ਕੇ ਖਿੱਲੀ ਪਾਉਂਦੀ ਰਹੀ। ਤਾੜੀਆਂ ਮਾਰਦੀ ਰਹੀ।

ਕੁਲਬੀਰੇ ਦੇ ਪੂਰੀ ਤਰ੍ਹਾਂ ਸੜਨ ਤੱਕ ਬਾਬਾ, "ਤੇਰਾ ਕੀਆ ਮੀਠਾ ਲਾਗੈ ...." ਦਾ ਗਾਇਨ ਕਰਦਾ ਰਿਹਾ ਅਤੇ ਅੱਗ ਬੁਝਣ 'ਤੇ ਚੁੱਪ ਕਰ ਗਿਆ। ਜਦੋਂ ਭੀੜ ਨੇ ਉਸ ਨੂੰ ਛੱਡਿਆ ਤਾਂ ਉਹ 'ਫਾਅੜ' ਕਰਦਾ ਧਰਤੀ 'ਤੇ ਡਿੱਗਿਆ ਸੀ।

- "ਯੇਹ ਭੀ ਮਰ ਗਯਾ ਸਾਲਾ।" ਇਕ ਨੇ ਬਾਬੇ ਦੇ ਸਿਰ 'ਚ ਸੱਬਲ ਮਾਰਦਿਆ ਕਿਹਾ।

- "ਚੱਲੋ ...!" ਹੁਕਮ ਹੋਇਆ।

ਭੀੜ ਤੁਰ ਗਈ।

ਵਿਹੜੇ ਵਿਚਕਾਰ ਪਾਰਵਤੀ ਇਕ ਗੰਢ ਬਣੀ ਪਈ ਸੀ। ਬਿਲਕੁਲ ਨਗਨ। ਉਸ ਦੀਆਂ ਛਾਤੀਆਂ ਅਤੇ ਗੱਲ੍ਹਾਂ 'ਚੋਂ ਖ਼ੂਨ ਵਗ ਕੇ ਸੁੱਕ ਗਿਆ ਸੀ। ਹੇਠਲੇ ਹਿੱਸੇ 'ਚੋਂ ਅਜੇ ਤੱਕ ਖ਼ੂਨ ਵਗ ਰਿਹਾ ਸੀ।

ਅਗਲੇ ਦਿਨ ਬਾਬੇ ਦੀ ਸੁਰਤ ਮੁੜੀ।

ਉਹ ਸੀਸ ਗੰਜ ਗੁਰਦੁਆਰੇ ਵਿਚ ਸੀ।

ਅਥਾਹ ਦੁਖੀ ਦੁਨੀਆਂ ਬੈਠੀ ਸੀ।

ਕੋਈ ਰੋ ਰਿਹਾ ਸੀ। ਕੋਈ ਫੱਟੜ ਕਸੀਸ ਵੱਟੀ ਬੈਠਾ ਸੀ।

ਗੁਰੂ ਮਹਾਰਾਜ ਦੀ ਤਾਬਿਆ ਵਿਚ ਇਕ ਮਹਾਂਪੁਰਸ਼ ਕੁਰਬਾਨੀ ਦੀ ਮਹੱਤਤਾ ਵਰਨਣ ਕਰ ਰਹੇ ਸਨ:

- "ਭਾਈ ਜੇ ਗੁਰੂ ਗੋਬਿੰਦ ਸਿੰਘ ਕੁਰਬਾਨੀ ਨਾ ਦਿੰਦੇ ਤਾਂ ਸਾਨੂੰ ਜਿਉਣ ਦਾ ਵੱਲ ਨਹੀਂ ਸੀ ਆਉਣਾ - ਜੇ ਗੁਰੂ ਗੋਬਿੰਦ ਸਿੰਘ ਸਰਬੰਸ ਨਾ ਵਾਰਦੇ ਤਾਂ ਸਾਨੂੰ ਭਾਣਾ ਮੰਨਣ ਦਾ ਬਲ ਨਹੀਂ ਸੀ ਮਿਲਣਾ - ਜੇ ਈਸਾ ਮਸੀਹ ਕੁਰਬਾਨੀ ਨਾ ਦਿੰਦੇ ਤਾਂ ਦੁਨੀਆਂ ਵਿਚ ਇਸਾਈ ਧਰਮ ਦਾ ਇਤਨਾ ਪਸਾਰਾ ਨਹੀਂ ਹੋਣਾ ਸੀ- ਜੇ ਬੁੱਧ ਮਹਾਰਾਜ ਅਤੇ ਮਹਾਂਬੀਰ ਕੁਰਬਾਨੀ ਦੇ ਦਿੰਦੇ ਤਾਂ ਅੱਜ ਉਹਨਾਂ ਦੇ ਪੈਰੋਕਾਰ ਤੀਹ ਲੱਖ ਨਹੀਂ - ਤੀਹ ਕਰੋੜ ਹੁੰਦੇ ...!"

ਇਸ ਵਿਆਖਿਆ ਨੇ ਬਾਬੇ ਦੀ ਆਤਮਾ ਨੂੰ ਅਥਾਹ ਬਲ ਬਖ਼ਸ਼ਿਆ। ਉਹ ਦੋਵੇਂ ਹੱਥ ਜੋੜ ਕੇ ਗੁਰੂ ਗਰੰਥ ਸਾਹਿਬ ਦੀ ਹਜ਼ੂਰੀ ਵਿਚ ਜਾ ਹਾਜ਼ਰ ਹੋਇਆ।

- "ਹੇ ਪਿਆਰੇ ਪਰਮ ਪਿਤਾ! ਤੇਰੀ ਵਸਤ ਤੁਧੁ ਆਗੈ ਰਾਖੈ ਦੇ ਮਹਾਂਵਾਕਿ ਅਨੁਸਾਰ ਜਿਤਨੀ ਕੁ ਸੇਵਾ ਦਾਸ ਸਿੱਖੀ ਲਈ ਕਰ ਸਕਦਾ ਸੀ, ਤੇਰੀ ਅਪਾਰ ਕ੍ਰਿਪਾ ਨਾਲ, ਕੀਤੀ - ਦਰ ਪ੍ਰਵਾਨ ਕਰਨੀ ਗੁਰੂ ਮਹਾਰਾਜ ਜੀਓ! ਤੇਰੇ ਤੋਂ ਫਿਰ ਆਸ ਰਹੇਗੀ ਮੇਰੇ ਪਿਤਾ ਜੀਓ! ਕਿ ਅਗਲੇ ਜਾਮੇਂ ਵਿਚ ਵੀ ਮਨੁੱਖੀ ਬਾਣਾ ਪਹਿਨ ਕੇ ਤੇਰਾ ਸਿੰਘ ਸਜਾਂ ਤੇ ਰਹਿੰਦੀ ਸੇਵਾ ਵੀ ਤੇਰੇ ਲੇਖੇ ਲਾਵਾਂ ...!"

- "ਗੁਰੂ ਪਾਤਸ਼ਾਹ ਜੀਓ! ਮਨੁੱਖ ਭੁੱਲਣਹਾਰ ਹੈ - ਤੂੰ ਬਖ਼ਸ਼ਣਹਾਰ ਹੈਂ - ਮੈਂ ਪਾਪੀ ਤੂੰ ਬਖਸ਼ਣਹਾਰ - ਜਿੰਦਗੀ ਵਿਚ ਤੇਰੇ ਬੱਚੇ ਤੋਂ ਜਾਣੇਂ ਅਣਜਾਣੇਂ ਵਿਚ ਕੋਈ ਗਲਤੀ ਹੋ ਗਈ ਹੋਵੇ ਤਾਂ ਨਿਵਾਜ਼ ਲੈਣਾ ਜੀ - ਬਖ਼ਸ਼ ਲੈਣਾ ਜੀ ....।" ਬਾਬੇ ਨੇ ਲੰਮਾ ਪੈ ਕੇ ਮੱਥਾ ਟੇਕਿਆ। ਮੁੜ ਉਠਿਆ ਹੀ ਨਾ।

ਸੰਗਤ ਮੱਥਾ ਟੇਕਣ ਵਾਲੀ ਬਹੁਤ ਸੀ। ਇਕ ਲੰਮੀ ਕਤਾਰ ਲੱਗੀ ਹੋਈ ਸੀ।

- "ਉਠ ਬਈ ਗੁਰੂ ਦੇ ਸਿੰਘਾ...! ਸੰਗਤਾਂ ਹੋਰ ਵੀ ਬਹੁਤ ਨੇ...।" ਕਿਸੇ ਨੇ ਬਾਬੇ ਨੂੰ ਹਲੂਣਿਆਂ। ਬਾਬਾ ਉਥੇ ਹੁੰਦਾ, ਤਾਂ ਹੀ ਬੋਲਦਾ...? ਬਾਬਾ ਤਾਂ 'ਪੂਰਾ' ਹੋ ਗਿਆ ਸੀ!

ਸੰਗਤ ਨੇ ਬਾਬੇ ਨੂੰ ਗੁਰੂ-ਤਾਬਿਆ ਵਿਚੋਂ ਚੁੱਕਿਆ। ਗੁਰਦੁਆਰੇ ਵਿਚ ਹੀ ਬਾਬੇ ਦੀ ਲਾਸ਼ ਦਾ ਇਸ਼ਨਾਨ ਕਰਵਾਇਆ। ਜੇਬ ਵਿਚੋਂ ਰਸੀਦਾਂ ਕੱਢ ਕੇ ਟਿਕਾਣੇ ਦਾ ਪਤਾ ਕੀਤਾ।

ਗੁਆਂਢੀਆਂ ਦੇ ਦੱਸਣ ਅਨੁਸਾਰ ਬਾਬੇ ਦਾ ਤ੍ਰਿਵੈਣੀ ਨਾਲ ਬੜਾ ਮੋਹ ਸੀ। ਬਾਬਾ ਇਸ ਤ੍ਰਿਵੈਣੀ ਨਾਲ ਗੱਲਾਂ ਕਰਦਾ ਹੁੰਦਾ ਸੀ। ਦੁਖ-ਸੁਖ ਕਰਦਾ ਹੁੰਦਾ ਸੀ।

ਤ੍ਰਿਵੈਣੀ ਦੇ ਇਕ ਪਾਸੇ ਬਾਬੇ ਗੁਰਮਖ ਸਿੰਘ ਦਾ ਸਸਕਾਰ ਕਰ ਦਿੱਤਾ ਗਿਆ।

ਬਾਬੇ ਗੁਰਮਖ ਸਿੰਘ ਅਤੇ ਕੁਲਬੀਰੇ ਦੇ ਵਿਛੋੜੇ ਅਤੇ ਮੋਹ ਵਿਚ ਭਿੱਜੀ ਤ੍ਰਿਵੈਣੀ ਉਦਾਸ - ਉਦਾਸ ਖੜ੍ਹੀ ਸੀ। ਘੋਰ ਉਦਾਸ। ਜਿਵੇਂ ਤ੍ਰਿਵੈਣੀਂ ਬਾਬੇ ਬਗੈਰ ਅਨਾਥ ਹੋ ਗਈ ਸੀ! ਅਨਾਥ!! ਅਨਾਥ ----!!!

- ਸਮਾਪਤ -

Lightning Source UK Ltd.
Milton Keynes UK
UKHW010703130420
361600UK00001B/246

9 789389 530001